AF756650

സംക്രാന്തി

Samkranthi
Novel

A P Kalakkad

CHINTHA PUBLISHERS
Thiruvananthapuram

First Chintha Edition
August 2022

Published
Chintha Publishers, Thiruvananthapuram

Typesetting
Nakshathra Graphotech, Poojappura

Printed at
Repro India Ltd, Mumbai

Cover Design
Vinod Mangoes

ISBN : 978-93-94753-19-8

CO - 3144 / 6148

Email: chinthapublishers@gmail.com
Website: www.chinthapublishers.com

A version is available at National Libraries
Kolkata, Mumbai, Chennai and Delhi

Distribution
DESHABHIMANI BOOKHOUSE
H O Thiruvananthapuram 695035

Branch
Head Office Kunnukuzhi • Statue Thiruvananthapuram
KSRTC Bus Terminal Thampanoor • Saphalyam Complex Thiruvananthapuram
KSRTC Bus Station Alappuzha • KSRTC Bus Station Ernakulam
Machingal Lane Thrissur • IG Road Kozhikode
Mavoor Road Kozhikode • NGO Union Building Kannur
Central Bus Terminal Complex Thavakkara Kannur

സംക്രാന്തി

എ പി കളയ്ക്കാട്

ചിന്ത പബ്ലിഷേഴ്സ്
തിരുവനന്തപുരം-695 035

എ പി കളയ്ക്കാട്

കരുനാഗപ്പള്ളിക്കടുത്ത് ആദിനാട് ഗ്രാമത്തിൽ 1931 ജൂൺ 23 ന് ജനിച്ചു. പേര്: അയ്യപ്പൻപിള്ള. അച്ഛൻ: കളയ്ക്കാട്ടു വീട്ടിൽ കുഞ്ഞൻപിള്ള. അമ്മ: കൊച്ചിട്ടിയമ്മ. മലയാളം ഹയറും എസ് എസ് എൽ സിയും ജയിച്ചു. കൊല്ലം എസ് എൻ കോളേജിലായിരുന്നു കോളേജ് വിദ്യാഭ്യാസം. വിദ്യാർഥിസമരത്തിൽ പങ്കെടുത്തതിനാൽ കോളേജിൽനിന്ന് പുറത്തായി. തിരുവിതാംകൂറിൽ സർ. സി പിയുടെ ഏകാധിപത്യ ഭരണത്തിനെതിരെയുള്ള പ്രക്ഷോഭണം, ട്രാൻസ്പോർട്ടു തൊഴിലാളികളുടെ സമരം, ശൂരനാട് സംഭവം ഇവയുമായി ബന്ധപ്പെട്ട് മൂന്നുതവണ അറസ്റ്റും മർദനവും ജയിൽവാസവും. തുടർന്ന് മുഴുവൻ സമയ കമ്യൂണിസ്റ്റ് പ്രവർത്തകനായി. അധികാരവർഗത്തിൽനിന്ന് ഒട്ടേറെ പീഡനങ്ങൾ ഏൽക്കേണ്ടിവന്നു. 1955 ൽ പഞ്ചായത്ത് ഓഫീസറായി പി എസ് സി തെരഞ്ഞെടുത്തെങ്കിലും കമ്യൂണിസ്റ്റുകാരൻ എന്ന കാരണത്താൽ നിയമനം നിഷേധിച്ചു. 1957 ൽ വീണ്ടും ടെസ്റ്റെഴുതി. സ്റ്റോർ കീപ്പറായി നിയമനം ലഭിച്ചു. ആദ്യം ലഭിച്ച സർക്കാർ ജോലി നിഷേധിച്ചതിനെതിരെ പരാതി നൽകി. 1957 ൽ പഞ്ചായത്ത് ഓഫീസറായി നിയമനം. 1986 ൽ സ്പെഷ്യൽ ഗ്രേഡ് പഞ്ചായത്ത് ഓഫീസറായി പെൻഷൻ പറ്റി. 1980 ൽ *സംക്രാന്തിക്ക്* ചെറുകാട് പുരസ്കാരം ലഭിച്ചു.

പുരോഗമന സാഹിത്യപ്രസ്ഥാനത്തിന്റെ സജീവപ്രവർത്തകനായിരുന്നു. *ദേശാഭിമാനി* സ്റ്റഡിസർക്കിളിന്റെയും പുരോഗമന കലാസാഹിത്യ സംഘത്തിന്റെയും പ്രമുഖനും ശക്തനുമായ നേതാവായിരുന്നു. കേരളസാഹിത്യ അക്കാദമി അംഗമായിരുന്നു. 1993 ഫെബ്രുവരി 8 ന് അന്തരിച്ചു.

കൃതികൾ : *വെളിച്ചം കിട്ടി, സംക്രാന്തി, ഇടുക്കി, പോർക്കലി, ചാഞ്ചാട്ടം, അഗ്നിഹോത്രം* (നോവൽ), കന്നിക്കുളപ്പാല (കഥ).

ഭാര്യ : രാധമ്മ (1998 ൽ അന്തരിച്ചു.)
മക്കൾ : പ്രീതി, ജ്യോതിൻ
മരുമക്കൾ : കെ രാജഗോപാൽ, മിനി

പ്രസാധകക്കുറിപ്പ്

ജന്മിത്തം കൊടികുത്തിവാണ നാളുകൾ. മധ്യതിരുവിതാംകൂറിലെ ഓണാട്ടുകര. നോക്കെത്താദൂരംവരെ നെൽപ്പാടങ്ങൾ. ജന്മിമാരുടെ പാടങ്ങളിൽ പകലന്തിയോളം പണിയെടുത്ത് ചെറ്റപ്പുരകളിൽ അന്തിയുറങ്ങിയ പണിയാളർ. അവർക്ക് സ്വന്തമായി ജീവിതമില്ല. ജന്മിയുടെ പാടങ്ങളിലും നെൽപ്പുരകളിലും തൊഴുത്തിലും മൃഗസമാനമായ സാഹചര്യങ്ങളിൽ ജീവിക്കേണ്ടിവന്നവർ. വിമോചനത്തിന്റെ തീപ്പൊരിവീണ് പടർന്നു. അവകാശബോധത്തിന്റെ അഗ്നിസ്ഫുലിംഗങ്ങൾ മനുഷ്യന്റെ നെഞ്ചകങ്ങൾക്ക് ഇന്ധനം പകർന്നു. ജന്മിത്തത്തിന്റെ കരാളത കന്യകമാരെ കശക്കിയെറിഞ്ഞപ്പോൾ പാടങ്ങളിലെ നീർത്താഴ്ചകളിൽ കീഴാളർ ചവിട്ടിത്താഴ്ത്തപ്പെട്ടപ്പോൾ പോലീസിന്റെ കിരാതവാഴ്ച നാട്ടുനടപ്പായപ്പോൾ ചെങ്കൊടി ഉയർന്നു. പണിയെടുക്കുന്ന അന്യർ ഒറ്റക്കെട്ടായി ഉണർന്നു. രക്തസാക്ഷികൾ ഓർമ്മകളിൽ പുനർജനിച്ചു.

പുതിയൊരു നാട്ടുനടപ്പിലേക്കു പൊരുതി നീങ്ങിയ മനുഷ്യരുടെ ത്യാഗോജ്ജ്വലമായ ജീവിതകഥ എ പി കളയ്ക്കാടിന്റെ ശക്തമായ തൂലികയിലുണ്ട്. സംക്രാന്തിയുടെ പുതിയ ചിന്താപതിപ്പ് അഭിമാനത്തോടെ പുറത്തിറക്കുന്നു.

ചിന്ത പബ്ലിഷേഴ്സ്

ഒന്ന്

യുഗങ്ങൾക്കു മുമ്പു നടന്ന സംഭവമാണ്; വളരെപ്പണ്ട്, ത്രേതാ യുഗത്തിൽ, ദേവന്മാർ മനുഷ്യരെപ്പോലെ ഭൂമിയിൽ ഇറങ്ങി നടക്കുകയും, സുഖഭോഗങ്ങൾ തേടി അലയുകയും ചെയ്തിരുന്ന കാലം.

ജീവിതം അനശ്വരമാക്കാനുള്ള അന്വേഷണത്തിൽ പാൽക്കട ലിലെങ്ങോ ഉള്ള അമൃതെന്ന അപൂർവ വസ്തുവിനെക്കുറിച്ച് അവർ കേട്ട റിഞ്ഞു. അതു കൈക്കലാക്കാൻ അസുരന്മാരുമായി അവിഹിതബന്ധ ത്തിലേർപ്പെട്ടു. മന്ഥരപർവതത്തെ മത്താക്കി. വാസുകിയെ കയറാക്കി. ഇരുകൂട്ടരുംകൂടി അമൃതിനുവേണ്ടി പാലാഴി കടഞ്ഞു.

ജീവിതത്തെ നിത്യമധുരമാക്കുന്ന അമൃതിനുവേണ്ടി.

ആ കാലത്ത് മനുഷ്യർ എന്തുചെയ്യുകയായിരുന്നോ എന്തോ? എന്തായാലും അനു മനുഷ്യനു വിനയായി വന്നു. പാൽക്കടലിൽ ആദ്യം പ്രത്യക്ഷപ്പെട്ടത് മൂധേവിയാണ്. കെടുതിയുടെയും ദുരിതത്തിന്റെയും അധിദേവതയായ മൂധേവി. ഒടുവിൽ ഐശ്വര്യദേവതയായ ലക്ഷ്മീദേവി പ്രത്യക്ഷപ്പെട്ടുപോലും. പക്ഷേ, സ്വർണ്ണം വച്ചു സൂക്ഷിക്കുന്നിടത്തേ അവ രുടെ വിളയാട്ടമുള്ളൂ.

പുലക്കുടിലുകളിൽ സ്വർണമെവിടെ?

തൂത്തെറിഞ്ഞാൽപ്പോലും പുലമാടങ്ങളിൽനിന്ന് മൂധേവി വിട്ടുപോ വുകയില്ല. അടിച്ചു പുറത്താക്കിയാൽ പിന്നെയും വന്നു കേറിക്കൊള്ളും.

ഇടവം-മിഥുനത്തിലെ പഞ്ഞം പിടിച്ച ദിവസങ്ങളിൽ അവരുടെ സൈ്വരവിഹാരമാണ്. തൊഴിലില്ല. അടച്ചുപിടിച്ച മഴയും വെള്ളപ്പൊ ക്കവും. കൊടുംപട്ടിണി.

ഒടുവിൽ സംക്രാന്തി ദിവസം വന്നെത്തി.

ജഗദ്ബന്ധുവായ സൂര്യൻ മിഥുനത്തിൽനിന്ന് കർക്കിടകം രാശി

യിലേക്ക് സംക്രമിക്കുന്ന ദിവസം.

ചിറക്കാലുകളോടു ചേർന്ന മുക്കവലകളിലും നീരൊഴുക്കുതോടുകളുടെ കടവുകളിലും നിന്ന് പുലപ്പെണ്ണുങ്ങൾ വിളിച്ചു പറയുന്നതു കേട്ടു.

"പഞ്ഞോം പിഞ്ഞോം അങ്ങോട്ട്;
പച്ചോം പാക്കയുമിങ്ങോട്ട്"

വലിയ മാടത്തിൽ കൊച്ചിലാന്റെ പുലയി കുഞ്ഞില നേരം പുലരും മുമ്പ് അടിച്ചുവാരി തൂത്തുകൂട്ടിയ കുപ്പയും പഴംതെരികയും കുറ്റിച്ചൂലും പഴമുറത്തിനകത്താക്കി. തലേന്നാളത്തെ പഴംചോറും ചീനിയും പ്ലാവില കുത്തി മുറത്തിൽ നിരത്തി. എല്ലാംകൂടി താങ്ങിയെടുത്ത് മാടത്തിനു മൂന്നു വലത്തു വച്ചു. വലംവയ്ക്കുമ്പോൾ തന്നത്താൻ വിളിച്ചുപറഞ്ഞു.

"പഞ്ഞോം പരിതോം പോ പോ,
ആട്ടും പാട്ടും വാ വാ വാ!"

വലം വയ്ക്കുന്നതിനിടയിൽ മാടത്തിന്റെ ഓരോ കോടിയിൽനിന്നും ഓരോ തുമ്പു പിച്ചി പഴമുറത്തിലിട്ടു. എല്ലാംകൂടി ഉഴിഞ്ഞ് മീനത്തെ കോണിലുള്ള മുക്കലവക്കൽ കൊണ്ടു ചെന്നു കളഞ്ഞിട്ടു പറഞ്ഞു:

"പഞ്ഞോം പിഞ്ഞോം അങ്ങോട്ട്
പച്ചോം പാക്കയുമിങ്ങോട്ട്."

അങ്ങനെ ചേട്ട പുറത്തായി.

കിഴക്ക്, മേഘപടലങ്ങളുടെ കരിമ്പടം പൊക്കി, സൂര്യൻ തലപൊന്തിച്ച് ഭൂമിയെ നോക്കി പുഞ്ചിരിതൂകി; കിരണങ്ങളുയർത്തി ഭൂമിയെ തലോടി.

ചൂടും പ്രകാശവും മുകർന്ന് ഭൂമി പുളകമണിഞ്ഞു കിടന്നു.

പാടങ്ങളിൽ പാലടിച്ചു നിന്ന നെൽക്കതിരുകളുടെ ചുണ്ടുപഴുക്കാൻ തുടങ്ങിയിരുന്നു. ദേശാന്തരം പോയ പക്ഷികൾ ശരത്തിന്റെ വരവ് വിളിച്ചറിയിച്ചുകൊണ്ട് പാടിപ്പറന്നെത്തി.

മാടൻ നടയുടെ കിഴക്കുവശമുള്ള ദൈവക്കുളത്തിൽ ചെന്ന് കൊച്ചിലാൻ രാവിലെ മുങ്ങിക്കുളിച്ചു. നെറ്റിയിൽ ഭസ്മം വാരി പൂശി, ദൈവം തമ്പുരാനെ ധ്യാനിച്ചു. അവിടെനിന്നു നടന്ന് മഠത്തിലെ വീട്ടുപടിക്കൽ ചെന്നു. വല്യമ്പ്രാൻ കരുതിവച്ചിരുന്ന അലക്കിയ പഴമുണ്ടെടുത്തു കൊച്ചിലാനു കൊടുത്തു. അതുടുത്തുകൊണ്ട് നേരെ ഷാപ്പിൽ പോയി കുടി തുടങ്ങി.

തലേ ദിവസം തുടങ്ങിയ കുടിയാണ്.

തലേന്നു രാത്രിയിൽ കൊച്ചിലാന്റെ തറയിൽ ചാവുകൾക്കും ദൈവങ്ങൾക്കും പൂജയും കുരുതിയുമുണ്ടായിരുന്നു.

അന്നുരാവിലെ അയാൾ പൂട്ടിലുമായി മഠത്തിൽ ചെന്ന് അളവു വാങ്ങി കുഞ്ഞിലയെ ഏൽപ്പിച്ചു. അമ്മയും മകളും കൂടി അതു വറുത്തിടിക്കാൻ തുടങ്ങി. പൂജയ്ക്കു കരുതി വച്ചിരുന്ന ചാരായത്തിൽനിന്ന് കുറെ അകത്താക്കിയിട്ട് മുറ്റത്തു കൂനിക്കൂടിയിരിക്കുമ്പോൾ അവലിടിയുടെ

ശബ്ദത്തിന് ഒരു പ്രത്യേക താളലയമുള്ളതായി തോന്നി. വറയുടെയും പരലടയുടെയും സ്വാദേറിയ മണം മൂക്കിലേക്കടിച്ചുകയറി. അന്തിമയ ങ്ങിയപ്പോൾ, പാടത്തിന്റെ നടുക്ക് മൂർത്തിയും പേയും കൂടിയിരിക്കുന്ന മന്നങ്ങളിൽ കത്തിനിന്ന കൂത്തുവിളക്കുകൾക്കും മാടങ്ങളുടെ മുന്നിൽ വഴിയരികിൽ നാട്ടിയിരുന്ന പച്ചമടലുകളിലെ മരോട്ടി വിളക്കുകൾക്കും ആയിരം നാവുള്ളതായി തോന്നി.

സന്ധ്യയ്ക്കു മുമ്പ് സ്വന്തപ്പെട്ടവരെല്ലാം വന്നുകൂടി. പൂജയ്ക്കുള്ള ഒരുക്കമായി.

കുര്യാലയിൽ വിളക്കുവച്ച്, വിളക്കിന്റെ കന്നിമേൽ കോണിൽ ഒരു വലിയ തൂശനിലയിട്ടു. അത് അറുവലയമ്മാച്ചന്. മാടൻ, മല്ലൻ, മലമാടൻ, ചാമുണ്ടി, പേയ് തുടങ്ങിയ ദൈവങ്ങൾക്കും ചാവുകൾക്കും വേറെ വേറെ കീറ്റിലയിട്ടു. എല്ലാറ്റിലും അവലും വറയും മീൻ ചുട്ടതും പരലടയും ചേമ്പു പുഴുങ്ങിയതും കിഴങ്ങു ചുട്ടതും നിരത്തി.

"കൂട്ടച്ചാവു കൂടിച്ചാവിനു കള്ളും വച്ചേ
പണ്ടാരച്ചാവിനു മരുന്നും വച്ചേ"

കൊച്ചിലാൻ പൂജ തുടങ്ങി.

അരയിൽ രണ്ടാം മുണ്ടു കെട്ടി ഇടതു കാലുറപ്പിച്ച്, വലതു കാലി ളക്കി ശരീരം മുന്നോട്ടാഞ്ഞ്, കൈകൾ കൂട്ടിപ്പിടിച്ച് തുള്ളിയനുഗ്രഹിച്ചു കൊണ്ട് അയാൾ മന്ത്രം ചൊല്ലി:

"മേപ്പോട്ടു നോക്കീട്ടു പൂമി,
കീഴോട്ടു നോക്കീട്ടു മാനം,
നിൽക്കാനോ നിലയില്ല!
പോകാനൊരു വഴിയില്ല!...."

കുര്യാലയ്ക്കു ചുറ്റും കൂടിനിന്ന പുരുഷന്മാർ കൂപ്പുകൈകളോടെ ആ മന്ത്രം ഏറ്റുപറഞ്ഞു:

"കിഴക്കുദിമന, പടിഞ്ഞാറസ്തമന,
തെക്കു തേനാദി, വടക്കു മാവേലി,
നക്ഷത്രം വിള, ക്കാകാശം പന്തല്,
ആയിരത്തെട്ടു കതിരഷ്ടബന്തം ചാവെ,
അഞ്ചും നാലും എട്ടു കൊട്ടാരം,
ഒമ്പതു ബലിക്കല്ല, ഷ്ടബന്തം ചാവെ...."

അപ്പോൾ കുര്യാലയ്ക്കു വടക്കുവശം പെണ്ണുങ്ങളിരുന്ന് വർത്ത മാനം പറയുകയും കുട്ടികൾ ഓടിച്ചാടി കളിക്കുകയും ചെയ്തു.

അങ്ങു വടക്ക്, കരിപ്പുഴനിന്ന് ചാത്തൻതറയിലെ കണ്ണൻ പള്ളിപ്പ ടിക്കലെ മത്തായിയെയും വിളിച്ചുകൊണ്ട് അമ്മാവന്റെ തറയിൽ ചാവു പൂജ കാണാൻ വന്നു.

കുര്യാലയുടെ മുന്നിലെ വച്ചൊരുക്കിലേക്കും മന്ത്രം ചൊല്ലുന്ന കൊച്ചിലാന്റെ മുഖത്തേക്കും മത്തായി കൗതുകപൂർവം നോക്കിനിന്നു. പക്ഷേ, കണ്ണന്റെ നോട്ടം പെണ്ണുങ്ങളുടെ ഇടയിൽ ഒരുങ്ങിക്കെട്ടിയിരി

ക്കുന്ന നീലമ്മയിലാണ്. അടുത്തിരുന്ന കൂട്ടുകാരികൾ അവനെ ചൂണ്ടി നീലമ്മയോടെന്തോ പറഞ്ഞു. അവൾ നാണിച്ചു മുഖം കുനിച്ചു. എങ്കിലും ഒളികണ്ണിട്ട് കണ്ണന്റെ മുഖത്തേക്കു നോക്കി.

കരിമീനിനെപ്പോലെ തത്തിക്കളിക്കുന്ന ആ കണ്ണുകൾ അവനിൽ കിക്കിളിയുണ്ടാക്കി. കൂട്ടുകാരികൾ എന്തോ പറഞ്ഞ് അവളെ ചിരിപ്പിച്ചു. അപ്പോൾ ആ കവിളുകളിൽ നുണക്കുഴി തെളിഞ്ഞു.

ഈട്ടിത്തടിയിൽ കൊത്തിയെടുത്തതുപോലെ, കൊഴുത്തുരുണ്ട നല്ല വടിവൊത്ത ശരീരം. ഇരുണ്ടു ചുരുണ്ട തലമുടി. ചോര തുടിക്കുന്ന ചുണ്ടുകൾ. അവളെ അങ്ങനെ നോക്കിനിൽക്കാൻ മാത്രമാണ് മത്തായിയെയും വിളിച്ചുകൊണ്ട് അവൻ വന്നതെന്നു തോന്നി.

കുഞ്ഞില കൂട്ടത്തിൽനിന്ന് എഴുന്നേറ്റുചെന്ന് കണ്ണനെയും മത്തായിയെയും വിളിച്ച് അവലും കരിപ്പെട്ടിക്കാപ്പിയും കൊടുത്തു. കണ്ണൻ പിടിപിടിച്ച് അതുവാരി വായിലിടുന്നതു നോക്കിക്കൊണ്ട് നീലമ്മ വാതിൽച്ചെറ്റയിൽ ചാരിനിന്നു.

"നാളെ പോലുത്തേക്കിവിടാന്നേ, നിങ്ങക്കു രണ്ടാൾക്കും."

സംക്രാന്തി നാളിലെ ഊണിന്, കണ്ണനെയും മത്തായിയെയും കുഞ്ഞില ക്ഷണിച്ചു.

"നാളെ ഞങ്ങളു കാണത്തില്ലല്ലോ അമ്മായി."

"എന്താ, എവിടെപ്പോണ്?"

മത്തായിയാണു മറുപടി പറഞ്ഞത്:

"നാളെയെല്ലാരും കരിപ്പുഴയൊന്നു കൂടണ്ട കാര്യമൊണ്ട്."

അടുത്തു നിന്ന നീലമ്മയെ കണ്ണൻ ഒളിഞ്ഞു നോക്കി. അവളുടെ മുഖം മങ്ങുന്നതു കണ്ടു.

കുഞ്ഞില ചോദിച്ചു:

"അപ്പം, നാളെ കൊച്ചാളി നാത്തൂനും വരത്തില്യോ?"

കണ്ണൻ പറഞ്ഞു:

"അമ്മ നേരത്തെ വരും."

പൂജ നടന്നുകൊണ്ടിരിക്കുമ്പോൾ തന്നെ കണ്ണനും മത്തായിയും കുഞ്ഞിലയോടു യാത്ര ചോദിച്ചു.

നീലമ്മ കണ്ണന്റെ അടുത്തുചെന്നു കൊഞ്ചിക്കുഴഞ്ഞുകൊണ്ടു പറഞ്ഞു:

"പിന്നെ നാളെ ചംക്രാന്തിക്കു വരണേ."

"നോക്കട്ടെ, പക്ഷേ, വരാം."

അവൾ അവനോടു പറ്റിച്ചേർന്നു നിന്നുകൊണ്ടു നിർബന്ധിച്ചു:

"പക്ഷേങ്കി വേണ്ട; കട്ടായം വരണം"

"എന്നാ വരാം. എന്റെ പങ്കിവിടെ വെച്ചേച്ചാ മതി."

"എപ്പോ?"

ഒരുനിമിഷം ആലോചിച്ചിട്ട് കണ്ണൻ പറഞ്ഞു:

"വയ്യിട്ട് വള്ളംകളി കഴിഞ്ഞ്."

അവളുടെ മുഖത്ത് ചിരി വിടർന്നു.

കണ്ണനും മത്തായിയും പോയ വഴിയേ അവൾ നോക്കി നിന്നു.

കൊച്ചിലാനും കുട്ടനും അപ്പോഴും മന്ത്രം ഉരുവിട്ട് തീർന്നിരുന്നില്ല.

നീട്ടിയും കുറുക്കിയും ഇടറിയ തൊണ്ടയോടെ കൊച്ചിലാൻ വിളിച്ചു പറഞ്ഞു:

"ചത്തു തലയ്ക്കുമ്മേളിരിക്കുന്ന അപ്പനപ്പൂപ്പന്മാരെ, എന്നോടു ചെയ്തതു കടുംകൈ...."

"ആയിരം മൂവായിരം മുന്നൂറ്ററുപതു കൂട്ടം കാര്യങ്ങളുണ്ടെങ്കിലും നിങ്ങളിന്നെങ്കിലും ഇവിടിരിക്കണം"

"ഒരു പെണ്ണും ചെറുക്കനും ഇരിക്കണെ കാലവും, നിങ്ങളിൽനിന്ന് ഒരു കെടുമതി എങ്ങക്കും എങ്ങടെ പിൽക്കാലങ്ങൾക്കും ഒണ്ടാകരുതെ...."

അയാൾ വലതുകാൽ പൊക്കി ഉപ്പൂറ്റി ഊക്കോടെ നിലത്തുചവിട്ടി, ഭൂതാവേശം ബാധിച്ചവനെപ്പോലെ അലറി. അവൽവാരി കള്ളിൽ മുക്കിയെറിഞ്ഞു.

നേരം ഇരുട്ടുന്നതുവരെ ചടങ്ങുകളുണ്ടായിരുന്നു.

കോഴിയെ വെട്ടി കുരുതി കഴിക്കും മുമ്പ് കുട്ടികളെല്ലാം പൂഴിയിൽ കിടന്ന് ഉറക്കം പിടിച്ചു. പുരുഷന്മാർ കള്ളന്റെ ലഹരിയിൽ മയങ്ങി ബീഡിയും വലിച്ചു കുത്തിയിരുന്നു.

കുരുതി തീർന്നപ്പോൾ ഒന്നിച്ചിരുന്നു മീനടയും കള്ളും ആവുന്നത്ര അകത്താക്കി. അതിനുശേഷം അങ്ങിങ്ങു ബോധംകെട്ടു കിടന്നുറങ്ങി.

ഇന്നിപ്പോൾ കൊച്ചിലാൻ വീണ്ടും കുടി തുടങ്ങിയിരിക്കയാണ്. ഷാപ്പിലിരുന്നുള്ള കുടിയിൽ ഒരു പ്രത്യേക സുഖം തോന്നി. രണ്ടു പാത്രം അകത്താക്കിയിട്ട് വന്നവരോടും പോയവരോടും വർത്തമാനം തുടങ്ങി.

ഒടുവിൽ കണ്ണു കുരുങ്ങുകയും തല നേരെ നിൽക്കാതാവുകയും ചെയ്തപ്പോൾ വേച്ചുവേച്ചു മാടത്തിലേക്കു മടങ്ങി.

കൊച്ചാളി കരിപ്പുഴ നിന്നു വന്നു കാത്തുനിൽക്കുന്നതു ദൂരെ വച്ചുതന്നെ കണ്ടു. സംക്രാന്തിക്ക് ആണ്ടുതോറും പതിവുള്ളതുപോലെ ഒരു വട്ടി അവലും, ഒരു പടല പഴവും, രണ്ടു പോയിലയും പത്തു പുത്തനുമായി പെങ്ങൾ കൊച്ചിച്ചനെ കാണാൻ വന്നതാണ്.

കുഞ്ഞില അടുപ്പുംകടയിൽ നിന്നെഴുന്നേറ്റുചെന്ന് ഒരിലക്കീറിൽ കുറെ അവലും രണ്ടു പഴവും എടുത്ത് കൊച്ചിലാന്റെ നേർക്കു നീട്ടി.

"നാത്തൂൻ കൊണ്ടന്നതാ ഇച്ചിരി കഴിക്ക്"

അയാളുടെ മുഖം പ്രസന്നമായി.

അവലു വാരി വായിലിട്ടുകൊണ്ട് പെങ്ങളോടു ചോദിച്ചു:

"നീ എപ്പം വന്നു കൊച്ചേ?"

"ഏൻ പോലെ എത്തി കൊച്ചിച്ചാ"

"വടക്കെ വഴിക്ക് വിചേഴം വല്ലതുമൊണ്ടോ"

"വിചേഴമായിട്ടൊന്നൂല്ല."

അവൽ വാരിത്തിന്നിട്ട് അകത്തു മൂലയിരുന്ന കുപ്പിയിൽ ബാക്കിയുണ്ടായിരുന്ന വാറ്റുചാരായവും കൂടി ഊറ്റിക്കുടിച്ചു.

അപ്പോഴേക്കും അരിയും കറിയും വെന്തു. കുഞ്ഞില എല്ലാവരേയും ശാപ്പാടിനു ക്ഷണിച്ചു.

ഊണിനു വിശേഷപ്പെട്ട വിഭവങ്ങൾ ഒരുക്കിയിരുന്നു. പരിപ്പ്, പപ്പടം, കോഴിയിറച്ചി, ഊപ്പ വറുത്തത്. എല്ലാവരും ഒന്നിച്ചിരുന്ന് ഊണു കഴിച്ചു.

കൊച്ചാളി പക്കവും തക്കവും നോക്കി ഏതോ വിശേഷപ്പെട്ട കാര്യം പറയാൻ വേണ്ടി ആങ്ങളയുടെ അടുത്തേക്കു ചെന്നു. അയാൾ കയറ്റുകട്ടിലിൽ കേറി നീണ്ടുനിവർന്നു കിടന്നുറക്കമാണ്. പായ്പോലും നിവർക്കാതെ, ബോധംകെട്ടുള്ള ഉറക്കം. ഇനി ഉറങ്ങിത്തെളിയാതെ ഒന്നും പറയാൻ പറ്റില്ല.

കണ്ണനും നീലമ്മയുമായുള്ള കല്യാണത്തിന്റെ വാക്കുകരാറു കഴിഞ്ഞിട്ടു നാളുകളേറെയായി. ഇനി നാളും പക്കോം നോക്കി തീയതി ഉറപ്പിക്കണം. അന്ന് അതുകൂടി തീരുമാനിക്കണമെന്നുണ്ടായിരുന്നു, കൊച്ചാളിക്ക്.

പെണ്ണിനെ കാണാൻ വേണ്ടി വേറെ എവിടെനിന്നോ കിടാത്തന്മാർ വന്നെന്നു കേട്ടു. വാക്കുകരാറിനെക്കുറിച്ചറിഞ്ഞപ്പോൾ നിരാശരായി മടങ്ങി. അവർക്കു കണ്ണനോട് അസൂയയായി.

നീലമ്മയുടെ കാര്യം പറഞ്ഞ് അവൻ ആരോടോ വഴക്കിട്ടെന്നു കേട്ടു. മറ്റത്തുകാരൻ പാച്ചനുമായി കശപിശയുണ്ടാക്കി.

ഇത്രയും ചന്തമുള്ള ഒരുപെണ്ണെവിടെയുണ്ട്? ചിറക്കാലിലൂടെയോ, തോട്ടുവരമ്പിലൂടെയോ അവൾ നടന്നുപോകുന്നതു കണ്ടാൽ, പുലക്കിടാത്തന്മാർ മാത്രമല്ല; ചെറുവാല്യക്കാരായ തമ്പ്രാക്കന്മാരും ഒന്നുനോക്കി നിന്നുപോകും.

കല്യാണം ഉടനെ നടക്കുന്നില്ലെങ്കിൽ ഇനിയും പെണ്ണുകാണാനാളുവരും. ചിലപ്പോൾ വഴക്കും നടക്കും.

ഏതായാലും അതു നീട്ടിവയ്ക്കുന്നതു പന്തിയല്ല.

പക്ഷേ, ഇതെല്ലാം ആരോടു പറയാനാണ്? അവളുടെ കൊച്ചിച്ചൻ കുടിച്ചു മയങ്ങിക്കിടപ്പാണ്.

ഉറക്കമുണർന്നപ്പോൾ കൊച്ചിലാൻ കുഞ്ഞിലയെ വിളിച്ചു പറഞ്ഞു:

“എടിയേ, ആ ഇറച്ചീന്റെ ബാക്കിയൊണ്ടോ? ഒണ്ടേ ഒരു നുറുക്കിങ്ങെടുത്തോ. ഏൻ പോയി വള്ളംകളിയൊന്നു കണ്ടേച്ചും വരട്ടെ.”

അയാൾ വീണ്ടും ഷാപ്പിലേക്കു പോകാനൊരുങ്ങുകയാണെന്നു കണ്ടപ്പോൾ കുഞ്ഞില കുറ്റപ്പെടുത്തി.

“മൂക്കു മുട്ടെ കുടിച്ചിട്ടും ങ്ങക്കു മടുത്തില്യോ! ഇതെന്നാ കുടിയാ?”

“എടീ നിന്റെ തംതാരം മേണ്ട. ഏൻ പറഞ്ഞത് കേള്.”

പിന്നെ മറുത്തെന്തെങ്കിലും പറഞ്ഞാൽ സംഗതി പിശകാണെന്നു കുഞ്ഞിലയ്ക്കറിയാം. അവൾ ഒരു കീറ്റിലയെടുത്ത്, കൂട്ടാൻകലത്തിലുള്ള ഇറച്ചി കോരിയിട്ടു മടക്കി കൊച്ചിലാന്റെ കൈയിൽ കൊടുത്തു. അയാൾ

അതും ചുരുട്ടിപ്പിടിച്ചു നടന്നുപോകുന്നതു കൊച്ചാളി ഇച്ഛാഭംഗത്തോടെ നോക്കി നിന്നു.

ഒന്നും ആലോചിക്കാനും പറയാനും ഒത്തില്ല. ഇനി ഷാപ്പിൽ നിന്നു തിരിച്ചെത്തുന്നത് ഒരു സമയത്താണ്. എത്തിയാൽത്തന്നെ എന്തെങ്കിലും പറയാനോ കേൾക്കാനോ തലയ്ക്കൊരു വെളിവും കാണുകയില്ല.

നാത്തൂന്മാരു രണ്ടുപേരും ഓരോന്നു സംസാരിച്ചുകൊണ്ട് മാടത്തിന്റെ മുറ്റത്തിരുന്നു പോക്കുവെയിൽ കാഞ്ഞു.

നീലമ്മ അപ്പച്ചിയുടെ പിന്നിൽ ചെന്നിരുന്ന് അവരുടെ തലമുടിയഴിച്ചിട്ട് ഈരോലി കൊണ്ട് ഈരിനേയും പേനിനെയും കൊന്നുകൊണ്ടിരുന്നു.

ഇടയ്ക്കിടെ പുഞ്ചയുടെ കരയ്ക്കുള്ള ചിറക്കാലിലേക്ക് അവൾ തലയുയർത്തി നോക്കി.

കണ്ണൻ ചേട്ടൻ വൈകിട്ടു വരാമെന്നു പറഞ്ഞാണു പോയത്. നേരം വൈകി. ഇതുവരെ കണ്ടില്ല. വള്ളംകളി കഴിഞ്ഞു കാണുകയില്ലായിരിക്കും.

എന്തോ മറന്നതുപോലെ, ഈരോലിയും കൈയിൽ പിടിച്ചു കൂടെക്കൂടെ ചിറക്കാലിലേക്കു നോക്കി അവൾ നിശ്ചലയായിരുന്നു.

കുറെക്കഴിഞ്ഞ്, വള്ളംകളിക്കുപോയ ആളുകൾ മടങ്ങിവരുന്നതു കണ്ട് അവൾ കഴുത്തുനീട്ടി നോക്കി. കറുത്ത ചുരുണ്ട തലമുടിയും, ശാന്തത നിഴലിക്കുന്ന കണ്ണുകളും, വെട്ടിയൊതുക്കിയ മേൽമീശയും, ചിരി വിടർന്ന ചുണ്ടുകളുമുള്ള, ഒരു ചെറുപ്പക്കാരൻ അങ്ങോട്ടു വരുന്നുണ്ടോ എന്നുനോക്കി. ആളുകളുടെ ധൃതിവെച്ചുള്ള പോക്കു കണ്ടപ്പോൾ കുഞ്ഞില കാര്യം തിരക്കി. വീർപ്പുവിടാതെ വാണം വിട്ടതുപോലെയുള്ള നടത്തയാണ്.

കൂട്ടത്തിൽ മണ്ണന്തറേലെ കൊച്ചുകുട്ടി തിരിഞ്ഞുനിന്നു കിതച്ചുകൊണ്ടു പറഞ്ഞു:

“പുഴക്കരെ വലിയ ബഹളം നടന്നമ്മാമിയേ. അങ്ങോട്ടും ഇങ്ങോട്ടും അടി നടക്കുവാ.”

കുഞ്ഞിലയ്ക്ക് ആധിയായി.

“ആരൊക്കെത്തമ്മിലാ കൊച്ചൂട്ടീ?”

“ഒന്നും അറിയാമ്മേലാ. നമ്മടെ കണ്ണനും മൈലനും ഒക്കെ ഒണ്ടെന്നാ പറേന്നെ. കോയിക്കലെ ശിവൻപിള്ള കൊച്ചമ്പ്രാനെ അടിച്ചിട്ടിരിക്കുന്നു പോലൊ.”

കൊച്ചാളിയും കുഞ്ഞിലയും നീലമ്മയും നിന്നു ദഹിച്ചു.

കൂടുതലൊന്നും പറയാൻ നിൽക്കാതെ കൊച്ചുകുട്ടി ഓടിപ്പോയി.

കൊച്ചാളി മനസുരുകി പറഞ്ഞു.

“എന്നതാ ഈ കേക്കണതെന്റെ ദൈവേ? ആരാ പോയൊന്നു തെരക്കാനക്കൊണ്ട്?”

“നാത്തൂൻ വാ നമുക്കങ്ങോട്ടൊന്നു പോയി എന്തവാ കാര്യമെന്ന റിയാം.”

വിവരമറിയാൻ വേണ്ടി അമ്മമാർ രണ്ടുപേരും അവിടെനിന്നോടി പ്പോയി. കുഞ്ഞുങ്ങളെ തിരക്കി കൂട്ടിലേക്കു പറക്കുന്ന കാക്കത്തമ്പുരാ ട്ടികളെപ്പോലെ.

അവർ ഓടി മറഞ്ഞപ്പോൾ നീലമ്മ കൈകൂപ്പി പ്രാർഥിച്ചു:

എന്റെ അമ്പലത്തിത്തമ്പുരാനേ, എന്റെ കണ്ണൻ ചേട്ടന് ഒന്നും വരു ത്തല്ലേ. ഇക്കൊല്ലം ഞാനൊരു താലപ്പൊലിയെടുത്തേക്കാം.

രണ്ട്

സംക്രാന്തിദിവസം ഉച്ചയ്ക്ക് ഊണുകഴിഞ്ഞ് ആളുകളെല്ലാം കരി പ്പുഴ പുഞ്ചയുടെ തീരത്തുകൂടി. അപ്പോഴേക്കും കെട്ടിയലങ്കരിച്ച കളിവ ള്ളങ്ങൾ അവിടെ തയാറായി കിടന്നിരുന്നു. മറ്റത്തുകാരുടെ പരുന്തുവാ ലൻ, പുലയരുടെ വക ചെറചാടി, കരിപ്പുഴക്കാരുടെ ചുരുളൻവള്ളം, കണ്ണ മംഗലത്തുകാരുടെ തെക്കേക്കര ഓടി-അങ്ങനെ നിരവധി.

കരക്കാർവന്ന് ആരവംവച്ച് ഓരോ വള്ളത്തിന്റെയും ആൾക്കാരെ വേറെ വേറെ വിളിച്ചുകൂട്ടി.

കണ്ണനും മൈലനും മത്തായിയും ലൂക്കോസും കറമ്പനും ചെല്ലപ്പ നുമെല്ലാം വള്ളം തുഴയാൻ തയാറായി ചെറചാടിക്കരുകിൽ ചെന്നുനിന്നു.

ആകാശത്തു സൂര്യൻ കത്തിയെരിഞ്ഞു. പുഞ്ചയിലെ ജലപ്പരപ്പിൽ ഇളകിയുയർന്ന ചിറ്റോളങ്ങൾ വെയിലേറ്റു വെട്ടിത്തിളങ്ങി.

കുത്തിമടക്കിയ കൈലിയും കൈയില്ലാത്ത ബനിയനും തലയി ലൊരു വട്ടക്കെട്ടും മുറുക്കിച്ചുവപ്പിച്ച ചുണ്ടുമായി കളിവള്ളത്തിനരികെ നിന്ന മൈലനെ ആളുകൾ ശ്രദ്ധിച്ചു. മറ്റത്തുനിന്നു വന്നവരിൽ ചിലർ അയാളെ നോക്കി-എന്തോ കുശുകുശുത്തു. ശാന്തതയും ഗാംഭീര്യവു മാർന്ന ആ മുഖത്തേക്കു ചിലർ തുറിച്ചുനോക്കി.

മറ്റുള്ളവരുടെ തമാശകളിൽ പങ്കുചേരാതെ അവൻ നിശ്ശബ്ദനായി നിലകൊണ്ടു.

കഴിഞ്ഞ കുറേ ദിവസങ്ങളായി മൈലനു നല്ല മിണ്ടാട്ടമില്ല. മിക്ക സമയത്തും മൗനിയായിരിക്കും. പക്ഷേ, കള്ളുകുടിച്ചുകഴിഞ്ഞാൽ ആളിന്റെ മട്ടുമാറും. കോയിക്കലെ തമ്പ്രാക്കന്മാരെ ചീത്തവിളിക്കും. അവ രുടെ നേരെ ഭീഷണിയും മുഴക്കും.

മൈലൻ കല്യാണം കഴിക്കാനുറച്ചിരുന്ന ഒരു പുലയക്കിടാത്തിയെ കോയിക്കലെ ശിവൻപിള്ള അവമാനിച്ചതാണുപോലും കാര്യം.

പെണ്ണ് മറ്റത്തു നാലുകണ്ടത്തിലെ കണ്ടൻകോരന്റെ മകൾ ശങ്കരി യാണ്.

കണ്ടൻകോരൻ മുമ്പ് കോയിക്കലെ തലപ്പുലയനായിരുന്നു. വ്യാരിപ്പും മന്ത്രവാദവും അറിയാമായിരുന്നതുകൊണ്ട് കൃഷിപ്പണിയില്ലാ

തിരുന്ന കാലത്ത് പെരച്ചം പറയാൻ പോകും. വയസ്സുചെന്ന്, ശരീരം കൊണ്ട് ആവതില്ലാതായപ്പോൾ മറ്റു തൊഴിലിനൊന്നും പോകാതെ പെര ച്ചവും മന്ത്രവാദവും കൊണ്ടു മാത്രം ഉപജീവനം നടത്തി.

ഒരുദിവസം ദൂരത്തുകാരാരോവന്ന് അയാളെ വ്യാരിപ്പിനു വിളിച്ചു കൊണ്ടുപോയി. കൊച്ചേയി വയലിൽ കളപറിക്കാനും പോയി. പോന്തി ക്കീറിവച്ചിരുന്ന തഴയെടുത്ത് ചിക്കുപായയുടെ ബാക്കിനെയ്യാൻ മകളോടു പറഞ്ഞിട്ടാണു തള്ള പോയത്.

ശങ്കരി പായ് നെയ്തുകൊണ്ടിരിക്കുമ്പോൾ തന്റെ കല്യാണച്ചെറു ക്കനെ കിനാവുകാണാൻ തുടങ്ങി. അവളെഴുന്നേറ്റുചെന്ന് ചെറ്റക്കാലിൽ തൂക്കിയിരുന്ന കണ്ണാടിയെടുത്തു മുഖം നോക്കി. ആ സൗന്ദര്യത്തിൽ അഭിമാനം തോന്നി. വെയിലേറ്റു കരുവാളിക്കാത്ത ശരീരമാണ്. തുടുത്ത കവിളും ചുണ്ടും. ഒറ്റ മകളായതുകൊണ്ട് തന്തയും തള്ളയും പാടത്തെ പണിക്കൊന്നും വിട്ടിട്ടില്ല.

അവൾ കണ്മഷിയെടുത്ത് കണ്ണെഴുതി. സിന്ദൂരമെടുത്തു പൊട്ടും തൊട്ടു. ചുരുണ്ട തലമുടി വിടർത്തി നെറ്റിയിലേക്കും കവിളിലേക്കും ഉതിർത്തിട്ടു. വീണ്ടും കണ്ണാടിയിൽ നോക്കി പുഞ്ചിരിപൊഴിച്ചു. ആ മുഖത്ത് കല്യാണച്ചെറുക്കൻ മൈലന്റെ പ്രതിച്ഛായ കണ്ടു. അവൻ അവ ളെനോക്കി ചിരിക്കുന്നതു കണ്ടു.

മുറ്റത്തുനിന്ന് ആരോ മാടത്തിലേക്കു കുനിഞ്ഞു കയറി. അവൾ ഞെട്ടിപ്പിടഞ്ഞു നോക്കി. കോയിക്കലെ ശിവൻപിള്ള കൊച്ചമ്പ്രാൻ! പേടിച്ച് വിറച്ച് മൂലയിലേക്ക് ഒതുങ്ങിക്കൂടി.

തലേദിവസം പീടിയകയിൽ പോകുന്ന വഴിക്ക് ചിറക്കാലിൽ വച്ച് അയാൾ അവളെ കടന്നുപിടിച്ചതാണ്. ആരോ എതിരെ വരുന്നതുകണ്ട് പിടിവിട്ടു. അങ്ങനെ രക്ഷപ്പെട്ടുപോന്നു.

ഇന്നിതാ ആരുമില്ലാത്ത നേരത്ത്....

"എന്താ നിനക്കിത്ര പേടി? ഞാൻ പിടിച്ചു വിഴുങ്ങിക്കളയുമോ?"

കൊച്ചമ്പ്രാന്റെ ശൃംഗാരം കലർന്ന ചിരി മുഴങ്ങി.

"നിനക്കീ തലയും മൊലയുമൊക്കെ വന്നകാര്യം ഞങ്ങളാരും അറി യണ്ടയോ? വാ ഇങ്ങുവാ."

അയാൾ പറയുന്നതൊന്നും അവൾ കേട്ടില്ല. കണ്ണും തലയും കറ ങ്ങുകയായിരുന്നു. ഏതോ ആഴത്തിലേക്കു വീഴുകയായിരുന്നു.

കൊച്ചമ്പ്രാൻ അവളെക്കേറി കടന്നുപിടിച്ചു. അവൾ കുതറിയപ്പോൾ കാലുതട്ടി നിലത്തു വീഴ്ത്തി. ഉടുതുണി വലിച്ചുരിഞ്ഞു. ബ്ലൗസ് വലിച്ചു കീറി.

ആ കരുത്തുമുറ്റിയ മുഷ്ടികളിൽ മുറുകി അവൾ ശ്വാസം മുട്ടിപ്പി ടഞ്ഞു.

നട്ടുച്ചനേരം എരിവെയിലിൽ പകൽ വീർപ്പടക്കിനിന്നു. പ്രകൃതി ചലനമറ്റ്, സ്തബ്ധമായി നിന്നു...

ശിവൻപിള്ള എഴുന്നേറ്റ് മുണ്ടു വാരിവലിച്ചുടുത്തിട്ട് വെളിയിൽ

കാത്തുനിന്നിരുന്ന പാച്ചനേയും വിളിച്ചുകൊണ്ട് മടങ്ങിപ്പോയി.

ആ നെയ്തു തീരാത്ത ചിക്കു പായിൽ, ഒരു ശവത്തെപ്പോലെ അവൾ നഗ്നയായി മലർന്നുകിടന്നു.

തലയ്ക്കു വെളിവു വീണപ്പോൾ മുണ്ടുവലിച്ചിട്ട് നാണം മറച്ചു. എല്ലാം നശിച്ചതുപോലെ തേങ്ങിക്കരഞ്ഞു.

വടക്കതിൽനിന്ന് ഇടത്തറയിലെ മാല അങ്ങോട്ടു കയറിവന്നു ചോദിച്ചു:

"എന്തിനാ കൊച്ചേ കൊച്ചമ്പ്രാനിങ്ങോട്ടു വന്നേച്ചുപോയേ?" മറുപടിയില്ല. ശങ്കരി വിങ്ങിപ്പൊട്ടി കരഞ്ഞു.

"അല്ലേ, എന്തിനാ നീയിങ്ങനെ കരേന്നെ? ആരെങ്കിലും അറിഞ്ഞാ നാണക്കേട്. കരയാതെ."

"എന്റമ്മീ, എനിക്കു വയ്യായേ! എന്നെയങ്ങുകൊന്നേരേ!"

കൊച്ചേയി പകലത്തേക്കു കഴിക്കാൻ വന്നപ്പോൾ ആ കരച്ചിലും പറച്ചിലും കേട്ടു. ഒന്നുമറിയാതെ തന്നത്താനിടിച്ചു നിലവിളിക്കാൻ തുടങ്ങി.

"എന്റെ കുഞ്ഞിനെന്തു പറ്റിയെടീ, എന്റെ മാലേ, എന്റെ കുഞ്ഞിനെന്തുപറ്റിയെടീ."

"നിങ്ങളൊന്നു മിണ്ടാണ്ടിരി തള്ളേ"

മാല കൊച്ചേയിയെ കുറ്റപ്പെടുത്തി.

"ആരെങ്കിലും അറിഞ്ഞാലക്കൊണ്ടു പഞ്ഞമാ. ആ കീറിയ ജമ്പറൂരിക്കളഞ്ഞ് വേറൊന്ന് എടുത്തിടീക്ക്."

അയലത്തൂനിന്ന് വേറെയാരോ അങ്ങോട്ടു വന്നു. അവർക്കു സംശയമുണ്ടാകാതിരിക്കാൻ മാല കേറിപ്പറഞ്ഞു:

"പെണ്ണിനേതാണ്ടു ചാവോ പേയോ കേറിയതാ. ഒന്നുഴിഞ്ഞുപറിച്ചു കളേമ്പം അങ്ങുമാറും."

ചാവിന്റെയും പേയുടെയും ശക്തിയെക്കുറിച്ച് കുറെ പറഞ്ഞിട്ട് പെണ്ണുങ്ങൾ പിരിഞ്ഞുപോയി.

കീറിപ്പറിഞ്ഞ ജമ്പറിനു പകരം വേറൊന്നെടുത്തിട്ടുകൊണ്ട് ശങ്കരി ഒരു മൂലയിൽ മാറി മൂടിപ്പുതച്ചു കിടന്നു.

സന്ധ്യക്കു ശങ്കരിയെ ഒന്നു കാണാൻവേണ്ടി മൈലൻ നാലുകണ്ടത്തിൽ വന്നു. അവൾ ഇട്ടുമൂടിപ്പുതച്ച് കിടക്കുന്നതു കണ്ട്, അവൻ വേവലാതിയോടെ അടുത്തു ചെന്നു.

"എന്താ നിനക്കേതാണ്ടു വയ്യാത്തപോലെ?"

അവന്റെ നേരെ തെല്ലുനേരം തുറിച്ചു നോക്കിയിട്ട് അവൾ വിതുമ്പിക്കരയാൻ തുടങ്ങി.

"കരയാതെ, എന്തുവാ നിനക്കു ദണ്ഡമെന്നു പറ." അവൾ ഒന്നും ഉരിയാടിയില്ല.

ഇടത്തറയിലെ മാല മുറ്റത്തുവന്നു വിളിച്ചു ചോദിക്കുന്നതു കേട്ടു.

"പൊയിലക്കാതുണ്ടോ തെക്കേ്യക്കാരേ?"

മൈലൻ അമ്പരപ്പോടെ കൊച്ചേയിയോടു ചോദിച്ചു:

"എന്താ അമ്മായീ, പെണ്ണിനെന്തുവാ ദണ്ണം?"

കൊച്ചേയി അറച്ചറച്ചു പറഞ്ഞു "ഏതാണ്ടു ചാവോ പേയോ കേറീതാ."

"ചാവും പേയും" മൈലൻ അസഹിഷ്ണുതയോടെ പറഞ്ഞു:

"എന്തെങ്കിലും ദീനോം ദണ്ണോം വന്നാൽ മരുന്നു മേടിച്ചു കുടിക്കുന്നതിനു പകരം കുറെ ചാവും പേയും! എന്തുവാ അവക്കു ദണ്ണമെന്നു പറ. ഞാൻ പോയി മരുന്നു മേടിച്ചുകൊണ്ടുവരാം."

മാല ഇടപെട്ടു:

"ഇയാളത്ര വിഷമിക്കാനെക്കൊണ്ട്, അവക്കങ്ങനത്തെ ദണ്ണമൊന്നും ഇല്ല."

മൈലൻ ഒന്നു പരുങ്ങി. ഈ പെണ്ണുങ്ങടെ കാര്യം കൊണ്ടു കുഴഞ്ഞു.

മാല മൈലനെ വിളിച്ചു സ്വകാര്യമായെന്തോ പറഞ്ഞു. അവൻ അതു കേട്ടു വാപൊളിച്ചങ്ങനെ നിന്നു.

സർവ്വാംഗം തളരുന്നതുപോലെ തോന്നി. ഒടുവിൽ ആടിയായി അവിടെനിന്നു നടന്നുപോയി.

അന്നുമുതൽ കാര്യമായി കുടി തുടങ്ങി. കുടിച്ചുകഴിഞ്ഞാൽ കോയിക്കലെ കൊച്ചമ്പ്രാനെ തെറിപറയുക പതിവായി.

കുടിക്കാത്തപ്പോൾ ശാന്തനും മര്യാദക്കാരനുമാണ്.

ആ മൈലനാണ് വെറ്റിലമുറുക്കി വട്ടക്കെട്ടുമായി ചിറചാടിക്കരികെ നിൽക്കുന്നത്. ചുറ്റും നടക്കുന്ന ബഹളമൊന്നും തന്നെ സംബന്ധിക്കുന്നതല്ലെന്ന ഭാവത്തിൽ.

സമയമായപ്പോൾ നിരന്നുകിടന്ന വള്ളങ്ങളിലേക്ക് കളിക്കാർ കൂട്ടത്തോടെ ചാടിക്കയറി. വള്ളങ്ങൾ മുങ്ങുകയും ആടിയുലയുകയും ചെയ്തു. കരയ്ക്കു നിന്ന നൂറുകണക്കിനാളുകൾ ആർത്തുവിളിച്ച് ഉത്സാഹം പ്രകടിപ്പിച്ചു. അതിനിടയിൽ വഞ്ചികളൊന്നായി കുതിച്ചുനീങ്ങി.

തുഴഞ്ഞുപോകുന്നതിനിടയിൽ വഞ്ചിപ്പാട്ടുകളുടെ ഈരടികളുയർന്നു:

"അയ്യയ്യാ, തേ തേ തെ, തിന്തിതെക തെയ്യ യ്യാ!

അമ്പാടിതന്നിലൊരുണ്ണിയുണ്ടങ്ങനെ....

അയ്യ യ്യാ....

നീലാകാശത്തിൽ ചിറകുവിരിച്ചു പായുന്ന പക്ഷികളെപ്പോലെ, പുഞ്ചയിലെ ജലവിതാനത്തിലൂടെ അവ മുന്നോട്ടു പോയി."

കുറെയകലെയെത്തിയപ്പോൾ പാട്ടിന്റെ മട്ടുമാറി.

"തെയ്തെയ്, തെയ്തെയ്, തെയ്തോ-

അന്നൊരു നാളവൻ തന്റെ

നന്ദിനിയാമുഷതാനും

സുന്ദരിമാരായ തന്റെ പ്രിയസഖികളോടും

മന്ദിരത്തിലൊരുരാത്രി
മന്ദമായങ്ങുറങ്ങുമ്പോൾ
സുന്ദരനാമൊരുവനെ സ്വപ്നമായ് കണ്ടേ
ഓ തെയ്യോ താരോ തെയ്യോ താരോ...."

വെയിലേറ്റു വെട്ടിത്തിളങ്ങുന്ന പുഞ്ചയുടെ ജലപ്പരപ്പിൽനിന്നു വള്ളങ്ങൾ കരിപ്പുഴ തോട്ടിലൂടെ കൊടുന്താറിലേക്കു പാഞ്ഞു. അപ്പോൾ പാട്ടിന്റെ മട്ടു മാത്രമല്ല വിഷയവും മാറി.

"ആണാണെങ്കിൽ ഉചിതം വേണം
പെണ്ണാണെങ്കിൽ നാണം വേണം
ആണും പെണ്ണും കെട്ടവനേ പോരിനുവാടാ."

"ആണ്ടിയോ നിന്നുടെ തന്ത?
തെണ്ടിയോ നിന്നുടെ തന്ത?
കണ്ട കാട്ടിൽക്കിടക്കും നരിയോ നിന്നുടെ തന്ത?"

വള്ളങ്ങൾ കിട്ടെക്കിട്ടെ നിന്നു. ആരു മുമ്പെടുക്കുമെന്നു പറയാൻ വയ്യ.

വള്ളങ്ങളിൽനിന്നു തെറിപ്പാട്ടുകൾ മുഴങ്ങി. ആർപ്പുവിളികൾക്കിടയിൽ കരിപ്പുഴക്കാരുടെ ചുരുളൻവള്ളം മുമ്പെടുത്തു. കരയ്ക്കുനിന്നവർ ആർപ്പും കൈയടിയും കൊണ്ട് വാശികേറ്റി. തൊട്ടു തൊട്ടില്ലെന്ന മട്ടിൽ മറ്റത്തുകാരുടെ പരുന്തുവാലനുണ്ട്. അതിന്റെ പിന്നിൽ പുലയരുടെ ചിറ ചാടിയും. വലിയ വാശിയാണ്.

തോടിന്റെ തീരത്തു നിന്നവരും വൃക്ഷത്തലപ്പുകളിൽ പറ്റിപ്പിടിച്ചു നിന്നവരും കണ്ണമംഗലത്തുകാരെ കൂവിവിളിച്ചു. കരിപ്പുഴക്കാർക്കു കൈയടിച്ചു.

നിനച്ചിരിക്കാതെ പുലയരുടെ ചിറചാടി കേറി പരുന്തുവാലന്റെ മുമ്പെടുത്തു. വള്ളങ്ങൾ കൂട്ടിമുട്ടി. ചിറചാടി പരുന്തുവാലനു കുറുക്കു വച്ചു.

അടി നടന്നു.

ആര് ആരെയൊക്കെ അടിച്ചെന്നു നിശ്ചയമില്ല. ആളുകൾ അടി കൊണ്ടു വെള്ളത്തിൽ ചാടി. നീന്തി കരയ്ക്കുകയറി പ്രാണനുംകൊണ്ടോടി. കണ്ടുനിന്നവർ നാലുപാടും പാഞ്ഞു.

കോയിക്കലെ ശിവൻപിള്ള വീണുകിടക്കുന്നതുകണ്ട് പാച്ചനും അവന്റെ അളിയൻ തിരുവഞ്ചനും കൂടി ഓടിച്ചെന്ന് കരയ്ക്കുവലിച്ചിട്ടു. അപ്പോൾ ബോധമുണ്ടായിരുന്നില്ല. മൂക്കിലൂടെയും വായിലൂടെയും ചോര വാർന്നിരുന്നു. വാറ്റുചാരായത്തിന്റെ രൂക്ഷമായ ഗന്ധം കലർന്ന ചോര....

മൈലനും മത്തായിലും കണ്ണനും ലൂക്കോസുമെല്ലാം ചിറചാടിയിൽ കയറി തുഴഞ്ഞുപോന്നു...

ഉത്സവത്തിനോ വള്ളംകളിക്കോ ഒരടിലഹളയുണ്ടാവുക നാട്ടിൽ പുതുമയുള്ള കാര്യമൊന്നുമല്ല. എല്ലാക്കൊല്ലവും അതുണ്ടായിട്ടുണ്ട്. അതല്ല കാര്യം. ആര് ആരെ അടിച്ചുവെന്നുള്ളതാണ്.

ആണ്ടുതോറും അടികൊള്ളാറുള്ളവർ ഇത്തവണ തിരിച്ചടിച്ചിരിക്കുന്നു. കാണികൾ പറഞ്ഞു. അതു മാത്രമല്ല, കീഴാളർ ചേർന്ന് മേലാളരെ അടിച്ചു ജയിച്ചിരിക്കുന്നു.

ഇതെവിടെച്ചെന്നു നിൽക്കും? ഈ ഗ്രഹപ്പകർച്ച ഏതു രാശിയിലേക്കാണോ?

മൂന്ന്

സംക്രമത്തിനു നടന്ന അടിലഹളയിൽപെട്ടു ശിവൻപിള്ളയുടെ മുഖം ഒട്ടൊന്നു വിരൂപമായി. മുൻവശത്തെ രണ്ടു പല്ലുകൾ നഷ്ടപ്പെട്ടു. വെളിയിലെങ്ങുമിറങ്ങാതെ, കാരണവരുടെ മുന്നിൽപ്പെടാതെ അയാൾ തന്റെ മുറിയിൽ പുതയും പുതച്ചു കിടന്നു.

കാര്യമെല്ലാം നാട്ടിൽ പാട്ടായി.

പുലക്കിടാത്തന്മാർ ചേർന്ന് കോയിക്കലെ കൊച്ചെമ്പ്രാനെ തല്ലിച്ചതച്ചു പുഞ്ചയിലെടുത്തു കളഞ്ഞു. തറവാടിന്റെ മാനം കളഞ്ഞുകുളിച്ചു.

മകന്റെ കാര്യംകൊണ്ട് കാരണവർക്കു പുറത്തിറങ്ങി തലനിവർത്തി നടക്കാൻ കഴിയാതായി. പൊന്നുതമ്പുരാനിൽനിന്ന് മാടമ്പിസ്ഥാനവും കരമൊഴിവായി വസ്തുക്കളും കിട്ടിയിട്ടുള്ള തറവാടാണ്.

അന്നത്തെ അടിയുണ്ടാക്കിയതിൽ പ്രധാനി മൈലനാണെന്ന് അദ്ദേഹം അറിഞ്ഞു. നാലുകണ്ടത്തിലെ കണ്ടൻകോരന്റെ മകളുപെണ്ണാണ് കാരണമെന്നും മനസ്സിലായി.

ആ കുഴിയട്ടി മഹാ ചീത്തയാണ്.

ഇതുവരെ ആ പുലക്കുടി മുഴുവൻ തറവാടിലെ ചോറു തിന്നു ജീവിച്ചു. ഇത്രനാളും അവിടത്തെ പറമ്പിൽ കൂരകെട്ടി കിടന്നു. ഒടുവിൽ അവർ അതിന്റെ നന്ദി കാണിച്ചു!

ആ മൈലനെന്നു പറയുന്നവൻ വന്നു പൊറുതിയായായാൽ ഇനിയും കുഴിയട്ടിയെ ചൊല്ലി വഴക്കും വയ്യാവേലിയും നടക്കും. മുമ്പേതന്നെ അവനൊരു നിഷേധിയാണ്. എതിരേ വന്നാൽ വഴിമാറിത്തരുന്ന ശീലമില്ല. അതുകൊണ്ടുവന്നതൊക്കെ വന്നു. ഇത്രയൊക്കെ മതി. ഇനി ആ പറമ്പിൽനിന്ന് അവുത്തുങ്ങളെ അങ്ങൊഴിപ്പിച്ചു കളയുന്നതാണ് നല്ലത്....

അടിലഹളയുണ്ടായതിന്റെ മൂന്നാം പക്കം രാവിലെ കോയിക്കലെ കാര്യസ്ഥൻ കണ്ടൻകോരന്റെ തറയിൽ ചെന്നു.

"കണ്ടൻകോരാ. എടോ കണ്ടൻകോരാ?"

"ആരാത്?"

ശങ്കരി കുടിലിനു വെളിയിലിറങ്ങി നോക്കി.

കാര്യസ്ഥൻ ഒരുനിമിഷം അവളെ നോക്കി മിഴിച്ചുനിന്നു. ചെറുപ്പക്കാരുടെ മനസിളകിപ്പോകുന്നതു കുറ്റമല്ല. ഒരു തെറിച്ച പെണ്ണ്. കണ്ടാൽ പുലക്കിടാത്തിയെന്നു പറയില്ല. കോയിക്കലെ കാരണോരുടെ മുഖച്ഛായ തന്നെ.

“മൂത്ത പൊലേനില്യ്യോ ഇവിടെ?”

“വെളുപ്പിനേ മാടത്തീന്നിറങ്ങി പോയതാന്നേ.”

“ആങ്ഹാ- ഇനിയങ്ങൊരുപ്പോക്കു പോകുന്നതാ നല്ലത്. നിന്റെ തള്ളയോ?”

“പാടത്തു പുല്ലുപറിക്കാനക്കൊണ്ടു പോയി.”

“ഒന്നു വിളിക്കെടീ അവളെ”

ശങ്കരി വയലിലേക്കോടി.

കാര്യസ്ഥന്റെ കണ്ണുകൾ, മാടത്തിന്റെ പുറത്തു ചുറ്റിപ്പടർന്നുകിടക്കുന്ന കുമ്പളത്തിൽ തങ്ങിനിന്നു. ഞെട്ടിനു ഞെട്ടിനു കുമ്പളങ്ങ ചാഞ്ഞു കിടക്കുന്നു. അതിൽനിന്നു കണ്ണെടുക്കാൻ തോന്നുന്നില്ല.

വടക്കുപുറത്തൊരു പടറ്റിവാഴ കുലച്ചു നിൽപ്പുണ്ട്. വലിയ കുല. പടല മുഴുവൻ വിരിഞ്ഞു തീർന്നിട്ടില്ല. വാഴച്ചുവട്ടിൽ പാൽമുളകും കാന്താരിയും നിറയെ മുളകു നീട്ടി നിൽക്കുന്നു.

പാടത്തെ വരമ്പടിയിൽ നിന്ന് പറിച്ചുകെട്ടിയ പുല്ലും തലയിലേറ്റി, അരക്കെട്ടിൽ തിരുകിയ അരിവാളുമായി കൊച്ചേയി വന്നു.

“നിന്റെ മോടെ കല്യാണമെല്ലാം ഒറച്ചോ കൊച്ചേയീ?”

കാര്യസ്ഥൻ തിരക്കി.

“ഒറച്ചേ തമ്പ്രാ.”

ശങ്കരി നാണിച്ച് അമ്മയുടെ പിന്നിലൊളിച്ചു.

“ആരുടെ കൂടാ പറഞ്ഞയക്കുന്നെ? ആ കണ്ണമംഗലത്തുകാരൻ മൈലന്റെ കൂടാണോ?”

“ആന്നേ.”

എന്തോ ആലോചിച്ചു നിന്നിട്ട് കാര്യസ്ഥൻ വീണ്ടും പറഞ്ഞു:

“എന്തായാലും വേണ്ടില്ല. അവൻ അവക്ക് അന്നഴിച്ചു കൊടുത്തോളും.” ആ അഭിനന്ദനം കേട്ട് ശങ്കരി അഭിമാനം പൂണ്ടു.

“പക്ഷേ വേറൊരു കാര്യം.”

കാര്യസ്ഥൻ തുടർന്നു:

“കല്യാണം നടത്തണോങ്കി അതിനു വേറെ വല്ല കുടീം നോക്കിക്കോണം. നേരത്തെ അറിയിച്ചില്ലെന്നു വേണ്ടാ. മൂപ്പിലു പറഞ്ഞയച്ചിരിക്കുവാ. രണ്ടു ദിവസത്തിനകം നിങ്ങളിവിടുന്നിറങ്ങിക്കൊടുക്കണം.”

കാര്യം മനസിലാകാത്തതുപോലെ കൊച്ചേയി നിന്നു കണ്ണു തെള്ളിച്ചു.

“കാര്യം നീട്ടിക്കൊണ്ടു പോയാ പിശകാ. കണ്ടൻകോരനോടു പറഞ്ഞേരെ.”

“എന്തുവാന്നാ ഈ കേക്കുന്നേ? പ്രായമായ ഒരു കുഴിയട്ടിയേം കൊണ്ട്, ഏനും വയതുചെന്ന കെളവനുംകൂടെങ്ങോട്ടു പോകാനെക്കൊണ്ടാ?”

“എന്നാ വേണ്ട. നിനക്കു കൊയിക്കേന്നൊരു മുറി പുരയിടം വാങ്ങിച്ച് അതിലൊരു മാളികേം പണിയിച്ചു തന്നിട്ടെറങ്ങിയാ മതി.”

കൊച്ചേയി അയാളെ ദൈന്യതയോടെ നോക്കിനിന്നു.

"നല്ലതിന് ഇന്നോ നാളെയോ മാടമങ്ങ് പൊളിച്ചു മാറ്റിയേരെ. അല്ലേ, പിന്നെ വരുന്നതനുഭവിച്ചോ?"

കാന്താരിമുളകിൽ കുറെ ഇറുത്ത് മടിയിലിട്ട്, ഒരു കുമ്പളങ്ങയുമൊടിച്ചുകൊണ്ട് കാര്യസ്ഥൻ തിരിച്ചുപോയി.

എവിടെയോ വ്യാരിപ്പും കഴിഞ്ഞ് രാത്രി വളരെ ഇരുട്ടിയാണ് കണ്ടൻകോരൻ മടങ്ങിയെത്തിയത്. തലയ്ക്കു മത്തടിച്ച്, കാലു നിലത്തുറയ്ക്കാതെ ആടിയായി അയാൾ കേറിവന്നു.

ഒന്നും പറയാൻ പറ്റിയ സമയമല്ല. എങ്കിലും കണ്ടൻകോരൻ കയറ്റുകട്ടിലിൽ കേറി നടുനിവർത്തിയിരിക്കുമ്പോൾ കൊച്ചേയി പറഞ്ഞു:

"പിന്നെ, നിങ്ങളറിഞ്ഞോന്നേ?"

"എന്തോന്നാടീ?"

"നമ്മളിവിടുന്നു ഒഴിഞ്ഞുകൊടുക്കണെന്നു. വല്യമ്പ്രാൻ പറഞ്ഞയച്ചു."

കണ്ടൻകോരൻ കൊച്ചേയിയെ മിഴിച്ചു നോക്കി.

"എന്നതാടീ, എന്നാ വേണോന്നാ?"

"ആ കോയിക്ക നിക്കുന്ന ശങ്കുകൊച്ചനാ ഇവിടെ വന്നു പറഞ്ഞേച്ചുപോയെ."

"നീ പോടീ മുടിഞ്ഞോളെ. കണ്ടമേലാമ്മാരു വന്നു പറയുമ്പം വാരിക്കെട്ടി പോകാനക്കൊണ്ടു നമ്മളാരാ?"

"എന്നുപറഞ്ഞാലക്കൊണ്ട് അവരുവന്നു കൊട്ടിന്നു തീ വച്ചാ...."

"നീ പോടീ. പോയി വേറെ വേലവല്ലോം നോക്ക്," അയാൾ കട്ടിലിലേക്കു തലചായ്ച്ചു വീണു.

നേരം പുലർന്ന്, ലഹരിവിട്ടുണർന്നപ്പോൾ തലേദിവസം പറഞ്ഞ കാര്യം കൊച്ചേയി വീണ്ടും ഓർമിപ്പിച്ചു.

ഇപ്പോൾ കണ്ടൻകോരനു കാര്യം മനസിലായി.

താൻ കോയിക്കലെ സ്ഥലത്തു കുടിപാർക്കുന്നവനാണ്. വെറും കുടി കിടപ്പുകാരൻ. തമ്പ്രാക്കന്മാരുടെ കാരുണ്യംകൊണ്ട് അതുവരെ അവിടെ പാർക്കാൻ കഴിഞ്ഞതാണ്.

ഇപ്പോൾ വല്യമ്പ്രാന് ഇങ്ങനെ ദേഷ്യം തോന്നാൻ എന്തു തെറ്റു ചെയ്തു?

കഴിഞ്ഞ ഒരു കാലഘട്ടം മുഴുവൻ കൺമുന്നിലൂടെ കടന്നുപോയി.

വെള്ളക്കെട്ടായിക്കിടന്ന സ്ഥലം താനും കൊച്ചേയിയും കൂടി പുഞ്ചയിൽനിന്നു ചെളി കുത്തിയിട്ടു നികത്തിയത്. അവിടെ കുടിലുവച്ചു പൊറുതിയായത്, തൈ വച്ചുപിടിപ്പിച്ചത്....

അന്ന് സ്വന്തമെന്നും കോയിക്കലെന്നും വ്യത്യാസമില്ല. മറ്റു പുലക്കുടിലുകളെപ്പോലെ അതും കോയിക്കലേതാണ്; അവിടത്തെ നീണ്ട തൊഴുത്തുകളെപ്പോലെയും, കന്നുകാലികളെപ്പോലെയും.

വീടെന്നു പറഞ്ഞാൽ കോയിക്കലാണ്. മാടം പുലക്കുടിയും.

വയസായശേഷം വയലിലെ പണിക്കു പോകാറില്ല. എങ്കിലും കോയിക്കലെ തലപ്പുലയനെന്ന സ്ഥാനം ഇപ്പോഴും തനിക്കാണ്. വീടുമായുള്ള ബന്ധം അറ്റിട്ടില്ല.

ഇപ്പോൾ മാത്രം ആ മാടം അന്യതായോ?

എല്ലാം പെറുക്കിക്കെട്ടി എങ്ങോട്ടു പോകും?

നേരെ വീട്ടിലേക്കു ചെല്ലും. എങ്ങോട്ടുപോകണമെന്നു തമ്പ്രാൻ പറയട്ടെ.

തമ്പ്രാന്റെ കാൽക്കൽ ചെന്നു വീണു കരയാം. ഇവിടെനിന്നടിച്ചിറക്കുന്നതിനു പകരം അടിച്ചുകൊന്നു ചാലിൽ താത്തേക്കാൻ പറയാം. അപ്പോൾ...തമ്പ്രാന്റെ മനസലിയും. അതു കല്ലും മരവുമൊന്നുമല്ലല്ലോ....

മുറുക്കാൻവട്ടിയെടുത്ത്, അതിൽനിന്ന്, ഒരു വെറ്റിലയുടെ നാലിലൊന്നുകീറി ചുണ്ണാമ്പു തേച്ചു. അടുത്തു കിടന്നചൂണ്ടിരുമ്പുകൊണ്ട് പാക്ക് ക്ഷണിച്ചു.

അപ്പോൾ മുറ്റത്ത് മൈലന്റെ വർത്തമാനം കേട്ടു.

"വിവരമൊക്കെ ഞാനറിഞ്ഞമ്മീ ഒന്നു തഞ്ചപ്പെട്."

"എങ്ങനെ തഞ്ചപ്പെടാനാകൊണ്ടാടാ മോനേ? എല്ലാം വലിച്ചുവാരി ഈ പെണ്ണിനേം പിടിച്ചോണ്ട് എങ്ങോട്ടെറങ്ങിപ്പോവാനക്കൊണ്ടാ?"

"ഈ വിരട്ടൊക്കെ അവരങ്ങു മനസിലുവച്ചേക്കാൻ പറയമ്മീ. നമ്മളെങ്ങോട്ടും പോവത്തില്ല. ഇവിടെത്തന്നെ താമസിക്കുമെന്നു പറഞ്ഞേക്ക്."

പാക്കു വായിലിട്ടിട്ട്, കണ്ടൻകോരൻ തലയുയർത്തി മൈലനെ രൂക്ഷമായൊന്നു നോക്കി. അവൻ പറയുന്ന നിഷേധം അയാൾക്കു പൊറുക്കാൻ വയ്യ.

ധിക്കാരി.

അവൻ വീണ്ടും പറയുകയാണ്.

"അതൊക്കെ പണ്ടത്തെക്കാലത്ത്. പാവങ്ങളാണെന്നു കരുതി, കുടിയിറക്കി വിടുകേം മാടത്തിനു തീയിടുകേം ഒക്കെ ചെയ്യുന്ന കാലം അങ്ങു കഴിഞ്ഞുപോയി. ഇപ്പോഴതിനൊക്കെ ചില വ്യവസ്ഥയൊണ്ട്."

ആ വ്യവസ്ഥകളൊന്നും കൊച്ചേയിക്കറിഞ്ഞുകൂടാ.

"തമ്പ്രാ വന്നു കെറീച്ചാ...."

"കുടിയൊഴിയാൻ ഒക്കുകേലെന്നു പറയണം."

"പിന്നൊ?"

"പിന്നെന്താ വേണ്ടതെന്നുവച്ചാ അതപ്പോഴത്തെ കാര്യം."

കണ്ടൻകോരനു ക്ഷമകെട്ടു.

"അതൊന്നും മേണ്ട. വഴക്കും മുഷിച്ചിലുമൊന്നും മേണ്ട."

കൊച്ചേയി ചോദിച്ചു.

"പിന്നെന്നാ ചെയ്യും?"

"അതിയാനിഷ്ടമില്ലേ, പിന്നെ അവിടെ പാർത്തിട്ടു കാര്യമില്ല."

"നമ്മളേതു വഴിക്കു പോകാനക്കൊണ്ടാ?"

"എന്നുവിചാരിച്ച് ഇത്രേംനാള് അവിടംകൊണ്ട് ജീവിച്ചേച്ച്, ഈ വയതുകാലത്ത് അതിയാന്റെ മുഖത്തുനോക്കി മറുത്തുപറയാൻ ഏനാളല്ല. അതിനുമാത്രം നീ വാശികെട്ടണ്ട മൈലാ."

മൈലനും മൊഴിമുട്ടി. കണ്ടൻകോരനോടു വാദിക്കാൻ അവനും ആളല്ല.

ആ മുഖത്തുനോക്കി തർക്കുത്തരം പറയാൻ മാത്രം അവനുവയ്യ.

മുറ്റത്തെ ചീനിയിൽനിന്ന് ഒരില പിച്ചി കടിച്ചുകൊണ്ടവനെന്തോ ആലോചിച്ചുനിന്നു.

കൊച്ചേയി നിസ്സഹായയായി പറഞ്ഞു: "ഏനൊരെത്തും പിടീം കിട്ടുന്നില്ല."

മൈലൻ തലയുയർത്തി. ശങ്കരി അവനെത്തന്നെ ഉറ്റുനോക്കി നിൽക്കുന്നതു കണ്ടു. അവനിൽനിന്ന് എന്തോ പ്രതീക്ഷിക്കുന്നതു പോലെ.

അവളെ നോക്കിയൊന്നു മന്ദഹസിച്ച് കണ്ണിറുക്കി ആംഗ്യം കാണിച്ചുകൊണ്ട് അവനൊന്നും മിണ്ടാതെ അവിടെനിന്നുനടന്നു പോയി.

എന്തു ചെയ്യണമെന്നു കണ്ടൻകോരനും പിടികിട്ടിയില്ല. കൊച്ചേയി പറഞ്ഞതു ശരിയാണ്. പോകാൻ ഒരിടമില്ല. അവൾ ചോദിക്കുന്നതു കേട്ടു:

"നിങ്ങളിങ്ങനിരുന്നാലക്കൊണ്ട് എന്തുവാ ഇതിനൊരു വഴി?"

കണ്ടൻകോരനു വെറികയറി.

"എല്ലാം നിന്റേം നിന്റെ മോടേം തലേലെഴുത്താടീ, അനുപവിച്ചോ."

"ഇനി എങ്ങക്കിരുന്നോട്ടെ പേരുതോഷം."

"എടീ എത്രകാലം കൊണ്ടിവിടെ ചുരുണ്ടു കിടക്കുന്നു? എന്തേലും ശല്യമൊണ്ടാരുന്നോ? നിന്റെ മോടെ തല മേപ്പോട്ടു വന്നപ്പം കെടന്നു പൊറുക്കാൻ മേലാതായി."

"കെടന്നു പൊറുക്കാൻ മേലാതെ അവളെന്തോ പെഴച്ചു? നിങ്ങളെക്കൊണ്ടു കൊള്ളാഞ്ഞിട്ടാന്നു പറ."

"എന്തുവാടീ പെലയീ, എന്നെക്കൊണ്ടു കൊള്ളാതെ? ഏങ്, എന്തുവാ?"

"ങ്ങനെ മുട്ടിനെടേ തലേമിട്ടോണ്ടിരിക്കാനേ നിങ്ങളെക്കൊണ്ടു കൊള്ളൂ. ആണുങ്ങളായ...."

"എന്തുവാടീ, എന്നാ പറഞ്ഞ്?"

കണ്ടൻകോരൻ കൈ നിവർത്തി കൊച്ചേയിയുടെ നേരെ ചെന്നു. അവൾ ഒഴിഞ്ഞുമാറിയില്ല. തന്റെ പൊലേന്റെ കൈയിൽനിന്ന് ഒന്നോ രണ്ടോ കൊള്ളാൻവേണ്ടി കാത്തുനിന്നു. അപ്പോൾ ശങ്കരി നിലവിളിച്ചുകൊണ്ട് ഇടയിൽ വീണു.

അയാൾ മകളുടെ മുഖത്ത് കണ്ണു തറപ്പിച്ചുകൊണ്ട് നിശ്ചലനായി നിന്നു. ഒടുവിൽ ആ കൈ വലിച്ച് മകളുടെ കണ്ണുനീർ തുടച്ചു.

ആരും ഒന്നും മിണ്ടാതെ അങ്ങുമിങ്ങും കുത്തിയിരുന്നു.

മൈലൻ പറഞ്ഞ കാര്യങ്ങൾ കണ്ടൻകോരന് ഓർമ്മവന്നു. ഒന്നോർത്താൽ അങ്ങനെ കുടിയിറക്കിവിടാൻ എന്തോ കുറ്റം ചെയ്തു?

എല്ലാം സഹിച്ചിട്ടേയുള്ളൂ. പട്ടാപ്പകൽ മാടത്തിൽ കേറി കിടാത്തിയെ മാനംകെടുത്തിയിട്ടും സഹിച്ചു.

മൈലൻ അതിനു പകരം ചോദിച്ചു. കാര്യം എങ്ങനാണേലും അവൻ ആണാണ്. ഉശിരുള്ളവനാണ്.

ഇനിയിപ്പോൾ കാലുപിടിച്ചു കരയാൻ പോണില്ല. ചിലപ്പോൾ തൊഴിച്ചുവിട്ടാലോ?

ഇനി ഈ മാനംകെട്ട പൊറുതി വേണ്ട. എങ്ങോട്ടെങ്കിലും മാറണം. എത്രവേഗം.

വേറെ ഏതെങ്കിലും മാളോരോട് ഒന്നു കുടിവയ്ക്കാൻ സ്ഥലം ചോദിക്കണം. എല്ലാവരുമങ്ങ് കൈയൊഴിയാൻ തക്കവണ്ണം താൻ കുറ്റമൊന്നും ചെയ്തിട്ടില്ലല്ലോ.

ഒരു കുടിവയ്ക്കാനുള്ള ഇടം തേടി മറ്റത്തെ ഭൂവുടമകളുടെയെല്ലാം പടിക്കൽ കാത്തുകിടന്നു. ഓരോരുത്തരെയും കണ്ട് ഇരന്നു പറഞ്ഞു. ഒരു നല്ല വാക്കുപോലും ആരും പറഞ്ഞില്ല.

ഒടുവിൽ നടന്നു തളർന്ന് മാടത്തിൽ വന്നു കിടന്നു.

വെയിലും മഴയും കലർന്ന ദിവസങ്ങളായിരുന്നു. മാനത്ത് വടക്കുപടിഞ്ഞാറെ കോണിൽ കോളുകൊള്ളുകയും, അതു മേലോട്ടു കയറി പെയ്തൊഴിയുകയും ചെയ്തുകൊണ്ടിരുന്നു.

ഇടയ്ക്കിടെ മേഘങ്ങൾക്കിടയിലൂടെ സൂര്യൻ വെളിയിലേക്കു തല കാട്ടി. മഴപ്പുറത്തെ വെയിലേറ്റുകൊണ്ട്, പൂത്താങ്കീരികൾ പാട്ടും പാടി തത്തിച്ചാടി നടന്നു.

ഒരു ദിവസം കാറ്റും കോളും ഒഴിയാത്ത മാനത്ത് സൂര്യൻ കത്തിയെരിഞ്ഞു നിൽക്കുന്ന മധ്യാഹ്നം.

പാച്ചനും, കാര്യസ്ഥൻ ശങ്കുനായരും കൂടി കണ്ടൻകോരന്റെ തറയിൽചെന്നു. കൂടെ കത്താളുമായി രണ്ടുമൂന്നു തണ്ടാന്മാരും.

ശങ്കുനായർ കണ്ടൻകോരനെ വിളിച്ച് ഉറക്കെ പറഞ്ഞു:

“മൂത്ത പൊലേനും പറഞ്ഞാലനുസരിക്കാണ്ടായി. ല്യോ?”

എന്തോ പറയാൻ വേണ്ടി കണ്ടൻകോരൻ നാവുയർത്തിയതാണ്. അതിനുമുമ്പ് ശങ്കുനായർ മാടത്തിനകത്തേക്കു നോക്കി വിളിച്ചുപറഞ്ഞു:

“മൂത്ത പൊലയീം മോളും ഒന്നിറങ്ങിക്കൊടുത്തേ.”

കൂടെ വന്നവരെ നോക്കി അയാളെന്തോ ആംഗ്യം കാണിച്ചു.

മൂപ്പരന്മാർ കത്താളു വലിച്ചെടുത്ത് ഓല മേച്ചിൽ വെട്ടിപ്പൊളിച്ചു.

കണ്ടൻകോരൻ സ്തബ്ധനായി നിന്നുപോയി. അടുത്ത നിമിഷം അയാളുടെ മട്ടുമാറി.

“എന്നതാ ഈ കാണിക്കുന്നെ? തൊട്ടുപോകരുത് എന്റെ മാടത്തേൽ.”

ആരും അതു കേട്ടതായി ഭാവിച്ചില്ല.

“എന്റെ മാടത്തേ തൊട്ടുപോകരുതെന്ന്.”

കണ്ടൻകോരൻ മുന്നോട്ടു ചാടി. കൊച്ചേയിയും ശങ്കരിയും കൂടി

ചെന്ന് കണ്ടൻകോരനെ തടഞ്ഞു.

"വേണ്ടാ അവരെന്തേലും ചെയ്തേച്ചു പോട്ടെ. വഴക്കിനു പോവണ്ട."

പെണ്ണുങ്ങളുടെ കൈ തട്ടിമാറ്റി അയാൾ മുന്നോട്ടു കുതിച്ചു.

പാച്ചനും മൂപ്പരന്മാരും കൂടി കണ്ടൻകോരനെ കടന്നു പിടിച്ചു. പിടി വിടീക്കാൻവേണ്ടി ഞെളിയുകയും പുളയുകയും ചെയ്തു. ഒടുവിൽ കന്നത്തും പുറത്തും പാച്ചൻ ഓരോന്നു കൊടുത്തു.

കിഴവനെ ഒരു തെങ്ങിന്റെ മൂട്ടിലേക്കു വലിച്ചിഴച്ചു; പുറം ചാരി നിറുത്തി, കൈ പിരിച്ചു പിന്നിൽ പിണച്ചു തെങ്ങോടു ചേർത്തു കെട്ടി...

കൊച്ചേയി ഒരരിവാളുമായി ഓടിയടുത്തു. അവളുടെ പക്കൽനിന്ന് മൂപ്പരന്മാർ അതു പിടിച്ചുപറിച്ചു. അവളെ തള്ളി മറിച്ചിട്ടു. ശങ്കരി നില വിളി കൂട്ടി.

കണ്ടൻകോരൻ കിടന്ന് അലറുകയും മൂരിനിവർക്കുകയും ചെയ്തു. ഭ്രാന്തനെപ്പോലെ എന്തോ വിളിച്ചുകൂവി. പെണ്ണുങ്ങൾ വാവിട്ടു കരഞ്ഞു.

ബഹളം കേട്ട് അയൽക്കാർ ഓടിക്കൂടി. എല്ലാവരും ആ പറമ്പിനു ചുറ്റും നിന്നതേയുള്ളൂ. ഒരൊറ്റ മനുഷ്യൻ അങ്ങോട്ടു കാലെടുത്തു കുത്തി യില്ല.

മൂപ്പരന്മാർ കെട്ടുനാരറുത്ത് മേച്ചിൽക്കീറുകൾ വലിച്ചു പൊളിച്ചിട്ടു. കഴുക്കോലുകൾ കുത്തിയൊടിച്ചു.

ഒരു മഴക്കോളു വന്ന് വടക്കു പടിഞ്ഞാറെ കോണിൽ തല കാണിച്ചു. പതുക്കെപ്പതുക്കെ അതു മേലോട്ടുരുണ്ടുകയറി.

പറമ്പിനു വടക്കുവശം നിന്നിരുന്ന കറുമ്പൻ ആവേശത്തോടെ കിഴ ക്കോട്ടു കൈ ചൂണ്ടി പറഞ്ഞു:

"അതാ വരുന്നു. ഓഹോ! അവരെല്ലാമുണ്ട്."

നാട്ടുകാർ കിഴക്കോട്ടുനോക്കി.

തിരുവഞ്ചൻ പാച്ചനെ ഗുണദോഷിച്ചു:

"അളിയൻ മാറിക്കള. അവരു തയാറായിട്ടാ വരുന്നത്."

പാച്ചൻ തലയുയർത്തി നോക്കി.

എന്നിട്ട് നേരെ വടക്കോട്ടു നടന്ന് സ്ഥലംവിട്ടു. പുറകെ ശങ്കു നായരും.

കറമ്പൻ ആൾക്കൂട്ടത്തിനിടയിൽനിന്ന് മുന്നോട്ടു നീങ്ങിനിന്നു കൊണ്ടു പറഞ്ഞു:

"ഇപ്പോൾ കാണണം എല്ലാവന്റേയും വാശിയും രോഷവും."

മൂപ്പരന്മാർ ഓലപൊളിപ്പു നിറുത്തി കിഴക്കോട്ടു നോക്കി.

ഒരു കൊടുങ്കാറ്റുപോലെ അവർ കിഴക്കുനിന്നു പാഞ്ഞുവരുന്നു.

മൂപ്പരന്മാർ ജീവനും കൊണ്ടോടി.

കറമ്പൻ ഓടിച്ചെന്ന് കണ്ടൻകോരന്റെ കെട്ടഴിച്ചു. ശരീരം തളർന്ന് കിഴവൻ നിലത്ത് ചടഞ്ഞു പിടഞ്ഞിരുന്നു. ലൂക്കോസ് ഒരു കരിക്കിട്ട് അയാൾക്കു പിടിപ്പിച്ചു.. ആർത്തിയോടെ കരിക്കിൻവെള്ളം കുടിച്ചു തീർത്തു. അപ്പോൾ ആളുകൾ അടുത്തുചെന്ന് ആശ്വാസം പറഞ്ഞു:

മൈലന്റെയും കൂട്ടുകാരുടെയും വരവുകണ്ട് എല്ലാവരും ഒഴിഞ്ഞു മാറി. കത്താളുമായി ആരെയോ വെട്ടിവീഴ്ത്താനുള്ള ആവേശത്തോടെ അവർ പാഞ്ഞുവന്നു.

പക്ഷേ, പിടി കിട്ടേണ്ടിയിരുന്നവർ വലിഞ്ഞുകളഞ്ഞു. മൈലൻ നിരാശയോടെ കത്താൾ വലിച്ചെറിഞ്ഞു.

പെട്ടെന്നു വെയിൽ മങ്ങി. സൂര്യൻ മേഘക്കീറുകൾക്കിടയിൽ മറഞ്ഞു.

മഴക്കോളു മേലോട്ടു പടർന്നുകയറി കനം തൂങ്ങി, പെയ്യാൻ കാത്തു നിന്നു.

പൊളിഞ്ഞു കിടന്ന ഓലക്കീറുകളടുക്കിക്കൊണ്ട് കറമ്പൻ മറ്റുള്ള വരോടു പറഞ്ഞു:

"ഒന്നടുത്തു കൂടിയെ. മഴ നിലത്തു വീഴും മുമ്പ് നമുക്കിതൊന്നു വച്ചുകെട്ടാം."

പൊളിച്ചു കളഞ്ഞ ഭാഗം വച്ചുകെട്ടി തീർന്നപ്പോൾ തുള്ളിക്കൊരു കുടം വച്ച് മഴ പെയ്യാൻ തുടങ്ങി.

നാല്

ദിവസങ്ങൾ കൊണ്ടാണ് മൈലൻ ഒരു വീരപുരുഷനായി ഉയർന്നത്. ചുണയും തന്റേടവുമുള്ള ഒരു പൈതലാൻ. കാര്യവിവരമുണ്ട്. പാർട്ടിക്കാരുടെ മീറ്റിംഗുള്ളപ്പോൾ അതു കേൾക്കാൻ പോകും. ചില പ്പോൾ കണ്ണനെയും മത്തായിയെയും കൂടെ കൊണ്ടുപോകും. മീറ്റിംങ്ങിൽ കേട്ട കാര്യങ്ങളെക്കുറിച്ച് മറ്റുള്ളവരോടു സംസാരിക്കും.

പുലക്കുടിലുകളിൽ അവന്റെ കാര്യം പറയുമ്പോൾ ആണും പെണ്ണും എല്ലാം ഒരു ആരാധനാഭാവം പുലർത്തി. അവന്റെ കൂടെ നട ക്കാനും, അവന്റെ കൂട്ടുകാരാണെന്നു പറയാനും പുലക്കിടാത്തന്മാർ വ്യഗ്രത കാട്ടി. പ്രായംചെന്നവർ അവനോടു വാത്സല്യപൂർവം പെരുമാറി. അവന്റെ നേരെ ആശിസുകൾ ചൊരിഞ്ഞു.

പ്രമാണിമാർക്കവനെ വെറുപ്പും ഭയവുമാണ്. അകലെവച്ചുകണ്ടാൽ ഒരു തീണ്ടാപ്പാടകലം അവർ ഒഴിഞ്ഞുമാറിപ്പോകും.

ഒരുദിവസം കൊച്ചിലാൻ അവനെവിളിച്ചു ഗുണദോഷിച്ചു. അയാ ളുടെ ചേട്ടന്റെ മകനാണവൻ. തന്ത മരിച്ചതിൽ പിന്നെ ആരെയെങ്കിലും വകവച്ചിട്ടുണ്ടെങ്കിൽ അത് കൊച്ചിലാനെ മാത്രം.

കണ്ടൻകോരന്റെ കുടിൽ വലിച്ചുപൊളിച്ച സംഭവത്തിനു ശേഷം പാർട്ടിക്കാരെയാരെയോ കാണാൻ അവൻ മത്തായിയെയുംകൂട്ടി കായം കുളത്തോ ആലപ്പുഴയോ പോയിരുന്നെന്ന് കൊച്ചിലാനറിഞ്ഞു. ഒരു ദിവസം അവനെ വിളിച്ചു ഗുണദോഷിച്ചു. എല്ലാറ്റിനും നടക്കുന്നതു കൊള്ളാം. നല്ല കരുതൽ വേണം. മേലാളരുക്കെല്ലാം വിരോധമാണ്. അതു കൊണ്ട് തടി സൂക്ഷിച്ചോണം. കൂട്ടുകാരെ തന്തിച്ചുപിടിച്ചു വേണം പോവാനും വരാനും.

കൊച്ചിലാൻ പറഞ്ഞതെല്ലാം മൈലൻ മൂളിക്കേട്ടു.

പക്ഷേ, ആരെയും ഒരു പേടിയും കൂടാതെ അവൻ ചുറ്റി നടന്നു. മിക്കപ്പോഴും കണ്ണനും മത്തായിയും കൂടെ കാണും. അവർ മൂവരും കൂടി അങ്ങനെ നടന്നു പോയാൽ ഒരു പൂതരവരുടെ നേരെ നിൽക്കുകയില്ല.

വയലുകളിൽ നെല്ലു വിളഞ്ഞു പഴുത്തു. തുമ്പയും മുക്കുറ്റിയും പൂത്തുവിടർന്നു. ഓണപ്പക്ഷികൾ നെൽപ്പാടത്തിനു മുകളിൽ ചുറ്റിനിന്നു.

നിറയുടെ ദിവസം മഠത്തിലെ വല്യമ്പ്രാൻ കുളികഴിഞ്ഞു കുറി യിട്ടു നിൽക്കുമ്പോൾ കൊച്ചിലാൻ നിറയ്ക്കാനുള്ള കതിരറുക്കാനെത്തി.

കന്നേലെ മൂലയ്ക്കു നിന്ന കാഞ്ഞിരത്തിൽനിന്നു പൊലിത്തോലൊ ടിച്ചു.

കാഞ്ഞിരത്തിന്റെ പഞ്ചഭൂതം ഭൂമിയാണത്രേ. പണ്ട് അരയന്നങ്ങൾ ദേവലോകത്തുനിന്ന് നെല്ലുകൊണ്ടുവന്ന്, കാഞ്ഞിരത്തിന്റെ കൊമ്പിൽ കൊണ്ടുവച്ച് കൊത്തിക്കൊറിച്ചു. അതിൽനിന്നു കുറെ പൊഴിഞ്ഞു മണ്ണിൽ വീണു. മഴപെയ്തപ്പോൾ പൊട്ടിമുളച്ചു. അങ്ങനെ ആദ്യമായി ഭൂമിയിൽ ചെന്നെല്ലു കിളിർത്തു....

ഒരു കൈയിൽ അരിവാളും മറുകൈയിൽ പൊലിത്തോലുമായി കൊച്ചിലാൻ പടിക്കലുള്ള ഒടിക്കണ്ടത്തിലിറങ്ങി. വീട്ടുകാരും വേലക്കാരും കുട്ടികളുമെല്ലാം നോക്കിനിൽക്കെ ലക്ഷ്മിവിളയാട്ടമുള്ള ആ നിലത്തിന്റെ കന്നേലെ മൂലയ്ക്കുനിന്ന് ഒരുപിടി കതിരു കൊയ്തു. അത് ദൈവത്തിന്. പിന്നെ കൊയ്തത് വേലക്കാർക്ക്. ഒടുവിലത്തേത് വീട്ടുകാർക്ക്.

നെൽക്കതിരുമായി അയാൾ വീടിന്റെ പടിക്കൽ ചെന്നു വിളിച്ചു.

“നിറ നിറ, പൊലി പൊലി”

മറ്റുള്ളവർ അതേറ്റു വിളിച്ചു

“നിറ നിറ, പൊലി പൊലി”

ഗൃഹനായിക ഒരുകുടം വെള്ളവുമായി പടിക്കലേക്കു ചെന്നു. കതി രുവാങ്ങി, തെക്കു പടിഞ്ഞാറെ മൂലയിൽ കൊളുത്തി വച്ചിരുന്ന നിലവി ളക്കിനു മുമ്പിലെ സൂചനിലയിൽ കൊണ്ടുചെന്നു വച്ചു. അവിടെ നേരത്തെ തന്നെ നിറനാഴിയും കരിക്കും ഇലയുടെ കോണിൽ ദശപു ഷ്പങ്ങളും ഒരുക്കിയിരുന്നു.

വല്യമ്പ്രാൻ തന്ന വിളക്കിന്റെ മുന്നിലിരുന്ന് ‘ജലഗന്ധപുഷ്പധൂപ ദീപ’ങ്ങളാൽ പഞ്ചലംഗാരം പൂജ നടത്തി. മൂന്നു തവണ വെള്ളം കുടഞ്ഞ് ചന്ദനവും ഭസ്മവും ദശപുഷ്പവും അർച്ചന ചെയ്തു. കർപ്പൂരം കത്തി ച്ചുഴിഞ്ഞു.

പൂജയ്ക്കുശേഷം കൊച്ചിലാൻ ഒരു പിടി കതിര്, കാഞ്ഞിരത്തൂപ്പും, തെച്ചിയിലയും ചേർത്ത് കളത്തിൽ നിന്ന തെങ്ങിൽ കെട്ടിത്തൂക്കി ക്കൊണ്ടു നിൽക്കുമ്പോൾ പുഞ്ചയുടെ നടുക്കുള്ള വേതാളഞ്ചാലിന്നരി കിൽ ഒരാൾക്കൂട്ടം കണ്ടു. പോയി വന്നവരാരോ പറഞ്ഞു: ചാലിൽ ഒരു ശവം പൊങ്ങിക്കിടക്കുന്നു.

നിലവാതലുള്ള ചാലാണ്. എത്ര കഠിനമായ ഉണക്കിനും വെള്ളം വറ്റുകയില്ല. നിലവാതലിൽ അകപ്പെടുന്നവർ കടലിൽ പൊങ്ങിയേ കേട്ടി ട്ടുള്ളൂ. പണ്ട് പൂട്ടുകഴിഞ്ഞിറങ്ങിയ ഒരേരു കന്നും ഉഴവുകാരനും കൂടി

അതിൽ താണുപോയി. പിന്നെ കടലിൽ ചെന്നാണു നികഴ്ന്നതത്രെ.

ആ ചാലിൽ മുമ്പു പലരും മുങ്ങി മരിച്ചിട്ടുണ്ട്. പക്ഷേ ചത്തുപൊങ്ങിയിട്ടില്ല.

ഇപ്പോൾ ചാലിൽ ഒരു ശവം പൊങ്ങിക്കിടക്കുന്നു.

കന്നാലിപ്പിള്ളേരാണ് ആദ്യം കണ്ടത്. അവർ പേടിച്ചുപോയി. ഓടിച്ചെന്ന് കണ്ടവരോടെല്ലാം പറഞ്ഞു.

പ്രേതം കാണാനെത്തിയ കൊച്ചിലാൻ ഞെട്ടി വിറച്ചു. മൈലനാണ് ചത്തു പെങ്ങിക്കിടക്കുന്നത്. ആ കാഴ്ച വിശ്വസിക്കാനാവുന്നില്ല.

സ്വപ്നം കാണുകയാണോ?

ചത്തു കിടന്നിട്ടും പകുതി തുറന്ന ആ കണ്ണുകളിലെ രോഷം മാഞ്ഞിട്ടില്ല. തലമുടി നെറ്റിയിലേക്കു ഒലിച്ചിറങ്ങിക്കിടക്കുന്നു.

കണ്ടുനിന്നവർ നെടുവീർപ്പിട്ടു. പെണ്ണുങ്ങൾ മാറത്തടിച്ചു കരഞ്ഞു.

കൊച്ചിലാൻ വിങ്ങിപ്പൊട്ടി.

"കരുതീ നടക്കാനക്കൊണ്ടു പറഞ്ഞാ അവൻ കേക്കത്തില്ല. ഇന്നിപ്പോളതും കാണാനിടയായി."

കണ്ണനും മത്തായിയും കറമ്പനും ലൂക്കോസും വാടിത്തളർന്നു ചാലിന്റെ കരയ്ക്കിരുന്നു.

അവർ അവനെ വിട്ടുമാറാതെ നടന്നതാണ്. കഴിഞ്ഞ ഒന്നുരണ്ടു ദിവസംകൊണ്ട് കാണാനില്ലായിരുന്നു. തിരക്കിയിട്ടും കണ്ടില്ല. അവസാനം ഈ ചാലിൽ.....

അവരുടെ കരുത്താണ് വിങ്ങി വീർത്ത് വെള്ളത്തിൽ പൊങ്ങികിടക്കുന്നത്.

ഇനി അവരുടെ മുമ്പിൽ നെഞ്ചുവിരിച്ചു നടക്കാനാരുണ്ട്?

പ്രേതം കാണാനാളുകൾ വന്നും പോയുമിരുന്നു. പലരും പല അഭ്യൂഹങ്ങളും നടത്തി.

"ആരോ അകപ്പെടുത്തിയതായിരിക്കും."

"അതായിരിക്കത്തില്ല.ആരാ അങ്ങനെ ചെയ്യുന്നെ?"

"അതിനൊക്കെ ആളു കാണും."

പാച്ചൻ പറഞ്ഞു:

"ചുഴലിവന്നു വെള്ളത്തിൽ വീണതാന്നാ തോന്നുന്നെ."

ശങ്കുനായർ തിരക്കി:

"ഇതിനുമുമ്പ് അപസ്മാരം വന്നിട്ടുണ്ടോ?"

തിരുവഞ്ചന്റെ അഭിപ്രായം മറ്റൊന്നാണ്.

"മൂർത്തിയുടെ ദോഷമായിരിക്കും....എന്തായാലും ഒന്നു വ്യാരിച്ചു നോക്കിയാ...."

മത്തായി ഇടയ്ക്കു കയറി പറഞ്ഞു:

"പൊലീസു വന്നു വ്യാരിപ്പു നടത്തിക്കോളും. അപ്പൊ പെരച്ചം പറയാനുള്ളോരെ സ്ഥലത്തു കാണണം."

ആരും മറുപടി പറഞ്ഞില്ല.

തിരുവഞ്ചന്റെയും പാച്ചന്റെയും ശങ്കുനായരുടെയും മുഖം വിളറി. അവരവിടെനിന്ന് ഒഴിഞ്ഞു മാറിപ്പോയി.

നേരം വളരെ വൈകിയാണ് പൊലീസുകാരെത്തിയത്. അവർ എന്തോ ഒക്കെ കുത്തിക്കുറിച്ചു. ഒടുവിൽ കണ്ണനെയും മത്തായിയെയും അവരുടെ കൂട്ടുകാരെയും കൊണ്ട് ശവം ചുമപ്പിച്ച് ആശുപത്രിയിൽ കൊണ്ടുപോയി.

രാത്രി മുഴുവൻ അവർ ഉറക്കമിളച്ചു കഴിച്ചു. പിറ്റേ ദിവസമാണ് പോസ്റ്റുമോർട്ടം നടത്തിയത്.

അറുത്തു കീറിയ പ്രേതം പഴയ പനംപായയിൽ മൂടിക്കെട്ടി തിരികെ ചുമന്നു കൊണ്ടുവന്നു. ആളുകൾ വഴിയരികിൽ നിശ്ശബ്ദരായി ആ ചുമ ടുകൊണ്ടുവരുന്നത് നോക്കിനിന്നു.

ശങ്കരി മാറത്തടിച്ചു നിലവിളിച്ചുകൊണ്ട് തോട്ടുവരമ്പിലേക്കോടി. കണ്ടൻകോരൻ വടി ചുഴറ്റി അവളെ തിരിച്ചോടിച്ചു.

പുഞ്ചയുടെ തീരത്തു തൊട്ടരികിൽ കുഴി വെട്ടി.

ശവത്തിന്റെ പുറത്ത് ആദ്യത്തെ തളം മണ്ണു വെട്ടിയിട്ടപ്പോൾ കണ്ണൻ കരഞ്ഞുപോയി. മത്തായി അവനെ ശാസിച്ചു. എങ്കിലും അയാളുടെ കണ്ണുകളും നിറഞ്ഞു തുളുമ്പിയിരുന്നു.

ഒരു കാര്യം എല്ലാവർക്കും ഉറപ്പായിരുന്നു. മൈലനെ വിരോധിക ളാരോ അകപ്പെടുത്തിയതാണ്. പക്ഷേ, അതിന് അവർക്കെങ്ങനെ കഴിഞ്ഞു? ഏതെങ്കിലും ചതിയിൽ പെടുത്തിയതാവണം. അല്ലാതാരും അവന്റെ നേരെ നിൽക്കില്ല.

പൊലീസിൽ ഒരു കേസ് രജിസ്റ്റർ ചെയ്തിട്ടുണ്ടെന്നറിഞ്ഞു.

അന്വേഷണം നടക്കുമ്പോൾ എല്ലാം വെളിച്ചത്താവും. ആ പാതകം ചെയതതാരാണെന്നു തെളിയും.

അങ്ങനെ ദിവസങ്ങളോളം കാത്തിരുന്നു. അതിനകം ഒരു പൊലീ സുകാരൻ പോലും അങ്ങോട്ടു തിരിഞ്ഞുനോക്കിയില്ല.

മത്തായി കണ്ണനെയും വിളിച്ചുകൊണ്ട് പഞ്ചായത്തു പ്രസിഡന്റിന്റെ വീട്ടിൽ ചെന്നു. അദ്ദേഹം സ്റ്റേഷനിൽനിന്ന് വിവരം തിരക്കി പറഞ്ഞു.

കേസിന് ഒരു തുമ്പുമില്ല.

കാര്യത്തിന്റെ ചൂടുപോയി. ഇപ്പോൾ അതൊരു പഴങ്കഥ മാത്രമാണ്. എന്തെങ്കിലും ചെയ്യാൻ വേറെ ആരുമില്ലതാനും.

എന്തോ ആലോചിച്ചിരുന്നിട്ട് മത്തായി കണ്ണനോടു പറഞ്ഞു:

"ഇതിങ്ങനങ്ങു കളഞ്ഞാ പറ്റുകേല."

"ഇനി എന്തു ചെയ്യാനാണ്?"

"എന്തെങ്കിലും ചെയ്യണം."

ഒരു നെടുവീർപ്പോടെ കണ്ണൻ പറഞ്ഞു:

"നമ്മളെന്തുചെയ്താലും പോയവൻ പോയി."

"അവനെ കൊന്നവരെ അങ്ങനങ്ങ് വെറുതെ വിടാൻ പാടില്ല. ഇത് പൊലീസിന്റെ ഒത്തുകളിയാ. ഈ കളി നടക്കാൻ സമ്മതിക്കരുത്."

"അതിനു നമുക്കെന്തു ചെയ്യാൻ കഴിയും? ചെലവാക്കാൻ രൂപാ യുണ്ടോ?"

"രൂപായൊന്നുമല്ല കാര്യം. പാർട്ടി ആപ്പീസിപ്പോയി തിരക്കിയാ എന്തു ചെയ്യണമെന്നറിയാം. വാ നമുക്കു കായംകുളംവരെയൊന്നു പോകാം."

അവർ കായംകുളത്തു പാർട്ടി ആപ്പീസിൽ ചെന്ന് അവിടുണ്ടായിരുന്നവരോടു സംസാരിച്ചു. ദീർഘമായ ചർച്ചകൾ നടത്തി. ചില പരിപാടികൾക്കു രൂപം നൽകി. ഒരു പത്രപ്രസ്താവന തയാറാക്കി. ഒരു പ്രതിഷേധയോഗം കൂടാൻ തീരുമാനിച്ചു.

ഏതോ ഒരു പത്രത്തിൽ പ്രസ്താവനയുടെ ഒരു ഭാഗം അച്ചടിച്ചുവന്നു.

അതിനുശേഷം മത്തായിയുടെ തറയിൽ രാത്രിസമയങ്ങളിൽ ആളുകൾ പോവുകയും വരികയും ചെയ്തു. അവിടെ എന്തൊക്കെയോ ആലോചനകൾ നടന്നതായി പുറത്തറിഞ്ഞു.

കൂട്ടംചേർന്ന് ആരയോ ആക്രമിക്കാനുള്ള ഒരുക്കം നടക്കുന്നുവെന്നു കാണിച്ച് പൊലീസിൽ പരാതികിട്ടി. വെളിയിൽനിന്നുള്ളവരുടെ പോക്കും വരവും ശ്രദ്ധിച്ചു.

പ്രതിഷേധയോഗത്തിനുള്ള ഏർപ്പാടുകൾ ചെയ്യാൻ വേണ്ടി കണ്ണനും മത്തായിയും കായംകുളത്തു പോയിട്ടു മടങ്ങിവരികയായിരുന്നു. കൊച്ചിലാന്റെ തറയ്ക്കടുത്തെത്തിയപ്പോൾ ഏതോ ചിന്തയിൽനിന്നുണർന്നെന്നവണ്ണം കണ്ണൻ പറഞ്ഞു:

“എനിക്ക് അമ്മാവന്റെ തറയിലൊന്ന് കേറിയാൽ കൊള്ളാരുന്ന്. മത്തായിച്ചൻ വരുന്നോ?”

മത്തായി ചിരിച്ചു.

“നീ ഇത്രനേരം മിണ്ടാതെ നടന്നതിന്റെ കാര്യം മനസിലായി.”

“അതെന്തുവാ?”

“എന്തെങ്കിലുമാവട്ടെ. ഞാൻ വരുന്നില്ല. നീ ചെല്ല്.”

“എന്താ അങ്ങനെ പറഞ്ഞെ?”

“നീ നിന്റെ പെണ്ണുമായി വർത്തമാനം പറഞ്ഞിരിക്കുമ്പോൾ ഞാനെന്തിനാ സ്വർഗത്തിലെ കട്ടുറുമ്പിനെപ്പോലെ....”

“ഹയ്, അതിനൊന്നുമല്ല.”

“ഏതായാലും എനിക്കു വഴക്കില്ല. നിനക്കൊറ്റയ്ക്കു പോകാൻ പേടിയുണ്ടെങ്കിൽ ഞാൻ കൂടെ വഴിവരെ വരാം. അവിടെക്കൊണ്ടുചെന്നു വിട്ടേച്ചു പോരാം.”

“അതുവേണ്ട. പിന്നെ, എനിക്ക് അമ്മാവനോട് ഒരു കാര്യം പറയാനൊണ്ട്. ”

“ശരിശരി. നീ ചെല്ല്. എന്തായാലും ഈ സമയത്തു ചെന്ന് പാവപ്പെട്ട മൂപ്പിലാനെ വിളിച്ചുണർത്തി ശല്യപ്പെടുത്തല്ലേ.”

കണ്ണനെ യാത്രയാക്കിയിട്ട് മത്തായി തറയിലേക്കു നടന്നു. അവനെക്കുറിച്ചോർത്ത് അയാൾ തന്നത്താൻ ചിരിച്ചു. അവന്റെയൊരു സൂത്രപ്രയോഗം!

എല്ലായിടത്തും വിളക്കുകളണച്ച് ഉറക്കമായിക്കഴിഞ്ഞിരിക്കുന്നു. ചന്ദ്രനുദിച്ച് മുളക്കലമ്പലത്തിനു മുകളിലെത്തി. ഓണനിലാവുപോലെയുള്ള ചന്ദ്രിക. മരച്ചില്ലകളിലിരുന്ന് ഒരു രാപ്പാടി അതിന്റെ ഇണയെവിളിച്ചു കരഞ്ഞു.

മത്തായി തന്റെ കെട്ടിയവളെക്കുറിച്ചോർത്തു. കുറെ ദിവസങ്ങളായി

വീട്ടിലെ കാര്യമൊന്നും നോക്കാതെ നടക്കുന്നതുകൊണ്ട് മറിയക്ക് പരിഭവമായിരിക്കും. മാടത്തിൽ ചെന്നുകേറുമ്പോൾ അവൾ മുഖം വീർപ്പിച്ചിരിക്കുകയാവും. എങ്കിലും, എന്തെങ്കിലും ഒരു പുന്നാരം പറഞ്ഞാൽ മതി, അവൾ എല്ലാം മറന്ന്, ചിരിതൂകിക്കൊണ്ടടുത്തു വരും.

അവളെ കണ്ടുകഴിയുമ്പോൾ അടുത്തുവിളിച്ച്, കെട്ടിപ്പിടിച്ചൊരുമ്മ കൊടുക്കണം...

മത്തായി തറയിൽച്ചെന്നു കയറിയപ്പോൾ മറിയ മണ്ണെണ്ണവിളക്കു കത്തിച്ചുവച്ച് തന്നെ കാത്തിരിക്കുന്നതാണു കണ്ടത്. അയാളുടെ മുഖത്തേയ്ക്ക് വിളക്കുയർത്തി നോക്കിക്കൊണ്ട് അവൾ പറഞ്ഞു:

"ഇരുട്ടുന്നേനു മുമ്പ് കുടീവന്നു വല്ലോം കയിച്ചോണ്ടുകെടന്ന് ഒറങ്ങിക്കൂടായോ! എന്തുവാ രാത്രീല് ഇത്രേം പണി?"

മത്തായി അവളുടെ താടിക്കുപിടിച്ചു തടവിക്കൊണ്ട് പറഞ്ഞു:

"അതൊക്കെപ്പറഞ്ഞാ നിനക്കിപ്പൊ മനസിലാവത്തില്ല. പോയി മേലുകഴുകാനിത്ര വെള്ളം കോരിവയ്ക്ക്."

അയാൾ മേലുകഴുകി ശാപ്പാടു കഴിക്കാനിരുന്നു. മറിയ ചീനിയും മീൻ കറിയും വിളമ്പി മുന്നിൽ കൊണ്ടുവന്നുവച്ചിട്ട് അടുത്തിരുന്ന് അയാളെ ഊട്ടിച്ചു.

ചോറുണ്ണുന്നതിനിടയിൽ മത്തായി ചോദിച്ചു:

"പൊടിയൻ ഉറക്കമായോടീ?"

"അവൻ അപ്പച്ചനെ നോക്കി ഇരിക്കുവാരുന്നു. ഇത്തിരി മുമ്പെ ഉറങ്ങിപ്പോയി."

മറിയ തവിയെടുത്ത് കുറെ കറികൂടി കോരി ചോറിലൊഴിച്ചു.

"എന്താ നല്ല കൂട്ടാനല്യോ. അങ്ങോട്ടു വാരിയുണ്ടാട്ടെ."

അയാൾ അവളുടെ മുഖത്തേക്ക് ദൃഷ്ടി മറിക്കാതെ നോക്കിക്കൊണ്ടിരുന്നു. ഒടുവിൽ കണ്ണിറുക്കി ഒന്നു ചിരിച്ചു. അവൾക്കും ചിരിവന്നു. നാണിച്ചു മുഖം കുനിച്ചു.

"ഇന്നു നിന്റെ മുഖത്ത് വല്ലാത്തൊരഴക്."

"ഓഹോ ഒരു പുതുമ! അങ്ങോട്ടു വാരിയുണ്ടാട്ടെ."

മത്തായി നെടുതായിട്ടൊരേമ്പക്കം വിട്ടു. ചോറും പാത്രവും മറിയയുടെ മുന്നിലേക്ക് നീക്കിവച്ചു.

"നീ വാരിത്തിന്ന്. എനിക്കു വയറുനിറഞ്ഞു. വെക്കം വാരിത്തിന്നേച്ചിങ്ങോട്ടു വാ."

അയാൾ കൈകഴുകി പായ്‌വിരിച്ചു കിടന്നു. ഒരു ബീഡി കത്തിച്ചു വലിച്ചു. അവൾ പാത്രം പെറുക്കിവച്ചടച്ചിട്ട് മത്തായിയുടെ പായിൽ ചെന്നിരുന്നു.

വിളക്കണച്ചിട്ട് അയാൾ അവളെ തന്റെ മാറിലേക്ക് പിടിച്ചടുപ്പിച്ചു.

അപ്പോൾ വെളിയിൽ പട്ടിയുടെ കുര. കുരച്ചുകൊണ്ടു മുന്നോട്ടോടിയ പട്ടി പെട്ടെന്നു പിന്നോട്ടു പായുന്നു. ആരോ കടന്നുവരുന്നു. കിറുകിറായുള്ള ശബ്ദം. ടോർച്ചിന്റെ വെളിച്ചം.

"എടാ മത്തായി, മത്തായിയുണ്ടോ?"

മത്തായി ഞെട്ടിപ്പിടഞ്ഞ് മറിയയുടെ മേലുള്ള പിടിവിട്ടുകൊണ്ട് ചാടിയെഴുന്നേറ്റു. ആരാണു വിളിക്കുന്നതെന്നറിയാതെ ഉറക്കെ പറഞ്ഞു.

"ഒണ്ടേ ഇവിടുണ്ട്."

"ഇങ്ങോട്ടിറങ്ങി വാടാ."

വെളിയിലിറങ്ങി നോക്കിയപ്പോൾ ആ തറ മുഴുവൻ പൊലീസുകാരെക്കൊണ്ട് നിറഞ്ഞിരിക്കുന്നതു കണ്ടു.

സർവാംഗം തളർന്ന് ഒരു ജീവശ്ശവം പോലെ നിന്നു.

"ഇങ്ങോട്ടു നീങ്ങി നിക്കടാ പട്ടീടെ മോനെ."

ആദ്യം കന്നത്ത് ഒരടി കിട്ടി. തല പുകയുംപോലെ തോന്നി. പിന്നെ തേങ്ങ വെട്ടിവീഴ്ത്തുംപോലെ, നെഞ്ചത്തൊരടി. മറിഞ്ഞു നിലത്തുവീഴുന്നതിനിടയിൽ ദീനമായ സ്വരത്തിൽ നിലവിളിച്ചു.

"എന്നെ കൊല്ലല്ലെ. എന്റെ കർത്താവേ."

"എഴുന്നേറ്റു നിൽക്കെടാ."

കൈകുത്തി എഴുന്നേറ്റു.

"വേറെയാരൊക്കെ ഉണ്ടെടാ ഇതിനകത്ത്?"

"കെട്ടിയോളും കുഞ്ഞുങ്ങളുമേയൊള്ളേ."

"വേറെ ആരുമില്ലേ?"

"ആരുമില്ലേ!"

"നിന്റെ നേതാക്കന്മാര്.... മോന്മാരാരും ഇല്യോടാ?"

"ഇല്ലേ."

അപ്പോഴേക്കും മാടത്തിനകം പരിശോധിച്ചു കഴിഞ്ഞിരുന്നു. മറിയയെക്കൂടി ചോദ്യം ചെയ്തിട്ട് മത്തായിയെ പിടിച്ചുകെട്ടി കൊണ്ടുപോയി.

മറിയ ജീവശ്ശവംപോലെ നിന്നു.

പട്ടി കുര നിറുത്തി മോങ്ങാൻ തുടങ്ങി. നത്തും മൂങ്ങയും ചിറകിട്ടടിച്ചു കരഞ്ഞു.

അഞ്ച്

പുലത്തറകളിലെ വിളക്കണഞ്ഞിരുന്നു. പുഞ്ചയുടെ തീരത്തുള്ള കുടിലുകൾ നിലാവിൽ മുങ്ങിക്കുളിച്ചു നിന്നു. കൊയ്തൊഴിഞ്ഞ പാടങ്ങളിലെ ജലപ്പരപ്പ് ചന്ദ്രിക തട്ടി തിളങ്ങി.

കൊച്ചിലാന്റെ തറയുടെ തെക്കുവശമുള്ള തോട്ടിറക്കത്ത്, ഇലഞ്ഞിച്ചുവട്ടിലെ വെള്ളമണലിൽ നീലമ്മയുടെ മടിയിൽ തലചായിച്ച് കണ്ണൻ സ്വപ്നം കണ്ടു കിടന്നു.

ഇലഞ്ഞിയിൽ പതുങ്ങിയിരുന്ന ഒരു പുള്ളിനത്ത് അവരെ നോക്കി ചിലച്ചു.

അസ്വാസ്ഥ്യജനകമായ ആ ശബ്ദംകേട്ട് നീലമ്മ കണ്ണന്റെ കാതിൽ മന്ത്രിച്ചു:

"ഇതിനൊന്നു ചെലയ്ക്കാണ്ടിരുന്നൂടായോ ഈ നേരത്ത്."

"നിനക്കു മനസിലായില്ലേ? പുള്ളിക്കാരൻ എല്ലാം കണ്ടോണ്ടിരി

ക്കുവാണേ എന്നു നമ്മളെ ഓർമിപ്പിക്കുവാ."

"എന്തിനാ അതിങ്ങനെ നാണമില്ലാണ്ട്...!"

അവരുടെ രഹസ്യം ചോർത്തിയെടുക്കാൻവേണ്ടി, ഒരു പൂച്ചസന്ന്യാസിയെപ്പോലെ അതു നിർലജ്ജം തുറിച്ചുനോക്കുന്നതും ആ നോട്ടത്തിൽ പുച്ഛവും പരിഹാസവും കലർന്നിരിക്കുന്നതും അവളോർത്തുനോക്കി.

ഇലഞ്ഞിച്ചുവട്ടിൽ ഉറഞ്ഞുകൂടിയ ഇരുളിന്റെ കരിമുണ്ടിനകത്തേക്ക് അവൾ ഒതുങ്ങിക്കൂടി.

"പാവം അതാരോടുമൊന്നും പറയത്തില്ല. പിന്നെന്തിനാ നീയതിനോടു കെറീക്കുന്നെ?"

"അതല്ല"

"പിന്നെ?"

"അതിന്റെ ശബ്ദം കേക്കുമ്പം എനിക്കു പേടിയാ. ആരെങ്കിലും വരുന്നോന്ന്."

"ആരും വരില്ല. വെറുതെ പേടിക്കാതിരിക്ക്."

"എന്നാലും ഇനി എത്രനാളിങ്ങനെ ഒളിച്ചും പതുങ്ങിയും കഴിയണം."

അവൾ കൈവിരലുകളെണ്ണി.

"ഇന്നു ചിങ്ങം അഞ്ച്. ഇരുപത്തൊന്നിന് ഇനി പതിനാറു ദിവസം."

കണ്ണൻ കൈകുത്തി എഴുന്നേറ്റിരുന്നുകൊണ്ട് പറഞ്ഞു:

"എന്നാൽ ഒരു കാര്യം ചെയ്യാം. നാളെത്തന്നെ വന്ന് നിന്നെയങ്ങു വിളിച്ചോണ്ടുപോവാം. ഒ"

"എന്നാലും വേണ്ടില്ല. ഇങ്ങനാരുമറിയാതെ, കള്ളനെപ്പോലെ പതുങ്ങി വന്ന്, ആളുകളെ ഉറക്കാതിരിക്കുന്നതിനേക്കാൾ നല്ലതാ."

"എന്നാൽ നാളെ വരും. നീ ഇറങ്ങിവരുമോ?"

അവൾ നിഷേധാർഥത്തിൽ തലയാട്ടി.

"അങ്ങനിങ്ങു വന്നാൽ ഇറങ്ങിവരാനാരും കാണത്തില്ല."

"പിന്നെങ്ങനാ?"

"മേലാളരേം കീഴാളരേം അറീച്ചു തമ്പുരാൻപണോം വെച്ചു, എണങ്ങരുമായി വന്നു വിളിക്കുമ്പം ഇറങ്ങിവരും."

"ഓ. ആ പൂതിയങ്ങു മനസിലിരിക്കത്തേയൊള്ളൂ. പണ്ടത്തെപ്പോലെ കൂമ്പാളക്കാണോം തമ്പുരാൻപണോം ഒക്കെവെച്ച്, പെണ്ണിനെ കൊണ്ടുപോവാൻ കണ്ണനെ കിട്ടത്തില്ല."

"എന്നാ വെറുതെ വന്നു വിളിക്കുമ്പം ഇറങ്ങിവരാൻ ഈ പെണ്ണിനേം കിട്ടത്തില്ല."

"എന്നാ വരണ്ട, നീ ഇവിടെ നിന്നോ."

അവനു വിരോധം തോന്നാതിരിക്കാൻ മയത്തിൽ പറഞ്ഞു:

"എന്നാലും എല്ലാത്തിനും ചെല നാട്ടുനടപ്പും വ്യവസ്ഥേം ഒക്കെയില്ല്യേ?"

"നാണംകെട്ട നാട്ടുനടപ്പും വ്യവസ്ഥയുമൊന്നും എനിക്കു വേണ്ട.

വേണമെന്നുവച്ചാൽ നാളെത്തന്നെ വന്ന് നിന്നെയങ്ങു പിടിച്ചിറക്കി കൊണ്ടുപോകും. ആരാ എതിർക്കുന്നതെന്ന് ഒന്നു കാണാമല്ലോ!"

"എന്നാ ആ മിടുക്കുതന്നൊന്നു കാണട്ടെ. നടക്കാനാണോന്നറിയാമല്ലോ."

"അതിനൊക്കെയുള്ള മിടുക്കുണ്ട്. എന്താ, ഞാൻ കഴുത്തുമാംഗല്യം കെട്ടി നിർത്തിയിരിക്കുന്ന പെണ്ണാ. വന്നു വിളിച്ചോണ്ടുപോവാൻ ആരുടേം സമ്മതം വേണ്ട."

കാര്യം പിടികിട്ടിയതുപോലെ നീലമ്മ കുണുങ്ങിച്ചിരിച്ചു.

"ഓ ഹോ. മനസിലായി. ഇത്രേം മിടുക്കുപറയുന്നതിന്റെ കാര്യം ഇപ്പം മനസിലായി."

പണ്ടു നടന്ന പെണ്ണുകെട്ടിന്റെ കഥയാണ്. അവളുടെ ഏഴാമത്തെ വയസിൽ അവൻ അവളുടെ കഴുത്തിൽ മംഗല്യം ചാർത്തി. അന്ന് അവനു പതിനൊന്നു വയസ്സ്. ഇപ്പോഴും നല്ല ഓർമയുണ്ട്.

അന്ന് ഉച്ചയോടെ ഒരു കച്ചത്തോർത്തുടുത്ത് ഒരു കസവുനേരിയത് ഇടത്തെ തോളിലൂടെ വലതുവശത്തേയ്ക്കിറക്കിച്ചുറ്റി, അവൻ വീട്ടുവഴിയിൽ വന്നു; ഒരു വലിയ ഭാവത്തോടെ അങ്ങനെ നിന്നു. ഇണങ്ങരും ബന്ധക്കാരും കൂടെയുണ്ട്.

പെണ്ണുവീട്ടുകാർ ചെന്നു മാപ്പിളക്കൂട്ടരെ സ്വീകരിച്ചിരുത്തി.

അമ്മാവൻ പണവും കരപ്പണവും കൊടുത്തുകഴിഞ്ഞപ്പോൾ മന്ത്രകോടിയുടുത്ത പെണ്ണിനെ നാത്തൂൻ വിളിച്ചു പന്തലിൽ കൊണ്ടുചെന്നിരുത്തി. ഏഴുവയസുള്ള കുലവധു ഒരു വെറ്റിലകൊണ്ടു മുഖം പൊത്തിപ്പിടിച്ചിരുന്നു. തമ്പ്രാൻ വീട്ടീന്നു നൽകിയ മിന്ന് കറപ്പുചരടിൽ കോർത്ത് ആരോ കണ്ണന്റെ കൈയിൽ കൊടുത്തു. അതു കഴുത്തിൽ കെട്ടിത്തീർന്നപ്പോൾ അവൾ മുഖത്തുനിന്നു വെറ്റിലയെടുത്തു. അത്ഭുതം നിറഞ്ഞ കണ്ണുകളോടെ മച്ചമ്പിയെ മിഴിച്ചുനോക്കി.

ഇപ്പോഴും ആ മിന്ന് കഴുത്തിൽകിടന്നു തുടിക്കുന്നു!

പൂക്കൈത പൂത്തതിന്റെ മാദകമായ സുഗന്ധവും പേറി ഒരിളംകാറ്റു ചുറ്റിയടിച്ചു.

നീലമ്മ കണ്ണന്റെ കാതിൽ മന്ത്രിച്ചു:

"അന്ന് ഊപ്പകോരാൻ പോയപ്പം...ഓർമയുണ്ടോ?"

കണ്ണൻ ചിരിച്ചു:

"അതു പിന്നെങ്ങനെ മറക്കാനാണ്?"

നാലം നാളിൽ പെണ്ണും മാപ്പിളയുംകൂടി നാലാംനീരു കുളിക്കാൻ പോയി. കൊട്ടും ഘോഷവും അല്പാക്കുടയും അരശ്ശീലക്കുടയുമായി ആളുകളുടെ അകമ്പടിയോടെ ഊരുവലത്തിട്ടു പോയി.

ചാലിലിറങ്ങി കുറിച്ചു. രണ്ടുപേരുംകൂടി ഊപ്പ കോരി. തോർത്തിന്റെ കോണുകൾ പിടിച്ചു വലിച്ച് വെള്ളത്തിൽ താഴ്ത്തി ഊപ്പ കോരി.

ലക്ഷണമനുസരിച്ച്, കോരിക്കിട്ടുന്നത് പൂഞ്ഞാനാണെങ്കിൽ ആദ്യത്തെ കുട്ടി ആണ്, പരലാണെങ്കിൽ പെണ്ണ്...

നീലമ്മ ചിരിച്ചുകൊണ്ടു പറഞ്ഞു.

"എനിക്കും നല്ല ഓർമയുണ്ട്. ഊപ്പകോരിക്കിട്ടിയത് ഒരു പൂഞ്ഞാനും ഒരു പരലും!"

ലക്ഷണം ആകെ പിഴച്ചു. ഒടുവിൽ വ്യാഖ്യാനം വന്നു.

"നിന്റെ സന്താനഭാഗ്യമാണെന്നാ കാരണോമ്മാരു പറഞ്ഞത്."

അവൾക്കു നാണം തോന്നി.

കണ്ണൻ വീണ്ടും ചിരിച്ചു:

"പക്ഷേ തമ്പുരാൻപണം തന്ന് കാര്യം നടത്താനാണോ...പേറും പെറപ്പുമില്ലാതെ നിക്കത്തേയൊള്ളൂ."

"അറം പറയാതെ."

"അതിലെങ്ങും കാര്യമില്ല."

"എന്നാലും അങ്ങനെ പറയരുത്. നാക്കേ ഗുളികൻ നിക്കുന്നതെപ്പോഴാണെന്നറിയത്തില്ല."

"ഗുളികനെയങ്ങ് വിട്ടേരെ. അവന്റെ കുഴപ്പമല്ല. നീ പറഞ്ഞപോലെ പണവുംകൊണ്ട് ഞാൻ വരാൻ പോകുന്നില്ല. മച്ചുനൻ കാണംതന്ന് എന്റെ സമ്മതം മേടിക്കാതെ വേറൊരുത്തന് നിന്നെ കല്യാണം കഴിക്കാനും പറ്റില്ല."

"ആങ്ഹാ- നമ്മടെ സമ്മതം ഉണ്ടെന്നുംവച്ച് വരും. അല്യോ? അങ്ങനെ ആണാപ്പുറന്നോരാരും നേരെ കേറി വരത്തില്ല. അതിനിച്ചിരി അറയ്ക്കും."

ആ നത്തു മരച്ചില്ലയിലിരുന്നു പരിഹാസപൂർവം ചിരിച്ചു.

നീലമ്മ ഒന്നു ഞെട്ടി.

ഒരിക്കൽക്കൂടി ചിലച്ചുകൊണ്ട് അത് ദൂരത്തേക്കെങ്ങോ ചിറകടിച്ചുപറന്നുപോയി.

അവനോടു പറ്റിച്ചേർന്നിരുന്നുകൊണ്ടവൾ പറഞ്ഞു:

"നേരം ഒരുപാടിരുട്ടി. ഇനി ഞാൻ പോട്ടെ."

അവളുടെ തോളിൽപിടിച്ച് മാറോടടുപ്പിച്ചുകൊണ്ടവൻ പറഞ്ഞു:

"കുറെ കഴിഞ്ഞു പോയാമതി."

"അയ്യോ അച്ഛനുണർന്നു കിടക്കുവാണേ, ഇന്നെന്നെ കൊല്ലും."

"അങ്ങനെ നിന്നെയങ്ങു കൊല്ലുവാണേ ഞാനും അങ്ങു ചത്തേക്കാം."

"എന്നാ ചത്തുചെല്ലുമ്പം നമുക്കവിടെവച്ചു കാണാം."

"ആരേം പേടിക്കാതെ നമുക്കവിടെ വർത്താനോം പറഞ്ഞിരിക്കാം."

"ശരിയാ. നമ്മുടെ വെരുകിൻകുഞ്ഞും അവിടെ കാണും."

"ഇപ്പോഴതു ചാരാനും തുടങ്ങിക്കാണും."

"എന്നാലും അതിനെക്കുറിച്ചോർക്കുമ്പം എനിക്കു സങ്കടമാ."

കഴിഞ്ഞതിന്റങ്ങേ മകരക്കൊയ്ത്തിന് പാലമൂട്ടിപ്പാടം കൊയ്തോണ്ടു നിൽക്കുമ്പോൾ അവളുടെ മുന്നിൽനിന്ന് ഒരു വെരുകിൻകുഞ്ഞ് ചാടിയോടി നെല്ലിനിടയിലൊളിച്ചു. മറ്റു കൊയ്ത്തുകാർ

കേൾക്കെ അവൾ ഉറക്കെ വിളിച്ചു കൂവി:

"അതാ ഒരു വെരു. ഒരു വെരു. അതാ അവിടെ നെല്ലിനിടയിൽ...."

നെല്ല് വകന്നുവകന്നു ചെന്ന് കണ്ണൻ അതിനെ പിടിക്കാൻ നോക്കി. വയലിറക്കത്തുള്ള കാട്ടിലേക്ക് അതു പ്രാണനുംകൊണ്ടോടിപ്പോയി കാട്ടു പൊന്തയിലൊളിച്ചു. കണ്ണൻ തലയിൽക്കെട്ടിയിരുന്ന തോർത്തെടുത്ത് അതിന്റെ പുറത്തിട്ട്, നോവാതെ അതിനെ പിടിച്ചെടുത്തു.

വെരുകിനെ കാണാൻവേണ്ടി കൊയ്ത്തുകാർ അടുത്തുകൂടി. വെരു കെന്നു പറഞ്ഞുകൂടാ. അതിന്റെ ഒരു കുഞ്ഞ്.

ഒരെലിയെപ്പോലെ അത് അവന്റെ കൈയിലിരുന്നു വിറച്ചു.

അവൾ ദൈന്യതയോടെ പറഞ്ഞു:

"അയ്യോ പാവം! അതിന്റെയൊരു പേടികണ്ടോ?"

കണ്ണന്റെ അളിയൻ ചെല്ലപ്പൻ അഭിപ്രായപ്പെട്ടു:

"തീരെ കുഞ്ഞാ. നോവിച്ചാ അതു ചത്തുപോകും. അല്ലെങ്കി, ചന്തേ കൊണ്ടുചെന്നാ നാലഞ്ചു രൂപയ്ക്ക് ആരേലും മേടിച്ചോളും."

അതുകേട്ടു നീലമ്മ പറഞ്ഞു:

"അതിനെ ആർക്കും വിൽക്കല്ലെ കണ്ണൻചേട്ടാ."

കൊച്ചിലാൻ ചോദിച്ചു:

"പിന്നെന്തു ചെയ്യാനെക്കൊണ്ടാ?"

"ഞാൻ വളർത്തിക്കോളാം."

അതുകേട്ടു കണ്ണൻ പരിഹസിച്ചു:

"നമുക്കു വേണ്ടതുപോലെ ചെയ്യാം. അതിനു നീ വിഷമിക്കണ്ട."

"ഞാനല്ല്യോ കാണിച്ചുതന്നത്. അതിനെ ഇങ്ങു തന്നേക്ക്."

"നിനക്കു വളർത്താനല്ല്യോ കാടിനകത്തു വലിഞ്ഞുകേറി ഇതിനെ പിടിച്ചോണ്ടുവന്നേ?"

ഉടമസ്ഥാവകാശത്തെക്കുറിച്ച് തർക്കം മൂത്തപ്പോൾ ചെല്ലപ്പൻ ചിരി ച്ചുകൊണ്ട് ഒരു നിർദേശം വച്ചു:

"നിങ്ങളിതിനെ രണ്ടായി കണ്ടിക്ക്. അതേ ഇപ്പം നടക്കൂ."

കൊച്ചാളി കണ്ണനെ ശാസിച്ചു.

"അവളാശിച്ചതല്ല്യോടാ മോനേ. അതിനെ അവക്കുതന്നങ്ങു കൊടു ത്തേക്ക്."

കുറേനേരം തർക്കിച്ചു നിന്നിട്ട് അതിനെ നീലയ്ക്കു തന്നെ കൊടുത്തു.

അവൾ നന്ദിപൂർവം അതിനെ ഒന്നു കടാക്ഷിച്ചു. വെരുകിൻകു ഞ്ഞിനെ മാറിലടക്കിപ്പിടിച്ചുകൊണ്ട് വരമ്പിൽ തുള്ളിച്ചാടി നടന്നു.

കൊച്ചിലാൻ നീലമ്മയ്ക്കൊരു കൂടുണ്ടാക്കിക്കൊടുത്തു. വെരു കിനെ ആ കൂട്ടിലടച്ച് ദിവസവും പാലും പഴവും വാങ്ങിക്കൊടുത്ത് ഊട്ടി വളർത്തി.

കൊച്ചിലാനും കുഞ്ഞിലയും വയലിൽ പണിക്കുപോയ ഒരു ദിവസം കണ്ണൻ വലിയമാടത്തിൽ ചെന്നു. കൂട്ടിനടുത്തിരുന്ന് അവൾ വെരുകിനു

തീറ്റികൊടുക്കുന്നതു കണ്ടു.

പുറകിൽ ചെന്നുനിന്ന് അയാൾ ശബ്ദമടക്കി പറഞ്ഞു:

"ഇങ്ങനെ വളർത്താനായിരുന്നെങ്കി നിന്നെ ഏൽപ്പിക്കണ്ടായിരുന്നു."

"പിന്നെങ്ങനെ വളർത്തണം?"

അവൻ ചിരിതൂകി:

"തന്തയും തള്ളയുമില്ലാത്തതല്യോ? അതിനെ മടിയിലെടുത്തുവച്ച് ഇച്ചിരമ്മിഞ്ഞ കൊടുക്ക്,"

നാണംകൊണ്ടു ചൂളിപ്പോയി.

"ഹെട കേമാ. വേറൊന്നും വേണ്ടായോ?"

"വേറെ വേണ്ടത്...."

അവൻ അവളുടെ മുഖം പിടിച്ചുയർത്തി ചുണ്ടിൽ ഒരുമ്മവച്ചുകൊടുത്തു.

കുതറിമാറിക്കൊണ്ട് അവൾ കുറ്റപ്പെടുത്തി:

"നാണമില്യോ ഇങ്ങനെ പട്ടാപ്പകൽ"

"നാണിക്കാൻ എന്താ ഉണ്ടായേ?"

"കൊള്ളാം, കൊള്ളാം, ആരെങ്കിലും കണ്ടാൽ!"

കൂട്ടിൽക്കിടന്ന് ആ വെരുകിൻകുഞ്ഞ് സംഭ്രമത്തോടെ കീഴുമേൽ ചാടി. അതു ഞെരിയുകയും പുളയുകയും ചെയ്തു.

കണ്ണൻ അങ്ങോട്ടു നോക്കി.

"അതാ അതിന്റെ പരാക്രമം കണ്ടോ. എന്നെ അതിനു തീരെ പിടുത്തമില്ലാത്തതുപോലെ."

"അങ്ങനാ അതിന്റെ കണ്ണുംവെട്ടത്തുവച്ച് അക്രമം കാണിച്ചിട്ടാ."

"നീയിതുവരെ അതിനോടു പറഞ്ഞില്ലേ, ഇതുപോലൊരു മച്ചമ്പിയുണ്ട്, നിന്നെ കാണാൻവേണ്ടി വല്ലപ്പോഴും പാത്തും പതുങ്ങിയും ഒക്കെ വരും എന്നൊക്കെ."

അവൾ ആനന്ദംകൊണ്ടു വേപഥു പൂണ്ടു. എങ്കിലും പുറമെ പരിഭവം പ്രകടിപ്പിച്ചു.

"എന്തിനാ പാത്തും പതുങ്ങിയും? നാട്ടുമര്യാദപോലെ മാളോരറിയെവന്നാ, നേരെചൊവ്വേ ആവുമല്ലോ."

"അതുവരെ വെറുതെ നടക്കാൻ എന്നെക്കൊണ്ടു വയ്യ."

"അത്ര നിൽക്കരുതാഴികയുണ്ടേ, വീടരെ പറഞ്ഞയക്ക്."

"ങ്, അതു പറയാനാ ഞാൻ വന്നെ. നാളെ അളിയനും ചിറ്റപ്പനും കൂടി ഇങ്ങോട്ടു വരാനിരിക്കുവാ. അമ്മാവന്റടുത്തൊന്നു പറഞ്ഞേക്ക്."

അവൾ നാണിച്ചു ചിരിച്ചു.

"എനിക്കു പറയാൻ വയ്യ. ആരോടേലും പറഞ്ഞേച്ചു പോ."

.....അളിയനും ചിറ്റപ്പനുംകൂടി പിറ്റേന്നു പെണ്ണുചോദിക്കാൻ ചെന്നു. വെറുതെ ഒരു ചടങ്ങുമാത്രം. അറിയാനും പറയാനും ഒന്നുമില്ല. വേണ്ടപ്പെട്ടവരാണ്. ഒന്നുപെട്ടു കഴിയുന്നവരാണ്.

നാലഞ്ചു നാളിനുശേഷം കൊച്ചിലാനും വെളുമ്പനും കരിപ്പുഴയോ

ട്ടുചെന്നു. അവർ നാലുംകൂട്ടി മുറുക്കി. വർത്തമാനം പറഞ്ഞു. ഊണു കഴിഞ്ഞു പിരിഞ്ഞു.

വാക്കുകരാറു കഴിഞ്ഞ് ഒരുദിവസം വീണ്ടും കണ്ണൻ വലിയമാടത്തിൽ ചെന്നു.

വെരുകിൻകൂടു തൂക്കിയിട്ടിരുന്നിടത്ത് നീലമ്മ താടിക്കു കൈയും കൊടുത്തിരിക്കുന്നതു കണ്ടു. ആ ഒഴിഞ്ഞ കൂട് മുറ്റത്തു കിടക്കുന്നു.

തീറ്റി തിന്നാതെ ഒന്നുരണ്ടു ദിവസം തൂങ്ങിത്തൂങ്ങി നിന്ന് ആ അൽപ്പപ്രാണി മറിഞ്ഞുവീണു ചത്തു. അതിനെക്കുറിച്ചോർത്തപ്പോൾ അവൾ വിഷാദമൂകയായി.

അകലെനിന്നും കടന്നുവന്ന ഇളംകാറ്റിൽ മരച്ചില്ലകൾ കിന്നാരം പറഞ്ഞു. പുഞ്ചയിൽ മീൻ ചാടിവീഴുന്നതിന്റെയും, മീനെ പിടിക്കാനിരിക്കുന്ന പാതിരാക്കൊക്ക് കരയുന്നതിന്റെയും ശബ്ദം കേട്ടു.

നീലമ്മ ഒരു നെടുവീർപ്പോടെ പറഞ്ഞു:

"അന്നതു ചത്തില്ലാരുന്നെങ്കി, ഇന്നു ചാരാൻ തുടങ്ങിയേനേ."

"അടുത്ത മകരക്കൊയത്തിനാകട്ടെ. നമുക്ക് വേറൊരു വെരുകിനെ പിടിച്ചു വളർത്താം."

"വേണ്ട."

തെല്ലൊരസ്വസ്ഥതയോടെ അവൾ പറഞ്ഞു:

"നമുക്കിനി വെരുകിനെ വളർത്തണ്ട. ഇനീം അതു ചത്തുപോയാലോ?"

തൊട്ടടുത്തു വെളുമ്പന്റെ മാടത്തിൽ ഒരു കുഞ്ഞുണർന്നു കരഞ്ഞു. അതിന്റെ തള്ള കുട്ടിയെ താരാട്ടി. അവിടെ മണ്ണെണ്ണവിളക്കു കത്തി. ആളുകൾ വർത്തമാനം പറയുന്നതു കേട്ടു.

"അമ്മ ഉണരുന്നേനു മുമ്പ് ഞാൻ പോട്ടെ."

അവളെഴുന്നേറ്റു തലമുടി വലിച്ചുവാരിക്കെട്ടി. അവന്റെ തോളിൽ തൂങ്ങിക്കൊണ്ടു ചോദിച്ചു:

"ഇനി എന്നാ വരുന്നേ?"

"നാളെ."

"തീർച്ച?"

"ഓ. തീർച്ച."

അവൻ ഒരിക്കൽക്കൂടി അവളുടെ മുഖം പിടിച്ചടുപ്പിച്ച്, ഒരുമ്മവച്ചിട്ട് അവളെ യാത്രയാക്കി.

അതിനുശേഷം തോട്ടുവരമ്പത്തുകൂടി കരിപ്പുഴയ്ക്കു നടന്നുപോയി.

രാത്രിയുടെ നിശ്ശബ്ദതയിൽ തോട്ടിലെ വെള്ളം കുത്തിപ്പാഞ്ഞൊഴുകുന്നതു കേട്ടു. വെള്ളത്തിൽ മീനുകൾ കുത്തിമറിഞ്ഞു. തോട്ടുവരമ്പിൽ പതിയിരുന്ന തവളകൾ വെള്ളത്തിലേക്കെടുത്തുചാടി.

ചാത്തൻതറയിലെത്തി അമ്മയെ വിളിച്ചു. ആളും അനക്കവും ഇല്ല. എങ്ങും നിശ്ചലതയും നിശ്ശബ്ദതയും.

കൊച്ചാളി വാതിൽച്ചെറ്റ നീക്കി മൂടിപ്പുതച്ചു വെളിയിലിറങ്ങി. തിക്കും പക്കും നോക്കിയിട്ട് അവൾ ശബ്ദമടക്കി പറഞ്ഞു:

"എങ്ങോട്ടേലും കടന്നുകള മോനേ. പൊലീസുകാരിപ്പോം വന്നേച്ചു പോയതേ ഒള്ള്."

കണ്ണന്റെ മനസിൽ തീയാളി.

"ങേ. പൊലീസോ, എന്താ കാര്യം?"

കൊച്ചാളി കുശുകുശുത്തു.

"ഏനൊന്നുമറിഞ്ഞൂടാ എന്റെ ദൈവെ. പൊലീസും പട്ടാളോം ഒണ്ടാരുന്ന്. ബഹളം കേട്ടോണന്ന്, വെളക്ക് കത്തിച്ചപ്പം നിന്റെ മോനെന്തേന്നു ശോദ്യം. ഇവിടില്ലെന്നു പറഞ്ഞപ്പം മനുഷേനു കേക്കാൻ കൊള്ളാത്ത പോഴത്തമാ വിളിച്ചുപറേന്നെ. അകത്തു കേറി പായും പുട്ടിലും കലോം ചട്ടിയും ഒക്കെ അരിച്ചുനോക്കി. അവരു പോയി മയ്യം കഴിഞ്ഞപ്പം പള്ളിപ്പടിക്കലെ ലൂക്കോവന്ന്, മത്തായിയെ തപ്പിക്കൊണ്ടു പോയെന്നു പറഞ്ഞ്."

കണ്ണൻ ഞെട്ടിപ്പോയി.

"ങേ! മത്തായിച്ചനെ പിടിച്ചോ?"

തെല്ലുനേരം സ്തംഭിച്ചുനിന്നിട്ട് അവൻ അമ്മയെ സമാധാനപ്പെടുത്തി.

"സാരമില്ല, അമ്മച്ചി പോയിക്കെടന്നോ, ഞാനൊന്നൊഴിഞ്ഞുനിന്നേക്കാം."

കൊച്ചാളി കണ്ണുതുടച്ചു.

"അമ്മച്ചി വിഷമിക്കാതെ പോയി കിടക്ക്."

"ഏൻ കിടന്നോളാം. നീ എങ്ങോട്ടേലും പോ."

അവൻ തോട്ടുവക്കത്തിറങ്ങി, തിരിഞ്ഞും നോക്കിയും നടന്നുപോയി.

ആറ്

കണ്ടൻകോരൻ പേടിച്ചുപോയി. പൊലീസ് അയാളെയും നോട്ടമിട്ടിട്ടുണ്ടോ എന്നാണു സംശയം. കൂടെക്കൂടെ ചെറ്റപ്പഴുതിൽ കൂടി വെളിയിലേക്കു നോക്കി, അസ്വസ്ഥനായി അയാൾ മാടത്തിനകത്തു ചുരുണ്ടു. രാത്രിയിൽ ചെവിയോർത്തു കിടക്കുമ്പോൾ വാരിപ്പൊളിയിലൂടെ ഒരു ചുണ്ടെലിയോടിയാൽ മതി, ഞെട്ടി വിറയ്ക്കും.

വെളിയിലേക്കു തല കാണിക്കാതെ അങ്ങനെ ദിവസങ്ങളോളം മാടത്തിനകത്ത് ഒളിച്ചിരുന്നു.

കൊയ്ത്തും മെതിയും കഴിഞ്ഞു. കോയിക്കലെ കൊയ്ത്തിന് കണ്ടൻകോരന്റെ തറയിൽനിന്ന് ആരെയും വിളിച്ചില്ല. ആരും ചെല്ലുകയും വേണ്ടെന്ന് പറഞ്ഞയച്ചു.

മറ്റുള്ളവർ കൊയ്യാൻ പോകുന്നതും, കറ്റ കൊയ്തുകേറ്റി കളങ്ങളിലേക്കു ചുമക്കുന്നതും കൊച്ചേയിയും ശങ്കരിയും ഇമപൂട്ടാതെ നോക്കിനിന്നു.

മാടത്തിൽ പട്ടിണിയും പാടുമായി. ഒരു കൊയ്ത്തുപോലും കിട്ടി

യില്ല. ആരും ജോലിക്കു വിളിച്ചില്ല. എങ്ങുംആരോടും കൈ നീട്ടാനില്ല.

ഒരു പൂവൊഴി അങ്ങനെ കഴിഞ്ഞുപോയി.

വ്യാരിപ്പും പ്രശ്നവുമാണെങ്കിൽ അതുമില്ല. വ്യാരിപ്പിനു വിളിച്ചാലും, വെളിയിലെവിടെയെങ്കിലുമാണെങ്കിൽ കണ്ടൻകോരനു നടക്കാൻ വയ്യ. ശരീരത്തിന് ആവതില്ല. ദേഹം തൊലി ചുളുങ്ങി വിളറി വെളുത്തു. എഴുന്നേറ്റു നിൽക്കുമ്പോൾ കണ്ണും തലയും ചുറ്റും. നിലത്തു വീഴാൻ പോകുന്നതും പോലെ തോന്നും.

കൊച്ചേയിയും ശങ്കരിയും കൂടി പുല്ലുപറിച്ചും തഴപ്പാ നെയ്തും കിട്ടുന്നതുകൊണ്ട് അന്തികഴിച്ചു.

എന്തെങ്കിലും കഴിച്ചു വയറു നിറഞ്ഞാൽ കണ്ടൻകോരനു സന്തോഷമായി. അയാൾ ശങ്കരിയെ അടുക്കൽ വിളിച്ചിരുത്തി പണ്ടത്തെ പ്രതാപങ്ങൾ ഉരുവിട്ടു തുടങ്ങും.

കണ്ടൻകോരന്റെ കുടിക്കാർ പണ്ടുമുതലേ കോയിക്കലെ വക പുലയരായിരുന്നു. അവിടുത്തെ പണിക്കല്ലാതെ മറ്റെങ്ങും ജോലിക്കു പോയിട്ടില്ല.

അയാൾ തലപ്പുലയനായിരുന്ന കാലത്ത് തമ്പ്രാൻ കൃഷിപ്പണിയെക്കുറിച്ച് ഇങ്ങോട്ടൊന്നും പറയാറില്ല. എല്ലാം അങ്ങു നോക്കിക്കണ്ടു ചെയ്യും. വരമ്പുകുത്തിക്കഴിഞ്ഞിട്ടായിരിക്കും അക്കാര്യം തമ്പ്രാൻ അറിയുന്നത്. വേണ്ട സമയത്ത് വരമ്പൊരുക്കലും ഉഴവും വിതയും പറിച്ചുനടലും നടന്നുകൊള്ളും.

ഈ പഴംകരിന്തങ്ങൾ കേട്ടുകൊണ്ടിരിക്കാൻ ആർക്കും ഒരു കൗതുകവും തോന്നിയില്ല. എങ്കിലും കിഴവനെ തൃപ്തിപ്പെടുത്താൻ വേണ്ടി ശങ്കരി എല്ലാം മൂളിക്കേൾക്കും.

അന്ന് പണിയെടുക്കാൻ എന്തൊരുത്സാഹമായിരുന്നു! രാവിലെ പഴംചോറു തിന്നുകൊണ്ട് നിലത്തിറങ്ങിയാൽ ഉച്ചയ്ക്കെന്തെങ്കിലും കഴിച്ചാലായി. രാവിലെ മുതൽ വൈകുന്നേരം വരെ മുട്ടറ്റം വെള്ളത്തിൽ നിന്നാലും തണുപ്പോ കുളിരോ അറിഞ്ഞിട്ടില്ല.

എല്ലാ ദിവസവും വേല കാണും. പുഞ്ചയിലെ പണി കഴിഞ്ഞാൽ വിരിപ്പിൽ ജോലിയായി. പിന്നെ കരക്കൃഷി. അതു കഴിയുമ്പോൾ പുഞ്ചയിൽ കൊയ്ത്തും മെതിയും.

വെള്ള കീറുന്നതിനു മുമ്പ്, പഴംചോറു തിന്ന് ജോലിക്കിറങ്ങുന്നത് ഒരാനന്ദമായിരുന്നു.

പഴംചോറിനെക്കുറിച്ചോർത്തപ്പോൾ വായിൽ വെള്ളം നുരച്ചു. ഇത്തിരി പഴംചോറു തിന്ന കാലം മറന്നു....

അല്ലെങ്കിൽ എന്തിനാണതൊക്കെ ആലോചിക്കുന്നത്? കാലം തന്നെ മാറി. കൃഷിയുടെ മട്ടും മൊറേം മാറി.

പഴയകാലത്ത് ഇങ്ങനെയൊന്നും ആയിരുന്നില്ല. എഞ്ചിനും കറണ്ടും ഒന്നുമുണ്ടായിരുന്നില്ല. തുലാവെള്ളം ഇറങ്ങുമ്പോൾ പാടശേഖരങ്ങളിൽ വരമ്പു കുത്തു തുടങ്ങും. അതു കുറെ ദിവസത്തെ പണിയാണ്.

വരമ്പു കുത്തിക്കഴിയുമ്പോൾ ചക്രവും അറയും താഴ്ത്തും. ഇപ്പോഴത്തേതുപോലെ ചെറിയ ചക്രമല്ല. വലിയ ഇലകളുള്ള മുപ്പതെലച്ചക്രം, നാൽപ്പതെലച്ചക്രം....

ചക്രത്തിന്റെ പിന്നിലെ നാട്ടുകാലിൽ പത്തും പന്ത്രണ്ടും പേർ വീതം ഇരുന്ന് വെള്ളം ചവിട്ടും. നല്ല വെള്ളപ്പാച്ചിലായിരിക്കും. വല്ലക്കുഴിക്കടുത്ത് ചിറവരമ്പിൽ ഒരു ചരുവത്തിൽ വള്ളം വച്ച് അതിൽ ഓട്ടയുള്ള ഒരു ചിരട്ട ഇട്ടേക്കും-ചെറിയ ദ്വാരമുള്ള ചിരട്ട. കുറേശ്ശെ വെള്ളം കയറി ചിരട്ട താഴുമ്പോൾ ചക്രത്തിലെ തവണ മാറും. അടുത്ത തവണയുള്ള ചവിട്ടുകാർ കേറും. അങ്ങനെ പാട്ടും പാടി ചക്രം ചവിട്ടും.

രാത്രിയെന്നോ പകലെന്നോ, മഴയെന്നോ വെയിലെന്നോ ഇല്ലാതെ ചക്രം കറങ്ങിക്കൊണ്ടിരിക്കും.

കണ്ടൻകോരൻ ഒരിക്കൽ ഉറക്കംതൂങ്ങി നാട്ടുകാലിൽനിന്ന് മറിഞ്ഞ് വല്ലക്കുഴിയിൽ വീണു.

ശരീരത്തിനാവതില്ലാതായപ്പോൾ തൂമ്പയ്ക്കു പകരം ശംഖും ചൂരലുമെടുത്തു.

എങ്കിലും തലപ്പുലയനെന്ന സ്ഥാനം വിട്ടില്ല. കൃഷിയെപ്പറ്റി വേണ്ട ഉപദേശങ്ങൾ നൽകും.

“വെതയിലെ ആകച്ചാല് ഒന്നുകൂടി തെളിച്ചു വിടണം.”

“പകലാകുന്നതു വരെ എരണ്ട വീഴാതെ നോക്കിക്കോണേ.”

മാടത്തിൽ വന്ന് ശങ്കരിയെ വിളിച്ച് പറയും:

“വെതേല് പ്രാവും കിളിയും എറങ്ങുന്നോന്ന് നോക്കണേ മോളേ.”

എരണ്ടക്കൂട്ടത്തിന്റെ ഇരമ്പൽ കേൾക്കുന്നുണ്ടോ എന്നു രാത്രിയിൽ ചെവിയോർത്തു കിടന്നു. പുള്ളുകൾ കരയുന്നതു കേട്ട് അസ്വസ്ഥനായി. നിലത്തിറങ്ങി അതു വിത ചവിട്ടിത്താഴ്ത്തിയാലോ?

വേലക്കാരെയാരെയെങ്കിലും കണ്ടാൽ ഓർമപ്പെടുത്താറുണ്ട്:

“നാളെ ആ വെതവെള്ളമങ്ങു ചവിട്ടിച്ചു കളയണം.”

“പറിച്ചു നടാൻ പരുവമായി. ആ കോരയും പുളിപ്പനുമങ്ങെടുപ്പിച്ച് കയ്ച്ചാലും വല്ലക്കുഴിയുമൊക്കെയങ്ങ് നടീച്ചേക്കണം.”

ആ നിർദേശങ്ങൾക്കൊന്നും ആരും ഒരു വിലയും കൽപ്പിക്കാതായി.

എങ്കിലും പൊങ്ങച്ചം പറച്ചിൽ നിർത്തിയില്ല.

“കുറ്റാക്കുറ്റിരുട്ടത്തും മഴയത്തും തമ്പ്രാ വീട്ടിക്കെടന്നൊറങ്ങീട്ടൊള്ളപ്പം, ഏൻ കണ്ടത്തും വരമ്പേ പുട്ടലിന്റെ കീഴി കുത്തിയിരുന്നിട്ടേ ഒള്ള്. അങ്ങനൊള്ള പൊലേരടെ ദേഹണ്ണം കൊണ്ടാ തറവാടിനിത്രേം ഐശ്വര്യം വന്നെ. ഇപ്പോ അങ്ങനത്തെ പൊലേരെവിടൊണ്ട്?”

കൊച്ചേയിക്കു ക്ഷമകെട്ടു.

“അതു പറയാനെക്കൊണ്ട്, പണ്ടു കാലത്ത് തമ്പ്രാക്കൾക്കും അടിയാരോടൊരു കൂറൊണ്ടാരുന്ന്. ഈ വന്ന കാലം, പൊരിഞ്ഞു കിടന്നാ, കരിക്കാടി വച്ചു കുടിക്കാൻ നാഴി നെല്ലു തരത്തില്ല. പിന്നേം ഇരുന്നോണ്ടു പുനതാരം പറയുവാ.”

കണ്ടൻകോരൻ പെട്ടെന്നു നിശ്ശബ്ദനായി. ആ വാക്കുകൾ അയാളുടെ വായടപ്പിച്ചു കളഞ്ഞു.

പണ്ടെങ്ങനെയായാലും ഇപ്പോൾ അടുപ്പിൽ തീ കത്തിക്കുന്ന ദിവസം കുറവാണ്. ഓണത്തിനുപോലും വയറുനിറയ്ക്കാനൊത്തില്ല.

അരിയിട്ട വെള്ളം കുടിക്കാനില്ലാതെ കണ്ടൻകോരൻ തലചുറ്റിക്കിടന്നു.

അസുഖം വർധിച്ചുവന്നു. ശരീരമാകെ നീർക്കോളുണ്ട്. ഇനി ഏറെ നാളില്ലെന്നു തോന്നി.

വ്യാരിപ്പിനുള്ള കറക്കുമണിയും വെള്ളി കെട്ടിച്ച ചൂരലും ആർക്കോ കൊടുത്തു കാശുവാങ്ങി. അന്നു രണ്ടു പാത്രം അകത്താക്കി.

ഇനിയൊന്നും വിൽക്കാനില്ല. വയറു പൊരിഞ്ഞു വയ്യ. മാടത്തിൽ ഒന്നും കാലമാകുന്ന ലക്ഷണമില്ല. എവിടെപ്പോയി ഇത്ര വെള്ളം മേടിച്ചു കുടിക്കും?

അപ്പോൾ കോയിക്കലെ വല്യമ്പ്രാനെ ഓർത്തു. പിണങ്ങാതിരുന്നെങ്കി, ചങ്കാഴി നെല്ലു പോയി ചോദിക്കാമായിരുന്നു.

അയാൾക്കു പശ്ചാത്താപം തോന്നി. പിണങ്ങാൻ പോകാതെ അന്നു ചെന്നു കാലുപിടിച്ചാൽ മതിയായിരുന്നു. വേറെവിടെങ്കിലും ഒരു കുടിലു കെട്ടാനുള്ള സമ്മതം ചോദിക്കാമായിരുന്നു.

എന്തായാലും വന്നതു വന്നു. ഇനിയെങ്കിലും ചെന്നു വല്യമ്പ്രാനെ കണ്ടു കാലുപിടിക്കണം. കാലുപിടിച്ചു മാപ്പുപറയണം.

വിരോധമാണേലും ചെന്നു കൈനീട്ടിയാൽ ഉപേക്ഷിച്ചു വിടത്തില്ല.

വീട്ടിൽ ആരോടും പറയാതെ നാറുന്ന കീറത്തുണിയും പുതച്ചു വടിയും പിടിച്ചു മുറ്റത്തിറങ്ങി. നടക്കാൻ വയ്യ. കണ്ണും തലയും കറങ്ങുന്നു. എന്നാലും ഇരുന്നും നിന്നും നടന്നു.

കോയിക്കലെ പടിക്കലെത്തിയപ്പോഴേക്കും തയപ്പും കിതപ്പും കൊണ്ട് താഴെവീഴാൻ പോയി. കുറെ നേരം നിലത്തു കുത്തിയിരുന്നു. അവിടെനിന്നെഴുന്നേറ്റ് കാളത്തിണ്ണയ്ക്കു ചെന്നിരുന്നു.

എരുത്തിലിൽ നിന്നിരുന്ന പുള്ളിപ്പശു 'മ്മാ' എന്നു നീട്ടിക്കരഞ്ഞു. അതു തല പൊക്കിപ്പിടിച്ച് മൂകയായി, സ്നേഹനിർഭരമായി കണ്ടൻകോരനെ നോക്കിനിന്നു.

ശങ്കുനായർ വന്നുകണ്ടു.

"അല്ല. ഇതെന്താ മുതുപുലയാ? എന്താ ഇങ്ങോട്ടു കേറി വന്നേ?"

യാതൊന്നും മിണ്ടാതെ അയാളുടെ മുഖത്തേക്കു ദയനീയമായി നോക്കിയിരുന്നു.

ശങ്കുനായർക്കരിശമാണുണ്ടായത്.

"എന്താ ഇങ്ങനെ പ്രേതത്തിന്റെ കണക്ക് തുറിച്ചു നോക്കുന്നെ? പേടിയാവുന്നല്ലോ."

വല്യമ്പ്രാൻ വിളിച്ചു ചോദിച്ചു:

"ആരാ അവിടെ ശങ്കുവേ?"

"വഴീക്കെടക്കുന്ന നാശത്തെയെല്ലാം ഇങ്ങോട്ടു കെട്ടിയെടുത്തോളും. ഇപ്പോൾ കേറി വന്നിരിക്കുന്ന തറവാടിനു മാനക്കേടു വരുത്തിവച്ചിട്ട്!"

പൂമുഖത്തുനിന്നു വല്യമ്പ്രാൻ എത്തിനോക്കി. വല്യമ്പ്രാൻ കണ്ടു. രക്ഷയായി. വല്യമ്പ്രാനെയും കണ്ടു.

കണ്ടൻകോരൻ കരഞ്ഞുപോയി. ചെയ്തുപോയ സമസ്താപരാധങ്ങൾക്കും മാപ്പുപറയുന്നതുപോലെ കണ്ണീരൊഴുക്കി കരഞ്ഞു.

ആ കണ്ണീരു വല്യമ്പ്രാൻ കാണണമെന്നാഗ്രഹിച്ചു. എന്നാൽ അതിനുശേഷം അദ്ദേഹം അങ്ങോട്ടു നോക്കിയില്ല.

കാര്യസ്ഥൻ ശകാരം തുടർന്നു:

"എറങ്ങടാ മുതുപുലയാ കാളത്തിണ്ണയ്ക്കൂന്ന്. വേറെയൊള്ളോർക്ക് ജോലിപ്പാടുണ്ടാക്കാതെ. ഇവിടെക്കിടന്നു ചത്താ...."

പക്ഷേ വല്യമ്പ്രാൻ ദയാലുവായിരുന്നു. അദ്ദേഹം വിളിച്ചു പറഞ്ഞു.

"അവനെയൊന്നും പറയല്ലേ ശങ്കുവേ. അപ്പുറത്തുചെന്ന് ഇത്ര കഞ്ഞിയോ വെള്ളമോ വല്ലതും കുടിച്ചോണ്ടു പോട്ടെ."

കണ്ടൻകോരന്റെ മുഖം പ്രസന്നമായി. അയാൾ വടിയിടിച്ചു വടക്കോട്ടു നടന്നു. തൊഴുത്തിന്റെ വടക്കുവശത്തു കെട്ടിയിരുന്ന നായ അയാളുടെ നേരെ കുരച്ചുചാടി.

ഒരു കമുകിൻപാള കൈക്കലാക്കിക്കൊണ്ടു വടക്കുവശത്തുള്ള വാഴച്ചുവട്ടിൽ കാത്തിരുന്നു.

കുറേ നേരം കഴിഞ്ഞ് അടുക്കളക്കാരി വിളിച്ചുപറഞ്ഞു:

"ഒരു പാളയെടുത്തുവയ്ക്ക് മുതുപുലയാ."

"പാള വച്ചേ."

അടുക്കളക്കാരി ഒരു ചരുവത്തിൽ ഒരുപിടി വറ്റും കുറെ അവിയലുമിട്ടു. കുറെ പുളിശ്ശേരിയും ഒത്തിരി വെള്ളവുമൊഴിച്ചു. എല്ലാംകൂടി കലക്കിയടിച്ച് പാളയിൽ വീഴ്ത്തിക്കൊടുത്തു.

പുളിശ്ശേരിയുടെ സ്വാദുള്ള വെള്ളം കിഴവൻ ആർത്തിയോടെ മോന്തിക്കുടിച്ചു. പാളയുടെ അടിയിൽനിന്ന് അവിയലിന്റെ കഷണങ്ങളും മറ്റും വാരിത്തിന്നു.

പുതച്ചിരുന്ന പഴംതുണിയുടെ തുമ്പുകൊണ്ട് ചിറിതുടച്ചു. ഒരേമ്പക്കവും വിട്ടു.

വല്ലാത്ത ക്ഷീണം തോന്നി. കാളത്തിണ്ണയിലിരുന്ന് തളർച്ച മാറ്റി. ഒന്നു കിടക്കണമെന്നു തോന്നി. തലചായ്ചപ്പോൾ വല്യമ്പ്രാട്ടി പറയുന്നതു കേട്ടു:

"വല്ലോം വായിലിടാൻ തന്നില്ല്യോ? ഇനിയവിടുന്നെഴുന്നേറ്റു പൊയ്ക്കൂടായോ?"

മനസില്ലാമനസോടെ എഴുന്നേറ്റു നടന്നു.

തിരികെ മാടത്തിലെത്തിയപ്പോൾ, ചീനി പുഴുങ്ങിയതും കാന്താരിമുളകും ഉപ്പുപരലും ചേർത്തരച്ച ചമ്മന്തിയുംകൂടി കൊച്ചേയി അയാളുടെ മുന്നിൽകൊണ്ടുചെന്നു വച്ചു. അപ്പോൾ തമ്പ്രാനെ കാണാൻ പോയ കഥ കണ്ടൻകോരൻ വിവരിക്കാൻ തുടങ്ങി. കഞ്ഞിയും പറ്റും കഴിച്ച കഥയും.

ശങ്കരിക്കരിശം കേറി:

"അച്ഛനെന്തിനാ ആ ഈറ്റ വെള്ളം കുടിക്കാൻ പോയെ? മനുഷ്യനായാൽ ഒരു നാണം വേണ്ടായോ?"

കണ്ടൻകോരന്റെ ആത്മാഭിമാനം ഉണർന്നു:

"എന്നതാടീ പറഞ്ഞെ? എടീ ഇന്നും ഇന്നലേം തുടങ്ങിയതല്ലിത്. ഏൻ പെറ്റു പാളേ വീണപ്പം മൊതലൊള്ളതാടീ ഇത്. നിനക്കറിയാമോ? വീട്ടിലെ ചോറാടീ, എന്റെ തടി."

അയാളെക്കൊണ്ടു കൂടുതലൊന്നും പറയിക്കണ്ടെന്നു കരുതി ശങ്കരി നിശ്ശബ്ദത പാലിച്ചു.

പിറ്റേദിവസം കണ്ടൻകോരനെ അറിയിക്കാതെ കൊച്ചേയി അവിടെനിന്നിറങ്ങിപ്പോയി. പത്തിയൂരമ്പലത്തിനടുത്ത് അവളുടെ പ്രായംചെന്ന ഒരു കുഞ്ഞമ്മാവൻ താമസമുണ്ട്. നേരെ അങ്ങോട്ടാണു ചെന്നത്. ശേഷക്കാരിയുടെ കോലംകണ്ട് കുഞ്ഞമ്മാവൻ മൂക്കിൽ വിരൽ വച്ചു നിന്നു.

അന്നു വൈകിട്ട് ഒരു പൂട്ടലു നെല്ലും, കുറെ ചീനിയും, പോന്തിക്കെട്ടിയ പത്തു മടക്കു തവയുമായിട്ടാണ് കൊച്ചേയി മടങ്ങിയത്. കുഞ്ഞമ്മാവന്റെ മൂത്ത മകൻ കൊത്തേൻകുട്ടി നെല്ലും ചീനിയും ചുമന്നുകൊണ്ടുവന്നു.

അയാൾ അന്നു മടങ്ങിപ്പോയില്ല.

രാത്രിയിൽ എല്ലാവരും കൂടി നെല്ലു വറുത്തുകുത്തി അരിവച്ചു. കണ്ടൻകോരൻ വയറു നിറയെ ആഹാരം കഴിച്ചു.

മുറ്റത്ത് ഒരു പുട്ടലെടുത്തിട്ട് കൊത്തേൻകുട്ടി അവിടെ കിടന്നുറങ്ങി.

രാവിലെ പുട്ടലു മടക്കി അകത്തുവച്ചിട്ട് മച്ചമ്പിയോടും മകളോടും യാത്രയും ചോദിച്ച് അയാൾ മടങ്ങിപ്പോയി. അതു കണ്ട് ശങ്കരി കേൾക്കെ കൊച്ചേയി പറഞ്ഞു:

"നല്ല മര്യാദക്കാരൻ പൈതലാൻ."

ശരിയാണ്. അയാളവിടെ വന്നിട്ട് അനാവശ്യമായി ഒരക്ഷരം ഉരിയാടിയില്ല. കൊത്ത കൊണ്ടായിരിക്കാം. തെങ്ങിൽ കേറി പൊത്താൻ പറിച്ചു കൊടുത്തു. വറുത്തു കൊടുത്ത നെല്ലു കുത്തി അരി വച്ചുകൊടുത്തു.

പക്ഷേ, കൊച്ചേയി പൈതലാനെന്നു പറഞ്ഞെങ്കിലും കുട്ടിക്കു മുപ്പത്തഞ്ചു കഴിഞ്ഞു. വള്ളിക്കുന്നത്തുകാരി ഒരു പുലയിയും മൂന്നു കുട്ടികളുമുണ്ട്. കുറെനാൾ മുമ്പ് കുട്ടിയോടു പിണങ്ങി പത്തിയൂർനിന്നു പോയിട്ട് അവളും മക്കളും പിന്നെ വന്നിട്ടില്ല.

കുറെനാൾ കഴിഞ്ഞ് കൊച്ചേയിയും ശങ്കരിയും കൂടി ഒരു ചിക്കുപായ് നെയ്തുകൊണ്ടിരുന്നപ്പോൾ കൊത്തേൻകുട്ടി വീണ്ടും പത്തിയൂർനിന്നു വന്നു. ഇത്തവണ മച്ചമ്പിക്കൊരു കൈലി, മച്ചമ്പിയുടെ മകൾക്ക് ഒരു കൈലിയും ജമ്പറും, കണ്ടൻകോരന് രണ്ടു പൊയിലയും ഒരു നാടൻ മുണ്ടും-ഇതൊക്കെയായിട്ടാണ് വന്നത്. എല്ലാംകൂടി പത്തിരുപതു രൂപായുടെ വകയുണ്ട്.

വന്നപാടെ പൊതിയഴിച്ച് കൈലിയും ജമ്പറും എടുത്ത് കൈയിൽ വച്ചിട്ട് ശങ്കരിയെ വിളിച്ചു:

"ചങ്കതിയേ, ചങ്കതീ."

ആ വിളി കേട്ട് ശങ്കരിക്ക് ചിരി വന്നു.

കൊച്ചേയി മകളെ ശാസിച്ചു.

"നിന്നെയല്ല്യോടീ വിളിക്കുന്നെ? എന്താ കാതുപൊട്ടിപ്പോയോ?"

ഒരു വിറയലോടെ ആ കൈലിയും ജമ്പറും കൊത്തേൻകുട്ടി ശങ്കരിയുടെ നേർക്കു നീട്ടി. അതു വാങ്ങാതെ അവൾ മുഖംതിരിച്ചു നിന്നു. അപ്പോൾ കൊച്ചേയി ഉപദേശിച്ചു:

"നാണിക്കാതെ മേടിച്ചോ മോളേ. നിനക്കൊരു മുണ്ടു മേടിച്ചു തരാൻ കടമപ്പെട്ടോൻ തന്നാ. അമ്പലത്തമ്പുരാനെ മനസ്സി വിചാരിച്ചോണ്ട്, രണ്ടു കൈയും നീട്ടി മേടിച്ചോ."

കൊത്തേൻകുട്ടി നാണിച്ചു ചിരിച്ചു.

ശങ്കരിക്ക് അതുവരെ അയാളോട് സഹതാപമേ ഉണ്ടായിരുന്നുള്ളൂ. ഇപ്പോൾ പുച്ഛവും വെറുപ്പും തോന്നി. അയാളുടെ മുഖത്തു നോക്കാതെ അവൾ തലകുനിച്ചു നിന്നു.

"എന്താ ചങ്കതിയേ, എന്നോതു കെതുവാണോ?"

ആ കൈലിയും ജമ്പറും അയാൾ അവളുടെ കൈയിൽ പിടിപ്പിച്ചു.

അപ്പോൾ അവൾ മുഖമുയർത്തി ഒന്നു നോക്കി. ചേരയുടെ കണ്ണ്. ഊനിൽനിന്നിളകി നീണ്ട പല്ല്, അവൾ മുഖം കുനിച്ചുകളഞ്ഞു.

വർത്തമാനം പറഞ്ഞിരിക്കുന്ന കൂട്ടത്തിൽ വീട്ടുചെലവിന് പത്തു പുത്തനുംകൂടി അയാൾ കൊച്ചേയിയുടെ കൈയിൽ വച്ചുകൊടുത്തു.

അന്നു രാത്രിയിൽ കൊച്ചേയി കുഞ്ഞമ്മാവന്റെ മകന് വയറു നിറയെ ചീനിയും ചോറും വിളമ്പിക്കൊടുത്തു. അയാൾ ഊണു കഴിഞ്ഞ് മാടത്തിനു പുറത്ത് പുട്ടലു വിരിച്ചപ്പോൾ കൊച്ചേയി പറഞ്ഞു:

"എന്തിനാടാ കുട്ടീ നീ വെളീ കെടന്നു മഞ്ഞു കൊള്ളുന്നെ? പനി പിടിക്കാതെ ഇങ്ങു കേറിക്കെടന്നോ."

അതു കേൾക്കാത്ത താമസം കുട്ടി പുട്ടലും മടക്കി മാടത്തിനകത്തേക്കു നൂഴ്ന്നു കയറി.

എല്ലാവരും ഉറക്കമാവുന്നതുവരെ അയാൾ ശ്വാസമടക്കി അനങ്ങാതെ കിടന്നു. മറ്റുള്ളവരുടെ കൂർക്കംവലി കേട്ടുതുടങ്ങിയപ്പോൾ പതുക്കെപ്പതുക്കെ ശങ്കരിയുടെ പായിലേക്ക് ഉരുണ്ടുകയറി. അവളെ അടങ്കം കെട്ടിപ്പിടിച്ചു.

അവൾ കണ്ണുകളിറുക്കിയടച്ചു.

ഒരു തേരട്ട ശരീരത്തിലിഴഞ്ഞു കേറുന്നതുപോലെ തോന്നി. എങ്കിലും കുടഞ്ഞു കളഞ്ഞില്ല.

അയാളുടെ ചോറാണു വയറ്റിൽ കിടക്കുന്നത്. അയാൾ വാങ്ങിക്കൊടുത്ത കൈലിയും ജമ്പറുമാണ് ധരിച്ചിരിക്കുന്നത്.

അടുത്ത ദിവസം അവൾക്കു നല്ല മിണ്ടുരിയാട്ടമില്ലായിരുന്നു. എന്തോ എവിടെയോ വച്ചുമറന്നത് ഓർക്കാൻ ശ്രമിക്കുന്നതുപോലെ.കൂടെക്കൂടെ ഏതോ വിചാരത്തിൽ മുഴുകുകയും ചിന്തയിൽനിന്ന് ഞെട്ടിയുണരുകയും ചെയ്തു.

ആ തവണ കൊത്തേൻകുട്ടി മടങ്ങിപ്പോയില്ല.

പുലർച്ചയ്ക്കെഴുന്നേറ്റ് എവിടെങ്കിലും പണി തിരക്കിപ്പോകും. ജോലി ചെയ്തു കിട്ടുന്ന കൂലി കൊണ്ടുവന്ന് കൊച്ചേയിയെ ഏൽപ്പിക്കും.

അവനു വലിക്കാൻ വേണ്ട ബീഡി കൊച്ചേയി പ്രത്യേകം വാങ്ങി വച്ചേക്കും.

അങ്ങനെ തിന്നും കുടിച്ചും, കുടിച്ചും കുടിക്കാതെയുമൊക്കെ നാലു കണ്ടത്തിലെ കണ്ടൻകോരന്റെ മാടത്തിൽ ജീവിതം പുലർന്നു.

ഏഴ്

കണ്ടൻകോരന്റെ ശരീരം നീരുവന്നു വീങ്ങി. വെളിയിലിറങ്ങി നടക്കാനാവാതെ അയാൾ മാടത്തിന്റെ ഒരു മൂലയിൽ മുക്കിയും മൂളിയും ചുരുണ്ടുകൂടിക്കിടന്നു. ഇടയ്ക്കിടെ പുലയിയേയും ശപിച്ചുകൊണ്ടു പറയും:

"മുടിഞ്ഞുപോവാനെക്കൊണ്ട് പിശാചുക്കൾ....നേരത്തും കാലത്തും ഇച്ചിരി വെള്ളം പോലും തരുകേല...പാതാണിച്ചികൾ."

ആദ്യമാദ്യം കൊച്ചേയി അയാളോട് ഏറ്റു വെട്ടുമായിരുന്നു.

"ങക്ക് എന്താ മുതുപൊലേനെ? ഇവിടാരാണ്ട് ഏതാണ്ട് വായിലിട്ടേച്ചിരിക്കുവാണോ? മാടത്തിന്റവത്ത് എലവാന്റെ വകയില്ലാത്തേന് ങള് കുത്തിയിരുന്ന് പ്രാകിയാ മതിയോ?"

കണ്ടൻകോരന്റെ പരാതിക്ക് ഒരു കുറവും വന്നില്ല. ഒടുവിൽ അയാളുടെ പിച്ചും പേയും ആരും ഗൗനിക്കാതായി.

കുറെ ദിവസമായി ജോലിയൊന്നുമില്ലാതെ കൊത്തേൻകുട്ടിയും വലഞ്ഞു. എന്നും രാവിലെ പണി തിരക്കി അവൻ മാടത്തിൽനിന്നിറങ്ങും. ഉച്ചയ്ക്കു വെറുംകൈയോടെ മടങ്ങിവരും. പെണ്ണുങ്ങൾ പായ് നെയ്യുന്നതിൽ നിന്നുവേണം തനിക്കു വലിക്കാനുള്ള ബീഡിപോലും വാങ്ങാൻ.

ഒരു ദിവസം രാവിലെ അവൻ മാടത്തിൽ നിന്നിറങ്ങിപ്പോയിട്ട് മടങ്ങിവന്നില്ല. അന്നും പിറ്റേന്നും അവർ കാത്തിരുന്നു. പിന്നെ മടങ്ങിവരുമെന്നുള്ള പ്രതീക്ഷ നശിച്ചു.

കണ്ടൻകോരന്റെ ദീനം കൂടിക്കൂടി വന്നു. അയാൾ നീണ്ടുനിവർന്നു കൺമിഴിച്ചു കിടന്നു. ആളു തിരിച്ചറിയാൻ വയ്യ. കിഴവൻ മരിക്കാറായെന്നു കൊച്ചേയിക്കും തോന്നി. വേവലാതിയായി. ഉറ്റവരും ഉടയവരും അടുത്തില്ല. കൊത്തേൻകുട്ടിയെ കാണാനില്ല. കൈയിലാണെങ്കിൽ ഒരു പുത്തനും പരുവവുമില്ല.

പിറ്റേദിവസം രാവിലെ കൊച്ചേയി പത്തിയൂരേക്കു പോയി.

കൊത്തേൻകുട്ടിയുണ്ടെങ്കിൽ വിളിച്ചുകൊണ്ടുപോരാം. ഒരാൺതുണയാവുമല്ലോ.

കിഴവന്റെയരികിൽ ശങ്കരി മാത്രമേയുള്ളൂ. അയാളുടെ കൈകാലുകൾക്കു ചലനമില്ല. ഒരു ചെറിയ ശ്വാസം മാത്രം.

ചിറിയിലും കണ്ണുകളിലുമെല്ലാം ഈച്ചവന്നു പറ്റി. മുഖത്ത് ഉറുമ്പും ചോനലും അരിച്ചു. ശങ്കരി അതു തൂത്തുകളഞ്ഞു.

മരണത്തിന്റെ മണം മാടത്തിനകത്തു തങ്ങിനിന്നു. മരണത്തിന്റെ കാൽപ്പെരുമാറ്റം കേട്ടു.

പേടിപ്പെടുത്തുന്ന ആ നിശ്ചലതയുടെ മറവിൽ മരണം ഒളിഞ്ഞു നിൽക്കുന്നതായി ശങ്കരിക്കു തോന്നി. ജീവൻ കെട്ടിവലിക്കാനുള്ള കാലപാശവുംചുറ്റി അതു പതുങ്ങി നിൽക്കുന്നു.

അപ്പോൾ മനുഷ്യജീവിയായി താൻ മാത്രമേ അവിടെയുള്ളൂ എന്നോർത്ത് അവൾ നടുങ്ങി.

കണ്ടൻകോരൻ കിടന്നു കണ്ണുകൾ ചുഴറ്റി. കൂടെക്കൂടെ വാ പിളർന്ന് അന്തരീക്ഷത്തിൽനിന്ന് ശ്വാസം വലിച്ചെടുക്കാൻ പരാക്രമപ്പെടുന്നതു കണ്ടു.

അവൾ അമ്പരപ്പോടെ ആ മുഖത്തു നോക്കിയിരുന്നു.

കിഴവന്റെ കണ്ണുകൾ നിശ്ചലമായി തുറിച്ചു നിൽക്കുന്നതുകണ്ട് അയാളെ കുലുക്കി വിളിച്ചു. അനക്കമില്ല.

ശരീരം തണുത്തു വിറങ്ങലിച്ചിരിക്കുന്നു.

അവിടെ കിടക്കുന്നത് കണ്ടൻകോരനല്ല; അയാളുടെ ശവമാണ്.

ഭീകരമായ ആ മരവിപ്പിൽനിന്നു രക്ഷപ്പെടാനെന്നവണ്ണം അവൾ കൈയ് രണ്ടും ചേർത്ത് നെഞ്ചത്തടിച്ചു നിലവിളിക്കാൻ തുടങ്ങി.

ആരോ മുറ്റത്തു വന്നു വിളിച്ചു ചോദിക്കുന്നതു കേട്ടു:

"എന്താ? എന്താ നീ നിലവിളിക്കുന്നത്?"

ആൾ അകത്തേക്കു കയറി വന്നു. ആരാണെന്നു നോക്കിയില്ല. ശവത്തിന്റെ മുഖത്ത് കൈയ് വച്ചിട്ട് ആർദ്രമായ സ്വരത്തിൽ അയാൾ പറഞ്ഞു:

"നീ കരയാതെ ശങ്കരീ, വെറുതെ തന്നത്താനിടിച്ച് നെഞ്ചുകലക്കാതെ, സമാധാനമായിരിക്ക്."

പരിസരബോധം കൈവന്നു. ആ ആളെ കൺതുറിച്ചു നോക്കി.

പാച്ചൻ! ശിവൻപിള്ളയുടെ കൈക്കാരനും തന്റെ തന്തയെ കുനിച്ചുനിറുത്തി ഇടിച്ചവനുമായ പാച്ചൻ!

ഭയത്തോടും വെറുപ്പോടും കൂടി മുഖംതിരിച്ചു.

അയാൾ വീണ്ടും സ്നേഹപൂർവം പറഞ്ഞു:

"കരയാതെ സമാധാനമായിരിക്ക്. കൊച്ചേയിച്ചേടത്തി എന്ത്യേ?"

തേങ്ങലിനിടയിൽ മറുപടി പറഞ്ഞു:

"അമ്മ രാവിലെ പത്തിയൂർ പോയതാ."

ശവത്തിന്റെ തുറന്നിരുന്ന വായിൽ വന്നു നുരച്ചുകൊണ്ടിരുന്ന ഈച്ചയെ പാച്ചൻ ആട്ടിയോടിച്ചു. ചെറ്റയിൽ കിടന്ന പഴംകൈലിയെടുത്ത് ആ മുഖം മൂടി.

അയൽക്കാർ ഒരോരുത്തരായി ഓടി വന്നു.

ഇടത്തറയിലെ മാല ശങ്കരിയെ ആശ്വസിപ്പിച്ചു.

"നീ കരയാതെ മോളേ. തഞ്ചപ്പെട്. ചത്തു തലയ്ക്കും മോളി നിക്കുന്ന ചാവിന് കരച്ചിലു കേക്കുന്നെ തങ്കടമാ."

കൊച്ചേയി മാറത്തടിച്ച് അലമുറയിട്ടുകൊണ്ട് കയറി വന്നു:

"ഏനാരുമില്ലേടിയേ, എന്റെ തൈവേ, ഏനാരുമില്ലേടിയേ, എന്റെ വലിയച്ചോ."

കൂടെ കൊത്തോൻകുട്ടിയുമുണ്ട്.

കൊച്ചേയിയെ മാല കടന്നു പിടിച്ചു;

"ങ്ങള് പടോളിക്കാണ്ടിരി തള്ളേ, പടോളിച്ചാലെക്കൊണ്ട് ചത്തു പോയ മനുഷ്യൻ തിരിച്ചുവരുവോ?"

പക്ഷേ, കൊച്ചേയിക്കെങ്ങനെ കരച്ചിടലടക്കാൻ കഴിയും? അവൾക്കിനി ആരുണ്ട്?

കുട്ടി പത്തിയൂർനിന്ന് വെറുംകൈയോടെയാണ് മടങ്ങി വന്നത്. ശവം മൂടാനുള്ള ചെലവ് ചെയ്യാൻ ആരുടെ കൈയിലും ഒന്നുമില്ലെന്നു പാച്ചനു മനസിലായി. ആ കുടിയിലെ ചുമതലക്കാരനെപ്പോലെ അയാൾ പെരുമാറി. ആളിനെവിളിച്ചു കുഴിവെട്ടിച്ചു. ശവം പിടിച്ചു കുഴിയിൽ വച്ചു മണ്ണിട്ടു.

വൈകിട്ട് കുട്ടിയെ വിളിച്ചുകൊണ്ടുപോയി അന്നത്തേക്കു വേണ്ട അരിയും ഉപ്പും മുളകും വാങ്ങിക്കൊടുത്തു.

ഏതാനും ദിവസങ്ങൾക്കുശേഷം ജീവിതം സാധാരണ ഗതിയിലായി.

കൊത്തേൻകുട്ടിയും പെണ്ണുങ്ങളും വേലയ്ക്കു പോകാൻ തുടങ്ങി. കോയിക്കലേയ്ക്കു പണിയുള്ളപ്പോൾ പാച്ചൻ കൊത്തേൻകുട്ടിയെക്കൊണ്ടു ജോലി ചെയ്യിച്ചു. കൊയ്ത്തിനും നടീലിനുമെല്ലാം വിളിച്ചു. അങ്ങനെ മാടം പുലർന്നു. വേദനകളെല്ലാം മറന്നു.

കണ്ടൻകോരന്റെ വക രണ്ടുകൂട്ടം സാധാനങ്ങൾ അവിടെ അയാളുടെ ഓർമ നിലനിർത്തി. കറക്കിയെറിഞ്ഞ് പെരച്ചം പറയാറുള്ള ഒരു വലിയ ശംഖ്. തോലുചുറ്റിയ ഒരു പറക്കുറ്റി. അവകൊണ്ട് വേറെയാർക്കും ഉപയോഗമൊന്നുമില്ല.

മാടത്തിൽ ഒരാപത്തു വന്നപ്പോൾ അവരെ തുണയ്ക്കാനെത്തിയത് പാച്ചനാണ്. അയാളിൽനിന്ന് അല്ലറ ചില്ലറ സഹായങ്ങൾ കിട്ടി. ഒരാവശ്യം വരുമ്പോൾ കൊച്ചേയി ഓടിച്ചെന്നു പറഞ്ഞാൽ ഒഴിയുകയില്ല.

അവിടെക്കൂടെങ്ങാനും വഴിപോകുകയാണെങ്കിൽ അയാൾ അവിടൊന്നു കേറാതിരിക്കില്ല. വിശേഷം ചോദിച്ചിട്ടു കടന്നുപോകുന്ന പാച്ചനെ കൃതജ്ഞതയോടുകൂടി മാത്രമേ ഇപ്പോൾ ശങ്കരിക്കു നോക്കി നിൽക്കാൻ കഴിയൂ.

അയാൾ കൊത്തേൻകുട്ടിയെപ്പോലെ കിഴങ്ങനല്ല. നല്ല പ്രസരിപ്പുണ്ട്. പ്രാപ്തിയും തന്റേടവുമുണ്ട്.

പണ്ട് എങ്ങനെയിരുന്നെങ്കിലും ഇപ്പോൾ ആ മാടത്തിലുള്ളവർക്ക് അയാളോടുള്ള കടപ്പാട് വലുതാണ്.

ഇടവപ്പാതിയും കന്നിപ്പറ്റും കഴിഞ്ഞു.

തുലാവർഷം പെയ്തു തുടങ്ങി. രാവിലെ വെയിലും വെട്ടവും കാണും. ഉച്ചതിരിഞ്ഞാൽ കോളും കുടുക്കവും.

കുളവും തോടും നിറഞ്ഞു കവിഞ്ഞിരുന്നു.

കിഴക്കുനിന്നെത്തിയ മലവെള്ളം പന്നിത്തോട്ടിന്റെ കരകൾ തകർത്ത് പുഞ്ചയിലേക്കു കുതിച്ചുപാഞ്ഞൊഴുകി.

ഒരുദിവസം ഉച്ചയ്ക്ക് ശങ്കരി തോട്ടുമുഖത്തെ കടവിൽ നിന്നുകൊണ്ട് പഴമുണ്ടും തുണിയും ചാരവെള്ളം മുക്കി തല്ലിക്കഴുകി. തുണി ഓരോന്നായി പിഴിഞ്ഞുമുറുക്കി, കൈതച്ചെടികൾക്കു മീതെ ഉണക്കാനിട്ടു. ഒരു തോർത്തെടുത്ത് മാറിനുമീതെവച്ചുടുത്തിട്ട് അവൾ ഒഴുക്കുവെള്ളത്തിൽ മുങ്ങിക്കയറി. ഒരു കാൽ വെള്ളത്തിൽ ചവിട്ടി, മറുകാൽ കരയ്ക്കു പൊക്കി വച്ചു ചകിരിനാരുകൊണ്ട് മേലു തേച്ചു.

തോടിന്റെ കരയ്ക്കുകൂടി കന്നിനെയും തെളിച്ചുകൊണ്ടുവന്ന പാച്ചൻ അവളുടെ രൂപം കണ്ട് നിശ്ചേഷ്ടനായി നിന്നു. തുള്ളിത്തുളുമ്പുന്ന മാറിടവും, കൊഴുത്തുരുണ്ട തുടയും. വെള്ളം വാർന്നൊലിക്കുന്ന തലമുടി.

കൈതയ്ക്കു മീതെകൂടി തലയുയർത്തി നോക്കിക്കൊണ്ട് അയാൾ പതുക്കെ വിളിച്ചു:

"എടീ, സുന്ദരിക്കുട്ടീ!"

അവൾ ഞെട്ടിപ്പിടഞ്ഞു നോക്കി. അവൻ അവളെ നോക്കി ചിരിച്ചുകൊണ്ടു നിൽക്കുന്നു. നാണിച്ച് മുഖംകുനിച്ചു. കൈത്തലംകൊണ്ട് മാറ് മറച്ചു നിന്നു.

പാച്ചന്റെ മധുരമായ വിളി അവളുടെ കാതുകളിൽ മുഴങ്ങി. ഇഷ്ടപ്പെട്ട വിളി. എങ്കിലും തലയുയർത്തി നോക്കിയില്ല.

അടുത്ത നിമിഷത്തിലവൾ അവന്റെ കരവലയങ്ങളിലമർന്നു. അവളുടെ ചുണ്ടിലും മാറിലും അവൻ വികാരവായ്പ്പോടെ ഉമ്മവെച്ചു.

അവന്റെ കൈകളിൽ കിടന്നു പുളഞ്ഞുകൊണ്ട് അവൾ പറഞ്ഞു:

"അയ്യേ ഇതെന്തു കൂത്താ? പട്ടാപ്പകൽ ആരെങ്കിലും കണ്ടാൽ....."

"ആരും കാണത്തില്ല."

വടക്കേ മാടത്തിൽ ആരുടെയോ വഴക്കു കേട്ടു. അവൾ അമ്പരപ്പോടെ പറഞ്ഞു:

"അതാ ആരാണ്ടു വരുന്നു. എന്നെ വിട്."

"വിട്ടാ വിളിക്കുമ്പം വരാമോ?'

"വരാം."

പാച്ചൻ പിടിവിട്ടു.

അയാളുടെ കന്നു കയറി വടക്കേതിലെ ഒരു വാഴ കടിച്ചു. അതിനെ വടിയെടുത്ത് അടിച്ചോടിച്ചുകൊണ്ട് അവിടത്തെ മൂത്ത പൊലയി പ്രാവാൻ തുടങ്ങി.

"ഇതെന്നാ തരവഴികേടാ കാണിക്കുന്നെ? ഇതേവന്റേതാണേലും അവന്റെമ്മേടെ വെളക്കേറു കഴിക്കാനെക്കൊണ്ട്!"

മറ്റൊരവസരത്തിലായിരുന്നെങ്കിൽ പാച്ചൻ പകരം ചോദിക്കുമായിരുന്നു. ഇപ്പോൾ ഒരക്ഷരം ഉരിയാടാതെ അയാൾ ഓടിച്ചെന്ന് കന്നിനെ അടിച്ചു നടത്തിക്കൊണ്ട് നിശ്ശബ്ദനായി തിരിച്ചുപോന്നു.

കന്നുമായി മടങ്ങുമ്പോൾ ശങ്കരി കുളിച്ചുകേറി തല തോർത്തുകയാണ്.

"കേട്ടോ സുന്ദരിക്കുട്ടി, ഇന്നു വൈകിട്ടു തറേലോട്ടുപോരെ. അവിടെ വേറെയാരുമില്ല."

നെറ്റിയിലും കവിളിലും കൂടി ഉതിർന്നു കിടന്ന തലമുടി വകുന്ന്, അതിനിടയിലൂടെ അയാളെ ഒളികണ്ണിട്ടു നോക്കിക്കൊണ്ട് ഒരു കള്ളച്ചിരിയോടെ അവൾ പറഞ്ഞു:

"ഇല്ല. ഞാൻ വരത്തില്ല."

"എന്നാ നമുക്കു കണ്ടോളാം"

കന്നിനെ തെളിച്ചുകൊണ്ട് പാച്ചൻ നടന്നുപോയി.

അന്നു സന്ധ്യക്ക് ഒരു തുണിക്കൊട്ടയും മണ്ണെണ്ണ വിളക്കുമായി, പീടികയിൽ പോകാനെന്നു പറഞ്ഞ് ശങ്കരി മാടത്തിൽ നിന്നിറങ്ങി. പോകുന്ന പോക്കിൽ പാച്ചന്റെ തറയിലേക്കൊന്നെത്തിനോക്കി. ആരുമില്ല വിളക്കും വെട്ടവുമില്ല. തിരിഞ്ഞും നോക്കിയും പീടികയിലേക്കു നടന്നു.

പാച്ചൻ വഴിയിലേക്കിറങ്ങിച്ചെന്നു. അവളെ കോരിയെടുത്ത മാടത്തിനകത്തേക്കു കൊണ്ടുപോയി.

അവൾ പിടിവിടുവിക്കാൻ വേണ്ടിയെന്നോണം നിഷ്ഫലമായി കൈകാലുകളിട്ടു കുതറി. അവസാനം അവന്റെ ശരീരത്തിത്തേക്കമർന്നു. മരത്തെ ചുറ്റിപ്പടരുന്ന പൂവള്ളിപോലെ കഴുത്തിൽ കൈചുറ്റിപ്പിണഞ്ഞു.

ഒരു പുരുഷന്റെ കിക്കിളിപ്പെടുത്തൽ അവിടെവച്ച് അന്നാദ്യമായി അവൾക്കനുഭവപ്പെട്ടു. ശരീരം കോരിത്തരിച്ചു. അതുവരെയുണ്ടാകാത്ത ഒരാനന്ദമൂർച്ഛയിൽപ്പെട്ട് പുളഞ്ഞു.

അവൾ തളർന്നു കണ്ണടച്ചു കിടക്കുമ്പോൾ സ്വേദകണങ്ങളുതിർന്ന നാസാഗ്രത്തിൽ അവന്റെ ഉച്ഛ്വാസവായു വന്നുതട്ടി.

കൊച്ചേയി ശങ്കരിയെ തിരക്കി വഴിനീളെ വിളിച്ചുകൂവുന്നതു കേട്ടു. പാച്ചൻ അവളുടെ കാതിൽ മന്ത്രിച്ചു:

"നിന്നെ വിളിക്കുന്നു. എഴുന്നേറ്റ് ചെല്ല്."

ഇമകളിറുക്കിയടച്ച്, പായിൽ ചരിഞ്ഞുകിടന്നുകൊണ്ട് അവൾ നിഷേധാർത്ഥത്തിൽ മൂളി.

"മ്ഹ്"

ദൈന്യസ്വരത്തിൽ കൊത്തേൻകൂട്ടി നീട്ടിവിളിച്ചു:

"ചങ്കത്തിയേ, എതി ശങ്കതിയേ"

ആ ശബ്ദം കേൾക്കാതിരിക്കാനെന്നപോലെ അവൾ അവന്റെ മാറിൽ മുഖമമർത്തി.

"നീ പോണില്ല്യേ"

"ഞാനിനി പോവുന്നില്ല."

കൊത്തേൻകുട്ടിയും കൊച്ചേയിയും കൂടി ചൂട്ടും കത്തിച്ച്, ചിറക്കാ

ലിലും ഇടവരമ്പിലും പരതിനടന്നു. തോട്ടത്തിലും കളത്തിലും ചെന്നു നോക്കി.

പുലത്തറകളിലെല്ലാം വിവരമറിഞ്ഞു. കേട്ടവർ കേട്ടവർ തിരക്കിയിറങ്ങി. വിളിയും പട്ടികുരയും ചൂട്ടിന്റെ വെട്ടവും — ആകെ ബഹളമായി.

സന്ധ്യക്ക് അവൾ പീടികയിൽ പോകുന്നത് കണ്ടവരുണ്ട്. ഇതിനകം എവിടെപോയിതാണു! ചുട്ടിരുന്ന കോഴി പറന്നുപോയെന്നു പറയുന്നപോലെ!

ഈ ബഹളമൊക്കെ നടന്നിട്ടും ഒരാൾ മാത്രം അങ്ങോട്ടെത്തിനോക്കിയില്ല. പാച്ചൻ. ആളുകൾ പാച്ചൻ സംശയിച്ചു. സംശയം ബലപ്പെട്ടു.

അവർ പാച്ചന്റെ തറയുടെ മുന്നിൽ കൂട്ടംകൂടി. ബഹളം വച്ചു. വായിൽ തോന്നിയതു വിളിച്ചു പറഞ്ഞു.

"അവനവളെ അതിനകത്തു പിടിച്ചു കെട്ടിയേക്കുവാ."

"അഴിച്ചു വിടെടാ അവളെ"

"തടി ചീത്തയാവണ്ടാങ്കി അവളെയങ്ങു പറഞ്ഞയച്ചേര്. അതാ നല്ലത്."

"ചൊണയുള്ളോരൊണ്ടെങ്കി, ഇപ്പോഴങ്ങോട്ടുചെന്ന് അവനെ പിടിച്ചിറക്കി കന്നത്തു രണ്ടു കൊടുക്കണം. ഈ പോക്രിത്തരത്തിന് അതാ വേണ്ടത്."

പക്ഷേ, ആ സാഹസത്തിനൊന്നും ആരും തയാറായില്ല. അഭിപ്രായങ്ങൾ മാത്രം പറഞ്ഞു; നല്ല ശക്തമായ ഭാഷയിൽ.

"അങ്ങോട്ടു കേറിച്ചെല്ലെടാ കുട്ടീ. അങ്ങോട്ടുചെന്ന് അവന്റെ കൊട്ടിലിനു തീ കൊളുത്ത്. അവനിങ്ങങ്ങി വരുമോന്നു കാണാമല്ലോ."

ബഹളം വർധിച്ചപ്പോൾ പാച്ചൻ ശങ്കരിയുടെ പിടിവുടവിച്ചിട്ട്, വാരിയിൽ തിരുകിയിരുന്ന കത്താളുമായി മുറ്റത്തേക്കിറങ്ങി.

ആൾകൂട്ടത്തിനടുത്തേക്ക് പതുക്കെ ചുവടുവച്ചു നടന്നുകൊണ്ട് അവൻ പോരിനു വിളിച്ചു:

"ആർക്കാ സോക്കേട്? ചൊണയുള്ളവനുണ്ടെങ്കി നീങ്ങിനിക്കിനെടാ. ഇങ്ങോട്ടു കേറിവന്ന് പെണ്ണിനെപ്പിടിച്ചോണ്ട് പോ"

ആ വെല്ലുവിളി സ്വീകരിക്കാൻ ആരും ഉണ്ടായില്ല. സർവം ശാന്തം!

ആളുകൾ പായലുപോലെ ഒഴിഞ്ഞുമാറി. ഓരോരുത്തരായി സ്ഥലം വിട്ടു.

അവന്റെ കത്താളിന്റെ തിളക്കംകണ്ട് പാവം കൊത്തേൻകുട്ടി പേടിച്ച്, ഏങ്ങലടിച്ച് കരഞ്ഞുകൊണ്ടാണ് മടങ്ങിപ്പോയത്.

കുട്ടി മാടത്തിൽ ചെന്നു കയറിപ്പോൾ അവിടെ ശങ്കരിയുടെ വർത്തമാനം കേട്ടു.

"എന്തിനാ തള്ളേങ്ങളീ മാളോരെയെല്ലാം വിളിച്ചുകൂട്ടി ഇത്രേം ബഹളം ഉണ്ടാക്കിയത്? പഞ്ഞം! മനുഷ്യേർക്കു നാണോം മാനോം ഇല്ലാണ്ടായാൽ!"

ചിരിക്കണോ കരയണോ എന്നറിയാതെ കുട്ടി കണ്മിഴിച്ചുനിന്നു.

എട്ട്

പാച്ചൻ നാലുകണ്ടത്തിലെ പോക്കും വരവും നിറുത്തി. അതിനടുത്തുകൂടി ഇപ്പോൾ വഴിപോലും പോകാറില്ല. കൊത്തേൻകുട്ടിയേയോ കൊച്ചേയിയോ കണ്ടാൽ മുഖം തിരിച്ചു നടക്കും. ആ മാടവുമായി അയാൾക്കുണ്ടായിരുന്ന അടുപ്പം പെട്ടെന്നൊരു ദിവസം അറുത്തുമുറിച്ചതുപോലെ തോന്നി.

പക്ഷേ രാത്രികാലത്ത് അയാളവിടെ ചേക്കയുണ്ടെന്ന വിവരം എങ്ങനെയോ ഇടത്തറയിലെ മാല മനസിലാക്കി.

പാച്ചന്റെ നിസ്സഹകരണംകൊണ്ട് പ്രയാസമുണ്ടായതു കൊത്തേൻകുട്ടിക്കാണ്. അയാളെ കോയിക്കലെ പണിക്കു വിളിക്കാറില്ല. മിക്ക ദിവസങ്ങളിലും മിനക്കേടായി. എന്തെങ്കിലും പണി തിരക്കി കാലത്ത് മാടത്തിൽനിന്നിറങ്ങിപ്പോകും. വയറ്റുകത്തെലെടുക്കുമ്പോൾ വെറും കൈയോടെ മടങ്ങിവരും. പെണ്ണുങ്ങൾ തഴയറുത്തോ പുല്ലുപറിച്ചോ നാഴിയരിക്കുള്ള വകയുണ്ടാക്കിയാൽ അതിൽ പങ്കുപറ്റി കമഴ്ന്നു കിടന്നുറങ്ങും.

ഈ പതിവ് നീണ്ടുപോയപ്പോൾ കൊച്ചേയി ക്ഷമകെട്ടു പറഞ്ഞു:

“ഇങ്ങനങ്ങു മേലനങ്ങാണ്ടു കെടന്നൊറങ്ങിയാലക്കൊണ്ടു പിത്തം പിടിക്കത്തില്യോടാ കുട്ടീ?”

അതുകേട്ടു കണ്ണിറുക്കിയടച്ച് കമഴ്ന്നു കിടന്നു. അവനെക്കുറ്റപ്പെടുത്തിക്കൊണ്ട് കൊച്ചേയി തുടർന്നു:

“ആണുങ്ങളായാ ഒന്നങ്ങോട്ടോ ഇങ്ങോട്ടോ ഇറങ്ങിപ്പോയി നാഴിയരിക്കുള്ള വക തേടണം. അല്ലാണ്ടിങ്ങനെ കമന്നുകിടന്നൊറങ്ങിയാലക്കൊണ്ടു മാടം മുടിഞ്ഞുപോകും.”

കുട്ടി അതും കേട്ടതായി നടിച്ചില്ല. പക്ഷേ, കൂരമ്പുപോലെ ആ വാക്കുകൾ അവന്റെ നെഞ്ചിൽത്തറച്ചു. അതവിടിരുന്ന് മനസിനെ കുത്തിനോവിച്ചു.

അവന് ഉറക്കെപ്പറയണമെന്നു തോന്നി:

“ഒതങ്ങാതെ പിന്നെന്തോ വേനം? തുന്തിക്കൊന്ത് നതക്കനോ?”

പക്ഷേ, താനായിട്ട് ഒരു വഴക്കുണ്ടാക്കേണ്ടെന്നു കരുതി ക്ഷമിച്ചു.

കുറേക്കഴിഞ്ഞ് കൊച്ചേയി വന്നു നോക്കിയപ്പോൾ അവനെ അവിടെങ്ങും കണ്ടില്ല. എങ്ങോട്ടു പോയെന്നറിഞ്ഞില്ല. നേരം ഇരുട്ടിയിട്ടും ഒന്നും കഴിക്കാൻ വന്നില്ല. കൊച്ചേയിക്ക് പശ്ചാത്താപം തോന്നി. അവനിനി കെറീച്ചു പോയേതോ? താൻ കുറേ കടത്തിപ്പറഞ്ഞുപോയി. അതു വേണ്ടായിരിന്നു. കുടീലെ പാടുകൊണ്ടങ്ങ് വിളിച്ചു പറഞ്ഞു. അതിത്ര കാര്യമാക്കാനുണ്ടോ?

രാത്രിയിൽ അമ്മയും മകളും വിളക്കണച്ചു കിടന്നു. കണ്ണിൽ മയക്കം പിടിച്ചപ്പോൾ വെളിയിൽ വിളികേട്ടു.

“ചങ്കതിയേ, ചങ്കതീ.”

കുട്ടി മടങ്ങിവന്നിരിക്കുന്നു!

കൊച്ചേയി വിളക്കു കത്തിച്ചപ്പോൾ, വെറും കൈയോടെയല്ല അവൻ വന്നിരിക്കുന്നത്. അരിയും ചീനിയും ഉപ്പും മുളകുമുണ്ട്.

അവളുടെ മുഖം പ്രസന്നമായി തെല്ലൊരു കുറ്റബോധത്തോടെ പറഞ്ഞു:

"ഏനങ്ങു വിഷമിക്കാനക്കൊണ്ടിനിയൊന്നുമില്ല. ഒന്നു മിണ്ടാണ്ട്, ഇതെവിടെ എറങ്ങിപ്പോയെന്നും നിനച്ച്."

കുട്ടി ഗൗരവം പൂണ്ടിരുന്നതേയുള്ളു. അരിയും സാധനങ്ങളുമെടുത്ത് കൊച്ചേയി അകത്തുകൊണ്ടു ചെന്നു വച്ചു. ചട്ടിയിൽ വിളമ്പിവെച്ചടച്ചിരുന്ന കഞ്ഞിയെടുത്ത് ശങ്കരി കുട്ടിക്കു കൊണ്ടുക്കൊടുത്തു. അതു മോന്തി മോന്തിക്കുടിച്ചിട്ട് അവൻ നിശ്ശബ്ദനായി പായ് നിവർത്തു കിടന്നു.

കാലത്തെഴുന്നേറ്റിട്ടിട്ടും ആരോടും ഒന്നും മിണ്ടിയില്ല. ഒരുപക്ഷേ, കൊച്ചേയിയോടുള്ള പരിഭവം കൊണ്ടാവാം. രാവിലെ മുഖത്ത് വെള്ളമൊഴിക്കാതെതന്നെ കുടിയിൽനിന്നിറങ്ങിപ്പോയി. അന്നു രാത്രിയിലും കുറേ സാധനങ്ങളും പത്തു പുത്തനുമായിട്ടാണ് മടങ്ങി വന്നത്.

രാവിലെ മാടത്തിൽനിന്നു പോയാൽ നേരമിരുട്ടി, എല്ലായിടവും ഉറക്കമായിട്ടേ മടങ്ങിവരൂ. ചെലവിനുള്ള വകയൊപ്പിക്കാൻ അവനിലുള്ള ജാഗ്രതകണ്ട് കൊച്ചേയി മകളോടു പറഞ്ഞു:

"ഇച്ചിരങ്ങോട്ടു കെറീച്ചാലും തരക്കേടില്ല. എന്നാലും പറയാണ്ടിരിക്കാനക്കൊണ്ടൊക്കുവോ? അതുകൊണ്ടിപ്പം പഠിച്ചല്ലോ അതുതന്നെ കാര്യം."

അതിനുശേഷം ഒരു ദിവസം രാത്രിയിൽ ശങ്കരിയും കൊച്ചേരിയും ഉറങ്ങാതെ കാത്തിരിക്കുമ്പോൾ പടിഞ്ഞാറെ ചിറക്കലിന്റെ തെക്കേ അറ്റത്ത് ഒരു വലിയ ബഹളം കേട്ടു. അവർ വെളിയിലിറങ്ങി നോക്കി. ചൂട്ടു കത്തിച്ചു പിടിച്ചുകൊണ്ട് ആളുകൾ അങ്ങോട്ടോടുന്നു. ആരുടേയോ നിലവിളി കേൾക്കുന്നു. അടുത്തു ചെന്നപ്പോഴാണ് മനസിലായത്, കൊത്തേൻകുട്ടിയെ കൈരണ്ടും കൂട്ടിപ്പിടിച്ച് തോർത്തിട്ടു കെട്ടി നിർത്തിയിരിക്കുന്നു. മുമ്പിൽ രണ്ടു തേങ്ങയും കിടക്കുന്നു.

കോടൻതറയിലെ തിരുവഞ്ചൻ വലംകൈയുടെ മുട്ടുമടക്കി കുട്ടിയുടെ മുതുകിൽ ആഞ്ഞൊരിടികൊടുത്തു.

"ഹെന്തമ്മീ!"

കുട്ടി കൂനിപ്പോയി. അയാളുടെ നിലവിളി മുഴുവൻ വെളിയിൽ വന്നില്ല. അതിനുമുമ്പ് ഒന്നുകൂടി.

തിരുവഞ്ചൻ പറഞ്ഞു:

"കള്ളക്കഴുവേറീടാമ്മോനെ! തേങ്ങ കട്ടുപറിച്ച, മേലനങ്ങാതെ....."

ശങ്കരി വാവിട്ടു നിലവിളിച്ചു.

"എന്റമ്മീ, അതാ അതിയാനെ കൊല്ലുന്നേ."

കൊച്ചേയി ഓടിച്ചെന്ന് തിരുവഞ്ചനെ തള്ളിമാറ്റി.

"അവനെ കൊല്ലാതെ വിട്ടേയ്ക്ക് കാലമ്മാരെ"

തിരുവഞ്ചൻ കൊച്ചേയിയെ കുടഞ്ഞെറിഞ്ഞു.

"നിങ്ങൾ പോ തള്ളേ, വെറുതെ ചവിട്ടുകൊണ്ടു ചാവാതെ"

ഓടിക്കൂടിയ പലരും കുട്ടിയെ കൈവച്ചു തുടങ്ങി.

"ഇവനിതിനാ പത്തിയൂന്നുവന്ന് ഇവിടെ താവളമടിച്ചിരിക്കുന്നെ"

"കൈയോടെ പിടിച്ചതു കാര്യം. അല്ലേ, എല്ലാരുക്കും കൂടല്യോ പഴിവാസം?"

"ഈ എരണംകെട്ട ജന്തുവിനെ നാട്ടി വെച്ചേക്കരുത്. പെലേരുക്കുടെ ആക്ഷേപം."

കള്ളനെ പിടികൂടിയ അഹങ്കാരത്തോടും അവന്റെമേൽ കൈവച്ചതുകൊണ്ടുള്ള കിതപ്പോടും കൂടി തിരുവഞ്ചൻ പറഞ്ഞു:

"ഒരൊഴിക്ക് നൂറുതേങ്ങാ തെകച്ച് ഈ ചെറക്കാലേന്ന് കിട്ടീട്ടില്ല. എന്നെയാ എന്നും വാര്യത്തെ വല്യമ്പ്രാൻ വഴക്കുപറേന്നെ. കള്ളനായിന്റെ മോൻ."

നിലത്തു കുനിഞ്ഞു തേങ്ങാ തൂക്കിയെടുത്തുംകൊണ്ട് അയാൾ കുട്ടിയെപ്പിടിച്ച് മുന്നോട്ടു തള്ളി.

"നടക്കെടാ അങ്ങോട്ട്."

കൊച്ചേയിയും ശങ്കരിയും നിലവിളിച്ചുകൊണ്ടു നിൽക്കുമ്പോൾ ആ ആൾക്കൂട്ടം അവനെ അടിച്ചുനടത്തി വാര്യത്തേക്കു കൊണ്ടുപോയി. അന്നു രാത്രിയിൽ എരുത്തിലിന്റെ കുന്തക്കാലിൽ കെട്ടിയിട്ടിരുന്നു.

പിറ്റേന്നു വാര്യത്തെ തമ്പ്രാൻ പൊലീസിനെ വരുത്തി, കുട്ടിയെ പൊലീസിൽ ഏൽപ്പിച്ചു.

ശങ്കരി കരഞ്ഞുവിളിച്ചു നടന്നു. കൂടെക്കൂടെ തള്ളയോട് പാഴാങ്കം പറഞ്ഞു.

"ആ പാവത്തിനെ അവരടിച്ചുകൊന്നുകാണുവേ എന്റമ്മീ."

അത് കൊച്ചേയിക്കും അറിയാം. അതിനിപ്പോൾ എന്തുചെയ്യും?

"വല്ലോരടേം വകകേറി കക്കാനും മോട്ടിക്കാനും നടന്നാലക്കൊണ്ട് ഇതാ അനുപവം പടിക്കട്ടെ."

കൊച്ചേയിയുടെ ഭാവവ്യത്യാസംകണ്ട് ശങ്കരിക്കതിശയം തോന്നി. അവൾ രോഷത്തോടെ പറഞ്ഞു:

"ഹമ്പടി മുതുക്കി, നിങ്ങക്കിതു പറയാൻ തോന്നിയല്ലോ, ആ നാക്കു പുഴുത്തുപോട്ടെന്റെ ദൈവെ!"

"നീയാ പുഴുത്തു പുഴുവരിക്കാൻ പോന്നെ. കണ്ടോനെപ്പിടിച്ചവരാധിക്കുന്ന....എന്നൊന്നും പറേന്നില്ല. നിനക്കത്ര തങ്കടമാണേ, ന്നൂങ്ങോട്ടു ചെന്ന് അവനിച്ചിര അമ്മിഞ്ഞ കൊടെടീ തേവിടിച്ചീ"

കുട്ടിയെ കിട്ടിയിരുന്നെങ്കിൽ അപ്പോൾ മടിയിലെടുത്തുവച്ച് അവൾ അമ്മിഞ്ഞതന്നെ കൊടുക്കുമായിരുന്നു.

ഒടുവിൽ രണ്ടും കൽപ്പിച്ച്, മാടത്തിൽനിന്നിറങ്ങി അവൾ നേരെ പാച്ചന്റെ തറയിലേക്കു പോയി. അവന്റെ മുന്നിൽനിന്നു കരയുകയും പറയുകയും ചെയ്തു.

പാച്ചൻ ദയാവായ്പോടെ അവളെപ്പിടിച്ച് ഉമ്മവച്ചു. അയാളുടെ ചുണ്ടുകളിൽ ഉപ്പുകയ്ച്ചു. അവളുടെ കണ്ണുനീരു തുടച്ചു. ആശ്വാസം പറഞ്ഞു:

"നീ കരയാതെന്റെ സുന്ദരിക്കുട്ടി. പാച്ചൻ പാച്ചനാണേ, അയാളെ ഇന്നുതന്നെറക്കിച്ചോണ്ടു വരും. നീയൊന്ന് തഞ്ചപ്പെട്!"

എന്തൊരു സ്നേഹമുള്ള മനുഷേൻ!

പാച്ചൻ ചെന്നു തിരുവഞ്ചനെക്കണ്ടു. അളിയന്മാർ തമ്മിൽ കൂടിയാലോചിച്ചു.

വാര്യത്തെ തമ്പ്രാൻ പറഞ്ഞയച്ചതനുസരിച്ച്, കുട്ടിയെ പൊലീസ് സ്റ്റേഷനിൽനിന്ന് എഴുതിവയ്പ്പിച്ച് അന്നുതന്നെ പറഞ്ഞയച്ചു.....

അങ്ങനെ കൊത്തേൻകുട്ടിക്കും പാച്ചനോട് തീർത്താൽ തീരാത്ത കടപ്പാടായി. പാച്ചൻ നാലുകണ്ടത്തിലോട്ട ചെന്നില്ലെങ്കിൽ കുട്ടി പാച്ചനെത്തിരക്കി തെക്കെ മാടത്തിലോട്ടു പോകും.

പാച്ചൻ വന്നാലുടൻ കുട്ടി അയാളെ സൽക്കരിച്ചിരുത്തും. വീട്ടിൽ മുട്ടുവരുമ്പോൾ പാച്ചനോടു പറയും. അയാൾ ആവശ്യമുള്ള അരിയും ഉപ്പും മുളകും എല്ലാം കൊത്തേൻകുട്ടിയുടെ പക്കൽ വാങ്ങിക്കൊടുത്തയക്കും. ഒടുവിൽ പാച്ചൻ ഊണും ഉറക്കവും പോലും ശങ്കരിയുടെ കൂടെയായി.

മറ്റുള്ള പെണ്ണുങ്ങൾ അവളുടെ നേരെ അർഥംവച്ചു നോക്കി. അവൾ കടന്നുവരുമ്പോൾ ചീറിപുളുത്തുകയും കണ്ണിറുക്കി ചിരിക്കുകയും ചെയ്തു.

ശങ്കരി നടന്നുപോയപ്പോൾ പുറകിൽ നിന്ന ഒരുത്തി മറ്റൊരുത്തിയോടു പറഞ്ഞു:

"ഇപ്പള് ആളൊന്ന് മിനുങ്ങീട്ടൊണ്ട്."

മറ്റവളുടെ സമാധാനം.

"എന്നു പറഞ്ഞാലക്കൊണ്ട് മിനുങ്ങുന്നേന് കുറ്റമൊണ്ടോ? അവന്റെയെല്ലാം അവളല്ല്യോ പിടുങ്ങുന്നെ!

"എന്നാലും പൊലപ്പെമ്പിള്ളേരിങ്ങനെ നിണ്ണാണോം നെറീമില്ലാണ്ടായാ, നാടു മുടിയത്തില്യോ തമ്പുരാനേ."

അവളെ അടുത്തു കണ്ടപ്പോൾ ഒരിക്കൽ പുത്തൻതറേലെ ചിരുത ലോഹ്യം ചോദിച്ചു.

"തെക്കെമാടത്തിലെ പാച്ചൻ അവിടെക്കൂടാന്നോ ശങ്കരീ? അരാണ്ടു പറേന്ന കേട്ട്."

അവൾ പൊട്ടിത്തെറിച്ചു.

"അവിടെക്കൂടാ. അതിനിപ്പം ഏതവക്കാ നട്ടം വന്നെ?"

"അയ്യോ ഏനതൊന്നും വച്ചോണ്ടു ചോദിച്ചതല്ലാ. ഇങ്ങനെ പറേന്നകേട്ട്."

"ഏതു പൊലയാടിയാ പറഞ്ഞെ? ആ പറഞ്ഞാളുമാരാ അങ്ങനെ."

ചിരുത പിന്നെ ശബ്ദിച്ചില്ല.

പിന്നെപ്പിന്നെ ഒരൊറ്റ മറുപടികൊണ്ട് അവൾ മറ്റുള്ളവരുടെ വായടപ്പിക്കും.

"അവളുമാരുക്ക് അതിയാനെ കിട്ടാത്ത കൊതിയാ. വഴി നോക്കി നിന്നു വെള്ളം വിഴുങ്ങിയേച്ചു പോയി കമന്നുകെടന്നൊറങ്ങട്ടെ."

ആ അയലുവട്ടത്തുള്ള മറ്റു പുലയക്കിടാത്തിമാരേക്കാൾ കാണാൻ കൊള്ളാവുന്നവളാണു തനെന്നു ശങ്കരിക്കു ബോധ്യമുണ്ട്. തന്റെ ചന്തം കണ്ടിട്ടാണ് പാച്ചൻ തന്നോടടുത്തത്. അതിനു മറ്റുള്ളോരുമാരു കൊതിച്ചാ മതിയോ? അതിയാൻ അവളുമാരുടെ പൊറകെ ചെല്ലാത്തതിനു താനാണെ പെഴച്ചെ?

പാച്ചനെക്കുറിച്ചു വിചാരിക്കുമ്പോൾ അവളുടെ സിരകളിൽ ചോര തിളച്ചു.

ഒരു ദിവസം പലതും വിചാരിച്ചുകൊണ്ട് നടക്കുമ്പോൾ അവൾ തന്നത്താൻ പറഞ്ഞു:

"ഇല്ല. ഏനിനി അതിയാനെ വേറൊരുത്തിക്കും കൊടുക്കത്തില്ല."

രാത്രിയിൽ പാച്ചനെ കെട്ടിപ്പുണർന്നു കിടക്കുമ്പോൾ അവൾ അവന്റെ കാതുകളിൽ മന്ത്രിച്ചു.

"ഞാനൊരു കാര്യം ചോദിച്ചാ നേരു പറയുവോ?"

"പറയാം."

"എന്നേലും എന്നെയങ്ങു കളഞ്ഞേച്ചു പോവുമോ?"

"എവിടെ പോകുന്ന കാര്യമാ?"

"വേറെ വല്ലാടേം പൊറകെ."

പാച്ചൻ ചിരിച്ചു.

"എന്റെ സുന്ദരിക്കുട്ടിയെ കളഞ്ഞേച്ചോ?"

ആ മറുചോദ്യം കേട്ട് അവൾക്കു തൃപ്തിയായി. കുറെനേരം കണ്ണടച്ചു കിടന്ന് ആലോചിച്ചശേഷം അവൾ വീണ്ടും ചോദിച്ചു.

"എന്നാലും.... എന്നെക്കൊണ്ടു വയ്യാതാവുമ്പം?"

"കരിനാക്കു പറയാതെ. നിനക്കൊരിക്കലും വയ്യാതെ വരത്തില്ല."

"അങ്ങനെ കളഞ്ഞേച്ചുപോയാ നമ്മളുള്ളിടം തെരക്കിപ്പിടിച്ചുവന്ന് മുമ്പിക്കെടന്നു ചത്തുകളേം."

"അങ്ങനെ ചത്തുകളയരുത്. ഇതുപോലെ എന്റെ സുന്ദരിക്കുട്ടിയെ കെട്ടിപ്പിടിച്ചോണ്ടുകെടന്നേ ഞാൻ ചാവൂ."

വികാരമൂർച്ഛയോടെ അവൾ അവനെ ഗാഢമായി പുണർന്നു.

"എന്റെ കുട്ടാ."

ഒരുനാൾ വൈകിട്ട് കമ്പോളത്തിൽ പോയിട്ടു മങ്ങിവരുന്നവഴി, ഒരു കാര്യവുമില്ലാതെയാണ് പാച്ചന്റെ പെങ്ങൾ ചെല്ലമ്മ, ശങ്കരിയുടെ തല ചാടിപ്പറിക്കാൻ ചെന്നത്.

"എടീ, വഴീക്കാണുന്ന പൈതങ്ങളെപ്പിടിച്ചപഹരിക്കുന്ന തേവിടിച്ചീ. നിനക്കിനി അവനെയങ്ങു വിട്ടൂടായോടീ?"

ശങ്കരി അവളോടേറ്റുവെട്ടി:

“എന്നാ നീ അതിയാനെപ്പിടിച്ചു കൂടെക്കെടത്തിക്കോടീ പുലയാടീ. വേറെയെങ്ങോട്ടുമയക്കണ്ട.”

“ശ്ശീ, എന്തുപറഞ്ഞെടീ.”

“പറഞ്ഞതു കേട്ടില്ല്യോ? എന്താ അതിയാന്റെ കൂടെക്കെടക്കാണ്ട് നെനക്കടങ്ങുന്നില്ല്യോ? നിന്നെക്കൊണ്ടു കൊള്ളാഞ്ഞിട്ടാടീ എന്റെ പൊറോന്നു വരുന്നെ. ആങ്ങളെക്കേറിപ്പിടിക്കുന്ന നേരും നെറീംകെട്ട പൊലയാടി.”

ചെല്ലമ്മ അവളുടെ നേരെ ചാടി. അവളുടെ തലമുടി കെട്ടഴിഞ്ഞൂർന്നുവീണു.

ശങ്കരി അവളെ നേരിടാൻ തയാറായി നിന്നു. കൂടെ വന്ന പെണ്ണുങ്ങൾ രണ്ടാളെയും കേറിപ്പിടിച്ചു. എല്ലാവരും ചെല്ലമ്മയെയാണ് കുറ്റപ്പെടുത്തിയത്.

“ആണുങ്ങളു പോന്നെടുത്തെല്ലാം നീ കൂടെച്ചെല്ലുവോ? വല്ലോം ഒണ്ടേ അതു മനസീവച്ചേക്കുവേ ആകാവൂ. ഇങ്ങനെ കാണുന്നോരോടു ശണ്ഠകൂടാൻ നടന്നാല്, അതു മോശമാ.”

ചെല്ലമ്മ ചെന്നു തിരുവഞ്ചനോടു കരയുകയും പറയുകയും ചെയ്തു. അയാളും അവളിലാണു കുറ്റം കണ്ടത്:

“ആണുങ്ങളായാ അങ്ങനെ കണ്ടടം കേറിയൊക്കെ നടന്നെന്നു വരും. നീയെന്തിനാ അതിനു കണ്ട പെണ്ണുങ്ങളോടു പിടിക്കാൻ നടക്കുന്നെ?”

ആ അഴകൊഴമ്പൻ മറുപടികൊണ്ട് ചെല്ലമ്മയെ സമാധാനപ്പെടുത്താൻ കഴിഞ്ഞില്ല. അവൾ ആഹാരംപോലും കഴിക്കാതെ, തിരുവഞ്ചന്റെ മുമ്പിൽ മുഖവും വീർപ്പിച്ചിരുന്നു.

അതിനുശേഷം ശങ്കരി പാച്ചനെയും വിളിച്ചുകൊണ്ട് പരസ്യമായി ഓച്ചിറപോയി കുളിച്ചുതൊഴുതു. അയാളുടെ കൂടെ വൈദ്യശാലയിൽ പോയി മരുന്നു വാങ്ങിച്ചു.

പലപ്പോഴും അവർ രണ്ടാളും കൂടി പോയി സിനിമ കണ്ടു.

അങ്ങനെ മാസങ്ങൾ കടന്നുപോയി.

പക്ഷേ, ഒരു ദിവസം പെട്ടന്നാണു കാര്യമെല്ലാം അവതാളത്തിലായത്.

പാച്ചന്റെ കാര്യം പറഞ്ഞ് ചെല്ലമ്മ തിരുവഞ്ചനെ ഇരുത്തിപ്പൊറുപ്പിച്ചില്ല. കുറേ ദിവസം അതെന്നുംചൊല്ലി നടന്നിട്ട് അയാൾ പാച്ചനെക്കൊണ്ട് കണ്ണമംഗലത്തെ കല്യാണാലോചനയെക്കുറിച്ചു പറഞ്ഞു. വലിയമാടത്തിലെ കൊച്ചിലാന്റെ മകൾ നീലമ്മയാണു പെണ്ണ്.

പണ്ടു പാച്ചനുവേണ്ടി തിരുവഞ്ചൻ തന്നെ ഒന്നാലോചിച്ചതാണ്. പത്തുപന്ത്രണ്ടു സെന്റു ഭൂമിയുണ്ട്. ഒരു പെണ്ണേയുള്ളൂ. അവൾക്കാണെങ്കിൽ വേലയെടുക്കാൻ നല്ല കൈത്തഴക്കവും.

ആ ആലോചന അന്നു പാച്ചനും ഇഷ്ടമായിരുന്നു. പക്ഷേ, കൊച്ചിലാനാണു തിരിഞ്ഞു നിന്നത്. അവളെ അയാളുടെ മരുമകൻ കണ്ണന്റെ

കൂടെ അയക്കാൻ നിർത്തിയിരിക്കുകയാണത്രെ.

അതേ കൊച്ചിലാൻ തന്നെയാണ് ഇന്നിപ്പോൾ തിരുവഞ്ചനോടു സമ്മതം മൂളിയത്.

എല്ലാം കാലത്തിനു വന്ന മാറ്റം!

കൊച്ചിലാനു കാലക്കേടു തുടങ്ങിയിട്ട് കാലം കുറെയായി. അയാളുടെ ചേട്ടന്റെ മകൻ മൈലനെ ആരോ തല്ലിക്കൊന്നു ചാലിൽക്കളഞ്ഞു. ഏതിനും പോരുന്ന ചുണയുള്ള ഒരു പൈതലാൻ. അവൻ അങ്ങനെ പോയി.

പിന്നെ അനന്തരവൻ കണ്ണന്റെ കാര്യം. മകളുപെണ്ണുമായി അവനു കല്യാണത്തീയതിവരെ ഉറച്ചുവച്ചിരുന്നു. അതും നടന്നില്ല. അവൻ എവിടെയോ പോയി. എവിടെയാണെന്നറിഞ്ഞുകൂടാ.

അന്നു പൊലീസുകാർ തിരക്കിച്ചെന്നപ്പോൾ ദൈവാധീനം കൊണ്ടാണ് അവൻ മാടത്തിലില്ലാതിരുന്നത്. അല്ലെങ്കിൽ മത്തായിയെപ്പോലെ തല്ലുകൊണ്ട് എല്ലൊടിയുമായിരുന്നു.

എന്തായാലും അന്നു രാത്രി കൊച്ചാളിയോടു യാത്രയും ചോദിച്ചു പോയതാണ്. എവിടെയാണെന്ന് ഒരറിവുമില്ലായിരുന്നു.

കുറേ നാൾ കഴിഞ്ഞ് കുട്ടനാട്ടുനിന്നു വന്നവരാരോ പറഞ്ഞു, അവൻ അങ്ങു വടക്ക് ചാത്തങ്കരിയിലെവിടെയോ ഉണ്ടെന്ന്. നേരാവാൻ ഇടയുണ്ട്. അവന്റെ തന്തവഴിയിൽ ഒരു ചിറ്റപ്പൻ, അവുതമുതലാളിയുടെ ഓണപ്പണിക്കാരനായി ചാത്തങ്കരിയിലുണ്ട്.

കേട്ടുകേഴ്വിയുടെ നിജസ്ഥിതിയറിയാൻവേണ്ടി കൊച്ചിലാൻ ചെല്ലപ്പനെയും വിളിച്ചുകൊണ്ട് നേരെ ചാത്തങ്കരിയിൽ ദൈവത്താന്റെ മാടത്തിൽ ചെന്നു.

കാര്യം നേരു തന്നെ. മൂന്നുനാലു മാസം മുമ്പുവരെ അവനവിടെ ഉണ്ടായിരുന്നു. ഒരുദിവസം അവനെയും വേറെ കുറേപ്പേരെയും കൂടി പോലീസുകാരു പിടിച്ചോണ്ടുപോയി. ഇപ്പോൾ സെൻട്രൽ ജയിലെവിടെയോ ആണ്.

അതുകേട്ട് ജീവശ്ശവംപോലെയാണ് കൊച്ചിലാൻ തിരിച്ചുവന്നത്. ആരോടും മിണ്ടുരിയാട്ടമില്ല. ആധിമൂത്ത് കഞ്ഞിയുടെ വെള്ളം വോണ്ടാതെ, മാടത്തിൽ നിന്നെങ്ങോട്ടും ഇറങ്ങാതെ ഒരിടത്തു ചുരുണ്ടുകൂടിക്കിടന്നു.

ആയിടയ്ക്കാണു സുഖക്കേടിന്റെ ആരംഭം.

ഒരേമ്പക്കം പോലെ വന്നു. പിന്നെ വയറു പെരുക്കം തുടങ്ങി.

ചെങ്ങന്നൂർ നിന്ന് ഒരു പേരുകേട്ട വേലത്താൻ വന്ന് വ്യാരിപ്പു നടത്തി.

ചട്ടി വിളക്കു കത്തിച്ചുവച്ച് അതിന്റെ മുന്നിൽ കൊച്ചിലാനെ കൊണ്ടുചെന്നിരുത്തി. തലയിൽ ചുവന്ന പട്ടു കെട്ടി. നെറ്റിയിൽ ഭസ്മം പൂശി. കഴുത്തിൽ പട്ടുതുണി ചുറ്റിയ വേലത്താൻ, തിരുപ്പുമണി കറക്കി, നീട്ടിയും കുറുക്കിയും വികൃതമായ ശബ്ദത്തിൽ ദൈവങ്ങളെ വിളിച്ചു മന്ത്രം ചൊല്ലി:

"ഏടെ കൊച്ചിനെന്താണോ?
ദീനാണെങ്കി അതു ചൊല്ലെടാ ദൈവേ,
ക്ഷുദ്രാണെങ്കി അതു ചൊല്ലെടാ ദൈവേ."

ദൈവത്തെ വിളിച്ചുകൊണ്ട് ശംഖ് കളത്തിലെറിഞ്ഞു. അതു കിടന്നു കറങ്ങുമ്പോഴും മന്ത്രം പറഞ്ഞുകൊണ്ടിരുന്നു.

"ബഹു സത്യമാണെങ്കികന്നിമീനം കൊണ്ടുവരണേ
എടാ തമ്പുരാനേ!"

സൂക്ഷം പോലെ ശംഖ് മീനം രാശിയിലേക്കു തലതിരിഞ്ഞു നിന്നു.

വേലത്താന്റെ മുഖം മ്ലാനമായി.

മരണദോഷം ഫലം!

ദോഷപരിഹാരത്തിന് മന്ത്രവാദവും പൂജയും നടത്തി. വയറ്റു പെരുക്കത്തിന് കുറവില്ല.

പുരനിറഞ്ഞു നിൽക്കുന്ന പെണ്ണിനെ നോക്കി അന്നാദ്യമായി കൊച്ചിലാൻ കണ്ണീരൊഴുക്കി. കണ്ണടയുംമുമ്പ് അവളെ ആരുടെകൂടെയെങ്കിലും പറഞ്ഞയക്കാൻ കഴിയണമെന്ന ആഗ്രഹമേയുള്ളൂ.

അവിടെ സുഖമറിയാൻ ചെന്നതാണു തിരുവഞ്ചൻ.

കുറേനേരം അയാളുടെ മുഖത്തേക്കു നോക്കി മിണ്ടാതെ കിടന്നിട്ട് കൊച്ചിലാൻ പറഞ്ഞു:

"ഏൻ ഭാഗ്യദോഷിയാ തിരുവഞ്ചോ. അല്ലാരുന്നെങ്കി..."

അയാളുടെ കവിളിലൂടെ കണ്ണീരൊഴുകി.

"അതിനിപ്പൊ എന്തുപറ്റി? കൊച്ചിലാൻ ചേട്ടൻ ആവശ്യമില്ലാത്തതിനെക്കുറിച്ചൊന്നും ആലോചിച്ചു മനസ്സ് പുണ്ണാക്കരുത്."

കൊച്ചിലാന്റെ മനോഗതം മനസിലാക്കിക്കൊണ്ട് തിരുവഞ്ചൻ തന്നെയാണ് ആ ആലോചന എടുത്തിട്ടത്.

അതു കേൾക്കാത്തതാമസം കൊച്ചിലാൻ സമ്മതംമൂളി. തലയിൽനിന്ന് ഒരു ചുമടിറക്കി വെച്ചിട്ട് മരിക്കാമല്ലോ.

തിരുവഞ്ചൻ പാച്ചനെക്കണ്ടു പറഞ്ഞു:

"ഇതുപോലൊരുബന്തം അളിയനു വേറെ കിട്ടാനില്ല. കേളവനാണോ, കുഴീലോട്ടു കാലും നീട്ടിയിരിക്കുവാ. അയാടെ കണ്ണടച്ചാപിന്നെല്ലാം അളിയന്റെ കൈകാര്യമാ."

പാച്ചൻ സമ്മതിച്ചു:

"എല്ലാം അളിയന്റിഷ്ടം പോലെ."

തിരുവഞ്ചൻ പോയപ്പോൾ ശങ്കരിയെക്കുറിച്ചോർത്തപ്പോൾ പാച്ചനു ചിരിവന്നു.

"ഇതറിയുമ്പം അവളു കിടന്നു ബഹളം കൂട്ടും. എന്നുകരുതി ഇത്രേം ഭൂമീം അൽപ്പസ്വൽപ്പം സൗകര്യങ്ങളുമുള്ള ഒരു ബന്തം കിട്ടിയാൽ വിടാനൊക്കുമോ! അവക്കെന്താ ഇരിക്കുന്നു? ആ തടി മാത്രം."

കണ്ടൻകോരന്റെ തറയിൽചെന്നു കൊത്തേൻകുട്ടിയുമായി വർത്ത

മാനം പറഞ്ഞിരിക്കുന്നതിനിടയിൽ ആ കല്യാണക്കാര്യത്തെക്കുറിച്ചും പാച്ചൻ സൂചിപ്പിച്ചു.

കുട്ടി കൗതുകപൂർവം എല്ലാം മൂളിക്കേട്ടു. ഒരു വലിയശല്യം ഒഴിഞ്ഞാലത്തെപ്പോലെ ആടി നീണ്ട പല്ലുകാട്ടിച്ചിരിച്ചു.

പക്ഷേ, ശങ്കരിയുടെ മുഖം വിളറി വെളുത്തു. അവൾ കുറേനേരം മുഖം കുനിച്ചിരുന്നിട്ട് അവരുടെ മുന്നിൽ നിന്നെഴുന്നേറ്റ് അകത്തേക്കു പൊയ്ക്കളഞ്ഞു. അതു ശ്രദ്ധിച്ചിട്ട് പാച്ചൻ ചോദിച്ചു:

"വെറ്റവട്ടീലുവല്ലോമൊണ്ടോ കുട്ടിച്ചേട്ടാ?"

"ഇന്തന്തോ അനിയാ."

"എന്നാ പോയി ഇത്രേ മുറുക്കാൻ മേടിച്ചോണ്ടു പോരെ."

കുട്ടി പീടികയിലേക്കു പോയപ്പോൾ പാച്ചൻ അകത്തേക്കു കയറി ച്ചെന്നു.

മുട്ടിനിടയിൽനിന്നു ശങ്കരിയുടെ തല പിടിച്ചുയർത്താൻ ഭാവിച്ചു കൊണ്ട് അയാൾ അനുനയത്തിൽ പറഞ്ഞു:

"നീയിങ്ങനെ കെറിച്ചാലോ സുന്ദരിക്കുട്ടീ? ഇങ്ങോട്ടു നോക്ക്. ഞാനൊരു കാര്യം പറയട്ടെ."

അവൾ പ്രതിമപോലെ ഇരുന്നതേയുള്ളൂ.

"ഞാൻ പറേന്നതൊന്നു കേള്. ഇന്നത്തേതുപോലെ കഴിയാൻ നമ്മളുതമ്മി മൊറയാരുന്നെങ്കി ഞാൻ കല്യാണമെ കഴിക്കത്തില്ലായിരുന്നു. മൊറതെറ്റി എനിക്കു നിന്നെ കല്യാണം കഴിക്കാനൊക്കുമോ?"

അവൾ മുഖമുയർത്തി ഉഗ്രരൂപിണിയായ ചാമുണ്ഡിയെപ്പോലെ അവന്റെ നേരെ രൂക്ഷമായൊന്നു നോക്കി. ആ നോട്ടമേറ്റ് പാച്ചൻ ചൂളിപ്പോയി.

എങ്കിലും അയാൾ പിടിച്ചുനിന്നു.

"നമ്മളു രണ്ടും ഒരില്ലത്തിപ്പെട്ടോരാ. അതു നിനക്കറിയാമോ? നമ്മടെ ജാതിപ്പൊറത്ത് ഒരില്ലത്തിപ്പെട്ടോർ തമ്മീ അങ്ങളേം പേങ്ങളുമല്യോ! നീ ആദിയില്ലക്കാരി. ഞാനും ആദിയില്ലമാ. അല്ലാരുന്നെങ്കി, എന്റെ സുന്ദരിക്കുട്ടിയെയല്ലാതെ ഞാൻ വേറൊരുത്തിയെ തിരിഞ്ഞുനോക്കുകപോലും ചെയ്യേലായിരുന്നു."

അയാൾ പറയുന്നതൊന്നും അവൾ ശ്രദ്ധിച്ചില്ല. അവൾ വിങ്ങിപ്പൊട്ടി. പാച്ചന്റെ പാദങ്ങളിൽ മുഖം അമർത്തി, കാലിൽ ചുറ്റിപ്പിടിച്ചു. അഴിഞ്ഞു ചിതറിയ തലമുടി നിലത്തേക്കൂർന്നുവീണു.

അവളുടെ കണ്ണീരുകൊണ്ട് പാച്ചന്റെ പാദം നനഞ്ഞു.

"നീ കരയാതെ സുന്ദരിക്കുട്ടീ. ഞാൻ കല്യാണം കഴിച്ചാലും നിന്നോടുള്ള സ്നേഹത്തിന് ഒരു കുറവും വരത്തില്ല. കൂടുതൽ മമത നിന്നോടായിരിക്കും. അതിനു വിപരീതം വരുന്നെങ്കി അന്നു നീ ചോദിച്ചോ."

അവൾക്കു പൊട്ടിക്കരയാനേ കഴിഞ്ഞുള്ളൂ.

"എന്നാലും എന്നെയിങ്ങനെ നടുക്കായലി താത്തേച്ചു പോകുമെന്നു കരുതീരുന്നില്ല."

"മണ്ടീ, ആരു പറഞ്ഞ് ഞാൻ പോകുന്നെന്ന്? ഞാനെങ്ങും പോണില്ല. കല്യാണം കഴിച്ചെന്നു കരുതി നിന്നെക്കാണാതെ എനിക്കൊറക്കം വരുവോ? എന്റെ സുന്ദരിക്കുട്ടിയല്യോ, കരയാതെ!"

അവളുടെ മുഖം പിടിച്ചുയർത്തി, അയാളൊരുമ്മ വെച്ചു-ചതളിച്ച മരക്കഷണത്തെയെന്നപോലെ അത്രയും വികാരരഹിതനായി.

കൊത്തേൻകുട്ടി മുറുക്കാനുമായി വന്നപ്പോൾ പാച്ചനെ കണ്ടില്ല. തലമുടിയഴിച്ചിട്ട് മുഖം കുനിച്ചിരിക്കുന്ന ശങ്കരിയെക്കണ്ട് അയാൾ അതിശയം പൂണ്ടുനിന്നു.

ഒൻപത്

നോക്കെത്താത്ത ദൂരത്തിൽ നീണ്ടുപരന്നു കിടക്കുന്ന പുഞ്ച. തുലാവെള്ളം ഇറങ്ങിത്തുടങ്ങി. അവിചാരിതമായി വന്നെത്തിയ വസന്തത്തിൽ മാദക സ്വപ്നങ്ങൾ കണ്ടുകൊണ്ട് പാടം മയങ്ങിക്കിടക്കുന്നു.

വെണ്മകലർന്ന അരളിപ്പൂക്കൾ മേഘങ്ങളൊഴിഞ്ഞ നീലാകാശത്തെ നോക്കി മന്ദഹാസം പൊഴിച്ചു. നാമ്പിട്ടു വരുന്ന പുതുജീവൻപോലെ അങ്ങിങ്ങു ചെതുരകൾ തലപൊന്തിച്ചു നിന്നു.. വെള്ളം ഇറങ്ങിയതോടെ കോഴിക്കുറിഞ്ഞകളുടെ ഉച്ചിയിൽ വെള്ളപ്പളുങ്കുപോലെയുള്ള മൊട്ടുകൾ പൊടിച്ചു.

പുഞ്ചയുടെ നടുക്കുള്ള തോട്ടിലും ചാലിലും ആമ്പലുകൾ പൂത്തുവിടർന്നു. താറാവുകൾ കൂട്ടം ചേർന്ന് വെള്ളത്തിൽ നീന്തി നടന്നു. മൊട്ടിട്ടു തുടങ്ങിയ പായൽ കൊത്തിത്തിന്നു. ഇടയ്ക്കിടെ വെള്ളത്തിലേക്കു കൊക്കുതാഴ്ത്തി ചുണ്ടിൽ തങ്ങിയ പൂഞ്ഞാനെയും പരലിനെയും അകത്താക്കി.

ഇരണ്ടപ്പക്ഷികൾ കാറ്റിന്റെ ആരവത്തോടെ വിദൂരതയിൽനിന്നു പറന്നെത്തി ഒന്നിച്ചു വെള്ളത്തിൽ വീഴുകയും കുഞ്ഞോളങ്ങൾക്കൊപ്പിച്ച് പൊങ്ങിത്താണ് ഇരതേടുകയും ചെയ്തു. കന്നുംകൂട്ടം പുഞ്ചയിലിറങ്ങി നടന്ന് ചെതുരയുടെ തലപ്പുകൾ പിച്ചിത്തിന്നു.

പുഞ്ചയുടെ കിഴക്കേ ഓരത്തുള്ള പാച്ചന്റെ തറയിൽ പെണ്ണും കുടിയും വന്നുവെന്നറിഞ്ഞ് അയൽപക്കത്തെ പെണ്ണുങ്ങളെല്ലാം അങ്ങോട്ടോടി. പുത്തൻ പെണ്ണിന്റെ നേരെ അവർ ഇമവെട്ടാതെ നോക്കിനിന്നു. നല്ല ചന്തമുള്ള ഒരുപെണ്ണ്. കരുത്തുള്ള ശരീരം. തുടുത്ത കവിളുകളും കൊഴുത്തിരുണ്ട കൈവണ്ണകളും ഭംഗിയുള്ള ഇളം കറുപ്പു നിറം. പനങ്കുലപോലെയുള്ള തലമുടി. കിനാവുകാണുന്ന കരിമിഴികൾ. ചോരത്തുടിപ്പാർന്ന ചുണ്ടുകളിൽ ഊറിനിൽക്കുന്ന പുഞ്ചിരി.

പാച്ചനെയും നീലമ്മയെയും മാറിമാറി നോക്കിയിട്ട് പെണ്ണുങ്ങൾ പിറുപിറുത്തു:

"കിളിപോലത്തെ പെണ്ണ്. അതിയാന്റെ കൂടെ കഴിയേണ്ടവളല്ല."

പാച്ചൻ ഒരു പരുക്കൻ മട്ടുകാരനാണ്. തുറിച്ചുനിൽക്കുന്ന കണ്ണു

കളും അൽപ്പം മുന്നോട്ടുന്തിയ പല്ലുകളും അവന്റെ മുഖത്ത് ഒരു ക്രൂരത പരത്തി. നീളത്തിൽ വളർത്തിയ മേലോട്ടു ചുരുട്ടിവച്ച മീശ മറ്റുള്ളവരിൽ ഒരമ്പരപ്പ് ഉളവാക്കി.

തന്റെ പെണ്ണിനെ എല്ലാവരും കൗതുകപൂർവം നോക്കിക്കാണുന്നത് പാച്ചൻ കണ്ടു. അവൻ എല്ലാവരോടും സ്നേഹം ഭാവിക്കുകയും ലോഹ്യം പറയുകയും ചെയ്തു.

പാച്ചന്റെ തരക്കാർക്ക് അവനോടസൂയ തോന്നി. അവർ അവനെ നോക്കി തമാശയായി പറഞ്ഞു.

"നീ പൊത്തിലും പൊനത്തിലുമൊക്കെ തപ്പിനടന്നത് വെറുതെയല്ലായിരുന്നല്ലോടാ. ഈ കിറുങ്ങണത്തിയെ പിടിച്ചെടുക്കാനാരുന്ന് പറന്നുപാതെ കൂട്ടിലിട്ട് വളത്തിക്കൊ അളിയാ. നിന്റെ ഭാഗ്യം."

അതുകേട്ടു പാച്ചന്റെ ഹൃദയം അഭിമാനഭരിതമായി. എങ്കിലും അവൻ പുറമെ ലജ്ജ നടിച്ചു.

മറ്റുള്ളവർ കണ്ട അതിശയങ്ങളൊന്നും അവൻ അവളിൽ കണ്ടില്ല. അവന്റെ കൂടെ നടന്നാൽ ആരും കുറ്റം പറയുകയില്ല. വേലയെടുക്കാൻ ആവതുള്ള തടി. ഇത്തിരി വസ്തുവും വകയും ഉണ്ട്. ഇതിൽക്കവിഞ്ഞ് വേറൊന്നും വേണ്ടതാനും.

ചെല്ലമ്മ, നാത്തൂന്റെ അടുത്തുനിന്നു വിട്ടുമാറിയിട്ടില്ല. അവൾക്കു നീലമ്മയെ ഇഷ്ടമായി. നാത്തൂനെ കാണാൻ വരുന്നവരെ അവൾ ആവുംമട്ട് സൽക്കരിച്ചു. നല്ല സ്വർണനിറമുള്ള അടയ്ക്കായെടുത്ത് വെട്ടിനുറുക്കി എല്ലാവർക്കും മുറുക്കാൻ കൊടുത്തു. കല്യാണപ്പന്തലിൽവച്ചു കിട്ടിയ സമ്മാനങ്ങളെല്ലാം മറ്റുള്ളവരെ എടുത്തുകാണിച്ചു. പിത്തളപ്പാത്രങ്ങൾ, സോപ്പുകട്ടകൾ, പൗഡർ, കുട, കണ്ണാടി – അങ്ങനെ പലതും.

എല്ലാവരും യാത്രപറഞ്ഞു പിരിഞ്ഞു.

പുത്തൻ പെണ്ണിനെ പിരിഞ്ഞുപോകാൻ ചെല്ലമ്മയ്ക്കു മനസുണ്ടായിരുന്നില്ല. തിരുവഞ്ചന്റെ തിടുക്കം കൂട്ടലിനു മുന്നിൽ മനസില്ലാമനസോടെയാണ് യാത്ര ചോദിച്ചത്.

സന്ധ്യയായപ്പോൾ പുഞ്ചപ്പാടത്തെവിടെയോനിന്ന് വെള്ളംവറ്റിക്കുന്ന എഞ്ചിന്റെ ശബ്ദം മുഴങ്ങിക്കേട്ടു.

മാടത്തോട് ചേർത്ത് കെട്ടിയിരിക്കുന്ന ചരിപ്പിൽച്ചെന്ന് പാച്ചൻ കന്നുകളെ നോക്കി. അവ അയവെട്ടിക്കൊണ്ടു കിടക്കുകയായിരുന്നു. അയാളെക്കണ്ട് മുട്ടുകാലിൽ എഴുന്നേറ്റുനിന്നു.

പ്രത്യേകം കരുതിവച്ചിരുന്ന വൈയ്ക്കോലിൽ കുറെയെടുത്ത് പുല്ലൂട്ടിൽ ഇട്ടുകൊടുത്തിട്ട് കന്നുകളോടായി പറഞ്ഞു:

"നിറച്ചു തിന്നൊ. തിന്നു തയാറെടുത്തു നിന്നോ."

അവ ചിക്കിയും ചിനക്കിയും ആ വൈക്കോൽ തിന്നാൻ തുടങ്ങി.

തലേദിവസത്തെ സൽക്കാരം കഴിഞ്ഞ് ബാക്കിവന്ന അൽപ്പം ചാരായം എടുത്തു കുടിച്ചിട്ട അയാൾ അത്താഴം കഴിക്കാനിരുന്നു.

തെല്ലൊരു ഭയത്തോടും നാണത്തോടുംകൂടി നീലമ്മ ചോറും

കൂട്ടാനും വിളമ്പി പാച്ചന്റെ മുന്നിൽ കൊണ്ടുചെന്നുവച്ചു.

ചോറുവിരവി ആർത്തിയോടെ ഉണ്ണുന്നതുകണ്ട് അവൾ ധൈര്യം പൂണ്ടു ചോദിച്ചു:

"കൂട്ടാൻ നന്നായോ?"

"നന്നായി."

"ഉപ്പും പുളിയുമെല്ലാം പാകത്തിനാണോ?"

"എല്ലാം വേണ്ടപോലെ."

നീലമ്മയ്ക്ക് ആശ്വാസമായി.

എഞ്ചിന്റെ ശബ്ദം കൂടുതൽ ഉച്ചത്തിൽ കേൾക്കാൻ തുടങ്ങിയപ്പോൾ പാച്ചൻ അവളെ നോക്കി ചിരിച്ചുകൊണ്ട് പറഞ്ഞു:

"വെള്ളം വറ്റിക്കഴിഞ്ഞാൽ നല്ല പണിയാണ്. പാടത്തുനിന്ന് കേറാൻ നേരം കിട്ടത്തില്ല."

ആ പ്രസ്താവന ഒരു മന്ദഹാസത്തോടെ അവൾ സ്വാഗതം ചെയ്തു.

അവളെ നോക്കി അഭിമാനപൂർവം അയാൾ വീണ്ടും പറഞ്ഞു:

"ഈ തവണ നമുക്ക് നല്ല ഒരേരുകന്നുങ്ങളുമുണ്ട്."

"വേല ചെയ്യാൻ ഒരു പെണ്ണാളും."

പാച്ചൻ ചിരിച്ചു.

"നീ നന്നായി വേലയെടുക്കുമെന്ന് ഞാൻ കേട്ടിട്ടുണ്ട്."

കുറേ കൂട്ടാൻകൂടി അവൾ ചോറിലേക്ക് ഒഴിച്ചു.

പാച്ചൻ ഏമ്പക്കം വിട്ടു.

"എനിക്കുമതി നീ വാരിത്തിന്ന്."

അയാളെഴുന്നേറ്റ് കൈ കഴുകി. ഒരു ബീഡികത്തിച്ചു പുകവിട്ടു.

നീലമ്മ അത്താഴക്കലം പെറുക്കിവച്ചിട്ട് അകത്തെ ചെറ്റയും ചാരി മുഖം കുനിച്ചു നിന്നു.

പാച്ചൻ സ്നേഹപൂർവം പറഞ്ഞു.

"എന്താ അങ്ങു നിൽക്കുന്നെ? വാ, വന്നു വിളക്കണച്ചു കിടന്നോ."

അവൾ അതനുസരിച്ചു.

മഞ്ഞുപെയ്യുന്ന രാത്രിയായിരുന്നു.

അയാൾ അവളെ പിടിച്ചടുപ്പിച്ച് തെരുതെരെ ഉമ്മവച്ചു. ഇടയ്ക്ക് എന്തോ ചിന്തിക്കുന്നതുപോലെ നിശ്ശബ്ദനായി കിടന്നപ്പോൾ നീലമ്മ ചോദിച്ചു.

"എന്തുവാ ആലോചിച്ചോണ്ടു കിടക്കുന്നേ?"

"കന്നുങ്ങൾ അയവെട്ടുന്നോന്ന് ഓർത്തു കിടക്കുവാരുന്ന്."

അവളും ചെവി വട്ടം പിടിച്ചു. ആ അയവെട്ടലിന്റെ സുഖകരമായ നേരിയ ശബ്ദം അവൾക്കും കേൾക്കാൻ കഴിഞ്ഞു. മൂക്കിലേക്കടിച്ചു കയറിയ രൂക്ഷമായ ഗന്ധം ശ്വസിച്ചുകൊണ്ട് അവൾ പറഞ്ഞു:

"എന്തൊരു വാട. ഇതു കുടിക്കാതിരുന്നുകൂടായോ?"

പാച്ചൻ അവളെ മുറുകെ പുണർന്നു.

"എന്റെ സുന്ദരിക്കുട്ടീ."

അവന്റെ കരവലയങ്ങളിൽപ്പെട്ട് അവൾ ഞെരിഞ്ഞമർന്നു. അവളെയിട്ടു വശം കെടുത്തി സഹിക്കാനാവാതെ ഒരു തവണ അവൾ പറഞ്ഞു:

"എന്നെ നോവിക്കാതെ."

ചാരായത്തിന്റെ ലഹരി മൂത്തപ്പോൾ അയാൾ തളർന്നുകിടന്നു. പിന്നെ കൂർക്കം വലിച്ചുറങ്ങി.

കൂടെക്കൂടെ കന്നുകൾ കാളക്കാലിൽ കൊമ്പിട്ടിടിച്ച് ശബ്ദമുണ്ടാക്കുന്നത് കേട്ടുകൊണ്ട് നീലമ്മ ഞെട്ടിയുണർന്നു. ഓലപ്പഴുതിലൂടെ കടന്നുവന്ന നിലാവെളിച്ചത്തിലേക്കു നോക്കി അവൾ കണ്ണുതുറന്നു കിടന്നു.

അടുത്തെവിടെയോ ഉള്ള കാക്കക്കൂട്ടിൽ ഉറക്കം വരാത്ത കാക്കകൾ കരഞ്ഞും വിളിച്ചും ആ രാത്രിയുടെ സ്വൈരം കെടുത്തി.

കിഴക്കു വെള്ളകീറിയപ്പോൾ അവളെഴുന്നേറ്റുപോയി മുറ്റമടിച്ചു. കലവും ചട്ടിയും തേച്ചുമിനുക്കി.

നേരം പുലർന്ന്, മുറ്റത്ത് വെയിലടിച്ചിട്ടും പാച്ചൻ ഉറക്കമുണർന്നില്ല. രാവിലെ കരിപ്പുഴനിന്ന് ചാണ്ടപ്പിള്ളയുടെ കാവൽക്കാരൻ കാളിക്കുട്ടി കയറിവന്നപ്പോൾ, തെക്കോട്ടുതലവെച്ച് ഉടുത്തിരുന്ന കൈലിയുരിഞ്ഞ് തലവഴി പുതച്ചുകൊണ്ട് പുഴുങ്ങിയെടുത്ത ഒരു കൊഞ്ചുപോലെ അയാൾ ചുരുണ്ടുകൂടിക്കിടക്കുകയായിരുന്നു. തലയ്ക്കും ഭാഗത്ത് ഒരുമുച്ചാൺ വടി. തലയിണയ്ക്കടുത്ത് ഒരു കോഴിവാലൻ പിച്ചാത്തിയും, വെറ്റവെട്ടിയും.

കാളിക്കുട്ടി പാച്ചനെ കുലുക്കി വിളിച്ചു.

"പാച്ചാ. എടോ പാച്ചാ."

പാച്ചൻ ഞെട്ടിയുണർന്ന് കൈലി വലിച്ചുവാരി അരയിൽ ചുറ്റിക്കൊണ്ടെഴുന്നേറ്റു.

കാളിക്കുട്ടി കളിയാക്കിപ്പറഞ്ഞു.

"ഇതിയാനിന്നലെ രാത്രി ഉറങ്ങിയില്ല്യോ?"

അതുകേട്ട്, ചിരിതൂകിക്കൊണ്ട് പാച്ചൻ വെറ്റവട്ടിയിൽനിന്ന് ഒരു ബീഡിയെടുത്ത് കാളിക്കുട്ടിക്കു കൊടുത്തു. വേറൊന്നെടുത്ത് അയാളും കത്തിച്ചു വലിച്ചു.

"ഇത്ര രാവിലെ നീയെങ്ങോട്ടാ!"

"ഇപ്പോഴിങ്ങോട്ടു വന്നത് കല്യാണത്തിന്റെ ബാക്കി വല്ലോം ഒണ്ടേ ഇങ്ങോട്ടെട്."

"ഓഹോ. എന്നാ ഇവിടിരിക്ക്."

കാളിക്കുട്ടി പായിൽ കയറി പാച്ചനോടൊപ്പം ഇരുന്നു.

"ഇരുന്നാലൊക്കേകേല. നിലം പൂട്ടുന്ന കാര്യം പറയാനാ വന്നെ. വേറിട്ടാർക്കേലും നീ കന്നുങ്ങളെ ഏറ്റിട്ടൊണ്ടോ?"

"അതെന്തിനാ അറീന്നെ? നിനക്കെന്തോ വേണമെന്നു പറ."

"ചെറുകരേലേക്ക് അഞ്ചാറു ദിവസം നിന്റെ കന്നുങ്ങളെയങ്ങോട്ടു വേണം."

"എന്നാ?"

"മറ്റന്നാമൊത്ല്."

"നില്ലേ. കോയിക്കലെ കാര്യമൊന്ന് കണക്കാക്കിക്കോ..... ങ് വേറെ എത്രേരു വേണം?"

"ആറേഴു എരുകൂടെ വേണ്ടിവരും."

"എന്നാ അതേർപ്പാടു ചെയ്തോ. എന്റെ കാര്യത്തിനു കുഴപ്പമില്ല. പിന്നൊരു കാര്യം—പൂട്ടുകൂലി ഈഷലിടരുത്."

"അതു വരത്തില്ല."

"അല്ല, ഞാൻ പറഞ്ഞത്. കന്നിനെ മേടിച്ച വകയിൽ അൽപ്പ സ്വൽപ്പം കടമൊണ്ട്."

കല്യാണക്കാര്യവും നാട്ടുകാര്യവും പറഞ്ഞുകൊണ്ട് കാളിക്കുട്ടി കുറെ നേരം കൂടി അവിടെയിരുന്നു.

നീലമ്മ കടുംചായ തിളപ്പിച്ച് ഓരോ പാത്രം അവരുടെ മുന്നിൽ കൊണ്ടു ചെന്നുവച്ചു.

അതെടുത്ത് കുടിച്ചുകൊണ്ട് കാളിക്കുട്ടി പറഞ്ഞു:

"ഇതുകൊണ്ടങ്ങു തീരുമെന്നു വിചാരിക്കണ്ടാ നിന്റെ കല്യാണം നമുക്കൊന്നു ഘോഷിക്കണം."

പാച്ചൻ പുഞ്ചിരി പൊഴിച്ചുകൊണ്ട് പറഞ്ഞു:

"നമുക്കു ഘോഷിച്ചു കളയാം നീയെന്നാ ഇവിടിരി. ഘോഷിച്ചേച്ചു പോയാ മതി."

"ഇരുന്നാ പറ്റുകേല അളിയാ. കന്നുങ്ങളെ ഏർപ്പാടു ചെയ്യണം."

"എന്നാപ്പിന്നെപ്പോഴാ നിന്റെ സൗകര്യം? അതുപറ."

"വൈകിട്ടാകട്ടെ."

"എന്നാ അങ്ങനെ. വൈകിട്ട് നമുക്ക് ആലുംമൂട്ടി കാണാം. അവിടെ നല്ല സാധനം കിട്ടും."

അന്നു വൈകിട്ട് അവർ ആലുംമൂട്ടിൽ ഷാപ്പിൽ പോയി കല്യാണം ഘോഷിച്ചു. ഒടുവിൽ അങ്ങോട്ടുമിങ്ങോട്ടും വഴക്കിട്ടു പിരിഞ്ഞു.

പുഞ്ചയിലെ വെള്ളം വറ്റിയപ്പോൾ ചെറുകരയിലേക്കു പൂട്ടാൻ വേണ്ടി പാച്ചൻ കന്നുകളുമായി പോയി. കാളിക്കൂട്ടി പറഞ്ഞതനുസരിച്ച് നിലത്തിലെ പായലെടുക്കാൻ നീലമ്മയെയും കൊണ്ടുപോയി.

മറ്റുപെണ്ണുങ്ങൾ അവളെ നോക്കി മിഴിച്ചുനിന്നു. ആ പാടത്ത് ഒരു പുതിയ വേലക്കാരി നിലത്തിലിറങ്ങിയിട്ട് നിരയെത്തുവോളം ഒന്നു നടു നിവർക്കാൻകൂടി മിനക്കെടാതെ അവൾനിന്നു പണിയെടുത്തു.

പിറ്റേദിവസം ഏഴെട്ടു പെണ്ണാളു പറിച്ചു കൂട്ടിയിട്ട ചുള്ളിയും കോരയും അവളൊറ്റയ്ക്കു വലിച്ചു കരയ്ക്കു കൂട്ടിയിട്ടു.

ചെറുകരയിലെ പണി തീർന്നപ്പോൾ മറ്റത്ത് കോയിക്കലെ നില ങ്ങളിൽ ഉഴവ് തുടങ്ങി. ഉഴാൻ മാത്രമല്ല; അമരിയൊ കുരുമരമൊ വച്ചു കെട്ടി നിലമടിച്ചു നിരപ്പാക്കാനും പാച്ചന്റെ കന്നുകളുണ്ടെങ്കിലേ പറ്റൂ.

പാച്ചൻ മരമടിക്കുന്നത് ഒരു കാഴ്ചയാണ്. തോർത്തുമുണ്ടുടുത്ത്, ബനിയനിട്ട്, തലയിൽ ഒരു വട്ടക്കെട്ടും കെട്ടിയാണ് നിലത്തിലിറങ്ങുന്നത്.

തേരു തെളിക്കുന്ന തേരാളിയെപ്പോലെ കൈയിൽ അമിക്കയറുമായി അങ്ങനെ കുറുമരം ചവിട്ടി നിൽക്കും. കന്നുങ്ങളുടെ വാലിൽ പിടിച്ച് കിക്കിളിയിട്ടുകൊണ്ട് കന്നിനുമാത്രം മനസിലാകുന്ന ഒരു പ്രത്യേക ഭാഷയിൽ അയാളതിനു വാശി കയറ്റും.

"മ്പ.....ർ......ർ.....ർർ."

നുകം വച്ചുകെട്ടിക്കഴിഞ്ഞാൽ പറഞ്ഞുതീരും മുമ്പ് ഇടത്തും വലത്തും നെടുകയും കുറുകയും നിലം അടിച്ചു നിരപ്പാക്കിക്കഴിയും.

മറ്റു നിലങ്ങളിൽനിന്നു പണിയെടുക്കുന്ന പെണ്ണുങ്ങൾ പാച്ചനെക്കുറിച്ചും നീലമ്മയെക്കുറിച്ചും തമ്മിൽ തമ്മിൽ പറഞ്ഞു.

"നല്ല അടക്കോം ഒതുക്കോം ഉള്ള പെണ്ണ്."

"പെമ്പുള്ളാരായാ ഇങ്ങനെതന്നെ വേണം. വേല ചെയ്യാനിറങ്ങിയാ മെനക്കെടത്തില്ല."

"അതിയാന്റെ ഭാഗ്യം."

അതുകേട്ട് നാട്ടുകാരുടെയെല്ലാം സ്വകാര്യ ചരിത്രമറിയാവുന്ന ഇടത്തറയിലെ മാല ഒന്നിരുത്തി മൂളി.

"അതെന്താ മാലച്ചേടത്തീ അങ്ങനെ?"

"ഓ ഒന്നുമില്ല."

"എന്നാലും?"

നീലമ്മയെ കല്യാണം കഴിച്ച് കരിപ്പുഴ കൊണ്ടുവരുന്നതിനു മുമ്പു തന്നെ മാലയ്ക്ക് അവളെ അറിയാം. എങ്കിലും മറ്റുള്ളവരോട് അവളൊന്നും പറയാൻ കൂട്ടാക്കിയില്ല. പലപ്പോഴും പറയാനൊരുങ്ങി നാവിന്റെ തുമ്പത്തുവരെ വന്നതാണ്. എങ്കിലും അടക്കി.

"എന്താ ഞാളു പറഞ്ഞാലക്കൊണ്ടു നേരല്യേ? അതിയാന്റെ ഭാഗ്യം കൊണ്ടല്യോ ഇങ്ങനൊരു പെണ്ണിനെ കിട്ടിയെ?"

"നേരാ."

"എന്നാലും മാലച്ചേടത്തി ഏതാണ്ട് ഉള്ളിവച്ചോണ്ടാ."

ഒടുവിൽ എട്ടും പൊട്ടും തിരിയാത്ത ആ പെണ്ണുങ്ങളുടെ അജ്ഞത നീക്കാൻവേണ്ടി മാല പറഞ്ഞു:

"പാച്ചൻ ഭാഗ്യമൊള്ളോനാ. പക്ഷേങ്കി, എത്രനാളത്തേക്കാന്നു കണ്ടറിയണം."

എല്ലാവരും മാലയെ നോക്കി മിഴിച്ചുനിന്നു. അവളിൽനിന്നു കാര്യമായതെന്തോ അവർക്കറിയാനുണ്ട്. അവളാണെങ്കിൽ ബാക്കി പറയാനുള്ള ഭാവവുമില്ല.

കറമ്പന്റെ ഭാര്യ തിരുമ അഭ്യൂഹം പുറപ്പെടുവിച്ചു:

"അതെന്താ ചേടത്തീ, അവക്കു വേറെ വല്ല ചിറ്റോമൊണ്ടോ?"

മാലയുടെ മറുപടി കേൾക്കാൻ വേണ്ടി എല്ലാവരും നടുനിവർത്തി നിന്നു.

ജിജ്ഞാസകൊണ്ട് അവരെ വീർപ്പുമുട്ടിക്കാനാണ് മാലയുടെ ഉദ്ദേശ്യം.

“അതെന്താന്നു കണ്ടറിയുമ്പം അറിഞ്ഞാ മതി.”

കണ്ടറിയുന്നതുവരെ കാത്തിരിക്കാൻ വയ്യ. കാര്യം തുറന്നുപറയാൻ അവരൊന്നുചേർന്ന് മാലയെ നിർബന്ധിച്ചു. അവസാനം അവളിത്രകൂടി പറഞ്ഞു:

“അവളു വേറൊരു പൊലേന്റെ വഹയാ. അവൻ ജയ്‌ലിക്കെടക്കുന്ന തക്കത്തിലാ ഇവനിവളെയിങ്ങടിച്ചോണ്ടു പോന്നെ.”

പാച്ചനെക്കുറിച്ചറിയാവുന്ന പെണ്ണുങ്ങൾക്ക് ഈ കാര്യം വളരെ രസകരമായി തോന്നി. കുരുക്കിട്ട് ഒരു കുരുവിയെ പിടിച്ചു. പക്ഷേ, അത് ഇണങ്ങുന്ന ഇനമല്ല.

“തമ്പുരാനേ. അപ്പോ അവടെ കല്യാണം നേരത്തേ കഴിഞ്ഞതാണോ? ഇതു നല്ല കൂത്ത്.”

“എന്നാലും കണ്ടാലങ്ങനെ തോന്നുകേല.”

“ആരാ ജയിലിക്കിടക്കുന്നെ?”

പെണ്ണുങ്ങൾക്കു വിവരമുണ്ടായിക്കൊള്ളട്ടെ എന്നു കരുതി മാല ആ കഥയുടെ ചുരുൾ നിവർത്തി.

അവൾ പറയുന്നതനുസരിച്ചാണെങ്കിൽ എന്നെങ്കിലുമൊരിക്കൽ കണ്ണൻ ജയിലിൽനിന്നു വരും. അവൻ വന്നു വിളിച്ചാൽ നീലമ്മ അവന്റെ കൂടെ ഇറങ്ങിച്ചെല്ലും. ഒരുപക്ഷേ, അവൾ ചെന്നില്ലെങ്കിൽ അവൻ അവളെ പിടിച്ചുകെട്ടി ഇറക്കിക്കൊണ്ടുപോകും. അങ്ങനെ ചെയ്യാനും മടിക്കാത്തവനാണ് കണ്ണൻ.

മറ്റത്തു താമസമാണെങ്കിലും മാല കണ്ണമംഗലത്തുകാരിയാണ്. ചാത്തൻതറേലെ കണ്ണനുമായി അവൾക്ക് ഒരകന്ന ചാർച്ചയുണ്ട്. അപ്പോൾ പിന്നെ കാര്യങ്ങളുടെ ഉള്ളുകള്ളികൾ അവൾക്കറിയാമെന്ന കാര്യത്തിൽ പെണ്ണുങ്ങൾക്ക് സംശയമില്ല.

പത്ത്

കുട്ടനാട്ടു കൊയ്ത്തിനു പോകാൻ വേണ്ടി ഉച്ചതിരിഞ്ഞപ്പോൾ മുതൽ തിരുവഞ്ചന്റെ പുലത്തറയിൽ പണിയാളുകൾ വന്നുചേരാൻ തുടങ്ങി. ആദ്യം വന്നത് കിഴക്കരാണ്. തഴക്കരക്കാരും ചെന്നിത്തലക്കാരും. അവർ ചുമടിറക്കി, തൈത്തെങ്ങുകളുടെ നിഴൽപറ്റി വിശ്രമിച്ചുകൊണ്ടിരിക്കുമ്പോൾ തെക്കേ വഴിക്കുനിന്ന് പാച്ചനും നീലമ്മയും വന്നു.

വെള്ള നിറത്തിലെ വോയിൽ ജൂബയും കറുത്ത കൈലിയും ധരിച്ച് ടർക്കി ടവൽ കൊണ്ടുള്ള തലേക്കെട്ടുമായി പാച്ചൻ കൈയും വീശി മുമ്പേ നടന്നു. വട്ടിയും പുട്ടലും പാത്രവുമെല്ലാം വച്ചുകെട്ടിയ ചുമടുമായി നീലമ്മ പുറകെയും.

അവരെക്കണ്ട് ചെല്ലമ്മയും മകൾ പഞ്ചമിയും കൂടി ഓടിയിറങ്ങിച്ചെന്നു.

ചെല്ലമ്മ നാത്തൂന്റെ തലയിൽനിന്ന് ആ വലിയ ചുമട് പിടിച്ച് നില

ത്തിറക്കി. ആ യാത്രയ്ക്കിടയിൽ അവൾ ആകെ വിയർത്തു കഴിഞ്ഞിരുന്നു. വിയർപ്പുകൊണ്ടീറനായ ബ്ലൗസ് മാറോടും കൈവണ്ണകളോടും ഒട്ടിച്ചേർന്ന് കിടന്നു.

കൊച്ചിലാൻ ചത്ത ദുഃഖം ആ കണ്ണുകളിൽനിന്നു മറഞ്ഞിരുന്നില്ല.

വെയിലേറ്റു വാടിത്തളർന്ന മുഖത്ത് നോക്കി ചെല്ലമ്മ ചോദിച്ചു:

"വല്ലോം കഴിച്ചോണ്ടാന്നോ നാത്തൂനെ നിങ്ങളു പോന്നെ?"

മുഖത്തെ വിയർപ്പു തുടച്ചുകൊണ്ട് നീലമ്മ പറഞ്ഞു:

"ഞങ്ങള് പോലുത്തേക്കും കുടിച്ചോണ്ടാ ഇറങ്ങിയെ."

"പോലുത്തേക്കിനു വേവിച്ച ചീനി കലത്തിൽ ബാക്കിയുണ്ട്. വാ, വന്നൊരു തവി കോരിയിട്ടു തിന്ന്. നല്ല മത്തിക്കറീമൊണ്ട്."

"വേണ്ട ചേടത്തീ, വയറു നിറഞ്ഞിരിക്കുവാ."

കെട്ടഴിഞ്ഞുതിർന്നുവീണ തലമുടി വലിച്ചുവാരിക്കെട്ടിക്കൊണ്ടു നിൽക്കുമ്പോൾ അവളെ മറ്റു പുരുഷന്മാർ ആർത്തിയോടെ നോക്കി. അതിൽ ഈർഷ്യവന്നിട്ടെന്നവണ്ണം പാച്ചൻ ഒരു ബീഡി കത്തിച്ചു പുക വിട്ടു. അവിടെക്കിടന്ന തട്ടിന്റെ പുറത്ത് അയാൾ മേൽമീശയും ചുരുട്ടി ഗൗരവവദനനായിരുന്നു.

കുറേക്കഴിഞ്ഞ് ചുനക്കര നിന്നുള്ളവർ എത്തി. അക്കൂട്ടത്തിൽ കുഞ്ഞി എന്ന പുലയി അണിമയും, മകൾ തങ്കമ്മയുമുണ്ട്.

സന്ധ്യക്കു മുമ്പുതന്നെ കരിപ്പുഴനിന്ന് പള്ളിപ്പടിക്കലെ കറമ്പിയും കാളിക്കുട്ടിയും വന്നുചേർന്നു. കെട്ടും വട്ടിയും ചുമന്നുകൊണ്ട് കറമ്പി മുമ്പേ. ഇളിയിലും കൈയ്ക്കും ഓരോ കുട്ടിയുമായി കാളിക്കുട്ടി പുറകെ. സന്ധ്യയായപ്പോൾ കൊത്തേൻകുട്ടിയും ശങ്കരിയും ലൂക്കോസും അച്ചാമ്മയും വന്നു. പെണ്ണുങ്ങളെല്ലാം ഒന്നിച്ചുകൂടിയപ്പോൾ അവിടെ ഒരു കളിയരങ്ങ് ഒരുക്കിയതുപോലെ തോന്നി. ഉച്ചത്തിലുള്ള ചിരിയും സംസാരവും. കുട്ടികൾ ഓടിനടന്ന് കളിച്ചു. കൈക്കുഞ്ഞുങ്ങൾ കിടന്ന് കരഞ്ഞു.

ചെല്ലമ്മ ഓടിനടന്ന് ഓരോരുത്തരോടും ലോഹ്യം ചോദിച്ചു:

"എന്താ കരിപ്പുഴക്കാരെ, നിങ്ങളിത്രേം താമസിച്ചെ?"

"അതിയാൻ വന്നപ്പം നേരം വയ്യി."

പഞ്ചമി വിരുന്നകാർക്ക് വേണ്ടതെല്ലാം ഒരുക്കിക്കൊടുത്തു.

ഉരലിന്റെ പുറത്ത് കാലിന്മേൽ കാലും കേറ്റി, മീശയും പിരിച്ചിരിക്കുന്ന പാച്ചനെക്കണ്ട് കാളിക്കുട്ടി മുഖം തിരിച്ചു. അവനവിടെനിന്ന് ഒഴിഞ്ഞുമാറിപ്പോയി.

കുറേ ദിവസങ്ങളായി അവർ രണ്ടാളും കീരിയും പാമ്പുമാണ്.

ആലുംമൂട്ടിലെ ഷാപ്പിൽവച്ച് ഒരുദിവസം തമ്മിൽ സംസാരിച്ച് മുഷിഞ്ഞു.

കാളിക്കുട്ടിയുടെ കണക്കിൽ 'തലേന്നത്തന്തി'യുടെ ഓരോ പാത്രം കുടിച്ചു തീർന്നപ്പോൾ പാച്ചൻ മാടത്തിലേക്കു പോകാൻ തിടുക്കം കൂട്ടി.

"നീയവിടിരിക്ക് പാച്ചാ, എന്താ ഇത്ര ധൃതി?"

"ഇയ്യാക്കറിഞ്ഞുകൂടായോ ആ പാവം പിടിച്ച പെണ്ണ് മാത്രമേ

തറേലൊള്ള്. നേരം ഇരുട്ടിയാ അവക്കു പേടിയാ."

കാളിക്കുട്ടി പൊട്ടിച്ചിരിച്ചു:

"അയ്യോ പാവം!....ആരു പറഞ്ഞളിയാ അവളു പാവമാന്ന്! എടാ മണ്ടാ, നീയാടാ പാവം. നീയവിടിരി. ഒരു പാത്രംകൂടി കുടി."

പാച്ചൻ അകത്താക്കിയിരുന്ന കള്ളിന്റെ ലഹരി മുഴുവൻ തലമണ്ടയിലേക്ക് അരിച്ചു കയറി. അവൻ ഉൽക്കടമായ ജിജ്ഞാസയോടെ ചോദിച്ചു:

"നീയെന്തുവാ അളിയാ പറയാൻ വന്നെ?"

"ഞാനെന്താ പറഞ്ഞ്?"

"അവടെ ഏതാണ്ടു കാര്യം?"

"ങ്, അതോ, അതു ഞാൻ പറയുന്നില്ല. പറഞ്ഞാപ്പിന്നെ നമ്മളു തമ്മിൽ കെറീക്കും."

"എന്തിനാ കെറീക്കുന്നെ? നീ പറയാൻ വന്നതെന്താന്നു വെച്ചാ അതുപറ?"

"അല്ല നീ കെറീച്ചാലും എനിക്കൊന്നുമില്ല." കാളിക്കുട്ടി പറഞ്ഞു തുടങ്ങി:

"അത്ര വലിയ നേരുകാരിയൊന്നുമല്ലളിയാ നിന്റെ പൊലയി."

പാച്ചന്റെ മട്ടുമാറി. അവൻ ചാടിയെഴുന്നേറ്റു.

"തെമ്മാടിത്തരം പറഞ്ഞാ നല്ല പെരുക്കു മേടിക്കും."

"ഓഹോ നീയെന്നെ പേടിപ്പിക്കയാണോ?"

ഉന്മാദം പിടിപെട്ടവനെപ്പോലെ കാളിക്കുട്ടി പറയാൻ തുടങ്ങി:

"ഞാനറിയുമെടാ നിന്റെ നീലമ്മെ. അവടെ കയ്ക്കാരന്മാരേം അറിയും. നിനക്കു പേരു കേക്കണോ?"

ബഹളം കേട്ട് കറിക്കാരൻ പയ്യനോടി വന്നു. അപ്പോഴേക്കും പാച്ചൻ കാളിക്കുട്ടിയുടെ നേർക്ക് ചാടി. അടികൊണ്ടത് പാച്ചനാണ്. അവന് തിരിഞ്ഞടിക്കാൻ കഴിയും മുമ്പ് ഷാപ്പുകാരൻ വന്ന് രണ്ടാളെയും പിടിച്ചു മാറ്റി പറഞ്ഞയച്ചു.

അതിനുശേഷം അവർ മുഖത്തോടുമുഖം നോക്കിയിട്ടില്ല. ചെറുകരയിലെ പൂട്ടുകൂലിയുടെ കണക്കും പറഞ്ഞിട്ടില്ല.

തന്നെ കണ്ടുകൊണ്ട് കാളിക്കുട്ടി ഒഴിഞ്ഞു തിരിഞ്ഞു പോകുന്നത് പാച്ചൻ കണ്ടു. അവൻ ഒന്നുരണ്ടു ബീഡികൂടി കത്തിച്ചു തെരുതെരെ പുകവിച്ചു.

നേരം ഇരുട്ടിയപ്പോൾ തിരുവഞ്ചന്റെ മുറ്റവും തറയും ആളുകളെക്കൊണ്ട് നിറഞ്ഞു. ആണുങ്ങളും പെണ്ണുങ്ങളും കൂടി പത്തുനാൽപ്പതാളുകൾ. ഏറിയപങ്കും മറ്റത്തുകാരാണ്. തിരുവഞ്ചന്റെ തറയ്ക്കടുത്തുള്ളവർ. അയാളുടെ ഏർപ്പാടനുസരിച്ച് ദൂരെസ്ഥലങ്ങളിൽനിന്നു വന്നവരും.

ആ കൊല്ലം മിഥുനത്തിൽ നാടു മുഴുവൻ വെള്ളപ്പൊക്കത്തിന്റെയും പട്ടിണിയുടെയും കെടുതികളനുഭവിക്കുമ്പോൾ ഒരു വള്ളത്തിൽ മൂന്നുനാല് ഏത്തക്കുലയും ഒരുവട്ടി അവലുമായി തിരുവഞ്ചൻ രാമങ്കരിയിലെ

വക്കച്ചൻ മുതലാളിയുടെ വീട്ടിൽ ചെന്നു. അവലും കുലയും കാഴ്ച വച്ച്, തോളിൽക്കിടന്ന തോർത്തെടുത്ത് അരയിൽ ചുറ്റി, കൈയും കെട്ടി ദൂരെ മാറിനിന്നു. കൊയ്ത്തിനു വേണ്ട വേലക്കാരുടെ കാര്യം ഉണർത്തിച്ചു.

അമ്പതാളുകൾക്ക് മുന്നേറായി നൽകാനുള്ള നെല്ലും പണവും മുതലാളി മൂപ്പനെ ഏൽപ്പിച്ചു. നെല്ലുചാക്കു നിറച്ച വള്ളവുമായി മൂപ്പൻ നാട്ടിൽ വന്നു സുഖമായി ജീവിച്ചു.

ധനുമാസമൊടുവിൽ തിരുവഞ്ചൻ ശബരിമല യാത്ര കഴിഞ്ഞുവന്നിട്ട് കൊയ്ത്തുകാരെ തിരക്കി. സമീപപ്രദേശങ്ങളിലെല്ലാം ഒന്നു കറങ്ങി. കണ്ടുമുട്ടിയവരാരും ഒഴിഞ്ഞുമാറിയില്ല. മകരം പതിനഞ്ചാം തീയതി അയ്യായിരത്തിലേക്കു പുറപ്പെടാൻ തക്കവണ്ണം മറ്റത്തെത്തണമെന്നു ശട്ടം കെട്ടി. പറഞ്ഞിരുന്നതുപോലെ അന്ന് ആളുകളെല്ലാം എത്തിച്ചേരുകയും ചെയ്തു.

അന്തിമയങ്ങിയതോടെ ആണുങ്ങൾ ഒന്നുരണ്ടു പേർ വീതം ചിനരമ്പിലൂടെ നടന്ന് റോഡിൽ കയറി. ഷാപ്പു തിരക്കി പോയി. ദൂരത്തുനിന്നു വന്ന പെണ്ണുങ്ങൾ കരീലക്കിളികളെപ്പോലെ ചിലച്ചുകൊണ്ട്, അങ്ങിങ്ങായി അടുപ്പുകൂട്ടി അത്താഴക്കഞ്ഞി വയ്ക്കാൻ തുടങ്ങി.

അടുപ്പിൽ ആളിക്കത്തിക്കൊണ്ടിരുന്ന തീയുടെ പ്രകാശത്തിൽ ചുനക്കരനിന്നുവന്ന തങ്കമ്മയെ വെട്ടിയാറ്റുകാരൻ കുട്ടപ്പൻ തിരിച്ചറിഞ്ഞു. തീനാമ്പുകളുടെ വെളിച്ചം തട്ടിത്തിളങ്ങുന്ന അവളുടെ മുഖം അവൻ വ്യക്തമായി കണ്ടു.

കുട്ടപ്പൻ അതിശയിച്ചുപോയി. കഴിഞ്ഞകൊല്ലം കൊയ്ത്തിനു കണ്ടപ്പോൾ ഒരു കതിരുപോലിരുന്നു. ഇപ്പോഴവളൊരു സുന്ദരി തന്നെയാണ്. കൊഴുത്തുരുണ്ട്, കാണാൻ നല്ല ചന്തം.

അവളെ ഒളിഞ്ഞു നോക്കിക്കൊണ്ട് അവൻ കുറേ നേരം തെങ്ങിൻ ചുവട്ടിലെ നിഴൽപറ്റി നിന്നു. ഏണിൽ ചൊരുകിയിരുന്ന ബീഡിയെടുത്തു കൈയിൽവച്ചുകൊണ്ട് വിചാരിച്ചു. അങ്ങോട്ടുചെന്ന് അവളോടിത്തിരി തീ ചോദിച്ചാലോ?

അരി കഴുകി കലത്തിലിട്ടിട്ട് അണിമ മകളോടു പറയുന്നതു കേട്ടു:

"നീ ചെല്ലമ്മേടടുത്തോട്ടു ചെന്ന് ഇത്തിരി പൊത്താൻ മേടിച്ചോണ്ടുവാ."

തങ്കമ്മ ചെല്ലമ്മയെ തിരക്കി ചെല്ലുമ്പോൾ ഇരുട്ടുവാക്കു നോക്കി അവളുടെ പുറകെ ചെന്ന് മുരടനക്കിക്കൊണ്ട് കുട്ടപ്പൻ വിളിച്ചു:

"അല്ലേ, തങ്കമ്മോ."

അവൾ ഞെട്ടിത്തിരിഞ്ഞു നിന്നു.

"ആരാ?"

"ഞാനാ കുട്ടപ്പൻ. ഓ. നീയിപ്പം ആരേം അറിയത്തുവില്യോ?"

നിമിഷനേരത്തെ മൗനത്തിനുശേഷം അവൾ ചോദിച്ചു:

"കുട്ടപ്പൻ ചേട്ടനോ, എനിക്ക് ആള് മനസിലായില്ല. എന്തുവാ കാര്യം?"

"നീയൊന്ന് തഞ്ചപ്പെട്ടു നില്ല്. നിന്നെ ചൊവ്വെയൊന്നു കണ്ടോട്ടെ."

"ആഹാ നല്ല പുതുമ! ഇരുട്ടത്തു കാണാൻ പറ്റിയ സ്ഥലം."

അവൾ ചെല്ലമ്മയുടെ അടുത്തേക്കോടിപ്പോയി.

പാവാടപ്രായം കഴിഞ്ഞ പഞ്ചമി കുട്ടപ്പന്റെ വർത്തമാനം കേട്ടു വാപൊത്തിച്ചിരിച്ചു.

ചെല്ലമ്മയുടെ അടുക്കൽ തീയെരിക്കാൻ ഒരു തുരുമ്പുപോലും ഉണ്ടായിരുന്നില്ല.

അവൾ വെറുംകൈയോടെ തിരിച്ചുവരുമ്പോൾ കുട്ടപ്പൻ പുറകെ ചെന്നു പറഞ്ഞു:

"നിന്നോടൊരു കാര്യം പറയാനൊണ്ടായിരുന്നു. നിനക്ക് കേൾക്കാൻ മനസില്ലെങ്കിൽ പോ."

അവൾ അറച്ചു നിന്നു.

"എന്തോന്നാ കാര്യം പറ."

"പിന്നെ നീയങ്ങ് മുട്ടനായിപ്പോയല്ലോടീ പെണ്ണേ. ഞാൻ കണ്ടിട്ട് ആള് മനസിലായില്ല."

നാണിച്ചു ചിരിച്ചുകൊണ്ട് അവൾ പറഞ്ഞു:

"വല്ലോം പറയാനുണ്ടേ പറ."

പറയാൻ കുട്ടപ്പനും നാണം തോന്നി.

"നിന്നെ കണ്ടപ്പം എനിക്കൊരേതാണ്ട്."

"ഇതു പറയാനാരുന്നോ?"

കൈകളിലെ കുപ്പിവളകൾ കിലുകിലാ ചിരിക്കുന്നതിനിടയിൽ അവളവിടെ നിന്നോടിപ്പോയി.

അരി വേവിക്കാൻ പൊത്താനില്ലാഞ്ഞിട്ടു അണിമ പിറുപിറുക്കാൻ തുടങ്ങി. അപ്പോൾ കുട്ടപ്പൻ അടുത്തു ചെന്നു പറഞ്ഞു:

"പൊത്താൻ വേണോങ്കി ഞാൻ പറിച്ചു തരാം അപ്പച്ചീ."

അവൻ തെങ്ങിൽ അള്ളിപ്പിടിച്ചു മൂന്നുനാലുകൊത കേറീട്ട്, കീഴോട്ടു കുനിഞ്ഞ് തങ്കമ്മയെ നോക്കിപ്പറഞ്ഞു:

"പിന്നേ ഒരു കാര്യം പറഞ്ഞേക്കാം. പൊത്താൻ പറിച്ചു തരുന്നേന് എനിക്കൂടെ കഞ്ഞിവച്ചു തരണം."

"ഇറങ്ങി വന്നിട്ട് വർത്തമാനം പറയാം. അങ്ങോട്ടു കേറി ആ ചൂട്ടും കൊതുമ്പും ഇങ്ങോട്ടു പറിച്ചിട്."

പറിച്ചിട്ട പൊത്താനടുക്കി വാരി അവൾ അടുപ്പിനരികിലേക്കു പോയി.

അവൻ തെങ്ങിൽനിന്നു കീഴോട്ടിറങ്ങുമ്പോൾ താഴെനിന്നു ശങ്കരി വിളിച്ചു ചോദിച്ചു:

"തെങ്ങേക്കേറിയതാരാ? കുട്ടപ്പനാണോ?"

"മ്, എന്താ കാര്യം?"

"രണ്ടു കൊതുമ്പു ഞങ്ങക്കൂടെ."

നിരങ്ങിയിറങ്ങിക്കൊണ്ട് അവൻ പറഞ്ഞു:

"ഇനി കേറാൻ വയ്യ."

"നീ ഇപ്പൊ കേറിയതോ?"

"അതിനിപ്പം നിങ്ങക്കെന്തോ വേണം?"

"അവളു വന്ന് പറേമ്പം ആവും. ഞാൻ പറേമ്പോഴാണോ വയ്യാത്തേ?"

"നിങ്ങളുപോയി നിങ്ങടെ പൊലേനോടെ പറ."

"അതിയാനു നല്ല സൊകമില്ല കുട്ടപ്പാ."

"എനിക്കും തീരെ സൊകമില്ല."

അവൻ തെങ്ങിൽ നിന്നിറങ്ങി തിരിഞ്ഞു നോക്കാതെ നടന്നു.

ശങ്കരി നിന്നു വളിച്ചു പോയി.

"നിനക്കു സൊകമൊണ്ടോന്നു ഞാൻ ചോദിച്ചോളാം."

അണിമ അടുപ്പിൽനിന്നു കഞ്ഞിവാങ്ങി ചട്ടിയിലൊഴിച്ചുവച്ചു. തങ്കമ്മ ചെന്നു കുട്ടപ്പനെ വിളിച്ചു:

"കഞ്ഞി വേണേ വാ."

അവൻ അടുത്തു വന്നു പറഞ്ഞു:

"ഇതിലിപ്പോഴെന്താ കഴിക്കാനാ? നിങ്ങളങ്ങു കഴിച്ചോ."

അണിമ ചിരിച്ചു.

"ആങ്ഹാ-അപ്പോ നീയങ്ങു രണ്ടര വയറനാണോ?"

തങ്കമ്മ തമാശയായി ചോദിച്ചു:

"ഇക്കണെക്കിന് എന്തോ തിന്നു കിടക്കുന്ന്?"

"പട്ടിണിയാ. ഒന്നും കഴിക്കാനില്ല."

"അയ്യോ കഷ്ടം, കണ്ടാലും അറിയാം."

അവൻ ചട്ടിക്കരികിലേക്കു നീങ്ങിയിരുന്നു.

"എന്തായാലും എന്റപ്പച്ചി തരുന്നതല്യോ. അതുപേക്ഷിക്കാമോ?"

"അപ്പച്ചിയല്ല, ഞാനാ വിളിച്ചെ."

"എന്നാപ്പിന്നൊഴിയാനും വയ്യ."

അവൻ അവളുടെ മുഖത്തു നോക്കി ചിരിച്ചു. അവൾ നാണം കൊണ്ട് മുഖം കുനിച്ചു.

അപ്പോൾ കടേക്കൽ നിന്ന് ആരൊക്കെയോ തമ്മിൽ ഉറക്കെ ബഹളം വയ്ക്കുന്നതു കേട്ടു. കുട്ടപ്പനും മറ്റുള്ളവരും ചെവി വട്ടം പിടിച്ചു. പാച്ചനും കാളിക്കുട്ടിയും തമ്മിലാണ്.

ഷാപ്പിൽനിന്നു വരുന്നവഴി പാച്ചൻ കാളിക്കുട്ടിയെ അവിടെല്ലാം തിരക്കി. കണ്ടുമുട്ടിയപ്പോൾ അയാളുടെ മുന്നിട്ടു പറഞ്ഞു:

"നീ ആ പൂട്ടുകൂലി തന്നേച്ചു പോ."

കാളിക്കുട്ടി ഒഴിയാൻ നോക്കി.

"ഇപ്പൊ രൂപായും കൊണ്ടാണോ ഞാൻ വന്നെ? പിന്നാവട്ടെ. തരാം."

നെഞ്ചുയർത്തി ഒന്നുരത്തുനിന്ന് തലപൊക്കിപ്പിടിച്ചുകൊണ്ട് പാച്ചൻ പറഞ്ഞു:

"നിന്റെ വേല മനസിലിരിക്കട്ടെ. രൂപ തന്നേച്ചു പോയാ മതി."

"എന്നു പറഞ്ഞാലക്കൊണ്ട് എനിക്കാണോ നീ പൂട്ടിയേ? തമ്പ്രാന്റെ കയ്യീന്ന്...."

പാച്ചൻ ഇടയ്ക്കു കയറിപ്പറഞ്ഞു:

"ഞഞ്ഞാപിഞ്ഞാ പറയാതെ രൂപാ വെച്ചേച്ചു പോയാ മതി. പിന്നേ നിന്നെ വിടുന്നൊള്ളൂ."

കാളിക്കുട്ടി വിഷണ്ണനായി നിന്നു. പൂട്ടുകൂലിവകയിൽ ഇനി കുറേ രൂപാകൂടി അവനു ചെല്ലാനുണ്ടെന്നുള്ളത് സത്യം. പക്ഷേ, ചെറുകരയിൽനിന്ന് ആ തുക അവന്റെ പക്കൽ കൊടുത്തിട്ടില്ല.

അയാൾ ശാന്തനായി പറഞ്ഞു:

"തമ്പ്രാൻ തന്നില്ല. ഉടനെ ഞാനത് മേടിച്ചു തരാം."

മദ്യത്തിന്റെ ലഹരി പാച്ചനെ ഉന്മത്തനാക്കി. അവൻ കാളിക്കുട്ടിയുടെ മടിക്കുത്തിൽ കേറിപ്പിടിച്ചിട്ട് സ്വരമുയർത്തി പറഞ്ഞു:

"നീ മറന്നു പോയോ? പാച്ചൻ മറക്കത്തില്ല."

പറഞ്ഞുതീരുംമുമ്പ് അവൻ കാളിക്കുട്ടിയുടെ കന്നത്ത് ഒന്നു കൊടുത്തു. പകരം അടിക്കാൻ കാളിക്കുട്ടി കൈയുയർത്തിയപ്പോൾ തിരുവഞ്ചൻ കേറി ഇടയ്ക്കു വീണു. അയാൾ കാളിക്കുട്ടിയെ അടങ്കം കേറിപ്പിടിച്ച് തള്ളിമാറ്റി.

പാച്ചൻ ഉച്ചത്തിൽ പറഞ്ഞുകൊണ്ടിരുന്നു:

"നിന്നെപ്പോലെ കുറേയെണ്ണത്തിനെ ഞാനും കണ്ടിട്ടുണ്ട്. അന്നു പറഞ്ഞതും ചെയ്തതുമെല്ലാം എനിക്കോർമയുണ്ടെടാ."

തിരുവഞ്ചന്റെ ബലിഷ്ഠമായ കൈകളിൽ കിടന്ന് കാളിക്കുട്ടി ഞെളിയുകയും പുളയുകയും ചെയ്തു.

"എന്നെ വിടെടോ താൻ. അവനെന്നെ കാര്യമില്ലാതെ അടിച്ചതല്യോ? അവനെ ഞാനിന്നു ശരിപ്പെടുത്തും."

കറമ്പി ഒരരിവാളുമായി ആളുകളുടെ ഇടയിലേക്കു പാഞ്ഞു ചെന്നു. മറ്റുള്ളവർ അവളെ ബലമായി തടഞ്ഞുനിർത്തി. ചെവി പൊട്ടുംവണ്ണം ഉച്ചത്തിൽ അവൾ പറഞ്ഞുകൊണ്ടിരുന്നു:

"എല്ലാവരും കൂടി പിടിച്ചുനിറുത്തിക്കൊടുത്തു. അങ്ങേരെ തല്ലിച്ചില്യോ? എരപ്പകൾ! ചൊണയൊണ്ടേ വാടാ നായേ! എരപ്പേ! നിന്റെ കഴുത്തു ഞാനിവിടരിഞ്ഞിടും."

കാളിക്കുട്ടി തിരുവഞ്ചനോടു പറഞ്ഞു:

"എടോ താനെന്നെ വിടാനാ പറഞ്ഞത്. അവന്റെ കൊടലു ഞാനെടുക്കും. പട്ടിക്കഴുവേറീടമോൻ."

അതുകേട്ടു പാച്ചൻ വീണ്ടും വീമ്പിളക്കിച്ചെന്നു.

"അളിയൻ അവനെയൊന്നു വിട്ടാട്ടെ. അവനെന്നെ എന്തു ചെയ്യുമെന്നൊന്ന് അറിയാമല്ലോ."

തിരുവഞ്ചൻ അളിയനെ ശാസിച്ചു:

"മിണ്ടാതിരിയെടാ അധികപ്രസംഗീ. കള്ളും കോരിക്കുടിച്ചോണ്ടു കേറിവന്നിരിക്കുന്നു ബഹളമൊണ്ടാക്കാൻ. നിനക്ക് കടം പിരിക്കാൻ കണ്ട നേരം."

കറമ്പിനിന്നു കലിതുള്ളിക്കൊണ്ടിരുന്നു.

"ആരെക്കണ്ടോണ്ടാടാ നീ ഞങ്ങടെ മെക്കിട്ടു കേറുന്നെ? എന്തി

യേടാ നിന്റവള്. കണ്ടമാനം തെക്കുവടക്കു നടന്ന പൊലയാടി. അവളെ ഇന്നു ഞാൻ ചവിട്ടിക്കീറും."

ബഹളംകേട്ട് അടുത്തു ചെന്നവർ ഇരുകൂട്ടരേയും സമാധാനപ്പെടുത്താൻ നോക്കി.

കോലാഹലം തെല്ലൊന്നു ശമിച്ചപ്പോൾ കുഞ്ഞിത്തേവൻ അഭിപ്രായപ്പെട്ടു.

"കണ്ടേന്റെ ചേഴം പറയാണ്ടിരിക്കാനക്കൊണ്ടൊക്കത്തില്ല. പാച്ചൻ ചെയ്തത് തെറ്റ്. എന്നാലും അവനേം കുറ്റം പറയാനക്കൊണ്ടൊക്കത്തില്ല. കാളിക്കുട്ടി അവന്റെ പൂട്ടുകൂലി വാങ്ങിയെടുത്തതും തെറ്റ്."

ആ അഭിപ്രായപ്രകടനമൊന്നും കാളിക്കുട്ടി ശ്രദ്ധിച്ചില്ല. കറമ്പി വായിട്ടലയ്ക്കുന്നതും അയാൾ കേട്ടില്ല. പാച്ചനെ പകരം അടിക്കാൻ കഴിയാത്തതിലുള്ള നിരാശയും രോഷവും കൊണ്ട് അവൻ തിരുവഞ്ചന്റെ കൈയിൽ കിടന്നു കുതറുകയും അമറുകയും ചെയ്തു.

പാച്ചനെ ആരോ പിടിച്ചു മാറ്റിക്കൊണ്ടു പോയപ്പോൾ തിരുവഞ്ചൻ കാളിക്കുട്ടിയുടെ മേലുള്ള പിടിവിട്ടു. അയാൾ കാളിക്കുട്ടിയെ സമാധാനപ്പെടുത്താൻ വേണ്ടി പറഞ്ഞു:

"പോട്ടെ കാളിക്കുട്ടി, നീ ക്ഷമിച്ചുകള. അവനൊരു വിവരമില്ലാത്തവനല്യോ? നീയൊന്ന് തഞ്ചപ്പെട്. നമുക്കിതിനു പരിഹാരമുണ്ടാക്കാം. നമുക്കു പുറപ്പെടാനുള്ള നേരമായി. നീയിങ്ങോട്ടു വന്നേ."

കാളിക്കുട്ടി തിരുവഞ്ചന്റെ നേരെ കടിച്ചുകീറി.

"ആങ്ഹാ-എന്നെ പിടിച്ചുനിറുത്തി അടിപ്പിച്ചിട്ട്, ഇയാളിപ്പോ വന്നിരിക്കുന്നു, ഗുണസാരം പറയാൻ. ചത്തില്ലെങ്കിൽ ഇതിനു പകരം ചെയ്യാതെ കാളിക്കുട്ടിയടങ്ങത്തില്ല. അല്ലേ. കാളിക്കുട്ടിക്കിട്ട പേര് നിന്റെ പട്ടിക്കിട്ടോ."

അയാൾ വെട്ടിത്തിരിഞ്ഞ് കറമ്പിയെ വിളിച്ചു:

"കെട്ടും വട്ടീമെടുത്തോണ്ട് നീയിങ്ങോട്ടു വാടീ. ഇവമ്മാരടെ കൂടെപ്പോയാ നമ്മുടെ കഴുത്തറുത്ത് കായലിത്താത്തും. വാ നമുക്കു മാടത്തീപ്പാം."

തേവനും ലൂക്കോസും കൂടി കാളിക്കുട്ടിയെ തിരിച്ചു വിളിച്ചു. ആരു പറഞ്ഞതും അയാൾ കേട്ടില്ല. കറമ്പിയുടെ തലയിൽ ചുമട് പിടിച്ചു കൊടുത്തിട്ട്, കുഞ്ഞിനെയുമെടുത്ത് ഇളിയിൽ വച്ച്, മറ്റൊരു കുട്ടിയുടെ കൈ പിടിച്ച് നടത്തിക്കൊണ്ട് അയാൾ വന്നതുപോലെ തന്നെ മടങ്ങിപ്പോയി.

പതിനൊന്ന്

എട്ടൊമ്പതു നാഴിക ഇരുട്ടിയപ്പോൾ കിഴക്ക് നിലാക്കാലു വീശി. തിരുവഞ്ചൻ എല്ലാവരോടുമായി പറഞ്ഞു:

"നേരമായി വലതുകാലുംവച്ച് ഇറങ്ങിക്കോളിൻ."

"പുട്ടലും വട്ടിയും പായും മുറവും കലവും തവിയും ഉരലും ചിരവയുമൊക്കെ വച്ചു കെട്ടിയ കെട്ടും വട്ടീം ആണുങ്ങൾ പെണ്ണുങ്ങളുടെ

തലയിലേറ്റിക്കൊടുത്തു. അരിവാളും ചാക്കും കറ്റകെട്ടാൻ മൂപ്പിരിക്കയറും അതിലടക്കം ചെയ്തിരുന്നു. കുട്ടികളെയുമെടുത്ത് ആണുങ്ങൾ പുറകെ നടന്നു."

തിരുവഞ്ചന്റെ പിന്നാലെ എല്ലാവരും വല്യേരുമ്പുഴ കടവിലേക്കു പോയി.

നീണ്ടു പരന്ന വയലുകൾക്കു മീതെ പുകമഞ്ഞു പരന്ന അന്തരീക്ഷത്തിൽ നിശ്ചലത തങ്ങിനിന്നു. മഞ്ഞിൻ പുറത്ത് അവരുടെ കാലടിയൊച്ചയും സംസാരവും ഉയർന്നു കേട്ടു.

പോകുന്ന വഴി മറുതാച്ചി നടയുടെ മുന്നിൽ ഒന്നുനിന്നു. വെറ്റില പാക്കും അരിവാളുമെടുത്ത് തിരുവഞ്ചൻ നടയ്ക്കുവച്ച് താണുതൊഴുതു. ഭൂമിതൊട്ടുവന്ദിച്ചു. അരിവാൾ മാത്രം തിരികെയെടുത്തു.

യാത്രയ്ക്കിടയിൽ കുട്ടപ്പൻ തങ്കമ്മയുടെ അരികുപറ്റി നടക്കാനും അവളോടു കിന്നാരം പറയാനും തിടുക്കപ്പെടുന്നത് ശങ്കരിയുടെ ശ്രദ്ധയിൽപെട്ടു. ആ രഹസ്യം അവൾ അച്ചാമ്മയോടു പറയുന്നത് പഞ്ചമി കേട്ടുനിന്നു. അവർ രണ്ടാളും കുലുങ്ങിച്ചിരിക്കുന്നതു കണ്ടു.

വക്കച്ചൻ മുതലാളി കൊടുത്തയച്ച വളവരയില്ലാത്ത വള്ളം കടവിൽ കാത്തു കിടന്നിരുന്നു. മുതലാളി പറഞ്ഞയച്ച രണ്ടൂന്നുകാർ അതിലിരുന്ന് ഉറക്കംതൂങ്ങി.

കുട്ടപ്പൻ തങ്കമ്മയുടെ തലയിൽനിന്ന് ചുമട് പിടിച്ചിറക്കി വള്ളത്തിൽ വച്ചു. വള്ളം പിടിച്ചടുപ്പിച്ച്, അവളെ വള്ളത്തിൽ കേറാൻ സഹായിച്ചു.

ആണാളും പെണ്ണാളും കേറിക്കഴിഞ്ഞ് വള്ളം കടവിൽനിന്ന് ഊന്നിവിട്ടപ്പോഴേക്കും, ആറ്റുതീരത്തെ വൃക്ഷത്തലപ്പുകൾക്കു മുകളിൽ ചന്ദ്രൻ കലകാട്ടാൻ തുടങ്ങി.

പ്രായം ചെന്നവർ വള്ളത്തിൽ കാലും നീട്ടിയിരുന്ന് വെറ്റിലമുറുക്കിക്കൊണ്ട് വർത്തമാനം പറഞ്ഞു. പാച്ചനും കൊത്തേൻകുട്ടിയും കെട്ടുകൾക്കിടയിൽ ചുരുണ്ടുകൂടിക്കിടന്നുറക്കമായി. നീലമ്മയും അച്ചാമ്മയും ചെല്ലമ്മയും ശങ്കരിയുമെല്ലാം അടുത്തുകൂടിയിരുന്നു പറയാനും ചിരിക്കാനും തുടങ്ങി. പഞ്ചമിയും തങ്കമ്മയും അവരുടെ അടുക്കലേക്കു നീങ്ങി. താടിക്കു കൈയും കൊടുത്ത് അതെല്ലാം കേട്ടുകൊണ്ടിരുന്നു.

തങ്കമ്മയുടെ നേരെ മുഖം തിരിച്ച് വള്ളത്തിന്റെ നടുപ്പടിയിൽ കുട്ടപ്പൻ ഇരിപ്പുറപ്പിച്ചു.

ആറ്റുതീരത്തെ മരപ്പൊന്തയിൽ ഇണയെ തൊട്ടുരുമ്മിയിരുന്ന ഒരു കുളക്കോഴി പ്രണയാവേശത്തോടെ 'ഗ്വ, ഗ്വ' എന്നു കരയുന്നതു കേട്ടു.

അച്ചൻകോവിലാറിലൂടെ വള്ളം പതുക്കെ മുന്നോട്ടു നീങ്ങി. ചിറ്റോളങ്ങളിളകിയ നദിയുടെ വിരിമാറിൽ ചന്ദ്രിക വീണു വെട്ടിത്തിളങ്ങി, ആറ്റുതീരത്തു നിഴൽ പരത്തിനിന്ന പരുത്തിക്കാടുകളിൽ രാപ്പക്ഷികൾ കരയുന്നത് കേട്ടു.

കഴുക്കോലുകൾ താളമൊപ്പിച്ചു വെള്ളത്തിലേക്ക് ആഞ്ഞു വീഴുന്നതിന്റെയും, വയ്ക്കോലിൽ മുട്ടിയുരയുന്നതിന്റെയും ശബ്ദം കേൾക്കാമായിരുന്നു.

വീയപുരം കടന്ന് വിശാലമായ പുഞ്ചപ്പാടങ്ങളുടെ നടുവിലൂടെ

വള്ളം ഒഴുകി നീങ്ങുമ്പോൾ എല്ലാവരും ഉറക്കം തൂങ്ങുകയായിരുന്നു. മരംകോച്ചുന്ന തണുപ്പിൽ കുട്ടപ്പൻ കുളുർന്നു വിറച്ചു.

തങ്കമ്മയെക്കുറിച്ചുള്ള ചിന്തകളിൽ മുഴുകി അവൻ ഉറങ്ങാതെ കണ്ണും തുറന്നിരിക്കുകയാണ്. അവളാണെങ്കിൽ, അവന്റെ തൊട്ടടുത്ത് ശങ്കരിയുടെ പുറം ചാരിയിരുന്ന് മയങ്ങുന്നു.

അതോ, അവനെക്കുറിച്ചോർത്ത് വെറുതെ ഉറക്കം നടിച്ചിരിക്കുകയോ?

ഏതാണ്ട് പുളിങ്കുന്നിൽ അടുക്കാറായപ്പോഴാണ് നടുപ്പടിയിൽ വച്ചിരുന്ന കെട്ടും വട്ടിയിലേക്ക് അവൻ തലചായ്ച്ച് ഒന്നു മയങ്ങിയത്. കുറെക്കഴിഞ്ഞ് കണ്ണുതുറന്നു നോക്കിയപ്പോൾ നേരം വെളുത്ത്, വള്ളം പുളിങ്കുന്നുകടവിൽ അടുത്തു.

ആണുങ്ങൾ വള്ളത്തിൽനിന്നിറങ്ങി ചായക്കടയിലേക്കു നടന്നുപോയി. തങ്കമ്മയെയും അവളുടെ അടുത്തിരുന്ന പെണ്ണുങ്ങളെയും കുട്ടപ്പൻ ചായക്കടയിലേക്കു ക്ഷണിച്ചു. അവിടുത്തെ തിരക്കിനിടയിൽ ഓരോ ചായയൊഴിച്ച് അവർക്കു നീട്ടി.

വള്ളത്തിൽത്തന്നെ മൂടിപ്പുതച്ചിരുന്ന അണിമയ്ക്ക് ഒരു ചായവാങ്ങി കൊണ്ടുചെന്നു കൊടുത്തു.

ആണുങ്ങൾ ചായകുടിയും കഴിഞ്ഞ് അങ്ങിങ്ങു ചുറ്റിക്കറങ്ങി നടക്കുമ്പോൾ പെണ്ണുങ്ങൾ കടവിനടുത്ത് അടുപ്പുകൂട്ടി ഭക്ഷണം തയാറാക്കി.

കായലിലെ വീശുകാരുടെ വള്ളം കരയ്ക്കടുത്തു. തങ്കമ്മ വള്ളത്തിനടുത്തുചെന്ന് അതിൽ കിടന്ന് തുടിക്കുകയും പിടയ്ക്കുകയും ചെയ്തുകൊണ്ടിരുന്ന മാലായെയും കരിമീനിനെയും നോക്കി വെള്ളമിറക്കി.

പാച്ചനും വീശുകാരനും തമ്മിൽ മീനിന്റെ വിലയെ സംബന്ധിച്ച് പേശലുണ്ടായി.

കുട്ടപ്പൻ തങ്കമ്മയുടെ മുഖത്ത് നോക്കിയിട്ട് വീശുകാർ ചോദിച്ച വിലകൊടുത്ത് ഒരുകൂട്ടം മീൻ വാങ്ങി അവളുടെ നേർക്കു നീട്ടി.

നാണിച്ചിട്ടാണെങ്കിലും അവളതു വാങ്ങി അമ്മയുടെ അടുത്ത് കൊണ്ടുപോയി...

അരിയും കൂട്ടാനും വെന്തു കഴിഞ്ഞപ്പോൾ എല്ലാവരും അടുപ്പിനു ചുറ്റും വട്ടമിട്ടിരുന്ന് ആഹാരം കഴിച്ചു.

കുറെനേരം വെറ്റിലമുറുക്കിയും ബീഡിവലിച്ചും വർത്തമാനം പറഞ്ഞിരുന്നിട്ട് വീണ്ടും വള്ളത്തിൽകേറി യാത്രയായി. നേരം ഉച്ചതിരിഞ്ഞപ്പോൾ അയ്യായിരത്തിന്റെ ചിറക്കാലിൽ ചെന്നിറങ്ങി.

അതിനുമുമ്പുതന്നെ ഭരണിക്കാവുകാരും വള്ളികുന്നത്തുകാരുമെല്ലാം അവിടെ വന്നുകഴിഞ്ഞിരുന്നു. തഴക്കരക്കാരൻ അണിഞ്ചനാണ് അവരുടെ മൂപ്പൻ. ബസിൽ മാന്നാത്തിറങ്ങി അവർ അവിടെനിന്നു ബോട്ടിൽ കേറിപ്പോന്നു.

കെട്ടുംവട്ടി മുറുക്കുന്നതോടൊപ്പം ഓരോ പൊതിച്ചോറും കൂടി കരുതിയിരുന്നതുകൊണ്ട് വഴിക്കിറങ്ങി വെപ്പും കുടിയും വേണ്ടിവന്നില്ല.

അണിഞ്ചനും കൂട്ടരും ചിറക്കാലുകൂട്ടിയെത്തിച്ചു പന്തകെട്ടി

ക്കൊണ്ടു നിൽക്കുമ്പോൾ തിരുവഞ്ചൻ അങ്ങോട്ടുചെന്ന് ലോഹ്യം ദോദിച്ചു:

"എപ്പഴാ നിങ്ങളെത്തിയെ?"

"ഇങ്ങു വന്നാ പോലുത്തേക്കു വെച്ചേ."

അണിഞ്ചൻ ചോദിച്ചു.

"പടിഞ്ഞാറം വഴിക്കെന്തൊക്കെയാ വിചേഴം?"

"എന്തോ വിചേഴമാടോ? ഇങ്ങനെ കുടിച്ചും കുടിയാതെയും ഒക്കെയങ്ങു കഴിയുന്നു."

തിരുവഞ്ചൻ പാച്ചനെയും കൊത്തേൻകുട്ടിയെയും ലൂക്കോസിനെയുമൊക്കെ വിളിച്ചുകൊണ്ട് മുതലാളിയുടെ വീട്ടിൽപോയി പന്തകെട്ടാനുള്ള ഓലയും മുളയും കൊണ്ടുവന്നു.

ചിറക്കാലിൽ നെടുനീളത്തിൽ മുളകൾ കുഴിച്ചിട്ട്, മുൻവശം ഉയർത്തിയും പിൻവശം താഴ്ത്തിയും ചരിപ്പുകൾ കെട്ടി. ഉയർന്നുനിന്ന മുൻഭാഗത്ത് പെണ്ണുങ്ങൾ അടുപ്പുകൂട്ടി. പിന്നിൽ ചാക്കുപുട്ടലും പായും അടുക്കുവച്ചു.

അപ്പോൾ കറമ്പിയും കാളിക്കുട്ടിയും തഴക്കരക്കാരുടെ പന്തയ്ക്കരുകിൽ നിൽക്കുന്നത് തിരുവഞ്ചൻ കണ്ടു. അവിടെ കെട്ടും വട്ടിയും ഇറക്കി വയ്ക്കുന്നു.

ലജ്ജിതരും ദുഃഖിതരുമായിട്ടാണ് അവർ മറ്റത്തുനിന്നു മടങ്ങിപ്പോയത്. ചെറുകരനിന്ന് താൻ ഉഴവുകൂലി വാങ്ങിയെടുത്തുവെന്ന് അപരാധം പറഞ്ഞതും, പാച്ചന്റെ കൈയിൽനിന്ന് അടികിട്ടിയതും കാളിക്കുട്ടിക്കു മാനക്കേടായി. അയാളുടെ തറയിൽ വെളുപ്പാൻകാലം വരെ മണ്ണെണ്ണ വിളക്കു കത്തിക്കൊണ്ടിരുന്നു. ഏറെനേരവും മനോവിചാരങ്ങളിൽ മുഴുകിയും ഇടയ്ക്കിടെ എന്തെങ്കിലും പറഞ്ഞും കഴിച്ചുകൂട്ടി. വെളുപ്പാൻ കാലമായപ്പോൾ കറമ്പി കാളിക്കുട്ടിയോടു ചോദിച്ചു:

"നിങ്ങളെന്താ പോയി തമ്പ്രാനോട് ആ പൂട്ടുകൂലി തരാനക്കൊണ്ട് പറയാത്തെ?"

"ഏൻ പോയി പറയാതിരുന്നതുകൊണ്ടാണോടീ അതു തരാതിരുന്നെ? ഇന്നാട്ടെ നാളെയാട്ടെന്നും പറഞ്ഞല്ല്യോ?"

കുറെ ആലോചിച്ചിട്ട് അവൾ വീണ്ടും പറഞ്ഞു:

"പിന്നെ ആരോടേലും പിണങ്ങി നമ്മള് കൊയ്യാൻ പോവാണ്ടിരുന്നാക്കൊണ്ട് എങ്ങനെ ചെലവ് കഴിയും?"

ആ ചോദ്യത്തിനു മറുപടി പറയാതെ കാളിക്കുട്ടി വിഷമിച്ചിരുന്നു. എങ്കിലും ഒരുകാര്യം നിശ്ചയിച്ചതു നിശ്ചയിച്ചതുതന്നെ.

"എന്തായാലും അവന്മാരുടെ കൂടെ കൊയ്ത്തിനു പോകാൻ പറ്റുകേല."

"എന്നെങ്കി ഞാനൊരു കാര്യം പറയാം നമുക്കുപോയി തഴക്കാരുടെ കൂടെ കൊയ്യാം."

ആ ആശയം നല്ലതാണെന്നു കാളിക്കുട്ടിക്കും തോന്നി. അയാളുടെ

വീട് തഴക്കരയാണ്. തഴക്കരക്കാരൻ അണിഞ്ചൻ വക്കച്ചൻ മുതലാളിക്ക് കൊയ്ത്തുകാരെ കൊണ്ടു ചെല്ലുന്ന ഒരു മൂപ്പനാണ്. ഈ തവണയും അണിഞ്ചൻ കൊയ്ത്തിനു പോയിട്ടുണ്ടാവും.

"അങ്ങനാണേ ഇനി താമതിക്കണ്ട."

തലേദിവസം കെട്ടിമുറുക്കിയ കെട്ടും താങ്ങി, കൊച്ചിനെയുമെടുത്ത് റോഡിൽച്ചെന്ന് അടുത്ത ബസിന് അവർ മാന്നാത്തേക്കു പോയി. അവിടെ നിന്നു ബോട്ടിൽ അയ്യായിരത്തിലേക്കു പോന്നു.

തഴക്കരക്കാരുടെ പന്ത കണ്ടുപിടിക്കാൻ കറമ്പിയും കാളിക്കുട്ടിയും കൂടി ഒട്ടുനേരം പരതി നടന്നു.

കാളിക്കുട്ടിയും കറമ്പിയും അകലെനിന്ന് നടന്നു വരുന്നതുകണ്ട് അണിഞ്ചൻ അതിശയത്തോടെ ചോദിച്ചു:

"മ്? എന്താ കാളിക്കുട്ടി ഒറ്റയ്ക്ക്?"

"പ്പള് അങ്ങനൊക്കെയാ."

"കാര്യമെന്താ?"

"അതാ നല്ലത്."

"എന്നാലും....."

"ഞാള് തിരവഞ്ചച്ചാരോട് ഇത്തിരി തെറ്റി നിക്കുവാ."

"സംഗതിയെന്താടോ?"

"വലിയ സംഗതി ഒന്നുമില്ല ഇത്തവണ ഞാള് ഇയ്യാടെകൂടാ കൊയ്യുന്നെ."

"അങ്ങനാട്ടെ. നമുക്കൊന്നിച്ചു കൊയ്യാം."

അണിഞ്ചൻ കറമ്പനെ വിളിച്ചു പറഞ്ഞു:

"അവരുടെ കെട്ടും വട്ടീം ഇങ്ങോട്ടെടുത്ത് വയ്ക്ക്."

പന്തയുടെ ഒരരുകിൽ അവർ അടുപ്പുകൂട്ടി. അതിന്റെ പിന്നിൽ സാധനങ്ങളടുക്കി വച്ചു.

ഓരോ അടുപ്പിന്റെ പിന്നിലും ഓരോ കുടുംബമാണ്. കൊയ്ത്തിന്റെ മുന്നോടിയായി പുഞ്ചയുടെ തീരത്തുള്ള ചിറക്കാലുകൾ വാണിയപ്പുരകളുയർന്നിരുന്നു. അവിടെ വിൽപ്പനയ്ക്ക് വയ്ക്കാത്ത സാധനങ്ങളില്ല.

ചായക്കട, മുറുക്കാൻകട, പലചരക്കുകട. ആളുകളുടെ സൗകര്യാർഥം ഒരു കള്ളുഷാപ്പ്.

കുട്ടപ്പൻ വാണിയപ്പുരകളാകെ ഒന്നു നടന്നു നോക്കി.

അപ്പം, അരിച്ചക്കര, മാവുണ്ട, കരുപ്പട്ടിക്കാപ്പി, മോരുംവെള്ളം അതങ്ങനെ.

ഉണക്കച്ചീനിയും ഉണക്കമീനും.

സോപ്പ്, ചീപ്പ്, കണ്ണാടി, കുപ്പിവള, കറുപ്പുചരട്, തലേക്കുത്തി അങ്ങനെ മറ്റൊരു വക.

അത്തർ, സെന്റ്, പൗഡർ, ചാന്ത്, കൺമഷി, സിന്ദൂരം – ഒരു പെണ്ണിനെ വശീകരിക്കാൻ വേണ്ട എല്ലാ വകയും ഇങ്ങോട്ടുപോരുമ്പോൾ പന്തയിൽനിന്ന് തങ്കമ്മയെക്കൂടി വിളിച്ചുകൊണ്ടു പോരേണ്ടതായിരുന്നു.

കൈനോക്കി ഫലം പറയാൻ തയാറെടുത്തിരിക്കുന്ന ഹസ്തരേഖാ ശാസ്ത്രജ്ഞൻ. അയാളുടെ മുന്നിൽ പത്രം വിരിച്ച് അതിൽ കൈരേഖ കളുടെ ആധികാരികമായ വലിയ ചിത്രങ്ങൾ നിരത്തിയിട്ടുണ്ട്.

തൊട്ടടുത്തുതന്നെ കൂടും കിളിയുമായി പക്ഷിശാസ്ത്രജ്ഞനും. ഭാവിയെക്കുറിച്ചുള്ള അനിശ്ചിതത്വം നീക്കാൻവേണ്ടി കുട്ടപ്പൻ പക്ഷി ശാസ്ത്രജ്ഞനെത്തന്നെ സമീപിച്ചു.

പൈസവാങ്ങി നെറ്റിക്കു തൊടുവിച്ചിട്ട് അയാൾ പോക്കറ്റിലിട്ടു.

"ഹെയ് സാരസാക്ഷി ഇറങ്ങിവാറുങ്കോ, ഭാഗ്യത്തെ ചൊല്ലുവതുക്ക് ഉണ്മയാന ചിത്രത്തെ കൊത്തിയെടുക്കുങ്കോ."

കൂട്ടിൽനിന്ന് ഒരു പച്ചപ്പേരയിറങ്ങി കടലാസുകൂട് കൊത്തിമാറ്റിയിട്ട് തിരിച്ചു കേറിപ്പോയി.

കവറു തുറന്നു നോക്കിയപ്പോൾ സാക്ഷാൽ ഭഗവാനും ഭഗവതിയും. കുട്ടപ്പൻ നേരിൽ കണ്ടതാണ്.!

പക്ഷിശാസ്ത്രജ്ഞൻ പേശിക്കൊണ്ടിരുന്ന തമിഴിലുള്ള ഭാഗ്യവി വരണം ഒരു പാട്ടുപോലെ മാത്രമേ അവന്റെ കാതുകളിൽ പതിച്ചുള്ളു. ഹൃദയം നിറയെ അവന്റെ തങ്കമ്മയാണ്.

ആത്മസംതൃപ്തിയോടെ പന്തയിലേക്കു ചെന്നു.

"തങ്കമ്മോ, നീ കച്ചോടം മേടിക്കാൻ വരുന്നോ?"

ഒന്നും പിടികിട്ടാത്ത മട്ടിൽ അവൾ മുഖമുയർത്തിനിന്നു. അവൻ കാര്യം വെളിവാക്കി.

"നിനക്ക് മണമൊള്ള സോപ്പോ പൗഡറോ വല്ലോം വോണോ? വേണോങ്കി വാ. ആശയുള്ളതു മേടിച്ചു തരാം."

അവൾ മനോഹരമായി പുഞ്ചിരിക്കുന്നത് കണ്ടു.

"ഇപ്പം വേണ്ട. കച്ചോടം മേടിക്കാൻ അമ്മ പോയി."

"എന്നാ നാളെയാവട്ടെ."

ചിറവരമ്പുകളിലാകെ കോലാഹലം തന്നെ. വറപ്പും കരിപ്പും വെപ്പും വിളമ്പും.

നേരം കുറേ ഇരുട്ടിയപ്പോൾ എല്ലായിടവും ശാന്തം.

അടുപ്പു കല്ലുകൾക്കു പിന്നിൽ ചാക്കും പായും വിരിച്ച്, പന്തയുടെ ഒരറ്റം മുതൽ മറ്റേ അറ്റംവരെ ആണും പെണ്ണും നിരന്നുകിടന്ന് ഉറക്ക മായി.

പന്ത്രണ്ട്

നേരം വെളുത്തപ്പോൾ ഉറക്കമുണർന്ന്, എല്ലാവരുംകൂടി അടു ത്തുള്ള ചായക്കടകളിൽചെന്നു. കുശാലായി കാപ്പുകുടി, നടത്തി. വറുപ്പും കൂത്തും, വെപ്പും കുടിയുമായി നേരം കഴിഞ്ഞു.

ഉച്ചതിരിഞ്ഞപ്പോൾ വക്കച്ചൻ മുതലാളിയുടെ കൃഷിക്കാരൻ ജോസഫ് പന്തയെല്ലാം നടന്നുകണ്ടു. കൊയ്ത്തുകാരാരൊക്കെയെന്ന്

കണ്ടറിഞ്ഞു. അണിഞ്ചനെയും തിരുവഞ്ചനെയും കൂട്ടി അയ്യായിരത്തിന്റെ ചിറക്കാലിൽ ചുറ്റിനടന്നു.

നോക്കെത്താത്തവണ്ണം നീണ്ടു പരന്ന പുഞ്ചയിൽ നെൽക്കതിരുകൾ പഴുത്തുണങ്ങി തലകുനിച്ചു കിടക്കുന്നത് കൃഷിക്കാരനും മൂപ്പന്മാരും ആഹ്ലാദത്തോടെ നോക്കിനിന്നു.

നല്ല തെളിവുള്ള ആകാശം. അകലെനിന്ന് കായലും കടന്നുവന്ന കുളിർകാറ്റിൽ തെങ്ങോലകൾ കിടന്ന് ചാഞ്ചാടി. വെള്ളക്കുപ്പായമണിഞ്ഞ മാലാഖമാരെപ്പോലെ പുഞ്ചക്കൊക്കുകൾ ചിറകു വിടർത്തി പറന്നുപോയി. ഇടവരമ്പുകളിൽ ഞാറപ്പക്ഷികൾ കുലുങ്ങിക്കുലുങ്ങി നടന്നു. വേടൻകോലിന്റെയും കരകമ്പുല്ലിന്റെയും ഇടയിൽനിന്നു വയൽക്കുരുവികൾ, ചിലച്ചുകൊണ്ട് പൊങ്ങിപ്പറന്നു.

അവർ മൂവരും കൂടി കള്ളുഷാപ്പിലേക്കു പോയി. അവിടെ ജോസഫിനുവേണ്ടി ഒഴിച്ചിട്ടിരുന്ന മുറിയിൽ കയറി തലേദിവസത്തെ മൂത്തുകരച്ച കള്ള് ഓരോപാത്രം അകത്താക്കി. അതിനുശേഷം ഞണ്ടുകറി വച്ചതും ചീനിയും കൂടി വാങ്ങി തീറ്റി തുടങ്ങി. ഓരോ പാത്രം കൂടി കുടിച്ചപ്പോൾ തലയ്ക്ക് സുഖകരമായ ഒരു പെരുപ്പ് അനുഭവപ്പെട്ടു.

ജോസഫ് ഉത്തേജിതനായി പറഞ്ഞു:

"വെറുതെ സമ്മതിക്കണ്ട. സാധനമെങ്ങനിരിക്കുന്നു?"

തിരുവഞ്ചൻ ശരിവച്ചു:

"ഒന്നാംതരം."

"എന്നാ ഓരോ കുപ്പികൂടെ."

"വേണ്ടായേ. ഇതുകൊണ്ടു മതിയായി."

"അണിഞ്ചനെന്നാടോ ഒന്നും മിണ്ടാത്തത്?"

കുടിച്ചു കഴിഞ്ഞാൽ അണിഞ്ചൻ അധികം സംസാരിക്കുകയില്ല. അയാൾക്കെപ്പോഴും സങ്കടമാണ്. കരയണമെന്നുതോന്നും.

ജോസഫിനാണെങ്കിൽ നേരെ മറിച്ചും. വെള്ളം ഉള്ളിൽച്ചെന്നാൽ കലപിലാ വർത്തമാനം പറയണം.

അയാൾ അണിഞ്ചനെ നോക്കി ചോദിച്ചു:

"ഇത്തവണ നിന്റെ കൂടെ പുതിയ കുഴിയട്ടികളാരൊക്കെയുണ്ട്?"

അതുവരെ നിശ്ശബ്ദനായിരുന്ന അണിഞ്ചൻ പറഞ്ഞു:

"എല്ലാം പാവത്തുങ്ങളാണേ."

"നിന്റെ വേലയങ്ങു മനസിലിരിക്കട്ടെ."

ജോസഫ് വിരലുകൾ നൊടിച്ച് കറിക്കാരൻ പയ്യനെ മുറിയിലേക്കു വിളിച്ചു.

"ഡേയ് പയ്യൻ!"

കൊഴുത്തുരുണ്ട ഒരു ചെറുക്കൻ വാതുക്കൽ പ്രത്യക്ഷപ്പെട്ടു.

"എടാ മോനേ, ഓരോ കുപ്പികൂടി കൊണ്ടുവാ."

"ഇന്നലത്തന്തി കൊണ്ടുവരട്ടെ?"

"ഓ. മരച്ചീനീം താറാവു കറിവച്ചതും കൂടെ പോരട്ടെ."

അപ്പോൾ മറ്റൊരാൾ വാതുക്കൽ വന്നു. ജോസഫിനോടു ചോദിക്കുന്നതു കേട്ടു.

"എടോ ഔസേപ്പച്ചാ, അല്ലേലും ഇനിയിപ്പോ തനിക്ക് കണ്ണുകാണുകേല."

വക്കച്ചന്റെ എൻജിൻഡ്രൈവർ എബ്രഹാമാണ്. അയാൾ അകത്തേക്കു കയറി അവരോടൊപ്പമിരുന്നു.

കുറ്റസമ്മതത്തോടെ ജോസഫ് പറഞ്ഞു.

"അവറാച്ചനിവിടെങ്ങാണ്ടൊണ്ടായിരുന്നോ? ഞാനറിഞ്ഞില്ല."

"ഞാൻ പിന്നെവിടെ പോകാനാടോ?"

കറുപ്പുചരടിൽ കോർത്തിരുന്ന വെന്തിങ്ങായിൽ തിരുപ്പിടിച്ചുകൊണ്ട് ജോസഫ് തലപൊന്തിച്ച് ശബ്ദമുയർത്തി പറഞ്ഞു:

"എടാ മോനേ, നാലുകുപ്പി പോരട്ടെ."

എബ്രഹാം മൂപ്പന്മാരെ നോക്കി ചോദിച്ചു:

"എപ്പോഴാ എല്ലാരും എത്തിയേ?"

"ഇന്നലെ ഉച്ചയോടെ."

കറിക്കാരൻ പയ്യൻ നുരച്ചുകയറുന്ന നാലു കുപ്പികൾ കൊണ്ടുവന്നു. കൂടെ മരിച്ചീനിയും താറാവു കറിവച്ചതും.

ജോസഫുതന്നെ അതു ഗ്ലാസുകളിൽ പകർന്നു. ആദ്യത്തെ ഗ്ലാസെടുത്ത് എബ്രഹാമിനു നീട്ടി.

"അച്ചായൻ കുടി."

"ഞാൻ കുടിക്കാം. താൻ കുടി."

ഗ്ലാസുകൾ കൂട്ടിമുട്ടിച്ച രണ്ടാളും കുടിച്ചു. അണിഞ്ചനെയും തിരുവഞ്ചനെയും കൊണ്ട് കുടിപ്പിക്കുകയും ചെയ്തു.

ചീനിയും താറാവുകറിയും കഴിച്ച് കുറെ നേരംകൂടി വാചകമടിച്ചിരുന്നിട്ട് ജോസഫ് വീണ്ടും കറിക്കാരനെ വിളിച്ചു:

"ഡേയ് മാമച്ചനിങ്ങു വരാൻ പറ."

തടിച്ചുകൊഴുത്ത് കഴുത്തിൽ കുരിശടയാളത്തോടുകൂടിയ സ്വർണ ച്ചെയിനണിഞ്ഞ ഷാപ്പുകാരൻ മാമച്ചൻ മുറുക്കിച്ചുവപ്പിച്ച ചിരിയുമായി വാതുക്കൽ വന്നു.

അടിച്ചു കൊഴതിരിഞ്ഞ മട്ടിൽ അണിഞ്ചനെയും തിരുവഞ്ചനെയും ജോസഫ് മാമച്ചനു പരിചയപ്പെടുത്തി.

"കേട്ടോ മാമച്ചാ. ഇവരെന്റെ സ്വന്തം ആളുകളാ."

മാമച്ചൻ ചിരിച്ചു:

"എനിക്കു നേരത്തെ അറിയാം."

"സ്വന്തമെന്നു പറഞ്ഞാ സ്വന്തം."

"അതാ പറഞ്ഞത് അറിയാമെന്ന്."

"അതല്ല. മറന്നോന്നാ ചോദിച്ചത്."

"അതെന്താ ഔസേപ്പച്ചൻ അങ്ങനെ പറയുന്നെ? എനിക്കവരെ അങ്ങനങ്ങ് മറക്കാനൊക്കുമോ?"

"എന്നാ അവർക്കു വേണ്ടതെന്താന്നുവച്ചാ കൊടുക്കണം."

"പിന്നെന്താ?"

"മനസിലായൊ?"

"ഓഹോ."

"അവരെന്റെ സൊന്തം ആളുകളാ."

"സമ്മതിച്ചു."

മാമച്ചൻ അണിഞ്ചനെയും തിരുവഞ്ചനെയും നോക്കി ചിരിച്ചു. അയാളുടെ സ്നേഹത്തിനു പകരം അവരങ്ങോട്ടും ചിരിച്ചു.

മാമച്ചൻ പോയി കറിക്കാരൻ പയ്യനെ വിളിച്ചു പറ്റുചോദിച്ചു. പയ്യൻ തുക പറഞ്ഞു.

മാമച്ചൻ പറ്റുവരവുബുക്കെടുത്ത് അണിഞ്ചന്റെയും തിരുവഞ്ചന്റെയും പേരിൽ പപ്പാതി കുറിച്ചിട്ടു.

ജോസഫും കൂട്ടരും വേച്ചുവേച്ച് അവിടെനിന്നിറങ്ങിപ്പോയി. അപ്പോഴേക്കും നേരം എരിഞ്ഞടങ്ങാൻ തുടങ്ങിയിരുന്നു.

ചിറക്കാലുകളിലെങ്ങും ഒരുത്സവത്തിന്റെ പ്രതീതിയാണ്. നെടുനീളത്തിൽ കെട്ടിയൊരുക്കിയിരുന്ന വാണിയപ്പുരകളുടെ മുന്നിലൂടെ ആടിയാടി നടന്നപ്പോൾ ചിറക്കാലുകൾക്കു വീതി പോരെന്നു തോന്നി. വെച്ചുവാണിയക്കാരുടെ അടുത്തുനിന്ന് കടലയ്ക്ക വാങ്ങിക്കൊറിച്ചു. വറ്റൽ വാങ്ങിച്ചുവച്ചു. ചായക്കടയിൽ കേറി ഓരോ ചായ കുടിച്ചു. ഓരോ ബീഡി കത്തിച്ചു വലിച്ചിട്ട് വെറ്റില മുറുക്കി.

മൂപ്പന്മാരെ ചായക്കടക്കാരനും സ്റ്റേഷനറിക്കാരനും പരിചയപ്പെടുത്തിക്കൊടുത്തിട്ട് ജോസഫും എബ്രഹാമും പോയി.

കുറെ അകലെ പന്തകൾക്കു മുന്നിൽ ഒരാൾക്കൂട്ടം കണ്ട് മൂപ്പന്മാർ അങ്ങോട്ടു ചെന്നു.

ഞൊറിവച്ച മുണ്ടുടുത്ത് വെളുത്ത ചട്ടയിട്ട് അതിനുമീതെ ബ്രഹ്മദേശം തോർത്തുകൊണ്ടൊരേത്താപ്പുമിട്ടു നടന്ന്, അരിച്ചക്കരയും ഉണക്കമീനും വിൽക്കാറുള്ള മറിയാമ്മച്ചേടത്തിയാണ് മൂപ്പന്മാരോടു വിവരം പറഞ്ഞത്:

"നാളെ കൊയ്ത്തു നടക്കുകേലെന്നാ തോന്നുന്നെ."

"എന്താ കാര്യം?"

"ഇത്തവണ കരയാളരെക്കൊണ്ടു കൊയ്യിക്കത്തില്ലെന്നാ നമ്മടച്ചായന്റെ വാശി."

തിരുവഞ്ചൻ ആൾക്കൂട്ടത്തിനടുത്തുചെന്ന് പാച്ചനോടു ചോദിച്ചു:

"എന്താ വിചേഴം?"

"നാളത്തെ കൊയ്ത്തിന്റ കാര്യമാ."

"മ് എന്താ സംഗതി?"

"തീർപ്പിന്റെ കാര്യത്തിൽ തർക്കം."

കരയാളരിൽ ചിലർ കൊയ്ത്തുകാരോടു സംസാരിക്കുന്നതു കേട്ടു. കുഞ്ഞിത്തേവനും ലൂക്കോസുമെല്ലാം അതു തലകുലുക്കി സമ്മതിച്ചു.

പാച്ചൻ കടന്നുചെന്നു പറഞ്ഞു:

"ഇതാ വന്നു മൂപ്പൻ. മൂപ്പനോടു പറഞ്ഞാ മതി."

തിരുവഞ്ചൻ തിരക്കി:

"എന്താ കാര്യമെന്നു പറ, കേൾക്കട്ടെ."

കുട്ടനാട്ടുകാരൻ കുഞ്ചാതി പറഞ്ഞു:

"ആണ്ടുതോറും കരിങ്കാലികളെ കൊണ്ടുവരുന്ന തന്റെ വേല ഇത്തവണ നടപ്പില്ല."

തിരുവഞ്ചൻ ചൂടായി.

"താനാരാ അതു നിശ്ചയിക്കാനക്കൊണ്ട്? അതു മൊതലാളൻ നോക്കിക്കോളും."

കുഞ്ചാതി മറുപടി പറയാൻ ഭാവിച്ചപ്പോൾ തോമാ അയാളെ തടഞ്ഞു:

"നീ വഴക്കുണ്ടാക്കാതെ കുഞ്ചാതിയേ..... കേട്ടോ ചേട്ടാ, നിങ്ങള് കൊയ്യാനൊന്നും വിരോധമില്ല. കൊയ്തോണ്ടു പോയി തിന്നോളിൻ. പക്ഷേങ്കി പതവും തീർപ്പും കണക്കുപറഞ്ഞു മേടിച്ചോണം. അതിനൊരു തീരുമാനം ഉണ്ടാകുന്നതു വരെ നിലത്തിലിറങ്ങരുത്. അത്രയേ ഒള്ള്."

"അതെങ്ങനെ വേണൊന്ന് ഞങ്ങള് നോക്കിക്കോളാം. ഇയ്യാടെ ഗൊണസാരമൊന്നും കേക്കണ്ട."

ആ സമീപനം കരയാളർക്കിഷ്ടപ്പെട്ടില്ല. കുഞ്ചാതിയുടെയും തോമായുടെയും കൂടെ വന്നവർ ക്ഷുഭിതരായി.

കൊച്ചാത്തൻ തിരുവഞ്ചന്റെ നേരെ വിരൽ ചൂണ്ടി പറഞ്ഞു:

"എടോ താൻ മര്യാദയ്ക്കു വർത്തമാനം പറയണം. താൻ എവിടെ വന്നാ ഈ വീരസ്യം വിളമ്പുന്നേ?"

തോമ, കൊച്ചാത്തനേയും സമാധാനപ്പെടുത്താൻ നോക്കി.

"ആ ചേട്ടൻ കാര്യമറിയാതെ പറയുവാ കൊച്ചാത്തോ. നീയൊന്നടങ്ങ്. ഞാൻ കാര്യം പറയട്ടെ."

എന്നിട്ട് തിരുവഞ്ചനോടു തിരിഞ്ഞു പറഞ്ഞു:

"ചേട്ടൻ വെറുതെ കൊഴപ്പത്തിനൊന്നും നിക്കണ്ട. നിങ്ങടെ നാട്ടി നിങ്ങക്കു പതവും തീർപ്പും വേണ്ടാങ്കി ഞങ്ങക്കു പരാതിയില്ല. വെറുതെ വേണെ ചെയ്തു കൊടുത്തോ. അതിലും വിരോധല്യ. പക്ഷെങ്കി ഈ നാട്ടിലീ വേല നടപ്പില്ല. നേരത്തെ കാര്യമങ്ങു പറഞ്ഞേക്കാം. തീർപ്പ് വേണ്ടാന്നും പറഞ്ഞ് നിങ്ങളുമാത്രമങ്ങ് കൊയ്യാമെന്നു വിചാരിച്ചാ ഞങ്ങളുവന്നു പിടിച്ചുകേറ്റും."

കാര്യം കുറെ ചൂടാണെന്നു തിരുവഞ്ചനും തോന്നി. എങ്കിലും അയാൾ ഗൗരവം വിട്ടില്ല.

"എന്റാളുകൾക്കു പതവും തീർപ്പും മേടിച്ചുകൊടുക്കാനക്കൊണ്ട് എനിക്കറിയാം. അതിനു നിങ്ങളുടെ സഹായം വേണ്ട."

അപ്പോൾ പള്ളിപ്പടിക്കലെ ലൂക്കോസ് വെട്ടിത്തുറന്നു പറഞ്ഞു:

"മൂപ്പനാണെന്നുംവച്ച് അങ്ങനൊന്നും പാടണ്ട. കഴിഞ്ഞകൊല്ലം

മൊതലാളൻ പറ്റിച്ചിട്ട് എന്നാ ചെയ്തു? കരയാളരുക്ക് ഒരു വിധം വരുത്തരുക്ക് വേറൊരു വിധം അതിനി പറ്റത്തില്ല. ഇത്തവണ ഞങ്ങള് കരയാളരടെ കൂടാ."

"അതിനിയ്യാളെക്കൊണ്ടു കൊയ്യിക്കാൻ മൊതലാളനു മനസിലാഞ്ഞാ, ഇയ്യാളെന്നാ ചെയ്യും?"

കുഞ്ചാതി നിർദേശിച്ചു:

"മുതലാളനു മനസില്ലേ നമ്മളു കൊയ്യത്തില്ലെന്നു പറയണം."

"ഓഹോ, എന്നാ ലൂക്കോ കൊയ്യണ്ടാടോ, ബാക്കിയൊള്ളോരു കൊയ്തോളും. ഇയ്യാളങ്ങോളോട്ടു ചെന്നാട്ടെ."

അകലെ നിന്നിരുന്ന ചെറുപ്പക്കാരൻ അകത്തേക്കു നീങ്ങി ഉറക്കെ വിളിച്ചു പറഞ്ഞു:

"അയാളെ അങ്ങനെ കളിയാക്കാതമ്മാച്ചാ."

ആളുകൾ അവന്റെ നേരെ നോക്കി. ഉള്ളിൽ തിങ്ങിനിന്ന രോഷം മുഴുവൻ അവന്റെ മുഖത്തു പ്രതിഫലിച്ചു. വികാരം അടക്കാൻ കഴിയാതെ അവൻ വിളിച്ചു പറഞ്ഞു.

"ലൂക്കോച്ചൻ കൊയ്യത്തില്ലേ വേറെ ആരാ കൊയ്യാനെന്ന് ഞങ്ങൾക്കും ഒന്നു കാണണം. കഴിഞ്ഞ കൊല്ലത്തെപ്പോലെ തീർപ്പുതരാതെ വിടാനാണേ ഒരൊറ്റക്കുഞ്ഞ് പാടത്തിറങ്ങണ്ടാ. തീർപ്പിനെക്കുറിച്ചൊരു തീരുമാനമെടുത്തിട്ട് കൊയ്യുന്ന കാര്യം ആലോചിച്ചാ മതി."

വരുത്തരുടെ കൂട്ടത്തിൽ അങ്ങനെയൊരുത്തൻ ഇതുവരെ സംസാരിച്ചു കേട്ടിട്ടില്ല. അവനെ നോക്കി ലൂക്കോസ് സ്നേഹപൂർവ്വം പുഞ്ചിരിതൂകി.

ആളുകളെല്ലാം അവനെനോക്കി പിറുപിറുത്തു. ആരാണത്? ചിലർ ചോദിച്ചറിഞ്ഞു. ഏവൂർക്കാരനാണ്. ചാലിത്തറ കണ്ടൻകാളിയുടെ മകൻ. അണിഞ്ചന്റെ കൂടെ കൊയ്യാൻ വന്നതാണ്. പേരു കുഞ്ഞച്ചൻ.

കുഞ്ഞച്ചന്റെ പിന്തുണ ലൂക്കോസിന് ആത്മധൈര്യം നൽകി.

"ഇക്കാര്യത്തി മൂപ്പനെടപെടേണ്ട. മൂപ്പനു വേലയെടുക്കാതെ കത്തക്കാശുകിട്ടും. ഞങ്ങളു കൊയ്യുന്നേലീന്ന് ഈരണ്ടു മൂപ്പൻകറ്റ, പിന്നതുമിതുമൊക്കെ വേറെയുണ്ട്. എല്ലാം ഞങ്ങക്കുമറിയാം. പക്ഷേങ്കി കൊയ്ത്തുകാർക്കു തീർപ്പുവേണ്ടന്നു മൂപ്പൻ പറഞ്ഞാ അതാരും കേൾക്കാൻ കാണത്തില്ല."

തോമാ ചോദിച്ചു:

"മൊതലാളനെയിങ്ങനെ ഗൊണപ്പെടുത്തണോന്ന് ചേട്ടനുമാത്രം ഇത്ര വാശിയെന്തുവാ? എല്ലാരുക്കും കൂടൊള്ള കാര്യത്തിനല്യോ പറയുന്നെ? നമ്മളൊന്നിച്ചു നിന്നാ മൊതലാളൻ തീർപ്പുതരാതെന്നാ ചെയ്യും?"

കുഞ്ചാതി അപ്പോഴും ഭീഷണിയുടെ സ്വരത്തിൽ തന്നെ സംസാരിച്ചു:

"അതു വകവയ്ക്കാതെ നാളെ കൊയ്യാനെറങ്ങുന്നവനെ ഞങ്ങ

ക്കൊന്നു കാണണം. നാളെ ഇവിടെ വല്ലതുമൊക്കെ ഒന്നു നടക്കും."

"അതൊന്നും വേണ്ടിവരില്യ കുഞ്ചാതിയേ. അവരും നമ്മെപ്പോലല്ല്യോ? അവരുടെ കാര്യത്തിനും കൂടല്ല്യോ നമ്മളീ പറയുന്നെ?"

കരയാളർ മറ്റു പന്തകളിൽ പ്രചാരണം നടത്താൻ പോയി.

കുഞ്ഞിത്തേവൻ സ്വകാര്യമായി പാച്ചനോടു പറഞ്ഞു:

"ഇയ്യാണ്ടി നല്ലപ്പഴത്തെ കൊയ്ത്തു തുടങ്ങാനെക്കൊണ്ടു വഴക്കും പുക്കാറുമാന്നോ?"

എന്താണു നടക്കാൻ പോകുന്നതെന്ന് ആർക്കും ഒരു രൂപവുമില്ല.

ജോസഫും എബ്രഹാമും കൂടി വന്ന് തിരുവഞ്ചനെ വിളിച്ച് മാറ്റി നിറുത്തി.

"നാളെ കൊയ്ത്തു നടത്തുകേലന്നാണല്ലോ അവന്മാര്..."

"അടിയനറിഞ്ഞേ."

"എന്നാ എന്തുവന്നാലും നമുക്കു നാളെയങ്ങു കൊയ്യണം. അല്ലെങ്കിൽ നാണക്കേടാ."

തിരുവഞ്ചൻ പരുങ്ങി.

"അടിയങ്ങളു തയാറാ. പക്ഷേങ്കി കരയാളരുടെ കാര്യം..."

"ഇത്രേം വാശിവന്ന നിലയ്ക്ക് അവരെക്കൊണ്ട് കൊയ്യിക്കാൻ പറ്റുകേല. അതുകൊണ്ടാ മൊതലാളി പ്രത്യേകം പറഞ്ഞയച്ചിരിക്കുന്നെ. നിങ്ങളതിരാവിലെ ഇറങ്ങിയങ്ങു കൊയ്തേക്കണം."

"ഞങ്ങളു കൊയ്യാവേ."

"മൊതലാളി വിചാരിച്ചാലും ഇവിടെന്തേലും നടക്കുമോന്ന് ഒന്നറിയണമല്ലോ."

അവരടുത്ത പന്തയിലേക്കു പോയി.

തിരുവഞ്ചൻ എല്ലാവരോടുമായി പറഞ്ഞു:

"എല്ലാവരും കേട്ടോ. കൊയ്യാനക്കൊണ്ട് വെളുപ്പിനെറങ്ങിക്കോണം."

രാവിലെ എഴുന്നേറ്റു പെണ്ണുങ്ങൾ അടുപ്പിൽ തീ കൂട്ടി. ആഹാരം തയാറാക്കി പകർന്നുവച്ച് അരിവാളുകൾ തേച്ചു മൂർച്ചകൂട്ടി.

ആണുങ്ങൾ ചായകുടിയും കഴിഞ്ഞ് ചിറക്കാലിന്റെ അടുക്കൽചെന്ന്, അവിടെ നടക്കാൻപോകുന്ന പുകിലുകാണാൻ കാത്തു നിന്നു. അരിവാളും മുപ്പിരിക്കയറുമായി വന്ന പെണ്ണുങ്ങൾ ആണുങ്ങളോടു പറ്റിച്ചേർന്നു നിലകൊണ്ടു.

അകലെ ഒരാരവം കേട്ടു.

കടലിരമ്പുംപോലെ.

ആയിരക്കണക്കിനാളുകൾ ഉച്ചത്തിൽ മുദ്രാവാക്യം മുഴക്കി മുന്നോട്ടു നീങ്ങുന്നു.

അവർ ഉയർത്തിപ്പിടിച്ചിരിക്കുന്ന ചെങ്കൊടികൾ, കാറ്റുതട്ടി പാറിപ്പറന്നു. ആയിരം നാവുകളിൽനിന്നു മുഴങ്ങിയ ഉജ്ജ്വലമായ ശബ്ദം പുഞ്ചയുടെ മറുകരയിൽ ചെന്നലച്ചു.

മറ്റത്തുകാരുടെ പന്തയുടെ അടുത്തേക്ക് ആ പ്രകടനം നടന്നുവരികയാണ്. കുട്ടനാട്ടുള്ളവരും അപ്പർകുട്ടനാട്ടുള്ളവരും ആ കൂട്ടത്തിലുണ്ട്. കുഞ്ചാതിയും തോമായും അക്കൂട്ടത്തിലുണ്ട്. കുഞ്ഞച്ചനും ലൂക്കോസുമുണ്ട്.

പണിമുടക്കു വിജയിപ്പിക്കുവാൻ അവർ ആഹ്വാനം ചെയ്യുകയാണ്.

ജാഥ അടുത്തടുത്തു വരുന്നു. മറ്റത്തുകാരുടെ പന്തയിൽനിന്ന് മിക്കപേരും ആ ജാഥയിൽ നുഴഞ്ഞുകയറി. കുഞ്ഞിത്തേവനും കൊത്തേൻകുട്ടിയുമെല്ലാം ആ ആൾക്കൂട്ടത്തിൽ ഒഴുകിപ്പോയി.

പകൽ മുഴുവനും നിരന്തരമായ പ്രകടനങ്ങളും യോഗങ്ങളും പന്തകളുടെ മുന്നിൽ, വാണിയപ്പുരകളുടെ മുന്നിൽ, ചിറക്കാലുകളിൽ.

തൊഴിലാളികൾ ആവേശം പൂണ്ട് എന്തിനും തയാറായി നിന്നു.

പന്തകളിൽ ചെങ്കൊടികളുയർന്നു. കൊടിയുയർത്താത്ത പന്തകളില്ല. നോക്കുന്നിടത്തൊക്കെ കടും ചുവപ്പ്!

വൈകുന്നേരം കാര്യത്തിനു തീരുമാനമായി.

കരയാളരെ കൊയ്ത്തിനിറക്കാമെന്ന് മുതലാളി യൂണിയൻകാരോട് സമ്മതിച്ചു. അവർക്കു നൽകുന്നതുപോലെ പതവും തീർപ്പും വരുത്തർക്കും കൊടുക്കാമെന്നേറ്റു.

പതിമൂന്ന്

വിളഞ്ഞു പഴുത്ത കതിരു ചാഞ്ഞുകിടന്ന പാടത്ത് രാവിലെ മഞ്ഞവെയിൽ പരന്നൊഴുകി. ഒഴുക്കിൽ ഓളങ്ങളിളക്കിക്കൊണ്ട് ഒരിളംകാറ്റ് കടന്നുവന്ന് കിന്നാരം പാടിക്കൊണ്ടകന്നുപോയി. പറന്നുയർന്ന വയൽക്കുരുവികൾ പൂക്കൈതകളിൽ ചെന്നിരുന്ന് ആകാശത്തേക്കു ചുണ്ടുനീട്ടി കിൽകിൽ നാദം മുഴക്കി.

തേച്ചുമിനുക്കിയ അരിവാളുകളുമായി പുഞ്ചവരമ്പിൽ കൊയ്ത്തുകാർ നിരന്നു. തിരുവഞ്ചൻ ആൾക്കാരെയെല്ലാം ഒന്നു നടന്നു നോക്കി. ജോസഫ് വന്നു നിർദേശം നൽകിയപ്പോൾ കൂട്ടത്തോടെ നിലത്തിലിറങ്ങി കൊയ്ത്തു തുടങ്ങി.

എല്ലാവർക്കും എന്തെന്നില്ലാത്ത ധൃതിയാണ്. കുനിഞ്ഞുനിന്ന് കൊയ്തു കൊയ്തു മുന്നോട്ടു നീങ്ങി. ഒരേ ദൂരത്തിൽ; ഒരേ താളത്തിൽ.

ഇടയ്ക്കിടെ നിവർന്നുനിന്ന്, അരിവാൾ കടിച്ചുപിടിച്ച്, നീട്ടിമുറിച്ച വയ്ക്കോൽ കൊണ്ട് കറ്റ കെട്ടി മാറ്റി. പിന്നെയും കുനിഞ്ഞുനിന്ന് കൊയ്തു കേറി.

തങ്കമ്മയുടെ വലതുവശത്തായിരുന്നു കുട്ടപ്പൻ. അവൾ കുനിഞ്ഞു നിൽക്കുമ്പോൾ ബ്ലൗസിനുള്ളിൽ തിങ്ങിനിറഞ്ഞുനിന്ന മാറിലേക്ക് അവൻ കൂടെക്കൂടെ ഒളികണ്ണിട്ടു നോക്കി....

നിവർന്നു നിന്ന് അരിവാൾ കടിച്ചുപിടിച്ചു കറ്റ കെട്ടിവീണ്ടും കുനിഞ്ഞുനിന്നു കൊയ്തു.

"തങ്കമ്മോ?"

"എന്താ?"

"നീ വരുന്നോ നമുക്കു പുളിങ്കുന്നി പോയി സിനിമ കണ്ടേച്ചു വരാം. എന്താ വരുന്നോ?"

"ഇന്നോ?"

"അതേ."

"ഇന്നുവേണ്ട"

"ഇനിയൊരിക്കെ."

"എന്നാ പിന്നെ നിന്റിഷ്ടം."

തെല്ലിട കഴിഞ്ഞ് അവൻ ശബ്ദമടക്കി വീണ്ടും ചോദിച്ചു:

"തങ്കമ്മേ, വേറൊരു കാര്യം പറയട്ടെ."

"എന്തുവാ?...."

"പിന്നെ.....നമ്മളെല്ലാം ചത്തുപോണ മനുഷ്യരല്ലെ തങ്കമ്മേ."

വേദാന്തം കേട്ടപ്പോൾ ചിരിവന്നു.

"ഇരുട്ടുമ്പം പന്തയ്ക്കു തെക്കത്തെ ആ പരുത്തിക്കാട്ടിന്റടുത്തോട്ടു വരണേ. ഞാനവിടെ കാത്തുനിൽക്കും."

അവൾ പുഞ്ചിരിക്കുക മാത്രം ചെയ്തു.

"എന്താ ഒന്നും പറയാത്തെ? എന്നോടു കെറുവാണോ?"

"എന്തിനാ കെറീക്കുന്നെ?"

"അല്ലാ ചോദിച്ചേത്."

വൈകിട്ടു കറ്റച്ചുമടു കഴിഞ്ഞ് കുട്ടപ്പൻ കായലിൽ പോയി ഒന്നു മുങ്ങിക്കുളിച്ചു. കടയിൽ പോയി ഒരു ചായ കുടിച്ചു. കുറെ വെറ്റില മുറുക്കാൻ വാങ്ങി പൊതിഞ്ഞു. ചുനക്കരക്കാരുടെ അടുപ്പിനടുത്തേക്കു ചെന്നു.

അണിമ ഒരോട്ടക്കലത്തിലിട്ട് നെല്ലു വറുക്കുന്നു. തങ്കമ്മ നെല്ലു കുത്തുന്നു. കൈ മാറി മാറി, ഉരിൽ ഉലക്ക ആഞ്ഞിടിക്കുമ്പോൾ മാറിടം കിടന്നു തുള്ളിത്തുളുമ്പുന്നത് അവൻ ആർത്തിയോടെ നോക്കിനിന്നു.

നോട്ടം കണ്ട് അവൾ ചിരിച്ചു. അപ്പോൾ തലമുടി അഴിഞ്ഞുതിർന്നു വീണു. അതു വലിച്ചുവാരി കെട്ടാൻ വേണ്ടി അവൾ ഉലക്ക താഴെവച്ചു.

കുട്ടപ്പൻ കൊടുത്ത മുറുക്കാൻപൊതി അഴിച്ചു നോക്കിയപ്പോൾ അണിമയുടെ മുഖം സന്തോഷപരവശമായി.

"മാടത്തീന്നെറങ്ങിയപ്പം മൊതലേ കൊതിക്കുന്നതാ-ഇത്തിരി നല്ല കവണുംകാ കൂട്ടി ഒന്നു ചവക്കാനക്കൊണ്ട്."

കുട്ടപ്പൻ ചെന്ന് ആ ഉലക്കയെടുത്ത് നെല്ലുകുത്താൻ തുടങ്ങി. ഉള്ള ശക്തി മുഴുവൻ പ്രയോഗിച്ച് മൂച്ചുപിടിച്ച് ആഞ്ഞ് ഉലക്കയിട്ടു. അവൾ അവനെ നോക്കി ചിരിച്ചുകൊണ്ടു നിന്നു.

അരി പാറ്റിക്കഴിഞ്ഞപ്പോൾ സന്ധ്യയായി.

അവുടെ നേരെ കണ്ണു കാണിച്ചിട്ട് അവൻ പരുത്തിക്കാട്ടിനടുത്തേക്കു ചെന്നു.

നേരം എരിഞ്ഞടങ്ങി. പടിഞ്ഞാറ് പുഞ്ചപ്പാടത്തിനക്കരെ മാനം ചുവന്നു തുടുത്തു.

പരുത്തിക്കൊമ്പിൽ പോക്കുവെയിൽ കാഞ്ഞുകൊണ്ടിരുന്ന ഒരു പാതിരാക്കൊക്ക് അവനെക്കണ്ട് ചിറകടിച്ചു കരഞ്ഞുകൊണ്ടു പറന്നുപോയി.

കാട്ടിനപ്പുറത്തുള്ള തോട്ടിറക്കത്ത് ഒരു നീർക്കാടപ്പിട നിതംബം ചലിപ്പിച്ച് ചവിട്ടിക്കുലുക്കി നടന്നു. അതിന്റെ ഇണ തല താഴ്ത്തി പുറകെ ഓടിച്ചെന്നു. തൊട്ടുതൊട്ടില്ലെന്നായപ്പോൾ കാമുകി ചിറകു വിടർത്തി, ജലപ്പരപ്പിനു മുകളിൽക്കൂടി അകലത്തേക്കു പറന്നുപോയി. പ്രണയാവേശത്തോടെ പ്ലീ പ്ലീ എന്നു പാടിക്കൊണ്ട് പൂവൻ പുറകെ പാഞ്ഞു.

ചെമ്മാനത്തിന്റെ തുടുപ്പ് അതിവേഗം മാഞ്ഞുപോയി. തെങ്ങിൻ ചുവടുകളിലും പരുത്തിക്കാടുകളിലും ഇരുൾ പതിയിരിക്കാൻ തുടങ്ങി. അതെല്ലായിടത്തേക്കും പടർന്നു കയറി. നിഴലുകൾ മാത്രം കാണാറായി.

അവളെ നോക്കി നോക്കി കണ്ണുകഴച്ചു.

കണ്ണു കാണിച്ചപ്പോൾ അവൾ പുഞ്ചിരി തൂകിയതോർത്തു. വരില്ലെന്നാണെങ്കിൽ അങ്ങനെ മനസു കുളിർക്കെ ചിരിച്ചതെന്തിന്? ആ വിജനതയിൽ വീർപ്പടക്കി കുത്തിയിരുന്നു. ചിറക്കാലിലേക്കു കഴുത്തു നീട്ടി നോക്കി.

പിടലി കഴച്ചപ്പോൾ ഒരു നെടുവീർപ്പോടെ അവിടെ നിന്നെഴുന്നേറ്റു പോയി.

പിറ്റേ ദിവസത്തെ കൊയ്ത്തിനു കുട്ടപ്പനെ കണ്ടില്ല.

തങ്കമ്മ മറ്റുള്ളവരോടൊപ്പം മൗനമായി നിന്ന് കറ്റ കൊയ്തു കെട്ടി. ഉച്ചയായപ്പോൾ കൊയ്ത്തു നിർത്തി കറ്റ ചുമടു തുടങ്ങി.

ഒരു കെട്ടു കറ്റ കെട്ടി കുഞ്ഞിത്തേവനും അണിമയും കൂടി അവളുടെ തലയിൽ പിടിച്ചുകൊടുത്തു. അതും ചുമന്നുകൊണ്ടു നാഴികയോളം നടന്ന് കളത്തിലാക്കി.

തിരിച്ചു വന്നപ്പോൾ ആരുമില്ല.

വീണ്ടും ഒരുകെട്ട് കറ്റ കെട്ടി മുറുക്കിവച്ചു. അത് തലയിലൊന്നേറ്റിക്കൊടുക്കാൻ ഒരുത്തരേയും കണ്ടില്ല.

അവിടെ നിന്നു മുഷിഞ്ഞപ്പോഴാണ് ഒരാൾ വരുന്നതു കണ്ടത്.

കറ്റ ചുമന്നു കളത്തിലിട്ടിട്ടു തിരിച്ചു വരുന്നു.

അകലെവച്ചുതന്നെ ആൾ തിരിച്ചറിഞ്ഞു. കൊയ്ത്തിന്റെ തലേ ദിവസം കരയാളർ തീർപ്പിന്റെ കാര്യം പറയാൻ വന്നപ്പോൾ ആൾക്കൂട്ടത്തിൽവച്ച് ഉറക്കെ സംസാരിച്ച ആൾ. ആരോ പേരു പറയുന്നതു കേട്ടു; കുഞ്ഞച്ചൻ.

ഈ കറ്റയൊന്നു താങ്ങിത്തരാൻ പറഞ്ഞാലോ? ആ മുഖത്തേക്കു നോക്കിയപ്പോൾ നാണം തോന്നി. മുഖം കുനിഞ്ഞുപോയി.

അപ്പോൾ നിനച്ചിരിക്കാതെ മധുരമായ ശബ്ദം കേട്ടു:

“എന്താ കറ്റ താങ്ങിത്തരണോ?”

നാണിച്ചു ചിരി തൂകിക്കൊണ്ടു പറഞ്ഞു:

“വേണം.”

അവൻ അടുത്തു ചെന്ന് കറ്റ താങ്ങിക്കൊടുത്തു. അതു തലയിലേറ്റുമ്പോൾ തന്റെ വിടർന്നുനിന്ന കണ്ണുകളിലേക്ക് അവൻ ഉറ്റുനോക്കിയതുപോലെ തോന്നി. ഉള്ളിലൂടെ ഒരു മിന്നൽപ്പിണർ പാഞ്ഞുപോയി.

ഭാവഭേദം വെളിവാക്കാതെ ചുമടുമായി കിഴക്കോട്ടു നോക്കി നടന്നു.

ആ പുഞ്ചിരി മനസിൽ നിന്നു മായുന്നില്ല.

ആ മുഖം ഒന്നുകൂടി കണ്ടാൽ കൊള്ളാമെന്നു തോന്നി. ഒന്നു തിരിഞ്ഞുനോക്കണമെന്നുണ്ട്.

കറ്റച്ചുമടുംകൊണ്ട് തിരിഞ്ഞുനോക്കുന്നത് ആരെങ്കിലും കണ്ടാലോ?

കറ്റ കൊണ്ടുചെന്നു കളത്തിലിട്ടശേഷം പെട്ടെന്ന് ചിറവരമ്പിലേക്കു തിരിഞ്ഞുനടന്നു. എതിരെ വരുന്നവരുടെയിടയിൽ ആളിനെ നോക്കി. കാണാഞ്ഞിട്ട് ചിറക്കാലിൽ കാത്തുനിന്നു.

ആ മുഖം മനസിലോർത്തു നോക്കി.

നെറ്റിയിലേക്കു ചുരുൾമുടി ഉതിർന്നു വീണു കിടന്നിരുന്നു. കൈയില്ലാത്ത ബനിയനും കളങ്ങളുള്ള കൈലിയുമാണ് ധരിച്ചിരുന്നത്.

ഒടുവിൽ ചുമടുമായി വരുന്നത് കണ്ടു.

ചിറക്കാലിൽ ഒരരികിലേയ്ക്കൊഴിഞ്ഞുമാറി. കടന്നുപോയപ്പോൾ കണ്ണുകൾ തമ്മിൽ ഒരുനിമിഷം ഇടഞ്ഞു നിന്നു. ചിരിതൂകി. അപ്പോൾ ശരീരമാകെ കോരിത്തരിച്ചു.

ഒരു പൂക്കൈതയുടെ തുമ്പു പിച്ചിക്കടിച്ചുകൊണ്ട് എന്തോ ഓർത്തു നിന്നു. നേരം പോയതറിഞ്ഞില്ല.

തിരിച്ചുവന്ന് ഇങ്ങടുത്തെത്തിയപ്പോൾ ഒന്നുമറിയാത്തതുപോലെ മുന്നോട്ടു നടക്കാൻ തുടങ്ങി.

നെടുനീളത്തിലുള്ള ആ ചിറക്കാലിൽ മറ്റാരുമില്ല. തൈത്തെങ്ങുകൾ വരിവരിയായി നിൽപ്പുണ്ട്. നടപ്പാതയ്ക്കിരുപുറത്തും പൂവള്ളികൾ പടർന്നു കിടക്കുന്നു.

തോട്ടരുകിൽ പടർന്നുപിടിച്ച പരുത്തിക്കാട്. ഇളംകാറ്റിൽ അഴിഞ്ഞുലഞ്ഞു വാർമുടി ചിക്കി നിൽക്കുന്ന പൂക്കൈതകൾ. കൈതത്തലയിൽ തത്തിക്കളിക്കുന്ന വയൽക്കുരുവികൾ.

അവൻ എന്തെങ്കിലും ചോദിക്കുന്നതു കേൾക്കാൻവേണ്ടി ചെവി കൂർപ്പിച്ചു നടന്നു. കാത്തു കാത്തു ക്ഷമകെട്ടു. ഒടുവിൽ ഒരരികിലേക്കൊതുങ്ങി വഴിമാറി നിന്നു.

“എന്താ അങ്ങു നിന്നത്? വരുന്നില്യോ?”

അവനാണു ചോദിച്ചത്.

മുഖം കുനിച്ച് കിനാവു കാണുന്നതുപോലെ കണ്ണുയർത്തി നോക്കി.

“വരുന്നു.”

മുമ്പും പുറകുമായി നടന്നുപോയി.

“പേരെന്താ?”

"തങ്കമ്മ."

"എവിടെയാ സ്ഥലം?"

"ചുനക്കര."

"ചുനക്കരയെവിടെ?"

"നടക്കടുത്ത്."

"കൂടെ വേറെ ആരൊക്കെ വന്നിട്ടുണ്ട്?"

"അച്ഛനും അമ്മയും."

"മറ്റത്തുകാരുടെ കൂടാണോ?"

"ആണ്."

പിന്നെയും നിശ്ശബ്ദത.

ഒടുവിൽ അവളങ്ങോട്ടു ചോദിച്ചു:

"നമ്മടെ വീടെവിടാ?"

"മറ്റത്തിനടത്തുതന്നെ. ഏവൂര്?"

പുറകെ നടക്കുമ്പോൾ ആ ശരീരത്തിന്റെ വടിവുകണ്ടാനന്ദിച്ചു. ഉറച്ചു നല്ല ദൃഢമായ പേശി. കഴുത്തിനു താഴെ വിരിവേറിയ തോള്. കരുത്തുമുറ്റിയ കൈയും കാലും.

ഒന്നും പറയാതെ കുറേ നേരം രണ്ടുപേരും ഒന്നിച്ചു നടന്നു. മറ്റു ചുമട്ടുകാരെക്കണ്ട് അവൾ പുറകിൽ തങ്ങി.

കുഞ്ഞച്ചൻ തിരിഞ്ഞു ചോദിച്ചു:

"എന്താ പുറകിൽ തങ്ങിയേ?"

"ഒന്നുമില്ല."

അവളെ ഒരിക്കൽക്കൂടി അടിമുടിയൊന്നു നോക്കി. മാറോട് പറ്റിച്ചേർന്ന് ഇറുങ്ങിക്കിടന്ന ബ്ലൗസ്. നീലക്കൈലി, കൈലിയുടെ ഒരു കോൺ തലയെടുത്ത് ഏണിൽ തിരുകിയിരിക്കുന്നു. അതിനടിയിൽ ചുവന്ന അടിപ്പാവാട കാണാം. ഉയർന്ന മാറിൽ ഉലഞ്ഞു കിടക്കുന്ന വെള്ളപ്പളുങ്കുമാലയും കൈ നിറയെ കുപ്പിവളയും.

"എന്താ കറ്റ ചുമന്നു ക്ഷീണിച്ചുപോയോ?"

"ഇല്ല."

"എന്നാ വേഗം നടന്നു വാ."

അതനുസരിച്ചിട്ടെന്നപോലെ അവൾ അവനോടൊപ്പം നടന്നെത്തി.

വയലിലെത്തിയപ്പോൾ അവൻ ശബ്ദമടക്കി ചോദിച്ചു:

"ഇനി എപ്പൊഴാ തങ്കമ്മയെ കാണുന്നെ?"

"ഈ കണ്ടതൊക്കെ പോരായോ?"

"കണ്ടിട്ടു മതിയായില്ല."

അണിമയുടെയും കുഞ്ഞിത്തേവന്റെയും അടുത്തേക്ക് നടന്നുകൊണ്ട് അവൾ പറഞ്ഞു:

"മെതിക്കാൻ വരുമ്പം കളത്തിവച്ചു കാണാം."

കറ്റ ചുമട് കഴിഞ്ഞ് അവളും കൂട്ടുകാരും കായലിൽ മുങ്ങിക്കുളിച്ചു. ഭംഗിയുള്ള കൈലിയും ബ്ലൗസുമെടുത്തു ധരിച്ചു. കണ്ണാടിയിൽ നോക്കി

ഭംഗിയായി തല ചീകികെട്ടി. നെറ്റിയിൽ ഒരു സിന്ദൂരപ്പൊട്ടു തൊട്ടു.

കരച്ചോടം വാങ്ങാനെന്നു പറഞ്ഞ് ഒരു തുണിക്കൊട്ടയും മണ്ണെണ്ണക്കുപ്പിയുമായി വാണിയപ്പുരയിലേക്കു നടന്നു. ആരെയോ തിരക്കുന്നതുപോലെ തലതിരിച്ചു നോക്കി.

ഉപ്പും മുളകും വാങ്ങിക്കുന്നതിനിടയിൽ അകലെ ആൾക്കൂട്ടത്തിനു നടുവിൽ ഉടുത്തൊരുങ്ങി നിൽക്കുന്ന കുഞ്ഞച്ചനെ കണ്ടു. അവനെ കണ്ട ഭാവം നടിക്കാതെ സാധനങ്ങളുമായി മടങ്ങിപ്പോന്നു.

ഇടയ്ക്കുവച്ച് ഒന്നു തിരിഞ്ഞു നോക്കി.

കുഞ്ഞച്ചൻ ചിരിച്ചുകൊണ്ട് ചോദിച്ചു:

"എന്താ ആരെയാ നോക്കുന്നെ?"

മറുപടി ഒരുമന്ദഹാസം മാത്രം. തെല്ലുനേരം കഴിഞ്ഞ് അങ്ങോട്ടു ചോദിച്ചു:

"എന്തിനാ മുമ്പെ കാണണമെന്നു പറഞ്ഞെ?"

"അതോ. അതു വെറുതെ കാണാൻ മാത്രം."

അവൾ ചിരിച്ചു.

"വെറും വെറുതെയല്ല. ആരും കാണാതെ ഒരു ഉമ്മവക്കാൻ."

"കൊള്ളാം! വേറൊന്നും വേണ്ടായോ?"

തലകുനിച്ച്, മാറു തുള്ളിച്ച്, കൈവളകൾ കിലുക്കിക്കൊണ്ട് തങ്കമ്മ പന്തയിലേക്കോടിപ്പോയി.

പിറ്റേന്ന് സന്ധ്യമുതൽ മെതിയായിരുന്നു.

പുരുഷന്മാരെല്ലാം കളത്തിൽ മെതിക്കാൻ പോയി. പെണ്ണാളുകൾ പന്തയിൽ അത്താഴം കാലമാക്കി.

കുഞ്ഞച്ചൻ പന്തയ്ക്കു മുന്നിലൂടെ തെക്കു വടക്കു നടക്കുന്നത് കണ്ടു. ഒരു തവണ അവൻ ചൂളമടിച്ച് അവളെ മാടിവിളിക്കുന്നത് കണ്ടു.

അടുപ്പിൽ തീ കൂട്ടി കലത്തിൽ വെള്ളം വച്ചിട്ട് അണിമ അരി കഴുകുകയാണ്.

തങ്കമ്മ പന്തയിൽനിന്നിറങ്ങി.

തിരിഞ്ഞു പിരിഞ്ഞു നോക്കിയിട്ട് ചിറക്കാലിനു തെക്കുള്ള പരുത്തിക്കാട്ടിലേക്കു ചെന്നു. തൈത്തെങ്ങിന്റെ തണലിൽ കുഞ്ഞച്ചൻ സ്വസ്ഥനായി കാത്തു നിൽക്കുന്നു.

അവൻ അടുത്തു ചെന്നു.

"പേടിക്കണ്ടാ ഇവിടെങ്ങും ആരും വരത്തില്ല."

ഏതോ സംഭ്രാന്തിക്കു കീഴ്പ്പെട്ടതുപോലെ അവൾ പറഞ്ഞു:

"വേഗം പോണം. അമ്മ തിരക്കും. എന്തിനാ വിളിച്ചെ? വേഗം പറ."

"ഒന്നു തഞ്ചത്തെ നില്ല്. ഇങ്ങോട്ടു വരുന്നതിനു മുമ്പ് ഇത്ര ധൃതി വച്ചാലോ?"

അവൾ വല്ലാത്ത വേവലാതി നടിച്ചു.

"വല്ലോം പറയാനുണ്ടേൽ വേഗം പറ. അമ്മ എന്നെ തിരക്കും."

അവളെ മാറോടണച്ച് മുറുകെ പുണർന്നുകൊണ്ട് അവൻ തെരു

തെരെ ഉമ്മവച്ചു. അവളുടെ ശരീരമാകെ പുളകമണിഞ്ഞു. എങ്കിലും കുതറിമാറാൻ പാടുപെടുന്നതുപോലെ ഭാവിച്ചു.

"അയ്യോ ആരെങ്കിലും കാണും. എന്നെ വിട്."

അവൻ അവളെ ബലമായി മാറിലേക്കു പിടിച്ചമർത്തി.

"ഇപ്പൊ വിടത്തില്ല, എന്റെ തങ്കെ."

"എന്നെ വിട്. അമ്മ വിളിക്കും. ഇപ്പൊ വിട്ടില്ലെ ഇനി ഞാൻ വരത്തില്ല. അയ്യോ ആരെങ്കിലും....."

കുഞ്ഞച്ചൻ പിടിവിട്ട്, അവളുടെ താടി പിടിച്ചുയർത്തിക്കൊണ്ടു പറഞ്ഞു:

"എന്തൊരു പേടിയാ മണ്ടിക്ക്."

അവൾ അകന്നുമാറി ഓടിപ്പോയി.

"ഇനി ഞാൻ വരത്തില്ല തീർച്ച."

പിറ്റേ ദിവസം നേരത്തെ മെതി നിറുത്തി.

എല്ലാവരും കൂടി പുളിങ്കുന്നിൽ സിനിമയ്ക്കു പോകാനുള്ള ഒരുക്കമാണ്.

തങ്കമ്മയെക്കൂടി കൊണ്ടുപോകാൻ വേണ്ടി കുട്ടപ്പൻ ഉടുത്തൊരുങ്ങിച്ചെന്നു. പക്ഷേ അവൾക്കു മാത്രം സിനിമയ്ക്കു പോകാൻ ഇഷ്ടമില്ല. അവളുടെ വൈമനസ്യം കണ്ട് കുട്ടപ്പൻ അതിശയിച്ചു നിന്നു.

ചെല്ലമ്മയും നീലമ്മയും പോകാനൊരുങ്ങിവന്ന് നിർബന്ധം തുടങ്ങി.

"നീ വന്നില്ലേ ഞങ്ങളും പോകത്തില്ല."

ഇനി ഒഴിഞ്ഞുമാറാൻ പറ്റില്ല. അടുത്തുനിന്ന കുഞ്ഞച്ചന്റെ മുഖത്തേക്കു നോക്കി. അവൻ കണ്ണുകൊണ്ട് എന്തോ ആംഗ്യം കാട്ടി.

മനസില്ലാ മനസോടെന്നവണ്ണം അവൾ സമ്മതിച്ചു.

പെണ്ണുങ്ങളെല്ലാം ഒരുങ്ങിക്കെട്ടി. കുട്ടികളെയും ഇളിയിലെടുത്ത് ആണുങ്ങളുടെ പിന്നാലെ ബോട്ടു ജെട്ടിയിലേക്കു പോയി. കുട്ടപ്പൻ ഉറക്കെ വർത്തമാനം പറഞ്ഞുകൊണ്ട് പെണ്ണുങ്ങളെ മുട്ടിയുരുമ്മി നടന്നു. ബോട്ടു വന്നപ്പോൾ സ്ത്രീകളെയും കുട്ടികളെയും അവൻ ബോട്ടിലേക്കു പിടിച്ചു കയറ്റി.

മണിയടി മുഴങ്ങി. കായൽപ്പരപ്പിലൂടെ ഒച്ചവച്ചുകൊണ്ട് ബോട്ട് ഓടിത്തുടങ്ങി.

മറ്റുള്ളവർക്കുവേണ്ടി മാസ്റ്ററെക്കൊണ്ട് ടിക്കറ്റെഴുതിച്ചു കൊടുത്തതു കുട്ടപ്പനാണ്. അതിനിടയിൽ കുഞ്ഞച്ചനും തങ്കമ്മയും അടുത്തടുത്ത് വർത്തമാനം പറഞ്ഞിരിക്കുന്നതു കണ്ടപ്പോൾ അവനു വല്ലാത്ത വൈരസ്യം തോന്നി.

അവളുടെ വാ തോരാതെയുള്ള വർത്തമാനം. അവനെ നോക്കിയുള്ള കുലുങ്ങിച്ചിരി. പെണ്ണുങ്ങളായാൽ ഇങ്ങനെ അഴിഞ്ഞാടാമോ?

പുളിങ്കുന്നിൽ ബോട്ടടുത്തപ്പോൾ കുഞ്ഞച്ചൻ ജെട്ടിയിലിറങ്ങിനിന്ന് ഒരു കൂസലും കൂടാതെ തങ്കമ്മയുടെ നേർക്കു കൈനീട്ടി. അവളാണെ

ങ്കിൽ ഒരു നാണവും കൂടാതെ അവന്റെ കൈകളിൽ കടന്നുപിടിച്ച് ജെട്ടി യിലേക്കിറങ്ങുകയും ചെയ്തു. രണ്ടുപേരും കൂടി നടന്നു പോയി.

അതു കാണാതിരിക്കാൻ കുട്ടപ്പൻ മുഖം തിരിച്ചു.

പക്ഷേ, എല്ലാം കാണേണ്ടി വന്നു. അവരൊന്നിച്ചു ചായകുടിക്കാൻ കയറിയത്. അടുത്തടുത്ത് മുട്ടിയുരുമ്മിയിരുന്നു സിനിമ കണ്ടത്; പര സ്പരം നോക്കിച്ചിരിക്കുന്നത്.

കുട്ടപ്പന്റെ ഹൃദയം നീറുകയായിരുന്നു. നീറി നീറി ദഹിക്കുകയാ യിരുന്നു.

പടം പതിയുന്ന വെള്ളത്തുണിയിൽ അവൻ കുഞ്ഞച്ചനെയും തങ്ക മ്മയെയും കണ്ടു. കാട്ടിലും മേട്ടിലും നടന്ന് അവർ ആടിക്കുഴയുന്നത് കണ്ടു.

ആരോടും ഒന്നും പറയാതെ അവൻ തീയറ്ററിൽനിന്നിറങ്ങി നടന്നു. ബോട്ടുജെട്ടിയിൽ വന്ന് അയ്യായിരത്തിലേക്കു പോകുന്ന ബോട്ടു കാത്തു നിന്നു.

കുറെക്കഴിഞ്ഞപ്പോൾ പരിഭവം ആറിത്തണുത്തു. ഹൃദയം ശൂന്യ മായിത്തീർന്നു. കിളിയൊഴിഞ്ഞ കൂടുപോലെ.

പതിനാല്

പിറ്റേദിവസം വൈകിട്ട് വക്കച്ചൻ മുതലാളിയുടെ മകൻ കൊച്ചു മുതലാളി മെതിക്കളത്തിൽ വന്ന് എല്ലായിടത്തും ഒന്നു ചുറ്റിക്കറങ്ങി.

ഓറഞ്ചു നിറമുള്ള മനോഹരമായ മുഖത്ത് ഒരെലിവാലൻ മീശ വെട്ടിയൊതുക്കിയിരിക്കുന്നു. സ്വർണഫ്രെയിമുള്ള കണ്ണട; വീതുളിപോലെ കീഴോട്ടിറങ്ങി നിൽക്കുന്ന കൃതാവ്. നെറ്റിക്കു മുകളിൽ പൊന്തിച്ചുവച്ച് ഊരിയൊതുക്കിയ തലമുടി-കൊച്ചുമുതലാളി ഒരു സുന്ദരക്കുട്ടനാണ്.

കളറുള്ള മുറിക്കയ്യൻ ഷർട്ടും അരമുതൽ കീഴോട്ട് ഒട്ടിപ്പിടിച്ച പേന്റും കിരുകിരുക്കുന്ന ഷൂസും ധരിച്ച അയാൾ അങ്ങോട്ടുമിങ്ങോട്ടും നടന്ന് കറ്റമെതിക്കുകയും കച്ചിവാരിക്കൂട്ടുകയും ചെയ്തുകൊണ്ടിരിക്കുന്ന പുല ക്കിടാത്തികളുടെ ഇടയിൽ ആരെയോ തിരക്കുന്നതുപോലെ തോന്നി.

സിഗററ്റ് കേയ്സിൽനിന്ന് സിഗററ്റ് എടുത്ത് കത്തിച്ച് പുകവിട്ടു. ആർത്തി പെരുകിയ കണ്ണുകൾ അവരെ വീണ്ടും വീണ്ടും ഉഴിഞ്ഞു ഴിഞ്ഞുനിന്നു.

കൊച്ചുമുതലാളിയുടെ തുറിച്ചുനോട്ടം കണ്ട് പുലക്കിടാത്തിമാർ അമ്പരന്നു.

ഏറ്റവും സുന്ദരിയും പ്രായം കുറഞ്ഞവളുമായ പഞ്ചമിയുടെ മുഖത്ത് കൊച്ചുമുതലാളിയുടെ കണ്ണുകൾ തങ്ങിനിന്നു. അവളെ നോക്കി ചുണ്ടു കടിച്ചു; നാക്കു നീട്ടി, കണ്ണിറുക്കി.

ആ പരവേശം കണ്ട് മറ്റു പെണ്ണുങ്ങൾക്ക് ചിരിവന്നു.

അതൊന്നും അറിയാത്തതുപോലെ പഞ്ചമി കൊയ്ത്തിരിച്ചുകൊണ്ട് കച്ചിവാരി പുറം കളത്തിൽ കൂട്ടിക്കൊണ്ടുനിന്നു.

കുറേ നേരത്തെ നിർലജ്ജമായ ഭാവപ്രകടനങ്ങൾക്കുശേഷം കൊച്ചു മുതലാളി ആപ്പീസിലേക്കു നടന്നുപോയി. അവിടെയിരുന്ന കുപ്പിയിൽനിന്ന് കുറെ മഞ്ഞജലം പകർന്നു കുടിച്ചു.

വിടരാൻ തുടങ്ങുന്ന ആ കരിംകൂവളപ്പൂവിനെ ധ്യാനിച്ചുകൊണ്ട് ചാരുകസാലയിൽ മലർന്നു കിടന്നു.

കുറെക്കഴിഞ്ഞ് തിരുവഞ്ചനെ വിളിപ്പിച്ചു.

"ഏതാ മൂപ്പാ ആ പെണ്ണ്. പച്ചബ്ലൗസിട്ട ആ പാവാടക്കാരി."

തിരുവഞ്ചൻ സ്തംഭിച്ചു കണ്ണുമിഴിച്ചു.

"മൂപ്പനു പിടികിട്ടിയില്ലേ. കച്ചിവാരിക്കൂട്ടിക്കൊണ്ടുനിന്ന, ആ പളുങ്കു മാലയിട്ട..... മനസിലായോ?"

തിരുവഞ്ചൻ ജീവശ്ശവത്തെപ്പോലെ മന്ത്രിച്ചു:

"മനസിലായേ."

"ഏതാണത്?"

"അടിയന്റെ....."

"ങേ."

"അടിയന്റെ മോളുപെണ്ണാന്നേ."

കൊച്ചുമുതലാളിക്ക് അതിശയവും ആഹ്ലാദവും തോന്നി.

"മൂപ്പന്റെ മകളാണോ? നല്ല പെൺകുട്ടി. എനിക്കവളെ ഇഷ്ടപ്പെട്ടു."

കുപ്പിയിൽ ശേഷിച്ചിരുന്നതു കൂടി ഗ്ലാസിൽ പകർന്നു വലിച്ചു കുടിച്ചു.

"മൂപ്പന്റെ മകളാണെന്നറിഞ്ഞില്ല. എനിക്കവളെ ഇഷ്ടമായി. കേട്ടോ. മോളെ ഇങ്ങോട്ടൊന്നു പറഞ്ഞയച്ചേക്കു.

കൊച്ചുമുതലാളി ചിരിക്കുന്നതു കണ്ടു. ഒരു മറുതായുടെ ചിരിപോലെ.

തിരുവഞ്ചൻ വിങ്ങിവിയർത്ത് ആപ്പീസിൽ നിന്നിറങ്ങി നടന്നു.

എങ്ങോട്ടു പോകണമെന്നറിയാതെ ഒട്ടു നേരം അറച്ചുനിന്നു. പിന്നെ പുറം കളത്തിലേക്കു ചെന്ന് കച്ചിക്കൂനയും ചാരി അനങ്ങാതെ നിന്നു.

തങ്കമ്മ കച്ചിവാരിക്കൊണ്ട് പുറം കളത്തിലേക്കു വരുന്നു. തിരുവഞ്ചൻ അവളുടെ പുറകിൽ ചെന്നു പതുക്കെ വിളിച്ചു:

"മോളെ, തങ്കമ്മോ."

കച്ചിവാരി കൂനകൂട്ടുന്നതിനിടയിൽ തിരിഞ്ഞു നോക്കി. ഒരു പച്ചച്ചിരിയോടെ തിരുവഞ്ചൻ പറഞ്ഞു:

"നീയൊരു ഭാഗ്യമുള്ളോളാ മോളെ. വലത്തുകാലുംവച്ചാ കുടൂന്നെറങ്ങിയെ."

ഒന്നും പിടികിട്ടാതെ അവൾ മുഖമുയർത്തിനിന്നു. തിക്കും പക്കും നോക്കിയിട്ട് തിരുവഞ്ചൻ ശബ്ദമടക്കിപ്പറഞ്ഞു.

"ഇന്നു കൊച്ചു മുതലാളി നിന്നെക്കുറിച്ചു പറഞ്ഞു. അദ്യത്തിനു

നിന്നെയങ്ങു ജീവനാ. ഒന്നു കാണാൻ കൊതി."

അവൾ നിന്നു മിഴിച്ചു.

"ആളു നല്ലവനാ. എന്തുവാ വേണ്ടതെന്നുവച്ചാ അതും അതിന്റപ്പുറവും തരും. ആരും അറിയത്തില്ല. ഒരബദ്ധോം പറ്റാതെ നോക്കിക്കോളും."

തങ്കമ്മ വിളറി വെളുത്തു. വിദ്വേഷം കൊണ്ട് അവളുടെ മുഖം കോടി.

"അതിന് ഇയ്യാടെ മോളെ അങ്ങോട്ടു വിളിച്ചോണ്ടു പോ."

എടുത്തടിച്ചതു പോലെയുള്ള മറുപടികേട്ട് അയാൾ ഇളിഭ്യനായി. മറുതായുടെ ശബ്ദം കാതുകളിൽ മുഴങ്ങി.

"മോളെ ഇങ്ങോട്ടൊന്നു പറഞ്ഞയച്ചേക്കൂ."

അവളുടെ പാവാടപ്രായം കഴിഞ്ഞിട്ടില്ല.

തിരുവഞ്ചൻ ദീർഘശ്വാസം വിട്ടു.

കളത്തിൽനിന്ന് പന്തയിൽ ചെന്നപ്പോൾ അവിടെ അത്താഴം വയ്ക്കാനെത്തിയിരുന്ന പെണ്ണുങ്ങൾ തമ്മിൽ കലഹവും ശണ്ഠയും നടക്കുകയായിരുന്നു.

ചെല്ലമ്മ തീയെരിക്കാൻ വച്ചിരുന്ന കച്ചി കണ്ടില്ല. ഒരു തുരുമ്പു പോലും കാണാനില്ല.

"ഏതവളാടീ ഏൻ വച്ചിരുന്ന കച്ചിയെടുത്തെ?"

അവൾക്കു കോപവും സങ്കടവും തോന്നി.

മാല മാത്രമേ അപ്പോൾ അടുത്തുള്ളൂ. അവൾ അടുപ്പിൽ തിളച്ചു കിടന്ന ചീനിക്കലത്തിലെ വെള്ളം ഊറ്റിക്കളഞ്ഞിട്ട് അതിൽ അരപ്പു കലക്കിയൊഴിച്ച് തുടുപ്പിട്ടിളക്കിക്കൊണ്ടിരുന്നു.

ചെല്ലമ്മയ്ക്ക് മാലയെയാണു സംശയം. മാല കേൾക്കാൻ വേണ്ടി അവൾ ഉറക്കെ പ്രാകാൻ തുടങ്ങി.

"എന്റെ ഒടേ തമ്പ്രാനേ, ഈ കള്ളികള്ടെ വെളക്കേറു പൊക്കാനക്കൊണ്ട്, ഇനി എന്തോവച്ച് തീയെരിക്കും."

എന്നിട്ടും മാല ഒന്നും മിണ്ടിയില്ല. അതിരു കടന്ന മൗനം കണ്ടപ്പോൾ ചെല്ലമ്മയ്ക്കു വെറി അടക്കാൻ കഴിഞ്ഞില്ല. വെട്ടിത്തുറന്നു ചോദിച്ചു:

"ഏൻ വച്ചിരുന്ന കച്ചിയെടുത്തോ?"

"ഏനാരെടേം കച്ചീം കിച്ചീമൊന്നുമെടുത്തില്ല."

"പിന്നെങ്ങനെ പോയി, തന്നത്താൻ പറന്നു പോയോ?"

ചീനിത്തുടപ്പുമായി മാല നിവർന്നുനിന്നു. അവൾ ചെല്ലമ്മയെ രൂക്ഷമായി ഒന്നു തുറിച്ചു നോക്കി.

ആ നോട്ടത്തിനു മുന്നിൽ ചൂളാതെ ചെല്ലമ്മ ചോദിച്ചു:

"നിങ്ങളോടാ ചോദിക്കുന്നെ..."

മാല പൊട്ടിത്തെറിച്ചു:

"നീയങ്ങോട്ടു ചെന്നു തിരക്കെടീ, കണ്ടോരുടെ പുറത്തു കേറാൻ നടക്കാതെ."

"ഫൂ കള്ളിപ്പുലയാടി, ഏനുണക്കിവച്ചിരുന്ന കച്ചികൊണ്ടാടി."

"നിന്റെ മറ്റോളാടീ കള്ളിപ്പുലയാടി."

രണ്ടുപേരും മനുഷ്യനു കേൾക്കാൻ കൊള്ളാത്ത തെറിപ്പാട്ടുപാടി. പൂർവചരിത്രങ്ങൾ വിളിച്ചുപറഞ്ഞു:

മാല പണ്ടേതന്നെ പെരുംകള്ളിയാണത്രേ.

ചെല്ലമ്മയാണെങ്കിൽ കൃഷിക്കാരൻ ജോസഫിന്റെ വെപ്പാട്ടിയാണ്. അങ്ങനെയാണുപോലും തിരുവഞ്ചൻ കാശുകാരനായത്.

"അവളിനിയിപ്പം മോളു പെണ്ണിനേം കൊണ്ടുനടന്ന്..."

അതു പൂർത്തിയാക്കും മുമ്പ് ചെല്ലമ്മ മാലയുടെ നേരെ ചാടിച്ചെന്ന് മുടിക്കു കുത്തിപ്പിടിച്ചു. പഞ്ചമി ചെന്ന് അമ്മയെ പിടിച്ചുമാറ്റാൻ നോക്കി. നീലമ്മയും ത്രേസ്യയും ചെന്ന് തടസ്സം പിടിച്ചു. ആകെ ബഹളമായി.

അതു കണ്ടുകൊണ്ടാണ് തിരുവഞ്ചൻ കേറിവന്നത്.

"കിടന്നു ബഹളംവച്ചാ അടിച്ചെല്ലൊടിക്കും എല്ലാവടേം."

അടങ്കം അങ്ങനെ പറഞ്ഞപ്പോൾ മാല അയാളുടെ നേരെ ചീറി.

"എല്ലൊടിക്കാൻ നീയിങ്ങു വന്നേടാ. മൊതലാളന്റാളാന്നും വച്ച് നിന്റെ വീരസ്യമൊന്നും എന്നോടു മേണ്ട. മൊതലാളന്റടുത്തു ചെല്ലാൻ നീ ചെന്നു വിളിക്കുമ്പം വേറെ വല്ലോളും വരും. അവളുമാരെച്ചെന്ന്...."

തിരുവഞ്ചൻ കോപംകൊണ്ടു വിറച്ചു. അവളുടെ നേരെ കൈനിവർത്തു ചെന്നു. മറ്റുള്ളവർ അയാളെ കടന്നുപിടിച്ചു.

ചെല്ലമ്മ കണ്ണീരൊലിപ്പിച്ചുകൊണ്ട് തേങ്ങി:

"അവളെന്റെ കച്ചി കട്ടെടുത്തതുമല്ല, വേണ്ടിയില്ലാത്ത പോഴത്തം പറഞ്ഞ് എന്നേം മോളു പെണ്ണിനേം...."

തിരുവഞ്ചൻ നിന്നു തുള്ളിലയറി.

"എടീ, മിണ്ടിപോകല്ല്."

അവൾ പെട്ടെന്നു വാ പൂട്ടി. എങ്കിലും മാലയോടുള്ള രോഷം അടക്കാൻ കഴിഞ്ഞില്ല. വായിൽ നിന്നങ്ങു വീണുപോയി.

"കള്ളി അറുവാണിച്ചി...."

മാല അവളുടെ നേരെ കൈകൊണ്ട് കൊച്ചുകുത്തി കാണിച്ചു: "കള്ളി നിന്റെ മറ്റേടത്തിരിക്കുന്നെടീ."

നീലമ്മ ചെല്ലമ്മയുടെ വായ്ക്കു പൊത്തിപ്പിടിച്ചു.

"അടങ്ങു നാത്തൂനെ. ആരെങ്കിലും കേട്ടാൽ പഞ്ഞമാ."

"അങ്ങനല്ലാ നാത്തൂനെ, നാത്തൂനറിഞ്ഞൂടാ, ഇവളു പണ്ടേ കള്ളിയാ, നെല്ലു കട്ടുപറിച്ചേനു പൊലീസുകാരിവളെ...."

മാല ചെല്ലമ്മയുടെ നേരെ തറപ്പിച്ചുനോക്കി. തിരുവഞ്ചനും ബോധ്യമായി, ചെല്ലമ്മയാണ് വഴക്കാളി.

അയാൾ മുന്നോട്ടുവന്ന് അവളുടെ കന്നത്തൊന്നു കൊടുത്തു.

"നിഷേധി. മിണ്ടാതിരിക്കാനക്കൊണ്ടു പറഞ്ഞാ...."

മാല മുഖം കുനിച്ചിരുന്നു. ചെല്ലമ്മയോടു മറുപടിയൊന്നും പറഞ്ഞില്ലയ അതിനു മറുപടി പറയാനും ഒന്നുമില്ല.

കുറെ നേരത്തേക്ക് ആരും ഒന്നും ഉരിയാടിയില്ല. നീലമ്മ കൊണ്ടു ചെന്നു കൊടുത്ത ഉണക്കത്തൊണ്ടുകൊണ്ട് പഞ്ചമി അടുപ്പിൽ തീ കത്തിച്ചു.

പന്തകളിലെല്ലാം തീയെരിയുന്നു. നെല്ലു വറുക്കുകയും കുത്തുകയും ചെയ്യുന്നതിന്റെ ശബ്ദം മുഴങ്ങി. വെപ്പും തീറ്റിയും നടക്കുന്നു. ആ ബഹളത്തിനിടയിൽ മിണ്ടുരിയാട്ടമില്ലാതെ മാല കൂനിക്കൂടിയിരുന്നു.

മാലയെ അടിച്ചുവീഴ്ത്താനുള്ള ഒരായുധമാണ് ചെല്ലമ്മയുടെ കൈയിലുള്ളത്. സന്ദർഭത്തിനു തന്നെ അവളതുപയോഗിച്ചു. ഏല്ക്കുകയും ചെയ്തു. എങ്കിലും തിരുവഞ്ചൻ ഇടപെട്ടതുകൊണ്ട് മുഴുക്കെ പറഞ്ഞില്ല. പറഞ്ഞെങ്കിൽ നീലമ്മയും മറ്റു പെണ്ണുങ്ങളും അതറിഞ്ഞേനെ. അവരുടെ മുഖത്തു നോക്കാൻ കഴിയാതെ വന്നേനെ....

കുറേനാൾ മുമ്പാണ്. അരിയിട്ടു തിളച്ചവെള്ളം കുടിക്കുവാനില്ലാതെ കുട്ടികൾ കണ്ണും തലയും കറങ്ങി വീഴുന്നതു കണ്ടപ്പോൾ ഒരു പുട്ടലും കക്ഷത്തിലിടുക്കി അവൾ വിരിപ്പിൽ വരിപറിക്കാൻ ഇറങ്ങി. വിളഞ്ഞ വരിനെല്ലു പറിച്ച്, നാരു കരിച്ച് വറുത്തിടിച്ചാൽ പിള്ളേർക്ക് ഓരോപിടി വായിലിടാൻ കൊടുക്കാം.

നോക്കെത്താത്ത ദൂരത്തിൽ നെൽക്കതിരുകൾ തലകുനിച്ച് പാലടിച്ചു നിന്നിരുന്നു. അതിനിടയിൽ ഓരോ വരിയെങ്ങാനും ഈന്നു വിളഞ്ഞ് തലപൊന്തിച്ചു നിന്നു. അതു പറിക്കാൻവേണ്ടി നെല്ലിനിടയിൽ നുഴഞ്ഞു നടന്നു.

ഉച്ചമുതൽ പരതിനടന്നിട്ട് ഒരു പിടി തികഞ്ഞില്ല. പറിച്ചെടുക്കാൻ ഒരു വരിപോലുമില്ല.

കള പറിച്ചപ്പോൾ വരിയും പറിച്ചുമാറ്റി. അല്ലായിരുന്നെങ്കിൽ....അതുകൊണ്ടു നെല്ലു നന്നായി വളർന്നു കൊയ്യുമ്പോൾ കൂടുതൽ പതം കിട്ടും.

കൊയ്ത്തുവരെ കഴിയുന്നതാണ് പാട്. മാടത്തിലാണെങ്കിൽ യാതൊരു വകയില്ല. കുറെ നാളായി ജോലിയും വേലയുമില്ല. മൂന്നു നാലു പരാധീനങ്ങളുള്ളതിനെ എങ്ങനെ തലചായ്ച്ചു കിടത്തും?

വരിനോക്കി നടന്നു പിടലി കഴച്ചപ്പോൾ തലയുയർത്തി നാലുപാടുമൊന്നു നോക്കി. അങ്ങിങ്ങു വേറെയും മൂന്നുനാലു പേർ നിന്നു വരിപറിക്കുന്നു. അവൾക്ക് അതിശയം തോന്നി. അവരെന്താണീ പറിക്കുന്നത്? താൻ നോക്കി നടന്നിട്ടും ഒരു പിടിപോലും തികഞ്ഞില്ല. ഈ പാടത്ത് അതിനുംവേണ്ടി വരിയെവിടെ? അതോ വരിക്കു പകരം കതിരും പറിക്കുകയാണോ?

പാലടിച്ച കതിരു പറിച്ചെടുത്താൽ കളിയുണ്ടാക്കാം. ഒരു കലത്തിൽ വെള്ളം വച്ച് വെള്ളത്തിനു മീതെ കമ്പടുക്കണം. കമ്പിന്മേൽ കതിരു നിരത്തി അടുപ്പത്തു വച്ചു പുഴുങ്ങണം. ആവിയിൽ കതിരു വെന്തു മണിയുടെ വായ്പിളർന്ന് പാലു മുഴുവൻ വെള്ളത്തിൽ ഒലിച്ചിറങ്ങി നല്ല കളിയുണ്ടാവും. ഉപ്പോ ചക്കരയോ കൂട്ടി കഴിക്കാൻ നല്ല സ്വാദാണ്.

അതിനെക്കുറിച്ചോർത്തപ്പോൾ നാവിൽ വെള്ളം നിറഞ്ഞു.

പിള്ളേർക്കു കളിയുണ്ടാക്കിക്കൊടുക്കാൻ രണ്ടുപിടി കതിരു പറിച്ചാലോ? കടലുപോലത്തെ ഈ പാടത്ത് ആരു കാണാനാണ്?

അവളുടെ ഹൃദയം പിടച്ചു. തലയ്ക്കു പെരുപ്പുതോന്നി.

വേണ്ട. ഉടമസ്ഥനറിയില്ലെങ്കിലും എല്ലാം അറിയുന്ന ദൈവംതമ്പുരാനുണ്ട്. അതിയാൻ അറിയാത്തതൊന്നും ഇല്ല. മാടത്തിൽ ചെലവിനില്ലാത്തതും തന്ത ചത്ത തന്റെ പിള്ളേരു പട്ടിണി കിടന്നു പൊരിയുന്നതുമെല്ലാം.

അപ്പോൾ നിവർത്തികേടുകൊണ്ട് രണ്ടുപിടി കതിരുപറിച്ചാൽ... അതും.

വീട്ടിൽച്ചെന്നു കേറുമ്പോൾ പിള്ളേരു കിണുങ്ങാൻ തുടങ്ങും. അതുങ്ങളെ എങ്ങനെ പറഞ്ഞ് അടക്കിക്കിടത്തും?

പട്ടിണിയാണെന്നും പറഞ്ഞ് ഇരന്നുചെന്നാൽ ഒരുതുള്ളി വെള്ളം തരാത്ത മാളോരാണ്.

മുകളിൽ മാനം തീപെയ്തു നിന്നു. ഒരു കാറ്റുപോലും പറന്നില്ല.

നെൽക്കതിരുകൾക്ക് അവളെ അറിയാം. അവളുടെ മനോഗതങ്ങളിയാം. മാടത്തിലെ വറുതി അറിയാം.

അവ തലകുനിച്ച് നിശ്ചലമായി നിന്നുകൊടുത്തു.

അങ്ങുന്നുമിങ്ങുന്നും കുറെ കതിരുവലിച്ചു പറിച്ച് പുട്ടലിനകത്താക്കി. അപ്പോഴേക്കും കിതപ്പുതോന്നി. തലചുറ്റി.

ഒന്നു തർക്കിച്ചു നിന്നിട്ട് നാലുപാടും നോക്കി. ദൈവത്തിന്റെ കാരുണ്യം. ആരുമറിയില്ല.

കുറെക്കൂടി വലിച്ചൂരി പുട്ടലിൽ വച്ചു.

വിയർത്തുപോയി. കണ്ണിലൂടെ, കവിളിലൂടെ വിയർപ്പൊഴുകി. വിയർപ്പിന്റെ ഉപ്പുരസം നുണച്ചിറക്കി.

വെളിയിൽ മിണ്ടരുതാത്ത ഒരു കുറ്റം ചെയ്തതുപോലെ നിന്നു പരുങ്ങി. മാസംതികയാതെ ഒരു കുഞ്ഞിനെ കഴുത്തുഞെരിച്ചു കൊന്നതുപോലെ.

അതിന്റെ മരവിച്ച ജഡം ആ പുട്ടലിൽ ഒളിപ്പിച്ചിരിക്കുന്നു. ഒരു കീറത്തുണികൊണ്ട് അതിന്റെ മുഖംപോലും മൂടാതെ.

മതി. ഇനി എങ്ങനെയെങ്കിലും അങ്ങു കേറിപ്പോയാ മതി.

പുട്ടലുമായി ഇടവരമ്പിൽ കേറി ചിറക്കാലിലേക്കു നടന്നു.

തൊട്ടു മുമ്പിൽ നിൽക്കുന്നു തിരുവഞ്ചൻ!

“ആരു പറഞ്ഞെടീ നിലത്തിലിറങ്ങാൻ?”

“ഏൻ വരി പറിക്കുവാരുന്ന്.”

“നിന്റെ നെഞ്ചത്താണോ വരി നിക്കുന്നെ?”

“ഏൻ കേറുവാ.”

മറ്റു വരിപറിക്കലുകാർ നെല്ലിനിടയിൽ പതുങ്ങി. ചിലർ ഇടവരമ്പിൽ കയറി ഓടി.

വാര്യത്തെ തമ്പ്രാൻ ചിറക്കാലിൽ നിന്നു വിളിച്ചുപറഞ്ഞു:

"അവടെ കൈയീന്നു പുട്ടലു പിടിച്ചു നോക്യേരെ തിരുവഞ്ചാ."

തിരുവഞ്ചൻ പുട്ടലിനു കേറിപ്പിടിച്ചു. അവൾ കൊടുത്തില്ല. അയാൾ അതു ബലമായി പിടിച്ചുവാങ്ങി. പുട്ടലു തുറന്നുനോക്കി. നിറയെ പാലടിച്ച കതിര്!

മാലനിന്നു തുള്ളിവിറച്ചു.

അവളുടെ കൈയിൽ പിടിച്ചു ചിറക്കാലിലേക്കു വലിച്ചു. കതിരു വിടർത്തി തമ്പ്രാനെ കാണിച്ചു.

അദ്ദേഹത്തിന്റെ മുഖം കോപംകൊണ്ടു തുടുത്തു. കണ്ണിൽനിന്നു തീപാറി. മൂക്കടങ്കം രണ്ടുമൂന്നു കൊടുത്തു.

ആ അടികൊണ്ട് നിശ്ചലയായി നിശ്ശബ്ദയായി അവളവിടെ നിന്നു.

തല പെരുത്തു. മുന്നിൽ ഇരുൾ പരന്നു. ചുറ്റുപാടും കനത്ത നിശ്ശബ്ദത ഉറഞ്ഞുകൂടി. ഒരുവശം ചരിഞ്ഞ് അവൾ നെടുംപാടു വീണു.

"അമ്പെടി കള്ളീ, ഒരു കള്ളസൂത്രം. അവളെ പിടിച്ചുകെട്ടി പോലീസിൽ ഏൽപ്പിച്ചേക്കൂ തിരുവഞ്ചാ."

"എഴുന്നേരെടീ കള്ളിപ്പുലിയാടീ."

തിരുവഞ്ചൻ അവളെ കൈയിൽ പിടിച്ചു പൊക്കി.

ബാധകിട്ടി, ബോധംകെട്ട പൊട്ടിയെപ്പോലെ അവളവനെ തുറിച്ചു നോക്കി. പിടിവിട്ടപ്പോൾ വീണ്ടും തളർന്നുവീണു.

ആരൊക്കെയോ അടുത്തുകൂടി. അയ്യോ പാവത്തം പറഞ്ഞ് മൂക്കിൽ വിരൽവച്ചു നിന്നു.

തിരുവഞ്ചൻ അവളെ വലിച്ചിഴച്ചപ്പോൾ തമ്പ്രാനു ദയ തോന്നി.

"അവളെ വിട്ടേക്കൂ തിരുവഞ്ചാ. പൊലീസു വന്നു തൂക്കിയെടുത്തോണ്ടു പോട്ടെ. ആ പുട്ടലുകൂടിങ്ങു കൊണ്ടുപോരെ."

തമ്പ്രാനും കാവൽക്കാരനും പോയി കുറെ കഴിഞ്ഞപ്പോൾ ആളുകൾ അവളെ കുലുക്കിയുണർത്തി. അവൾ കൈകുത്തി എഴുന്നേറ്റ് ഭയത്തോടെ നാലുപാടും നോക്കി. വേച്ചു വേച്ചു മാടത്തിലേക്കു നടന്നു!

കുട്ടികൾ അവൾക്കുചുറ്റും ആർത്തിയോടെ അടുത്തുകൂടി. തള്ള വെറുംകൈയോടെ മടങ്ങിച്ചെന്നിരിക്കുന്നതു കണ്ടപ്പോൾ അവർ നിന്നു ചിണുങ്ങാൻ തുടങ്ങി. ആ പേടിച്ചരണ്ട മുഖം കണ്ട് അവർ ഭയപ്പെട്ടു കരഞ്ഞു..

"എന്താ നിന്നു മോങ്ങുന്നെ. ഇരണംകെട്ട കൂട്ടം."

കരച്ചിലുറക്കെയായി. അവൾ അതുങ്ങളെയിട്ട് ഏച്ചും പേച്ചുമില്ലാതെ തല്ലി.

അവരുടെ കണ്ണുതാണ് കോലംകെട്ട രൂപം കണ്ടപ്പോൾ തലയിൽ കൈവച്ചു പ്രാകി:

"ഇതിനൊന്നും ചാക്കാലയില്ലല്ലോ എന്റെ ദൈവേ! ഉണ്ടായിരിക്കുന്ന്, എന്നെയിട്ട് കഷ്ടപ്പെടുത്താനക്കൊണ്ട്!"

കുട്ടികൾ നിലത്തു മാണ്ടുകിടന്നു. ആ കിടത്തം കണ്ട് അവൾ പൊട്ടിക്കരഞ്ഞു.

വരുംവരാഴികയെക്കുറിച്ചോർത്തപ്പോൾ അവൾക്കു പേടി തോന്നി. പൊലീസു വന്നു പിടിച്ചോണ്ടു പോയാൽ തന്തയില്ലാത്ത പിള്ളാരുടെ കാര്യം?

അന്തിവെളിച്ചം മാഞ്ഞു. എല്ലായിടത്തും ഇരുൾ നൂഴ്ന്നു കയറി. ആ മാടവും ചിറക്കാലും പുഞ്ചയും ലോകം മുഴുവനും ഇരുളിന്റെ വായിലായി.

മാടത്തിൽ തീ പൂട്ടിയില്ല. വിളക്കു കത്തിച്ചില്ല. വെട്ടം കണ്ട് പൊലീസുകാർ കേറി വന്നാലോ എന്നു പേടിച്ചു. കുട്ടികളോടൊപ്പം മാടത്തിനകത്തു ചുരുണ്ടു.

എല്ലായിടത്തും വിളക്കണെച്ചുറക്കമായപ്പോൾ കുട്ടികളെ വിളിച്ചുണർത്തി. ഇളയ കുട്ടിയെ ഇളിയിലെടുത്തു. അതിന്റെ മൂത്തതിനെ കൈക്കുപിടിച്ചു മറ്റുള്ളതിനെ മുമ്പേ നടത്തി, ചിറക്കാലിലൂടെ തിരിഞ്ഞും നോക്കിയും നടന്നു.

അങ്ങനെ ആ രാത്രിയിൽ ആരോരുമറിയാതെ നാട്ടിൽനിന്നു കടന്നുകളഞ്ഞു....

ഇപ്പോൾ ചെല്ലമ്മ പറഞ്ഞതു നേരാണ്. പിറ്റേന്ന് പൊലീസ് തിരക്കിച്ചെന്നെന്നറിഞ്ഞു. കുറെ നാളത്തേക്ക് സ്ഥലത്തു കേറിയില്ല. ആ കൊയ്ത്തിനുപോലും ചെന്നില്ല. കണ്ണമംഗലത്തു ചേട്ടത്തിയുടെ കൂടെ കഴിഞ്ഞു.

മറക്ക വിട്ടപ്പോഴാണ് മടങ്ങി വന്നത്.

ഇപ്പോൾ എട്ടുപാടും കേൾക്കെ ചെല്ലമ്മയതിനെക്കുറിച്ചു വിളിച്ചു പറഞ്ഞിരിക്കുന്നു. ദൂരത്തുകാരെല്ലാം കേൾക്കെ!

കാര്യമെന്തായാലും അവൾ വായാടിത്തം പറയാൻ തുടങ്ങിയപ്പോൾ ആ തിരുവഞ്ചൻ വിലക്കിയതേയുള്ളു. അവളുടെ കന്നത്തൊന്നു കൊടുത്തപ്പോൾ അടങ്ങി. അല്ലെങ്കിൽ നാക്കിനെല്ലില്ലാതെ എട്ടുപാടും കേൾക്കെ എല്ലാം വിളിച്ചു കൂവിയേനെ....

മാല മുഖം തിരിച്ച്, സ്നേഹപൂർവം തിരുവഞ്ചനെയൊന്നു നോക്കി.

അയാൾ മുട്ടിനിടയിൽ തലയും കുനിച്ചിരിക്കുകയാണ്. ചെവിയിൽ ആ മറുതായുടെ ശബ്ദം മുഴങ്ങുന്നു:

"മോളെ ഇങ്ങോട്ടൊന്നു പറഞ്ഞയച്ചേക്കൂ."

തിളച്ചു കിടന്ന വെള്ളത്തിലേക്ക് ചെല്ലമ്മ അരി വാരിയിട്ടു. അടുപ്പിനു മുമ്പിൽ കുനിഞ്ഞിരുന്ന് പഞ്ചമി തീയൂതി.

അയാൾ മുട്ടിനിടയിൽനിന്നു മുഖമുയർത്തി. കൈയൂന്നിയെഴുന്നേറ്റു. തളർന്നു വീഴാൻ പോകുന്നപോലെ തോന്നി. പതറിയ ശബ്ദത്തിൽ ചെല്ലമ്മയോടു പറഞ്ഞു:

"എല്ലാം കാലമാകുമ്പം വെളമ്പിക്കൊണ്ടു കളത്തിലോട്ടു പോരെ. ഏനും പെണ്ണും കൂടെപ്പോയി കുറെ മെതിക്കാം."

കാര്യമറിയാതെ ചെല്ലമ്മ തട്ടിക്കേറി:

"അതെന്നാ കൂത്താ? അരി വേവായി. ഇനി വല്ലോം കഴിച്ചോണ്ടു പോ."

തിരുവഞ്ചൻ പ്രേതത്തെപ്പോലെ അവളെ തറപ്പിച്ചുനോക്കി.

"പറേന്നനപ്പറം പാടണ്ട. നീയിങ്ങൊ എഴുന്നേറ്റു വാടീ പെണ്ണേ."

അയാളുടെ തൊണ്ടയിടറി.

പഞ്ചമിയെഴുന്നേറ്റ് പാവാട തട്ടിക്കുടഞ്ഞു. കെട്ടഴിഞ്ഞ തലമുടി തൂത്തുവാരിക്കെട്ടി. ഇറുങ്ങിയ ബ്ലൗസ് കീഴോട്ടു വലിച്ചിട്ടു.

അവളേയും കൂട്ടി നിശ്ശബ്ദനായി അയാൾ ഇരുളിൽ നടന്നു മറഞ്ഞു.

പതിനഞ്ച്

പന്തകളിലെ വെപ്പും കുടിയും കഴിഞ്ഞു. മെതിക്കളത്തിൽ നിന്നിരുന്ന പുരുഷന്മാർക്ക് ആഹാരം വിളമ്പി പാത്രത്തിലാക്കിക്കൊണ്ട് സ്ത്രീകൾ കളത്തിലേക്കു നടന്നു.

ശങ്കരിയുടെ അടുപ്പിൽ മാത്രം തീ കത്തിക്കൊണ്ടിരുന്നു. അവളുടെ പരിപാലം അപ്പോഴും കഴിഞ്ഞിരുന്നില്ല.

ഉണക്കമീൻ നുള്ളിക്കീറി കൂട്ടാൻകലത്തിലിട്ട്, അതിൽ അരച്ചതു കലക്കിക്കൊണ്ടു നിൽക്കുമ്പോൾ വെട്ടിയാറ്റുകാരൻ കുട്ടപ്പൻ പന്തയുടെ മുന്നിലൂടെ നടന്നുപോകുന്നതു കണ്ടു.

ശങ്കരി അവനെ വിളിച്ചു ചോദിച്ചു:

"നീ എങ്ങോട്ടു പോകുന്നു കുട്ടപ്പാ?"

"ബീഡി വാങ്ങിക്കാൻ."

"നിനക്കിന്നു മെതിയില്യോ?"

"ഒണ്ട്. കടയിപ്പോയി ബീഡീം മേടിച്ചോണ്ടു കളത്തിലോട്ടു പോണം."

"തിരിച്ചിതിലേ വരണേ. ഞാനുംകൂടി വരുന്നു."

കടയിൽനിന്നു തിരിച്ചുവന്നപ്പോൾ കുട്ടപ്പൻ ചോദിച്ചു:

"നിങ്ങളു വരാൻ താമസമുണ്ടോ?"

"ഇല്ല. എല്ലാം വെന്തു. കൂട്ടാനൊന്നു വാങ്ങിക്കോട്ടെ."

ശങ്കരി തലചരിച്ചിരുന്ന് അടുപ്പിലെ തീയൂതിക്കത്തിച്ചു.

കുട്ടപ്പൻ അക്ഷമനായി.

"ഓഹോ, കൂട്ടാൻ തിളയ്ക്കുന്നേയൊള്ളോ? എനിക്കു വെക്കം പോണം."

"അത്ര ധൃതിയെന്താ? അവിടൊന്നിരിക്ക്."

അവൻ മനസില്ലാമനസോടെ അവിടെക്കിടന്ന ഉരലിന്റെ പുറത്ത് ഇരിപ്പുറപ്പിച്ച് മൗനമായിരുന്നു. ഒരു ബീഡി കത്തിച്ചു വലിച്ചു. ആ വിഷാദം കലർന്ന മട്ടുകണ്ട് ശങ്കരി സഹതാപത്തോടെ ചോദിച്ചു:

"കുട്ടപ്പനെന്താ ഒരു വല്ലാണ്ട്?"

അവൻ അസ്വസ്ഥനായി.

"ഓ, എനിക്കെന്നാ വല്ലാണ്ട്? ഒന്നുമില്ലാ."

"അതല്ലാ, മൊകംകണ്ടാ അറിയാം."

"എന്തോന്നാ?"

"നാലഞ്ചു ദിവസമായി നിന്റെ മൊകത്തൊരു മിണ്ടാട്ടമില്ല."

കുട്ടപ്പൻ ചിരിച്ചു.

"അല്ലേലും എനിക്കു വലിയ മിണ്ടാട്ടമൊന്നുമില്ല. നമുക്കു നമ്മുടെ കാര്യം."

"എന്നുപറഞ്ഞാ, ഇതിനുമുമ്പു ഞാൻ ഇയാളെ കണ്ടിട്ടില്യോ? അന്നു മറ്റത്തുവച്ചു കണ്ടപ്പോഴും, പിന്നിങ്ങോട്ടു വന്നപ്പോഴുമൊക്കെ എന്തൊരു തന്തോഷമാരുന്ന്?"

"ഇപ്പോഴും സന്തോഷക്കുറവൊന്നുമില്ല."

"അതു കള്ളം പറയുവാ. ആ മൊകംതന്നെ പറേന്ന്. മനസിനേ താണ്ടു വെഷമം കേറിയപോലെ."

"നിങ്ങക്കങ്ങനെ വെറുതെ തോന്നുവാ."

ശങ്കരി അവനെ നോക്കി അർഥഗർഭമായി ചിരിച്ചു. ഒന്നിരുത്തി മൂളി.

"എന്താ നിങ്ങളു മൂളിയേ?"

"എന്നെക്കൊണ്ടിനി എല്ലാം പറയിക്കണോ?"

അവളുടെ ആ നോട്ടവും ചിരിയും കണ്ട് അവന് അതിശയം തോന്നി. കൂട്ടത്തിൽ അവനും ചിരിച്ചു.

"എന്നാ പറ, അത്ര മിടുക്കിയാന്നേ, നിങ്ങളൊന്നു പറ, ഞാൻ കേക്കട്ടെ."

"എനിക്കെല്ലാമറിയാം."

അപ്പോഴേക്കും അടുപ്പിലിരുന്ന മീൻകറി വെന്തതിന്റെ സ്വാദേറിയ മണം അവിടെങ്ങും വ്യാപിച്ചു. അവൾ കൂട്ടാൻകലം അടുപ്പത്തുനിന്നു വാങ്ങിവച്ച് ഒരു ചട്ടിയിൽ കുറെ ചോറുവിളമ്പി അതിൽ കറിയുമൊഴിച്ച് കുട്ടപ്പനു നീട്ടി.

അവൻ നിഷേധാർഥത്തിൽ ചിറികോട്ടി.

"ങ്ഹ്. എനിക്കിപ്പോ വേണ്ട. ഞാൻ നേരത്തേ അത്താഴം കഴിച്ചതാ. നിങ്ങളങ്ങു കഴിച്ചോണ്ടാ മതി."

"ഇതിപ്പൊ നുള്ളിത്തിന്നെന്നുംവച്ച് നിന്റെ വയറങ്ങു പൊട്ടിപ്പോകുകേം മറ്റുമില്ല. അയലക്കറിയാ. അങ്ങോട്ടു നീക്കിവച്ച് വാരിത്തിന്ന്."

ഉരലിൽനിന്നിറങ്ങിയിരുന്ന് അവൻ ചോറുവാരി തീറ്റി തുടങ്ങി.

ആ മുഖത്തു നിന്ന് ദൃഷ്ടി മറയ്ക്കാതെ; കൺനിറയെ, അവളവനെയങ്ങനെ നോക്കിയിരുന്നു.

"വേണേ ഒരുപ്പയില ചുട്ടുതരാം."

"വേണ്ടാ. ഇതുമതി."

അവന്റെ അനുമതിക്കു വേണ്ടി കാക്കാതെ തഴവട്ടിയിൽ നിന്നൊരുപ്പയിലയെടുത്ത് അടുപ്പിലിട്ടു. വായിൽ വെള്ളം നിറയ്ക്കുന്ന അതിന്റെ രൂക്ഷമായ മണം അവിടെ ചുറ്റിയടിച്ചു. അത് അടുപ്പിൽനിന്നെടുത്ത് ചാരം ഊതിക്കളഞ്ഞ് അവൾ നുള്ളിക്കീറി ആ ചട്ടിയിലിട്ടുകൊടുത്തു.

ചട്ടിയിൽ ചോറു തീർന്നപ്പോൾ അവൾ ചോദിച്ചു. കുറച്ചൂടങ്ങോട്ടിടട്ടെ.

"വേണ്ടാ, വേണ്ടാ, ഇതുതന്നെ കൂടുതലാ."

കൊത്തേൻകുട്ടിക്കു വേണ്ടി മറ്റൊരു ചട്ടിയിൽ ചോറു വിളമ്പി കൂട്ടാനൊഴിച്ചടച്ചുവച്ചു. കുട്ടപ്പൻ തിന്ന ചട്ടിയിൽ കുറെ ചോറു വിളമ്പിയിട്ടു അവളും ഉണ്ടു.

പന്തകൾ ഇരുളിൽ മുങ്ങിനിൽക്കുകയാണ്. അവ നിശ്ചലവും നിശ്ശബ്ദവുമായിരുന്നു. ജോലിചെയ്യാൻ ആവതുള്ളവരെല്ലാം മെതിക്കളത്തിലേക്കു പോയിക്കഴിഞ്ഞു. കുട്ടികൾ പുട്ടലിൽ കിടന്നുറങ്ങി.

കാറ്റുകൊണ്ട് അണയാൻ തുടങ്ങുന്ന മണ്ണെണ്ണവിളക്കിനു മുമ്പിലിരുന്ന് കിഴവിത്തള്ളമാർ ഉറക്കം തൂങ്ങി.

ശങ്കരിയും കുട്ടപ്പനും കൂടി ചിറക്കാലിലേക്കു നടന്നു. അവിടുത്തെ ഏകാന്തതയിൽ അവന്റെ പിന്നാലെ ചോറുമായി നടക്കുന്നതിനിടയിൽ അവൾ ചിരിച്ചുകൊണ്ടു പറഞ്ഞു:

"കുട്ടപ്പന്റെ വിഷമം കണ്ടിട്ടാ ഞാൻ പറയുന്നെ. ആണുങ്ങളായാ കുറെ തഞ്ചം വേണം."

"എനിക്കു വെഷമമുണ്ടെന്നു നിങ്ങക്കു തോന്നുവാ. എനിക്കൊരു തഞ്ചക്കുറവുമില്ല."

"എന്തിനാ നിയെന്നെ ഒളിക്കുന്നെ കുട്ടപ്പാ? ഞാനിനി തെളിച്ചങ്ങ് പറയാം. തങ്കമ്മേടെ കാര്യമോർത്താ നിനക്കു തൂക്കം. എനിക്കന്നേ അറിയാം. അവളത്ര ശുത്തഗതിക്കാരിയൊന്നുമല്ലെന്ന്."

"ആരു പറഞ്ഞു അവള് ശുത്തഗതിക്കാരിയാണെന്ന്?"

"നിനക്കങ്ങനൊരു വിചാരമൊണ്ടാരുന്നു. എന്താ നേരല്ല്യോ?"

കുറെ നേരം ഒന്നും പറയാതെ കുട്ടപ്പൻ നിശ്ശബ്ദനായി നടന്നു. ഒടുവിൽ അവൻ ദീർഘമായി ഒന്നു നിശ്വസിച്ചു.

"എനിക്കവളോട് ഒരു കാര്യവുമില്ല."

"എന്നാലും ആണുങ്ങളായാ, മനോവിചാരമില്ലാണ്ടിരിക്കുവോ?"

"ഓ എനിക്കൊരുത്തിയെക്കുറിച്ചും ഒരു വിചാരവുമില്ല."

"അങ്ങനെ പറയരുത്. ചെലവളുമാര് അങ്ങനെന്നും വച്ച്?"

"എന്നാലും പെണ്ണാപ്പിറന്നോളാണോ ഒരെണ്ണത്തിനേം വിശ്വസിക്കാൻ കൊള്ളത്തില്ല. അവരുമായി നമുക്കൊരു കാര്യവും വേണ്ടാ."

"അതു വെറുതെ. ആണുങ്ങളായാ പെണ്ണുങ്ങളോടു കാര്യമില്ലാണ്ട് വരുവോ?"

കുട്ടപ്പനു ചിരി വന്നു. അതു നേരല്ലേ?

രണ്ടാളും നിശ്ശബ്ദരായി കുറെദൂരം നടന്നു. ഒടുവിൽ അവൾ പുറകിൽ തങ്ങിയിട്ടു പറഞ്ഞു:

"ഒന്നു പതുക്കെ നട. ഇങ്ങനങ്ങു ആഞ്ഞുപറിച്ചു നടന്നാൽ ഞാനെങ്ങനാ നിന്റെ കൂടെ നടന്നെത്തുന്നെ?"

"നിങ്ങക്കത്ര വയ്യയായ്കയെന്താ?"

"എനിക്കു വയ്യായ്കയൊന്നുമില്ല. എന്നാലും എന്തിനാ ഇങ്ങനെ പ്രാണൻ കളയുന്നെ? നമുക്കു പതുക്കെ വർത്താനോം പറഞ്ഞു നടക്കാം."

"അവൻ തെല്ലിട അവളെ കാത്തുനിന്നു."

അവന്റെ ഇടതുവശം ചേർന്ന് ഒപ്പം നടന്നെത്തിയിട്ട്, പെട്ടെന്നെന്തോ ഓർത്തതുപോലെ അവൾ ചോദിച്ചു:

"കുട്ടപ്പനു പെണ്ണുങ്ങളെക്കുറിച്ച് വിചാരമില്ലെന്നു പറഞ്ഞതു നേരാന്നോ?"

അവൻ മിഴിച്ചു പോയി.

"ഇതെന്തു ചോദ്യമാ നിങ്ങളീ ചോദിക്കുന്നെ?"

"പിന്നെ ചോദിക്കണ്ടായോ? നിന്റെ മനസറിയാനാ ഞാൻ ചോദിച്ചെ."

"അതെന്താ ഞാനും ഒരാണല്യോ?"

അവൾ വലതു കൈ പൊക്കി അവന്റെ തോളിൽ വച്ചു.

"എനിക്കു കുട്ടപ്പനെ സ്നേഹമാ, കേട്ടോ."

കുട്ടപ്പൻ ഒന്നു നടുങ്ങിയെന്നു തോന്നി. എന്നിട്ടും ആ കൈ അവൾ എടുത്തില്ല. അവൻ ആ കൈ എടുത്തു മാറ്റിയതുമില്ല.

അന്തരീക്ഷം ചൂഴ്ന്നുനിന്ന മഞ്ഞിൽ അവൾ കുളുർന്നു വിറച്ചു.

"ഹൊ, എന്തൊരു തണുപ്പ്! ദേഹം കോച്ചുന്നു!"

അവൻ അവളുടെ കൈയിൽ പിടിച്ച് ബലമായമർത്തി.

"എന്നാലും നിങ്ങടെ കയ്ക്കു നല്ല ചൂടുണ്ട്."

"ശരിയാ."

അവൾ ചിരിച്ചു. അവൻ അവളുടെ അരക്കെട്ടിൽ ചുറ്റിപ്പിടിച്ചു. അവൾ കിടുങ്ങുന്നുണ്ടായിരുന്നു.

"ഒന്നു നില്ലേ, കൈ കഴയ്ക്കുന്നു. ഞാനിതൊന്നു നെലത്തു വയ്ക്കട്ടെ."

ചട്ടി താഴെവച്ച് വികാരമൂർച്ഛയോടെ അവൾ അവനെ കെട്ടിപ്പുണർന്നു. അവന്റെ കവിളിലും ചുണ്ടിലും തെരുതെരെ ഉമ്മവച്ചു.

പിണഞ്ഞു കിടക്കുന്ന ചേരയെപ്പോലെ അവർ കെട്ടിപ്പുളഞ്ഞു.

പുകപടലം പോലെയുള്ള മഞ്ഞ് അവർക്കു ചുറ്റും ഒരു മറവിരിയുയർത്തി.

പാതിരക്കൊക്കുകൾ ഒച്ചവച്ചുകൊണ്ട് കൂട്ടത്തോടെ ചിറകടിച്ചു പറന്നു.

അവൾ മുഖമുയർത്തി പതുക്കെ ചോദിച്ചു:

"നീയന്നു സന്ധ്യക്ക്, മറ്റത്തുവച്ച് പറഞ്ഞില്യോ നിനക്ക് നല്ല സൊകമില്ലെന്ന്? ഇപ്പളോ? ഇപ്പം നല്ല സൊകമുണ്ടോ?"

കുട്ടപ്പൻ നാണത്തോടെ അവളെ കെട്ടിപ്പിടിച്ചു.

കണ്ണുതുറന്നപ്പോൾ, മെതിക്കളത്തിൽ കത്തിക്കൊണ്ടിരുന്ന പെട്രോമാക്സിന്റെ വെളിച്ചം അവരുടെ നേരെ തുറിച്ചുനോക്കുന്നതു കണ്ടു.

"നേരം ഒരുപാടിരുട്ടി. നമ്മക്കു പോവാം."

അവൻ അവളുടെ കാതുകളിൽ മന്ത്രിച്ചു.

അവന്റെ മുഖം പിടിച്ചു താഴ്ത്തി. അവളൊരിക്കൽക്കൂടി ഉമ്മവച്ചു.

എഴുന്നേറ്റ്, പുറത്തേയും തലയിലേയും മണ്ണു തട്ടിക്കുടഞ്ഞു.

തലമുടി കുടഞ്ഞുകെട്ടി. ഭർത്താവിനുള്ള ചോറുമായി അവൾ അവന്റെ പുറകെ നടന്നു.

മെതിക്കളത്തിൽ ആരോ പാടുകയും പറയുകയും ചെയ്യുന്നത് അകലെ വച്ചു തന്നെ കേട്ടു.

"മളപെയ്തപ്പളേ – ഓലോലിച്ചപ്പളേ,
ആറും തോടും തോന്നീ – ആറും തോടും തോന്നീ
നാളീം കോളീയെന്നേ – നാളീം ചങ്ങളീയെന്നേ
സൊന്തഭാഷയാന്നേ – കേളീ മനേയരേ!"

കുഞ്ഞിത്തേവന്റെ പാട്ടാണ്. ഷാപ്പിൽപോയി കുടിച്ചു പൂസ്സായി വന്നപ്പോൾ അയാൾ ആത്മവിസ്മൃതിയിൽ ലയിച്ചു. സ്വന്തം വർഗത്തിന്റെ മഹത്വത്തെക്കുറിച്ചോർത്തു. പാരമ്പര്യങ്ങളിൽ അഭിമാനിച്ചു.

"പുലയവംശക്കാരേ നാട്ടിലുള്ളവരാണേ,
ചേറ്റിലമർന്നുപോയി, ദേഹം കറുത്തുപോയി!
ശൂത്തരവംശക്കാരേ നാട്ടിലുള്ളവരല്ലേ!....."

അയാൾ പാട്ടു നിർത്തി. മുറുക്കാൻവട്ടി തപ്പിയെടുത്ത് അതിൽ നിന്നൊരു ബീഡി കൈയിലെടുത്തു.

പാട്ടു കേട്ടുകൊണ്ടിരുന്ന പാച്ചൻ ചിരിച്ചുകൊണ്ടു ചോദിച്ചു:

"അപ്പം നമ്മടെ ജാതിക്കാരേ ഒള്ളോ ഇവിടുത്തുകാര്?"

"അതല്യോ പാടിയേ?"

"ശൂത്രന്മാര് പിന്നെങ്ങനെ വന്നോരാ? അതു പാടിയില്ലല്ലോ?" ചോദ്യം മനസിലായപ്പോൾ ഒന്നുകൂടി ഓർത്തിരുന്ന് കുഞ്ഞിത്തേവൻ പാടി.

"ശൂത്തിരവംശക്കാരേ നാട്ടിലുള്ളവരല്ലേ,
കൃഷിതായംകൊണ്ടേ നാട്ടീ വന്നവരാണേ,
ബ്രാഹ്മണവംശക്കാരേ നാട്ടീലുള്ളവരല്ലേ,
മാന്ത്രികപൂജകൊണ്ടേ നാട്ടീ വന്നവരാണേ."

എല്ലാവർക്കും അതിശയം തോന്നി. അപ്പോൾ, അങ്ങനെയൊക്കെയാണു കാര്യങ്ങൾ!

"ഇതു കൊള്ളമല്ലോ തേവൻചേട്ടാ. ബാക്കികൂടൊന്നു പാട്. കേക്കട്ടെ."

കുഞ്ഞിത്തേവൻ മൗനമായിരുന്ന് ഒരു പുകവിട്ടു.

"ശങ്കരി ചട്ടിയും ചോറും കൊണ്ടുചെന്ന് കൊത്തേൻകുട്ടിയുടെ കൈയിൽ കൊടുത്തു. പെട്രോമാക്സിന്റെ വെളിച്ചത്തേക്കു നീങ്ങിയിരുന്ന് അയാളതു വാരിത്തിന്നു."

അവൾ കറ്റയഴിച്ച് മെതിക്കാൻ തുടങ്ങിയപ്പോൾ പാച്ചനും കറുമ്പനും ചെല്ലപ്പനും എല്ലാംകൂടി കുഞ്ഞിത്തേവനെ വീണ്ടും പാടാൻ പ്രേരിപ്പിക്കുന്നതു കേട്ടു.

"ആ പാട്ടു തീർന്നോ? ബാക്കീംകൂടെ പാടു ചേട്ടാ. നല്ല രസമുണ്ട്."

അപ്പോൾ ലൂക്കോസ് കളിയാക്കിപ്പറഞ്ഞു.

"അതിയാൻ പോയി അമ്പലത്തിത്തമ്പുരാനെ ഒന്നൂടെ പൂയിച്ചേച്ചു വന്നാ നല്ല പാട്ടുവരും."

കുഞ്ഞിത്തേവൻ ലൂക്കോസിന്റെ നേരെ നോക്കി.

"നിന്റെ കളിപ്പിള്ളയാണോടാ അമ്പലത്തിത്തമ്പുരാൻ. നീ ഊശിയാക്കാനെക്കൊണ്ട്?"

"ഞാനദ്യത്തെ ഊശിയാക്കിയില്ല."

"നീ പോയി വേദത്തിക്കൂടിയെന്നുവച്ച് മൂപ്പിലാനെക്കുറിച്ചഹങ്കരിച്ചാ, മൂപ്പിലു കൈയോടെ ചോദിക്കുന്നാളാ. വിളിച്ചാ വിളികേക്കുന്ന സൊരൂപമാ."

അതു ലൂക്കോസിനുമറിയാം. അമ്പലത്തിത്തമ്പുരാന്റെ ശക്തിയെക്കുറിച്ച് അയാൾ ബോധവാനാണ്. അദ്ദേഹത്തെക്കുറിച്ച് താൻ മനസറിയാതെ എന്തെങ്കിലും പറഞ്ഞുപോയോ എന്നു ലൂക്കോസിനു സംശയമായി. ഭയംകൊണ്ട് അയാൾ ചുണ്ടനങ്ങാതെ നിന്നു.

കറമ്പൻ ചോദിച്ചു.

"അമ്പലത്തിത്തമ്പുരാൻ ആരാണെന്ന് ലൂക്കോയ്ക്കറിയാമോ? ഇല്ലേ അതൊന്നു പറഞ്ഞുകൊടുക്ക് തേവൻചേട്ടാ."

കുഞ്ഞിത്തേവൻ ഒന്നു നിവർന്നിരുന്ന് ഒന്നുരണ്ടു തവണ കാറി. അമ്പലത്തിത്തമ്പുരാനെക്കുറിച്ച് പറയുന്നതിനു പകരം അയാൾ വായിൽ തോന്നിയ ഒരു പാട്ടു പാടി.

"മേലെന്ന നല്ലാകായം കൊണ്ടും
കീഴെന്ന നല്ല തൃപ്പൂമികൊണ്ടും
പാടിത്തുതിക്കണം പാടിത്തുതിക്കണം
പുഴ്പത്തിനെക്കൊണ്ടും പാടിത്തുതിക്കണം
പൂമീനെക്കൊണ്ടും പാടിത്തുതിക്കണം
പൂമിക്കു മുന്തല തെക്കൻനാട്
പൂമിക്കിളന്തല വടക്കൻനാട്
പൂമീടെ കിഴക്കു തിമനനാട്
പൂമീടെ വയറ് തിരുവാർക്കടല്?
പൂമീടെ കണ്ണു തമ്മീനത്ത്......"

കറുമ്പൻ ഇടയ്ക്കു കയറി ചോദിച്ചു:

"തേവൻചേട്ടാ, അമ്പലത്തിത്തമ്പുരാനെന്നു പറേന്നെ, പണ്ടു കൊടുങ്ങല്ലൂത്തമ്പുരാട്ടീടെ കണക്കപ്പിള്ളയല്ലാരുന്നോ?"

"നിന്നോടാരു പറഞ്ഞുതന്ന്?"

അണിഞ്ചൻ അതു തിരുത്തി:

"ഞാൻ കേട്ടിട്ടുള്ളതങ്ങനല്ല."

"പിന്നെങ്ങനാ?"

"അമ്പലത്തിത്തമ്പുരാൻ പണ്ടു നമ്പൂരിയാരുന്ന്. തെക്കോട്ടു വഴിയാത്ര ചെയ്തുവരുന്ന വഴി, മറുതാച്ചി നടേവച്ച് ഒരു പൊലക്കുഴിയട്ടിയെക്കണ്ടു. അവരുതമ്മി സ്നേഹമായി....."

"ഇതു ചുമ്മാണ്ടു കേട്ടുകേഴ്വി പറയുന്നതാ."

"അതെന്നാ?"

"നമ്പൂരിത്തമ്പ്രാനെന്തിനാ പെലേരടെ നടേ വരുന്നെ?"

"ഞാനൊന്നു പറയട്ടെ. കേട്ടിട്ടു പിന്നെ പറ."

"എന്നാ പറ."

"അങ്ങനവരുതമ്മി സ്നേഹമായി. അദ്യത്തിന്റെ നാട്ടുകാരെല്ലാം എതിരാരുന്ന്."

"എന്തോന്നിനാ?"

"അവരുതമ്മി കല്യാണത്തിന്."

"ഓഹോ!"

"എന്നിട്ടും അദ്യം അവളെ കല്യാണം കഴിച്ചു. അവരു സൊഹമായി താമസിച്ചു. വലിയ മാന്ത്രികമൊള്ള ആളായിരുന്നു. മരിക്കുന്നേനു മുമ്പേ പറഞ്ഞു പോലോ, നിനക്കെന്നാ കാര്യം വന്നാലും എന്നെ മനസിക്കരു തിയേച്ചാ മതി. അപ്പം ഞാനൊണ്ട്. അദ്യത്തെയാ മറുതാച്ചിനടേ കന്നി മേക്കോണി കൂടിയിരുത്തിയിരിക്കുന്നെ."

"അപ്പം ഒരു സംശയം."

"എന്തുവാ ചോതിക്ക്."

"നമ്പൂതിത്തമ്പ്രാന് പുള്ളാരൊന്നും ഒണ്ടായില്ല്യോ?"

"പോടാ, കന്നത്തം പറയാണ്ട്."

"കന്നത്തമാണോ?"

ഒടുവിൽ കാര്യത്തിന്റെ സൂക്ഷ്മാവസ്ഥയറിയാൻ വേണ്ടി മറ്റുള്ള വർ കുഞ്ഞിത്തേവനെ ആശ്രയിച്ചു.

"ഇതൊള്ളതാണോ ചേട്ടാ, ഇവനീപ്പറേന്നേ?"

കുഞ്ഞിത്തേവൻ വെറ്റവെട്ടിയെടുത്തു മുറുക്കി. കൈവിരൽ ചിറി യിൽ ചേർത്ത്, മെതിക്കച്ചിയുടെ പുറത്തേക്ക് നീട്ടിത്തുപ്പിയിട്ട് വിശദീക രണം തുടങ്ങി:

"പണ്ട്, എന്നു പറഞ്ഞാലക്കൊണ്ട് അങ്ങു അപ്പനപ്പൂപ്പന്മാരുടെ കാല ത്തെങ്ങാണ്ട്, മറ്റത്തൂന്നു കൊറേപ്പേരു കൊടുങ്ങല്ലൂപ്പോയി. വള്ളത്തേലാ പോയത്. അങ്ങു പാതിരാപ്പള്ളീച്ചെന്ന്, വെപ്പും കുടിയുമൊക്കെക്കഴിഞ്ഞ്, ഒരുങ്ങിയെറങ്ങാൻനേരം ഒരു സ്ത്രീരൂപം! തലമുടിയഴിച്ചിട്ടോണ്ട്. ആരു കണ്ട്? അപ്പൂപ്പൻ കണ്ട്. എവിടെ നിക്ക്ന്ന്? കുളക്കരെ. അപ്പൂപ്പൻ വലിയ മാന്ത്രികമൊള്ളവനല്ല്യോ! മൂപ്പിലാനു കണ്ടപ്പോഴേ കാര്യം മനസിലായി. കൈയിലിരുന്ന ചൂരലിൽ ആ സ്വരൂപത്തെയിങ്ങാവാഹിച്ചു. ആരാരുന്ന്? സാക്ഷാൽ കൊടുങ്ങല്ലൂത്തമ്പുരാട്ടി! വേറൊള്ളോരു കൊടുങ്ങല്ലൂരു പോയേച്ചു വരാമ്പറഞ്ഞ്, അപ്പൂപ്പൻ പോയില്ല. പിറ്റേന്നു നേരം വെളു ത്തപ്പം കൊളങ്ങരെയൊണ്ട്. കല്ലുകൊണ്ട് ഒരാളു രൂപം കെടക്കുന്ന്. അവരും തിരിച്ചുവന്നപ്പം ആ ആളുരൂപോം കൊണ്ടുപോന്ന്. അതാ മറു താച്ചിനടേവച്ചു പൂയിക്കുന്നെ."

അത്രയും പറഞ്ഞിട്ട് ഒരുകീറു വെറ്റില കൂടിയെടുത്ത് കുഞ്ഞിത്തേ വൻ നൂറുതേച്ചു.

എല്ലാം മൗനമായി കേട്ടുകൊണ്ടിരുന്ന ലൂക്കോസ് ചോദിച്ചു:

"ഇതാരടെ കഥയാ? അമ്പലത്തിത്തമ്പുരാന്റെ കഥയോ കൊടുങ്ങല്ലൂത്തമ്പുരാട്ടീടെ കഥയോ?"

ആ ചോദ്യം ശ്രദ്ധിക്കാതെ കുഞ്ഞിത്തേവൻ ചിരിച്ചുകൊണ്ടു പറഞ്ഞു:

"മൂപ്പിലാനു കള്ളും ചാരായവുമാ പൂജയ്ക്കു പ്രിയം."

അപ്പോൾ കറമ്പൻ പറഞ്ഞു:

"തേവൻചേട്ടനിന്നാളൊരു പാട്ടു പാടിയില്ലേ? കല്ലുപ്പറമ്പിക്കുട്ടിയടേം പുത്തൻതറേ കുഞ്ഞന്റേം പാട്ട്."

"അതെന്നതാ എപ്പളും പാടുന്നെ? ഇന്നാളിപ്പാടിയപ്പം കേട്ടില്ല്യോ?"

കൂട്ടത്തിൽ ലൂക്കോസും പ്രോത്സാഹിപ്പിച്ചു:

"അതൊന്നൂടെ പാടു തേവൻചേട്ടാ. കുഞ്ഞന്റെ പൊലയീനെ കുട്ടി വശപ്പെടുത്തിയ പാട്ട്. കേൾക്കാൻ നല്ലതാ."

കുഞ്ഞിത്തേവനും കൂട്ടരും പാടിയും പറഞ്ഞുമിരിക്കുമ്പോൾ പുറം കളത്തിൽ കച്ചിക്കൂനകൾക്കു പിന്നിലെ വിജനതയിലിരുന്ന് കുഞ്ഞച്ചനും തങ്കമ്മയും ദിവാസ്വപ്നങ്ങൾ നെയ്യുകയായിരുന്നു.

അവന്റെ തോളിൽ കൈവച്ച്, ചുമലിൽ മുഖംചേർത്തിരുന്നുകൊണ്ട് അവൾ പറഞ്ഞു:

"കളം പിരിഞ്ഞെല്ലാം പെറുക്കിക്കെട്ടിക്കൊണ്ടിവിടുന്ന് പോകുന്ന കാര്യം വിചാരിക്കുമ്പം എന്റെ വയറ്റിലങ്ങു തീയാ."

"ശരിയാ. ഈ കൊയ്ത്തും മെതിയും തീരാതിരുന്നെങ്കിലെന്ന് ഞാനും ആലോചിക്കാറുണ്ട്....ഇവിടുന്നു പോയാ ഇനിയെന്നാ നമ്മളൊന്നു കാണുന്നെ?"

"എന്നാ?"

അതിനെക്കുറിച്ചു രണ്ടുപേർക്കും ഒരു രൂപവുമുണ്ടായിരുന്നില്ല.

നേരം വെളുപ്പാൻകാലമായി. കിഴക്ക് ചന്ദ്രനുദിച്ചുയർന്ന് കച്ചിക്കൂനകൾക്കുമീതെ നിലാവു ചൊരിഞ്ഞു. പുഞ്ചയിലെ ജലപ്പരപ്പ് ചന്ദ്രികയിൽ വെട്ടിത്തിളങ്ങി.

ഒരു വഴി കണ്ടെത്തിയതുപോലെ കുഞ്ഞച്ചൻ പറഞ്ഞു:

"മറുതാച്ചിനടേ ഉത്സവത്തിനു വന്നാ നമുക്കവിടെവച്ചു കാണാം."

"എന്നാ ഉത്സവം?"

"കുംഭത്തിലെ അശ്വതിക്ക്."

"അവിടെ വന്നാ കാണുവോ?"

"കാണും. വരുവോ?"

"വരാം."

നിലാവുവീണു തിളങ്ങിയ അവളുടെ മുഖം പിടിച്ചുയർത്തി അവൻ ചോദിച്ചു:

"അന്നു വരുമ്പോൾ എന്തൊക്കെ കൊണ്ടുവരും?"

"എന്തുവാ വേണ്ടെ?"

അവളുടെ ചുണ്ടിൽ ഒരുമ്മവച്ചിട്ട് അവൻ പറഞ്ഞു:
"അന്ന് ഇതൂടിങ്ങു കൊണ്ടുപോരണം."
മെതിക്കളത്തിൽ അപ്പോഴും പാട്ടുകേട്ടുകൊണ്ടിരുന്നു. കുഞ്ഞിത്തേവനല്ല, മറ്റാരോ:

"ഉറുമ്പെന്നുറുമ്പെല്ലാം വട്ടത്തിക്കൂടി,
തലയനുറുമ്പങ്ങു ചത്തുപോയി!
മാവേലിക്കരക്കച്ചേരീ കൊണ്ടുപോയി...."

ചോദ്യം:
"എന്തിനാ കച്ചേരീ കൊണ്ടുപോയെ?"
"കേസുകൊടുക്കാനക്കൊണ്ട്."
"ഇനി പാട്."

"മാവേലിക്കരക്കച്ചേരീ കൊണ്ടുപോയി....
അവിടുത്തെയെയമാനനവിടെങ്ങുമില്ലേ!
ആലപ്പുഴക്കച്ചേരീ കൊണ്ടുപോയി
അവിടുത്തയെയമാനവിടെയുമില്ലേ!
അവിടുന്നെടുത്തോണ്ടു വടക്കോട്ടുപോയി.
തലയനെറുമ്പിനെച്ചുമന്നോണ്ടുപോയി
കൊച്ചീക്കച്ചേരീ കൊണ്ടുപോയി
അവിടുത്തെയെയമാനനവിടെയുമില്ലേ!
....ഉറുമ്പെന്നുറുമ്പെല്ലാം വട്ടത്തിക്കൂടി
തലയനെറുമ്പിനെക്കളഞ്ഞേച്ചുപോന്നേ."

പതിനാറ്

കണ്ണൻ ജയിലിൽ നിന്നിറങ്ങി നാട്ടിലേക്കു വരികയായിരുന്നു. അവൻ അവിടെനിന്നു പോയിട്ടു വർഷങ്ങൾ കഴിഞ്ഞു. എങ്കിലും എല്ലാം ഇന്നലെ നടന്നതാണെന്നു തോന്നി.

നീലമ്മയുടെ കല്യാണത്തെക്കുറിച്ച് ജയിലിൽ കിടക്കുമ്പോഴറിഞ്ഞു. അതിനെക്കുറിച്ചുള്ള വേദന അവിടെവച്ച് അനുഭവിച്ചു തീർത്തതാണ്. പക്ഷേ, ഇപ്പോൾ അങ്ങനെയൊന്നു നടന്നുവെന്നു വിശ്വസിക്കാൻ കഴിയുന്നില്ല.

ചെറുപ്പത്തിൽ പുഞ്ചപ്പാടത്തിന്റെ കരയിൽ കന്നിനെ തീറ്റിയും ചാലിൽ നീന്തി നടന്ന് ആമ്പൽപ്പൂക്കൾ പറിച്ചും പാടത്തു പൂവിറുത്തും വളർന്നു.

കുഞ്ഞുനാളിൽ അവളുടെ കഴുത്തിൽ മിന്നുകെട്ടിയ ശേഷം ഒരിക്കലും അവളന്യയാണെന്നു തോന്നിയിരുന്നില്ല. അവളെക്കൂടെക്കൊണ്ടുനടന്ന് പരലരിക്കുകയും ചൂണ്ടലിടുകയും ചെയ്തത്, ചാലിൽനിന്ന്

ആമ്പൽപ്പൂ പറിച്ച് മാലയുണ്ടാക്കി കഴുത്തിൽ അണിയിച്ചത് എല്ലാം തന്റെ പെണ്ണാണെന്ന വിശ്വാസത്തിലാണ്.

അവൾ വളർന്നു പ്രായമായി

തോട്ടിറക്കത്തു കന്നിനെ തീറ്റാൻ പോകുമ്പോൾ, അവൾ പാടത്തെ ങ്ങാനും പുല്ലു പറിക്കാനെത്തിയിട്ടുണ്ടെങ്കിൽ അടുത്തു വിളിച്ചിരുത്തി പുനുതാരം പറഞ്ഞുകൊണ്ട് നാഴികകളോളം കഴിച്ചുകൂട്ടിയിരുന്നു.

ഒടുവിൽ കല്യാണം പോലും ഉറച്ചതാണ്.

അതിനുശേഷം എത്രയെത്ര രാവുകൾ ആ തോട്ടിറക്കത്തെ ഇല ഞ്ഞിച്ചുവട്ടിൽ ഒരുമിച്ചു കഴിച്ചുകൂട്ടി! ആ മടിയിൽ തലചായ്ച്ചു കിടക്കു മ്പോൾ എന്തെല്ലാം കിനാവു കണ്ടു!

കല്യാണം കഴിഞ്ഞാലുടൻ ഓച്ചിറെ കുളിച്ചു തൊഴാൻ കൊണ്ടു പോകാമെന്ന്, കുളിച്ചു തൊഴീലുകഴിഞ്ഞ് സിനിമയും കണ്ട് മടങ്ങാമെന്ന്.

ഒന്നും നടന്നില്ല. പൊലീസിന്റെ പിടിയിൽ പെടാതിരിക്കാൻ സ്ഥലം വിടേണ്ടി വന്നു.

ചാത്തങ്കരയിൽ കല്യാണക്കാര്യത്തെക്കുറിച്ചു പറയാൻ ചെന്നതാ ണെന്നാണ് ചിറ്റപ്പനും കുഞ്ഞമ്മയും കരുതിയത്.

അന്നെങ്ങോട്ടുമിറങ്ങാതെ അവിടെത്തന്നെ കഴിഞ്ഞു. അടുത്ത ദിവസം ദൈവത്താൻ വേലയ്ക്കു പോയപ്പോൾ പറഞ്ഞു:

“ചിറ്റപ്പന്റെ കൂടെ ഞാനും വരുന്നു.”

അവരൊന്നിച്ച് അവുതച്ചൻ മുതലാളിയുടെ കായലിനു ചുറ്റും പുറ വേലി കുത്തി.

അന്നു രാത്രിയിലാണ് കാര്യമെല്ലാം പറഞ്ഞത്. കുറെ നാളത്തേക്കു നാട്ടിൽ നിന്നൊന്നു മാറിനിന്നേ പറ്റൂ. ആദ്യത്തെ മൂച്ചിനു പൊലിസിന്റെ കൈയിൽ കിട്ടിയാൽ പിശകാണ്. പാവം മത്തായിക്കു പറ്റിയതുപോലെ.

അവനെന്തു സംഭവിച്ചോ എന്തോ?

വിവരങ്ങൾ കേട്ട് കുഞ്ഞളയും ദൈവത്താനും നിന്ന് വാപൊളിച്ചു.

“ദൈവേ, എന്നാ ഈ കേക്കണേ!”

താൻ പറയേണ്ടാത്തതെന്തെങ്കിലും അവരോടു പറഞ്ഞുവോ എന്നു കണ്ണൻ സംശയിച്ചു. ഒരു കരുതലെന്ന നിലയിൽ പ്രത്യേകം പറഞ്ഞു:

“ഇക്കാര്യമൊന്നും വേറെ ആരും അറിയല്ലേ കുഞ്ഞമ്മേ.”

“അയ്യോ. ഒരു പൂതരുമറിയണ്ട.”

അവളുടെ ഉൽക്കണ്ഠ മറ്റൊരു കാര്യത്തിലായിരുന്നു.

“ഇക്കണക്കിനു കല്യാണം മുടങ്ങിപ്പോവുമല്ലോ തമ്പുരാനേ!”

കണ്ണൻ ചിരിച്ചു:

“കുറേ ദിവസം അങ്ങോട്ടു കഴിഞ്ഞെന്നുവച്ചിട്ട് ഒന്നും വരാനില്ല.”

“നേരാ, ഈ കേസും വഴക്കുമൊക്കെ ഒന്നു കഴിഞ്ഞോട്ടെ.”

പുതുതായെത്തിയ ആ ചെറുപ്പക്കാരന്റെ കൂടെനിന്നു പുറവേലി കുത്തുമ്പോൾ പാപ്പിക്കു തോന്നി:

നല്ലൊരു വേലക്കാരൻ. നന്നായി ജോലി ചെയ്യുന്നു. നല്ല ആവതു മുണ്ട്.

കണ്ണനും പാപ്പിയോടൊരു മമത തോന്നി. അയാൾക്കു തന്നേക്കാൾ പ്രായം കൂടും. കാര്യവിവരവും കൂടുതലുണ്ട്. സ്നേഹമുള്ള മനുഷ്യൻ.

അങ്ങനെ കണ്ണനും പാപ്പിയും തമ്മിലായി കൂടിനടപ്പ്. അവനെന്തെങ്കിലും ആവശ്യമുണ്ടെങ്കിൽ പാപ്പിയോടു പറയും. പാപ്പി അവന്റെ സഹായത്തിനെത്തും.

യൂണിയന്റെ യോഗമുള്ളിടത്ത് പാപ്പി അവനെ കൂട്ടിക്കൊണ്ടു പോയി. യൂണിയൻ പ്രവർത്തകരെ പരിചയപ്പെടുത്തി.

ഒരു ദിവസം പണി ചെയ്തുകൊണ്ടു നിൽക്കുമ്പോൾ കുട്ടനാട്ടെ കർഷകതൊഴിലാളികൾ അവരുടെ യൂണിയനുണ്ടാക്കിയതിന്റെയും സമരങ്ങൾ നടത്തിയിട്ടുള്ളതിന്റെയും കഥകൾ പാപ്പി കണ്ണനോടു പടഞ്ഞു:

"അന്ന് ഇന്നത്തേതുപോലൊന്നുമായിരുന്നില്ല. തമ്പ്രാൻ പറേണ ജോലി ചെയ്തോണം. കൂലി ചോദിക്കാൻ പാടില്ല. കൊടുക്കുന്നതു മേടിച്ചോണം. കൂടുതൽ ചോദിച്ചാൽ തല്ലാണ്. കുടിലു വലിച്ചു പൊളിച്ചു കളയും. മാടത്തി ചുരുണ്ടു കിടക്കണെങ്കി തമ്പുരാന്റെ കാരുണ്യം വേണം. ചുരുക്കിപ്പറഞ്ഞാ, അന്നുപെണ്ണാളു മേമുണ്ടിട്ടു നടന്നൂടാ. വെളുത്ത മുണ്ടുടുത്തു നടക്കരുത്. തലേക്കെട്ട് പാടില്ല. കൽപ്പിക്കുമ്പോഴേ പാടത്തുനിന്നു കേറാവൂ."

പാപ്പി ഇടയ്ക്കൊന്നു നിർത്തിയിട്ട് അൽപ്പം ഉത്തേജിതനായി പറഞ്ഞു:

"കുട്ടനാട്ടെ തൊഴിലാളി അന്നൊരടിമയായിരുന്നു. വെറും കൂലി അടിമ."

അതുകേട്ട് കണ്ണൻ നിശ്ശബ്ദനായിരുന്നു. ആ വാക്ക് അവന്റെ മനസിലെവിടെയോ ഉടക്കിയിരിക്കുന്നതായി അനുഭവപ്പെട്ടു.

"കൂലി അടിമ."

പാപ്പി പണ്ടത്തെ കഥയുടെ ചുരുൾ നിവർത്തി.

ആലപ്പുഴയിലെ തൊഴിലാളികൾ പണിമുടക്കിയെന്നും, പുന്നപ്രയിലും വയലാറിലുമെല്ലാം വെടിവയ്പ്പു നടന്നുവെന്നും നാട്ടിൽ ശ്രുതി പരന്നു. ധാരാളം പേർ മരിച്ചു. ആ കേസിൽ പ്രതിയായിരുന്ന ഒരാൾ കൂവപ്പാടത്തു കോരന്റെ കുടിലിൽ വന്ന് കുറേക്കാലം ഒളിച്ചു താമസിച്ചു. നീണ്ടുമെലിഞ്ഞ ഒരാൾ; എവിടത്തുകാരനാണെന്ന് അറിഞ്ഞുകൂടാ.

അയാളാണ് കോരനോടും പാപ്പിയോടും ഒരു യൂണിയനുണ്ടാക്കുന്ന കാര്യം പറഞ്ഞത്.

അതുവരെ കേട്ടിട്ടില്ലാത്ത ആ കഥ കണ്ണൻ ചെവികൂർപ്പിച്ചു നിന്നു കേട്ടു.

ഒരുദിവസം രാത്രിയിൽ, കൂവപ്പാടം കായലിന്റെ ചിറക്കാലിലെ ഒരു കുടിലിൽ, ഒരു മണ്ണെണ്ണ വിളക്കിന്റെ മുന്നിൽ അഞ്ചാറു പേർ ചേർന്നിരുന്നു ചർച്ച നടത്തി. ഒരു യൂണിയനുണ്ടാക്കാൻ നിശ്ചയം ചെയ്തു.

ഒരോണപ്പണിക്കാരനായിരുന്ന മാമ്പുഴക്കാരൻ ദേവസ്യായെ പ്രസിഡന്റായെടുത്തു.

തൊഴിലാളികളുടെ യോഗങ്ങളും പ്രകടനങ്ങളും നടന്നു. സമരങ്ങൾ നടന്നു. സമരങ്ങളിൽ പങ്കെടുത്ത തൊഴിലാളികൾക്കു ജോലി നിഷേധിച്ചു. അവരുടെ കുടിലുകൾ വലിച്ചുപൊളിച്ചു കളഞ്ഞു. എങ്കിലും സമരം നടന്നു.

ഒരു വർഷത്തെ സമരത്തിനുശേഷമാണ് ഉച്ചയ്ക്ക് ഒരു മണിക്കൂർനേരത്തെ വിശ്രമത്തിനുള്ള അവകാശം നേടിയെടുത്തത്.

രണ്ടു കുറ്റി നെല്ലു കിട്ടിയിരുന്നത് മൂന്നു കുറ്റിയാക്കി വർധിപ്പിക്കാൻ മുതലാളന്റെ വീട്ടുപടിക്കൽ നാൽപ്പത്തിരണ്ടു ദിവസം സത്യഗ്രഹം നടത്തി.

പിന്നെ, തീർപ്പിനുവേണ്ടി സമരം നടന്നു. അടിയും ഇടിയും കൊണ്ട്. കുടിൽ തീയിട്ടു. പലരും മരിച്ചു. പലരും നാടുവിട്ടു. അവസാനം തീർപ്പ് അംഗീകരിച്ചു.

ഒരു നെടുവീർപ്പിട്ടുകൊണ്ട് പാപ്പി നിരുദ്ധകണ്ഠനായിപറഞ്ഞു:

"നമ്മുടെ അന്നത്തെ പ്രസിഡന്റ് ദേവസ്യാ പഞ്ഞം പിടിച്ച ദിവസങ്ങളിൽ പണിയില്ലാതെ പട്ടിണി കിടന്നു കഷ്ടപ്പെട്ടു. ഒടുവിൽ കായലിൽ കക്ക വാരാൻ പോയി. കഴുത്തിൽ ഒരു ഓലാൻ കുട്ട കെട്ടിത്തൂക്കിക്കൊണ്ട് കായലിൽ മുങ്ങിത്തപ്പി കക്കവാരി ഓലാൻ കുട്ടയിലിടും. അതു നിറയുമ്പോൾ കരയ്ക്കു കൊണ്ടുചെന്നു കൂട്ടും. വൈകിട്ടെല്ലാംകൂടി വാരി കുട്ടയിലാക്കി കമ്പോളത്തിൽ കൊണ്ടുചെന്നു വിൽക്കും. അങ്ങനെയാണു നമ്മുടെ പ്രസിഡന്റ് ജീവിച്ചത്."

"ഒരിക്കൽ ഓലാൻകുട്ടയുമായി കായലിൽ മുങ്ങിയ ദേവസ്യാ പിന്നെ പൊങ്ങിയതേയില്ല. രണ്ടു ദിവസം കഴിഞ്ഞ് കായലരികിലെ കമ്പട്ടി മുട്ടിൽ ചത്തു പൊങ്ങിക്കിടക്കുന്നതു കണ്ടു."

അതു പറയുമ്പോൾ പാപ്പിയുടെ കണ്ണുകൾ നിറഞ്ഞു. ഉടുത്തിരുന്ന കൈലിയുടെ കോൺതല കൊണ്ട് കണ്ണീർ തുടച്ചു.

പാപ്പി യൂണിയനെപ്പറ്റിയും യൂണിയനുവേണ്ടി പ്രവർത്തിച്ചിരുന്ന സഖാക്കളെപ്പറ്റിയും അവരനുഭവിച്ചിരുന്ന കഷ്ടപ്പാടുകളെക്കുറിച്ചും പറയുമ്പോൾ കണ്ണന്റെ മനസിൽ എന്തോ തിളച്ചുമറിയുന്നതുപോലെ തോന്നി.

പാപ്പി പറയാറുണ്ട്: "നമുക്കിന്നു മനുഷ്യരെപ്പോലെ നടക്കാനാവുന്നത് നമ്മുടെ യൂണിയനുണ്ടായിട്ടാ."

അങ്ങനെയുള്ള ഒരു യൂണിയനിലെ അംഗമാകുന്നത് അഭിമാനകരവുമാണ്.

യൂണിയനിൽ ചേരുന്നതിനെക്കുറിച്ച് അവനൊരു ദിവസം പാപ്പിയോടു പറഞ്ഞു. അതിന്റെ പിറ്റേന്ന് പാപ്പിയും യൂണിയൻ സെക്രട്ടറിയും കൂടി വന്ന് അപേക്ഷാഫോറം പൂരിപ്പിച്ച് രസീതുമെഴുതി കണ്ണനെ അംഗമാക്കി.

പുതിയ ജീവിതവും പുതിയ കൂട്ടുകെട്ടുമായി. പുതിയ ചിന്തകൾ നാമ്പിട്ടു.

ജീവിതത്തെയാകെ ഒരു പുതിയ കാഴ്ചപ്പാടിലൂടെ കാണാൻ തുടങ്ങി. അവന്റെ ലോകം പുഞ്ചനിലങ്ങൾക്കും നെൽപ്പാടങ്ങൾക്കും അപ്പുറത്തേക്കു വികസിച്ചു വന്നു. കൺമുന്നിൽ ഒരു പുതിയ ശക്തി. അനേകായിരങ്ങളുടെ കൂട്ടായ ശക്തി ചെങ്കൊടി ഉയർത്തി നിന്നു. മറ്റുള്ളവർക്കു താങ്ങും തണലുമായി ആകാശംമുട്ടെ അതു വളർന്നു വരുന്നു!

ഒറ്റയ്ക്കു നിന്നു പണിചെയ്യുമ്പോഴും, പുഞ്ചവരമ്പിൽക്കൂടി നടന്നു പോകുമ്പോഴും അവൻ നീലമ്മയെക്കുറിച്ചോർക്കാറുണ്ട്; നിലാവു പെയ്യുന്ന രാത്രികളിൽ, തോട്ടിറക്കത്തെ ഇലഞ്ഞിച്ചുവട്ടിൽ തന്നെയും കാത്തുനിൽക്കുന്ന നീലമ്മയെ.

പാവം പെണ്ണ്! കല്യാണം മുടങ്ങി. താൻ എവിടെയാണെന്നറിയാതെ അവൾ വിഷമിക്കുകയാവും.

കുറേക്കൂടി കഴിയട്ടെ. ആരും അറിയാതെ അവളെ പോയി കാണണം. എല്ലാം പറഞ്ഞു മനസിലാക്കണം. ധൈര്യമായിരിക്കാൻ പറയണം.

ഒരാലോചനായോഗത്തിൽ പങ്കെടുക്കാൻ വേണ്ടി ഒരുദിവസം സന്ധ്യക്ക് കണ്ണനും പാപ്പിയും കൂടി കുഞ്ഞപ്പിയുടെ തറയിലേക്കു പോവുകയായിരുന്നു. പലതും പറയുന്ന കൂട്ടത്തിൽ മൈലനെക്കുറിച്ചും മത്തായിയെക്കുറിച്ചും പാപ്പിയോടു പറഞ്ഞു. മൈലൻ മരണപ്പെട്ടതും മത്തായിയെ പൊലീസുകാർ പിടിച്ചുകൊണ്ടു പോയതും താൻ ഒളിച്ചുപോന്നതും പറഞ്ഞു. തന്നെയോർത്തു കഴിയുന്ന ആ കിടാത്തിയെക്കുറിച്ചും പറഞ്ഞു.

പാപ്പി അത്ഭുതപ്പെട്ടുപോയി. അവന്റെ മുഖം ഒന്നു നേരിൽ കാണാൻവേണ്ടി അയാൾ തിരിഞ്ഞുനിന്നു. അന്തിവെളിച്ചത്തിൽ അയാൾ കണ്ണുവിടർത്തി അവനെ തുറിച്ചുനോക്കി.

താൻ തിരക്കി നടന്ന എന്തോ ഒന്നു കണ്ടെത്തിയ മട്ടിൽ പാപ്പി പറഞ്ഞു:

"എടാ ഭയങ്കരാ. ഇതുവരെ നീയിതു മിണ്ടിയില്ലല്ലോ. പക്ഷേനിന്നെ കണ്ടപ്പോഴേ ഞാനൂഹിച്ചു ആളൽപ്പം പിശകാണെന്ന്."

കണ്ണൻ പുഞ്ചിരി തൂകി. രണ്ടാളും നിശ്ശബ്ദരായി പുഞ്ചവരമ്പത്തുകൂടി നടന്നു. ഒടുവിൽ പാപ്പി മൗനം ഭഞ്ജിച്ചുകൊണ്ടു പറഞ്ഞു:

"ശരി. നിന്റെ കല്യാണം ഇനി നീട്ടിക്കൊണ്ട് പോവണ്ടാ. നമുക്കതുടനെയങ്ങ് നടത്തണം."

തെല്ലൊരു നാണവും അതിനെക്കാളേറെ ആകാംക്ഷയും ഉണ്ടായി.

"അതെങ്ങനെയാ പാപ്പിച്ചാ. കല്യാണം നടത്താനങ്ങോട്ടു ചെന്നാ, അപ്പോഴേ എന്നെ പൊലീസു തപ്പും."

"അതിനൊക്കെ നമുക്കു വഴിയൊണ്ട്. എന്തായാലും ഈ സമരമൊന്നു കഴിഞ്ഞോട്ടെ. എന്നിട്ട് നമുക്ക് ആ കല്യാണമങ്ങു നടത്തണം."

പാപ്പിയുടെ വാക്കുകൾ അവന്റെ മനസിൽ ഒരു നവോന്മേഷമുളവാക്കി. അതിനെക്കുറിച്ചാലോചിച്ചുകൊണ്ടുനടന്നു.

പുഞ്ചയുടെ ചെറുവരമ്പിൽ രണ്ടിണക്കൊക്കുകൾ ഇടയ്ക്കിടെ ക്വ, ക്വ ശബ്ദത്തിൽ പ്രേമസല്ലാപം നടത്തിയിട്ട്, വെള്ളത്തിലേക്കു നോക്കി കിനാവുകണ്ടുകൊണ്ടിരുന്നു. പണ്ടത്തെ മുഷിഞ്ഞ കുപ്പായം മാറ്റി അവ പുത്തൻ തൂവലിന്റെ വെള്ളപ്പട്ടുകൊണ്ടുള്ള കല്യാണ വേഷമണിഞ്ഞിരിക്കുന്നു.

കേസു തീരും മുമ്പ് കല്യാണം നടത്താൻ പാപ്പി കണ്ടിരിക്കുന്ന വഴിയേതെന്നു മനസിലായില്ല. അതിനെക്കുറിച്ചു ചോദിക്കണമെന്നുണ്ടായിരുന്നു. കുഞ്ഞപ്പിയുടെ വീടെത്തിയതുകൊണ്ടു ചോദിച്ചില്ല. പിന്നീടാകാമെന്നു കരുതി.

പക്ഷേ, പിന്നീടൊരിക്കലും അതിനിട കിട്ടിയില്ല.

അവന്റെ കൺമുമ്പിൽ വച്ച് പൊലീസിന്റെ അടിയേറ്റ് പാപ്പി നിലത്തുവീണു.

പിന്നെ ഒരു മലവെള്ളപ്പാച്ചിലിൽ പെട്ട് ഒഴുകുകയായിരുന്നു. ഒഴുക്കു നോക്കിക്കൊണ്ട് കരയ്ക്കു നിൽക്കാൻ കഴിഞ്ഞില്ല. അതിലേക്കെടുത്തു ചാടി.

ഇപ്പോൾ നാട്ടിൽ വന്നടുത്തു. ഓളങ്ങളിൽ ഒഴുകി നീന്തി. ചുഴികളിൽ മുങ്ങിപ്പൊന്തി ഇപ്പോൾ ഇവിടെയെത്തി.

ഇടറോഡിലൂടെ നടന്ന് പുഞ്ചയുടെ തീരത്തെത്തിയപ്പോൾ നേരം അന്തിമയങ്ങിയിരുന്നു. കിഴക്ക് കൊന്നത്തെങ്ങുകളുടെ മണ്ടയിൽ പോക്കുവെയിൽ തിങ്ങി നിന്നു.

ഉയരെ, അന്തിത്തുടുപ്പാർന്ന മാനത്തുകൂടി, ചേക്കേറാനുള്ള കൂടു തിരക്കി കാക്കയും കിളിയും പറന്നുപോയി.

പീടികയിൽ പോയി കച്ചോടം വാങ്ങിക്കൊണ്ട് പുലപ്പെണ്ണുങ്ങൾ മാടങ്ങളിലേക്കു തിടുക്കത്തിൽ നടന്നുപോയി.

സന്ധ്യ എരിഞ്ഞടങ്ങി. പുഞ്ചയിലേക്ക് ഇരുൾ പരന്നൊഴുകി. മഞ്ഞു വീഴാൻ തുടങ്ങിയ അന്തരീക്ഷത്തിൽ ഒരു കനത്ത നിശ്ശബ്ദത തങ്ങി നിന്നു.

പാടത്തിന്റെ കരയ്ക്കുള്ള മാടങ്ങളിൽ വിളക്കും വെട്ടവും കണ്ടു. അത്താഴം വയ്പ്പിനിടയിൽ അവിടെനിന്നുയർന്ന കലമ്പലുകൾ ഇടയ്ക്കിടെ നിശ്ശബ്ദതയെ ഭഞ്ജിച്ചു.

വയലിൽ നെല്ലുവിളഞ്ഞ് ചുണ്ടുപഴുത്തു നിന്നിരുന്നു. വിളഞ്ഞ നെൽക്കതിരിന്റെ നേരിയ സുഗന്ധമേറ്റ് പാടം മയങ്ങിക്കിടന്നു.

ചിറക്കാലിലൂടെ നടന്ന് കൊച്ചിലാന്റെ മാടത്തിന്റെ മുന്നിലെത്തി.

തെക്കുവശത്തെ തോട്ടിറക്കത്തുണ്ടായിരുന്ന ഇലഞ്ഞിമരം കാണാനില്ല. അവിടത്തെ പച്ചിലച്ചാർത്തുമില്ല. അവിടം കാടും കുറ്റിയും പറിച്ചു വെളുപ്പിച്ചിരുന്നു. ആ ഭൂമി നഗ്നമായി കിടക്കുന്നു!

കൊച്ചിലാന്റെ മാടം കോണു കുത്തി ഇരുളിൽ മുങ്ങി നിൽപ്പുണ്ട്. തകർന്നു കിടന്ന വെരുകിൻ കൂടുപോലെ.

ആ കുടിലിന്നു നേരെ തുറിച്ചു നോക്കിക്കൊണ്ട് ഉന്മാദം പിടിപെട്ട

വനെപ്പോലെ അവൻ വിളിച്ചു:

"നീലമ്മേ!"

ആ പഴയ പുള്ളിനത്തുതന്നെയാണെന്നു തോന്നുന്നു, തെങ്ങോലയിലിരുന്നു കളിയാക്കിച്ചിരിച്ചു.

കണ്ണൻ ഞെട്ടിത്തരിച്ചു.

ഒരു പട്ടിയുടെ കുര കേട്ടു.

അവൻ മുന്നോട്ടു നടന്നു.

തോട്ടിലെ വെള്ളം വറ്റി ചേറു തെളിഞ്ഞിരുന്നു. ചാലിലെ ചേറു കലങ്ങിയ വെള്ളത്തിൽ നീർക്കുഴിയിട്ടു നടന്ന പുളവനെപ്പേടിച്ച് കുഞ്ഞൻ തവളയെപ്പോലെ പൊങ്ങിച്ചാടി. ആഴാന്തയുടെ വായിൽപെട്ട ഒരു തവള പ്രാണവേദനയോടെ നീട്ടിനീട്ടിക്കരഞ്ഞു. അതിന്റെ ശബ്ദം കേട്ടുകൊണ്ട് അവൻ ചാത്തൻതറയിലേയ്ക്ക് നടന്നു കയറി.

അവിടെ ആളനക്കമോ വിളക്കുവെട്ടമോ കണ്ടില്ല. മുറ്റത്തുനിന്നു വിളിച്ചു:

"അമ്മേ, അമ്മേ."

"ആരാ അത്?"

അകത്തു നിന്നു വിളിച്ചു ചോദിച്ചു. അവനാളു മനസിലായി. പെങ്ങൾ പെണ്ണമ്മയാണ്.

"ഞാനാണെടീ. വിളക്കു കത്തിക്ക്."

ശബ്ദംകേട്ടപ്പോൾ പെണ്ണമ്മയ്ക്കും മനസിലായി. അവളുടെ ചേട്ടൻ വന്നിരിക്കുന്നു.

അവൾ കൊച്ചാളിയെ കുലുക്കിയുണർത്തി.

കൊച്ചാളി ചടഞ്ഞുപിടഞ്ഞെഴുന്നേറ്റു.

പെണ്ണമ്മ ചെന്നു വിളക്കു കത്തിച്ചു.

കണ്ണൻ തലകുനിച്ചകത്തു കയറി. കൊച്ചാളി ചെന്ന് അവനെ തുറിച്ചുനോക്കിക്കൊണ്ട് നിന്നു.

എല്ലും കോലുമായ ആ രൂപം കണ്ട് കണ്ണന്റെ കണ്ണിൽ വെള്ളം നിറഞ്ഞു. എങ്കിലും അവനൊരു ചിരിയഭിനയിച്ചു.

"അമ്മയങ്ങു തീരെ ചടച്ചിരിക്കുന്നല്ലോ. എന്താടീ പെണ്ണേ അമ്മയ്ക്കേതാണ്ടു ദണ്ഡമാരുന്നോ?"

കൊച്ചാളി അതു കേട്ടില്ലെന്നു തോന്നി.

നിനച്ചിരിക്കാതെ അവളുടെ മകൻ വന്നു കൺമുന്നിൽ നിൽക്കുന്നത് അവൾക്കു വിശ്വസിക്കാൻ കഴിയുന്നില്ല.

പെട്ടെന്ന് ആ വരണ്ട കണ്ണുകൾ നിറഞ്ഞു കവിഞ്ഞു. ചുക്കിച്ചുളിഞ്ഞ കവിളിലൂടെ കണ്ണീരൊഴുകി. അവൾ പെട്ടെന്നു മുഖം പൊത്തിക്കരയാൻ തുടങ്ങി.

കണ്ണൻ വിഷണ്ണനായി അമ്മയുടെ കൈയ്ക്കുപിടിച്ചു.

"അമ്മേ, അമ്മയെന്തിനാ കരയുന്നെ?"

തേങ്ങിക്കരഞ്ഞുകൊണ്ട് കൊച്ചാളി പറഞ്ഞു:

"എന്തിനാ ഇപ്പോ ഇങ്ങോട്ടുവന്നെ? എന്തിനാ നീ വന്നെ?"

"അമ്മയെ കാണാൻ. അല്ലാതെന്തിനാ?"

"ഓ, അമ്മയോടു കുറേ തന്തോഴമുള്ള ഒരു മോൻ!"

വേദന കടിച്ചിറക്കിക്കൊണ്ട് കണ്ണൻ ചിരിച്ചു.

"എന്താ, എനിക്കമ്മയോടു സ്നേഹമില്ലെന്നാണോ?"

"നിന്റെ ഒരു തിനേകം! ഇതുപോലൊരു തന്തതിയെപ്പെറ്റേന് കണ്ണീരു കുടിച്ചു കുടിച്ച് ഇനിയങ്ങു ജീവനെടുത്താലക്കൊണ്ടു മതി."

അവൻ വീണ്ടും ചിരിയഭിനയിച്ചു.

"അമ്മയിനി നോക്കിക്കോ. അമ്മയെ ഇനി സുഖമായി ഞാൻ കുടീലിരുത്തും. ഞാനും കൂടെക്കാണും. എന്നാൽ പോരെ?"

പിന്നെ പെണ്ണമ്മയുടെ നേരെ തിരിഞ്ഞുചോദിച്ചു:

"നീയെന്നാ പെണ്ണേ വന്നത്?"

മുഖത്തുനിന്നു കണ്ണീരു തുടച്ചുകൊണ്ട് പെണ്ണമ്മ പറഞ്ഞു:

"കുറേ നാളായി."

"അളിയനെവിടാ?"

"ഇവിടൊണ്ടാരുന്ന്. ഇന്ന് കിഴക്കേവഴിക്കോട്ടു പോയി."

അമ്മയും മകനും വർത്തമാനം പറഞ്ഞുകൊണ്ടിരിക്കുന്നതിനിടയിൽ പെണ്ണമ്മ കുറെ അരിയിട്ടു കഞ്ഞിവച്ചു.

കഞ്ഞികുടിയും കഴിഞ്ഞ് അവൻ ഉറങ്ങാൻ കിടന്നു. എന്നിട്ടും അമ്മ കിടന്നില്ല. മങ്ങിക്കത്തുന്ന മണ്ണെണ്ണവിളക്കിനു മുന്നിൽ അമ്മ കൂനിക്കൂടിയിരിക്കുന്നതു കണ്ട് കണ്ണൻ ചോദിച്ചു:

"അമ്മ എന്താ ഉറങ്ങാതിരിക്കുന്നത്?" പഴുന്തുണിക്കു തീ പിടിക്കുന്നതുപോലെ പെട്ടെന്നു കൊച്ചാളിയുടെ മട്ടുമാറി.

"ഓഹോ, അമ്മേത്തെരക്കാൻ വന്നിരിക്കുന്ന്....."

"അമ്മ എന്തുവേണേലും പറഞ്ഞോ."

"അല്ലേലെന്തിനാ പറേന്നെ? പറഞ്ഞോണ്ടെന്തുവാ ഗൊണം?..... എടാ നിന്റെയൊരു കൊച്ചിനെക്കണ്ടിട്ട് ഏനൊന്നു കണ്ണടയ്ക്കാനക്കൊണ്ടൊക്കുമോ?"

കണ്ണൻ പൊട്ടിച്ചിരിച്ചു.

"ഓഹോ, ഇപ്പഴല്ലേ കാര്യം മനസിലായത്. ശരിശരി എന്റെ കൊച്ചിനെക്കണ്ടിട്ട് അമ്മ കണ്ണടച്ചാ മതി."

"ഇനി എന്നാ അത്?"

"ഇനിയും ഒരുപാടു കാലമുണ്ട്. ഞാനുറപ്പു പറയാം. അമ്മ ഇനി ഒരു നൂറുകൊല്ലം കൂടി സുഖമായി......"

"നിന്റെ കളിതമാശ കേക്കാനക്കൊണ്ടല്ല. നിന്റെ തരക്കാരെല്ലാം എങ്ങനാ ജീവിക്കുന്നേന്ന് ഒന്നു നോക്ക്. കല്യാണം കഴിച്ച് മൂന്നും നാലും മക്കളായി. അവരടമ്മമാർ വയതുകാലത്ത് മക്കടേം മരുമക്കടേം കുഞ്ഞുമക്കടേം കൂടെ സൊകമായി കഴിയണ് അറിയാമോ?"

"പിന്നെ, എനിക്കതറിയാമ്മേലേ?"

"ഓഹോ നിനക്കറിയാം."

"അതിനു ഞാനെന്നാ തെറ്റു ചെയ്തെന്നാ അമ്മ പറയുന്നെ?"

"ഇല്ലെടാ നീയൊരു തെറ്റു കുറ്റോം ചെയ്തില്ല.... എടാ കല്യാണത്തിനു ദെവസോം നിശ്ചയിച്ചോണ്ട് കൊച്ചിലാൻ നിന്നെ തെരക്കിവന്നപ്പെ നീയെവിടാരുന്ന്? വഴക്കിനും വക്കാണത്തിനും പോയി. അല്ലാരുന്നേ എന്റെയാ മോളുപെണ്ണിനെ പിടിച്ച് പാച്ചനു കൊടുക്കുവാരുന്നോ? ഈ ജന്മത്തിനി അതുപോലൊരു പെണ്ണിനെക്കിട്ടുവോ?...എല്ലാം നിന്റെ പാട്."

അവൻ പെട്ടെന്നു മൂകനായിപ്പോയി. എങ്കിലും വളരെ പാടുപെട്ട് തമാശയായി പറഞ്ഞു:

"ഒരു പെണ്ണിനെ കല്യാണം കഴിക്കാനൊത്തില്ലെന്നുവച്ച് നാട്ടിലെങ്ങും വേറെ പെണ്ണില്ലേ? അല്ലെങ്കിൽത്തന്നെ ഉടനെ കല്യാണം കഴിച്ചില്ലെന്നു കരുതി എന്തോന്നാ ഒരാപത്ത്?"

"എന്താ നീ കല്യാണം കഴിക്കാണ്ടങ്ങു കഴിയാൻ പോവ്വാണോ?"

"ഓ എനിക്കു വല്ലോം വായിലിടാൻ കിട്ടണം. അമ്മ ജീവിച്ചിരിക്കുവോളം എനിക്കതിനു മുട്ടുവരികയില്ല. പിന്നിപ്പോ എന്തോ വേണം?"

"ഞാൻ ചാവുവോളം നിനക്കങ്ങനെ കഴിയാം. പിന്നെ നീ എന്തോ ചെയ്യാൻ പോണ്? എന്റെ കാലശേഷം നീ എങ്ങോട്ടു കേറിച്ചെല്ലും?"

കണ്ണന്റെ മൊഴി മുട്ടിപ്പോയി. ആലോചിച്ചിട്ട് എത്തുംപിടിയും കിട്ടുന്നില്ല.

കൊച്ചാളി ഒരു നെടുവീർപ്പിടുന്നതു കേട്ടു.

"പറേന്ന കേട്ടാ നിനക്കു കൊള്ളാം. അല്ലെന്നു വെരീ, നീയായി നിന്റെ പാടായി."

കൊച്ചാളി വിളക്കണച്ചു കിടന്നുറക്കമായി.

പക്ഷേ കണ്ണനുറങ്ങാൻ കഴിഞ്ഞില്ല.

അമ്മയുടെ വാക്കുകൾ അവന്റെ കാതുകളിൽ മുഴങ്ങി.

"എന്റെ കാലശേഷം നീ എങ്ങോട്ടു കേറിച്ചെല്ലും?"

ശരിയല്ലേ? ചെന്നു കേറാൻ ഒരിടമില്ല. തനിക്കുവേണ്ടി കാത്തിരിക്കാൻ ഒരു പെണ്ണില്ല. ഉണ്ടാവുമെന്നു കരുതിയവൾ അവളായിരുന്നു.

ദൂരെയെങ്ങോ തലക്കോഴി കൂവുന്നതു കേട്ടുകൊണ്ട് അവൻ തിരിഞ്ഞു മറിഞ്ഞു കിടന്നു.

കൺമുന്നിൽ വെള്ളം മുങ്ങിക്കിടക്കുന്ന പുഞ്ചയാണ്. ആമ്പലും ചെതുരയും പൂത്തുവിടർന്ന പുഞ്ച.

പുഞ്ചയുടെ തീരത്തു നെടുനീളത്തിലുള്ള ചിറക്കാലിൽ കാവൂട്ടിനു തുള്ളിയനുഗ്രഹിച്ച് മുടിയഴിച്ചിട്ടു നിൽക്കുന്ന തൈത്തെങ്ങുകൾ കരിക്കും പേറി നിൽക്കുന്നു.

നീരൊഴുക്കു തോടിന്റെ കരയിൽ ഉയരത്തിൽ വളർന്നു നിൽക്കുന്ന പൂക്കൈതകൾ. ആ തോട്ടരുകിൽനിന്ന് അവൾ കൈതത്തഴയറുക്കുകയാണ്.

ആഹ്ലാദഭരിതനായി വികാരവിവശനായി അവനവളെ നോക്കിനിന്നു.

ഒരു കൈയിൽ കൈതത്തഴയും, മറു കൈയിൽ അരിവാളുമായി അവനെ നിർന്നിമേഷയായി നോക്കിനിന്നിട്ട് അവൾ മുഖം കുനിച്ചു.

ആരും ഒന്നും ഉരിയാടിയില്ല. നിമിഷങ്ങൾ ഒന്നൊന്നായി കൊഴിഞ്ഞു പോയി.

അവനെന്തോ പറയണമെന്നു തോന്നി. അവൾ മുഖമുയർത്തിച്ചിരിച്ചു. അവളുടെ മാടത്തിലേക്കു കണ്ണുകാണിച്ചു വിളിച്ചു.

അവനറിയാതെ ദാഹാർത്തനായി അവളുടെ പുറകെ നടന്നുപോയി.

മുറ്റത്ത് തലകുനിച്ചിരുന്ന് ചാട്ടപിരിക്കുന്ന പാച്ചന്റെ മുന്നിലൂടെ മാടത്തിനകത്തേക്ക് കിനിഞ്ഞു കയറി. വാതുക്കൽനിന്ന് കണ്ണനെ കൈയാട്ടി വിളിച്ചു.

പാച്ചൻ തലയുയർത്തി നോക്കി. അവൻ ചാട്ടയുമായി വാതുക്കലേക്കു ചെന്നു. ചാട്ട ചുഴറ്റുന്ന ശബ്ദം. വിങ്ങിപ്പൊട്ടിക്കരയുന്ന ശബ്ദം.

അങ്ങോട്ടു കുതിച്ചു പായാനൊരുങ്ങി. ശരീരം അനങ്ങുന്നില്ല. എന്തോ വിളിച്ചുപറയാൻ നാവുയർത്തി. ശബ്ദമില്ല. കരയാൻ മാത്രം കഴിഞ്ഞു. കരഞ്ഞു.

ആരോ വന്നു വിളിച്ചുണർത്തി.

"നേരം പുലർന്നു. വെയിലായി. ഇനി പിന്നെ കിടന്നുറങ്ങാം."

കണ്ണു തുറന്നു നോക്കിയപ്പോൾ മത്തായി ചിരിച്ചുകൊണ്ടു കൺമുന്നിൽ നിൽക്കുന്നു.

പതിനേഴ്

കണ്ണൻ വന്നുവെന്നറിഞ്ഞ് മത്തായിയുടെ പുറകെ കറമ്പനും ചാത്തൻ തറയിലെത്തി. ലൂക്കോസും കുറെക്കഴിഞ്ഞ് ഏവൂർനിന്നു കുഞ്ഞച്ചനും വന്നു.

കഞ്ഞികുടിയും കഴിഞ്ഞ് വർത്തമാനവും പറഞ്ഞിരിക്കുന്ന കൂട്ടത്തിൽ കുട്ടനാട്ടെ വഴക്കിനെക്കുറിച്ചും ബഹളത്തെക്കുറിച്ചുമെല്ലാം മത്തായി ചോദിച്ചു:

"അവിടെ നമ്മുടെയാളുകൾക്കു യൂണിയനുണ്ട്. എല്ലാവരും യൂണിയനിലെ അംഗങ്ങളാണ്. യൂണിയനും മുതലാളനും തമ്മിലുള്ള തർക്കമാണ് തുടക്കം."

കുഞ്ഞച്ചൻ ജിജ്ഞാസ പ്രകടിപ്പിച്ചു.

"എന്തിനെക്കുറിച്ചാരുന്ന് തർക്കം? പതത്തിനും തീർപ്പിനും വേണ്ടിയാരുന്നോ?"

കുട്ടനാട്ടെ ജോലിവ്യവസ്ഥകളെക്കുറിച്ചും കൂലിനിരക്കിനെക്കുറിച്ചും കണ്ണൻ വിവരിച്ചു. തൊഴിലാളികളുടെ പ്രക്ഷോഭങ്ങളുടെ ഫലമായി രൂപീകരിക്കപ്പെട്ട വ്യവസായബന്ധക്കമ്മിറ്റിയെക്കുറിച്ചും അതിന്റെ തീരുമാനത്തെക്കുറിച്ചും പറഞ്ഞു.

"മുതലാളനെക്കൊണ്ട് ആ തീരുമാനം നടപ്പാക്കാനായിരുന്നു സമരം."

മറ്റുള്ളവർക്ക് അതൊരു പുതിയ അനുഭവമാണ്. അവൻ സമരത്തെക്കുറിച്ചു പറയുമ്പോൾ അവർ ദൃഷ്ടിമറിക്കാതെ അവന്റെ മുഖത്ത് ഉറ്റുനോക്കിക്കൊണ്ടിരുന്നു.

എന്തുവന്നാലും യൂണിയനിൽപ്പെട്ടവരെക്കൊണ്ട് പണിയെടുപ്പിക്കുകയില്ലെന്നാണ് പൗലോസ് മുതലാളിയുടെ വാശി. അതിനുപകരം അയാൾ ദൂരസ്ഥലങ്ങളിൽനിന്ന് വേലക്കാരെ വരുത്തി. അടിക്കാനാവതുള്ളവർക്ക് ചെല്ലും ചെലവും കൊടുത്ത് വീട്ടിൽ പാർപ്പിച്ചു. പൊലീസിനു വാരിക്കോരി കൊടുത്തു. എല്ലാ തയാറെടുപ്പും നടത്തി.

ഇതിനെ എങ്ങനെ നേരിടണമെന്നു തീരുമാനിക്കാനാണ് കുഞ്ഞപ്പിയുടെ മാടത്തിൽവച്ചു യോഗം കൂടിയത്.

പാപ്പിയും കണ്ണനും എത്തിയപ്പോഴേക്കും ചർച്ചകൾ തുടങ്ങിയിരുന്നു.

കുറേനേരം അതു കേട്ടുകൊണ്ടിരുന്നിട്ട് പാപ്പി വിളിച്ചുപറഞ്ഞു:

"എനിക്കൊരു കാര്യം പറയാനുണ്ട്."

"എന്താണ്?"

അധ്യക്ഷൻ തിരക്കി, സദസ്യർ പാപ്പിയുടെ നേരെ നോക്കി.

"നമ്മുടെ നേതാക്കന്മാരുടെ പക്കലും തെറ്റുണ്ട്."

അധ്യക്ഷൻ തലയുയർത്തി ചോദിച്ചു:

"നേതാക്കന്മാരുടെ പക്കൽ എന്താണു തെറ്റ്? സഖാവ് വിശദീകരിക്കണം."

പാപ്പി അറച്ചറച്ചു പറയാൻ തുടങ്ങി:

"ഞാൻ ചോദിക്കുന്നത് ഈ കരിങ്കാലിപ്പണിക്കു വരുന്നോരെവിടുത്തുകാരാ?" അവിടെ നമ്മുടെ യൂണിയൻകാരെന്തുവാ ചെയ്യുന്നെ? അതൊന്നറിയണം."

"എന്തിനാ അതിപ്പോഴറിയുന്നെ?"

"അറിയണ്ട കാര്യമൊണ്ട്."

വാശിയോടെ പാപ്പി പറയാൻ തുടങ്ങി:

"ആ സ്ഥലത്തെ യൂണിയനുകൾക്ക് ഈ കരിങ്കാലികളെ പറഞ്ഞു മനസിലാക്കിക്കൂടായോ? അതു ചെയ്യാതെ പൊസ്തകോം കക്ഷത്തു വച്ചോണ്ടു നടന്നാപ്പോരാ."

"അതു ശരിയാ."

പലരും പറഞ്ഞു.

"അതു ചെയ്തിരുന്നേ കരിങ്കാലിപ്പണിക്ക് ആളു കാണത്തില്ലായിരുന്ന്."

അധ്യക്ഷൻ പ്രശ്നത്തിലിടപെട്ടു.

"ഇപ്പോഴതിനെക്കുറിച്ചു പറഞ്ഞിട്ടു കാര്യമില്ല."

"പിന്നെപ്പഴാ അതു പറയുന്നെ?"

അധ്യക്ഷൻ തുറന്നു പറഞ്ഞു:

"ഒരു കാര്യം സഖാക്കൾ മനസിലാക്കണം. കരിങ്കാലിപ്പണിക്കു

വരുന്ന തൊഴിലാളികളുടെ നാട്ടിൽ നമുക്കു യൂണിയനില്ല. അവിടങ്ങളിൽ യൂണിയൻ രൂപീകരിക്കാൻ നമുക്കു കഴിഞ്ഞിട്ടില്ലെന്നതാണ് വാസ്തവം. അതിനു നമ്മൾ പരിപാടിയിട്ടിട്ടുണ്ട്. അതിനെക്കുറിച്ചൊക്കെ മറ്റൊരവസരത്തിൽ ചർച്ചചെയ്യാം."

അപ്പോൾ സെക്രട്ടറി എഴുന്നേറ്റു. സദസ്സ് നിശ്ശബ്ദമായി. പതിഞ്ഞ സ്വരത്തിൽ സെക്രട്ടറി പറയാൻ തുടങ്ങി:

"മുതലാളൻ നമുക്കെതിരെ ഒരു വെല്ലുവിളി നടത്തിയിരിക്കയാണ്. ഇതിനെതിരെ ശക്തിയായി തിരിച്ചടിക്കുന്നില്ലെങ്കിൽ നമ്മുടെ അവകാശങ്ങൾ നേടിയെടുക്കാൻ കഴിയില്ലെന്നു മാത്രമല്ല, നാം കൈവരിച്ചിട്ടുള്ള നേട്ടങ്ങൾ നഷ്ടപ്പെടുകയായിരിക്കും ഫലം."

സെക്രട്ടറിയുടെ ശബ്ദം ക്രമേണ ഉച്ചത്തിലായി. വലതുകൈ ഉയർത്തി, ചൂണ്ടുവിരൽ ചലിപ്പിച്ചുകൊണ്ട് അയാൾ ആവേശഭരിതനായി പറഞ്ഞു:

"എന്തെല്ലാം ത്യാഗങ്ങൾ സഹിക്കേണ്ടിവന്നാലും, നമ്മുടെ മുഴുവൻ സഖാക്കളും അകത്തു പോകേണ്ടിവന്നാലും, അടിയും വെടിയും ഏൽക്കേണ്ടി വന്നാലും, നമ്മുടെ ജീവൻതന്നെ വെടിയേണ്ടി വന്നാലും ഈ വെല്ലുവിളിയെ നമുക്കു നേരിട്ടേ മതിയാവൂ. ഇതിനെ ചെറുത്തു തോൽപ്പിച്ചേ മതിയാവൂ."

ആളുകൾ വീർപ്പടക്കിയിരുന്നു. ആ സമരത്തിന്റെ പ്രാധാന്യവും ഗൗരവവും അവർ മനസിലാക്കി. ഓരോരുത്തരായി അഭിപ്രായപ്രകടനങ്ങൾ നടത്തി.

"സഖാവ് പറഞ്ഞതിനോടു യോജിക്കുന്നു. എന്തുവന്നാലും പണി നടത്തിക്കരുത്."

"കരിങ്കാലികളെ ചെറുത്തുനിന്നടിച്ചോടിക്കണം. അവരു മേലാൽ ഈ പണിക്കു വരരുത്."

അതിനിടയിൽ രണ്ടുമൂന്നാളുകൾ അങ്ങോട്ടു കയറിവന്ന് അധ്യക്ഷന്റെ കാതിൽ എന്തോ കുശുകുശുത്തു. അധ്യക്ഷൻ എഴുന്നേറ്റ് കാര്യം വെളിവാക്കി.

"ഇപ്പോൾ കിട്ടിയ അറിവനുസരിച്ച് നാളെത്തന്നെ പണി നടത്താനാണ് മുതലാളൻ ഒരുക്കം കൂട്ടിയിരിക്കുന്നത്. അതുകൊണ്ട് അധികനേരം ചർച്ച നീട്ടിക്കൊണ്ടുപോകാൻ പറ്റില്ല. ആവശ്യമായ തീരുമാനങ്ങൾ കൈക്കൊള്ളുകയും അതു നടപ്പാക്കാൻ വേണ്ട ഏർപ്പാടുണ്ടാവുകയും വേണം."

സെക്രട്ടറി വീണ്ടും എഴുന്നേറ്റുനിന്ന്, കരിങ്കാലികൾ പണിക്കിറങ്ങുമ്പോൾ എങ്ങനെ തടസപ്പെടുത്തണമെന്നും പൊലീസ് വരുമ്പോൾ എന്തു ചെയ്യണമെന്നുമെല്ലാം നിർദേശിച്ചു.

"ഓരോ ബാച്ചിലും ഓരോ ലീഡർമാരുണ്ടാവണം. സമരരംഗത്തു നേതൃത്വം നൽകേണ്ട കടമയാണ് ഈ ലീഡർസഖാക്കൾക്കുള്ളത്. അതാരൊക്കെയായിരിക്കണമെന്ന് ആദ്യം നിശ്ചയിക്കാം. ഓരോരുത്തരും സ്വയം പേരു പറയണം." സെക്രട്ടറി കടലാസും പേനയുമെടുത്ത് മണ്ണെണ്ണവിളക്കിനു മുന്നിലിരുന്നു.

നിമിഷങ്ങൾ ഒന്നൊന്നായി കടന്നുപോയി. ആരും പേരു പറയുന്നില്ല. ആളുകളുടെ മുഖത്ത് ഭീതിയുടെ ഒരു നേരിയ നിഴൽ പരന്നതുപോലെ തോന്നി. ചിലർ മുഖം കുനിച്ചും, മറ്റുചിലർ തലതിരിച്ചും ഇരുന്നു.

ആ നിശ്ശബ്ദത കണ്ണന് അസഹനീയമായി തോന്നി.

"എന്താണീ സഖാക്കൾ മിണ്ടാതിരിക്കുന്നത്? പറയാനുള്ളതെല്ലാം സെക്രട്ടറി സഖാവു പറഞ്ഞുകഴിഞ്ഞു. എന്നിട്ടും ആരും പേരു പറയുന്നില്ല."

"ഇവരെന്താണു മനസിൽ കണ്ടിരിക്കുന്നത്?"

സെക്രട്ടറി വിളിച്ചു ചോദിച്ചു:

"എന്താണാരും മിണ്ടാതിരിക്കുന്നത്? സമയം തീരെയില്ല. വേറെ പല കാര്യങ്ങളും നിശ്ചയിക്കാനുണ്ട്."

എന്നിട്ടും ആരും ഉരിയാടിയില്ല. കണ്ണൻ അസ്വസ്ഥനായി പാപ്പിയുടെ മുഖത്തേക്കു നോക്കി. ആ നോട്ടത്തിന്റെ അർഥം പാപ്പി മനസിലാക്കി.

അവനെഴുന്നേറ്റു വിളിച്ചുപറഞ്ഞു:

"ഒന്നെന്റെ പേരെഴുതിക്കോ. വറീതു പാപ്പി."

സെക്രട്ടറി ആ പേരു കുറിച്ചെടുത്തു.

കണ്ണനും പേരു പറഞ്ഞു: "കെ. കണ്ണൻ."

അതിനു പുറകെ ഓരോരുത്തരായി പറഞ്ഞു:

"കുഞ്ഞപ്പി."

"കുട്ടി."

"ചാണ്ടി."

"തങ്കപ്പൻ."

കരിങ്കാലികൾ പാടത്തിറങ്ങുന്നതിനുമുമ്പ്, അതിരാവിലെ എല്ലാവരും ക്യാമ്പിലെത്തണമെന്നു തീരുമാനിച്ചിട്ട് യോഗം പിരിഞ്ഞു.

അവിടെനിന്നു തിരികെ പോരുമ്പോൾ കണ്ണൻ ചിന്താമഗ്നനായിരുന്നു. പാപ്പിയുടെ സംസാരത്തിനു മൂളിക്കൊടുത്തു. പക്ഷേ, മനസങ്ങു കണ്ണമംഗലത്താണ്. കണ്ണമംഗലം പുഞ്ചയുടെ തീരത്ത്, തോട്ടിറക്കത്തുള്ള ഇലഞ്ഞിച്ചുവട്ടിൽ, വിഷാദമൂറുന്ന നയനങ്ങളോടെ ആരെയോ കാത്തുനിൽക്കുന്ന ആ പെണ്ണിനെക്കുറിച്ചായിരുന്നു.

ഈ സമരമങ്ങു കഴിഞ്ഞാൽ കല്യാണമങ്ങു നടത്താമെന്നാണ് പാപ്പച്ചൻ പറഞ്ഞത്....ഇതെന്നു തീരുമോ എന്തോ? ഇതിൽ പങ്കെടുക്കുന്നത് ആനന്ദകരമാണ്; ആവേശകരമാണ്. എങ്കിലും അവളെക്കുറിച്ചോർക്കുമ്പോൾ....

രാവിലെ എഴുന്നേറ്റു ക്യാമ്പിലെത്തുമ്പോൾ നേരം പുലർന്നുപോയാലോ എന്നു കരുതി, അത്താഴമൂണും കഴിഞ്ഞ് അവർ കുഞ്ഞപ്പിയുടെ തറയിൽചെന്നു കിടന്നു. വേറെയും ചിലരെത്തിയിട്ടുണ്ട്. അവർ വെറ്റില മുറുക്കിയും ബീഡി വലിച്ചും കഥകൾ പറഞ്ഞുകൊണ്ടുമിരുന്നു. നേരമിരുട്ടിയപ്പോൾ ഉറങ്ങാൻ കിടന്നു. എല്ലാവരും കൂർക്കംവലിച്ചുറങ്ങുന്നതു കേട്ടു.

കണ്ണനുറക്കം വന്നില്ല.

അവൻ ആദ്യമായിട്ടാണ് അങ്ങനെയൊരു സമരത്തിൽ പങ്കുചേരു

ന്നത്. പുറമേ ധീരത നടിച്ചിരുന്നെങ്കിലും ഉള്ളിൽ ഭയമുണ്ട്.

നല്ല ചന്ദ്രികയുള്ള രാത്രി. ഓലപ്പഴുതിലൂടെ നിലാവെളിച്ചം മാടത്തിനകത്തേക്ക് എത്തിനോക്കി. അകലെയെവിടെയോ ഒരു പശു അമറുന്നതു കേട്ടു.

അപ്പോൾ നീലമ്മയെക്കുറിച്ചുള്ള ചിന്തകൾ മനസിലേക്കു തിക്കിത്തിരക്കി വന്നു.

ഈ സമയത്ത് അവൾ ഉറങ്ങിയിട്ടുണ്ടാവുമോ? താൻ ചെന്നു വിളിക്കുമെന്നു കരുതി ചെവിയോർത്തു കിടക്കുകയായിരിക്കുമോ? ഒരുപക്ഷേ ഈ നിലാവത്ത്, ആ ഇലഞ്ഞിച്ചുവട്ടിൽ അവൾ തന്നെയും കാത്ത് കഴിയുകയായിരിക്കാം.

അങ്ങനെ സ്വപ്നം കണ്ടു കിടന്ന് മയക്കം പിടിച്ചു.

വെളുപ്പിനു ഞെട്ടിയുണർന്നു. കണ്ണുതുറന്നു നോക്കിയപ്പോൾ കിഴക്കു വെളിച്ചം വീശിയിരിക്കുന്നു. പാടത്തിനപ്പുറത്തു വിദൂരതയിൽ പ്രഭാതം പൊട്ടിവിടരുന്നു. പുഞ്ചയിലെ ജലപ്പരപ്പിൽ വെളിച്ചത്തിന്റെ പ്രതിബിംബം കാണാം.

അകലെ കറുത്ത നിഴലുകൾ ചലിക്കുന്നതു കണ്ടു. പൗലോസു മുതലാളിയുടെ പാടത്തു പണി തുടങ്ങിക്കഴിഞ്ഞു. നിലം ഉഴുകയും ഞാറു നടുകയും ചെയ്യുന്നു!

ക്യാമ്പിലുള്ളവർ അപ്പോഴും ഉറക്കമാണ്. കണ്ണൻ ചാടിയെഴുന്നേറ്റ് പാപ്പിയെ കുലുക്കിവിളിച്ചു.

എല്ലാവരും ഞെട്ടിപ്പിടഞ്ഞെഴുന്നേറ്റു. പാപ്പി ധൃതിവച്ചു പറഞ്ഞു:

“മറ്റുള്ളോരെ കാത്തിട്ടു കാര്യമില്ല. നമുക്കു പാടത്തോട്ടു പോവാം.”

പാപ്പി ഇടവരമ്പിലേക്കിറങ്ങിയോടി. ഓടുന്ന കൂട്ടത്തിൽ ഒരിക്കൽക്കൂടി പറഞ്ഞു:

“ഓടി വരിൻ. എല്ലാരും പോരെ.”

കണ്ണനും മറ്റാളുകളും പുറകെ ഓടിച്ചെന്നു.

പാപ്പി ഉച്ചത്തിൽ മുദ്രാവാക്യം വിളിച്ചുകൊടുത്തു.:

“ഇങ്കിലാബ്, സിന്ദാബാദ്!”

“കർഷകതൊഴിലാളി യൂണിയൻ സിന്ദാബാദ്!”

ആ വിളി ദിഗന്തങ്ങളിൽ മാറ്റൊലിക്കൊണ്ടു.

പണി ചെയ്തുകൊണ്ട് നിന്നവരുടെയടുക്കൽച്ചെന്നു പാപ്പി വിളിച്ചുപറഞ്ഞു:

“നിങ്ങൾ പാടത്തൂന്നു കേറുവാ നല്ലത്. ഞങ്ങടെ സമരം നിങ്ങക്കൊരവസരമാണെന്നു കരുതരുത്.”

മുതലാളിയുടെ ‘കൃഷിക്കാരൻ’ അനുനയത്തിൽ:

“അതവരോടു പറഞ്ഞാലോ പാപ്പീ. മുതലാളിയോടു പറ. അവരെന്തോ വേണം? അവരും നിങ്ങളെപ്പോലെ തൊഴിലാളികളല്യോ?”

“താൻ ഞായമൊന്നും പറയേണ്ടെടോ. തന്നോടൊന്നും സംസാരിച്ചില്ല.”

“പിന്നാരോടാ നീ...”

“ഞങ്ങൾ തൊഴിലാളികളോടാ പറയുന്നെ.”

“ആങ്ഹാ-അപ്പോൾ കുഴപ്പമുണ്ടാക്കാൻ വന്നിരിക്ക്യാ അല്യോ?”

“കുഴപ്പമാന്നേ കുഴപ്പംതന്നെ.”

ആളുകൾ ഓടിക്കൂടി. സംസാരം ഉച്ചത്തിലായി.

മുദ്രാവാക്യങ്ങൾ മുഴങ്ങി. കരിങ്കാലികൾ അങ്കലാപ്പോടെ അറച്ചു നിന്നു. ‘കൃഷിക്കാര’നു വീറുകയറി. അയാൾ കരിങ്കാലികൾക്കു ധൈര്യം പകർന്നു.

“നിങ്ങൾ നിങ്ങടെ ജോലി ചെയ്തോളിൻ. ഇവിടെന്തോ നടക്കുമെന്നൊന്നു കാണട്ടെ.”

പെട്ടെന്ന് ഒരു വിസിലടി.

പുഞ്ചവരമ്പിൽ പൊലീസ്.

പാപ്പി കൂടുതൽ ഉച്ചത്തിൽ മുദ്രാവാക്യം മുഴക്കിക്കൊണ്ട് കൂട്ടുകാരുടെ കൈ കോർത്ത് മുന്നോട്ടു നീങ്ങി. കരിങ്കാലികളുടെ പിന്നിൽ വിലങ്ങനെ കേറി നിന്നു.

പൊലീസ് വരമ്പിൽനിന്നു ചാടിയിറങ്ങി.

കണ്ണൻ പാപ്പിയുടെ കൈ ബലമായി പിടിച്ചമർത്തിക്കൊണ്ട്, മറ്റുള്ളവരോടൊപ്പം ആവുന്നത്ര ഉച്ചത്തിൽ മുദ്രാവാക്യം വിളിച്ചു.

അവൻ പാപ്പിയുടെ നേരെ ആഞ്ഞു ചെല്ലുന്ന ലാത്തി കണ്ടു. ആ ലാത്തിക്കു കടന്നു പിടിച്ചു. പിടിയും വലിയും.

അടുത്ത നിമിഷത്തിൽ പാപ്പി മറ്റൊരടിയേറ്റു വീഴുന്നതു കണ്ടു. കണ്ണൻ പൊലീസിന്റെ പിടിയിലമർന്നു.

തോട്ടരുകിൽ കെട്ടിയിരുന്ന ബോട്ടിൽ കയറ്റി അവരെ ആലപ്പുഴയ്ക്ക് കൊണ്ടുപോയി.

ബാക്കി വിവരങ്ങൾ ജയിലിൽ വച്ചാണറിഞ്ഞത്.

അതിനുശേഷം പിക്കറ്റു ചെയ്തവരെ അറസ്റ്റു ചെയ്തു ചിറക്കാലിൽ വളഞ്ഞു വച്ചു. ഒരു ബാച്ചിനെ അറസ്റ്റു ചെയ്യുമ്പോഴേക്കും അടുത്ത ബാച്ച് നിലത്തിലിറങ്ങിക്കഴിഞ്ഞു.

ഉച്ചതിരിഞ്ഞപ്പോൾ പിന്നെയും പൊലീസിന്റെ മട്ടുമാറി. നിലത്തിലിറങ്ങിയവരെ ലാത്തി ചുഴറ്റി തല്ലി. ഓടിയവരെ ഓടിച്ചിട്ടു തല്ലി. ചിറക്കാലകളിലെ കുടിലിൽ കയറി കണ്ണിൽ കണ്ടവരെയാകെ തല്ലി.

കലവും ചട്ടിയും തല്ലിത്തകർത്തു. പുട്ടലും പായും വാരി വെളിയിലെറിഞ്ഞു. കൂട്ട നിലവിളിയുയർന്നു.

കുടിലുകൾ കത്തിയെരിഞ്ഞു. ആകാശത്തു പുകപടലം ഉയർന്നു.

വൈകിട്ടും ഒരു ബോട്ടു നിറയെ തൊഴിലാളികളെ പൊലീസ് സ്റ്റേഷനിലേക്കു കൊണ്ടുപോന്നു.

അറസ്റ്റു ചെയ്യപ്പെട്ടവരെക്കണ്ട് വിവരം അറിയാൻ വേണ്ടി ചില നേതാക്കന്മാർ സ്റ്റേഷനിലെത്തി. അവരെയും പിടിച്ചകത്താക്കി.

നേരമിരുട്ടിയപ്പോൾ ഓരോരുത്തരെയായി വിളിച്ചിറക്കി പൊലീസ് ആപ്പീസറുടെ മുറിയിൽ കൊണ്ടുപോയി തല്ലിച്ചതച്ചു. റിമാന്റിൽ വച്ചു, കേസെടുത്തു. ശിക്ഷിച്ചു.

കേട്ടിരുന്നവർക്ക് അത് പുതുമയുള്ളൊരു കാര്യമാണ്. അവരുടെ സിരകളിലെ ചോര തിളച്ചു.

ഒരു നെടുവീർപ്പോടെ ലൂക്കോസ് ചോദിച്ചു:

"അങ്ങനെ വഴക്കും ബഹളവുമെല്ലാം ഉണ്ടായിട്ട് അവസാനം തൊഴിലാളിക്കു വല്ല ഗൊണോം ഉണ്ടായോ?"

"പിന്നില്ലാതെ? കുറെ പേർക്ക് തല്ലും അടിയും ഒക്കെ കിട്ടി. പക്ഷേ, അവസാനം യൂണിയന്റെ മുമ്പിൽ മുതലാളൻ തറപറ്റി. യൂണിയൻ ചോദിച്ച കൂലി കൊടുത്തു."

ഒന്നു നിർത്തിയിട്ട് കണ്ണൻ വീണ്ടും പറഞ്ഞു:

"അതു മാത്രമല്ല, ഇന്നു വന്ന ഈ മാറ്റമെല്ലാം എങ്ങനാ ഉണ്ടായേ? വോട്ടു വന്നപ്പോൾ നമ്മടാളുകളിത്ര ജയിക്കാൻ കാര്യമെന്തുവാ?"

മത്തായി അതിനെ പിന്താങ്ങി.

"ഇങ്ങനെ പലയാളുകളേം കുരുതികൊടുത്തിട്ടാ നമുക്കിന്നു വെളീലിറങ്ങി നടക്കാനൊക്കുന്നെ. പണ്ടു നമ്മുടെ ജാതിക്കാർക്ക് ദൈവത്തെയൊന്നു കാണാൻ ചെല്ലാനൊക്കുവാരുന്നോ?"

"നമ്മടാളുകൾക്കു ജയിക്കാനും ഭരിക്കാനും ഒത്തതെന്താ? ഇതുപോലുള്ള നിരവധി സമരങ്ങളുടെ ഫലമാണത്."

ലൂക്കോസ് അലസഭാവത്തിൽ പറഞ്ഞു:

"ഓ-ഓ! പരണം! ആരു പരിച്ചാ നമുക്കെന്നാ? കോരനു കുമ്പിളിൽ കഞ്ഞി."

മത്തായിയുടെ മുഖം ഗൗരവപൂർണമായി.

"അതെന്താടാ ലൂക്കോ. അങ്ങനെ പറേന്നെ? ഇന്നത്തെ ഈ കുടിയൊഴിക്കൽ നിരോധ ബില്ലും ഭൂനയബില്ലുമെല്ലാം വന്നത് നമ്മടാളുകള് ഭരിക്കാൻ കേറിയകൊണ്ടല്ലിയോ?"

"നമ്മുടെയാളുകൾ നടത്തിയ എണ്ണമറ്റ സമരങ്ങൾ കൊണ്ടും."

കണ്ണൻ കൂട്ടിച്ചേർത്തു.

കുഞ്ഞച്ചനും കറമ്പനും പിന്നെയും ഓരോന്നു ചോദിച്ചറിഞ്ഞു. എല്ലാവർക്കും കണ്ണനെക്കുറിച്ചൊരു മതിപ്പു തോന്നി. അവനു വളരെ കാര്യങ്ങളിയാം. നല്ല പെരുമാറ്റം. ആളു മോശക്കാരനല്ല.

തങ്ങൾ സ്വയം ചിന്തിക്കാറുള്ള പലതിനെക്കുറിച്ചുമാണ് അവർ പറയുന്നത്.

അവനുമായുള്ള കൂട്ടുകെട്ടിൽ അവർക്കഭിമാനം തോന്നി.

പതിനെട്ട്

കാവൽക്കാരൻ കാളിക്കുട്ടി കൊയ്ത്തുകാരോടു വിളിച്ചുപറഞ്ഞു:

"കറ്റയെല്ലാം കുത്തിച്ചാരിവേണേ കളത്തിൽ കൊണ്ടുചെന്നിടാൻ."

ചുമടു കഴിഞ്ഞപ്പോൾ അയാൾ കളത്തിൽച്ചെന്ന് കറ്റ കുത്തിക്കെട്ടിപോയി.

പിറ്റേന്നു മെതിയിടീലിനുവേണ്ടി കളത്തിൽ പായ് വിരിച്ചിട്ടു. തൊട്ടുമുടിച്ച് അശുദ്ധപ്പെടുത്താതിരിക്കാൻ പെണ്ണുങ്ങളെ മാറ്റി നിറുത്തി. ഒരു കറ്റയെടുത്തു മെതിച്ച് മൂന്നു കൈ പൊലി വാരി പായിൽ വിതറി. ബാക്കിയുള്ളത് പ്രത്യേകം കെട്ടിവച്ചിരുന്ന വലിയ മെതിയിടീൽ കറ്റയിൽ വാരി

യിട്ട് കന്നിമേൽ കോണിൽ ഗണപതിക്കു വച്ചു. ഒരു കറ്റ ചാരിയും വച്ചു.

ചാരുകറ്റ നിലമുടമയ്ക്കും, മെതിയിടീൽ കറ്റ കാവൽക്കാരനും.

പിന്നീട് രാപ്പകൽ മെതി തന്നെ.

ലൂക്കോസ് മെതിച്ചു തീർന്നപ്പോൾ കാളിക്കുട്ടി ചെന്ന് രണ്ടുമൂന്നു പിടി പൊലി വാരിക്കൂട്ടി. പതമളക്കുമ്പോൾ പൊടിയും മങ്കും പതത്തിൽ വരാതിരിക്കാൻ കരുതിയാണ് കൂട്ടിയത്.

കാവൽക്കാരൻ കന്നിമേലൊരുക്കിൽനിന്നു കുറെ നെല്ലുവാരി പായിലിട്ടിട്ടു പതം അളന്നു.

"പൊലിയൊന്നേ, പൊലിയൊന്നേ
പൊലിരണ്ടേ, പൊലിരണ്ടേ."

എട്ട് എന്നളന്നപ്പോൾ പതം വാങ്ങാനുള്ള കുട്ട കാളിക്കുട്ടിയുടെ അടുത്തേക്കു നീക്കിവച്ചിട്ടു ലൂക്കോസ് പറഞ്ഞു:

"ഇതാ പതം ഇതിലോട്ടിട്ടേരെ."

കാളിക്കുട്ടി ലൂക്കോസിന്റെ മുഖത്തേക്കു മിഴിച്ചു നോക്കി.

"എന്താ അച്ചായനു മനസിലായില്ലേ? എന്റെ പതം ഈ കുട്ടയിലേക്ക് അളക്കാൻ."

"അങ്ങോട്ട് എട്ടേ അളന്നൊള്ളു കൂവെ."

"മനസിലായി. എട്ട്. ഇനി ഒൻപതാമത്തേത്. എന്റെ കുട്ടേലോട്ടു അളന്നേരെ."

കാളിക്കുട്ടി ചാണ്ടപ്പിള്ളയുടെ മുഖത്തു നോക്കി.

"എന്നതാ ലൂക്കോയേ? എന്നതാ അവിടെ?"

"ഒന്നുമില്ല. എന്റെ കുട്ടേലോട്ടു പതമളക്കാൻ പറഞ്ഞതാ."

"അതിന്?"

കാളിക്കുട്ടി പറഞ്ഞു:

"അവന് എട്ടിനൊന്നുവച്ചു പതം വേണമെന്നാ."

"എന്തോന്നാ? എനിക്കു മനസിലായില്ല.

ചാണ്ടപ്പിള്ള അടുത്തുവന്നു."

"ഇപ്പോ എട്ടിനൊന്നാ എല്ലാടത്തും പതം."

"അതു നീയങ്ങു തീരുമാനിച്ചാ മതിയോ?"

"ഞാൻ തീരുമാനിച്ചതല്ല. നാട്ടുനടപ്പാ."

"ഇവിടെ ഇപ്പോ അതു നടപ്പില്ല."

അവരുടെ സംസാരം മറ്റുള്ളവർ ശ്രദ്ധിച്ചു.

ഇതിനിടെ കാളിക്കുട്ടി ഒൻപതാമതും അളന്നു പൊലിയുടെ കൂട്ടത്തിലിട്ടു.

ലൂക്കോസ് കാളിക്കുട്ടിയുടെ നേർക്ക് ശബ്ദമുയർത്തി പറഞ്ഞു:

"നാട്ടുനടപ്പുപോലെ പതമളന്നില്ലേൽ അച്ചായനെന്റെ പതമളക്കണ്ട."

ചാണ്ടപ്പിള്ളയുടെ കണ്ണുകളിൽ തീ പാറി. അദ്ദേഹം ലൂക്കോയുടെ ചെവിക്കുറ്റി തീർത്തൊന്നു കൊടുത്തു.

"ഫ, അഹങ്കാരി! പതമളക്കണ്ടാന്നു പറയാൻ നീയാരാ? മെതിക്കളത്തിൽ നിന്ന് വെളച്ചിലു പറയുന്നോ? നിന്റെ അപ്പൻ സമ്പാദിച്ചതാണോടാ ഇത്?"

ലൂക്കോസിന്റെ തലയ്ക്കകത്ത് കടന്നലുകളിളകിയതുപോലെ തോന്നി. അവ കൂട്ടംകൂടി തലച്ചോറിൽ കുത്തുന്നതുപോലെ.

കന്നം തടവിക്കൊണ്ട് അയാൾ ചാണ്ടപ്പിള്ളയുടെ നേരെ രൂക്ഷമായൊന്നു തുറിച്ചുനോക്കി. അവന്റെ കൈയും കാലും എന്തിനോ വേണ്ടി തരിച്ചു.

ചാണ്ടപ്പിള്ള അവിടെനിന്നൊഴിഞ്ഞു മാറി നിന്നു. ആളുകൾ മെതി നിർത്തി ഇതികർത്തവ്യതാമൂഢരായി നിലകൊണ്ടു. ആരും ഒന്നും പറഞ്ഞില്ല. ആളുകളുടെ നിൽപ്പുകണ്ട് കാളിക്കുട്ടിക്കു രോഷം കയറി.

"നിങ്ങളെന്നതാ ഈ വായുംപൊളിച്ചു നോക്കിക്കോണ്ടു നിൽക്കുന്നെ? നിങ്ങൾ നിങ്ങടെ ജോലി നോക്ക്."

എന്തോ തീരുമാനിച്ചുറച്ചതുപോലെ ലൂക്കോ ദൃഢസ്വരത്തിൽ പറഞ്ഞു:

"എനിക്കു പതം വേണ്ട. അച്ചായനളന്നങ്ങു തമ്പ്രാനു കൊടുത്തേരെ. നീയിങ്ങോട്ടു വാടി അച്ചാമ്മേ."

ചാണ്ടപ്പിള്ള അവനെ പരിഹസിച്ചു.

"ഓ. ഇയാളങ്ങോട്ടൊന്നു ചെന്നാട്ടെ. ഇവിടാകാശം ഇടിഞ്ഞുവീണാ ഞാനങ്ങു സഹിച്ചു."

കാളിക്കുട്ടി അളിയനെ ശാസിച്ചു.

"നീ വായാടിത്തരം പറയാതിങ്ങോട്ടു വന്ന് പതം മേടിച്ചോണ്ടു പോ ലൂക്കോയേ."

"ഓ, അദ്യത്തിനല്യോ മുഴുക്കാത്തെ? അദ്യം എടുത്തോട്ടെ."

ലൂക്കോസിന്റെ പോക്കുകണ്ട് അച്ചാമ്മ പുറകെ വിളിച്ചു:

"അല്ലേ ഇതെങ്ങോട്ടു പോകുവാ? ഇങ്ങോട്ടു വാ. ഇതെന്നാ കൂത്താ ഈ കാണിക്കുന്നെ?..... നിങ്ങളിങ്ങോട്ടു വരീൻ."

ലൂക്കോസ് തിരിഞ്ഞുനോക്കാതെ നടന്നു.

ചാണ്ടപ്പിള്ള പതറിയ സ്വരത്തിൽ പറഞ്ഞു:

"അവൻ തന്നെ വേണം എന്നെ കൂത്തുകാലു വയ്ക്കാൻ. സത്യവിശ്വാസിയായ ക്രിസ്ത്യാനിയാണെന്നും പറഞ്ഞ്.... നടക്കട്ടെ."

കാളിക്കുട്ടി അച്ചാമ്മയ്ക്ക് ധൈര്യം കൊടുത്തു.

"അവനങ്ങോട്ടു ചെല്ലട്ടടീ. നീ വേണേ പതം മേടിച്ചോണ്ടു പോ. അല്ലേ നീയും അങ്ങോട്ടൊന്നു ചെല്ല്."

പക്ഷേ, അച്ചാമയ്ക്കു ലൂക്കോയെപ്പോലെ അങ്ങനെയങ്ങു പോകാൻ തോന്നിയില്ല. കാളിക്കുട്ടി പതമളക്കുന്നതുവരെ അവൾ കാത്തുനിന്നു. പത്തിനൊന്നു പതമളന്ന് അയാൾ അച്ചാമ്മയുടെ കുട്ടയിലിട്ടു. അവൾ ആരോടും ഒന്നും പറയാതെ കുട്ടയിലും പുട്ടലിലുമായി മൂടി തലയിൽ പിടിച്ചുകൊണ്ട്, കുട്ടികളെയും നടത്തി പോയി.

തമ്പ്രാൻ കേൾക്കാനെന്നോണം കാളിക്കുട്ടി പറഞ്ഞു:

"വേണ്ടില്ല. വിളച്ചിലു പറയരുതെന്നു പറഞ്ഞാ കേക്കത്തില്ല. അവൻ തമ്പ്രാനോടു തർക്കുത്തരം പറയാനൊരുങ്ങിയിരിക്കുന്നു!"

പക്ഷേ, ചാണ്ടപ്പിള്ള അതുകൊണ്ടൊന്നും തൃപ്തനായില്ല. "ങ്, നിന്റ ളിയനാ. അവൻ ചെവിക്കു നുള്ളിക്കോട്ടെ." കാളിക്കുട്ടി കുറ്റബോധത്തോടെ മുഖം കുനിച്ചു. വേറെയാരും പതത്തിനു തർക്കം പറഞ്ഞില്ല. കാളിക്കുട്ടി അളന്നു കൊടുത്തതു വാങ്ങി നിശ്ശബ്ദരായി കുടികളിലേക്കു പോയി.

ആളൊഴിഞ്ഞപ്പോൾ ചാണ്ടപ്പിള്ള കാളിക്കുട്ടിയെ നോക്കി പറഞ്ഞു:

"എനിക്കു വിന ഞാൻതന്നെയാ വരുത്തി വയ്ക്കുന്നത്."

"തമ്പ്രാ ഇതു പറഞ്ഞാലക്കൊണ്ട് അടിയന്റെ കൈയീന്ന് ഒരപരാതോം വരത്തില്ല."

"ഇനി നീ കൂടങ്ങു തൊടങ്ങിക്കോ..... ഞാനും ഒന്നു വിചാരിച്ചിട്ടൊണ്ട്."

കാളിക്കുട്ടി ഒന്നും മിണ്ടിയില്ല. തമ്പ്രാൻ പറയുന്നതു കാര്യമാണ്. താൻ അദ്ദേഹത്തിന്റെ കാവൽക്കാരനായ സ്ഥിതിക്ക് ലൂക്കോസ് കണക്കു പറയേണ്ടിയിരുന്നില്ല. അതുകൊണ്ടെന്തുപറ്റി? തമ്പ്രാനു തന്നോടും വിരോധമായി. എന്തായാലും ലൂക്കോയെ ഒന്നകറ്റി നിർത്താൻ തന്നെ കാളിക്കുട്ടി തീരുമാനിച്ചു.. പൊലിയുണക്കിനും തുറുവിടീലിനും ഒന്നും വിളിച്ചില്ല. അവനൊന്നു പഠിക്കട്ടെ.

ഒരു ദിവസം കളത്തിലെ പണി കഴിഞ്ഞ് നേരം കുറേ ഇരുട്ടിയാണ് അയാൾ തറയിൽ ചെന്നത്. അന്നു സന്ധ്യക്ക് അവിടെ പാച്ചൻ വന്നു ബഹളമുണ്ടാക്കിയ വിവരം കറമ്പി പറഞ്ഞു: അപ്പോഴും അവളുടെ വിറയൽ വിട്ടുമാറിയിരുന്നില്ല.

"അവൻ കേറി വന്നിരിക്കുന്നു. കള്ളും കുടിച്ചോണ്ട്, അവന്റെ പൂട്ടുകൂലീം മേടിച്ചോണ്ടേ എറങ്ങത്തൊള്ളുപോലൊ."

കാളിക്കുട്ടി ഉദ്വേഗത്തോടെ ചോദിച്ചു.

"എന്നിട്ട്?

"എന്നിട്ട് തിരുവഞ്ചാരും കറമ്പനും കൂടെ വന്ന് പിടിച്ചോണ്ടു പോയി."

അതുവരെയും പാച്ചന്റെ പൂട്ടുകൂലി വാങ്ങിക്കൊടുക്കാത്ത കാര്യത്തിൽ അവൾ കാളിക്കുട്ടിയെ കുറ്റപ്പെടുത്തി.

കാര്യം ശരിയല്ലെ? കൊയ്ത്തു കഴിഞ്ഞിട്ടും നിലംപൂട്ടിയ കൂലി കൊടുക്കാതിരുന്നാൽ വഴക്കിടുന്നതാണോ കുറ്റം? തമ്പ്രാനോടു ചോദിച്ചു കുഴഞ്ഞു. അന്നുവരെ കണക്കു നോക്കിയില്ലത്രേ. കാളിക്കുട്ടി അസ്വസ്ഥനായി.

പിറ്റേന്നു രാവിലെ തമ്പ്രാനെ കാണാനായി ഇറങ്ങുമ്പോഴാണ് തിരുവഞ്ചനും കറമ്പനും കൂടി അങ്ങോട്ടു കേറിവന്നത്. കാളിക്കുട്ടിയുടെ മുഖം വിളറി. ഭാവപ്പകർച്ച മറച്ചുകൊണ്ട് അയാൾ ചോദിച്ചു:

"എന്താ രണ്ടുപേരും അതിരാവിലെ?"

തിരുവഞ്ചനാണു മറുപടി പറഞ്ഞത്:

"ഇയാളെയൊന്നു കാണാനാടോ. ഇയാളെന്താ ഇതുവരെ അവന്റെ പൂട്ടുകൂലി മേടിച്ചു കൊടുക്കാഞ്ഞെ?"

കാളിക്കുട്ടി നിർവികാരനായി പറഞ്ഞു:

"അതു വാങ്ങിച്ചു കൊടുക്കാൻ ഞാനങ്ങോട്ടിറങ്ങുവാരുന്നു."

ആരാണതു വിശ്വസിക്കാൻ?

"നീ വെറുതെ നുണ പറയാതെ കാളിക്കുട്ടീ. പൂട്ടുകൂലി നീയെടുത്തോണ്ട് മനുഷേരെ പുലി കളിപ്പിക്കാതെ."

"ഒടേ തമ്പുരാനേ, നിങ്ങളെന്താ ഈ പറേന്നെ? തമ്പ്രാനോടു ചോദിച്ചു നോക്ക്. അദ്ദ്യേം ഇതുവരേക്കും രൂപാ തന്നില്ല."

കറമ്പൻ പറഞ്ഞു:

"എന്നിട്ടു ഞങ്ങടറിവങ്ങനല്ലല്ലോ?"

"നിങ്ങൾക്കു തംശയമുണ്ടെങ്കിലെന്റെ കൂടെ വാ. ഞാൻ വന്നു രൂപാ മേടിച്ചു തരാം. അപ്പം നിങ്ങക്കു ഞാൻ മേടിച്ചെടുത്തതാണോന്നറിയാവല്ലോ?"

"ഞങ്ങളെന്തിനാ അവിടെവരെ നടക്കുന്നെ? നീ ചെന്നതങ്ങു വാങ്ങിച്ചു പാച്ചനു കൊടുക്ക്. അല്ലെങ്കി വഴക്കും പുക്കാറുമാ."

കറമ്പൻ അതിനെ പിന്താങ്ങി.

"ഇന്നലെ ആലും മൂട്ടിലെന്തു ബഹളമാരുന്ന്. അവൻ നിന്റെ കൊങ്ങയ്ക്കു കുത്തിപ്പിടിച്ച് പൂട്ടുകൂലീം മേടിച്ചോണ്ടേ പോരത്തൊള്ളെന്നും പറഞ്ഞാ ഇങ്ങോട്ടു പോന്നെ. എന്തു പാടുപെട്ടാ ഞങ്ങളു വന്നു പിടിച്ചോണ്ടു പോയെ?"

കാളിക്കുട്ടിയുടെ മുഖത്ത് ഒരു നിസ്സഹായതാഭാവം പരന്നു. ഒരാശ്രയത്തിനുവേണ്ടി അയാൾ കറമ്പന്റെ നേരെ നോക്കി.

"നിങ്ങളും കൂടെവാ. എന്നാലക്കൊണ്ട് തമ്പ്രാൻ ഇനി അവധി പറയത്തില്ല."

"ഓ, എന്നാ അങ്ങനാവട്ടെ."

കറമ്പൻ തിരുവഞ്ചനെയും കൂട്ടി കാളിക്കുട്ടിയോടൊപ്പം പോയി.

അവരെ മൂവരേയും കൂടി കണ്ടപ്പോൾ ചാണ്ടപ്പിള്ളയുടെ മുഖത്ത് ഈർഷ്യ വ്യാപിച്ചു.

"എന്താ കാളിക്കുട്ടീ വിശേഷിച്ച്?"

കാളിക്കുട്ടി ഓച്ചാനിച്ചുകൊണ്ടു പറഞ്ഞു:

"പാച്ചന്റെ പൂട്ടുകൂലി കൊടുത്തില്ലേ."

"അതിനു ഞാനെന്തോ വേണം? എന്താണവന്റെ പൂട്ടുകൂലി കൊടുക്കാഞ്ഞെ?"

കാളിക്കുട്ടി ചാണ്ടപ്പിള്ളയുടെ മുഖത്തു മിഴിച്ചു നോക്കി.

"എന്താ നീ നിന്നു കണ്ണുതെള്ളിക്കുന്നെ?"

"അവന്റെ പൂട്ടുകൂലി ഇനി മുപ്പതു രൂപാ കൊടുക്കാനുണ്ടേ."

"മുപ്പതോ നാപ്പതോ. ഇവിടെന്തിനാ വന്നു പറേന്നെ?"

കാളിക്കുട്ടി അറച്ചറച്ചു പറഞ്ഞു:

"തമ്പ്രാ അതു തന്നില്ല."

ചാണ്ടപ്പിള്ളയുടെ കണ്ണുകൾ ജ്വലിച്ചു. അയാൾ ആക്രോശിച്ചു:

"ഫ എരപ്പാളീ, നെറികേട് പറയുന്നോ? നിന്റെ അളിയനെപ്പോലെ നീയും തുടങ്ങിയോ?"

ചാണ്ടപ്പിള്ളയുടെ താറ്റുകേട്ട് തിരുവഞ്ചനും കറമ്പനും സ്തബ്ധരായി നിന്നു.

കുറേനേരം വിഷണ്ണനായി നിന്നിട്ട് തന്റെ ഭാഗം വ്യക്തമാക്കാൻ കാളിക്കുട്ടി പാടുപെട്ടു.

"ഇന്നാളിച്ചോദിച്ചപ്പം തമ്പ്രാ കണക്കു നോക്കെട്ടെന്നു പറഞ്ഞു."

"അങ്ങനെ പറഞ്ഞതിനു ഞാൻ ഏത്തമിടണോ? പൂട്ടുകൂലിയും അതിനപ്പുറവും നീ പറ്റിയിട്ടുണ്ട്. പിന്നെയും ഞാൻ പൂട്ടുകൂലി തരാനുണ്ടെന്നും പറഞ്ഞ് നീ ആളുകളെയും കൂട്ടി വന്നിരിക്കുവാണോ? നിനക്കാരാ ഈ വേലവച്ചുതന്നത്?"

കാളിക്കുട്ടി മറ്റെന്തോ പറയാൻ ഭാവിച്ചപ്പോൾ ചാണ്ടപ്പിള്ള കൈ നിവർത്തുകൊണ്ട് അവന്റെ നേരെ ചെന്നു.

"ഫ, നിറുത്തെടാ നിന്റെ ലായും ചട്ടവും."

കാളിക്കുട്ടി ചൂളിപ്പോയി. പിന്നോക്കം തിരിഞ്ഞിട്ടു ചാണ്ടപ്പിള്ള പറഞ്ഞു:

"കൂടുതലു പ്രസംഗിച്ചാ നിന്റെ മറ്റോനു കൊണ്ടതോർമയുണ്ടോ?"

ചാണ്ടപ്പിള്ളയുടെ കണ്ണുരുട്ടും, കൈചുരുട്ടിക്കൊണ്ടുള്ള വരവും കാളിക്കുട്ടിയെ കിടിലം കൊള്ളിച്ചു. ഇനി എന്തെങ്കിലും മറുത്തു പറഞ്ഞാൽ ആ തടിച്ച കൈ തന്റെ ചെള്ളയ്ക്കു വീണതുതന്നെ. പിന്നെന്തു പറഞ്ഞതുകൊണ്ടെന്താ? എന്തു ചെയ്താലും സഹിച്ചേ പറ്റൂ.

എന്താണ് വേണ്ടതെന്നറിയാതെ കാളിക്കുട്ടി നിന്നു കുഴങ്ങി. തമ്പ്രാൻ എന്തെങ്കിലും കുത്തിക്കുറിച്ചു വച്ചിട്ടുണ്ടാവും. അതു കള്ളമാണെന്നാരു പറയും? മുപ്പതു രൂപാ കുറച്ചേ നൽകിയിട്ടുള്ളു എന്നതു സത്യം. പക്ഷേ, കാളിക്കുട്ടിയുടെ പക്കൽ കണക്കെവിടെ? തന്നത് ഓർമയുണ്ട്. അതെങ്ങനെ പറയും? പറഞ്ഞാലാരു വിശ്വസിക്കും?

ഇതിനിടയിൽ പാച്ചനങ്ങോട്ടു കടന്നുവന്നു. ചാണ്ടപ്പിള്ളയോടു മുഖത്തുനോക്കി പറഞ്ഞു:

"ഞാൻ ഇവിടുത്തെ നിലം പൂട്ടിയ കൂലി കിട്ടിയില്ല. ഇനി കേൾക്കാൻ ഒക്കത്തില്ല."

യാതൊന്നും അറിയാത്ത ഭാവത്തിൽ ചാണ്ടപ്പിള്ള ചോദിച്ചു:

"ഞാനെത്ര തവണ പൂട്ടുകൂലി തരണം?"

"അതൊന്നും എനിക്കറിഞ്ഞുകൂടാ. ഇനി മുപ്പതു രൂപ കിട്ടാനുണ്ട്."

"ആരാ നിന്നെ പൂട്ടാൻ വിളിച്ചെ? അവനോടു ചോദിക്ക്."

"അതൊന്നും എനിക്കറിയണ്ട. ഞാൻ ഇവിടുത്തെ നിലം പൂട്ടിയതിന്റെ കൂലി എനിക്കു കിട്ടണം. അതു കിട്ടാതെ....."

തിരുവഞ്ചൻ അളിയനെ ശാസിച്ചു:

"ഒന്നടങ്ങ്. തമ്പ്രാ അറിഞ്ഞോ ഇയ്യാടെ പൂട്ടുകൂലി തന്നിട്ടില്ലെന്ന്?"

"ഞാനത് എന്നേ കൊടുത്തതാണ് തിരുവഞ്ചോ."

"എനിക്കു കിട്ടിയിട്ടില്ല."

തിരുവഞ്ചൻ അനുനയത്തിൽ പറഞ്ഞു:

"നിനക്കെന്തായാലും പൂട്ടിക്കൊടുത്തതിന്റെ കൂലി കിട്ടും. തഞ്ചപ്പെട്."

തിരുവഞ്ചൻ ചാണ്ടപ്പിള്ളയുടെ നേരെ തിരിഞ്ഞ് അനുനയത്തിൽ പറഞ്ഞു:

"അവന്റെ കൂലി കിട്ടിയില്ലെന്ന് ഇവിടല്ലാതെ വേറെവിടെച്ചെന്നു പറയും തമ്പ്രാ?"

"ഞാനവനെ വിളിച്ചില്ല."

"വിളിച്ചതാരായാലും ഇവിടത്തെ നിലമാ അവൻ പൂട്ടിയെ."

ശരിയായ ന്യായവാദമാണ്. ചാണ്ടപ്പിള്ളയ്ക്കും തോന്നി. എന്തോ ചിന്തിച്ചുകൊണ്ട് മൗനമായിരുന്നു. എന്നിട്ട് ക്ഷുഭിതനായി പറഞ്ഞു:

"ശരി നിനക്കെത്ര രൂപയാ തരാനുള്ളത്? മുപ്പതോ?"

"ആന്നേ."

"ങ്, അതവന്റെ കാവലീന്ന് ഞാൻ കുറച്ചോളാം. നിനക്കു രൂപാ ഞാൻ തരാം. നാളെ ഇങ്ങോട്ടു പോരേ."

കാളിക്കുട്ടി മിഴിച്ചുനിന്നു. എന്താണീ കേൾക്കുന്നത്? തമ്പ്രാന്റെ നിലം പൂട്ടിയതിന് തന്റെ കൂലിയിൽ നിന്നുവേണോ കൊടുക്കാൻ?

ചാണ്ടപ്പിള്ള കാളിക്കുട്ടിയോടു തിരിഞ്ഞു പറഞ്ഞു:

"നിന്റെ കാവലും കീവലുമൊന്നും ഇവിടെ വേണ്ട. ഇടപാടു തീർത്തു പിരിഞ്ഞേരെ. പിന്നീ പറമ്പിൽ കാലുകുത്തിപ്പോകരുത്."

അടക്കാൻ കഴിയാത്ത വെറുപ്പോടെ കാളിക്കുട്ടി വിളിച്ചു പറഞ്ഞു:

"അടിയനും അങ്ങനാണേ നിശ്ചയിച്ചിരിക്കുന്നെ. ഈ നാറിയ പണി ഇനി അടിയനും വേണ്ട."

പത്തൊൻപത്

"**ഓ**ഹെയ്, ഓഹെയ്."

"ഓഹെയ്, ഓഹെയ്."

ഏവൂർക്കാരുടെ കെട്ടുകാളയെ കുതിരമുട്ടിലേക്കു കളിപ്പിച്ചുകൊണ്ട് വരികയാണ്.

കുഞ്ഞച്ചൻ അകലെ നിന്നു നോക്കി.

നല്ല തലപിടുത്തമുള്ള രണ്ടു കൂറ്റൻ കാളകൾ. ഒന്നു ചുമപ്പ്. ഒന്നു വെളുപ്പ്. പൊടിപടലത്തിൽ മുങ്ങിയ കാളയെടുപ്പുകൾ ആർത്തുവിളിക്കുന്നു.

"ഓഹെയ്, ഓഹെയ്."

"തിയ്യോ താരോ, തിയ്യോ താരോ."

"കൊണ്ടോ പെരുക്കോ."

"പെരുക്കോ പെരുക്കോ."

കാളയെടുപ്പുകാർ തങ്ങളുടെ തോളിൽനിന്ന് കാളച്ചട്ടം പൊക്കിയെറിഞ്ഞു. കാളയുടെ കഴുത്തിൽ കെട്ടിയിരുന്ന ഓട്ടുമണികൾ താളലയ

ത്തോടെ ചാഞ്ചാടുന്ന ശബ്ദം മുഴങ്ങി.

കുതിരമുട്ടിലെത്തിയപ്പോൾ ഒരു നീണ്ട ആർപ്പുവിളിയോടെ അവർ കാളയെ താഴെ വച്ചു.

"ആർപ്പോ..... ഓ...... ഓ..... ഇയ്യോ ഇയ്യോ."

ഏവൂർക്കാരുടെ കണ്ണിൽ പെടാതിരിക്കാൻ അവൻ ആ ആൾക്കൂട്ടത്തിൽ നിന്ന് ഒഴിഞ്ഞുനിന്നു. അവരാരെങ്കിലും കണ്ടാൽ കൂട്ടത്തിൽ കൂടാതിരിക്കാൻ പറ്റില്ല.

ആ വമ്പിച്ച പുരുഷാരത്തിനിടയിൽ ആരെയോ അന്വേഷിക്കുന്നതുപോലെ കുഞ്ഞച്ചൻ ചുറ്റിക്കറങ്ങി.

വണ്ടിക്കുതിരകളും കെട്ടുകാളകളും തേരുകളും കുതിരമുട്ടിൽ അണിനിരന്നപ്പോൾ, വട്ടമടിക്കുമുമ്പേ പിടിക്കേണ്ട കുതിരയെച്ചൊല്ലി ആളുകൾ തമ്മിൽ വഴക്കായി. ഉച്ചത്തിലുള്ള സംസാരവും കൈചുരുട്ടും നടന്നു.

അവരുടെ മുഖം വെയിലേറ്റു വാടിയിരുന്നു. ശരീരമാകെ വിയർപ്പിൽ കുളിച്ചു. പൊടിയും വിയർപ്പും ആ ശരീരത്തിൽ ഇഴുകിച്ചേർന്നു. കള്ളിന്റെയും 'കൊട്ടുടി' യുടെയും രൂക്ഷമായ ഗന്ധം അന്തരീക്ഷത്തിലുയർന്നു.

മറ്റത്തുകാരുടെ കുതിരയെ മുമ്പെ പിടിക്കുകയാണ് കീഴ്നടപ്പ്. ഇപ്പോൾ പേളക്കാർ അതു സമ്മതിക്കില്ല. അവരുടെ കുതിരയെ പിടിച്ച് എല്ലാറ്റിനും മുന്നിൽ കൊണ്ടുചെന്ന് വച്ചിരിക്കുന്നു. ആരാണതു സഹിക്കുന്നത്?

മറ്റത്തുകാർ മാത്രമല്ല, സകലമാന കരക്കാരും ആ ധിക്കാരത്തെ ചോദ്യം ചെയ്തു. ഉച്ചത്തിലുള്ള സംസാരം കൈവയ്പ്പിൽ കലാശിച്ചു. ലക്കില്ലാതെ തമ്മിൽത്തമ്മിൽ അടിച്ചു. അടി കണ്ടു പേടിച്ച് കുട്ടികളെയും എടുത്തുകൊണ്ട് സ്ത്രീകൾ നാലുപാടും ഓടി.

മെമ്പറു കുട്ടിയും കമ്മിറ്റിക്കാരും അറിഞ്ഞു കേട്ടു വന്നപ്പോഴേക്കും പേളക്കാർ അടിയിൽ തോറ്റു കഴിഞ്ഞു. മധ്യസ്ഥം പറച്ചിലും അനുരഞ്ജനവും നടന്നു. ഒടുവിൽ കീഴ്നടപ്പ് പുനഃസ്ഥാപിക്കപ്പെട്ടു.

ആർപ്പുവിളിയോടെ കുതിരയെ പിടിച്ചു. ചെണ്ടമേളങ്ങളോടും കുത്തിയോട്ടങ്ങളോടും കൂടി കെട്ടുകാഴ്ച മുന്നോട്ടു നീങ്ങി.

കുതിരയെ പിടിക്കാനും കുത്തിയോട്ടം നടത്താനുമെല്ലാം ഇതിനു മുമ്പ് എന്തൊരാവേശമായിരുന്നു. ഇപ്പോൾ ഒരു കൗതുകവും തോന്നിയില്ല. കെട്ടുകാഴ്ചയുടെ പിന്നാലെ നീങ്ങുന്ന ആ ജനസമൂഹത്തോടൊപ്പം അവനും ഒഴുകിനീങ്ങി.

അണിഞ്ഞൊരുങ്ങി നടന്ന പുലക്കിടാത്തികളുടെ കൂട്ടത്തിൽ ആരെയോ തിരക്കി നടന്നു.

നോക്കി നടന്നു കണ്ണുകഴച്ചു. പിടലിയുടെ ഞരമ്പു നീണ്ടു. അമ്പലത്തിൽ എത്തിയപ്പോൾ മുതൽ തിരക്കുകയാണ്. ഉദ്വേഗം കൊണ്ടു വീർപ്പുമുട്ടി. ആ ബഹുജനങ്ങളുടെ നടുവിൽ ഒരേകാന്ത പഥികനെപ്പോലെ, വിതുമ്പുന്ന ഹൃദയത്തോടെ കുഞ്ഞച്ചൻ അലഞ്ഞു നടന്നു.

കണ്ണനും കൂട്ടുകാരും നടന്നു വരുന്നു. അവർ ആരെയോ തിരക്കുകയാണ്. കണ്ടെത്തിയാൽ കൂട്ടത്തിൽ പെട്ടതുതന്നെ. അവരുടെ കണ്ണിൽ

പെടാതിരിക്കാൻ വേണ്ടി അവിടെനിന്നൊഴിഞ്ഞു മാറി.

മറുതാച്ചി നടയിലെ ഉത്സവത്തെക്കുറിച്ചുവിചാരിച്ചുകൊണ്ടാണ് കുട്ട നാട്ടുനിന്നു മടങ്ങിയത്. ഉത്സവത്തിനു തമ്മിൽ കാണാം; ആൾക്കൂട്ടത്തിൽ നിന്നൊഴിഞ്ഞുമാറി വർത്തമാനം പറയാം. എന്തെല്ലാം അറിയാനും പറ യാനുമുണ്ട്.

ആ ഉത്സവത്തിനുവേണ്ടി ദിവസങ്ങളെണ്ണിയിരുന്നു. ഒറ്റയ്ക്കിരിക്കു മ്പോൾ അവളെക്കുറിച്ചുള്ള ചിന്തകൾ ഒരു പുത്തിരിപോലെ ഹൃദയത്തിൽ കത്തിനിൽക്കും. നേരെയങ്ങു ചുനക്കരയ്ക്കു ചെല്ലാനുള്ള ആവേശം തോന്നും. ഒടുവിൽ സ്വയം സമാധാനപ്പെടും. അശ്വതിയുത്സവം വരെ ക്ഷമിച്ചിരിക്കാൻ തീരുമാനിക്കും.

രണ്ടു മൂന്നു ദിവസം മത്തായിയുടെയും കണ്ണന്റെയും കൂടെ ചുറ്റി നടന്നു. അടുത്ത ഞായറാഴ്ച ഈ അമ്പലത്തിൽ വച്ചുതന്നെ ഒരാലോ ചനായോഗം കൂടാൻ അവർക്കുദ്ദേശമുണ്ട്. ആ വിവരം മറ്റുള്ളവരെ അറി യിക്കാൻ വേണ്ടി എല്ലായിടത്തും ഒന്ന് ചുറ്റിക്കറങ്ങുന്ന കാര്യം പറഞ്ഞി രുന്നു.

കുളിച്ചൊരുങ്ങി ഉത്സവത്തിനു പോകാൻ ഭാവിക്കുമ്പോൾ മത്തായി പറഞ്ഞു:

"എടോ നമുക്കു വടക്കേ തുണ്ടം വരെയൊന്നുപോണം. താൻ വരുന്നോ?"

"ഉത്സവമായിട്ട് ഇന്നെന്തുവാ വടക്കേ തുണ്ടത്തിൽ?"

മത്തായിയുടെ ക്ഷണത്തിൽ കുഞ്ഞച്ചനു കൗതുകം തോന്നിയില്ല.

"അവിടെ കൂടിയിട്ടു നമുക്കെല്ലാവർക്കും കൂടി ഉത്സവസ്ഥലത്തോട്ടു പോകാം."

കുഞ്ഞച്ചൻ കുഴഞ്ഞു. അവരുടെ കൂടെ ചെന്നുപെട്ടാൽ ഉദ്ദേശിച്ച കാര്യം നടപ്പില്ല. തങ്കമ്മയെ കണ്ടുപിടിക്കാനോ, കണ്ടുപിടിച്ചാൽത്തന്നെ അവളുമായി സംസാരിക്കാനോ കഴിയുകയില്ല. എങ്ങനെയെങ്കിലും തടി തപ്പാൻ വേണ്ടി മത്തായിയോടു പറഞ്ഞു:

"മത്തായിച്ചൻ പോയേരെ. വല്ലോമൊന്നു കഴിച്ചോണ്ട് ഞാനങ്ങു വന്നേക്കാം."

"താമസിക്കരുത്."

"ഇല്ല."

മത്തായി മടങ്ങിപ്പോകുന്നതു നോക്കി അവൻ തന്നത്താൻ ചിരിച്ചു. വേറെ വഴിയിലൂടെ അമ്പലത്തിലേക്കു പോന്നു.

നേർച്ചയും വഴിപാടുമായി നാടായ നാട്ടിലുള്ള പുലയരെല്ലാം അന്ന് മറുതാച്ചി നടയിൽ കൂടിയിട്ടുണ്ട്.

മറ്റത്ത് വിരുന്നുകാരില്ലാത്ത വീടുകളില്ല. മാടങ്ങളിലെല്ലാം പരിപ്പും പപ്പടവും കൂട്ടിയാണു സദ്യ. ദൂരസ്ഥലങ്ങളിൽനിന്നു വന്നവർ, ആ സ്ഥല ത്തിനു ചുറ്റുമുള്ള വയലുകളിൽ അടുപ്പുകൂട്ടി ആഹാരം തയ്യാറാക്കി കഴിച്ചു.

ഉച്ചതിരിഞ്ഞപ്പോൾ ആണും പെണ്ണും ഉടുത്തൊരുങ്ങി അമ്പലത്തി ലേക്കു വരാൻ തുടങ്ങി.

വരമ്പുകളിലും നിലങ്ങളിലുമെല്ലാം ചായക്കടകളും മുറുക്കാൻ കടകളും നിരന്നുനിന്നു. വർണചിത്രങ്ങളും കലണ്ടറുകളും ബലൂണുകളും കൊണ്ട് അവ കെട്ടിയലങ്കരിച്ചിട്ടുണ്ട്. വച്ചുവാണിഭക്കാർ നിരന്നിരിക്കുന്നു. കപ്പലണ്ടി, പൊരികടല, റബ്ബർമിഠായി, കുപ്പിവള, പളുങ്കുമാല, ബലൂൺ, റിബ്ബൺ, ചാന്ത്, കണ്മഷി, കളിപ്പാട്ടങ്ങൾ എന്നിവയെല്ലാം വഴിനീളെ വിൽപ്പനയ്ക്ക് വച്ചിട്ടുണ്ട്. കുട്ടികൾ പീപ്പിയൂതി നടന്നു. കുലുക്കിക്കുത്തുകാർ ഉറക്കെ വിളിച്ചു പറഞ്ഞു:

"വൈ രാജാ വൈ- ഒന്നു വച്ചാ രണ്ടു കിട്ടും."

ആ ബഹളത്തിനിടയിലൂടെ ചുറ്റിനടന്നു കുഞ്ഞച്ചൻ കുതിരമൂട്ടിൽ എത്തി. കെട്ടുകാഴ്ചയുടെ പുറകെ അമ്പലത്തിലേയ്ക്ക് നടന്നു.

വട്ടമടി കഴിഞ്ഞപ്പോൾ അവിടെയും വഴക്കു തന്നെ.

മറ്റം വടക്കുകാർ കുതിരയെ പിടിച്ചു കന്നിമേൽ കോണിൽ കൊണ്ടു ചെന്നുവച്ചു. അവിടെ കുതിരയെ വയ്ക്കാനുള്ള അവകാശം കണ്ണമംഗലത്തുകാർക്കാണ്. പിന്നെങ്ങനെ അടി ഒഴിവാക്കാൻ കഴിയും? ആ അവകാശം നഷ്ടപ്പെടുത്തിക്കൊണ്ട് കണ്ണമംഗലത്തുകാർ തോറ്റു മടങ്ങാനോ? അടിയും ബഹളവുമായി. മെമ്പറുകുട്ടിയും കമ്മിറ്റിക്കാരും ഓടിയെത്തി. വഴക്ക് പറഞ്ഞൊതുക്കി.

സേവ നടന്നുകൊണ്ടിരിക്കുമ്പോൾ കുഞ്ഞച്ചൻ ക്ഷേത്ര പരിസരത്തു ചുറ്റിക്കറങ്ങി. പെണ്ണുങ്ങൾ വട്ടമിട്ടിരുന്ന് വർത്തമാനം പറയുന്നിടത്തും ചായ കുടിച്ചുകൊണ്ടിരിക്കുന്നിടത്തും ചെന്നെത്തിനോക്കി. ആ നോട്ടം കണ്ട് പെണ്ണുങ്ങൾ കാര്യം തിരക്കി. കിടാത്തിമാർ നാണിച്ച് മുഖം കുനിച്ചു.

ഇളിഭ്യനായി തിരിച്ചു നടന്നു. ഇനി എവിടെ നോക്കാനാണ്?

വന്നിട്ടുണ്ടെങ്കിൽ താലപ്പൊലി നടക്കുമ്പോൾ കാണാം. കണ്ടെത്തുമ്പോൾ കണ്ണുകാട്ടി വിളിക്കണം. ആൾക്കൂട്ടത്തിൽ നിന്നൊഴിഞ്ഞ്, ഇരുട്ടുവാക്കിനു പോയി, കെട്ടിപ്പിടിച്ചൊരുമ്മ കൊടുക്കണം. കുതറിയാലും വിടില്ല, ഇങ്ങനെ നോക്കി നടത്തിച്ചതിന്....

വയലുകൾക്കക്കരെനിന്ന് ചൂട്ടും കത്തിച്ചുപിടിച്ച് കോലങ്ങൾ വരാൻ തുടങ്ങി.

ഉഗ്രമായ കണ്ണുകളും നീണ്ട ദംഷ്ട്രകളും വെളിയിലേക്കു നീട്ടിയിരിക്കുന്ന നാക്കും കണ്ടാൽ പേടി തോന്നും.

മുമ്പൊരിക്കൽ പനി വന്നപ്പോൾ തന്നെക്കൊണ്ട് കോലം എടുപ്പിച്ചേക്കാമെന്ന് അച്ഛനും അമ്മയും നേർച്ച നേർന്നു. രണ്ടുദിവസത്തെ വ്രതമായിരുന്നു. രാവിലെ കുളിച്ച്, അലക്കിയ മുണ്ടുടുത്തു. പഴം ചോറു കഴിക്കാതെയും മീൻ കൂട്ടാതെയും ദൈവവിചാരത്തോടെ കഴിഞ്ഞു.

കണിയാന്മാരാണ് പാള കൂട്ടിക്കെട്ടി കോലമുണ്ടാക്കി കൊടുത്തത്. അതു വച്ചുകെട്ടി അരയിൽ കുരുത്തോല ഞൊറിഞ്ഞുടുത്തു. ചൂട്ടിന്റെ വെളിച്ചത്തിൽ അമ്പലത്തിലേക്കു വന്നു.

അർധരാത്രിയായപ്പോൾ പരിസരം മുഴുവൻ കോലങ്ങളെക്കൊണ്ട് നിറഞ്ഞു. ഭൈരവികോലം, മാടൻകോലം, മറുതാകോലം, കാലൻകോലം, കാലയക്ഷിക്കോലം.

ഏതെല്ലാംതരം കോലങ്ങൾ!

താലപ്പൊലി തുടങ്ങി.

പത്തുനൂറു തീവെട്ടികൾ.

താലപ്പൊലിയുടെയും കത്തിപ്പടരുന്ന തീവെട്ടികളുടെയും പ്രകാശ പടലത്തിൽ പുലക്കിടാത്തിമാരുടെ മുഖം തിളങ്ങി.

അകലെനിന്നു നോക്കിയപ്പോൾ ഓരോ പെൺകുട്ടിയും അവന്റെ തങ്കമ്മയാണെന്നു തോന്നി.

അണിഞ്ഞൊരുങ്ങി പൊട്ടുംതൊട്ട്, ചുണ്ടുകളിൽ മന്ദഹാസവും ഉതിർത്തു നിൽക്കുന്ന കന്യകമാരുടെ മുഖത്തു നോക്കി കിഴക്കു പടിഞ്ഞാറു നടന്നു. അവൾ മാത്രമില്ല. അവൾ വന്നിട്ടില്ല. വരാമെന്നു പറഞ്ഞതു വെറുതെയായിരുന്നോ? അവൾ എല്ലാമങ്ങു മറന്നു കാണുമോ?

ഉത്സവത്തിന്റെ ബഹളം. നോക്കുന്നിടത്തെല്ലാം വിളക്കും വെട്ടവും കൊട്ടും കുരവയും. പക്ഷേ, അവന്റെ മനസ്സ് മാത്രം ശൂന്യമാണ്. “അമ്പലത്തിൽ തമ്പുരാനെ”യും എഴുന്നള്ളിച്ചുകൊണ്ട് വാദ്യമേളങ്ങളോടും വായ്ക്കുരവയോടും കൂടി താലപ്പൊലി ആൽത്തറ മൂട്ടിലേക്കു പോയി. പുറകെ ആണും പെണ്ണും കുഞ്ഞുകുട്ടി പരാധീനമെല്ലാം.

കുഞ്ഞച്ചൻ മാത്രം തിരികെ നടന്നു. വയലിലൂടിറങ്ങി നേരെ ഏവൂരേക്കു നടന്നു.

ചെട്ടിക്കുളങ്ങര ഭഗവതി ക്ഷേത്രത്തിലെ ഭരണിയുത്സവംപോലും കാണാൻ നിൽക്കാതെ പിറ്റേന്ന് ചുനക്കരയ്ക്കു പോയി.

അമ്പലത്തിനടുത്തെത്തിയപ്പോൾ നേരം വൈകി. കുഞ്ഞിത്തേവനമ്മാവന്റെ മാടം തിരക്കി നടന്നു.

പുഞ്ചയുടെ പടിഞ്ഞാറെ തീരത്ത്, നീറ്റിലഞ്ഞി വളർന്നെഴുന്നു നിൽക്കുന്നു. ആറ്റുവഞ്ചികൾ ചുവന്ന പൂ ചൂടി നിൽക്കുന്നു. അതിന്റെ പിന്നിൽ, നിരക്കെ പുലക്കുടിലുകൾ. അവിടെ ഒട്ടുനേരം അറച്ചുനിന്നു.

അപ്പോൾ, ദൂരെ, വെള്ളപ്പൂവുള്ള കോവൽവള്ളി ചുറ്റിപ്പടർന്ന കാട്ടുപൊന്തയ്ക്കരികിലൂടെ, തലയിൽ ഒരു കെട്ടു പുല്ലുമായി, ഒരു പൈക്കിടാവിനെയും തെളിച്ചുകൊണ്ട് അവൾ കുടിലിലേക്കു നടന്നു പോകുന്നതു കണ്ടു.

മനസിൽ ഒരു നിലാത്തിരി കത്തിനിന്നു.

മാടത്തിനോടു ചേർന്ന കന്നാലിക്കൊട്ടിലിൽ പൈക്കിടാവിനെ കെട്ടിയിട്ടു വെളിയിലേക്കിറങ്ങുമ്പോൾ അവന്റെ മുഖത്താണ് നോക്കിയത്. അത്ഭുതപരതന്ത്രയായി നിന്നുപോയി.

അവന്റെ ചിരി കൊണ്ടുള്ള ചോദ്യം:

“എന്താ അറിയുമോ?”

“ഇതെങ്ങനെ വന്ന് ഇവിടെ?”

“കൊള്ളാം നല്ല ചോദ്യം..... തിരക്കി നടന്നു കുഴഞ്ഞ്, അവസാനം ആളിനെ കണ്ടുപിടിച്ചപ്പോൾ എങ്ങനെ വന്ന്, എന്തിന് വന്ന്, എന്നൊക്കെ!”

അവൾ നാണിച്ചു മുഖം കുനിച്ചുകൊണ്ട് പറഞ്ഞു.

"എന്നാൽ.... ഇങ്ങോട്ടു കയറിയിരിക്ക്." അവൾ മാടത്തിനകത്തേക്കു കയറി. ഒരു പൂട്ടൽ നിവർത്ത് ഇരിക്കാനിട്ടു.

അവൻ തെല്ലൊരു പരിഭവത്തോടെ ചോദിച്ചു:

"നീയെന്തിനാ എന്നെ പറഞ്ഞു കളിപ്പിച്ചത്? ഇന്നലെ വരാമെന്നു പറഞ്ഞിട്ട്......"

അവൾ കുറ്റസമ്മതത്തോടെ അവന്റെ നേരെ നോക്കി.

"ഇവിടുന്നെങ്ങും കൂട്ടുകാരില്ലാരുന്ന്."

"നീ വരുമെന്നു കരുതി ഞാൻ വെളുപ്പാൻകാലംവരെ തിരക്കി നടന്നു. ഒരു പോളക്കണ്ണടച്ചില്ല."

അവൻ അടുത്തേക്കു നീങ്ങി അവളുടെ കൈയിൽ കടന്നുപിടിച്ചു. അവൾ കുതറിമാറി ശബ്ദമടക്കിപ്പറഞ്ഞു:

"ശ്ശ്..... അമ്മ."

"എന്ത്യേ?"

"വരുന്നോന്നു നോക്കട്ടെ."

അവൾ മുറ്റത്തേക്കിറക്കി വഴിയിലേക്കു നോക്കിനിന്നു.

"അമ്മ എവിടെപ്പോയി?"

"പീടിയേപ്പോയതാ. ഇപ്പം വരും."

"എന്നെ കളിപ്പിച്ചേത്..... കൊച്ചുകള്ളീ."

അവൾ വടക്കോട്ടു നോക്കിക്കൊണ്ടു പറഞ്ഞു:

"അതാ വരുന്നു."

കുഞ്ഞച്ചൻ തിണ്ണയിൽകിടന്ന പുട്ടലിൽ ഇരിപ്പുറപ്പിച്ചു. അവിടെയിരുന്ന് തിരിഞ്ഞും പിരിഞ്ഞും നോക്കി. കളിമണ്ണു വാരിപ്പൊത്തി, കരിയും ചാണകവും മെഴുകി ഭംഗിപിടിപ്പിച്ച വീട്. കാറ്റുകേറാൻവേണ്ടി മണ്ണുകൊണ്ടുണ്ടാക്കിയ കിളിവാതിലുകൾ.

തങ്കമ്മ ഓടിച്ചെന്ന് അമ്മയോട് വിരുന്നുകാരനെക്കുറിച്ച് പറഞ്ഞു.

അണിമ തുണിക്കൊട്ടയും ചീനിയുമായി അടുത്തുവന്നപ്പോൾ കുഞ്ഞച്ചൻ ആചരണയോടെ എഴുന്നേറ്റുനിന്നു. വെറ്റിലക്കറ പുരണ്ട പല്ലു കാട്ടി ചിരിച്ചുകൊണ്ട് അണിമ വിശേഷം തിരക്കി:

"എപ്പഴാ ഇയ്യാളു വന്നേ?"

"ഇപ്പഴിങ്ങോട്ടു വന്നതേയുള്ളു."

"എന്താ അങ്ങു നിൽക്കുന്നെ? അങ്ങോട്ടു കേറിയിരി."

"കുഞ്ഞച്ചൻ നിന്നതേയുള്ളു."

"അമ്മാവനെന്ത്യേ?"

"അമ്മാവൻ ജോലിക്കു പോയിട്ടു വന്നില്ല. നിന്നു കാലുകഴയ്ക്കാതെ അങ്ങോട്ടിരുന്നൂടായോ?"

കുഞ്ഞച്ചൻ ഇരുന്നു. അവന്റെ നാണംകലർന്ന ചിരി കണ്ട് അണിമ ചോദിച്ചു:

"ന്തിനാ അമ്മാവനെ തിരക്കിയെ?"

അമ്മയുടെ പക്കൽനിന്ന് തുണിക്കൊട്ടയും ചീനിയും വാങ്ങിക്കൊണ്ട് തങ്കമ്മ അകത്തേക്കു കേറിപ്പോയി.

കുഞ്ഞച്ചൻ മറുപടി പറയാതെ പുഞ്ചിരിക്കുക മാത്രം ചെയ്തു. അണിമ കാര്യം ഏതാണ്ടൂഹിച്ചു കഴിഞ്ഞിരുന്നു. എങ്കിലും അവനെക്കൊണ്ട് പറയിക്കുന്നതിനുവേണ്ടി അവൾ ചോദിച്ചു:

"ഇയ്യാളെന്താ വെറുതെ ചിരിച്ചോണ്ടിരിക്കുന്നെ? കാര്യമെന്തുവാന്ന് ഞങ്ങളൂടെ അറിയട്ടെ."

കുഞ്ഞച്ചൻ നാണിച്ചു നാണിച്ചു പറഞ്ഞു:

"ഞാൻ വന്നത് അമ്മാവന്റേം അമ്മാവിയുടേം ഇഷ്ടം അറിയാനാ."

അണിമ ചിരിച്ചു. ഓഹോ ഇതാണോ കാര്യം എന്ന മട്ടിൽ.

"അതിനെന്താ അമ്മാവനിപ്പോ വരും..... ഇങ്ങോട്ടു വരട്ടെ."

തങ്കമ്മ തുണിക്കൊട്ട താങ്ങിപ്പിടിച്ച അകത്തെ വാതിലും ചാരി വീർപ്പടക്കി നിൽക്കുകയായിരുന്നു. അവരുടെ സംസാരം കേട്ടപ്പോൾ അവളുടെയുള്ളിൽ ഒരു വേലിയേറ്റം നടന്നു. അണിമ അകത്തേക്കു കയറിച്ചെന്നപ്പോൾ, താനൊന്നു മറിഞ്ഞില്ലേ എന്ന മട്ടിൽ അവൾ മുറമെടുത്തു വച്ച് ചീനിയരിയാൻ തുടങ്ങി.

പിള്ളാരെ പറഞ്ഞയച്ച് തള്ള കാപ്പിപ്പൊടിയും പഞ്ചസാരയും വാങ്ങിപ്പിച്ചു. അതു തിളപ്പിച്ചു പാത്രത്തിലൊഴിച്ച് മകളുടെ കൈയിൽ കൊടുത്തയച്ചു. പാത്രം നീട്ടിയപ്പോൾ അവൻ അവളുടെ കണ്ണുകളിലേക്കുറ്റു നോക്കി. കൈകൾ കടന്നു പിടിച്ചു. അവൾ പരുങ്ങലോടെ, നാണിച്ചു ചൂളി തലകുനിച്ചു നിന്നു.....

അമ്മയും മകളുംകൂടി കാര്യമായി വിരുന്നൊരുക്കി. വീട്ടുവിശേഷങ്ങൾ ചോദിച്ചു. അതിനിടയിൽ കുഞ്ഞിത്തേവൻ പണികഴിഞ്ഞു കേറിവന്നു. അണിമ മുറ്റത്തേക്കിറങ്ങിച്ചെന്ന് അയാളുടെ ചെവിയിൽ എന്തോ മന്ത്രിച്ചു.

കുഞ്ഞിത്തേവന്റെ ചുക്കിച്ചുളിഞ്ഞ മുഖത്ത് ഒരു ചിരി പരന്നു.

"ഇയാളെപ്പം വന്ന്?"

"കുറേ നേരമായി"

"എന്തോ ഒണ്ട് പടിഞ്ഞാറൻ വഴിക്ക് വിചേഴം?"

"വിശേഷമായിട്ടൊന്നുമില്ല."

"അച്ഛനും അമ്മയ്ക്കുമൊക്കെ സൊകമാണോ?"

"സുഖമാ."

"ആ വഴിക്ക് കൊയ്ത്തെല്ലാം കഴിഞ്ഞോ?"

"കഴിഞ്ഞു."

"കൃഷി എങ്ങനിരുന്ന്?"

"തരക്കേടില്ല."

"ഇവിടേം തരക്കേടില്ല. ചെറുവല്ലാരൻ വിതച്ചവർക്ക് നല്ല വിളവാരുന്ന്."

കുഞ്ഞിത്തേവൻ അണിമയെ വിളിച്ചു:

"എടിയേ, ഇതിയാൻ വന്നിട്ട് എന്തോ കൊടുത്ത്?"

"ഇനി എല്ലാരുക്കും കൂടങ്ങ് വിളമ്പാം. എല്ലാം വേവായി."

തേവൻ മേൽ കഴുകി വന്നു. കുഞ്ഞച്ചനെ ശാപ്പാടിനു ക്ഷണിച്ചു.

"ഇപ്പോൾ വേണ്ടമ്മാവീ."

അവൻ ഒഴിയാൻ നോക്കി. അണിമ വിട്ടില്ല.

"എന്നാലും നല്ലപ്പം വന്നാലക്കൊണ്ട് ഒന്നും കഴിക്കാണ്ടു പോകാനൊക്കത്തില്ല."

കുഞ്ഞിത്തേവനും കുഞ്ഞച്ചനുംകൂടി ഉണ്ണാനിരുന്നു. തങ്കമ്മ ചോറും കൂട്ടാനും പകർന്ന് അകത്തെ വാതിലിനടുത്തു കൊണ്ടുചെന്നു വച്ചു. അണിമ അതെടുത്ത് വിളമ്പിക്കൊടുക്കുന്നതു നോക്കിക്കൊണ്ട് അവൾ വാതിലിൽ നിന്നു.

ഊണു തുടങ്ങിയപ്പോൾ ഒരു ചട്ടിയിൽ കുറെ കൂട്ടാനും ഒരു തവിയുമായി അണിമ അവരുടെ മുന്നിൽ ഇരിപ്പുറപ്പിച്ചു. വിശേഷങ്ങൾ ചോദിക്കുന്നതിനിടയ്ക്ക് അവൾ തിരക്കി.

"അവിടുന്നാരും ഇങ്ങോട്ടു വരത്തില്യോ?"

"വരും. അച്ഛനും അളിയനുംകൂടി ഇങ്ങോട്ടു വരാനിരിക്കുവാ."

ശാപ്പാടും കഴിഞ്ഞ് കുഞ്ഞച്ചൻ യാത്രചോദിച്ചു. അണിമ ഉപചാരം പറഞ്ഞു:

"ഇന്നിപ്പം പോണോ? അങ്ങു ചെല്ലുമ്പം നേരം ഇരുട്ടത്തില്യോ?"

"അതു സാരമില്ല."

കുഞ്ഞിത്തേവൻ നിർബന്ധിച്ചു:

"ഇനി വെളുപ്പിനെ അങ്ങെണീറ്റു പോ അതുമതി."

കുറേനേരം കൂടി വർത്തമാനം പറഞ്ഞുകൊണ്ടിരുന്നു. തങ്കമ്മ മാടത്തിന്റെ കൊച്ചുതിണ്ണയിൽ പായ് വിരിച്ചുകൊടുത്തു. ഉറക്കം വരാതെ തിരിഞ്ഞും പിരിഞ്ഞും കിടന്നു.

പുഞ്ചയുടെ കിഴക്കുഭാഗത്തുള്ള കമ്പിളിമലയുടെ ഉച്ചിയിൽ നിലാവ് ഉദിച്ചുയർന്നു. ആകാശത്ത് നൂറായിരം നക്ഷത്രങ്ങൾ നിന്നു മിന്നിത്തിളങ്ങുന്നു.

രാക്കിളികളുടെ കരച്ചിൽ കേട്ട് കണ്ണുതുറന്നു നോക്കി. പുഞ്ചയിൽ മിന്നാമിനുങ്ങുകൾ പറന്നു നടക്കുന്നതുകണ്ടു. കമ്പിളിമലയ്ക്കു മുകളിൽ നക്ഷത്രങ്ങൾ എരിഞ്ഞുവീഴുന്നു.

വെളുപ്പാൻകാലത്ത് കോഴികൂവുന്നതു കേട്ടുകൊണ്ട് അവിടെ നിന്നിറങ്ങി നേരെ റോഡിലേക്കു നടന്നു.

വീട്ടിലെത്തിയപ്പോൾ അമ്മയുടെയും അച്ഛന്റെയും മുഖത്തു നോക്കാൻ നാണം തോന്നി.

വൈകിട്ട് അമ്മയുടെ അടുക്കൽ പറ്റിക്കൂടി കാര്യം സൂചിപ്പിച്ചു.

"അച്ഛനോട് അമ്മയൊന്നു പറയണം. ചുനക്കരവരെയൊന്നു പോവാനാ."

അവന്റെ നാണം കണ്ട് ചാത്തന ചോദിച്ചു:

"എന്താ കാര്യം? നീയവിടെങ്ങാനും വല്ല കുഴിയട്ടികളേം കണ്ടുവച്ചിരിക്കുന്നോ?"

"കണ്ടുവച്ചിട്ടൊന്നുമില്ല. അച്ഛനും അളിയനും കൂടി കൊള്ളാമോന്നൊന്നു നോക്കട്ടെ."

ചാത്തനയ്ക്കു സന്തോഷമുള്ള കാര്യം തന്നെ.

"ചുനക്കരെ എവിടാ?"

"അമ്പലത്തിനു കിഴക്ക്."

"നീ കുഴിയട്ടീനെ കണ്ടോ?"

"കണ്ടു."

"എന്നിട്ട്?"

"ങ്."

"കൊള്ളാവുന്ന കുടിയാണോ?"

അവൻ ചിരിച്ചുകൊണ്ടിരിക്കുന്നതുകണ്ട് ചാത്തന വ്യക്തമായി ചോദിച്ചു:

"തമ്പ്രാനും തലവേലീം കാവലും ഏവലുമൊക്കെയുണ്ടോ?"

"അതൊക്കെ അതെ."

നേരവും തക്കവും പാർത്തു ചാത്തന കണ്ടങ്കാളിയോട് വിവരം പറഞ്ഞു:

"പിന്നെ, നിങ്ങളു പോയൊന്നു തിരക്കിയാട്ടെ. അവന്റാഗ്രഹമല്യോ? കൊച്ചുചെറുക്കനേം വിളിച്ചോണ്ടൊന്നു പോ."

വിവരമറിഞ്ഞപ്പോൾ കൊച്ചുചെറുക്കൻ കുഞ്ഞച്ചനോടു ചോദിച്ചു:

"അളിയൻ പെണ്ണിനെ കണ്ടോ?"

"കണ്ടു."

"എന്നിട്ട് കണ്ണിൽ പിടിച്ചോ?"

ഒരു കള്ളച്ചിരിയോടെ പറഞ്ഞു:

"പിടിച്ചു."

കണ്ടൻകാളിയും മരുമകനുംകൂടി പെണ്ണുകാണാൻ പോയി.

പെണ്ണിനെയും വീട്ടുകാരെയുമെല്ലാം കണ്ടൻകാളിക്കും ഇഷ്ടമായി. പിടിപ്പുള്ള തമ്പ്രാക്കന്മാരുടെ പുലയരാണ്. ചെന്നു കണ്ടിടത്തോളവും തരക്കേടില്ല. നല്ല പൊറുതി. എരുത്തിലും കന്നാലിയുമുണ്ട്.

കണ്ടൻകാളി ക്ഷണിച്ചതനുസരിച്ച് തേവനും മറ്റു രണ്ടുപേരുംകൂടി ഏവൂരേക്കു ചെന്നു. കണ്ടങ്കാളിയും ചാത്തനയും കൂടി വരത്തരെ വേണ്ടും വണ്ണമെല്ലാം സൽക്കരിച്ചു. ഊണും കഴിഞ്ഞ് അവർ നാലും കൂട്ടി മുറുക്കി. യാത്ര മുറുക്കാനുമായി തിരികെ പോന്നു.

കുടിയിലെത്തിയപ്പോൾ കുഞ്ഞിത്തേവനോട് അണിമ ചോദിച്ചു:

"പോയിക്കണ്ടിടത്തോളവും എങ്ങനിരിക്കുന്നു?"

അയാൾ സംതൃപ്തിയോടെ തലകുലുക്കി.

"കേമപ്പെട്ട പൊറുതിയാ. ചാലിത്തറക്കാരു പണ്ടേ വലിയ കുടിക്കാരാ."

"എന്നാ താമയിക്കാണ്ട് ഈ ബന്തമങ്ങു നടത്തണം."

ഒരുനിമിഷം എന്തോ ആലോചിച്ചിരുന്നിട്ട് കുഞ്ഞിത്തേവൻ പറഞ്ഞു:

"തഞ്ചംകൊട്..തിറുതി കാണിച്ചാലക്കൊണ്ട് അവരു ചോയിക്കണ പൊന്നും പണോം കൊടുക്കാനക്കൊണ്ടൊണ്ടോ?"

അണിമ കാര്യാലോചനയിലേക്കു കടന്നു.

"എന്നാലും അവരുക്കെന്തോ കൊടുക്കാനാ മനതിലിരിപ്പ്?"

ഒരു തീരുമാനമാകാത്തതുപോലെ അയാൾ മിണ്ടാതിരുന്നു.

"നമ്മുടെ മനതിലിരിപ്പ് പറ."

"ഒരു മൂന്നുപവന്റുരുപ്പടീം മുന്നൂറ രൂപയുംകൊണ്ട് നിറുത്താമോ ന്നൊന്നു നോക്കട്ടെ. അതിലിക്കുറച്ചെന്തുവാ?"

"ഇതു കേട്ടതു നേരാണെങ്കി, അതു തികയത്തില്ല. അവരൊതുങ്ങ ത്തില്ല."

അയാളുടെ മുഖത്ത് കുസൃതി കലർന്ന ഒരു ചിരി പരന്നു.

"ഏനതൊന്നു തൂചിപ്പിച്ചു. അല്ലെപ്പിന്നവരു ചോദിക്കട്ടെ."

അങ്ങോട്ടുമിങ്ങോട്ടും വീടുകാണൽ നടന്നു. നിശ്ചയത്തിന്റെ കാര്യം പറയാനെന്നും പറഞ്ഞ് ഒന്നുരണ്ടു തവണ കുഞ്ഞച്ചൻ ചുനക്കരെ വരി കയും പോവുകയും ചെയ്തു.

അവന്റെയൊരു വേവലാതിയും വാശിയും കണ്ട് കുഞ്ഞിത്തേവൻ ഉള്ളുകൊണ്ടു ചിരിച്ചു. അണിമയോടു രഹസ്യമായി പറയുകയും ചെയ്തു.

"ഇവിടെ വന്നാലക്കൊണ്ട് അവനൊരു സൊർക്കം കിട്ടിയ വാശിയാ. ഇക്കണെക്കിന്, ഒന്നും കൊടുത്തില്ലേലും കാര്യമങ്ങു നടക്കും."

അണിമ പരിഭവപ്പെട്ടു.

"അങ്ങനിപ്പം ഒപ്പിക്കണ്ട. ഞായത്തിനൊത്തതു കൊടുത്തുവേണം അവളെ അയക്കാനക്കൊണ്ട്. ആരുക്കുവേണ്ടിയാ നമ്മളെല്ലാം കെട്ടിപ്പി ടിച്ചോണ്ടിരിക്കുന്നെ?"

അണിമയുടെ ആ ഇടപെടൽ കുഞ്ഞിത്തേവന് അശേഷം ഇഷ്ട പ്പെട്ടില്ല. അയാൾ അവളുടെ നേരെ മുഖം വീർപ്പിച്ചു നോക്കി.

കുറേ നേരത്തേക്ക് ആരുമൊന്നും മിണ്ടിയില്ല.

ഇരുപത്

കാളിക്കുട്ടി ഏതോ വിചാരങ്ങളിൽ മുഴുകി കൂടെക്കൂടെ മൗന മായിരിക്കുന്നതു കണ്ട് കറമ്പി ചോദിച്ചു:

"എന്തുവാ മൂന്നാലു തെവതംകൊണ്ട് മനതിനൊരു കുണ്ടിതം."

ഞെട്ടിയുണർന്നതുപോലെ കാളിക്കുട്ടി പറഞ്ഞു:

"ഓ, ഒന്നുമില്ല."

എന്നു പറഞ്ഞെങ്കിലും അയാൾ ഖിന്നനും അസ്വസ്ഥനുമായിരുന്നു. കാലിനും കൈയ്ക്കും കരുത്തുവച്ച കാലം മുതൽ ചോര നീരാക്കി പണി ചെയ്ത വീട്ടിൽനിന്ന് ഒരൊറ്റ ദിവസംകൊണ്ട് പുറത്തായി. ഇനിയവിടെ കാലെടുത്തു കുത്തണ്ട.

എല്ലാം കൊണ്ടും ചീത്തകാലമാണ്. പാപ്പച്ചനുമായി വഴക്കുകൂ ടേണ്ടി വന്നു. അവന്റെ കൈയിൽനിന്ന് തല്ലുകിട്ടി. ഒരു കാവലുണ്ടായിരു ന്നതു പോയി. കള്ളനാണെന്ന പേരുദോഷവും.

അയാൾ കറമ്പിയിൽനിന്ന് വിവരങ്ങൾ മറച്ചുവച്ചിരുന്നെങ്കിലും അവൾ എല്ലാം അറിഞ്ഞു കഴിഞ്ഞിരുന്നു.

"ഏനൊരു കാര്യം ചോയിക്കട്ടെ, നമ്മളെ കാവലീന്നു മാറ്റിയോ?"

"നിന്നോടാരു പറഞ്ഞു?"

"കാവലീന്നു മാറ്റിയോ? അതു പറ."

"മാറ്റി. നിന്നോടാരു പറഞ്ഞു?"

"അതെന്തിനാ അറിയുന്നെ?"

തെല്ലുനേരം എന്തോ ആലോചിച്ചുകൊണ്ടു നിന്നിട്ട് അവൾ വീണ്ടും ചോദിച്ചു:

"ആട്ടെ. അവിടുത്തെ കാവലു പോയതി, നമുക്കു തങ്കടമുണ്ടോ?"

കാളിക്കുട്ടി ഒന്നും മിണ്ടിയില്ല. പിന്നെ സങ്കടമില്ലാതിരിക്കുമോ? എങ്കിലും കറമ്പി ധൈര്യം നൽകി.

"എന്നാ ഏനൊന്നു പറയട്ടെ. അതിലീ തങ്കടപ്പെടാനക്കൊണ്ടൊന്നുമില്ല. നമുക്കെങ്ങനേം. അങ്ങു കഴിയാം. ആ നാണംകെട്ട വേല കളഞ്ഞതു തന്നെ നല്ലത്."

"അതു നേരാ."

കാളിക്കുട്ടി ഒരു നെടുവീർപ്പിട്ടു.

"എന്നാലും പൂട്ടുകൂലി കള്ളം പറഞ്ഞെന്നും പറഞ്ഞല്യോ...അതാ ദണ്ണം."

കറമ്പി സമാധാനപ്പെടുത്തി.

"ദണ്ണപ്പെടാനക്കൊണ്ടൊന്നുമില്ല. നമ്മളു കള്ളം പറഞ്ഞേനാ കാവലൊഴിപ്പിച്ചതെന്ന് ഒരു മനുഷേരും പറേത്തില്ല."

"പിന്നോ?"

"ലൂക്കോയോടുള്ള കെറുകൊണ്ട് നമ്മളെ മാറ്റിയെന്നു പറയും. അല്ലാതെന്തുവാ? ലൂക്കോ പതത്തിനു പെണങ്ങീട്ടാന്ന് എല്ലാരുക്കും അറിയാം." അതു കേട്ടപ്പോൾ മനസിന്റെ ഭാരം കുറഞ്ഞു. കറമ്പി പറഞ്ഞതാണു ശരി.

ലൂക്കോ കണക്കുപറഞ്ഞെന്നും പറഞ്ഞ് അവന്റെ കന്നത്തടിച്ചു. എന്നിട്ടും അരിശം തീരാഞ്ഞ് കള്ളനാണെന്നു പറഞ്ഞ്, തന്നെ കാവലീന്നു പറഞ്ഞയച്ചു. പോട്ടെ. അതില്ലാതെ ജീവിക്കാനൊക്കുമോന്നൊന്ന് കാണിച്ചുകൊടുക്കണം.

ഭാവിയെക്കുറിച്ച് ചില സങ്കൽപ്പങ്ങൾ രൂപപ്പെടുത്തി. ഒരു കാളക്കുമ്പൻ നുകം വച്ചുകെട്ടാൻ പരുവമായി നിൽക്കുന്നു. അവന്റെ ഒറ്റയ്ക്കൊരു കാളയെയോ പോത്തിനെയോ ഒപ്പിച്ചാൽ ഒരുത്തരെയും ആശ്രയിക്കാതെ കലപ്പ പിടിച്ചു ജീവിക്കാം. തന്റെ പദ്ധതിയെക്കുറിച്ച് അയാൾ ഭാര്യയോടു പറഞ്ഞു. അവൾ അതിനെ പിന്താങ്ങി.

"കൈക്കും കാലിനും ആവതൊണ്ടേ ചെറുകര തമ്പ്രാനല്ല, ഏതവനും പെണങ്ങിക്കോട്ടെ. ദൈവംതമ്പുരാൻ പെണങ്ങാതിരുന്നാ മതി. ചെറുകരേന്നു കിട്ടാനുള്ള കൂലി കണക്കുപറഞ്ഞു മേടിച്ചാട്ടെ. ബാക്കി കൂടൊപ്പിച്ച് നമുക്കൊരു കാളക്കൂമ്പനെ മേടിക്കാം."

അന്നു വൈകിട്ട് അയാൾ വയലിറക്കത്തുനിന്ന് പുല്ലു പറിച്ചുകൊണ്ട് നിൽക്കുമ്പോൾ കണ്ണനും മത്തായിയും കൂടി അയാളുടെ തറയിലേക്കു

ചെല്ലുന്നതു കണ്ടു.

കാളിക്കുട്ടി അടുത്തു ചെന്നപ്പോൾ കണ്ണൻ ചോദിച്ചു:

"എന്തൊക്കെയാ കാളിക്കുട്ടിച്ചേട്ടാ വിശേഷങ്ങൾ?"

"ഓ, ഒന്നുമില്ലെടോ. ഞാനിപ്പം പണിയൊന്നുമില്ലാതെ നിക്കുവാ. ചെറുകരേന്നു നമ്മളെ കാവലുംപിരിച്ചു."

"അതറിഞ്ഞോണ്ടാ ഞങ്ങളിങ്ങോട്ടു വന്നെ. വിവരമെല്ലാം മത്തായിച്ചൻ പറഞ്ഞു."

"ങ്. എല്ലാം അറിഞ്ഞുകാണുമല്ലോ? ലൂക്കോയോടുള്ള വൈരാഗ്യമാ."

"അതും മനസിലായി."

കുറെനേരം കാളിക്കുട്ടിയുടെ മുഖത്തു നോക്കിനിന്നിട്ട് മത്തായി പറഞ്ഞു:

"ഇത് നിസ്സാരമായങ്ങു തള്ളിക്കളയാവുന്ന കാര്യല്ലളിയാ. സ്ഥിരമായി ജോലി ചെയ്തിരുന്ന ഒരാളെ അങ്ങനെ തോന്നുമ്പഴങ്ങു പറഞ്ഞയക്കുന്നതു ശരിയല്ലല്ലോ."

കാളിക്കുട്ടി മത്തായിയുടെ മുഖത്തേക്കു നോക്കി.

"അതിനിപ്പോ എന്തോ ചെയ്യാനക്കൊണ്ടാ? ലൂക്കോ ഒരുത്തനാ- അല്ലേ എന്തിനാ അതു പറേന്നെ. നമ്മുടെ തലവിധി."

"ലൂക്കോയോടു ചോദിച്ചപ്പോ, അളിയനെ കരുതി അവൻ സഹിച്ചേതെന്നാ പറയുന്നെ. അല്ലെങ്കി തിരിച്ചങ്ങോട്ടും അവനൊന്നു കൊടുത്തോന്നോ."

കാളിക്കുട്ടി നെടുവീർപ്പോടെ പറഞ്ഞു:

"ആ, ഇനി അതിനെക്കുറിച്ചു പറഞ്ഞിട്ടു കാര്യമില്ല. വന്നതെല്ലാം വന്നു."

"അതു പൊയ്ക്കോട്ടെ. അളിയനെ കാവലീന്നു പിരിച്ചുവിട്ടതിനെക്കുറിച്ചെന്തു പറയുന്നു?"

"അതിനിപ്പോ എന്തോ പറയാനക്കൊണ്ടാ? അതിയാനെന്നെ ഇഷ്ടമില്ലാഞ്ഞിട്ടു പിരിച്ചുവിട്ടു."

കണ്ണൻ ചിരിച്ചുകൊണ്ടു പറഞ്ഞു:

"അങ്ങനെ പിരിച്ചുവിട്ടതിൽ ചേട്ടനെതിർപ്പുണ്ടെങ്കിൽ നമുക്കതിനു പരിഹാരം ഉണ്ടാക്കാം. അതു പറയാനാ ഞങ്ങളു വന്നത്."

"എന്നാ പരിഹാരം? അതിയാനു നമ്മളെ വേണ്ടെങ്കി നമുക്കതിയാനെ വേണോ?"

കാളിക്കുട്ടിയുടെ തണുപ്പൻ നിലപാടു മത്തായിക്കു പിടിച്ചില്ല. അതിലൊരു മാറ്റം വരുത്താൻവേണ്ടി അയാൾ പറഞ്ഞു:

"പക്ഷേ, ഈ വന്ന കാലത്ത് ആരെയും അങ്ങനങ്ങു പിരിച്ചുവിടാനൊന്നും പറ്റുകില്ല. അളിയൻ ഞങ്ങടെകൂടെ ആടാതെ നിന്നാ അയാളെ ഇവിടെവച്ചു നമുക്കു മുട്ടുകുത്തിക്കാം."

കാളിക്കുട്ടി മത്തായിയെ സംശയദൃഷ്ടിയോടെ നോക്കി.

"എന്തിനാ മുട്ടുകുത്തിക്കുന്നെ? തമ്പ്രാനു തമ്പ്രാന്റെ കാര്യം.

എനിക്ക് എന്റെ കാര്യം."

"അളിയൻ വെറുതെ ഒരാൾപ്പേരായി നിന്നാ മതി. ബാക്കിക്കാര്യങ്ങൾക്കു ഞങ്ങളുണ്ട്. ചാണ്ടപ്പിള്ളയെക്കൊണ്ട് ഞങ്ങൾ അളിയനെ തിരിച്ചെടുപ്പിക്കും."

കാളിക്കുട്ടി എന്തോ ആലോചിച്ചുകൊണ്ടിരുന്നിട്ട് വെറുപ്പോടെ പറഞ്ഞു:

"അതെന്തായാലും വേണ്ട. വഴക്കും പുക്കാറുമൊന്നും വേണ്ട. അവിടത്തെ പണി വേണ്ടാന്നുംപറഞ്ഞാ ഞാനും പോന്നെ."

"അതൊന്നും സാരമില്ല."

"എന്തായാലും ഇനി അവിടത്തെ പണി വേണ്ട. വേണ്ടാന്നുവച്ചതു വേണ്ടാന്നുതന്നെ."

കാളിക്കുട്ടിയെക്കുറിച്ചു മത്തായിക്കു പരിഹാസവും വെറുപ്പും തോന്നി.

"അല്ലേലും നമ്മടാളുകള് ഇങ്ങനത്തവരാണെന്ന് അവർക്കറിയാം. അതുകൊണ്ടാ തോന്നുമ്പം ജോലീന്നു പറഞ്ഞുവിടാനും പിടിച്ചുനിറുത്തി കന്നം അടിച്ചുപൊട്ടിക്കാനും ധൈര്യപ്പെടുന്നെ."

എന്തായാലും കാളിക്കുട്ടിയെ പിണക്കരുതെന്നു കരുതി കണ്ണൻ പറഞ്ഞു:

"ചേട്ടന്റെ തീരുമാനം അങ്ങനാണെങ്കി ഇനി എന്തുപറഞ്ഞിട്ടും കാര്യമില്ല. പിന്നെന്തൊക്കെയുണ്ട് ചേട്ടാ വിശേഷങ്ങൾ?"

"ഓ, ഇതൊക്കെത്തന്നെ വിശേഷം."

ഒന്നു നിറുത്തിയിട്ടു കാളിക്കുട്ടി തുടർന്നു:

"ഞാനിപ്പം ചെറുകര തമ്പ്രാനുമായി വഴക്കിനു പോകാത്തതിനു മത്തായിക്ക് കെറുവായിരിക്കും. എനിക്കീ വയ്യാവേലിയൊന്നും വേണ്ടാ. ഇതുവരെ എന്നെക്കൊണ്ടായതുപോലെ ഞാനവിടുത്തെ പണി നോക്കി. അവിടുന്നു കിട്ടിയത് ഉപ്പൊഴിച്ചാ തിന്നത്....ഇനി മേലാലത്തെ കാര്യം. എനിക്കവിടുത്തെ പണീം വേണ്ട, അവിടംകൊണ്ടൊട്ടു കഴിയേം വേണ്ട. എന്നാ ഇതിലിക്കുറ്റം?"

കണ്ണൻ അതുകേട്ടു ചിരിച്ചു.

"ആരു പറഞ്ഞു കുറ്റം?"

കുറേനേരംകൂടി വർത്തമാനം പറഞ്ഞിരുന്നിട്ടു കണ്ണനും മത്തായിയും മടങ്ങിപ്പോയി.

അവരെ ഒഴിവാക്കിവിട്ടെങ്കിലും, അവർ പറഞ്ഞ കാര്യങ്ങൾ കാളിക്കുട്ടിയുടെ മനസിൽ തികട്ടിത്തികട്ടി വന്നു.

വേണമെന്നുവച്ചാൽ, തന്നെ തിരിച്ചെടുപ്പിക്കാൻ ആളുണ്ട്. അവർ അതിനെക്കുറിച്ചാലോചിച്ചിരിക്കുന്നു. ഒരാൾപ്പേരായി നിന്നുകൊടുത്താൽ മതി. വേണ്ടതൊക്കെ അവർ ചെയ്തുകൊള്ളും.

ഇനി എന്തുകിട്ടിയാലും അവിടുത്തെ പണി വേണ്ട. അതു വേറെ കാര്യം. എങ്കിലും വേണമെന്നു വച്ചാൽ അതിനുവേണ്ടി പാടുപെടാൻ

കാളിക്കുട്ടിക്ക് ആളുണ്ട്.

ആ ചിന്ത അയാളിൽ നിഗൂഢമായൊരു ആനന്ദമുളവാക്കി. ഒരു പുതിയ കരുത്തു കൈവന്നതുപോലെ തോന്നി. അവർ പറഞ്ഞ കാര്യങ്ങളെക്കുറിച്ച് അഭിമാനത്തോടെ കറമ്പിയോടു പറഞ്ഞു. അവൾ മൂളിക്കേട്ടു.

എങ്കിലും ഏതാനും ദിവസത്തിനുശേഷം കണ്ണനും കൂട്ടരുംകൂടി രാവിലെ കടേക്കലേക്കു വന്നപ്പോൾ കാളിക്കുട്ടിക്കു ഭയം തോന്നി. വീണ്ടും ചെറുകര കാവലിന്റെ കാര്യം പറയാനാണോ? ആണെങ്കിൽ താൻ അവരുടെ കൂടില്ലെന്നു തീർത്തു പറയണം. കഴിഞ്ഞതവണ അതു പറഞ്ഞാണയച്ചത്. പിന്നെയും വന്നിരിക്കുന്നു. അവരുടെ കൂട്ടുവേണ്ട. മറ്റൊന്നും കൊണ്ടല്ല, ചാണ്ടപ്പിള്ള തമ്പ്രാനോടു പിണങ്ങാൻ താനാളല്ല. കണ്ണനും മത്തായിയും പോയിക്കിടന്നു തല്ലുകൊണ്ടതുപോലെ തല്ലുകൊള്ളാൻ വയ്യ.

എന്നാലും ലോഹ്യം ചോദിക്കണമല്ലോ:

"എന്താ പിന്നെ പതിവില്ലാതെല്ലാരും കൂടെ?"

ലൂക്കോസ് പറഞ്ഞു:

"ഇത്ര വെപ്രാളമെന്തുവാ? ഞങ്ങളിങ്ങോട്ടല്യോ വന്നെ?"

"വെപ്രാളമുണ്ട്. എന്തിനാണാവോ ഈ വരവ്?"

കണ്ണൻ പറഞ്ഞു:

"നാളെ വൈകിട്ട് മറുതാച്ചി നടേവച്ച് നമ്മുടെ ഒരു യോഗം കൂടുന്നുണ്ട്. അതിനു കാളിക്കുട്ടിച്ചേട്ടനും വരണം."

സമാധാനമായി. വഴക്കിനും പുക്കാറിനുമല്ല.

"യോഗം കൂടാനക്കൊണ്ടെന്തുവാ? വല്ല സമുദായക്കാര്യോം ഒണ്ടോ?"

"സമുദായക്കാര്യമല്ല. എന്നാൽ, നമ്മുടെയെല്ലാം കൂടൊള്ള കാര്യമാണു താനും."

"അതെന്തുവാ?"

"നമുക്കൊരു യൂണിയനൊണ്ടാക്കാനൊള്ള ആലോചനയാ."

കാളിക്കുട്ടി ഉദാസീനനായി.

"നിങ്ങളെല്ലാംകൂടങ്ങ് കൂടിയാ പോരായോ? ഞാനെന്തിനാ അതിന്?

"അതുപോരാ. ഓരോരുത്തരും അങ്ങനെയങ്ങു കരുതിയാ പിന്നെ കൂടാനാരാ?"

കാളിക്കുട്ടി പുരികമുയർത്തി ആലോചിച്ചു.

"എല്ലാരുംകൂടെ ഇപ്പോ എന്തോ സാധിക്കാനക്കൊണ്ടാ?"

"പലതും സാധിക്കാനുണ്ട്. ചേട്ടനറിഞ്ഞൂടായോ. നമുക്കൊരു യൂണിയനുണ്ടായിരുന്നെങ്കി നമ്മുടെ ലൂക്കോയെ ചാണ്ടപ്പിള്ള കേറി അടിക്കുവാരുന്നോ? ചേട്ടനെ കാവലീന്നു പിരിച്ചുവിടുവാരുന്നോ?"

കാളിക്കുട്ടിക്ക് ബോധ്യം വന്നില്ല.

"അതൊക്കെ വേറെകാര്യം."

"വേറെ കാര്യമൊന്നുമില്ല. നമ്മളൊന്നിച്ചു നടന്നിരുന്നേ ഇതൊന്നും നടക്കുമായിരുന്നില്ല."

"അതിലീ യുണിയനെന്നാ ചെയ്യാനാ?"

"അതിനെ ചെറുക്കും ശക്തിയായെതിർക്കും."

എന്തായാലും അവരോടങ്ങനെ വാവയ്ക്കുന്നതുകൊണ്ട് ഫലമില്ല. കാര്യം തീരട്ടെ.

"എന്നാ മീറ്റിങ്? നാളെയാണോ?"

"നാളെ വൈകുന്നേരം ചേട്ടൻ നേരത്തെ വരണം."

"ഓ ഞാൻ വന്നേക്കാം."

ലൂക്കോ പറഞ്ഞു:

"അളിയൻ ഒരു പരുവത്തിലങ്ങനെ പറഞ്ഞാപ്പോരാ. തീർച്ചയായും വരണം."

"ഓ, വരാമെടോ."

കറമ്പി അത്ഭുതം കൂറുന്ന കണ്ണുകളോടെ അവരുടെ വർത്തമാനം കേട്ടുനിന്നു. കണ്ണൻ അവളോടു പറഞ്ഞു:

"കറമ്പിച്ചേട്ടത്തിയെ പ്രത്യേകം ക്ഷണിക്കുവാന്നേ. നിങ്ങൾ രണ്ടാളും നാളെ നേരത്തെ എത്തണം."

കറമ്പിയുടെ ഹൃദയം അഭിമാനംകൊണ്ട് വികസിച്ചു.

ജീവിതത്തിലാദ്യമാണ് അവൾക്കൊരു പ്രത്യേക പരിഗണന ലഭിക്കുന്നത്. കണ്ണനെ നോക്കി പുഞ്ചിരി പൊഴിച്ചുകൊണ്ടവൾ പറഞ്ഞു: "ഏൻവരാം."

യൂണിയൻകാർ അടുത്ത തറയിലേക്കു പോയപ്പോൾ കറമ്പി കാളിക്കുട്ടിയോടു ചോദിച്ചു:

"യൂണിയൻ കൂടുന്നതിനു പെണ്ണാളുകളും വേണമാരിക്കും. അതല്യോ അവരു വിളിച്ചെ?"

കാളിക്കുട്ടി നിസ്സാരഭാവത്തിൽ പറഞ്ഞു:

"ഓ, പെണ്ണുങ്ങളൊന്നും വേണോന്നില്ല. അവരു വെറുതെയൊന്നു വിളിച്ചെന്നുംകരുതി എല്ലാരുംകൂടങ്ങു ചെല്ലണോന്നും മറ്റുമില്ല."

"എന്നാലും അവരെന്നെ പ്രത്യേകം വിളിച്ചതല്യോ? നാളെ ഞാനും കൂടെ വരുന്നു."

"അതുവേണ്ട. ഇവിടുന്നു ഞാനുള്ളപ്പം പിന്നെ നീയും കൂടെന്തിനാ?"

യാതൊരു ഫലവുമില്ലാതെ കറമ്പി പരിഭവം ഭാവിച്ചിരുന്നു.

മീറ്റിങ്ങിന്റെ ദിവസം നേരത്തെതന്നെ കാളിക്കുട്ടി കാളക്കൂമ്പനു പുല്ലു പറിച്ചുവച്ചു. അതിനെ ചരിപ്പിൽ അഴിച്ചുകെട്ടി വെള്ളം കൊടുത്തു.

തലയിൽ മെഴുക്കെടുത്തു പൊത്തി, പഴംതുണിയും തോളിലിട്ടു തോട്ടിലേക്കു നടക്കുമ്പോൾ കറമ്പി അയാളുടെ പുറകെ ചെന്നു.

"പിന്നേ, ഒരു കാര്യം പറയട്ടെ."

"എന്നതാ?"

"കഴിഞ്ഞമാതത്തി ഏനൊരു കാര്യം മനതിക്കണ്ടതാ. മാടനച്ച നൊരു വെളക്കുകത്തിച്ച്, കുളിച്ചുതൊഴുതേക്കാമെന്ന്. ഇന്നെന്തായാലും നമ്മളു പോന്നേന്റെകൂടെ ഏനും കൂടെ വന്ന് അതൂടങ്ങു സാധിച്ചേക്കാം. വാക്കു പറഞ്ഞതല്യോ?"

മാടന്റെയല്ല കാലമാടന്റെയായാലും അന്നത്തേതിനു കാളിക്കുട്ടി യുടെ അടുക്കൽ ചെലവില്ല.

"നിന്നോടാരു പറഞ്ഞു അങ്ങനൊക്കെ നേരാനക്കൊണ്ട്?"

"അന്നൂ പാച്ചൻ കുടിച്ചോണ്ടു കേറിവന്നപ്പം...."

"എന്തായാലും കുളിച്ചു തൊഴാനാണെങ്കി ഇന്നു പോവണ്ട. ഇന്ന വിടെ മീറ്റിങ്ങോം കശപിശയൊക്കെയാ."

കുളിക്കാൻ വേണ്ടി കാളിക്കുട്ടി തോട്ടിലേക്കു നടന്നുപോയി.

കറമ്പി തോറ്റു. അവൾ മുഖം വീർപ്പിച്ചുകൊണ്ട് മാടത്തിലേക്കു പോന്നു.

കാളിക്കുട്ടി കുളിച്ചുതോർത്തി വന്നപ്പോഴേക്കും ലൂക്കോസും മത്താ യിയുമെല്ലാം അതിലേ കേറിവന്നു. അവരെല്ലാം കൂടി മറുതാച്ചി നടയി ലേക്കു പോയി. കറമ്പി ഇച്ഛാഭംഗത്തോടെ അതു നോക്കിനിന്നു.

അമ്പലത്തിലെത്തിയപ്പോൾ കിഴക്കുവശത്തെ ആലിന്റെ ചുവട്ടിൽ പത്തറുപതാളുകൾ കൂടിയിരിക്കുന്നതു കണ്ടു. വടക്കുമാറി കുറെ പെണ്ണു ങ്ങൾ. കണ്ണമംഗലം, കരിപ്പുഴ, മറ്റം, ഏവൂർ, പത്തിയൂർ-എല്ലായിടത്തു നിന്നും ആളുണ്ട്. കർഷകതൊഴിലാളികളല്ലാത്ത ചിലരെയും കൂട്ടത്തിൽ കണ്ടു. കുറേപ്പേരെ കാളിക്കുട്ടിക്കറിയാം. പാർട്ടി പ്രവർത്തകരാണ്. കഴിഞ്ഞ വോട്ടുകാലത്തു ജാഥയുടെ മുന്നിൽ നടക്കുകയും മീറ്റിംങ്ങിൽ പ്രസംഗിക്കുകയും ചെയ്യുന്നതു കണ്ടിട്ടുണ്ട്.

ആണുങ്ങളെല്ലാം വട്ടമിട്ട് ബീഡിയും വലിച്ചു വർത്തമാനം പറഞ്ഞു കൊണ്ടിരുന്നു. പെണ്ണുങ്ങൾ കുളിച്ചൊരുങ്ങി പൊട്ടും തൊട്ടു വന്നിരിക്കു കയാണ്. ഉത്സവം കാണാൻ വരുന്ന മട്ടിൽ. അയലത്തുകാരെക്കുറിച്ച് കൊതിയും നുണയും പറയാൻ പറ്റിയ സമയം. വെറുതെയല്ല കറമ്പി വരാൻ കയറു പൊട്ടിച്ചത്.

മഠത്തിലെ രാധാകൃഷ്ണൻ സഖാവ് എഴുന്നേറ്റ് മേശയുടെ മുന്നിൽ കിടന്ന കസേരയിലിരുന്നു. അതെ, സഖാവ് തന്നെ. സഖാവെന്നാണ് എല്ലാ വരും വിളിക്കുന്നത്. കൊച്ചമ്പ്രാനെന്നല്ല. അദ്ദേഹം എഴുന്നേറ്റു എന്തോ പറഞ്ഞു. പിന്നെ കണ്ണൻ എഴുന്നേറ്റു ചെന്ന് എന്തോ പ്രസംഗം തുടങ്ങി.

പറഞ്ഞതൊന്നും കാളിക്കുട്ടിയുടെ മനസിൽ പതിഞ്ഞില്ല. കണ്ണന്റെ നിൽപ്പും ഭാവവുമാണ് അയാൾ ശ്രദ്ധിച്ചത്.

സംസാരിക്കുമ്പോൾ വിറയ്ക്കുന്നതുപോലെ തോന്നി. മുഖത്ത് ഒരു സംഭ്രമം. ആളുകൾ ദൃഷ്ടി മറയ്ക്കാതെ അയാളെ ഉറ്റുനോക്കിക്കൊണ്ടി രുന്നു.

ഇടയ്ക്ക്, മൈലനെക്കുറിച്ചെന്തോ പറഞ്ഞു. അപ്പോൾ തൊണ്ട ഇട റുന്നുണ്ടായിരുന്നു. മൈലനുണ്ടായിരുന്നെങ്കിൽ ഇതിനു മുമ്പുതന്നെ

യൂണിയൻ ഉണ്ടാകുമായിരുന്നെന്ന്, പറയുന്ന കാര്യം കാളിക്കുട്ടി ചെവിയോർത്തു കേട്ടു.

"നമുക്കു യൂണിയനില്ലാത്തതുകൊണ്ട് ആട്ടും തുപ്പും സഹിക്കേണ്ടിവരുന്നു. കൂലി ചോദിച്ചാൽ തല്ലു കൊള്ളേണ്ടിവരുന്നു. ജോലിയിൽ നിന്ന് പിരിച്ചു വിടുന്നു...."

ആ പറഞ്ഞതു തന്നെക്കുറിച്ചാണെന്നു കരുതി കാളിക്കുട്ടി മുഖം കുനിച്ചിരുന്നു. വിഷയം മാറ്റിയപ്പോഴാണു തലപൊക്കിയത്.

"മറ്റു പ്രദേശങ്ങളിൽ നമ്മുടെയാളുകൾക്കു യൂണിയനുള്ളതുകൊണ്ട് നിരവധി നേട്ടങ്ങളുണ്ടായിട്ടുണ്ട്. അതിനെക്കുറിച്ചെല്ലാം ഇന്നത്തെ പ്രാസംഗികർ നിങ്ങളോടു പറയും. എല്ലാ സഖാക്കൾക്കും സഹോദരീ സഹോദരന്മാർക്കും നമസ്കാരം."

കണ്ണൻ പരിക്ഷീണനായി കാണപ്പെട്ടു. അയാളുടെ നെറ്റിത്തടത്തിൽ വിയർപ്പു പൊടിഞ്ഞു. ഒരുഭാരമേറിയ ജോലി ചെയ്തുതീർത്ത ആശ്വാസത്തോടെ അയാൾ അധ്യക്ഷന്റെ പുറകിലേക്ക് മാറി.

അധ്യക്ഷൻ ചെവിയിലെന്തോ മന്ത്രിച്ചപ്പോൾ, ഇളിഭ്യത കലർന്ന ഒരു ചിരിയോടെ വീണ്ടും മുന്നോട്ടു മാറി. സദസിനെ നോക്കി പറഞ്ഞു:

"നമ്മുടെ അധ്യക്ഷനും പ്രാസംഗികർക്കും എല്ലാ സഹോദരീ സഹോദരന്മാർക്കും സ്വാഗതം പറഞ്ഞുകൊള്ളുന്നു." ആളുകൾ കൈയടിച്ചു. പലരും പ്രസംഗിച്ചു. അതിനുശേഷം അധ്യക്ഷൻ അഭിപ്രായങ്ങൾ ക്ഷണിച്ചു.

പെണ്ണുങ്ങളുടെ കൈയിലിരുന്ന് കൈക്കുഞ്ഞുങ്ങൾ കരയാൻ തുടങ്ങി.

അടുത്തിരുന്നവരോടു വെളുമ്പൻ പറഞ്ഞു:

"ഈ പറഞ്ഞതൊക്കെ നല്ല കാര്യമാ, പക്ഷേങ്കി, നമ്മുടെ നാട്ടിൽ നടക്കാൻ പോണില്ല."

കൊച്ചുകുട്ടി അതു ശരിവച്ചു:

"ആർക്കും ഒത്തൊരുമയില്ല. എല്ലാവർക്കും പേടിയാ."

മറ്റൊരാൾ പറയുന്നതു കേട്ടു:

"ഒള്ള കഞ്ഞീ പാറ്റാ വീഴുന്ന എടപാടാ ഇത്. ഇതൊക്കെയറിഞ്ഞാ ഇനി ജോലിക്കും വിളിക്കത്തില്ല."

തേനീച്ചക്കൂട്ടിൽ നിന്നെന്നവണ്ണം ഇരമ്പൽ ഉയർന്നു. അതിനോടൊപ്പം കുട്ടികളുടെ കരച്ചിലും. കാളിക്കുട്ടിക്ക് ഒന്നും കേൾക്കാൻ കഴിഞ്ഞില്ല. അയാൾ സ്വയം പിറുപിറുത്തു.

"ഇതുങ്ങളു കൂടുന്നടത്ത് ചെവീം തലേം കേട്ട് ഇരിക്കാനക്കൊണ്ടൊക്കത്തില്ല."

അധ്യക്ഷൻ സഭാചട്ടം ഓർമിപ്പിച്ചു.

"തമ്മിൽത്തമ്മിൽ സംസാരിക്കാതെ, ഓരോരുത്തരായി എഴുന്നേറ്റു നിന്ന് അഭിപ്രായങ്ങൾ പറയണം."

ഇരുന്ന ഇരുപ്പിൽ കുശുകുശുക്കാനറിയാം. എഴുന്നേറ്റുനിന്നെങ്ങനെ പറയും? ആരും ഒന്നും മിണ്ടാതിരുന്നപ്പോൾ മത്തായി എഴുന്നേറ്റ് അല്പം ആവേശത്തിൽ പറഞ്ഞു:

"നമുക്കു യൂണിയൻ വേണമെന്ന കാര്യത്തിൽ തർക്കമില്ല. പതവും കൂലിയും എല്ലാടത്തെയുംപോലെ നമുക്കും കിട്ടണം. അതുകൊണ്ട് നമുക്കും യൂണിയനുണ്ടാക്കണം. യൂണിയനുണ്ടാക്കിയാ പോരാ, ശക്തിയായി സമരം ചെയ്യണം."

മത്തായി പറഞ്ഞവസാനിപ്പിച്ചപ്പോൾ കണ്ണൻ ധൈര്യമവലംബിച്ചെഴുന്നേറ്റുനിന്നു.

"മത്തായിച്ചൻ പറഞ്ഞതു കാര്യമാ. അങ്ങനെതന്നെ വേണം. യൂണിയനുണ്ടാക്കിയാ നമ്മളു പറേന്നേനപ്പുറമില്ല."

ചിലർ തലകുലുക്കി. ഒരു സഖാവ് എഴുന്നേറ്റു പറഞ്ഞു:

"ശരിയാണ്. എല്ലായിടത്തെയും അനുഭവമാണിത്."

പലരും പലതും പറഞ്ഞു. പക്ഷേ, തങ്ങളുടെ മനസിലുള്ള ആശങ്കകൾ ആരും വെളിപ്പെടുത്തിയില്ല.

ചർച്ചകൾക്കുശേഷം യൂണിയന്റെ കാര്യങ്ങൾ നടത്തിക്കൊണ്ടുപോകാൻ ഒരു കമ്മിറ്റിയെടുത്തു. അധ്യക്ഷൻ പ്രസിഡന്റായിരിക്കണമെന്ന് എല്ലാവരും പറഞ്ഞു. കണ്ണൻ സെക്രട്ടറിയും. കമ്മിറ്റിക്കാരുടെ പേരു പറഞ്ഞു. കൊച്ചുചെറുക്കൻ, കുഞ്ഞച്ചൻ, മത്തായി. കാളിക്കുട്ടിയുടെ മനസിൽ എന്തോ ഒന്ന് പൂത്തുവിടർന്നതുപോലെ തോന്നി. അയാൾ മുഖം കുനിച്ചു മൗനമായിരുന്നു.

എല്ലാം കഴിഞ്ഞപ്പോൾ മത്തായി മുദ്രാവാക്യം വിളിച്ചു:

"കർഷകതൊഴിലാളി യൂണിയൻ സിന്ദാബാദ്!"

മറ്റുള്ളവരോടൊപ്പം കാളിക്കുട്ടിയും അതേറ്റു വിളിച്ചു.

"കർഷകതൊഴിലാളി യൂണിയൻ സിന്ദാബാദ്!"

"ഇങ്ക്വിലാബ്-സിന്ദാബാദ്!"

യോഗത്തിനുവന്ന കാളിക്കുട്ടിയല്ല മടങ്ങിപ്പോയത്. ഇപ്പോഴയാൾ യൂണിയന്റെയാളാണ്. യൂണിയൻ അയാളിൽനിന്നു ഭിന്നമല്ല.

പള്ളിപ്പടിക്കലെ കാളിക്കുട്ടി പഴയ കാളിക്കുട്ടിയല്ല. കർഷകതൊഴിലാളി യൂണിയന്റെ കമ്മിറ്റിയംഗമാണ്.

തറയിലെത്തി, കറമ്പിയോടു സംസാരിക്കുമ്പോൾ ആ ബോധം അയാളുടെ ഹൃദയത്തിൽ തുളുമ്പി നിന്നിരുന്നു. കറമ്പി ചോദിച്ചു:

"പെണ്ണുങ്ങളൊക്കെ ഒണ്ടാരുന്നോ?"

"ഒരുപാട് പെണ്ണുങ്ങള്. അമ്പലത്തിന്റെ മുറ്റം നിറയെ."

അവൾ പരിഭവപ്പെട്ടു:

"എന്നിട്ട് ഏനെ കൊണ്ടുപോയില്ലേ?"

"അതെങ്ങനെ? യൂണിയൻ ചേരുന്നേടത്താണോ കുളിച്ചു തൊഴുന്നേ? ഇന്നു പോയിരുന്നേലും കുളിച്ചുതൊഴല് നടക്കത്തില്ലാരുന്ന്."

"എന്നാലും മീറ്റിങ് ഒക്കെ എനിക്കൂടെ കേക്കാരുന്ന്."

"ഇനിയത്തെ തവണയാകട്ടെ. അന്നു കുളിച്ചു തൊഴണ്ടാങ്കി നിന്നേംകൊണ്ടുപോയി മീറ്റിങ്ങും കേപ്പിക്കാം."

കറമ്പി മന്ദഹാസം തൂകി.

ഇരുപത്തിയൊന്ന്

നിശ്ചയത്തിനു ചുനക്കരനിന്ന് പത്തിരുപതാളുകൾ ഏവൂരിൽ വന്നിരുന്നു. അതിനേക്കാൾ കൂടുതൽ കരക്കാരും പങ്കെടുത്തു.

കേമമായ സദ്യ കഴിഞ്ഞ് എല്ലാവരും ഏമ്പക്കം വിട്ടിരിക്കുമ്പോൾ കണ്ടൻകാളി പ്രശ്നത്തിലേക്കു കടന്നു.

“എന്നാ ഇനി നമ്മുടെ കാര്യം പറഞ്ഞു പോരട്ടെ.”

കുഞ്ഞിത്തേവനെ നോക്കി അയാൾ പറഞ്ഞു:

“നാട്ടുനടപ്പെന്താന്നു വച്ചാ അതുപോലൊക്കെ കൊടുക്കേം മേടിക്കേം വേണം.”

കുഞ്ഞിത്തേവനും സമ്മതിച്ചു:

“അതൊന്നും വേറിട്ടു പറയണ്ടാ.”

“അതിന്റെ വകപോലൊക്കെ ചെയ്യാമെന്നാ പറഞ്ഞത്.”

“അതിനു ഞാടെ പാകത്തൂന്ന് ഒരു കൊഴപ്പോമില്ല. ഞാളെന്തിനാ ഉഞ്ചിയൂറിഞ്ചി ഇത്തിരി വകയൊണ്ടാക്കിയെ? അവക്കു കൊടുക്കാനക്കൊണ്ടാ.”

“എന്നാ പിന്നെ അതെന്താന്നു വച്ചാ അങ്ങു പറഞ്ഞാട്ടെ. പറയാനുള്ളതു മനതിവച്ചേക്കാതെ, വെട്ടിത്തൊറന്നു പറയുന്നതാ എളുപ്പം നല്ലത്.”

അതു നേരാണെന്നു കുഞ്ഞിത്തേവനും സമ്മതിക്കേണ്ടി വന്നു. എങ്കിലും, എന്തോ ആലോചിക്കാനുള്ളതുപോലെ അയാൾ പുരികം ചുളിച്ചു മേലോട്ടു നോക്കി. മറ്റുള്ളവർ അയാളുടെ മുഖത്തു നോക്കിയിരിക്കയാണ്.

എന്തോ ചിന്തിച്ചുറച്ചിട്ടെന്നപോലെ കുഞ്ഞിത്തേവൻ ചോദിച്ചു:

“നിങ്ങടെ അതിപ്രായം എന്താന്നുവച്ചാ അതു പറഞ്ഞാട്ടെ.”

“വിചേഴിച്ചൊരതിപ്രായോമില്ല. നിങ്ങളു തമ്മതിച്ചതു മതി. മൂന്നു പവന്റുരുപ്പടീം മുന്നൂറു രൂപയും. എന്നാങ്കി, അതു കൈയോടെ തരണം.”

കൈയോടെ വേണമെന്നു കേട്ടപ്പോൾ കുഞ്ഞിത്തേവന്റെ മുഖം മങ്ങുന്നതു കണ്ടു.

തൊട്ടടുത്ത് കുഞ്ഞൻ ചെവികൂർപ്പിച്ചു നിന്നു.

ആ പറഞ്ഞതു കൂടിപ്പോയെന്നു കുഞ്ഞിത്തേവനു തോന്നിയോ?

പക്ഷേ, ഏവൂക്കാർക്ക് ആർക്കും അങ്ങനെ തോന്നാനിടയില്ല.

ചാലിത്തറപോലെ അത്രയും വരുമാനമുള്ള ഒരു പുലത്തറ അടുത്തെങ്ങുമില്ല. ആറേഴു വീട്ടിലെ കാവലുണ്ട്. മണ്ണൂർ മഠത്തിലെ കുഴിവേലിലെ, പുത്തൻപുരയിലെ. കൊട്ടാരം മുതൽ ഇങ്ങോട്ടുള്ള വീടുകളിലെല്ലാം പൊലിതൂറ്റി അളക്കുമ്പോൾ നൂറുക്കു രണ്ടു കാവൽക്കാരനാണ്. കൊയ്ത്തിന് ഒരു പറ, നിലത്തിനൊരു കറ്റ, കൊയ്ത്തു തീരുന്ന ദിവസം കറ്റ, വെള്ളം കുടിക്കാൻ കറ്റ, കളം പിരിയുന്ന ദിവസം ഒരു കൂട്ടപ്പൊലി, കളത്തിൽപൊഴിയുന്ന നെല്ലും. കുടിയിലുള്ളവർക്കെല്ലാം ജോലി. ചാലി

ത്തറയിലെ കണ്ടൻകാളിക്കു ചില്ലറ ആദായമല്ല. അപ്പോൾ പിന്നെ ആ ചോദിച്ചതൊരു കൂടുതലാണോ? അത്രയും നൽകാമെന്നു കുഞ്ഞിത്തേവൻ സമ്മതിച്ചതല്ലേ?

അയാളുടെ മറുപടി കേൾക്കാൻ വേണ്ടി എല്ലാവരും കാത്തിരുന്നു. കണ്ടൻകാളി ക്ഷമകെട്ടു ചോദിച്ചു:

“എന്താ മിണ്ടുരിയാട്ടമില്ലാണ്ട്?”

കുഞ്ഞിത്തേവൻ പാടുപെട്ടു മുരടനക്കി.

“വിചേഴിച്ചെന്തുവാ മിണ്ടാനക്കൊണ്ട്? അത്രേം തരാമെന്ന് ഏൻ തമ്മതിച്ചതല്യോ? തമ്മതിച്ചത് തമ്മതിച്ചതു തന്നാ. വാക്കുമാറി പറേന്ന ശീലം ചൊനക്കരക്കാരു പൊലേരുക്കില്ല.”

ചിരിച്ചുകൊണ്ടാണെങ്കിലും കണ്ടൻകാളി ആശയവ്യക്തത വരുത്തി:

“വാക്കു മാറുമെന്നല്ല. അതു കൈയോടെ വേണം.”

“പന്തലിത്തന്നേക്കാം, അതാ ഞങ്ങടെ നാട്ടുനടപ്പ്.”

കണ്ടൻകാളി അറുത്തു മുറിച്ചു പറഞ്ഞു:

“അതൊക്കുകേല. കല്യാണപ്പന്തലിവച്ചു വഴക്കും പുക്കാറും വെക്കാനക്കൊണ്ടു വയ്യ.”

കുഞ്ഞിത്തേവന്റെ മുഖം പിന്നെയും വിളറിവെളുത്തു. വളരെ പാടുപെട്ട് അയാൾ പറഞ്ഞൊപ്പിച്ചു:

“എന്നെങ്കി, അതിനിത്തിര താവകാശം വേണം.”

“അതായിക്കോ.”

കുറേ നേരത്തേക്ക് ആരും ഒന്നും ഉരിയാടിയില്ല. ആർക്കും ഒന്നും പറയാനില്ലായിരുന്നു. ആരെങ്കിലും ഒന്നു മിണ്ടിക്കേൾക്കാൻ മറ്റുള്ളവർ കാത്തിരുന്നു.

എന്തോ വിചാരിച്ച് കുഞ്ഞിത്തേവന്റെ ചുണ്ടിൽ ചിരിയൂറി. ഇടവപ്പാതിക്കിടയിൽ പെട്ടെന്നു തെളിയുന്ന വെയിൽപോലെ.

ആ ചിരി മറച്ചുകൊണ്ട് അയാൾ പറഞ്ഞു:

“എന്നാ വെയിലാറി, ഞങ്ങളിറങ്ങുവാ.”

“ഓഹോ.”

വീടർ യാത്രമുറുക്കാൻ കൊടുത്ത് വരുത്തരെ യാത്രയാക്കി.

കൂട്ടിൽ കിടക്കുന്ന ഒരു വെരുകിനെപ്പോലെ കുഞ്ഞച്ചൻ നിന്നു പുളയുകയായിരുന്നു.

കുഞ്ഞിത്തേവൻ കാര്യം സമ്മതിച്ചു. പോവുകയാണോ? അതോ, പിണങ്ങിപ്പിരിഞ്ഞു പോകുന്നോ? അവനൊന്നും നിശ്ചയിക്കാൻ കഴിഞ്ഞില്ല.

ദിവസങ്ങൾ കടന്നുപോയി. കാത്തു കാത്തിരുന്നു ക്ഷമ നശിച്ചു.

ഇരുപത്തെട്ടാം ഓണത്തിന്റെ ദിവസം ഉച്ചതിരിഞ്ഞപ്പോൾ അവൻ മറ്റാരുമറിയാതെ ചുനക്കരയ്ക്കു വച്ചുപിടിച്ചു. പോകുന്ന പോക്കിൽ മാവേലിക്കര ഇറങ്ങി സാരിയും ബ്ലൗസിനുള്ള തുണിയും വാങ്ങി. മണമുള്ള ഒരു കട്ടസോപ്പും ഒരുടിൻ പൗഡറും വാങ്ങിപ്പൊതിഞ്ഞു. നല്ല രണ്ടു ചാപ്പാണം പൊയിലയും.

വളരെ ദിവസം കൂടിയിരുന്നു പോവുകയാണ്. ഒന്നു കണ്ടിട്ട് എത്ര നാളായി?

നിറപ്പകിട്ടുള്ള ആ സാരി നിവർത്തിക്കാണുമ്പോൾ അവളുടെ മുഖം സന്തോഷം കൊണ്ട് തെളിയുന്നത് മനസിൽ കണ്ടു.

മൂപ്പിലാനോടു തീരുമാനത്തെക്കുറിച്ചു ചോദിക്കണം. അച്ഛൻ ചോദിച്ചതിൽ നിന്ന് അൽപ്പസ്വൽപ്പം കുറഞ്ഞാലും തനിക്കു പെണ്ണാണു വലുതെന്നു പറയണം.

കുഞ്ഞച്ചൻ കയറിച്ചെന്നപ്പോൾ കുഞ്ഞിത്തേവൻ മാടത്തിന്റെ മുറ്റത്തിരുന്നു നീളംകൂടിയ ഈർക്കിൽകൊണ്ട് ഊപ്പക്കൂടു കെട്ടുകയാണ്. കന്നിപ്പറ്റുകഴിഞ്ഞ് തുലാവെള്ളം പൊങ്ങുമ്പോൾ വരമ്പിന്റെ മുറിവായ്ക്കും, തോട്ടിലുമെല്ലാം കൊണ്ടിട്ട് ഊപ്പ പിടിക്കാനുള്ള കൂട്.

അയാൾ മുഖമുയർത്തി കുഞ്ഞച്ചനെയൊന്നു നോക്കി. ആ മുഖത്തു വിരസമായൊരു ഭാവം പകർന്നു. ഒന്നും മിണ്ടാതെ മുഖം കുനിച്ചിരുന്നു കളഞ്ഞു.

കുഞ്ഞച്ചന്റെ മുഖം വാടി. തെല്ലുനേരം മൗനമായി നിന്നിട്ട് അവൻ മാടത്തിനടുത്തേക്കു ചെന്ന് അണിമയെ വിളിച്ചു.

അവളുടെ മുഖത്തും ഒരു ജാള്യത പരന്നിരിക്കുന്നു. അവൻ ആ പൊതിക്കെട്ടെടുത്തു നീട്ടിയപ്പോൾ ഉപ്പില്ലാ ചിറ്റം പോലെ വാങ്ങി. എന്നിട്ട് വളരെ അരുപിച്ചൊരു ചോദ്യം:

"ഇയ്യാളു കുടീന്നു വരുവാന്നോ?"

"ആണമ്മാവീ."

പിന്നെ ചോദിക്കാനും പറയാനും ഒന്നും ഇല്ലാത്തപോലെ. അവിടെ നിന്നുകൊണ്ട് കുടിലിനകത്തേക്കു കണ്ണോടിച്ചു. തങ്കമ്മയെ എങ്ങും കണ്ടില്ല.

"തങ്കമ്മ എന്ത്യേ അമ്മാവീ?"

"അവടപ്പച്ചീടെ കുടീന്നു പിള്ളാരു വന്നു വിളിച്ചോണ്ടു പോയി."

ആ നോക്കിലും വാക്കിലുമെല്ലാം ഒരു വല്ലായ്മ കലർന്നിരുന്നതു കണ്ടു.

കുഞ്ഞിത്തേവൻ കെട്ടിയുണ്ടാക്കുന്ന ആ കൂടു നോക്കിക്കൊണ്ട് അവൻ മൗനമായി നിന്നു. അതിന് ഒരാറ്റു കുറുവായുടെ സാദൃശ്യമുണ്ട്.

തുലാവെള്ളത്തിൽ നീന്തിവരുന്ന ഊപ്പയും പരലും അതിനകത്തു ചെന്നുപെടും. മറ്റെങ്ങോട്ടും പോകാൻ കഴിയാതെ അതിൽത്തന്നെ നുരഞ്ഞടിയും.

ഒരു പരലിനെപ്പോലെ താൻ നീന്തിത്തുടിച്ചു വന്നു.

കുറേക്കഴിഞ്ഞ് അണിമയ്ക്കു മര്യാദ തോന്നി.

"വല്ലോം കഴിച്ചോണ്ടാണോ ഇയ്യാളിറങ്ങിയേ?"

"പോലുത്തേക്ക് കഴിച്ചോണ്ടാ പോന്നേ."

ഒരു വാരിത്തുമ്പ് പിച്ചിക്കൊണ്ട് അവൻ ചോദിച്ചു:

"അമ്മാവനെ പിന്നിതുവരെ അങ്ങോട്ടു കണ്ടില്ലല്ലോ?"

"അണിമ ഒഴിഞ്ഞുമാറി."

"അതാണ്ടിരിക്കുന്ന്. അങ്ങോട്ടു ചോയിക്ക്."

ഒടുവിൽ കുഞ്ഞിത്തേവനോടുതന്നെ ചോദിച്ചു.

"അമ്മാവൻ അങ്ങോട്ടു വരാമെന്നു പറഞ്ഞിട്ടു കാണാഞ്ഞിട്ടാ ഞാനിങ്ങോട്ടു വന്നെ."

ശിരസുയർത്താതെ തന്നെ അയാൾ പറഞ്ഞു:

"വെറുതെ വന്നാലക്കൊണ്ടെന്തുവാ?"

കുഞ്ഞച്ചനൊന്നും പിടികിട്ടിയില്ല.

"അമ്മാവനങ്ങോട്ടു വന്നിരുന്നേ എല്ലാറ്റിനും ഒരു വഴിയുണ്ടായേനേ."

"ഓ, അങ്ങനിപ്പം വഴിയൊണ്ടാക്കാനക്കൊണ്ട് ഇവിടെ പിരയാചരക്കൊന്നും ഇരിപ്പേലാ."

ഹൃദയം മുറിപ്പെട്ടു വിങ്ങുന്നതായി തോന്നി.

"എന്താ അമ്മാവനങ്ങനെ പറഞ്ഞെ?"

"അങ്ങനെ പറഞ്ഞാലക്കൊണ്ട് എന്താന്നു മനതിലായില്യോ? പൊന്നും പണവുമാ നിന്റച്ഛനു വലുത്, പെണ്ണല്ല. ഇപ്പം മനതിലായോ?"

എല്ലാം മനസിലായി.

കുഞ്ഞച്ചനു പലതും പറയാൻ തോന്നി. തനിക്കു പെണ്ണുതന്നെയാണു വലുത്. വീട്ടുകാർ പൊന്നും പണവും ചോദിച്ചെങ്കിൽ അതിനു താൻ ഉത്തരവാദിയാണോ?

പക്ഷേ, കുഞ്ഞിത്തേവൻ വെറി പിടിച്ചിരിക്കുകയാണ്. എന്തെങ്കിലും പറഞ്ഞാൽ ആ തലയിലോട്ടു കേറുന്ന മട്ടില്ല. എന്നാലും അവൻ പറഞ്ഞു നോക്കി.

"അമ്മാവനവിടം വരെയൊന്നു വന്നാട്ടെ. പൊന്നിന്റെയും പണത്തിന്റെയും ഒക്കെ കാര്യം പിന്നാവട്ടെ. അങ്ങോട്ടൊന്നു വന്നാൽ...."

താൻ ജയിച്ചു മുന്നേറുകയാണെന്നു കുഞ്ഞിത്തേവനു ബോധ്യമായി. എങ്കിലും, ഊപ്പക്കൂട്ടിൽനിന്നു മുഖം തിരിക്കാൻ അയാൾ തയാറായില്ല. കുനിഞ്ഞിരുന്നുകൊണ്ടു തന്നെ പറഞ്ഞു:

"എന്തായാലും ഇയ്യാളു പോ. ഞാൻ വിവരമറിയിക്കാം."

തങ്കമ്മ വരുന്നതുവരെയെങ്കിലും അവിടെ തങ്ങണമെന്നുണ്ടായിരുന്നു. പക്ഷേ, കുഞ്ഞിത്തേവൻ തനിക്കു യാത്രപറഞ്ഞു കഴിഞ്ഞു.

കുറെനേരം വിഷണ്ണനായി നിന്നിട്ട് അണിമയോടു യാത്ര ചോദിച്ചു. ഒരു ചടങ്ങിനു വേണ്ടിയെങ്കിലും പിന്നെ പോകാമെന്നു പറഞ്ഞില്ല.

തങ്കമ്മയെ ഒരു നോക്കൊന്നു കാണാൻ കഴിയാതെ വേദന വിതുമ്പുന്ന ഹൃദയത്തോടെ മടങ്ങിപ്പോന്നു.

കാര്യമെല്ലാം കുഴഞ്ഞുമറിഞ്ഞ നിലയിലാണ്. പൊന്നും പണവും പന്തലിൽ മേശപ്പുറത്തു തന്നേക്കാമെന്നു പറഞ്ഞപ്പോൾ അതു മതിയെന്നു പറയേണ്ടതായിരുന്നു.

പക്ഷേ, അച്ഛന്റെ വാശി ആർക്കു മാറ്റാൻ കഴിയും? ആ മുഖത്തു നോക്കി ആർക്കു സംസാരിക്കാൻ സാധിക്കും?

വെട്ടൊന്ന്, തുണ്ടം രണ്ടെന്ന മട്ടുകാരനാണ്.

പണ്ടൊരിക്കൽ കുഞ്ഞച്ചന്റെ കുഞ്ഞുന്നാളിൽ ചാത്തന വളർത്തിയ രണ്ടു കോഴിക്കുഞ്ഞുങ്ങളുടെ കഥ ഓർമവന്നു.

തൂവലു കിളിർക്കും മുമ്പ് അതിലൊന്നിനെ കാക്ക കൊത്തിക്കൊണ്ടുപോയി. മറ്റേതിനെ ഒറ്റാലിലിട്ടു വളർത്തി. കാക്കയും കിളിയും മാറിയ പരുവത്തിൽ ഒറ്റാലിൽ നിന്നു തുറന്നുവിട്ടു.

പരുന്തിനെ കളിപ്പിക്കാൻ വേണ്ടി അതിന്റെ വെളുത്ത തൂവലുകളിൽ കോഴിച്ചായം പുരട്ടിയിരുന്നു. ഏതെങ്കിലും കിളിയാണെന്നു പരുന്തു കരുതിക്കൊള്ളും.

പക്ഷേ, കോഴിക്കുഞ്ഞിന്റെ മേൽ കണ്ണുവച്ചുകൊണ്ട് ഒരു പരുന്ത് മാനത്തു വട്ടമിട്ടു പറന്നു. ആരും അതു കണ്ടില്ല. പെട്ടെന്ന് താണു പറന്ന് ഒരുദിവസം കോഴിക്കുഞ്ഞിനെയും റാഞ്ചിക്കൊണ്ട് പരുന്തൊരൊറ്റപ്പോക്ക്. അതിന്റെ കരച്ചിൽ കേട്ടു ചാത്തന ഓടിയിറങ്ങി നോക്കി. പരുന്തിനൊപ്പം ശബ്ദവും അകന്നുയർന്നു പോയി.

വൈകിട്ടു കണ്ടൻകാളി വന്നപ്പോൾ പേടിച്ചു പേടിച്ചാണ് ചാത്തന വിവരം പറഞ്ഞത്. പക്ഷേ അയാൾ അക്ഷോഭ്യനായി മൂകനായിരുന്നു. പതുക്കെ കത്താളെടുത്തു തേച്ച് മൂർച്ചവരുത്തി. എന്നിട്ട് പരുന്തുംകൂടു തിരക്കി നടന്നു.

അമ്പലത്തിനു കിഴക്കുവശം നിന്ന പന്നച്ചിമാവിന്റെ മണ്ടയിലാണ് അവൻ കൂടുവച്ചിരുന്നത്. ഒരു മുതുക്കൻ മാവ്. ആർക്കും കേറാൻ കഴിയാത്തവണ്ണം പന്ന പിടിച്ചു പൊതിഞ്ഞിരിക്കുന്നു.

അരയിൽ കത്താളും തൂക്കി കണ്ടൻകാളി മാവിൽ വലിഞ്ഞുകേറി. ഉയരെ, പരുന്തുംകൂടിനടുത്ത് എത്തിയപ്പോൾ തല റാഞ്ചിപ്പറിക്കാൻ ഇണപ്പരുന്തുകൾ ചീറിപ്പറന്നു. കത്താളു വീശി പരുന്തിനെ ഓടിച്ചു. അടുത്തു കിട്ടിയെങ്കിൽ ചിറകരിഞ്ഞു വീഴ്ത്തിയേനെ.

കൂട്ടിനകത്തു കൈയിട്ടു നോക്കി. ചിറകു മുളയ്ക്കാത്ത രണ്ടു പരുന്തുംകുഞ്ഞുങ്ങൾ. രണ്ടിനെയുമെടുത്തു മടിയിൽ വച്ചു. മടി അരയിൽ ചൊരുകി. പരുന്തുകൾ ചീറിപ്പാഞ്ഞു. കണ്ടൻകാളി പതുക്കെ മാവിൽനിന്നിറങ്ങി. നേരെ തറയിലേക്കു ചെന്നു.

ചാത്തന കൈകൂപ്പി കെഞ്ചി:

"പഞ്ചപാവീ, ദൈവംതമ്പുരാന്റെ വാകനമല്യോ? ഒന്നും ചെയ്യല്ലെ."

ഏവൂരമ്പലത്തിൽ സാക്ഷാൽ ശ്രീകൃഷ്ണനാണു പ്രതിഷ്ഠ.

കണ്ടൻകാളി ചാത്തനയെ രൂക്ഷമായൊന്നു നോക്കി. ആ കണ്ണുകൾ ചുവന്നു കലങ്ങിയിരിക്കുന്നു. അവൾ പേടിച്ചു. പിന്നെയൊന്നും പറഞ്ഞില്ല.

സന്താന ദുഃഖം കൊണ്ട് ആർത്തരായ ഗരുഡദമ്പതികൾ തെങ്ങിന്റെ മണ്ടയിലിരുന്നു നീട്ടിനീട്ടി കരയുന്നതിനിടയിൽ കണ്ടൻകാളി പരുന്തുംകുഞ്ഞുങ്ങളെ ഓരോന്നിനെയെടുത്ത് ഒരു തടിക്കഷണത്തിൽ വച്ചു കത്താളുകൊണ്ട് കൊത്തിയരിഞ്ഞു.

ചാത്തന മുഖം തിരിച്ചുകളഞ്ഞു. അന്നു കുഞ്ഞച്ചൻ ഇമവെട്ടാതെ അതു നോക്കിനിന്നു.

അത്തരം ആളാണ് കണ്ടൻകാളി.

നേരെ നിന്ന് എന്തെങ്കിലും പറയാനൊക്കുമോ?

ചുനക്കര നിന്നു പോന്നിട്ട് പിന്നെയും ദിവസങ്ങൾ കുറെ കഴിഞ്ഞു. തട്ടാരമ്പലത്തിൽ വച്ച് ഒരു ദിവസം തഴക്കരക്കാരൻ അണിഞ്ചൻ പറഞ്ഞപ്പോഴാണ് വിവരങ്ങൾ മനസിലായത്. തഴക്കരക്കാരനൊരു പൈതലാനുമായി തങ്കമ്മയ്ക്ക് കല്യാണാലോചനയുണ്ട്. ആ ആലോചന കുഞ്ഞിത്തേവനിഷ്ടമായി. ഏതാണ്ട് ഉറച്ചപോലെയാണ്.

തട്ടാരമ്പലം കവലയിൽ ഭൂമി വട്ടംകറങ്ങുന്നതായി തോന്നി. കണ്ണു കാണാൻ വച്ച. ചെവിയൂതിയടച്ചു. മനസിൽ എന്തോ കത്തിയെരിഞ്ഞു.

കൂടുതലൊന്നും കേൾക്കാൻ നിന്നില്ല. മാടത്തിൽ വന്ന് കമിഴ്ന്നടിച്ചു കിടന്നു.

കല്യാണത്തിന് അവൾ സമ്മതിച്ചോ? അപ്പോൾ കഴിഞ്ഞതെല്ലാം നാട്യമായിരുന്നോ?

അല്ല, അങ്ങനെയാവില്ല. പാവം പെണ്ണ്. തന്തയുടെയും തള്ളയുടെയും നിർബന്ധത്തിനു വഴങ്ങിയതായിരിക്കും. അവരുടെ മുഖത്തു നോക്കി എതിർത്തുപറയാനുള്ള കരുത്തില്ലാത്തതുകൊണ്ട്.

ഇനി ജീവിച്ചിരുന്നിട്ടു കാര്യമെന്താണ്? എവിടെങ്കിലും അങ്ങു പോകുന്നതാണു നല്ലത്. അച്ഛൻ പൊന്നും പണവും വാങ്ങിക്കുന്നതൊന്നു കാണാമല്ലോ.

അതിനുമുമ്പ് അവളെയൊന്നു കാണാൻ കൊതി തോന്നി. വെറുതെ ദൂരെനിന്ന് ഒന്നു കാണാൻ. അവസാനമായി ഒന്നു കാണാൻ മാത്രം.

തിരുവഞ്ചന്റെ കൂടെ പറിച്ചുനടീലിനു പോയ പെണ്ണുങ്ങളുടെ കൂടെ തങ്കമ്മയും രാമങ്കരിക്കു പോയെന്നു കേട്ടു. കേട്ടതുപാതി, കേൾക്കാത്തതുപാതി നേരെ രാമങ്കരിക്കു പുറപ്പെട്ടു. വൈകുന്നേരമായപ്പോൾ അയ്യായിരത്തിന്റെ ചിറക്കാലിലെത്തി.

നോക്കെത്താത്ത ദൂരത്തിൽ പച്ചപ്പുതപ്പണിഞ്ഞു കിടക്കുന്ന പാടത്തിനുമീതെ ഒരു നിശ്ചലത തങ്ങിനിന്നു. മേഘമൊഴിഞ്ഞ നീലാകാശത്തു നീലിമ ഉറഞ്ഞുകൂടി. പരുന്തുകൾ ആകാശത്തു വട്ടമിട്ടു പറന്നു.

എൻജിൻ പുരയ്ക്കു സമീപം കെട്ടിനിർത്തിയിരുന്ന ഷെഡ്ഡിനകത്താണ് പണിയാളരുടെ താമസം.

കുറെനാളത്തേക്കു പിടിപ്പതു പണിയുണ്ട്. പെണ്ണാളിനു കളയെടുപ്പും പറിച്ചുനടലും. ആണാളിനു വരമ്പൊരുക്കലും വളംചേറലും.

പണികഴിഞ്ഞു കേറിവന്നപ്പോൾ കുഞ്ഞച്ചനെ കണ്ടു തങ്കമ്മ അതിശയം പൂണ്ടു. അവളുടെ മുഖത്തു നിലാക്കാലു വീശി. പരിഭവപ്പെട്ടിട്ടെന്നപോലെ മുഖംതിരിച്ചുകൊണ്ട് ഒഴിഞ്ഞു മാറിപ്പോയി.

മാല കുഞ്ഞച്ചനോടു വിശേഷം തിരക്കിയപ്പോൾ അവൻ കള്ളം പറഞ്ഞു:

"പണി വല്ലതും കാണുമെന്നു കരുതി വന്നേത്."

"പിന്നെ പണിയില്ലാണ്ടിരിക്കുവോ? മൂപ്പനെന്നാ പറഞ്ഞ്?"

"വന്നിട്ട്, ആളെ കണ്ടില്ല."

"യോസപ്പിന്റെ കൂടെ കുടിക്കാൻ പോയതാ. അയാളിങ്ങോട്ടു വരട്ടെ. നീയിവിടിരിക്ക്."

പക്ഷേ, ശങ്കരിയെ കളിപ്പിക്കാൻ പറ്റിയില്ല.

കുഞ്ഞച്ചനെ കണ്ടപ്പോൾതന്നെ അവൻ വന്നകാര്യം അവൾക്കു മനസിലായി. ഒരു കള്ളച്ചിരിയോടെ അവൾ വിളിച്ചുപറഞ്ഞു:

"തങ്കമ്മാ, ആരാ വന്നിരിക്കുന്നതെന്നു കണ്ടോ? തിരക്കിപ്പിടിച്ചിങ്ങെത്താൻ പാടുകുറെ പെട്ടുകാണും. പാവം!"

തങ്കമ്മ അവനെനോക്കി ഹൃദയം കുളിർക്കെ ചിരിച്ചു. അവന്റെ തളർന്ന സിരകളിൽ ഒരു നവോന്മേഷത്തിന്റെ പ്രവാഹമുണ്ടായി. കണ്ണുകൾ തമ്മിലിടഞ്ഞു നിൽക്കുമ്പോൾ നാണംകൊണ്ട് അവളുടെ മുഖം കുനിയുന്നതുകണ്ടു.

മറ്റുള്ളവർ ഷെഡ്ഡിനകത്ത് അടുപ്പുകൂട്ടി അത്താഴം വയ്ക്കാനൊരുങ്ങിയപ്പോൾ ശങ്കരി അണിഞ്ഞൊരുങ്ങി എൻജിൻ പുരയിലേക്കു നടന്നു. ആ പോക്കുകണ്ട് അസൂയയും വെറുപ്പും കലർന്ന സ്വരത്തിൽ മാല പറയുന്നതു കേട്ടു:

"മ്-അവടെയൊരു നടത്തം. ഇപ്പം മാനംകുലുക്കി താഴെയിടും. നെറീംമൊറേം കെട്ട കൂത്തിച്ചി!"

അതുകേട്ടു കുഞ്ഞച്ചൻ ചോദിച്ചു:

"എന്തിനാ വല്യമ്മേ അവരെയിങ്ങനെ ചീത്ത പറേണെ?"

"അവളത്ര ചീത്തയാടാ മോനേ."

"ചീത്തയോ?"

"കൊള്ളാം. ചീത്തയാണോന്ന് പതുക്കെ പറയണോ? സൊജാതിയാണേലും വേണ്ടിയില്ലാരുന്ന്...."

എൻജിൻ ഡ്രൈവർ എബ്രഹാമിനെ ചൊല്ലിയാണ് മാല 'സൊജാതി'യുടെ കാര്യംപറഞ്ഞത്.

എബ്രഹാം എൻജിൻപുരയിൽ ഒറ്റയ്ക്ക് അരിവച്ചു കഴിഞ്ഞു.

ആ തവണ പറിച്ചുനടീലിനു വേണ്ടി പെണ്ണാളുകൾ ചിറവരമ്പത്തു വന്നിറങ്ങിയപ്പോൾത്തന്നെ അയാൾ ശങ്കരിയെ നോട്ടമിട്ടു. അന്ന് അയാളുടെ ആ തുറിച്ചുനോട്ടം അവളും ഗൗനിച്ചു.

അവർ തമ്മിൽ ഇടയ്ക്കിടെ ഒളിഞ്ഞുനോക്കുകയും ചുണ്ടുകടിക്കുകയും ചെയ്തു. ഒരുദിവസം ഷെഡ്ഡിനടുത്തു ചെന്ന് അയാൾ അവളെ നോക്കി ചോദിച്ചു:

"എടോ എനിക്കൊരുപകാരം ചെയ്തുതരുവോ?"

ശങ്കരി ചിരിച്ചു കൊണ്ട് ചോദിച്ചു:

"എന്തോന്നാ?"

"ഞാൻ രണ്ടു മീനെടുത്തു വച്ചേക്കുന്നു. അതൊന്നു വെട്ടിക്കഴുകി തരണം."

ശങ്കരി ഒന്നും പറയാതെ തർക്കിച്ചു നിന്നപ്പോൾ ചെല്ലമ്മ പറഞ്ഞു പ്രേരിപ്പിച്ചു.

"ചെല്ലെടീ, അദ്യത്തിന് അതൊന്ന് വെട്ടിക്കഴുകിക്കൊട്."

അന്ന് അവൾ പോയി മീൻ വെട്ടിക്കൊടുത്തു. അതു കലത്തിലിട്ടു കഴുകിക്കൊണ്ടിരിക്കുമ്പോൾ എബ്രഹാം അവളുടെ ഊരും പേരുമെല്ലാം ചോദിച്ചറിഞ്ഞു. അന്നു നേരം കുറെ വൈകിയിട്ടാണ് ശങ്കരിയെ തിരിച്ചയച്ചത്.

പിന്നീടുള്ള ദിവസങ്ങളിൽ അവൾ പണികഴിഞ്ഞു വന്നാലുടൻ നല്ല മണമുള്ള സോപ്പു തേച്ചു കുളിക്കും. പൗഡറിട്ട് പുതിയ ബ്ലൗസും ശംഖു മാർക്കു കൈലിയും ധരിച്ച് എൻജിൻ പുരയിലേക്കൊരു പോക്കാണ്. മീൻ വെട്ടിക്കൊടുക്കാനും കറിയ്ക്കരച്ചു കൊടുക്കാനുമാണെന്നാണു മറ്റുള്ളവരോടു പറയുന്നത്. പക്ഷേ, ആരെങ്കിലും അതു വിശ്വസിച്ചോ എന്നറിഞ്ഞുകൂടാ.

മാല മുറത്തിലിട്ടു ചീനി അരിയുന്നതിനിടയിൽ തങ്കമ്മയെ ചൂണ്ടി പറഞ്ഞു:

"അതാ. ആ നിൽക്കുന്നവളും പെണ്ണാപ്പിറന്ന ഒരുത്തിയാ. അവളെക്കുറിച്ചെന്താ ആരും ഒന്നും പറയാത്തെ. പറയാനക്കൊണ്ടൊക്കത്തില്ല. അതാ."

"അതു നേരാ."

ചെല്ലമ്മയും സമ്മതിച്ചു.

"ഇങ്ങനെ വേണം പൊലക്കുഴിയട്ടികളായാലക്കൊണ്ട്."

"എന്തൊരു ബഹളോം പുക്കാറുമാരുന്നിവിടെ. ഇപ്പ വല്ല ശല്യോമൊണ്ടോന്ന് തിരക്കിയാട്ടെ."

"എന്തുവാരുന്ന് ബഹളോം പുക്കാറും? ഞങ്ങളാരും അറിഞ്ഞില്ലല്ലോ."

കുഞ്ഞച്ചൻ ആകാംക്ഷയോടെ ചോദിച്ചു.

"കൊള്ളാം കൊള്ളാം. അപ്പോൾ അതൊന്നും അറിഞ്ഞില്യോ? അതാ നിക്കുന്നു. അവളോടു ചോയിക്ക്. ആ ഒരുങ്ങിക്കെട്ടിപ്പോയോള് എവളെക്കണ്ടുപടിക്കട്ടെ."

തല കുനിച്ചിരുന്ന തങ്കമ്മയോടു കുഞ്ഞച്ചൻ ചോദിച്ചു:

"എന്തുവാരുന്നു തങ്കമ്മേ കാര്യം?"

മാലയുടെ സംസാരം കേട്ട് ഹൃദയം അഭിമാന വിജൃംഭിതമായെങ്കിലും, തലയുയർത്താൻ കൂട്ടാക്കാതെ തങ്കമ്മ പറഞ്ഞു:

"ആ എനിക്കൊന്നുമറിയാൻ മേലാ."

ചീനിയും മുറവും മടിയിൽനിന്നെടുത്തു താഴെ വച്ചിട്ടു മാല പറഞ്ഞു:

"ആങ്ഹാ, നിനക്കൊന്നുമറിയാമ്മേലേ? എന്തിനാ അതു മറച്ചു വയ്ക്കുന്നെ? അങ്ങോട്ടു പറ. എല്ലാരും അതറിയട്ടെ."

എന്നിട്ടു കുഞ്ഞച്ചനെ നോക്കി പറയാൻ തുടങ്ങി:

“എടാ കൊച്ചനേ, നീ കേട്ടോ, രാത്രി ഇരുട്ടുവാക്കിന് ആരാണ്ടിവളെ കേറി പിടിച്ചേന് ഇവളെന്താ ചെയ്തെന്നറിയാവോ? വിളിച്ചുകൂവിക്കൊണ്ടു കൊടുത്തോളാ രണ്ടുമൂന്നടിയും, ഇടിയും. വന്നവൻ ജീവനും കൊണ്ടോടി. അന്നത്തെ പുകിലൊന്നും പറയാനക്കൊണ്ടു വയ്യ. പെണ്ണു പിടിക്കാൻ വന്നോനുമില്ല. അടികൊണ്ടോനുമില്ല. എന്താ പോരായോ? പിന്നിവിടെ പെണ്ണാപിറന്നോരുക്ക് സൊത്തമായി കെടന്നൊറങ്ങാം.”

ഒരു ജോലിയൊതുക്കിയ മട്ടിൽ മാല തങ്കമ്മയെ നോക്കി പറഞ്ഞു:

“എന്നാ ഇതങ്ങോട്ട് പറഞ്ഞാലക്കൊണ്ട്?”

ചോരയും നീരുമുള്ള പെൺപിള്ളേരിൽ ഒരുവിധത്തിൽപ്പെട്ടവർക്കല്ലാതെ അവിടെ മാനമായി കഴിയാൻ പാടാണ്. മേലാളന്മാരുടെ തോന്നിയവാസമാണു നടക്കുന്നതെല്ലാം.

തലേന്നു വെച്ചൂറ്റി വച്ചിരിക്കുന്ന പഴംചോറു തിന്നുകൊണ്ട് അതിരാവിലെ പാടത്തിറങ്ങണം. ഷെഡ്ഡിൽ കഴിയുന്ന എല്ലാവർക്കുംകൂടി ഒരു കലത്തിലിട്ട് ഒന്നിച്ചാണു പാചകം. ആളൊന്നുക്കു നാഴുരിയരിയും കറിവയ്ക്കാൻവേണ്ടവകയ്ക്ക് ഇരുപതു പൈസയും തീ കത്തിക്കുന്നതിനു പഴംതേങ്ങയുടെ തൊണ്ടും നൽകാൻ ജോസഫ് ഏർപ്പാടു ചെയ്തിരുന്നു.

വൈകിട്ടു പാടത്തുനിന്നു വന്ന് എല്ലാവരുംകൂടി വെച്ചുവിളമ്പി കഴിക്കും. പാട്ടുംപാടി, പഴംകരിന്തവും പറഞ്ഞ് കിടന്നുറങ്ങും.

തൊഴിലാളികളെ പാടത്തിറക്കിയിട്ടു വള്ളത്തേലോ, നടന്നോ തലയാളനും കൃഷിക്കാരനും കൂടെ ഷാപ്പിലേക്കു പോകും. കുടിച്ചു ലക്കില്ലാതെ വൈകിട്ടു കേറിവരും. ഇതിനിടയിൽ മുതലാളന്റെ ആളുകൾ ഏതെങ്കിലും കുഴിയട്ടിമാരുടെമേൽ കണ്ണുവച്ചിരിക്കും. രാത്രിയിൽ കേറി വന്ന് ഇല്ലാത്ത പൊല്ലാപ്പെല്ലാമുണ്ടാക്കും.....

നേരം സന്ധ്യമയങ്ങി. എല്ലാവരും അത്താഴംവയ്പ്പിന്റെ തിടുക്കത്തിലാണ്.

തങ്കമ്മ കുഞ്ഞച്ചനെ നോക്കി എന്തോ ആംഗ്യം കാണിച്ചിട്ട് ഷെഡ്ഡിൽ നിന്നിറങ്ങി ചിറക്കാലിലേക്കു നടന്നു. ഇടയ്ക്കൊന്നു തിരിഞ്ഞു നോക്കി. അവൻ പുറകെ ചെല്ലുന്നതുകണ്ടു. അവരൊന്നിച്ചു പരുത്തിക്കാടിനടുത്തെത്തിയപ്പോൾ അവൾ ചോദിച്ചു:

“നമുക്കെന്തുവാ ഒരു വലിയ മൗനം?”

കുഞ്ഞച്ചൻ ഒന്നും പറയാതെ മൂകനായി നിന്നതേയുള്ളൂ.

“എന്തുവാ ഇങ്ങനിത്രേം ആലോചിക്കുന്നെ?”

“നിന്നെക്കുറിച്ച്.”

“എന്നെക്കുറിച്ചോ?”

“ങ്ഹാ”

ശരീരം തളർന്നതുപോലെ അയാൾ നിലത്തിരുന്നു. അവളും അരികിൽ ഇരിപ്പുറപ്പിച്ചു.

“എന്നെക്കുറിച്ചൊന്നും വിചാരപ്പെടേണ്ട. ആർക്കും മീൻവെട്ടാനും അരയ്ക്കാനും ഒന്നും എന്നെ കിട്ടത്തില്ല.”

"അതല്ല"

"പിന്നെ?"

തെല്ലുനേരത്തെ ആലോചനയ്ക്കുശേഷമാണവൻ പറഞ്ഞത്.

"നിന്റെ കല്യാണക്കാര്യമെല്ലാം ഒറച്ചെന്നു കേട്ടു."

"ആരു പറഞ്ഞു?"

"തഴക്കരക്കാരാരാണ്ടു വന്നെന്നും..."

"വന്നുകാണും."

"എന്നിട്ട്?"

"എന്നിട്ടെന്തുവാ?"

"നിനക്കിഷ്ടപ്പെട്ടോ?"

"അങ്ങനെ വരുന്നവരെയെല്ലാം ഇഷ്ടപ്പെടാനിരിക്കുവാണോ? അതിനുവേറെ വല്ലോളും കാണും."

കുഞ്ഞച്ചൻ മിഴിച്ചിരുന്നു. കുറെനേരം കഴിഞ്ഞ് നെടുതായി ഒന്നു നിശ്വസിച്ചിട്ട് അവൻ വീണ്ടും ചോദിച്ചു:

"എന്നിട്ടു നീയെന്തോ പറഞ്ഞു?"

"ആരോടാ?"

"നിന്നോടാരും ഒന്നും ചോദിച്ചില്ല്യോ?"

"ഒന്നും ചോദിച്ചില്ല."

"ചോദിച്ചാ എന്തോ പറയുവാരുന്ന്?"

"എന്തോ പറയാനക്കൊണ്ടാ?"

"നിനക്കു പോതിച്ചത്?"

"അതിനിപ്പം മനസില്ല."

ഒന്നുകൂടി പറ്റിച്ചേർന്നിരുന്ന് അവന്റെ തോളിൽ കൈവച്ചുകൊണ്ട് അവൾ മുഖത്തേക്കുനോക്കി പറഞ്ഞു:

"ഞാനൊന്നു ചോദിക്കട്ടെ. പെണ്ണുകാണാനെന്നും പറഞ്ഞ് അവിടാരെങ്കിലും വരുന്നെങ്കി ആരാ അതിനു കുറ്റക്കാര്?"

"ആരാ?"

"അതു നമ്മുടെ കുറ്റംകൊണ്ടാ."

"എന്റെ കുറ്റംകൊണ്ടോ? അതോ നിന്റെ ഈ ചന്തംകൊണ്ടോ?"

"വല്ലോം പറയുമ്പം അതിനിടയ്ക്കു കളിപറയാതെ. നമ്മുടെ കുറ്റംകൊണ്ടുതന്നാ. അല്ലേ ആരും വരുത്തില്ല."

കുഞ്ഞച്ചൻ ദൂരത്തേക്കു നോക്കി മൗനമായിരുന്നു.

അവൾ അവനെ പിടിച്ചു കുലുക്കി ചോദിച്ചു:

"എന്താ ഒന്നും പറയാത്തെ?"

"ഞാൻ ആലോചിക്കുവാ."

"എന്തുവാ ഇത്രേം ആലോചിക്കാനക്കൊണ്ട്?"

"വീട്ടുകാര് വാശിയെടുത്ത്...പൊന്നും പണവും കിട്ടാതെ അച്ഛൻ സമ്മതിക്കത്തില്ല. നിന്റെയാൾക്കാരതു കൊടുക്കുകേമില്ല."

കുറെ നേരത്തേക്കു രണ്ടുപേരും ഒന്നും പറഞ്ഞില്ല. ചുറ്റും ഇരുൾ

പരക്കുകയാണ്. പാടത്തിനക്കരെ കണ്ട ആ അന്തിത്തുടുപ്പുപോലും ഇപ്പോൾ മാഞ്ഞുകഴിഞ്ഞു.

ഒരങ്കലാപ്പോടെ കുഞ്ഞച്ചൻ പറഞ്ഞു:

"ഈ വാശിയുടെ പുറത്ത് എവിടെങ്കിലുമങ്ങു പോയാലോ എന്നാ എന്റാലോചന. പൊന്നും പണവും മേടിക്കുന്നതൊന്നു കാണട്ടെ."

തങ്കമ്മയൊന്നു ഞെട്ടിയെന്നു തോന്നി.

"എവിടാ പോകുന്നെ? പോയി എന്തോ ചെയ്യും"

"അതൊന്നും നിശ്ചയമില്ല. അങ്ങ് എവിടെങ്കിലും...."

"എന്നാ ഞാൻ പറയാം."

"എന്തുവാ?"

"എങ്ങോട്ടാ പോകുന്നതെന്നു വച്ചാ അങ്ങോട്ടു ഞാനുംകൂടെ വരും."

"ങ."

"ആങ്. ഞാനും വരും. നേരായിട്ടുതന്നെ പറയുവാ. നമ്മടെകൂടെ ഞാനും കാണും."

അവൾ അവന്റെ മടിയിലേക്കു തലചായ്ച്ചു മലർന്നുകിടന്ന് അവന്റെ മുഖത്തുനോക്കി പറഞ്ഞു:

"എവിടെയായാലെന്തുവാ? കൈയും കാലും ആവതുണ്ടേ നമ്മളു വേലചെയ്തു കഴിയും."

കുഞ്ഞച്ചൻ അവളെ മിഴിച്ചുനോക്കി. അവൾ അവന്റെ കഴുത്തിൽ കൈചുറ്റി. ആ മുഖങ്ങൾ തമ്മിലടുത്തു. അവളെ വാരിയെടുത്ത് അവൻ തെരുതെരെ ഉമ്മവച്ചു.

ഇരുപത്തിരണ്ട്

രാമങ്കരിയിൽനിന്നു തിരുവഞ്ചൻ വിട്ട എഴുത്തു വായിച്ചു കേട്ടപ്പോൾ കുഞ്ഞിത്തേവൻ അന്തംവിട്ടു. തങ്കമ്മയെ കാണാനില്ല. അവളും ഏവൂർ ചാലിത്തറയിലെ കണ്ടൻകാളിയുടെ മകൻ കുഞ്ഞച്ചനുംകൂടി എവിടെയോ ഒളിച്ചുപോയി.

അണിമ തന്നത്താനിടിച്ചു. വലിയ വായിലേ നിലവിളി തുടങ്ങി.

"എന്റെ ചൊനക്കരത്തേവരേ എന്റെ കുഞ്ഞെവിടെപ്പോയോ? എന്റെ വലിയച്ചോ എന്റെ കുഞ്ഞിനെന്തുപറ്റിയോ....? എന്റെ തങ്കമ്മേ...എന്റെ മോളേ...."

ഇടയ്ക്കു കുഞ്ഞിത്തേവനെ ചൂണ്ടി അർഥശങ്കയ്ക്കിടയില്ലാത്ത വണ്ണം അവൾ പാഴാങ്കം പറഞ്ഞു:

"ഈ മുതുക്കൻ മൂലമാണേ എന്റെ മോളു പോയേ."

ആ കുറ്റപ്പെടുത്തൽ കേട്ടിട്ടും കുഞ്ഞിത്തേവൻ ഒന്നും മിണ്ടിയില്ല. ഒരു ജീവശ്ശവംപോലെ അയാൾ നിശ്ചേഷ്ടനായിരുന്നു.

കുഞ്ഞിത്തേവൻ നിലവിളിക്കുന്നില്ലെന്നേയുള്ളൂ. ഹൃദയം വിങ്ങി വിതുമ്പുകയാണ്.

അണിമ കുറെ കരഞ്ഞുതീർന്നപ്പോൾ അയാൾ അവളെ ആശ്വസിപ്പിക്കാൻ ശ്രമിച്ചു:

"നീ കരയാതെ കെളവീ, അവളെവിടാണേലും നമുക്കു തെരക്കിപ്പിടിക്കാം."

ആ വാക്കുകൾ അണിമയ്ക്കാശ്വാസം നൽകിയില്ല. പലവിധമുള്ള അങ്കലാപ്പാണ്. മകൾ ജീവിച്ചിരിപ്പുണ്ടോ? എവിടെങ്കിലും പുറപ്പെട്ടു പോയതോ? രണ്ടുംകൂടി കായലിൽച്ചാടി പത്തോ? അതോ വല്ലടത്തും ചെന്നു തൂങ്ങിമരിച്ചോ?

സംശയം ബലപ്പെടുമ്പോൾ ഭയന്നു വിറയ്ക്കും. ഒരു സമാധാനവും കിട്ടാതെ തേങ്ങിത്തേങ്ങിക്കരയും. അതിനെക്കുറിച്ചു മറ്റുള്ളവരോടു പറയാൻപോലും ഭയം തോന്നി.

കുഞ്ഞിത്തേവന്റെ തറയിലെ ബഹളം കേട്ട് ആളുകൾ ഓടിക്കൂടി. വിവരമറിഞ്ഞ് എല്ലാവരും മൂക്കത്തു വിരൽവച്ചു.

"എന്നാലും അവളിങ്ങനെ ചെയ്യുമെന്ന് ഒരു വിചാരോമില്ലാരുന്ന്."

"മിണ്ടാപ്പൂച്ചയാ കലമൊടക്കുന്നേ."

"എല്ലാം അവന്റെ ദുർബോധനയാ. അവളെയെന്തിനാ കുറ്റം പറേന്നെ?"

"പൊന്നു തമ്പിരാനേ, എവിടേലും പോയി അബദ്ധമൊന്നും കാണിക്കാണ്ടിരുന്നാ മതി."

ചിലർ കുഞ്ഞിത്തേവനെ കുറ്റപ്പെടുത്തി. ആ പയ്യന്റെ ആലോചന വന്നിട്ട് നാളു കുറെയായി. അവനവിടെ വന്നും പോയും കഴിയാൻ തുടങ്ങിയിട്ട് ഒട്ടുനാളായി. ഇതിനകം അതിനൊരു കെട്ടും കെഴുവും ഉണ്ടാക്കരുതാരുന്നോ? അതു കുഞ്ഞിത്തേവന് ആകാഞ്ഞിട്ടാണോ? എന്താ അയാളതിനു മുതിരാഞ്ഞത്? പണം ചെലവാകുമെന്നു കരുതി. ഇനി പണവും കെട്ടിപ്പിടിച്ചോണ്ടിരുന്നോട്ടെ. ആർക്കു കഴിയാനാ?

അതുതന്നെ അണിമയും കൂടെക്കൂടെ പറഞ്ഞുകൊണ്ടിരുന്നു. എല്ലാവരും കൂടി അയാളുടെ പുണ്ണിൽ കുത്തുകയാണ്. നിശ്ശബ്ദനായി എല്ലാം സഹിച്ചു.

അയൽക്കാർ അവരവരുടെ വഴിക്കു പോയി. ആളൊഴിഞ്ഞപ്പോൾ മനോവേദനകൊണ്ടു വിറയാർന്ന സ്വരത്തിൽ അണിമ ചൊനക്കരത്തേവരെ കൈകൂപ്പി പറഞ്ഞു:

"എന്റെ ദൈവേ. എന്റെ കുഞ്ഞിനൊരു മുള്ളുപോലും കൊള്ളാതെ തിരികെ കിട്ടണേ."

കുഞ്ഞിത്തേവൻ നാടായ നാടു മുഴുക്കെ തിരക്കി നടന്നു. കണ്ടവരോടെല്ലാം വിവരം പറഞ്ഞു. ഒരെത്തും പിടിയും കിട്ടിയില്ല. ഇനി മറ്റത്തെ അമ്പലത്തിത്തമ്പുരാനേ ശരണമുള്ളൂ. വിളിച്ചാൽ വിളികേക്കുന്ന സ്വരൂപമാണ്.

അവിടുത്തേക്കു നേർച്ചനേരാനും വഴിപാടു കഴിക്കാനുമായി അടുത്ത വെള്ളിയാഴ്ച രാവിലെ അണിമയും കുഞ്ഞിത്തേവനും കൂടി മറ്റത്തേക്കു തിരിച്ചു.

പോകുന്നവഴി കണ്ണീരു തുടച്ചുകൊണ്ട് അണിമ പറഞ്ഞു:

"അവളെ അന്ന് അവന്റെകൂടെ അയച്ചാലക്കൊണ്ട് മതിയാരുന്ന്."

കുഞ്ഞിത്തേവനും സമ്മതിച്ചു.

"മതിയാരുന്ന് പക്ഷേങ്കി...."

അണിമയ്ക്കു കലിവന്നു.

"എന്നതാ പക്ഷേങ്കി....? എന്തോ പറഞ്ഞാലും ഒരു പക്ഷേങ്കി...."

"രൂപാ ഒത്തുവരണ്ടാരുന്നോ?"

"എന്താ ഒത്തുവരാതിരിക്കാനക്കൊണ്ട്? വിചാരിച്ചാ ഒത്തേനെ. ചിട്ടിക്കാശൊണ്ട്. പശുവും പൈക്കിടാവുമൊണ്ട്."

തേവൻ ഒന്നും മിണ്ടിയില്ല. ആലോചിച്ചാലോചിച്ചു കൂടെ നടന്നിട്ട് അണിമ വീണ്ടും പറഞ്ഞു:

"കുഞ്ഞിനെ കണ്ടുകിട്ടുമ്പം ഒന്നും പറഞ്ഞ് അവടെ മനതു വെഴമിപ്പിക്കല്ല്."

"ഏനൊന്നും പറേത്തില്ല. അവളെയൊന്നു കണ്ടുകിട്ടിയാലക്കൊണ്ടു മതി."

"ഒടേ തമ്പുരാൻ കനിഞ്ഞാ അവളെ കാണാണ്ടു വരത്തില്ല."

അതാണു കുഞ്ഞിത്തേവന്റെയും വിശ്വാസം. മുൻകരുതലെന്ന നിലയിൽ അണിമ ഒന്നുകൂടി ഓർമിപ്പിച്ചു:

"ഏവൂക്കാരു ചോയിച്ചതെന്താന്നുവച്ചാ അങ്ങു കൊടുത്തേക്കണം."

"അതും അതിന്റപ്പുറോം കൊടുക്കാം. നമ്മളാരുക്കാ കെട്ടിപ്പിടിച്ചു വെച്ചോണ്ടിരിക്കുന്നേ?"

അണിമയ്ക്ക് ആശ്വാസമായി. ഇപ്പോൾ എല്ലാറ്റിനും ഒരു വഴി തെളിഞ്ഞെന്നു തോന്നി. അവൾ ഒരു നെടുവീർപ്പോടെ മേലോട്ടു നോക്കി പറഞ്ഞു:

"ചത്തു തലയ്ക്കുംമോളി നിക്കുന്ന വലിയപ്പൂപ്പന്മാറൊണ്ടേ, എന്റെ കുഞ്ഞിനെ തിരിയെ കൊണ്ടുതരീക്കും."

അപ്പനപ്പൂപ്പന്മാരെ പ്രീതിപ്പെടുത്താൻ കുഞ്ഞിത്തേവൻ വാക്കുപറഞ്ഞു:

"ഉച്ചാരത്തിനാട്ടെ പൂയ കേമമാക്കിയേക്കാം."

ഉച്ചതിരിഞ്ഞപ്പോൾ മറുതാച്ചി നടയിലെത്തി. അണിമ ദൈവക്കുളത്തിലിറങ്ങി മുങ്ങിക്കുളിച്ചു. അമ്പലത്തിലെ വിളക്കുവയ്പ്പിന്റെ വകയ്ക്ക് കുഞ്ഞിത്തേവൻ അമ്പതു പൈസ കൊടുത്തു. അപ്പൂപ്പനു 'വെള്ളം കുടി'ക്ക് മൂന്നര രൂപാ. അണിമ ഈറനോടെ കേറിവന്നു പാക്കു വെറ്റയും നടയ്ക്കുവച്ചു തൊഴുതു.

"കാണാതെപോയ പെണ്ണു തിരികെ വരുവാണേലും, അറിയുവാണേലും അവരുടെ പേരും നാളും കൊത്തിച്ച ഒരാളുരൂപം നടയ്ക്കുവച്ചേക്കാം. അവളെക്കൊണ്ട് ഒരു താലപ്പൊലീം എടുപ്പിച്ചേക്കാം."

നേർന്നു കഴിഞ്ഞപ്പോൾ മനസിന്റെ ഭാരം കുറഞ്ഞതുപോലെ. ഇനിയെല്ലാം അമ്പലത്തിത്തമ്പുരാന്റെ കാര്യം. ആ ആശ്വാസത്തോടെ ആലിന്റെ ചുവട്ടിലിരിക്കുമ്പോൾ ക്ഷേത്രഭരണസമിതിയുടെ സെക്രട്ടറിയും, പഞ്ചായത്തംഗവുമായ മെമ്പറു കുട്ടി വയൽവരമ്പത്തുകൂടി ഇങ്ങോട്ടു നടന്നു വരുന്നു. അണിമയെയും കുഞ്ഞിത്തേവനെയും കണ്ട് അയാൾ കാര്യം തിരക്കി.

എല്ലാം വിവരിച്ചു പറയാൻ കുഞ്ഞിത്തേവനു നാണമായിരുന്നു. പക്ഷേ, യാതൊന്നും മറച്ചുപിടിക്കാതെ അണിമ കാര്യമെല്ലാം തുറന്നു പറഞ്ഞു.

മെമ്പറു കുട്ടിയുടെ മുഖത്ത് ഒരു പുഞ്ചിരി വിടർന്നു, എങ്കിലും ഗൗരവം നടിച്ചുകൊണ്ട് അയാൾ ചോദിച്ചു:

"പെണ്ണും ചെറുക്കനും തമ്മിൽ ഇഷ്ടമാണെന്നറിഞ്ഞപ്പോ അവരുടെ കല്യാണമങ്ങു നടത്തിക്കൊടുക്കരുതാരുന്നോ?"

അണിമ കുഞ്ഞിത്തേവനെ ചൂണ്ടി വെറിയോടെ പറഞ്ഞു:

"അങ്ങോട്ടു ചോയ്ച്ചോടു മെമ്പറേ. വെവരമൊള്ളോരൊണ്ടേ അങ്ങനങ്ങോട്ടു ചോയിച്ചോട്."

"എന്താ അമ്മാവാ ഒന്നും മിണ്ടാത്തത്? അവരുടെ കല്യാണം നടത്തിക്കൊടുത്തിരുന്നെങ്കിൽ ഈ ബദ്ധപ്പാടൊണ്ടാകുമായിരുന്നോ?"

അണിമ കുഞ്ഞിത്തേവനെ അലട്ടാൻ തുടങ്ങി.

"എന്താ ഇപ്പം ഒന്നും മിണ്ടാത്തെ? എന്താ നാക്കും മൂക്കും ഇല്ലാത്തെ? ഈ മനുഷനൊരുത്തന്റെ കൊതിത്തരം കൊണ്ടാ എല്ലാം പവിച്ചെ."

കുറെയായപ്പോൾ തേവൻ മുരടനക്കി:

"ഏൻ പറഞ്ഞോ അവളെ അവന്റെ കൂടയക്കത്തില്ലെന്ന്?"

"എന്നിട്ടാണോ തഴക്കരക്കാരു വന്നപ്പം അവരോടു വാക്കുകരാറു പറഞ്ഞെ?"

"അങ്ങനെ പറഞ്ഞെന്നുംവച്ച്?"

"പറഞ്ഞെന്നുംവച്ചൊന്നുമില്യോ? ഇത്രേം വന്നാലും പടിക്കത്തില്ല മനുഷേര്."

മെമ്പറു കുട്ടി കുഞ്ഞിത്തേവന്റെ മനസിലിരിപ്പറിയാൻവേണ്ടി ചോദിച്ചു:

"ആട്ടെ, പെണ്ണിനേം ചെറുക്കനേം കണ്ടുകിട്ടുവാന്നേ ഇനി ആ കല്യാണമങ്ങു നടത്തിക്കൂടായോ?"

അണിമ കൈകൂപ്പി.

"ഒടേതമ്പുരാനേ ഒടനേ നടത്തിക്കൊടുത്തേക്കാം. അവരിങ്ങു വന്നാലക്കൊണ്ട് മതിയാരുന്ന്."

ആ അഭിപ്രായംതന്നെ തേവനും.

"അല്ലേലും അവന്റെകൂടേ ഏനവളെ അയക്കത്തൊള്ള്. ഏനതാ തന്നോഴം."

മെമ്പറു കുട്ടി ചിരിച്ചു:

"ഇപ്പറഞ്ഞതു നേരാണോ?"

അമ്പലമുറ്റത്തെ ഒരുനുള്ളു മണ്ണുവാരി വായിലിട്ടുകൊണ്ടു കുഞ്ഞിത്തേവൻ ആണയിട്ടു:

"ഈ തിന്നാൽപോണ വായ്ക്കരിയാണെ സത്യം. അവന്റെകൂടെ ഏൻ പെണ്ണിനെ അയക്കത്തൊള്ള്."

"എന്നാ ഇനി നിങ്ങളു വിഷമിക്കാണ്ടിരി. ഞാൻ കാര്യം പറയാം. അവരുടെ കല്യാണം കഴിഞ്ഞു. രണ്ടുപേരും ഈ അടുത്തുതന്നെ ഒരിടത്തുണ്ട്. ഞാൻ കണ്ടേച്ചു വരുവാ."

അണിമയും കുഞ്ഞിത്തേവനും വാപൊളിച്ചു നിന്നു. ഉള്ളിൽ തിങ്ങി നിറഞ്ഞ ആനന്ദംകൊണ്ട് അണിമ പൊട്ടിക്കരഞ്ഞു.

"തമ്പുരാനേ നീ കാത്ത്."

ചുക്കിച്ചുളിഞ്ഞ കവിളിലൂടെ ധാരധാരയായി കണ്ണീർ വാർന്നു. അമ്പലത്തിത്തമ്പുരാനോടുള്ള ഭക്തി നിറഞ്ഞൊഴുകി. "വിളിച്ചാ വിളി കേക്കുമെന്നു പറഞ്ഞതു വെറുതെയല്ല എന്റെ മെമ്പറെ!"

കുഞ്ഞിത്തേവനും ദീർഘമായി നിശ്വസിച്ചു.

മെമ്പറു കുട്ടി അയാളെ ഉപദേശിച്ചു:

"അവരു കരിപ്പുഴയുണ്ട്. ചാത്തൻതറേലെ കണ്ണന്റെ കൂടെ. നിങ്ങളങ്ങോട്ടു ചെന്നു വിളിച്ചോണ്ടു പോ."

കുഞ്ഞിത്തേവൻ തലകുലുക്കി.

"അങ്ങോട്ടു പോവുവാ."

"ഇനിയെങ്കിലും തമ്മിത്തമ്മി കലമ്പലു കൂടാതെ കഴിയണം. കേട്ടോ അമ്മാച്ചാ."

"ഇനി അങ്ങനേ ഒള്ള്."

"ഞാൻ പഞ്ചായത്താപ്പീസുവരെ ഒന്നു പോയേച്ചു വരട്ടെ." മെമ്പറുകുട്ടി യാത്രപറഞ്ഞു മറ്റൊരു വഴിക്കു പോയി.

ഏതോ ഗൗരവമായ ചിന്തയിൽ മുഴുകി കുഞ്ഞിത്തേവൻ മുറുക്കാൻ പൊതിയഴിച്ചു. അണിമയ്ക്കു ക്ഷമകെട്ടു:

"എന്നാങ്കി ഇനി പിന്നെ ചവക്കാം. നമ്മക്കങ്ങോട്ടു പാം."

അയാൾ അതു കേട്ടില്ലെന്നു തോന്നി. പൊതി തുറന്നു രണ്ടു പാക്കിൻ കഷണം വായിലേക്കിട്ടു. വാടിയ വെറ്റിലയിൽ ഉണക്കച്ചുണ്ണാമ്പ് തേച്ചുപിടിപ്പിച്ചു. അപ്പോഴെല്ലാം ചിന്ത വേറെയെങ്ങോ ആയിരുന്നു.

"ഒന്നു വെക്കമാട്ടെ. ഇപ്പം പോയാ നേരം ഇരുട്ടുന്നേനു മുമ്പേ അവരേം വിളിച്ചോണ്ട്...."

"ങ്ഹേ, ഏന്തുവാ!"

തേവൻ രൂക്ഷമായി മൂളി. അയാളുടെ മുഖം ഇരുണ്ടു. മുറുക്കാൻ ചവയ്ക്കൽ നിറുത്തിയിട്ട് അണിമയുടെ മുഖത്തേക്കു തുറിച്ചുനോക്കി.

"എന്നതാ? എന്നതാ പറഞ്ഞെ? അവളു തോന്ന്യാസം നടക്കുന്നെടത്തെല്ലാം പൊറോനു ചെല്ലാനക്കൊണ്ട് ഏനാരാന്നാ കരുതിയെ?"

അണിമ പകച്ചുനിന്നു:

"അല്ലേ, നിങ്ങളെന്നതാ ഇപ്പഴിപ്പറേന്നേ?"

"ഏൻ പറഞ്ഞതന്നാ പറേന്നെ. എന്നാ മനതി കേറിയില്യോ?"

"പിന്നെ മെമ്പറോടു പറഞ്ഞതോ?"

"പറഞ്ഞ്, പറഞ്ഞേനക്കൊണ്ടിപ്പം ഏത്തം വിടണോടീ പൊലയീ. അവളു പോയെങ്കി അങ്ങോട്ടു പോയേച്ചുംമരട്ടെ."

അണിമ വാടിത്തളർന്നു. ആ ഒരു കാര്യത്തിലെങ്കിലും അയാൾ വാക്കുമാറുമെന്നു കരുതിയില്ല.

വെറ്റിലപാക്കു ചവച്ചുകൊണ്ടു കുഞ്ഞിത്തേവൻ പിറുപിറുക്കാൻ തുടങ്ങി:

"അവളു പോയെങ്കി അങ്ങോട്ടു പോയേച്ചുംമരട്ടെ. തോന്ന്യവാസക്കാരി. ആരോടും ചോയിക്കാണ്ടും പറയാണ്ടും കണ്ടോന്റെ പൊറകെ പോയേക്കുന്ന്. ഏനിനി അവളെ കാണുവേം വേണ്ട എന്റെ തറയിലേക്കിനി കേറ്റുവേമില്ല. പൊകഞ്ഞ കൊള്ളി പൊറത്ത്. പൊക്കോട്ടെ. "

തലേക്കെട്ടഴിച്ചു കുടഞ്ഞുകെട്ടി കുഞ്ഞിത്തേവൻ വന്നവഴിക്കു തിരിച്ചുനടന്നു.

"ഏനെന്റെ പാട്ടിനു പോണ്. വരുന്നേ വാ. അല്ലേ നീയുംകൂടങ്ങോട്ടു ചെല്ല്."

വാണംവിട്ടപോലെ അയാൾ ചുനക്കരയ്ക്കു വച്ചടിക്കുന്നത് അണിമ കണ്ണുംതെളിച്ചു നോക്കിനിന്നു. പിന്നെ പതുക്കെപ്പതുക്കെ കുഞ്ഞിത്തേവന്റെ നിഴലുപോലെ അവളും പുറകേ പോയി....

അവർ മറുതാച്ചി നടയിൽ വന്നിരുന്ന വിവരം അന്നു സന്ധ്യക്കു മെമ്പറു കുട്ടി പറഞ്ഞപ്പോഴാണ് കുഞ്ഞച്ചൻ അറിയുന്നത്. അവൻ അതു തങ്കമ്മയോടു പറയുമ്പോൾ, ഒരു കാരണം കൂടാതെ അവൾ വിതുമ്പിക്കരയാൻ തുടങ്ങി.

"നീ എന്തിനാ കരയുന്നത് മണ്ടീ!"

അവൾ ഏങ്ങലടിക്കാൻ തുടങ്ങിയപ്പോൾ അവളെ അരികിലണച്ച് കണ്ണീരു തുടച്ചുകൊണ്ട് അവൻ പറഞ്ഞു:

"കുറേദിവസം കഴിഞ്ഞു പിണക്കമെല്ലാം മാറുമ്പോൾ, നമുക്കു ചുനക്കരപ്പോയി അമ്മേം അച്ഛനേം കാണാം. എന്റെ കരള് കരയാതിരി."

രാമങ്കരിയിൽനിന്ന് അവർ രണ്ടാളും കരിപ്പുഴയെത്തി. കണ്ണന്റെ തറയിലേക്കു അറച്ചറച്ചു കയറിച്ചെന്നപ്പോൾ കണ്ണൻ അതിശയം പൂണ്ടു. കാര്യമെല്ലാം ചോദിച്ചറിഞ്ഞപ്പോൾ കുഞ്ഞച്ചനോടൊരു മതിപ്പു തോന്നി.

"നന്നായി. അവളെയിട്ടു വെഷമിപ്പിക്കാതെ ഇങ്ങു വിളിച്ചോണ്ടു പോന്നതു നന്നായി. മിടുക്കൻ."

അതുകേട്ട് തങ്കമ്മ കുഞ്ഞച്ചനെ ഒളിഞ്ഞുനോക്കി പുഞ്ചിരി തൂകി.

കണ്ണൻ കുറേ നേരത്തേക്ക് അന്യമനസ്കായിരുന്നു. അയാളുടെ ചിന്തകൾ മറ്റെവിടെയോ ചുറ്റിക്കറങ്ങി.....

അടുത്ത ദിവസം അയാൾ കൂട്ടുകാരെയെല്ലാം വിളിച്ചുവരുത്തി. അവരുടെ സാന്നിധ്യത്തിൽ കുഞ്ഞച്ചൻ തങ്കമ്മയെ താലികെട്ടി.

അതിഥികൾക്ക് കണ്ണന്റെ വക ഒരു കാപ്പിസൽക്കാരം നടന്നു. ചെറു

പയറു പുഴുങ്ങിയതും കരിപ്പെട്ടിക്കാപ്പിയും.

ചാത്തൻതറയിൽ താമസിച്ചുകൊണ്ട് വധൂവരന്മാർ മധുവിധു ആഘോഷിച്ചു. മറ്റത്ത്, അച്ചൻകോവിലാറിന്റെ തെക്കേ തീരത്തെ ആറ്റുമണ്ണേ പുറംപോക്ക് കർഷകതൊഴിലാളികൾ കൈയേറി കുടിലുവയ്ക്കുന്ന കാലമായിരുന്നു.

പുറംപോക്കിന്റെ കിഴക്കടുത്ത് കുഞ്ഞച്ചന് ഒരു കുടിൽ വയ്ക്കാനുള്ള സ്ഥലം അവർ വേർതിരിച്ചു കൊടുത്തു.

എല്ലാവരുംകൂടി ഓലയും മുളയും ശേഖരിച്ച് ഒരു വീടുണ്ടാക്കി.

വൃശ്ചികമാസത്തിലെ തൃക്കാർത്തിക ദിവസം പെണ്ണും ചെറുക്കനും പുതിയ വീട്ടിൽ പൊറുതിയായി.

അന്നു വൈകിട്ട് അയൽക്കാരും കൂട്ടുകാരും കൂടി കാർത്തികവിളക്ക് കാണാൻ ഓച്ചിറയ്ക്കു പോയി. അവിടെനിന്ന് അത്യാവശ്യം വേണ്ട വീട്ടുപകരണങ്ങൾ വാങ്ങി. കലവും ചട്ടിയും, തവി, മുറം, ചിരവ, പായ്, പിച്ചാത്തി-അങ്ങനെ അത്യാവശ്യമുള്ളതെല്ലാം.

ഇരുപത്തിമൂന്ന്

"**ക**ർഷക...തൊഴിലാളി....യൂണിയൻ....

പ്ര...ച....ര....ണ....യോഗം."

സൈക്കിളിൽപ്പോയ ഒരു ചെറുപ്പക്കാരൻ, ഗോപാലൻനായരുടെ കടയുടെ മുന്നിലേക്കു വലിച്ചെറിഞ്ഞ ചുവന്ന നോട്ടീസ് ചെന്നു തപ്പിയെടുത്തിട്ട് വെളുത്തകുഞ്ഞു വായന തുടങ്ങി: "സ്ഥ....ലം...മു...ള...യ്ക്ക...ക്ഷേ...ത്ര...മൈ...താനം...സമയം..."

വളരെ പാടുപെട്ട് തപ്പിത്തടഞ്ഞിട്ടാണെങ്കിലും അയാൾ അതു വായിച്ചു തീർക്കുകതന്നെ ചെയ്തു. അപ്പോൾ നാണുവിന് ഒരാഗ്രഹം.

"അതിങ്ങോട്ടൊന്നു താടോ. ഞാനൊന്നു നോക്കട്ടെ."

"വായിച്ചു കേട്ടാ പോലായോ?-"

വെളുത്തകുഞ്ഞ് ഒരു നിധിപോലെ ആ നോട്ടീസ് നാലായി മടക്കി മുണ്ടിന്റെ കോൺതലയിൽ ചൊരുകി മടിയിൽ വച്ചു.

"ഇങ്ങോട്ടൊന്നു കാട്ടെ. ഒന്നു നോക്കീട്ടങ്ങു തന്നേക്കാം."

"ഇപ്പോ തരാനൊക്കുകേലാ."

"ഇയ്യാക്കെന്തിനാ, കൊണ്ടുപോയി ചുട്ടുകോരിത്തിന്നാനോ?"

"ഞാനെന്തേലും ചെയ്തോളാം."

അടുപ്പിലിരുന്ന കലത്തിൽ കുറെ വെള്ളംകൂടി കോരിയൊഴിച്ച് തീ ഊതിക്കത്തിച്ചുകൊണ്ടുനിന്ന ഗോപാലൻനായർ തലയുയർത്തിപ്പറഞ്ഞു:

"യൂണിയൻകാരുടെ മീറ്റിംങ്ങിന്റെ നോട്ടീസാടോ, ഇയ്യാക്കറിയണമെങ്കിൽ ഞാൻ പറഞ്ഞുതരാം കാര്യം."

"എന്നാ അതു കേൾക്കാനൊന്നു പോണം."

"മറ്റേന്നാള് നമ്മുടെ മൊളയ്ക്കലമ്പലത്തിലാ"

അതുകേട്ട്, പുച്ഛം കലർന്ന സ്വരത്തിൽ തിരുവഞ്ചൻ പറഞ്ഞു:

"ഓ, എവന്മാരുടെ ഒരു യൂണിയൻ, ഇവിടേം തൊടങ്ങീരിക്കുവാ കൊഴപ്പം ഒണ്ടാക്കാൻ."

നാണു അതേറ്റുപിടിച്ചു:

"മീറ്റിങ്ങു കൂടിയാ കൊഴപ്പമാണെന്നു തന്നോടാരാ പറഞ്ഞുതന്നത്?"

"മീറ്റിങ്ങ് കൂടുന്ന കാര്യമല്ല."

"പിന്നെന്നതാ കൊഴപ്പം? കേക്കട്ടെ."

വെളുത്തകുഞ്ഞാണു ചോദിച്ചത്.

തിരുവഞ്ചൻ സൂചന നൽകി:

"യൂണിയൻകാരല്യോ കൂടുന്നത്."

"അതിനെന്താ?"

അപ്പോൾ കൂടുതൽ സംസാരിക്കേണ്ടെന്നു തിരുവഞ്ചൻ കരുതി.

"അതിനെന്താണു നമുക്കു കാണാം."

നാണു ചൊടിച്ചു.

"താനെന്നതാ കാണിക്കുന്നെ?"

"ഞാനല്ല."

ഗോപാലൻനായർ മാധ്യസ്ഥം പറഞ്ഞു:

"അവരു യോഗംകൂടി കാര്യം പറയട്ടെടോ. എന്തുവാന്നു നമുക്കു കാണാമല്ലോ."

തിരുവഞ്ചൻ ഗോപാലൻനായരെ കൂട്ടുപിടിക്കാൻ നോക്കി.

"അതല്ല ഗോപാലൻകുഞ്ഞേ, ഇവിടേം വഴക്കും വയ്യാവേലീം തൊടങ്ങാനക്കൊണ്ടാ."

ഗോപാലൻനായർ ചിരിച്ചു:

"യോഗം കൂടുന്നേനു വഴക്കും വയ്യാവേലീം എന്തിനാടോ?"

"നമുക്കു കാണാം-ഇനിയിപ്പം ഇവിടേം വരും പൊലീസുകാർ. പാവത്തുങ്ങളെ കിടത്തിയൊറക്കത്തില്ല. അതേയൊള്ള്."

തിരുവഞ്ചൻ മുഖം വീർപ്പിച്ചുകൊണ്ട് എഴുന്നേറ്റുപോയി. നാണു പറഞ്ഞു:

"നമ്മുടെ നാട്ടിൽ ഇതു നേരത്തേ വേണ്ടതാരുന്ന്."

ആ യോഗത്തിന്റെ കാര്യം അങ്ങുമിങ്ങും സംസാരവിഷയമായി. അങ്ങനെയൊന്ന് അവിടെ നല്ലപ്പോഴാണ്.

അച്ചടിച്ച നോട്ടീസുകൾ റോഡുനീളെ വിതരണം നടത്തി. കവലകളിലും റോഡരുകിലുമുള്ള കടകളുടെ ഭിത്തികളിൽ വലിയ പോസ്റ്റുകൾ നിരന്നു.

യോഗദിവസം വൈകിട്ട് മുളയ്ക്കമ്പലത്തിനു തെക്കുവശത്തുള്ള തകിടിയിൽ ഒരു വലിയ മുള കുഴിച്ചിട്ടു. അതിൽ ചെങ്കൊടിയുയർത്തിക്കെട്ടി.

മുളയ്ക്കലമ്പലത്തിൽനിന്ന് നോക്കിയാൽ അകലെ വെയിലേറ്റു വെട്ടിത്തിളങ്ങുന്ന വേതാളഞ്ചാൽ കാണാം. പണ്ട് മൈലൻ ചത്തു പൊങ്ങിക്കിടന്ന വേതാളഞ്ചാൽ.

വേതാളഞ്ചാലിലൂടെ കടന്നുവന്ന കാറ്റിൽ ചെങ്കൊടി പാറിപ്പറന്നു.

മൈക്കുവച്ചു പാട്ടുതുടങ്ങിയപ്പോൾ ആളുകൾ ചെവി വട്ടംപിടിച്ചു.

"കസ്തൂരിത്തൈലമിട്ടു മുടിമിനുക്കീ
മുത്തോടുമുത്തുവച്ച വളകിലുക്കീ....."

രണ്ടും മൂന്നും പേർവീതം അമ്പലത്തിനടുത്തേക്കു ചെന്ന് അങ്ങി ങ്ങായി ഇരിപ്പുറപ്പിച്ചു. അയൽപക്കങ്ങളിൽനിന്ന് ഓടിക്കൂടിയ കുട്ടികൾ മൈക്കിനു മുന്നിൽ വന്നു. അവിടെ നടക്കുന്നതെന്താണെന്ന് കൗതുക പൂർവം നോക്കിക്കണ്ടു. പാലമരത്തിൽ ഉയർന്നുനിന്ന കോളാമ്പിയിലേക്കു നോക്കി അവർ വാ പൊളിച്ചു നിന്നു. താൽപ്പര്യം നശിച്ചപ്പോൾ തകിടി യിൽ ഓടിച്ചാടി കളിക്കാൻ തുടങ്ങി. പുഞ്ചയുടെ കിഴക്കേത്തീരത്തെ ഒതളവും നീറ്റിലഞ്ഞിയും ചെമ്പൻ മുളയും പോക്കുവെയിലിൽ മുങ്ങി നിന്നു.

ആരോ മൈക്കിനു മുന്നിൽവന്നു സംസാരിച്ചു തുടങ്ങി. അകന്നു മാറി നിന്നിരുന്നവർ അടുത്തേക്കു നീങ്ങിയിരുന്നു.

അധ്യക്ഷനായിരുന്ന രാധാകൃഷ്ണൻ കസേരയിൽ നിന്നെഴുന്നേറ്റ് എന്തോ സംസാരിക്കാൻ ഭാവിച്ചപ്പോൾ ചുറ്റിനും നിന്നവർ കൂക്കിവിളി തുടങ്ങി. അതു പ്രതീക്ഷിരിക്കാത്തതുപോലെ തെല്ലുനേരത്തേക്ക് അധ്യ ക്ഷൻ നിശ്ശബ്ദനായി. സ്തബ്ധനായി നിന്നുപോയി. ആളുകളോടു ശാന്ത രായിരിക്കാൻ അയാൾ അഭ്യർഥിച്ചു.

കൂക്കി വിളി കൂടുതൽ ഉച്ചത്തിലായി. കണ്ണൻ എഴുന്നേറ്റുനിന്ന് കൂക്കിവിളിക്കാൻ ആരൊക്കെയാണെന്നു ശ്രദ്ധിച്ചു. ശിവൻപിള്ള, പാച്ചൻ, തിരുവഞ്ചൻ, കാട്ടുകിട്ടൻ, വടിമമ്മൂഞ്ഞ്, കോയിക്കലെയും വാര്യത്തെയും വേലക്കാർ......

അധ്യക്ഷൻ ആവേശത്തോടെ പറയാൻ തുടങ്ങി:

"ഇങ്ങനെ ഞങ്ങളെ കൂക്കിവിളിച്ചു തോൽപ്പിക്കാമെന്നാണു കരു തുന്നതെങ്കിൽ....."

കൂക്കിവിളിയുടെ ഒച്ചയിൽ മറ്റൊന്നും കേൾക്കാൻ കഴിയാതെയായി. പൊറുതികെട്ടപ്പോൾ കണ്ണനും മത്തായിയും ലഹളക്കാരുടെ നേരെ പാഞ്ഞുചെന്നു.

കുഞ്ഞച്ചനും ലൂക്കോസും അവരുടെ പുറകെയെത്തി. മത്തായി മുഷ്ടിചുരുട്ടിക്കൊണ്ട് പറഞ്ഞു:

"ആർക്കെടാ കൂവണ്ടത്? കൂവാൻ കൊതിയുള്ളോനൊണ്ടെങ്കിൽ ഇപ്പോൾ കൂവിനെടാ?"

ശബ്ദം നിലച്ചു. ആളുകൾ ശാന്തരായി. മൈക്കിലൂടെ അധ്യക്ഷന്റെ പ്രസംഗം കേട്ടു:

"ഈ രാജ്യത്ത് അഭിപ്രായസ്വാതന്ത്ര്യവും പ്രസംഗസ്വാതന്ത്ര്യവും കർഷകതൊഴിലാളിക്കെന്നല്ല ആർക്കും തന്നെ നിഷേധിച്ചിട്ടില്ല. ഞങ്ങൾക്കു പറയാനുള്ളതെന്തെന്നു കേട്ടിട്ട് നിങ്ങൾ അതിനോടു യോജി ക്കുകയോ വിയോജിക്കുകയോ......."

വീണ്ടും കൂക്കുവിളിയും ബഹളവും.

പാലമരത്തിൽ കെട്ടിവച്ചിരുന്ന മൈക്കിന്റെ ഹോൺ ആരോ അഴിച്ചു താഴെയിട്ടു. അതിലൂടെ അധ്യക്ഷന്റെ പ്രസംഗത്തോടൊപ്പം കൂക്കിവിളിയും ഇരമ്പലും ചീറ്റലും കേട്ടു. ആളുകൾ കൂട്ടത്തോടെ എഴുന്നേറ്റു നിന്നു. ബഹളം കൂട്ടിയവർ കരുതിവച്ചിരുന്ന വടിയും പത്തലുമായി മുന്നോട്ടു നീങ്ങി. കണ്ണിൽ കണ്ടവരെയെല്ലാം തല്ലാൻ തുടങ്ങി. പ്രസംഗം കേൾക്കാൻ വന്നവർ ഓട്ടം പിടിച്ചു. കണ്ണനും മത്തായിയും വടി പിടിച്ചു വാങ്ങി തിരിച്ചടിച്ചു. കുഞ്ഞച്ചനും രാധാകൃഷ്ണനനും ലൂക്കോസുമെല്ലാം അടി കൊള്ളുകയും ചെയ്തു.

പാച്ചനും തിരുവഞ്ചനും കൂടി മൈക്കും കസേരയും തട്ടിമറിച്ചിട്ടു. ശിവൻപിള്ള മൈക്കുകാരന്റെ പിടലിക്കൊന്നു കൊടുത്തിട്ട് അവനെ വിരട്ടി.

"എടുത്തോണ്ടോടെടാ നിന്റെ കുന്തമെല്ലാം. മേലാ ഇതൊന്നുംകൊണ്ട് ഇങ്ങോട്ടു വന്നേക്കരുത്."

പുകച്ചിലെടുക്കുന്ന പിടലി തടവിക്കൊണ്ട് മൈക്കുകാരൻ അയാളുടെ വീണുകിടക്കുന്ന ഉപകരണങ്ങൾ നിലത്തുനിന്നു പെറുക്കിയെടുത്തു.

കാണികളെല്ലാം പിരിഞ്ഞുകഴിഞ്ഞു. യോഗം കലക്കാൻ വന്നവരും സ്ഥലം വിട്ടു. യോഗഭാരവാഹികൾ മാത്രം അവശേഷിച്ചു.

ഓർക്കാപ്പുറത്തുള്ള അടിയേറ്റു രാധാകൃഷ്ണന്റെ തലപൊട്ടി ചോര വാർന്നു. അയാൾ ശരീരം തളർന്നു നിലത്തിരുന്നപ്പോൾ കണ്ണൻ ഓടി ച്ചെന്നു.

"സാരമില്ല. തലയ്ക്ക് ഒരു പെരുപ്പു തോന്നുന്നു."

കണ്ണൻ തോർത്തെടുത്ത് ആ ചോര തുടച്ചു. രാധാകൃഷ്ണനെ കൈക്കുപിടിച്ചു നടത്തിക്കൊണ്ട് അവർ ചാത്തൻതറയിലേക്കു പോയി.

മത്തായി ചെന്നു മുറിവു കെട്ടാനുള്ള മരുന്നും തുണിയും കൊണ്ടുവന്നു. അതു വച്ചുകെട്ടിയിട്ട് എല്ലാവരും വട്ടമിട്ടിരുന്ന് ആലോചന തുടങ്ങി.

കുഞ്ഞച്ചന്റെയും ലൂക്കോസിന്റെയും മുഖം നാണംകൊണ്ട് ചുളിഞ്ഞിരുന്നു. കറമ്പൻ തലനിവർത്തിയതേയില്ല.

രാധാകൃഷ്ണൻ പുഞ്ചിരിച്ചുകൊണ്ടു പറഞ്ഞു:

"സാരമില്ല. ഇതൊക്കെ സംഭവിക്കാവുന്നതേയുള്ളൂ."

ഒരു കുറ്റസമ്മതത്തോടെ അയാൾ തുടർന്നു:

"ഇങ്ങനെയൊന്ന് നേരിടുമെന്നു തീരെ കരുതിയില്ല. അതാണു തെറ്റ്."

അതു ശരിയാണെന്നനു കണ്ണനും സമ്മതിച്ചു.

"എന്തെങ്കിലും സൂചന കിട്ടിയിരുന്നെങ്കിൽ, അവന്മാർ നമ്മുടെ ആളുകളുടെ ദേഹത്ത് ഒരു മണ്ണു നുള്ളിയിടാതെ നോക്കാമായിരുന്നു."

"ഇനിയതു പറഞ്ഞിട്ടെന്താ?"

മത്തായി ക്ഷമകേടോടെ പറഞ്ഞു:

"നമുക്കു കൊള്ളാനുള്ളതുകൊണ്ടു. ഇനി എന്തുചെയ്യാൻ കഴിയുമെന്നാലോചിക്ക്."

തെല്ലുനേരം ആലോചിച്ചുകൊണ്ടിരുന്നശേഷം രാധാകൃഷ്ണൻ പറഞ്ഞു:

"ചെയ്യാൻ മറ്റൊന്നുമില്ല. ഇതേ മൈതാനത്തുതന്നെ നമുക്കു മറ്റൊരു സമ്മേളനം നടത്തണം."

കുഞ്ഞച്ചൻ ചോദിച്ചു:

"അതുകൊണ്ടായോ?"

"ഉടനെ വേണ്ടത് അതാണ്."

മത്തായിക്കു ബോധ്യപ്പെട്ടില്ല.

"യോഗം കൂടണം. അതു വേണ്ടതുതന്നെ. പക്ഷേ, ഇന്നു കൊണ്ട തിനു തിരിച്ചു കൊടുക്കണ്ടായോ?"

കണ്ണൻ അതിനു മറുപടി പറഞ്ഞു:

"വരട്ടെ. അതിനു നമുക്കു സമയം വരും. അതിനുമുമ്പ് സമ്മേളനം നടക്കണം."

ഇതിനിടയിൽ ഒന്നിനു പുറകെ ഒന്നായി ആളുകൾ ചാത്തൻതറ യിലേക്കു വരാൻ തുടങ്ങി. രാധാകൃഷ്ണനെ കുത്തിയിട്ടിരിക്കുന്നുവെന്നും മരിച്ചുപോകുമെന്നും നാട്ടിൽ ശ്രുതി പരന്നു. ആളുകൾ എന്തിനും തയാറാ യിട്ടാണു വന്നിരിക്കുന്നത്. വടിയും കത്താളും പാത്തും പാരക്കോലുമായി.

അവിടുത്തെ തണുപ്പൻ ആലോചനകളിൽ ക്ഷമകെട്ട കുഞ്ഞച്ചൻ പറഞ്ഞു:

"ഇതിനിന്നുതന്നെ പകരം ചോദിക്കുന്നില്ലെങ്കിൽ നമുക്കിവിടെ കിടന്നു പൊറുക്കാൻ പറ്റുകേല. നിങ്ങളൊരു സമ്മതം തന്നാ മതി. ബാക്കിക്കാര്യം ഞങ്ങളേറ്റു."

മത്തായി കുഞ്ഞച്ചനെ പിന്തുണച്ചു. അവരെ കാര്യം പറഞ്ഞു മന സിലാക്കാൻ രാധാകൃഷ്ണനും വളരെ പാടുപെടേണ്ടി വന്നു.......

തങ്കമ്മ മണ്ണെണ്ണവിളക്കു കത്തിച്ചുവച്ച് കുഞ്ഞച്ചനെയും കാത്തു മാടത്തിൽ കുത്തിയിരുന്നു. നേരമിരുട്ടിയിട്ടും അവൻ വന്നു കാണാഞ്ഞ പ്പോൾ വേവലാതിയായി. ഒടുവിൽ മണ്ണെണ്ണവിളക്കുമായി കിഴക്കേ കുടി യിലെ ഉണ്ണൂലിത്തള്ളയുടെ മാടത്തിലേക്കു ചെന്നു.

"ഉണ്ണൂലിയമ്മേ. മീറ്റിങ്ങിനു പോയോരു വന്നില്ലല്ലോ."

മുളയ്ക്കലമ്പലത്തിൽ ഏതോ ബഹളം നടന്ന കാര്യം യോഗത്തി നുപോയ പൈതലാന്മാർ വന്നു പറഞ്ഞ് ഉണ്ണൂലിത്തള്ള അറിഞ്ഞതാണ്. തങ്കമ്മയോടു പറഞ്ഞില്ലെന്നേയുള്ളു."

"അവരു ചാത്തൻതറേ കമ്മിറ്റി' കൂടാനക്കൊണ്ടു പോയതാ. ചെറു ക്കൻ വന്നു പറേന്ന കേട്ടു. ഇപ്പഴിങ്ങു വരും. രാത്രി അവിടെ തനിച്ചിരി ക്കാൻ പേടിയാണേ മോളിവിടിരുന്നോ. അവൻ വന്നിട്ടു പോയാ മതി."

കുറേക്കഴിഞ്ഞ് മാടത്തിൽ കുഞ്ഞച്ചന്റെ വിളികേട്ട് തങ്കമ്മ ഓടിയി റങ്ങിച്ചെന്നു.

"ഇത്രേം ഇരുട്ടുന്നതുവരെ മീറ്റിങ്ങൊണ്ടാരുന്നോ? എന്നാ താമ സിച്ചെ?"

"അതൊക്കെ പിന്നെപ്പറയാം. നീയിത്തിരി വെള്ളമിങ്ങൊഴിച്ചു താ ഒന്നു കുടിക്കാൻ."

യോഗസ്ഥലത്തുണ്ടായ അടികലശലിനെക്കുറിച്ച് കുഞ്ഞച്ചനും ഒന്നും പറഞ്ഞില്ല...

നാലഞ്ചു ദിവസത്തിനകം നാട്ടിൽ വീണ്ടും ഒരു നോട്ടീസിറങ്ങി.

നാടൻപ്രമാണിമാരുടെ ഗുണ്ടാവിളയാട്ടത്തിൽ പ്രതിഷേധിക്കുവാൻ, കർഷകതൊഴിലാളി യൂണിയന്റെ അവകാശവാദങ്ങൾ വിശദീകരിക്കുവാൻ മുളയ്ക്കലമ്പലത്തിനോടു ചേർന്ന തകിടിയിൽ വച്ചുതന്നെ ഒരു യോഗം കൂടാൻ പോകുന്നു.

ഈ തവണ അച്ചടിച്ച പോസ്റ്ററുകൾതന്നെ നാടിന്റെ നാനാഭാഗങ്ങളിലും ഒട്ടിച്ചിരുന്നു. യൂണിയൻ പ്രവർത്തകർ കൂട്ടംകൂട്ടമായി കർഷകതൊഴിലാളികേന്ദ്രങ്ങളിൽ പ്രചാരണം നടത്തുകയും യോഗത്തിനും പ്രകടനത്തിനും ആളുകളെ ക്ഷണിക്കുകയും ചെയ്തു.

യോഗദിവസമായി. അന്നത്തെ പ്രഭാതം പതിവിലേറെ ചുവന്നു തുടുത്തിരുന്നു. അങ്ങു കിഴക്കുനിന്ന് അതിതീക്ഷ്ണമായ കരങ്ങളുയർത്തിക്കൊണ്ടാണ് സൂര്യന്റെ വരവ്.

രാവിലെ മുതൽ അപരിചിതരായ അനേകമാളുകൾ കണ്ണമംഗലത്തേക്കു വരാൻ തുടങ്ങി. രാമങ്കരിയിൽനിന്നു കുഞ്ചാതിയും കൊച്ചാത്തനും, ചാത്തങ്കരിയിൽനിന്നു പാപ്പിയും കുഞ്ഞപ്പിയും, അവരുടെ കൂടെ തടിമിടുക്കുള്ള കുറെ ചെറുപ്പക്കാരും.

ചിറവരമ്പുകളിലും നാൽക്കവലകളിലും യോഗത്തിന്റെ കാര്യം ഒരു സംസാരവിഷയമായി.

യോഗസ്ഥലത്തു രാവിലെതന്നെ ഒരു കൂറ്റൻ ചെങ്കൊടി ഉയർത്തിക്കെട്ടി. ഒരു മുന്നറിയിപ്പെന്നപോലെ അതു നീലാകാശത്തിൽ പാറിക്കളിച്ചു.

ഉച്ചതിരിഞ്ഞ് വെയിലിന്റെ ചൂടൊന്നാറിയപ്പോൾ മുളയ്ക്കലമ്പലവും പരിസരവും ആളുകളെക്കൊണ്ടു നിറഞ്ഞുകവിഞ്ഞു. ആണും പെണ്ണും കുഞ്ഞുകുട്ടി പരാധീനം സഹിതം. ഈ തവണ കറുമ്പന്റെ കൂടെ തിരുമയുമുണ്ട്. ലൂക്കോസിനോടൊപ്പം അച്ചാമ്മ. കാളിക്കുട്ടിയും കറുമ്പിയും മക്കളും. പെണ്ണുങ്ങളെല്ലാം അരിവാളുമായിട്ടാണു വരവ്. ആണുങ്ങളുടെ കൈയിൽ തടിച്ച പാരക്കോലുകൾ. അതിന്റെയറ്റത്ത് ചുവന്ന കടലാസുകൊടികൾ.

കണ്ണനും മത്തായിയും രാധാകൃഷ്ണനും മുന്നിൽനിന്നു ജാഥ നയിച്ചു. തൊട്ടു പുറകിൽ പെണ്ണുങ്ങളാണ്.

മത്തായി മുദ്രാവാക്യം വിളിച്ചുകൊടുത്തു:

"ഇങ്കിലാബ് സിന്ദാബാദ്."

ആയിരം നാവുകൾ അതേറ്റുവിളിച്ചു. ആ മുഴക്കത്തിൽ ആകാശം ഞെട്ടിവിറച്ചു. ദിക്കുകൾ സ്തബ്ധമായി.

ജാഥ പഞ്ചായത്തു റോഡിലൂടെ മെയിൻറോഡിലേക്കൊഴുകി. അകലെനിന്ന്, അവ്യക്തമായ മുഴക്കത്തോടെ, അലകടൽപോലെ എന്തോ

അലച്ചെത്തുന്നു. ആളുകൾ വഴിയരികിലേക്കു ചെന്നു കഴുത്തു നീട്ടി നോക്കിനിന്നു.

അകലെനിന്ന് ചുവപ്പിന്റെ ഒരൊഴുക്കാണ്. വെല്ലുവിളിപോലെ ഒരു ശബ്ദം ഉയർന്നുകേട്ടു.

"കർഷകതൊഴിലാളി യൂണിയൻ സിന്ദാബാദ്."

"ഗുണ്ടാവിളയാട്ടം അവസാനിപ്പിക്കും."

നാട്ടിൻപുറത്ത് ആദ്യം മുഴങ്ങുന്ന ശബ്ദം. ആണും പെണ്ണുമെല്ലാം ഏതോ മാസ്മരവിദ്യക്കധീനരായി, കഴുത്തുനീട്ടി, കൺവിടർത്തി നോക്കി നിന്നു.

ഈണത്തിലുള്ള മുദ്രാവാക്യങ്ങൾ. താളവും ലയവും ഒപ്പിച്ചുള്ള മുദ്രാവാക്യങ്ങൾ.

അവയിലൊതുങ്ങിക്കൂടിയ ആശയം അവരുടെ ഹൃദയങ്ങളിലേക്ക് ആഞ്ഞിറങ്ങി. അവരുടെ ജീവിതവുമായി ഇണങ്ങിച്ചേർന്ന കാര്യങ്ങളാണ്. ഒരു കുടച്ചക്രംപോലെ അതു ഹൃദയത്തിൽ കത്തിവിടർന്നു. അവരുടെ മുഖങ്ങൾ വികാരദീപ്തങ്ങളായി.

ജാഥയിൽ പങ്കെടുക്കുന്നവരുടെ ചുരുട്ടിയ മുഷ്ടികൾ ആകാശത്തി ലേക്കു കുതിച്ചുയർന്നു. മുദ്രാവാക്യങ്ങൾ മുഴക്കുമ്പോൾ അവരുടെ കണ്ണു കൾ തുറിച്ചുവന്നു. ആ മുഖങ്ങളിൽ ചോരയൂറിക്കൂടി.

നൂറ്റാണ്ടുകളായി തങ്ങളുടെ ചോരയൂറ്റിക്കുടിക്കുന്ന പൊതുശത്രു വിനെ പിന്തുടർന്നെന്നവണ്ണം അവർ മുന്നോട്ടു നീങ്ങി.

ജാഥകടന്നുപോയപ്പോൾ ആളുകൾ പറയാൻ തുടങ്ങി:

"കഴിഞ്ഞതവണ വടിയും പത്തലുമായിച്ചെന്ന് അവരെ അടിച്ചു ചാടി ച്ചില്ലേ? ചുണയുണ്ടെങ്കിൽ ഇന്നൊന്നു ചെന്നു നോക്കട്ടെ. കാണാം കളി."

"ശരിയാ, ഇത്തവണ അവരു നല്ല ആളുശേഖരത്തോടുകൂടിയാ."

"അന്നടിച്ചു ചാടിക്കാമെന്നു കരുതി. ഇപ്പോഴിതാ നൂറുമടങ്ങു കരു ത്തോടെയാ വരവ്...."

തകിടിയിലുന്ന് ജനക്കൂട്ടം നിശ്ശബ്ദമായി പ്രസംഗങ്ങൾ കേട്ടു.

കാളിക്കുട്ടി അത്ഭുതപ്പെട്ടു. ആരൊക്കെയാണാ പ്രസംഗിക്കുന്നത്? കിളയ്ക്കാനും കന്നുപൂട്ടാനും മാത്രമറിയാവുന്ന കർഷകതൊഴിലാളികൾ മാത്രമല്ല, നല്ല തറവാട്ടിൽ പിറന്ന കൊച്ചുതമ്പ്രാക്കന്മാർ, മഠത്തിലെ സഖാ വിനെപ്പോലെ പഠിപ്പും വിവരവും ഉള്ളവർ.

കുട്ടനാട്ടുനിന്നു വന്ന കുഞ്ഞപ്പി ഒരു തീപ്പൊരി പ്രസംഗം ചെയ്തു.

കണ്ണമംഗലത്തെ തൊഴിലാളികൾ സംഘടിച്ചു കഴിഞ്ഞാൽ വേല യ്ക്കും കൂലിക്കും വേണ്ടി സമരംചെയ്യുന്ന കുട്ടനാട്ടെ തൊഴിലാളികൾക്ക് അതൊരു പുതിയ കരുത്തു നൽകുകയാണ്. കണ്ണമംഗലത്തുകാരുടെ ഏതു പ്രശ്നത്തിലും ശക്തമായ പിന്തുണ നൽകാൻ കുട്ടനാട്ടെ സംഘ ടിത കർഷകതൊഴിലാളി പ്രസ്ഥാനം എപ്പോഴും തയാറായിരിക്കുമത്രെ.

സ്വന്തം വർഗത്തിന്റെ കരുത്തിനെപ്പറ്റി ഇപ്പോൾ കാളിക്കുട്ടിക്കു ബോധ്യമായി. അതിന്റെ വേരുകൾ ആണ്ടിറങ്ങിച്ചെന്നിട്ടുള്ള മണ്ണിന്റെ വള ക്കൂറിനെക്കുറിച്ച് അയാളഭിമാനിച്ചു.

ഇരുപത്തിനാല്

മറുതാച്ചി നടയിൽവച്ച് കർഷകതൊഴിലാളി യൂണിയന്റെ കമ്മിറ്റി യോഗം കൂടി. അടിയന്തരമായി നേടിയെടുക്കേണ്ട ആവശ്യങ്ങളെക്കുറിച്ചും അതിനു സ്വീകരിക്കേണ്ട സമരമാർഗങ്ങളെക്കുറിച്ചും ചർച്ചചെയ്തു. യൂണിയന്റെ വകയായി ഒരു മെമ്മോറാണ്ടം തയാറാക്കി ധനിക കൃഷിക്കാർക്കു നൽകുന്നതിനും, അതിന്റെ പ്രതികൾ അച്ചടിച്ചു നാട്ടിൽ വിതരണം ചെയ്യുന്നതിനും നിശ്ചയിച്ചു.

കമ്മിറ്റിയോഗം കഴിഞ്ഞുപോകുമ്പോൾ കുഞ്ഞച്ചന്റെ ഹൃദയത്തിൽ ഒരു വല്ലാത്ത ഭാരം അനുഭവപ്പെട്ടു. മാടത്തിലെത്തി അത്താഴം കഴിച്ചുകൊണ്ടിരിക്കുമ്പോഴും യോഗം കൈക്കൊണ്ട തീരുമാനങ്ങളെക്കുറിച്ചായിരുന്നു അവന്റെ ചിന്ത. ആ മുഖത്തെ മ്ലാനത കണ്ടു തങ്കമ്മ ചോദിച്ചു:

"എന്തുവാ ഈ ആലോചിക്കുന്നെ?"

അടുത്ത ദിവസം മുതൽ തനിക്കു ചെയ്തുതീർക്കേണ്ട ജോലികളെക്കുറിച്ചു കുഞ്ഞച്ചൻ പറഞ്ഞു. പതിവുപോലെ അയാൾക്കു പണിക്കു പോവാൻ പറ്റില്ല. യൂണിയൻ പ്രവർത്തകരോടൊപ്പം സ്ക്വാഡു പ്രവർത്തനത്തിനിറങ്ങണം. യൂണിയൻ നടത്താൻ പോകുന്ന സമരങ്ങളെക്കുറിച്ചു തൊഴിലാളികളോടു വിശദീകരിക്കണം. ഭാരിച്ച ചുമതലകളാണുള്ളത്. യൂണിയൻ പറഞ്ഞിരിക്കുന്നതിൽ കുറച്ച് ആരെക്കൊണ്ടും കൂലി വാങ്ങിപ്പിക്കരുത്. നിശ്ചിത സമയത്ത് പണിക്കിറങ്ങുന്നതിനും പണികഴിഞ്ഞു കേറുന്നതിനും പ്രേരിപ്പിക്കണം.

ഈ പുതുമയെല്ലാം കേട്ട് തങ്കമ്മ മിഴിച്ചിരുന്നു. കാര്യമെല്ലാം നല്ലതുതന്നെ. പക്ഷേ, ഈ പറഞ്ഞ കൂലിവച്ച് ഏതു തമ്പ്രാനാ കൂലി തരാൻ പോകുന്നത്?

"ഇപ്പം കിട്ടുന്ന കൂലിക്കു പണി ചെയ്യാൻ ആളുണ്ടെങ്കിലോ?"

"എല്ലാരും ഒന്നിച്ചു നിന്നാൽ ആരാ അങ്ങനെ പണി ചെയ്യാൻ?"

"എല്ലാരും ഒന്നിച്ചു നിക്കത്തില്ല. കിട്ടുന്നതു മതിയെന്നു പറയാൻ നൂറു പേരും കാണും."

"എല്ലാരെയും ഒന്നിപ്പിക്കാൻ വേണ്ടിയാ നമ്മളു പ്രവർത്തിക്കുന്നത്."

"നമ്മൾ പറഞ്ഞാ എല്ലാരും കേക്കുവോ?"

"ഞാൻ പറഞ്ഞാൽ തീർച്ചയായും ഒരാളെങ്കിലും കേൾക്കാൻ കാണും."

"അതാരാ?"

"നീ"

തങ്കമ്മ ചിരിച്ചു:

"ഞാനുണ്ടായതുകൊണ്ടായോ? എന്റെ പേടി നമ്മളുമാത്രം ആയാലോ എന്നാ. അതുകൊണ്ട്...."

"അതുകൊണ്ട്?"

"ഇരിക്കുന്നതിനുമുമ്പു കാലു നീട്ടണ്ട. എല്ലാരും കൂടെ യൂണിയ നിൽചേർന്ന് ഒന്നിച്ചു നിക്കുവോന്നറിഞ്ഞിട്ടു മതി ഇതൊക്കെ."

ഈ വാദഗതിയെല്ലാം കമ്മിറ്റിയോഗത്തിലും കേട്ടതാണ്. ആദ്യം യൂണിയൻ ശക്തിപ്പെടുത്തണം. യൂണിയനു ശക്തിയില്ലാതെ എങ്ങനെ സമരം നടത്തും? അപ്പോൾ കണ്ണൻ എഴുന്നേറ്റുനിന്നു പറയുകയുണ്ടായി എല്ലാവരും യൂണിയനിൽ ചേർന്നശേഷം സമരം നടത്താമെന്നു വച്ചാൽ എല്ലാരും യൂണിയനിൽ ചേരാനും പോകുന്നില്ല; സമരമൊട്ടു നടക്കാനും പോകുന്നില്ല. നേരേമറിച്ചു സമരങ്ങൾ തുടങ്ങിക്കഴിഞ്ഞാൽ യൂണിയനിൽ അംഗങ്ങളായി ചേരുന്നതിന് അതു മറ്റുള്ളവർക്ക് ആവേശം നൽകും.

കുഞ്ഞച്ചൻ തങ്കമ്മയുടെ മുഖത്തുനോക്കി ദൃഢസ്വരത്തിൽ പറഞ്ഞു:

"നീ പറഞ്ഞതിനെക്കുറിച്ചും കമ്മിറ്റിയിൽ ആലോചിച്ചതാണ്. ഇനി കൈയും കെട്ടി ഇരിക്കുന്ന പ്രശ്നമില്ല. മറ്റു സ്ഥലങ്ങളിൽ നടപ്പായിട്ടുള്ള കാര്യങ്ങൾ ഇവിടെയും നടക്കണം. എല്ലാരും ഒന്നിച്ചു നിൽക്കണമെങ്കിലും ഇങ്ങനേ ഒക്കൂ. നമ്മുടെയാളുകൾക്കുവേണ്ടി സമരം ചെയ്യുന്നതു കണ്ടി ട്ടുവേണം അവരു യൂണിയനിൽ ചേരാൻ."

തങ്കമ്മ പിന്നീടൊന്നും പറഞ്ഞില്ല. സമരവും സംഘടനയുമൊന്നും അവൾക്കറിഞ്ഞുകൂടാ. ഞാറു നടാനും കളപറിക്കാനും അറിയാം. മാട ത്തിലെ കാര്യങ്ങൾ നോക്കാനറിയാം. കുഞ്ഞച്ചനെ സ്നേഹിക്കാനറിയാം. അവന്റെ തീരുമാനം തന്നെ അവളുടേതും.

പിന്നീടുള്ള ദിവസങ്ങളിൽ അതിരാവിലെ കുഞ്ഞച്ചൻ യൂണിയൻ പ്രവർത്തകരുടെ കൂടെ പോകും. ഇരുട്ടുമ്പോഴാണ് തിരിച്ചെത്തുന്നത്. തങ്കമ്മ വിളക്കുകത്തിച്ച് അത്താഴം വിളമ്പിക്കൊടുക്കും. അതു വാരിത്തി ന്നുകൊണ്ട് പായിൽ കിടന്നുറങ്ങും.

ഒരു ദിവസം രാവിലെ അവൻ മാടത്തിൽനിന്നു പുറപ്പെടാനൊരു ങ്ങിയപ്പോൾ സ്വകാര്യമായി എന്തോ പറയാനുള്ളതുപോലെ അവളവന്റെ മുന്നിൽ ചെന്നു നിന്നു. വൈവശ്യവും നാണവും കലർന്ന മുഖത്തേക്കു നോക്കി അവൻ ചോദിച്ചു:

"എന്താ കാര്യം?"

"പിന്നെ....ഒരു കാര്യം പറയാനാ...."

"എന്നതാ?"

തെല്ലൊരധികാരസ്വരത്തിൽ അവൾ പറഞ്ഞു:

"ഇനി ഇങ്ങനെ നടന്നാലക്കൊണ്ടാക്കത്തില്ല."

"എന്താ സംഗതി?"

എന്തോ ഓർത്തോർത്ത് അവൾ ലജ്ജ നടിച്ചു:

"ആളു കൂടിക്കൂടിയാ വരുന്നത്."

"ആരാ കൂടിയത്?"

അവൾക്കു വീണ്ടും നാണം തോന്നി.

"പിന്നെ പറഞ്ഞാലക്കൊണ്ടു മനതിക്കേറത്തില്ലിയോ?"

"നീ കാര്യം പറ."

"കണക്കിനു കഴിഞ്ഞാഴ്ചേ കുളിക്കേണ്ടതാരുന്ന്."

കുഞ്ഞച്ചൻ ആനന്ദാതിരേകത്തോടെ അവളെ നോക്കി നിന്നു. അവളെ തന്നിലേക്കു പിടിച്ചടുപ്പിച്ച് നെറുകയിൽ ഉമ്മവച്ചു....

ആകാശത്തു മഴക്കാറുകൾ ഉരുണ്ടുകൂടുകയും പെയ്തൊഴിയുകയും ചെയ്തു. വയലിൽ വെള്ളം വറ്റിക്കലും ഉഴവും നടന്നു. പാടത്തുകൂടി കടന്നുവന്ന ഇളംകാറ്റിൽ പുലപ്പെണ്ണുങ്ങൾ പാടിയ ഞാറ്റുപാട്ടിന്റെ ഈരടികൾ മുഴങ്ങി.

"തെയ്യത്തിനിന്തിനന്തോ-തെയ്യന്താരോ
തെയ്യോ തിനിന്തിനാന്തോ-തെയ്യന്താരോ
ആദിത്യൻ കതിരുവന്നേ-തെയ്യന്താരോ
ആരിയൻ വയലിറങ്ങി-തെയ്യന്താരോ
ഒരുപിടി ഞാറെടുത്തേ-തെയ്യന്താരോ
ആ ഞാറു നട്ടടച്ചേ-തെയ്യന്താരോ
ആ ഞാറു നട്ടെറങ്ങീ-തെയ്യന്താരോ...."

യൂണിയൻ പ്രവർത്തകരുടെ സ്ക്വാഡുകൾ വയലുകളിൽ പണിചെയ്യുന്ന തൊഴിലാളികളെക്കണ്ടു യൂണിയന്റെ തീരുമാനങ്ങൾ വിശദീകരിച്ചു.

ആണാളുകൾ അഞ്ചു രൂപയിൽ കുറച്ചും പെണ്ണാളുകൾ മൂന്നു രൂപയിൽ കുറച്ചും കൂലി വാങ്ങരുത്. രാവിലെ എട്ടു മണിക്കു പാടത്തിറങ്ങണം. കൃത്യം പന്ത്രണ്ടു മണിക്കു ജോലി നിറുത്തി കേറണം. പിന്നെ രണ്ടു മണിക്കിറങ്ങി അഞ്ചുമണിവരെ. അഞ്ചു മണി കഴിഞ്ഞാൽ പണി നിർത്തി മാടങ്ങളിലേക്കു പോകണം....

എല്ലാവരും കാര്യം മൂളിക്കേട്ടു. പക്ഷേ, ആ വിധമൊക്കെത്തന്നെ നടക്കുമെന്ന് ആർക്കും വിശ്വാസമില്ല.

"നേരം വെളുത്തപ്പം പാടത്തിറങ്ങി തിനിന്താരോ,
നിവർന്നു നിക്കാനവൻ തമ്മതിച്ചില്ല തിനിന്താരാ..."

പറ്റം ചേർന്നു പറന്നു ചെന്നിരിക്കുന്ന ഞാറപ്പക്ഷികളെപ്പോലെ വിളയിക്കാട്ടെ നിലങ്ങളിൽ പെണ്ണുങ്ങൾ നിവർന്നുനിന്നു ഞാറുനടുകയും പാട്ടുപാടുകയും ചെയ്യുന്നു. അതുകേട്ടുകൊണ്ടാണ് കണ്ണനും കൂട്ടരും അങ്ങോട്ടു ചെന്നത്.

"അഴിഞ്ഞ തലകെട്ടാനവൻതമ്മതിച്ചില്ല തിനന്താരാ
ഉരിഞ്ഞ മുണ്ടുകെട്ടാനവൻ തമ്മതിച്ചില്ല തിനന്താരോ.
വെറ്റ തിന്നാനവൻ തമ്മതിച്ചില്ല തിനിന്താരാ
വെള്ളംകുടിക്കാനവൻ തമ്മതിച്ചില്ലാ തിനിന്താരോ..."

യൂണിയൻ പ്രവർത്തകരെ കണ്ടപ്പോൾ പെണ്ണുങ്ങൾ പാട്ടു നിർത്തി. കണ്ണൻ പറഞ്ഞു:

"നല്ല പാട്ടാണല്ലോ, ഒന്നുംകൂടി പാടീൻ പെണ്ണുങ്ങളേ."

പക്ഷേ, നാണംകൊണ്ട് ആരും തലയുയർത്തിയില്ല.

മത്തായി യൂണിയന്റെ പരിപാടി വിശദീകരിച്ചുകൊണ്ടു നിൽക്കുമ്പോൾ വിളയിക്കാട്ടെ കാവൽക്കാരൻ കൊച്ചുവെളുമ്പൻ എളുപ്പമുള്ള ഒരു പോംവഴി പറഞ്ഞു:

"നിങ്ങളു ചെന്നു തമ്പ്രാനോടു പറ. ആദ്യം പറയുന്ന നേരത്ത് ഞങ്ങളൊന്നില്ലാതെ കേറിക്കോളാം."

ആ അഭിപ്രായം കേട്ടു ലൂക്കോസ് പരിഹാസം ചൊരിഞ്ഞു:

"നല്ല ചേലായി, നിങ്ങൾക്കു തളർച്ച മാറ്റാൻ നേരം കണ്ടിട്ട് തമ്പ്രാനെന്നാ അസുഖം?"

"എന്നാപ്പിന്നെ നിങ്ങളു പറയുമ്പം കേറിയാ കൂലി നിങ്ങടെ കൈയീന്നു തരുവോ?"

കണ്ണൻ പറഞ്ഞു:

"കാര്യം മനസിലാവാതാ കൊച്ചുവെളുമ്പൻ ചേട്ടൻ ഇങ്ങനെ പറയുന്നെ. ഈ വന്ന കാലം തൊഴിലാളിയെക്കൊണ്ടു പണിയെടുപ്പിക്കുന്നതിനു ചില ചിട്ടയും ചേലും ഒക്കെയുണ്ട്. നമ്മുടെ യൂണിയനുള്ളിടത്തെല്ലാം അതു നടപ്പായിട്ടുമുണ്ട്."

"എന്തോന്നാ ചേലും ചിട്ടയും? അതറിഞ്ഞില്ലല്ലോ?"

"അതു പറയാം. കർഷകത്തൊഴിലാളി ഏഴു മണിക്കൂർ പണി ചെയ്താൽ മതിയെന്നും ആണാളിനഞ്ചു രൂപയും പെണ്ണാളിന് മൂന്നര രൂപയും കൂലി നൽകണമെന്നും കരാറുള്ളതാണ്."

മത്തായി ഇടയിൽ കയറി പറഞ്ഞു:

"എങ്ങനെയുള്ള കരാറാന്നറിയാവോ? മുതലാളിമാരും സർക്കാരും യൂണിയൻകാരും കൂടെ ചേർന്നാ അങ്ങനെ കരാറുണ്ടാക്കിയെ."

"ഓഹോ. വിവരം ഞങ്ങളറിഞ്ഞില്ലല്ലോ."

കണ്ണൻ പറഞ്ഞു:

"മറ്റു സ്ഥലങ്ങളിൽ അതു നടപ്പായിട്ടുണ്ട്. വെറുതെയങ്ങു നടപ്പായതല്ല. തൊഴിലാളി സമരം ചെയ്തു നടപ്പാക്കിയതാണ്. അതിവിടെയും വേണമെന്നേ നമ്മൾ പറയുന്നുള്ളൂ."

നട്ടുകൊണ്ടുനിന്ന പെണ്ണുങ്ങൾ കണ്ണന്റെ സംസാരം കേട്ട് നടുനിവർത്തി നിന്നു. വെളുമ്പൻ അവരുടെ നേരെ ശുണ്ഠിയെടുത്തു:

"നിങ്ങളെന്നതാ പെണ്ണുങ്ങളേ നിന്നു പഞ്ചായത്തു കേൾക്ക്ണത്? നിങ്ങൾ നിങ്ങളുടെ ജോലിനോക്ക്. ഞാറെടുത്തങ്ങോട്ടു നട്ടുകേറ്."

ആ വിലക്കിഷ്ടപ്പെടാതെ അവർ മുഖം വീർപ്പിച്ചു. കുനിഞ്ഞു നിന്നു പണിയെടുത്തു.

കാര്യം ഒന്നുകൂടി പറഞ്ഞുറപ്പിക്കാൻ വേണ്ടി മത്തായി ഓർമിപ്പിച്ചു:

"പഞ്ചായത്തു പറഞ്ഞതല്ല. കാര്യമാ പറഞ്ഞെ. എല്ലാവരും കേട്ടല്ലോ. അതിലീന്നു വരവണ്ണം തെറ്റരുത്. കൊച്ചുവെളുമ്പച്ചാരും കൂടെ കേൾക്കാൻ പറയുവാ."

കൊച്ചുവെളുമ്പൻ നീരസം ഭാവിച്ചു.

"കേക്കുകേം കേൾപ്പിക്കുകേമൊക്കെ വേലയ്ക്കു വിളിച്ചോരു നിശ്ച

യിച്ചോളും. എപ്പക്കേറണമെന്നും ഇറങ്ങണമെന്നുമൊക്കെ പറയാൻ ഇയാളാരാ?"

മത്തായി എടുത്തടിച്ചതുപോലെ പറഞ്ഞു:

"അതു ഞാൻ ബോധ്യപ്പെടുത്തിത്തരാം. ഇയാക്കു വാശിയാണേ ഇന്നുതന്നെ...."

കണ്ണൻ സൗമ്യഭാവത്തിൽ ഇടപെട്ടു.

"നമ്മുടെ യൂണിയന്റെ തീരുമാനമല്യോ കൊച്ചുവെളുമ്പൻ ചേട്ടാ. നമ്മുടെ എല്ലാരടേം കൂടെ കാര്യത്തിനാ യൂണിയനിങ്ങനെ നിശ്ചയിച്ചെ. നിങ്ങളുടെയെല്ലാം സഹകരണമില്ലെങ്കിൽ യൂണിയന്റെ നിശ്ചയം നടപ്പാകുവോ?"

കൊച്ചുവെളുമ്പനും തന്റെ സ്വരം വ്യത്യാസപ്പെടുത്തി.

"എന്നാപ്പിന്നെ അങ്ങനെ മര്യാദ പറ....അതുമല്ലല്ലോ. നിങ്ങളെല്ലാം കൂടങ്ങു തീരുമാനിച്ചെന്നു പറഞ്ഞാ ഞങ്ങളെങ്ങനാ അറിയുന്നെ? ഞങ്ങളും കൂടെ അറിയണ്ടായോ ഇതൊക്കെ?"

ഇടയ്ക്കൊന്നു നിറുത്തിയിട്ടു കൊച്ചുവെളുമ്പൻ വീണ്ടും കണ്ണനെ നോക്കി പറഞ്ഞു:

"കാര്യം ചോദിച്ചപ്പോ അയാളു ചൂടായ കണ്ടില്യോ? ഇങ്ങനൊള്ളോരെക്കൊണ്ടാണോ യൂണിയൻ നടത്തുന്നെ?"

മത്തായി വെറുതെ ചിരിച്ചു:

"ഹെയ്, ഞാൻ ചൂടായില്ല. ഇയ്യാളാ ആവശ്യമില്ലാതെ വർത്തമാനം പറയിച്ചത്."

കൊച്ചുവെളുമ്പൻ ഒരു ന്യായസ്ഥനെപ്പോലെ പൊതു തത്ത്വങ്ങളിലേക്കു കടന്നു.

"ഒരു കാര്യമുണ്ടായാ അതെല്ലാം അറീക്കണം. അല്ലേപ്പിന്നെങ്ങനാ?"

കൊച്ചുവെളുമ്പന്റെ മട്ടും പടുതിയും ഇഷ്ടപ്പെടാതിരുന്ന ലൂക്കോസ് പറഞ്ഞു:

"നിങ്ങളെന്താ മീറ്റിംങ്ങിനു വരാത്തത്? മീറ്റിംങ് കൂടിയെടുത്ത തീരുമാനമാ ഇതെല്ലാം."

"ഏത് മീറ്റിംങ്? ഞാനറിഞ്ഞില്ല...."

"എല്ലാരേം അറീച്ചതാ യോഗത്തിന്റെ കാര്യം."

എന്തായാലും അവരോടു വെറുതെ നിന്നു വാക്കേറ്റം നടത്തിയിട്ടു പ്രയോജനമില്ലെന്നു കൊച്ചുവെളുമ്പൻ കരുതി. അവർക്കു വഴങ്ങുന്ന മട്ടിൽ അയാൾ പറഞ്ഞു:

"ങ് ആ. നിങ്ങളു പോയി ബാക്കിയുള്ളവരോടൊക്കെ പറ. എല്ലാവരും ചെയ്യുന്നപോലെ ഞങ്ങളും."

അവർ പിരിഞ്ഞുപോയപ്പോൾ നട്ടുകൊണ്ടിരുന്ന പെണ്ണുങ്ങളോട് കൊച്ചുവെളുമ്പൻ പിറുപിറുത്തു:

"തോന്നുമ്പം വന്നു തോന്നുമ്പം പോയാ കൂലിതരാനാളു കാണുകേല. തമ്പ്രാന്റെ കളത്തിലൊണ്ടേലേ നമുക്കു നാഴി കിട്ടത്തൊള്ള്."

കണ്ണനും കൂട്ടരും നേരം വൈകിയപ്പോൾ ചെറുകരക്കാരുടെ പാടത്തിനടുത്തെത്തി.

പുഞ്ചയുടെ നടുക്കുള്ള വിസ്തൃതമായ നിലങ്ങളാണ് ചെറുകരയിലേത്. പത്തുനാൽപ്പതു പെണ്ണുങ്ങൾ നിരന്നുനിന്നു പണിയെടുക്കുന്നു. അകലെയുള്ള ചിറക്കാലിൽ ഒരു കസാലയിൽ കുട മടക്കിപ്പിടിച്ചുകൊണ്ട് ചാണ്ടപ്പിള്ള ഇരിക്കുന്നു.

ചെറുകരയിലെ തമ്പ്രാനെ കണ്ടപ്പോൾ ലൂക്കോസിന്റെ തലയ്ക്ക് ഒരു പെരുപ്പു തോന്നി. അവനറിയാതെ കൈയെടുത്ത് തന്റെ ചെള്ള തടവിപ്പോയി. കണ്ണന്റെയടുത്ത് ചെന്ന് ലൂക്കോസ് പറഞ്ഞു:

"കാര്യമൊന്നും നടക്കാതെ നമ്മളിങ്ങനെ വെറുതെ നടന്നു പറഞ്ഞിട്ടെന്താ ഫലം?"

"എന്തുവേണമെന്നാ നീ പറയുന്നത്?"

"പറഞ്ഞു പറഞ്ഞു നടന്നാ പോരാ. പറയുമ്പോലെ നടത്തുകയും വേണം."

"നടത്താൻ വേണ്ടിയാ പറയുന്നെ. അതു നമ്മൾ നടത്തുകയും ചെയ്യും."

"എന്നാ ചെറുകര നിലത്തിൽ തന്നാവട്ടെ ആദ്യം. നടിച്ചിൽക്കാരെ അഞ്ചുമണിക്കുതന്നെ പറഞ്ഞുകേറ്റണം."

"വാ, നമുക്കതിനെക്കുറിച്ചാലോചിക്കാം."

അവർ നടന്നു പാടത്തിന്റെ പടിഞ്ഞാറെ കരയിലുള്ള കറുകത്തല കുഞ്ഞുകുഞ്ഞിന്റെ മാടത്തിൽ ചെന്നിരുന്നാലോചിച്ചു.

"ചെറുകര നിലത്തിത്തന്നെ ആദ്യം തുടങ്ങണം. അവരെ ഇന്നു സമയത്തിനുതന്നെ പറഞ്ഞുകേറ്റണം."

ലൂക്കോസിനോടു കുഞ്ഞച്ചനും യോജിച്ചു:

"അഞ്ചുമണിക്കു പണികഴിഞ്ഞു കേറണമെന്നു നമ്മളെല്ലാവരോടും പറഞ്ഞുകഴിഞ്ഞു. ഇപ്പോ മണി അഞ്ചായിക്കാണും."

കണ്ണനു നല്ല വിശ്വാസമില്ല.

"നമ്മുടെ യൂണിയനിൽപ്പെട്ടവരാരും ആ കൂട്ടത്തിലില്ല. നമ്മളോടു താൽപ്പര്യമുള്ളവരാരുമില്ലാതെ അങ്ങനങ്ങോട്ടു ചെന്നു പറഞ്ഞാൽ ആരു മതി വകവച്ചില്ലെങ്കിലോ?"

"കേറിയില്ലെങ്കിൽ പിടിച്ചുകേറ്റണം."

കണ്ണന്റെ ദൈവമനസ്യം കണ്ടപ്പോൾ ലൂക്കോസ് വാശിയോടെ പറഞ്ഞു:

"കണ്ണഞ്ചേട്ടൻ വരുന്നില്ലേ വേണ്ട. ഞങ്ങളങ്ങോട്ടു ചെന്നു പെണ്ണുങ്ങളെ പിടിച്ചു കേറ്റാൻ പോകുവാ."

"അങ്ങനെ നിങ്ങൾ തനിച്ചു പോകണ്ട. നിങ്ങളുള്ളിടത്തു ഞാനുമുണ്ട്."

പുഞ്ചയിൽ വെള്ളം വറ്റി ചേറു കലങ്ങിക്കിടന്നിരുന്നു. കൊക്കും മുണ്ടിയും വയൽവരമ്പിൽ മൂടിപ്പുതച്ചു വെയിൽ കാഞ്ഞുകൊണ്ടിരുന്നു.

പുഞ്ചവരമ്പിലൂടെ ഒന്നു ചുറ്റിപ്പോയാൽ ചേറ്റിലിറങ്ങി വലിയാതെ ചെറുകരവക നിലങ്ങളിലെത്താം. പക്ഷേ, എല്ലാവരെക്കാളും മുമ്പേ ലൂക്കോസ് എഴുന്നേറ്റു നിലത്തിലിറങ്ങി നടന്നു. മത്തായി ചിരിച്ചുകൊണ്ടു പറഞ്ഞു:

"നമുക്കാ വരമ്പത്തൂടെ പോയ ചേറ്റിലിറങ്ങി വലിയാതെ പൊയ്ക്കൂടായോ ലൂക്കോയേ?"

ഉറച്ച തീരുമാനത്തോടെ ലൂക്കോസ് പറഞ്ഞു:

"അതുവേണ്ട. ശകലം ചേറൊക്കെ പുരണ്ടെന്നിരിക്കും. മുന്നോട്ടു വച്ച കാലിനി പുറകോട്ടെടുക്കത്തില്ല."

"അതുശരി, എന്നാ ഞങ്ങളും പുറകോട്ടില്ല."

അവർ ചേറ്റിലിറങ്ങി ചെറുകരക്കാരുടെ നിലത്തിലേക്കു നടന്നു.

കണ്ണൻ ഇടവരമ്പിൽ ചെന്നുനിന്ന് നടിച്ചിൽക്കാരോടു പറഞ്ഞു:

"ഒരു പ്രധാനകാര്യം നിങ്ങളെ അറിയിക്കാനാണ് ഞങ്ങൾ ഇങ്ങോട്ടു വന്നത്."

പെണ്ണുങ്ങൾ നടുനിവർത്തി കണ്ണൻ പറയുന്നതു കേട്ടുകൊണ്ട് നിന്നു.

"വൈകിട്ട് അഞ്ചുമണിക്കു പണിനിർത്തി പാടത്തുനിന്നു കേറണമെന്നാണു നമ്മുടെ യൂണിയന്റെ തീരുമാനം. ഇപ്പോൾ മണിയഞ്ചായി. നിങ്ങൾ ഇന്നത്തെ ജോലി നിർത്തി കേറണം."

പെണ്ണുങ്ങൾ ആ പുതുമ കേട്ടു പരസ്പരം നോക്കി. ചിലർ പടിഞ്ഞാട്ടു തലതിരിച്ചു നേരം നോക്കി. ചിറക്കാലിൽ കസേരയിലിരിക്കുന്ന തമ്പ്രാനെ നോക്കി. പിന്നെ എന്തോ അടക്കം പറഞ്ഞു ചിരിച്ചുകൊണ്ട് അവർ വീണ്ടും കുനിഞ്ഞുനിന്നു ഞാറുനട്ടു.

ലൂക്കോസ് ഉച്ചത്തിൽ വിളിച്ചുപറഞ്ഞു:

"നമ്മുടെ യൂണിയന്റെ തീരുമാനമാണ്. നമ്മുടെ കാര്യത്തിനു വേണ്ടിയാ യൂണിയൻ ഇങ്ങനെ തീരുമാനിച്ചിരിക്കുന്നത്. എല്ലാവരും അതനുസരിക്കണം."

പക്ഷേ, അതനുസരിക്കാനവിടെ ഒരുത്തരും ഉണ്ടായിരുന്നില്ല.

പെണ്ണാളിന്റെ കൂട്ടത്തിൽ ഒരുവൾ മാത്രം ഞാറുപിടിയും കൈയിൽ തൂക്കി മുഖമുയർത്തി കണ്ണന്റെ നേരെനോക്കി നിൽക്കുന്നതുകണ്ടു. അവളെത്തന്നെ സൂക്ഷിച്ചു നോക്കിക്കൊണ്ട് അവനും കണ്മിഴിച്ചു നിന്നു. കണ്ണുകൾ തമ്മിലിടഞ്ഞു. പരിസരം മറന്ന് ഇരുവരും നിശ്ചലരായി നിന്നു.

ഒടുവിൽ മത്തായി വിളിച്ചുപറയുന്നതു കേട്ടു.

"കണ്ണുകാണാപ്പകലെ നിലത്തീന്നു കേറി കൂലിയും മേടിച്ചോണ്ടു പോ പെണ്ണുങ്ങളേ. മര്യാദയ്ക്കു പറഞ്ഞാ കേക്കത്തില്ലെങ്കി കേപ്പിക്കാനൊള്ള വഴിനോക്കും. അപ്പോ സംഗതി വഷളാകും."

ഏതോ ചിന്തയിൽനിന്നു കണ്ണൻ ഞെട്ടിയുണർന്നു. അവൻ ആ പെണ്ണാളിനെ നോക്കി പറഞ്ഞു:

"അഞ്ചുമണിയായി. ഇന്നത്തെ പണി മതിയാക്കൂ നീലമ്മേ. നമ്മുടെ യൂണിയന്റെ തീരുമാനമാണ്."

ആ ശബ്ദം ഒരു ഗാനംപോലെ അവളുടെ ചെവികളിൽ ചെന്നലച്ചു. മുഖത്ത് ഒരു പുഞ്ചിരി വിടർന്നു. നാണിച്ചു മുഖം കുനിച്ച് അവൾ ഞാറ്റു പിടി താഴെയിട്ടു.

അടുത്തുനിന്നവരെ നോക്കി തെല്ലൊരു ഗൗരവത്തിൽ അവൾ പറഞ്ഞു:

"അവരുവന്നു പറയുന്നതു കേട്ടില്ലിയോ. എല്ലാവരും പണിനിർത്തി കേറാൻ."

പണി മതിയാക്കി അവൾ ഇടവരമ്പിലേക്കു നടന്നു. ഓരോരുത്ത രായി മറ്റുള്ളവരും ഞാറുപിടി താഴെയിട്ട് നിലത്തിൽനിന്നു കേറി.

ആ നിമിഷത്തിൽ ആവേശംകൊണ്ടു മതിമറന്ന് ലൂക്കോസ് മുദ്രാ വാക്യം മുഴക്കി. മറ്റുള്ളവർ അതേറ്റു വിളിച്ചു.

വയലിൽ മുഴങ്ങിയ ആദ്യത്തെ ഇങ്കിലാബ്.

ചാണ്ടപ്പിള്ള വേവലാതി പൂണ്ട് ചിറക്കാലിൽനിന്ന് ഇറങ്ങിവന്നു.

"എന്തുവാ ഇവിടെ? എന്തോന്നാ ഈ ബഹളം?"

കണ്ണൻ പറഞ്ഞു:

മുതലാളി അറിഞ്ഞുകാണുമെന്നാണു ഞങ്ങൾ കരുതിയത്.

"എന്തോന്നാ? കാര്യം പറ."

"ഞങ്ങൾ തന്ന മെമ്മോറാണ്ടത്തിൽ എല്ലാം പറഞ്ഞിട്ടുണ്ട്. ജോലി സമയത്തെക്കുറിച്ചും കൂലിവ്യവസ്ഥകളെക്കുറിച്ചുമെല്ലാം."

"അതിനിവിടെന്തുവേണം?"

ചാണ്ടപ്പിള്ള പെണ്ണുങ്ങളെ നോക്കി ചോദിച്ചു:

"നിങ്ങളെന്തിനാ നട്ടുതീരുന്നതിനു മുമ്പു കേറിയത്?"

മത്തായിയാണു മറുപടി പറഞ്ഞത്:

"ഇപ്പോൾ മണി അഞ്ചു കഴിഞ്ഞു. ഇന്നിനി പണി ചെയ്യത്തില്ല."

ചാണ്ടപ്പിള്ള നിശ്ശബ്ദനായി. അയാൾ നിലത്തിലാകെ ഒന്നു കണ്ണോ ടിച്ചു. ഉഴവാക്കിയ നിലം നട്ടുതീരാൻ ഇനിയും വളരെയേറെ ബാക്കിയുണ്ട്.

കോപംകൊണ്ട് ശരീരം വിറപൂണ്ടു. അയാൾ പെണ്ണുങ്ങളുടെ നേരെ വിരൽചൂണ്ടി പറഞ്ഞു:

"എന്തുവാടീ, എല്ലാവളും നിന്നു പെരുന്നാളു ഘോഷിക്കുന്നത്? നിലം നട്ടടച്ചില്ലേ ഒരെണ്ണത്തിനും കൂലി തരത്തില്ല. ഇന്നുപോയി ചരിയ ത്തേയൊള്ളൂ."

ലൂക്കോസ് നെഞ്ചുവിരിച്ചു മുന്നോട്ടുവന്നു:

"അധികം വെളച്ചിലെടുക്കാതെ മര്യാദയ്ക്കു വർത്തമാനം പറ ഞ്ഞാട്ടെ."

ഇപ്പോൾ ലൂക്കോയുടെ രണ്ടു കന്നത്തും ഓരോന്നു കൊടുക്കാൻ തോന്നി ചാണ്ടപ്പിള്ളയ്ക്ക്. എങ്കിലും കോപം കടിച്ചമർത്തി.

ബഹളംകേട്ട് ആളുകൾ വന്നു കൂട്ടംകൂടി. രാധാകൃഷ്ണൻ വന്നു ചോദിച്ചു:

"എന്തോന്നാ ഇവിടെ വാക്കുതർക്കത്തിനു കാര്യം?"

ചാണ്ടപ്പിള്ള രാധാകൃഷ്ണന്റെ നേരെ ലോഹ്യം നടിച്ചുകൊണ്ടു പറഞ്ഞു:

“ഏയ് കുറുപ്പേ, നിങ്ങളിതിന്റെ മര്യാദയൊന്നു പറഞ്ഞാട്ടെ. എന്തിനാ ഇവരുവന്നീ ബഹളം വയ്ക്കുന്നെ? എന്നോടിതു വേണോ?”

“ബഹളം വയ്ക്കുന്നെന്നു മുതലാളിക്കു തോന്നിയതാണ്. യൂണിയന്റെ തീരുമാനം നടപ്പാക്കുകയേ ഇവർക്കുദ്ദേശമുള്ളൂ.”

“അതിനെന്താ, യൂണിയന്റെ തീരുമാനങ്ങൾക്കു ഞാനെതിരല്ലല്ലോ?”

“എന്നാൽ പിന്നെ പ്രശ്നങ്ങളൊന്നുമില്ല.”

“എന്നു പറയുന്നതുകൊണ്ടായോ? നിങ്ങളുടെ കണക്കനുസരിച്ചുള്ള സമയമെങ്കിലും പണിയെടുക്കണ്ടായോ? ഇന്നെപ്പോഴാ ഇവരൂ പണിക്കെറങ്ങിയെ? ഞാൻ പറഞ്ഞിട്ടു വിശ്വാസമാകുന്നില്ലെങ്കിൽ നിങ്ങൾ അവരോടുതന്നെ ചോദിക്കൂ.”

“എന്തു വേണമെന്നാ മുതലാളി പറയുന്നത്?”

“വേറൊന്നുമില്ല. കുറേ സമയംകൂടി അവർ ജോലി ചെയ്യുന്നില്ലെങ്കിൽ നിങ്ങളുടെ കണക്കിനുള്ള സമയംപോലുമാകുകയില്ല.”

കുഞ്ഞച്ചൻ പറഞ്ഞു:

“അതൊന്നും പറ്റുകില്ല. തീരുമാനം തീരുമാനമാണ്. അഞ്ചുമണിക്കുശേഷം പണിചെയ്യിക്കാൻ സാധ്യമല്ല.”

ചാണ്ടപ്പിള്ള കുറേക്കൂടി അനുനയത്തിൽ പറഞ്ഞു:

“ഞാൻ നിങ്ങളെ എതിർക്കുന്നവനാണെന്നു വിചാരിച്ചുകൊണ്ടു സംസാരിക്കരുത്. ഞാൻ വലിയ ജന്മിയൊന്നുമല്ല. നമുക്കെല്ലാം യോജിച്ചു പോകണമെന്നാ എന്റെ ഉദ്ദേശ്യം. എന്നെ യൂണിയന്റെ ശത്രുവായി കാണരുത്. അന്തസ്സായി ജോലി ചെയ്തിട്ട് ന്യായമായ കൂലി ചോദിച്ചാൽ അതിനെ എതിർക്കുകയില്ല.”

“അതുശരി. ഇപ്പോൾ എന്തുവേണമെന്നാണ്?”

“ഇന്നിവരു താമസിച്ചാണു ജോലിക്കിറങ്ങിയത്. അതുകൊണ്ട് കുറെനേരംകൂടി ജോലി ചെയ്തില്ലെങ്കിൽ കഷ്ടമാണ്.”

രാധാകൃഷ്ണന്റെ ഉത്തരം മുട്ടി. ചാണ്ടപ്പിള്ള പറയുന്നതു ന്യായമാണ്. മാത്രമല്ല, യൂണിയനോടു പൊരുത്തപ്പെട്ടു പോകാൻ തയാറുള്ള ഒരു കൃഷിക്കാരനും. അങ്ങനെയുള്ളവരോടു കുറേ വിട്ടുവീഴ്ചകൾക്കു കയ്യാറാവേണ്ടതല്ലേ?

അയാൾ കണ്ണനോടും മത്തായിയോടും ആലോചിച്ചു. കണ്ണൻ നാലമ്മയോടു തിരക്കി:

“താമസിച്ചാണോ ഇന്നു നിങ്ങൾ പണിക്കിറങ്ങിയത്?”

“നിലം ഉഴുവാൻ കുറേ പുലർന്നു.”

കൂട്ടുകാരുമായി കൂടിയാലോചിച്ചശേഷം രാധാകൃഷ്ണൻ പറഞ്ഞു:

“കൃഷിക്കാരെ നഷ്ടപ്പെടുത്തണമെന്നു ഞങ്ങൾക്കശേഷം ആഗ്രഹമില്ല. നന്നായി പണിയെടുക്കാതെ തൊഴിലാളിക്കു കൂലി കൊടുക്കണമെന്നും പറയുകയില്ല. ഇരുകൂട്ടരും വിട്ടുവീഴ്ചകൾക്കു തയാറാവണം. ഇനി പണിക്കിറങ്ങണമോ വേണ്ടയോ എന്ന് അവർ തന്നെ നിശ്ചയിക്കട്ടെ.”

ലൂക്കോസ് ഒഴികെ മറ്റെല്ലാവരുടെയും അനുഭാവം നേടാൻ ചാണ്ട പ്പിള്ളയ്ക്കു കഴിഞ്ഞു. മത്തായി പോലും പെണ്ണുങ്ങളെ നോക്കി വിളിച്ചു പറഞ്ഞു:

"യൂണിയനോടു യോജിച്ചു പോകുന്ന ആളായതുകൊണ്ട് നമുക്ക് മുതലാളിയെ തീരെ നഷ്ടപ്പെടുത്തരുത്."

പാടത്തു വീണ്ടും നടിച്ചിൽ തുടങ്ങി. നടിച്ചിൽക്കാർ ഇടയ്ക്കിടെ എന്തോ പരിഭവം പറയുകയും കളിപറഞ്ഞു പൊട്ടിച്ചിരിക്കുകയും ചെയ്തു. പുഞ്ചയുടെ കിഴക്കെ തീരത്തെ തെങ്ങോലകൾ പോക്കുവെ യിലിൽ വെട്ടിത്തിളങ്ങി. ഓലത്തുമ്പുകൾ ഇളംകാറ്റിൽ ചാഞ്ചാടിക്കൊണ്ടി രുന്നു. കൊക്കുകൾ ചിറകിട്ടടിച്ചു കരഞ്ഞുകൊണ്ട് മരച്ചില്ലകൾ നോക്കി പറന്നുപോയി. കുറേനേരം കഴിഞ്ഞപ്പോൾ ലൂക്കോസ് ചെന്നു രാധാകൃ ഷ്ണന്റെ കൈത്തണ്ടയിലെ വാച്ചിലേക്കു തുറിച്ചുനോക്കി. സമയം നോക്കിയിട്ട് രാധാകൃഷ്ണൻ പറഞ്ഞു:

"എന്തു പറയുന്നു മുതലാളീ...ഇനി അവർക്കു പണി നിർത്തി കേറി ക്കൂടേ?"

"ഓഹോ. നിങ്ങൾ പറയുന്നതിനപ്പുറമില്ല. ഇനി അവരു കേറി ക്കോട്ടെ."

പെണ്ണുങ്ങൾ പണികഴിഞ്ഞു കേറിയപ്പോൾ മത്തായി പറഞ്ഞു:

"എന്നാ ഇനി മുതലാളി അവരുടെ കൂലി കൊടുക്കൂ."

ചാണ്ടപ്പിള്ളയുടെ മുഖം വിയർത്തു. ആ വിളി അയാൾക്കു തീരെ ഇഷ്ടമായില്ല.

"ആരാടാ നിന്റെ മുതലാളി?"

അയാൾ മത്തായിയുടെ നേരെ തുറിച്ചുനോക്കി. രാധാകൃഷ്ണൻ ഇടപെട്ടു:

"നിസ്സാരമായ കാര്യത്തിനു വാക്കേറ്റമുണ്ടാക്കാതെ മുതലാളീ. അവ രുടെ കൂലികൊടുത്ത് പറഞ്ഞയക്ക്."

"കൂലി കൊടുക്കുന്ന കാര്യം എന്റേതാണ്. അതവൻ എന്നെ ക്കൊണ്ടു കൊടുപ്പിക്കണ്ട."

"അതുപറഞ്ഞാൽ പറ്റില്ല. മെമ്മോറാണ്ടത്തിൽ പറഞ്ഞിരിക്കുന്ന നിരക്കിലുള്ള കൂലി കൊടുക്കണമെന്ന് ആവശ്യപ്പെടേണ്ടത് യൂണിയൻ പ്രവർത്തകരുടെ കടമയാണ്."

"പക്ഷേ, ഇക്കാര്യത്തിൽ നിങ്ങൾ ഇടപെടണമെന്നില്ല കുറുപ്പേ."

കൂടുതൽ ആലോചിക്കാൻ നിൽക്കാതെ മത്തായി ക്ഷമകെട്ടു വിളിച്ചു പറഞ്ഞു:

"എന്നാൽ ഞങ്ങൾ ഇടപെടാൻ പോകുവാ. തന്നെ ഇവിടെ ഘേരാവോ ചെയ്തിരിക്കുന്നു. മൂന്നര രൂപാവച്ചു തീർത്തു കൊടുത്തിട്ടെ ഇവിടെനിന്നു പെടുക്കാൻ വിടൂ."

ലൂക്കോസും കുഞ്ഞച്ചനുമെല്ലാം അടുത്തുകൂടി.

ചാണ്ടപ്പിള്ളയുടെ മുഖം കറുത്തു കരുവാളിച്ചു. അയാൾ ദിക്കും

പക്കും നോക്കി. ഒരു കുപ്പിണി ആൾ കൂടീട്ടുണ്ട്. നന്ദിയുള്ള ഒരുത്തനില്ല.

അയാളുടെ ധർമരോഷം മുഴുവൻ രാധാകൃഷ്ണന്റെ നേരേയായി.

"ഏയ് കുറുപ്പേ, നിങ്ങളുംകൂടി നിന്നുകൊണ്ടാണോ ഇതൊക്കെ ചെയ്യിക്കുന്നത്? പണവുംകൊണ്ടാണോ ഞാൻ വീട്ടിൽ നിന്നിറങ്ങിയത്?"

മത്തായി ചൊടിച്ചു:

"മുതലാളി മാഞ്ഞാലത്തമൊന്നും പറയണ്ടാ. ഇവരുടെ കൂലി കൊടുക്കാതെ എഴുന്നേറ്റു വലിയാമെന്നു നോക്കണ്ട."

അതു ശ്രദ്ധിക്കാതെ ചാണ്ടപ്പിള്ള പറഞ്ഞു:

"നിങ്ങൾ വിവരമുള്ള ഒരാളാണല്ലോ കുറുപ്പേ? കൂലി കൊടുക്കില്ലെന്നു ഞാൻ പറഞ്ഞോ? നിലത്തിന്റെ വരമ്പിൽവച്ചു കൂലി കൊടുക്കണമെന്നു നിങ്ങളുടെ മെമ്മോറാണ്ടത്തിലും പറഞ്ഞിട്ടില്ല."

മത്തായി തിരുത്തി:

"ഇനി മേലാ നിലത്തിന്റെ വരമ്പിൽവച്ചു കൂലി കൊടുക്കണമെന്നു ഞങ്ങൾ എഴുതിച്ചേർത്തോളാം."

"കുറുപ്പിവരോട് ചോദിക്ക്. ഞാനാർക്കെങ്കിലും കൂലി കൊടുക്കാതിരുന്നിട്ടുണ്ടോന്നു ചോദിക്ക്. അവരെന്റെ കൂടെ വന്നു കൂലിയും മേടിച്ചോണ്ടു നേരത്തേ പൊയ്ക്കോട്ടെ."

"അതെന്തായാലും വേണ്ട." രാധാകൃഷ്ണൻ പറഞ്ഞു.

"കൂലിക്കുവേണ്ടി നിങ്ങളുടെ വീട്ടിൽവന്നു കാത്തുകെട്ടിക്കിടക്കാൻ പറ്റില്ല."

"എന്നാ നിങ്ങളും വന്നോ. ഞാൻ തുക കുറയ്ക്കുന്നോന്നറിയാമല്ലോ." ആ ബഹളത്തിനിടയിൽ കണ്ണൻ നീലമ്മയെ നോക്കി അന്യമനസ്കനായി നിൽക്കുകയായിരുന്നു. കുഞ്ഞച്ചൻ ചെന്നു തൊട്ടുവിളിച്ചപ്പോൾ അയാൾ ഞെട്ടി ഉണർന്നു.

എല്ലാവരും ചേർന്നു കൂടിയാലോചിച്ചിട്ട് ഒരു പോംവഴി എന്ന നിലയിൽ രാധാകൃഷ്ണൻ പറഞ്ഞു:

"എന്തായാലും തൊഴിലാളിയെ ഇന്നങ്ങോട്ടയക്കാൻ പറ്റില്ല മുതലാളി. പകരം ഞങ്ങൾ വരാം മൂന്നരരൂപാ വച്ചെണ്ണി ഞങ്ങളെ ഏൽപ്പിക്കണം. ഞങ്ങൾ അവർക്കു പങ്കുവച്ചു കൊടുത്തുകൊള്ളാം. അതിനു തയാറുണ്ടോ?"

തെല്ലുനേരം മിണ്ടാതിരുന്നിട്ട് തൊഴിലാളികളെ നോക്കി ചാണ്ടപ്പിള്ള ചോദിച്ചു:

"അതിനവർക്കു സമ്മതമാണോ?"

"ഓഹോ, സമ്മതം തന്നെ. അല്ലെങ്കി അവരു പറയുമായിരുന്നു."

മത്തായി വിളിച്ചുപറഞ്ഞു:

"നിങ്ങളാ ചിറക്കാലിൽ വന്നുനിൽക്ക്. ഞാൻ ചെന്ന് കൂലിയും മേടിച്ചോണ്ടു വരാം."

കണ്ണൻ മാത്രം ചാണ്ടപ്പിള്ളയുടെ വീട്ടിലേക്കു പോയില്ല. ചിറക്കാലിൽ ചെന്ന് ഏതോ ചിന്തകളിൽ മുഴുകി തെക്കുവടക്കു നടന്നു.

കുറേ അകന്നുമാറി ഏകയായി തലകുനിച്ചു നിന്ന നീലമ്മയുടെ അടുത്തേക്കു ചെന്ന് മധുരമായ സ്വരത്തിൽ അയാൾ വിളിച്ചു:

"നീലമ്മേ!"

"എന്താ?"

"സുഖമാണോ?"

അവൾ മറുപടി പറയാതെ മുഖം കുനിച്ചുകളഞ്ഞു.

"എന്താണൊന്നും മിണ്ടാതെ നിൽക്കുന്നത്?"

അവൾ കണ്ണുകൾ തുടയ്ക്കുന്നതു കണ്ടു. എന്താണു പറയേണ്ട തെന്നറിയാതെ കണ്ണൻ കുഴങ്ങി.

യാതൊന്നും ഉരിയാടാതെ രണ്ടാളും അങ്ങനെ മൂകരായി നിന്നു.

കുറേ കഴിഞ്ഞു കണ്ണൻ സ്നേഹപൂർവം പറഞ്ഞു:

"ഇന്നു നീ ഇല്ലായിരുന്നെങ്കിൽ ഞങ്ങളുടെ നില പരുങ്ങലിലാ കുമായിരുന്നു. നീയാണു യൂണിയന്റെ മാനം കാത്തത്."

അവൾ മറുപടിയൊന്നും പറഞ്ഞില്ല.

അപ്പോൾ ചാണ്ടപ്പിള്ളയുടെ വീട്ടിൽനിന്ന് ഒച്ചയും ബഹളവും വച്ചു കൊണ്ട് യൂണിയൻ പ്രവർത്തകർ തെറ്റിപ്പിരിഞ്ഞു വരുന്നതുകണ്ടു.

കോടന്തറയിലെ ചെല്ലമ്മ നീലമ്മയെ വിളിക്കുന്നതു കേട്ടു.

വിഷാദഭാരം കൊണ്ടു കുനിഞ്ഞ മുഖമുയർത്തി അവൾ കണ്ണനോടു യാത്ര ചോദിച്ചു:

"ഞാൻ പോകട്ടെ?"

"പോയാൽ ഇനി എന്നാണു നിന്നെയൊന്നു കാണുന്നത്?"

ഒട്ടുനേരം അവളെന്തോ ആലോചിച്ചുകൊണ്ടു നിന്നു. പിന്നെ ഒന്നും പറയാതെ ചെല്ലമ്മയുടെ അടുത്തേക്കു നടന്നുപോയി.

ഇരുപത്തിയഞ്ച്

വീട്ടിലെത്തിയപ്പോൾ ചാണ്ടപ്പിള്ളയുടെ മട്ടുമാറി. നിലവിലുള്ള നിര ക്കിൽനിന്ന് ഒരു പൈസപോലും കൂലി കൂട്ടിക്കൊടുക്കാൻ തയാറില്ല. കൂലി യൂണിയൻ പ്രവർത്തകരുടെ പക്കൾ ഏൽപ്പിക്കാനും മനസില്ല.

പുച്ഛത്തോടെ അയാൾ രാധാകൃഷ്ണനെ നോക്കിപ്പറഞ്ഞു:

"നിങ്ങളെന്താ തീവെട്ടിക്കൊള്ളയ്ക്ക് ഒരുങ്ങി പുറപ്പെട്ടിരിക്കുന്നോ? ഇതു വേറെ വല്ലിടത്തും പോയി ചെലവാക്ക്. ഈ നാട്ടിൽ വേണ്ട."

നിമിഷനേരത്തേക്ക് എല്ലാവരും സ്തംഭിച്ചുനിന്നു. രാധാകൃഷ്ണൻ ഒരു പച്ചച്ചിരി ചിരിച്ചു:

"ഏതായാലും മുതലാളി ഇതു നേരത്തേ പറയാതിരുന്നത്...."

"നേരത്തെ പറയാൻ എനിക്കു സൗകര്യം ഇല്ലായിരുന്നു."

ചിറക്കാലിൽ കാത്തുനിന്നിരുന്ന ചില പെണ്ണുങ്ങൾ അങ്ങോട്ടു കയ റിവന്നു. അവരെ നോക്കി ചാണ്ടപ്പിള്ള പറഞ്ഞു:

"കൂലി വേണ്ടോരിങ്ങോട്ടു വരണം. വേണ്ടാത്തവർ അവരുടെ പാട്ടിനുപോകട്ടെ."

മത്തായി തൊഴിലാളികളെ വിലക്കി:

"ഒരൊറ്റയാളും ഒരു പൈപോലും വാങ്ങരുത്. യൂണിയൻ ആവശ്യപ്പെട്ടിരിക്കുന്ന നിരക്കിലുള്ള കൂലി വാങ്ങിത്തരാൻ ഞങ്ങളുണ്ട്."

രാധാകൃഷ്ണൻ പതറുന്ന സ്വരത്തിൽ പറഞ്ഞു:

"മി. ചാണ്ടപ്പിള്ളേ, നിങ്ങൾ കാര്യം വഷളാക്കാൻ ശ്രമിക്കുകയാണ്. നേരത്തെയുള്ള സംസാരം കേട്ടപ്പോൾ ഞങ്ങൾ തെറ്റിദ്ധരിച്ചു. എല്ലാം ലോഹ്യമായി തീരുമെന്നു വിചാരിച്ചു. ഞങ്ങളവസാനമായി പറയുകയാണ് കൂടുതൽ കുഴപ്പം ഉണ്ടാക്കാതെ അവരുടെ കൂലി തീർത്തു കൊടുക്കുകയാണ് ഇരുകൂട്ടർക്കും നല്ലത്."

"കൂടുതൽ സംസാരിക്കണമെന്നില്ല കുറുപ്പേ. ഈ രാജ്യത്തു സർക്കാരും കോടതിയും ഉണ്ടോയെന്നു ഞാനൊന്നു നോക്കട്ടെ. നിങ്ങൾ പോണം."

"ശരി മിസ്റ്റർ ചാണ്ടപ്പിള്ളേ. നമുക്കവിടെവച്ചു കാണാം."

രാധാകൃഷ്ണനും കൂട്ടരും അവിടെനിന്നിറങ്ങിപ്പോയി. നാലഞ്ചു തൊഴിലാളികൾ അറച്ചറച്ച് ചാണ്ടപ്പിള്ളയുടെ അടുത്തേക്കു ചെന്നു. മറ്റുള്ളവർ യൂണിയൻ പ്രവർത്തകരുടെ പിന്നാലെ നടന്നു.

നടക്കുന്നതിനിടയിൽ ലൂക്കോസ് ഒച്ചവയ്ക്കാൻ തുടങ്ങി:

"ഞാൻ നേരത്തേ പറഞ്ഞില്ലിയോ അയാളു നമ്മളെ പറ്റിക്കുമെന്ന്. അത്ര നെറിയില്ലാത്തൊരു പട്ടിയാണവൻ."

മത്തായി ലൂക്കോസിനെ ശാസിച്ചു:

"നീയൊന്നു തഞ്ചപ്പെടു ലൂക്കോയേ. ബഹളം വയ്ക്കാതെ."

"തഞ്ചപ്പെട്ടു തഞ്ചപ്പെട്ട് നാട്ടിലിറങ്ങി നടക്കാൻ മേലാതായി. നിങ്ങളെല്ലാം കൂടങ്ങു തഞ്ചപ്പെട്ടോ. ഈ പണിക്കു ഞാനില്ല."

ലൂക്കോസ് വഴിതിരിഞ്ഞു നടന്നുപോയി. രാധാകൃഷ്ണൻ വിളിച്ചിട്ടും നിന്നില്ല.

വിവരങ്ങളറിഞ്ഞപ്പോൾ കണ്ണനും ഇളിഭ്യനായി.

ചിറക്കാലിൽ കൂടിനിന്നിരുന്ന തൊഴിലാളികളെ അടുത്തുവിളിച്ചു രാധാകൃഷ്ണൻ പറഞ്ഞു:

"ആരും വിഷമിക്കേണ്ട കാര്യമില്ല. നിങ്ങളുടെ കൂലി കൊണ്ടുവന്ന് ചാണ്ടപ്പിള്ള കുമ്പിട്ടു നിൽക്കുന്നതു കാണാം."

അയാൾ തന്റെ കൈത്തണ്ടയിൽ കെട്ടിയിരുന്ന റിസ്റ്റുവാച്ചൂരി കണ്ണനെ ഏൽപ്പിച്ചു.

"ഇതു കൊണ്ടുചെന്ന് ജോർജുകുട്ടിയുടെ കടയിൽ വച്ചിട്ട് കിട്ടുന്നത്ര രൂപാ വാങ്ങിക്കൊണ്ടുവാ. ഇവരെ അത്താഴപ്പട്ടിണി ഇടരുതല്ലോ. മത്തായി ഇവരുടെ കൂടെ ഇവിടെ നിൽക്ക്. ഒരിടം വരെയൊന്നു പോയിട്ട് ഞാൻ ഉടനെ ഇങ്ങെത്താം."

ചാണ്ടപ്പിള്ളയുടെ സൂത്രപ്രയോഗങ്ങളെക്കുറിച്ചു പെണ്ണുങ്ങൾ തമ്മിൽ പറഞ്ഞു:

“ആങ് കണ്ടോ ആളു കേമനാ. ഇപ്പം പറയുന്നതല്ല പിന്നെപ്പറേന്നെ.”

“അയാളെ കണ്ടത്തിന്റെ വരമ്പീന്നു വിട്ടതാ തെറ്റായിപ്പോയെ.”

ഇതിനിടയിൽ പിണങ്ങിപ്പോയിട്ടു തനിയേ തന്നെ തിരിച്ചുവന്ന ലൂക്കോസിന്റെ ശബ്ദം ഉയർന്നു കേട്ടു:

“ഞാനതപ്പോഴേ പറഞ്ഞതാ. ആരും കേൾക്കുകേല. ഇനി ഇപ്പം തല ചൊറിഞ്ഞോട്ടെ.”

മത്തായി പറഞ്ഞു:

“ലൂക്കോ പറയുന്നതല്ല അതിന്റെ കാര്യം”

“ഓഹോ. അല്ലേലും ലൂക്കോ പറയുന്നതൊന്നും കാര്യമല്ല. ഇനി എല്ലാവനും പോയി തൂങ്ങിച്ചാക്. അതാ നല്ലത്.”

മത്തായി തൊഴിലാളികളെ വിളിച്ചിരുത്തി ഒരു സ്റ്റഡിക്ലാസെടുക്കാൻ തുടങ്ങി:

“നമ്മുടെ യൂണിയൻ നടത്തുന്ന ആദ്യത്തെ സമരമാണിത്. ഇതിന്റെ പ്രാധാന്യം എല്ലാവരും മനസിലാക്കണം. നമ്മുടെ ശക്തിയും നിലനിൽപ്പുമെല്ലാം ഇതിന്റെ വിജയത്തെ ആശ്രയിച്ചിരിക്കും...”

പെണ്ണുങ്ങൾ അതുകേട്ടിരുന്നു മുഷിഞ്ഞു. കണ്ണനും രാധാകൃഷ്ണനും തിരിച്ചുവരാൻ താമസിച്ചപ്പോൾ അവർ തമ്മിൽതമ്മിൽ പിറുപിറുക്കാൻ തുടങ്ങി.

“കളിപ്പായോ തമ്പുരാനേ! അന്തിവരെ കണ്ടത്തിക്കെടന്നു മടച്ചിട്ട് അത്താഴം വയ്ക്കാനൊക്കുകേലല്ലോ?”

“പുള്ളാരു പട്ടിണിയാവൂല്ലോ ദൈവേ. ഇനി ഇപ്പം എങ്ങനെ ചെന്നു തമ്പ്രാന്റെ മുഞ്ഞിക്കു നോക്കും?”

“ഇത്ര നിൽക്കപ്പൊറുതിയില്ലാതായാലോ പെണ്ണുങ്ങളേ. നമ്മക്കത്താഴം വയ്ക്കാനല്ലിയോ സഖാവു വാച്ചഴിച്ചു കൊടുത്തയച്ചേ?”

“ഇത്ര മുട്ടിയിരിക്കുവാരുന്നേ ഇങ്ങോട്ടു വരണ്ടാരുന്നല്ലോ? തമ്പുരാൻ തന്നതു മേടിച്ചോണ്ടു പൊയ്ക്കൂടാരുന്നോ?”

“അല്ലേലിനി ഒരു ദെവസമങ്ങു പഷ്ണി കെടന്നെന്നും ചൊല്ലി പിള്ളേരു ചാവുമെങ്കി ചാവട്ടെ. എത്ര ദെവതം വെള്ളം കുടിക്കാതെ കെടന്നിരിക്കുന്നു.”

“ഇപ്പം പഠിച്ചോ. സമരം ചെയ്താലക്കൊണ്ട് ഇങ്ങനൊക്കെയാ. ഇപ്പണി വാഴപ്പഴോ ആണെന്നാണോ വിചാരിച്ചേ?”

പെണ്ണുങ്ങൾ പൂത്താങ്കീരികളെപ്പോലെ കലപില ചിലയ്ക്കാൻ തുടങ്ങി. മത്തായിയുടെ പ്രഭാഷണം അതിൽ മുങ്ങിപ്പോയി. തന്റെ വാക്കുകൾ എറിക്കുന്നില്ലെന്നു കണ്ടപ്പോൾ അയാൾ സ്വരമുയർത്തി സ്വാഭാവികമായ ഭാഷയിൽ വിളിച്ചുപറഞ്ഞു:

“കുറെ സമാധാനം വേണ്ടായോ പെണ്ണുങ്ങളേ? കുറേ കഷ്ടതയും ക്ലേശവുമൊക്കെ സഹിച്ചേ പറ്റൂ. ഞങ്ങൾ മൂലം നിങ്ങളെ പട്ടിണിക്കിടത്തില്ല. അതേറ്റു. ഇനിയൊന്നു ചെലയ്ക്കാതിരിക്ക്.”

കുറേക്കഴിഞ്ഞപ്പോൾ കണ്ണനും രാധാകൃഷ്ണനും മടങ്ങിവന്നു. കണ്ണൻ നിലത്ത് ഒരു മെഴുകുതിരി കത്തിച്ചുവച്ചു. ഒരു തോർത്തു നിവർത്തി വച്ച് മടിയിൽനിന്ന് കുറെ നോട്ടും ചില്ലറയും വാരിയിട്ടു.

"ഇന്നത്താഴം വയ്ക്കാൻ വകയില്ലാത്തോരു വാങ്ങിച്ചാ മതി. രണ്ടോ മൂന്നോ രൂപാ വീതം-യൂണിയൻ നിങ്ങളുടെ കൂലി മേടിച്ചുതരുമ്പോൾ ഇതിങ്ങു തിരിച്ചുതന്നേക്കണം."

പെണ്ണുങ്ങൾക്കാശ്വാസമായി. മെഴുകുതിരിക്കു ചുറ്റും കൂടിനിന്ന് അവർ തുകയെണ്ണി വാങ്ങി. എല്ലാവർക്കും കൊടുത്തു പിരിച്ചപ്പോൾ രാധാകൃഷ്ണൻ ചോദിച്ചു:

"ബാക്കി വല്ലതുമുണ്ടോ?"

"പത്തു രൂപയും ചില്ലറയും."

"അതും വാങ്ങിക്കൊണ്ടു മത്തായി പ്രസ്സിൽ ചെന്നു നാളത്തേക്കുള്ള നോട്ടീസടിപ്പിച്ചോണ്ടു വരണം. ഒരു സൈക്കിളും കൂടെടുത്തോ-തിരിച്ചുവരുമ്പോൾ പോസ്റ്ററെഴുതാനുള്ള കുറേ കടലാസും മഷിയും കൂടെ കൊണ്ടുപോരെ."

രാത്രിയിൽത്തന്നെ യൂണിയന്റെ കമ്മിറ്റി കൂടി.

ആളുകളെ അയച്ച് എല്ലായിടവും വിവരം അറിയിച്ചു.

എല്ലാം കഴിഞ്ഞ് പാതിര കഴിഞ്ഞപ്പോഴാണ് കുഞ്ഞച്ചൻ മാടത്തിൽ മടങ്ങി എത്തിയത്. അത്താഴമുണ്ടുകൊണ്ടിരിക്കുമ്പോൾ അന്നു നടന്ന സംഭവങ്ങളെക്കുറിച്ച് അവൻ പറഞ്ഞു.

തങ്കമ്മയ്ക്കു ചിരിയാണു വന്നത്.

"വേണ്ടിയില്ല. എടുത്തുചാട്ടക്കാരുടെ അനുപവമാ."

"ങ് ആ-ഒരെടുത്തുചാട്ടം തന്നാ. പക്ഷേ, ഈ ചാട്ടത്തിനു നമ്മള ക്കരെ ചെന്നേ നിൽക്കൂ."

"ഇനി എന്നാ ചെയ്യാനാ?"

"അതൊക്കെ നീ കണ്ടോ. നാളെമുതൽ സമരമാ."

അതെങ്ങനെയെല്ലാമാണെന്നവൾ ചോദിച്ചില്ല. വഴക്കും വയ്യാവേലിയുമായിരിക്കും. കുറെ നേരത്തെ മൗനത്തിനുശേഷം ഇത്രമാത്രം പറഞ്ഞു:

"നമുക്കാളും പേരും ഉള്ളവരല്ല. ശത്രുക്കാരു തോനെ കാണും."

കുഞ്ഞച്ചൻ ചിരിച്ചു:

"ആളും പേരും ഇല്ലെന്നാരു പറഞ്ഞു? എല്ലാവരും നമ്മുടെയാളുകളാ-യൂണിയനിൽ ചേർന്നു നടക്കുന്നവരെല്ലാം."

കിടക്കാൻ നേരം അവൻ ഓർമിപ്പിച്ചു:

"നേരം പുലർന്നുപോയാൽ എന്നെയൊന്നു വിളിച്ചേക്കണെ. അതിരാവിലെ അങ്ങെത്തണം."

നേരം വെളുക്കുംമുമ്പു തങ്കമ്മ ഉറക്കമുണർന്നു. ആറ്റുതീരത്തെ പരുത്തിക്കാടുകളിൽ കൂടുകെട്ടിയിരുന്ന വണ്ണാത്തിപ്പുള്ളിന്റെയും കാക്കത്തമ്പുരാട്ടികളുടെയും രാഗാലാപം കേട്ടുകൊണ്ട് അവൾ കണ്ണുതുറന്നു

കിടന്നു. കൂർക്കംവലിച്ചുറങ്ങുന്ന കുഞ്ഞച്ചനെ വിളിച്ചുണർത്താൻ തോന്നിയില്ല.

പക്ഷേ, നേരം പുലർന്നു വെയിൽ പരന്നിട്ടും അവൻ ഉണർന്നില്ല. അവൾക്കു പണിക്കു പോകാൻ സമയം കഴിഞ്ഞു.

ഒടുവിൽ അടുത്തു ചെന്നു കുലുക്കിവിളിച്ചു:

"പിന്നേ, നേരം ഒരുപാടായി. എണീക്കുന്നില്ല്യോ?"

ഉറക്കച്ചടവോടെ അവൻ പായിൽ എഴുന്നേറ്റിരുന്നു. പിന്നെ കണ്ണും മുഖവും കഴുകി മാടത്തിൽ നിന്നിറങ്ങി.

പോകുന്ന പോക്കിൽ അവളെ ഓർമപ്പെടുത്തി:

"ഇരുട്ടുമ്പം ഉണ്ണൂലിയമ്മയുടെ വീട്ടിൽ ചെന്നു കിടന്നോ. ചിലപ്പോൾ ഞാനിങ്ങോട്ടു വരത്തില്ല."

പാടത്തു നിന്നു പണിയെടുക്കുമ്പോഴും അവളുടെ ജീവനങ്ങു കരിപ്പുഴയായിരുന്നു. കരിപ്പുഴ ചാണ്ടപ്പിള്ളയുടെ നിലങ്ങളായിരുന്നു. അവിടെ എന്തൊക്കെ നടക്കുന്നോ എന്തോ?

ഉച്ചയ്ക്കു പോലുത്തേക്കിനു കേറിയപ്പോൾ കറുമ്പന്റെ പുലയി തിരുമ പറഞ്ഞാണു വിവരങ്ങളറിഞ്ഞത്. ചെറുകരയിലെ നിലത്തിൽ നടാൻ സമ്മതിക്കുന്നില്ല. വലിയ ആൾക്കൂട്ടമാണ്. മുതലാളി പൊലീസിനെയും പട്ടാളത്തിനെയും കൊണ്ടുവരാൻ പോയിരിക്കുന്നു. എന്തെങ്കിലുമൊക്കെ നടക്കും.

തങ്കമ്മയുടെ നെഞ്ചിൽ ഒരുകട്ട തീ കത്തിയെരിഞ്ഞു. കുറെനേരത്തേക്കു മിണ്ടുരിയാട്ടമില്ലാതെ നിന്നു. പോലുത്തേക്കിനുശേഷം പണിക്കു പോയില്ല. കൈയും കാലും ആടിയില്ല.

കരിപ്പുഴയ്ക്കൊന്നു പോയി തിരക്കിയാലോ? പറയാതങ്ങോട്ടു ചെന്നാൽ കുഞ്ഞച്ചൻ വഴക്കു പറഞ്ഞെങ്കിലോ?

എന്തായാലും ഉണ്ണൂലിത്തള്ളയോടു വിവരം പറഞ്ഞിട്ടു കരിപ്പുഴയ്ക്കു പോയി.

അവിടെ ചെന്നപ്പോൾ കേട്ടതെല്ലാം നേരാണ്. കറുകത്തല കുഞ്ഞൂഞ്ഞിന്റെ തറയിൽ വലിയ ആൾക്കൂട്ടം കണ്ടു. ആണുങ്ങളും പെണ്ണുങ്ങളുമുണ്ട്. അവർക്കിടയിൽ അവൾ കുഞ്ഞച്ചനെ നോക്കി നടന്നു. അവളെ കണ്ട് ഒരു ചിരിയോടെ അവൻ അടുത്തുവന്നു.

"ഓഹോ. നീയിങ്ങെത്തിയോ?"

സമാധാനമായി! തന്നെ ശകാരിക്കുമോ എന്നായിരുന്നു പേടി.

"നിന്നെ ആളുവിട്ടു വിളിപ്പിക്കാനിരുന്നേത്."

"എന്തിനാ?"

"നിനക്കിവിടെ പിടിപ്പതു പണിയുണ്ട്."

"എന്നാ പണി?"

"അതൊക്കെ പറയാം..."

അകലെ ആ നിലങ്ങളിൽ പാറിപ്പറക്കുന്ന ചെങ്കൊടികൾ ചൂണ്ടിക്കാണിച്ചുകൊണ്ടവൻ പറഞ്ഞു:

"അതാ നമ്മുടെ കൊടി നിൽക്കുന്നതുകണ്ടോ? ഇനി സമരം തീരാതെ അതു നമ്മൾ ഇളക്കത്തില്ല."

കൊടികൾ പാടത്തിന്റെ നടുക്ക് ഇളകിപ്പറക്കുന്നത് അവൾ ഇമ വെട്ടാതെ നോക്കിനിന്നു. തൊഴിലാളികൾ രാവിലെ കറുകത്തലയിൽ നിന്നു ജാഥയായിച്ചെന്നു നാട്ടി നിറുത്തിയ കൊടികളാണ്. ഉഴുതു മറിച്ചി ട്ടിരിക്കുന്ന നിലങ്ങളിൽ ഓരോ കൊടിവീതം നാട്ടി. കൊടിക്കു ചുറ്റും കൂടി മുദ്രാവാക്യങ്ങൾ മുഴക്കി. അതിനുശേഷം നാട്ടുമ്പുറം ചുറ്റി പ്രകടനം നടത്തി.

അവർ പ്രകടനം കഴിഞ്ഞു തിരിച്ചെത്തിയതേയുള്ളു. കൊടികൾക്കു ചുറ്റും ചൂളംവിളിച്ചുകൊണ്ടു നീർക്കാക്കകൾ വെണ്മ കലർന്ന ചിറകുവിടർത്തി പറന്നു.

തലയിൽ തുണിപ്പൊതിയും, കൈയിൽ തൂക്കിപ്പിടിച്ച തേങ്ങയുമായി ഒരുകൂട്ടം ആളുകൾ പുഞ്ചവരമ്പിലൂടെ വരുന്നതുകണ്ടു.

അവരെ ചൂണ്ടി കുഞ്ഞച്ചൻ പറഞ്ഞു:

"അതാ അവരു സ്ക്വാഡു പ്രവർത്തനം നടത്തിയിട്ടു വരുന്നതു കണ്ടോ? നാട്ടിടയിൽനിന്ന് അരിയും തേങ്ങയും പിരിച്ചുകൊണ്ടു വരുവാ. ഇനി ഇങ്ങോട്ടുവാ. നിനക്കുള്ള ജോലി ഏൽപ്പിക്കാം."

അവളെ കുഞ്ഞൂഞ്ഞിന്റെ മാടത്തിനകത്തേക്കു കൂട്ടിക്കൊണ്ടു പോയി. അതിനകത്തു കറിക്കുവെട്ടും, കഞ്ഞിവയ്പ്പും നടക്കുകയാണ്.

കുഞ്ഞച്ചൻ അവളെ മറ്റുള്ളവർക്കു പരിചയപ്പെടുത്തിക്കൊടുത്തു:

"ഇതാ നിങ്ങൾക്കൊരു പുതിയ പണിക്കാരി. ചുനക്കരക്കാരിയാ. നന്നായി പരുപാലിക്കും."

"അവൾ നാണിച്ചു ചിരിച്ചു. കറമ്പി ചെന്നു സ്നേഹപൂർവം കൈക്കു പിടിച്ചിരുത്തി. മരച്ചീനി അരിയാനേൽപ്പിച്ചു."

പിരിവുകൾ കൊണ്ടുവന്ന സാധനങ്ങളെടുത്ത് മറിയ കുട്ടയിലും വട്ടിയിലുമാക്കി ഒതുക്കിവച്ചു. അരി, പുളി, ഉപ്പ്, മുളക്, കോഴിമുട്ട, കാന്താ രിമുളക് അങ്ങനെ പലതും.

കറമ്പി ഒട്ടു തിടുക്കം കൂട്ടി:

"വെക്കം വേണം. ഇതു വെന്തിട്ടു വേണം ആണുങ്ങൾക്കിത്തിരി വെള്ളം കൊടുക്കാനക്കൊണ്ട്."

കറുകത്തലയിൽ കർഷകതൊഴിലാളികൾ കാത്തുകെട്ടി കിടക്കു കയാണ്. പാടത്തു നാട്ടിയിരിക്കുന്ന ആ കൊടിയുടെ മാനം കാത്ത് അവ രുറക്കമൊഴിഞ്ഞിരിക്കണം.

ആ കൊടിയുടെ ചരിത്രമൊന്നും ചാണ്ടപ്പിള്ളയ്ക്കറിഞ്ഞുകൂടാ. ഒരു പക്ഷേ, നീർക്കാടകൾക്കറിയാം. അങ്ങു വടക്ക് ഹിമാലയത്തിനപ്പുറത്തു നിന്ന് പറന്നുവന്ന നീർക്കാക്കകൾ. സോവിയറ്റു ഭൂമിയുടെ വിരിമാറിലൂടെ, ചൈനയുടെ നീലവിഹായസ്സിലൂടെ പറന്നു പറന്ന്, ഇങ്ങു കരിപ്പുഴയെ ത്തിയ നീർക്കാടകൾ!... കഞ്ഞിയും പുഴുക്കും വേവാറായപ്പോൾ കറമ്പി മുറ്റത്തേക്കിറങ്ങി പറഞ്ഞു:

"പിരിവിനുപോയവരാദ്യം വാ. അവരു കുടിച്ചുകഴിഞ്ഞിട്ട്, പിന്നൊ ള്ളോരുക്കു വെളമ്പാം."

സ്ക്വാഡു പ്രവർത്തനത്തിനു പോയവരുടെ ഒരു മാന്യത! ആദ്യം അവർ വരിപിടിച്ചിരുന്നു. അവരുടെ മുന്നിൽ ഇലയും ചട്ടിയും നിരന്നു.

കറമ്പിയും തങ്കമ്മയും കൂടി പുഴുക്കു വിളമ്പി. കാളിക്കുട്ടിയും മത്തായിയും കൂടി തവിയെടുത്തു കഞ്ഞികോരി ചട്ടിയിലൊഴിച്ചു. ലൂക്കോസ് പ്ലാവില കുത്തിക്കൊടുത്തു.

എല്ലാവരും പുഴുക്കുംകൂട്ടി മതിയാവോളം കഞ്ഞി കോരിക്കുടിച്ചു.

കഞ്ഞിസദ്യക്കു ശേഷം ചർച്ചായോഗം നടന്നു. ചുമതലകൾ പങ്കിട്ടു. ഓരോ കാര്യത്തിനും വേറെവേറെയാളെ നിശ്ചയിച്ചു.

ഉച്ചകഴിഞ്ഞപ്പോൾ നാനാഭാഗങ്ങളിൽനിന്നും ജാഥകൾ വരാൻ തുടങ്ങി.

വൈകിട്ടു പൊതുയോഗം നടന്നു. സമരഗാനങ്ങൾ! തോരാത്ത പ്രസംഗങ്ങൾ! എത്രയെത്ര പാട്ടുകാർ! എത്രയെത്ര പ്രസംഗകന്മാർ!

രാത്രിയിൽ തവണവച്ചായിരുന്നു ഉറക്കം ഉണർന്നിരുന്നവർ വയലിലേക്കു കണ്ണുനട്ടുകൊണ്ട് പാട്ടും ചർച്ചയുമായി കഴിഞ്ഞു. ചിലർ അലകുകൂർപ്പിച്ചു പാരക്കോലുകളുണ്ടാക്കി. മറ്റുചിലർ മെറ്റൽക്കഷണങ്ങൾ ശേഖരിച്ച് സഞ്ചിയിൽ നിറച്ചു.

കിഴക്കു ചെങ്കൊടി ഉയർത്തിക്കൊണ്ട് ഉഷസിന്റെ വരവായി. വയലുകൾ തണുത്തുറഞ്ഞു കിടന്നപ്പോൾ ക്യാമ്പിലെ ജീവിതം ഊഷ്മളതയോടെ നിന്നുതുടിച്ചു.

കുളിരുപകർന്ന് തലചായ്ച്ചുറങ്ങിയിരുന്ന ആ കൊടിക്കൂറകൾ പ്രഭാതത്തിലെ ഇളംകാറ്റിൽ തലയാട്ടിനിന്നു.

ക്യാമ്പിൽ പട്ടാളം വരുന്നുണ്ടെന്ന് ഒരു ശ്രുതി പരന്നു. ഒരുത്തരും അങ്കലാപ്പു കാട്ടിയില്ല. ആരും വരട്ടെ. പട്ടാളമെങ്കിൽ പട്ടാളം. എന്തുചെയ്യുമെന്നു കാണാമല്ലോ.

വന്നതു പട്ടാളമായിരുന്നില്ല. ഒരു കുപ്പിണി പൊലീസായിരുന്നു. പൊലീസ് ഇൻസ്പെക്ടറും പാർട്ടിയും. കൂടെ ചാണ്ടപ്പിള്ളയും കരിങ്കാലികളും.

തൊഴിലാളികൾ ജാഥയായി ചാണ്ടപ്പിള്ളയുടെ നിലത്തിലേയ്ക്കു നിങ്ങി. ചെങ്കൊടികളുടെ ചുറ്റും കൂടിനിന്നു മുദ്രാവാക്യം മുഴക്കി.

കറുകത്തലയിൽനിന്നു മൈക്കിലൂടെയുള്ള പ്രഖ്യാപനം കേട്ടു:

"സഖാക്കളെ, കർഷകതൊഴിലാളി യൂണിയൻ സെക്രട്ടറി കണ്ണനാണു സംസാരിക്കുന്നത്. യൂണിയന്റെ നിർദേശം കാത്ത് എല്ലാവരും കർശനമായ അച്ചടക്കത്തോടെ നിലകൊള്ളണം."

നിലങ്ങൾക്കു ചുറ്റും ഒരു കോട്ടപോലെ ജനങ്ങൾ നിരന്നുനിന്നു-ഉയർത്തിപ്പിടിച്ച അരിവാളുകളോടും പാരക്കോലുകളോടുംകൂടി; സഞ്ചിയിൽ ശേഖരിച്ച മെറ്റൽക്കഷണങ്ങളുമായി; അലച്ചലച്ചുയരുന്ന മുദ്രാവാക്യങ്ങളുമായി.

ഇൻസ്പെക്ടർ വരമ്പിൽനിന്ന് കൈചൂണ്ടിക്കൊണ്ടു നിശ്ശബ്ദരായിരിക്കാൻ ആവശ്യപ്പെട്ടു. ആരും അനുസരിച്ചില്ല. ദിഗന്തങ്ങളെ ഞെട്ടിച്ചുകൊണ്ട് ശബ്ദം അലച്ചുയർന്നു.

ഒരു പൊലീസുകാരനെ വിട്ട് ഇൻസ്പെക്ടർ യൂണിയൻ പ്രവർത്തകരെ അരികെ വിളിച്ചു. രാധാകൃഷ്ണൻ കൈയ് ഉയർത്തിക്കാട്ടി. മൈക്കിലൂടെ നിർദേശം കേട്ടു.

"സഖാക്കളേ, മുദ്രാവാക്യംവിളി നിർത്തിവയ്ക്കണം."

ഇൻസ്പെക്ടർ രാധാകൃഷ്ണനോടു ചോദിച്ചു:

"നിങ്ങൾ കുഴപ്പമുണ്ടാക്കാനുള്ള ഒരുക്കമാണ് അല്ലേ?"

"തൊഴിലാളികൾ അവകാശസമരം നടത്തുന്നത് കുഴപ്പമുണ്ടാക്കലാണെങ്കിൽ-"

ഇൻസ്പെക്ടർ രാധാകൃഷ്ണനെ തുറിച്ചുനോക്കി. അതിനുശേഷം ആ ചെങ്കൊടികളുടെ നേരെ നോക്കിനിന്നു.

"എന്തിനാണതവിടെ നാട്ടിയിരിക്കുന്നത്? അതു പിഴുതു മാറ്റണം."

രാധാകൃഷ്ണൻ ദൃഢസ്വരത്തിൽ പറഞ്ഞു:

"അങ്ങനെ പിഴുതുമാറ്റാൻ പറ്റുന്ന കൊടിയല്ല."

"പിന്നെ?"

"ഈ സമരം തീരുന്നതുവരെ അതവിടെത്തന്നെ നിൽക്കും."

"എങ്കിൽ എനിക്കതു പിഴുതുമാറ്റാൻ ഉത്തരവു കൊടുക്കേണ്ടി വരും."

"അതു കഴിഞ്ഞേക്കും. പക്ഷേ, ഞങ്ങൾ ജീവനോടിരിക്കുമ്പോൾ ആ കൊടിയിൽ തൊടാനനുവദിക്കയില്ല."

മത്തായി മുഷ്ടിചുരുട്ടി ഉച്ചത്തിൽ വിളിക്കാൻ തുടങ്ങി:

"ചെങ്കൊടി തൊട്ടു കളിച്ചവരാരും-
നേരേ ചൊവ്വേ പോയിട്ടില്ല!"

ആയിരം കണ്ഠങ്ങൾ അതേറ്റു പറഞ്ഞു. ഉഗ്രമായ ഒരു താക്കീതു പോലെ.

ഇടിനാദംപോലെ അതു പുഞ്ചയുടെ തീരങ്ങളിൽ പ്രതിധ്വനിച്ചു.

ഏതോ ആലോചനയിൽ മുഴുകി ഇൻസ്പെക്ടർ മുഖം കുനിച്ചു. രാധാകൃഷ്ണൻ വീണ്ടും കൈയ് ഉയർത്തി. മുദ്രാവാക്യം നിലച്ചു. നിശബ്ദത."

"നിയമം നടപ്പാക്കാൻവേണ്ടി നടത്തുന്ന ഒരു തൊഴിൽ സമരത്തിൽ പൊലീസിനിടപെട്ടിട്ടു കാര്യമില്ല. അതു ലേബർ ഡിപ്പാർട്ടുമെന്റിന്റെ ചുമതലയാണ്. ജന്മിക്കുവേണ്ടി പക്ഷം പിടിച്ച് ഈ തൊഴിൽസമരത്തെ മർദിച്ചൊതുക്കാനാണു ഭാവമെങ്കിൽ...."

ഇൻസ്പെക്ടർ ക്ഷുഭിതനായി ഇടയ്ക്കു കയറി പറഞ്ഞു:

"എന്താണിവിടെ തൊഴിൽ സമരം? നിലമുടമസ്ഥനെ കൃഷിയിറക്കാൻ അനുവദിക്കാതിരിക്കുന്നതോ?"

"അതിന്റെ കാരണം തിരക്കിയോ? നേരത്തെ ചെയ്ത പണിക്ക് ആ മനുഷ്യൻ ഇനിയും കൂലി നൽകിയിട്ടില്ല. കൂലിവാങ്ങാതെ തൊഴിലാളി കൈയുംകെട്ടിയിരിക്കണമെന്നു പറയാൻ ആർക്കാണധികാരം? ആ അധികാരത്തെ തൊഴിലാളിക്കു മാനിക്കാൻ പറ്റില്ല."

ഇൻസ്പെക്ടർക്കു തലയൂരാനുള്ള പഴുതു കിട്ടിയെന്നു തോന്നി.

"എന്താ മിസ്റ്റർ ചാണ്ടപ്പിള്ളെ? ഇവർ പറയുന്നതു കേട്ടില്ലേ? നിങ്ങളെന്താണവരുടെ കൂലി കൊടുക്കാത്തത്?"

ചാണ്ടപ്പിള്ള ഇൻസ്പെക്ടറുടെ ചെവിയിലെന്തോ കുശുകുശുത്തു. അയാൾ വീണ്ടും പറഞ്ഞു:

"നിലവിലിരിക്കുന്ന നിരക്കിൽ കൂലി നൽകാൻ മി. ചാണ്ടപ്പിള്ള തയാറാണല്ലോ."

യൂണിയൻ നിലമുടമകൾക്കു നൽകിയിട്ടുള്ള മെമ്മോറാണ്ടത്തിൽ ഉന്നയിച്ചിട്ടുള്ള കൂലിവ്യവസ്ഥയെക്കുറിച്ച് രാധാകൃഷ്ണൻ പറഞ്ഞു. സർക്കാരിന്റെയും മുതലാളിമാരുടെയും യൂണിയന്റെയും പ്രതിനിധികൾ പങ്കെടുത്ത ത്രികക്ഷി സമ്മേളനത്തിന്റെ തീരുമാനങ്ങളെക്കുറിച്ചും ഗവൺമെന്റു പുറപ്പെടുവിച്ച മിനിമം വേജസ് നോട്ടിഫിക്കേഷനെക്കുറിച്ചും വിവരിച്ചു.

ഇൻസ്പെക്ടർക്ക് ആ തരം കാര്യങ്ങളെക്കുറിച്ചു വിവരമില്ല. ഗവണ്മെന്റെന്നും നോട്ടിഫിക്കേഷനെന്നും കേട്ടപ്പോൾ ആ പറച്ചിലിൽ എന്തോ കഴമ്പുണ്ടെന്നു തോന്നി. രാധാകൃഷ്ണൻ തുടർന്നു:

"ത്രികക്ഷി സമ്മേളനത്തിൽവച്ച് അംഗീകരിക്കുകയും മറ്റു പ്രദേശങ്ങളിൽ നടപ്പാക്കുകയും ചെയ്തിട്ടുള്ള കൂലിയാണു ഞങ്ങൾ ആവശ്യപ്പെടുന്നത്. ഈ അവകാശം അംഗീകരിക്കുന്നതിനുപകരം പൊലീസിനെക്കൊണ്ട് കൂടുതൽ കുഴപ്പങ്ങളുണ്ടാക്കാമെന്നാണ് ചാണ്ടപ്പിള്ള കരുതുന്നതെങ്കിൽ അദ്ദേഹമതിൽ പരാജയപ്പെടുകയേയുള്ളു."

ഇൻസ്പെക്ടർ തന്റെ തീരുമാനം പ്രഖ്യാപിച്ചു:

"കേട്ടോ മി. ചാണ്ടപ്പിള്ളേ? കൂലിയെ സംബന്ധിച്ചെന്തെങ്കിലും തർക്കമുണ്ടെങ്കിൽ അതു ലേബറാഫീസറുടെ മധ്യസ്ഥതയിൽ പരിഹരിച്ചുകൊള്ളണം. അതുവരെ ഇരുകൂട്ടരും അക്രമത്തിനു മുതിരരുത്."

"എന്തുപറയുന്നു മിസ്റ്റർ? സമാധാന ലംഘനം അനുവദിക്കുകയില്ല. ഞാൻ കർശനമായ താക്കീതു നൽകുകയാണ്."

രാധാകൃഷ്ണൻ ചിരിതൂകി:

"നിശ്ചയമായും ആദ്യം അതു ഞങ്ങളിൽനിന്നുണ്ടാവുകയില്ലെന്നു ഞാൻ ഉറപ്പുതരുന്നു."

വന്നതുപോലെതന്നെ ഇൻസ്പെക്ടറും പാർട്ടിയും മടങ്ങിപ്പോയി. ഒരു കുട്ടിത്തേവാങ്കിനെപ്പോലെ അവരുടെ പിന്നാലെ ചാണ്ടപ്പിള്ള തലയും കുനിച്ചുനടന്നു.

ആളുകൾ ആവേശംകൊണ്ട് ആർത്തുവിളിച്ചു. ആരുടെയും നിർദേശമില്ലാതെ വമ്പിച്ച പ്രകടനങ്ങൾ നടന്നു...

ഒടുവിൽ ലേബറാഫീസറുടെ നേതൃത്വത്തിൽ ഒത്തുതീർപ്പുണ്ടായി. കൂലിയെക്കുറിച്ചും ജോലിസമയത്തെക്കുറിച്ചും മിനിമംവേജസ് നോട്ടിഫിക്കേഷനിൽ പറഞ്ഞിരിക്കുന്ന വ്യവസ്ഥ അംഗീകരിച്ചുകൊണ്ട് ചാണ്ടപ്പിള്ള ഒരു കരാറിൽ ഒപ്പുവച്ചു. അതനുസരിച്ചുള്ള തുകയെണ്ണി യൂണിയൻ സെക്രട്ടറിയെ ഏൽപ്പിച്ചു. സെക്രട്ടറി കറുകത്തലയിൽവച്ച് അതു തൊഴിലാളികൾക്കിടയിൽ വിതരണം ചെയ്തു.

ക്യാമ്പു പിരിഞ്ഞുപോയതിന്റെ പിറ്റേദിവസം ആറ്റുംമണ്ണേലുള്ള പെണ്ണുങ്ങൾ ഉണ്ണൂലിത്തള്ളയുടെ മാടത്തിൽ കൂടി. തങ്കമ്മയെ വിളിച്ചിരുത്തി കഥകൾ ചോദിച്ചറിഞ്ഞു.

അപ്പോൾ ആറ്റുമാലിക്കു നിന്നിരുന്ന തൈത്തെങ്ങിന്റെ ഓലത്തുമ്പിൽ തൂങ്ങിയ ഒരു ഓലേഞ്ഞാലി വെള്ളപ്പട്ടവച്ച നീണ്ട വാൽ വിടർത്തി ചാഞ്ചാടി. ഒരുപറ്റം പൂത്താങ്കീരികളും മഞ്ഞക്കിളികളും ചേർന്ന് ഓലേഞ്ഞാലിയെ കൊത്തിയോടിക്കാൻ പാടുപെട്ടു.

ഇരുപത്തിയാറ്

ഉഴവു തുടങ്ങിയാൽ പിന്നെ പാച്ചന്റെ കന്നുകൾക്കു തിമിർത്ത പണിയാണ്. ഒരു ദിവസവും മിനക്കേടില്ല.

നേരം പരപരാ വെളുക്കുമ്പോൾ നുകവും കലപ്പയും തോളിലേന്തി കന്നിനെ അടിച്ചുതെളിച്ചുകൊണ്ടു പാച്ചൻ ഉഴവിനു പോകും. നീലമ്മ പാടത്തു ഞാറുനടാൻ പോകും. കോയിക്കലെ നിലങ്ങളുടെ കാവൽ വേറെ. ആ വകയിലും നല്ല വരുമാനം കൈവന്നു. കഠിനാധ്വാനത്തിന്റെ ഫലമായി അവർക്കു മിച്ചംവയ്ക്കാൻ കഴിഞ്ഞു. ഉഴവു കഴിഞ്ഞു മേലുവേദന മാറ്റാൻ ആലുംമൂട്ടിൽ പോയി രണ്ടു പാത്രം അകത്താക്കിയിട്ട് പാച്ചൻ മടങ്ങിവരും. രാത്രിയിൽ അനത്തും കുടിയും കഴിഞ്ഞ് ഭാര്യയും ഭർത്താവും കൂടിയിരുന്നു വരുംകാലത്തേക്കുള്ള പദ്ധതികൾ തയാറാക്കും.

ഇതിനകം തന്റെ മാടം നിൽക്കുന്ന തറ തീറെഴുതി വാങ്ങാൻ പാച്ചനു കഴിഞ്ഞിരുന്നു. ഇനി ആ മാടത്തിനു പകരം ഒരു വീടുണ്ടാക്കണം. മല്ലോരുടേതുപോലെ കട്ടകെട്ടി വെള്ളതേച്ച വീട്.

നീലമ്മ മണ്ണെണ്ണവിളക്കിൽ നിന്നു കത്തിച്ചുകൊടുക്കുന്ന ബീഡിവലിച്ചു പുകവിട്ടുകൊണ്ട്, ലഹരികൊണ്ടു കലങ്ങിയ കണ്ണുയർത്തി അവളെ നോക്കി സ്നേഹപൂർവം പാച്ചൻ പറയും:

"അമ്പലത്തിത്തമ്പുരാൻ ആപത്തൊന്നും വരുത്തുന്നില്ലേൽ അടുത്ത കൊല്ലം നമുക്കതൊപ്പിക്കണം."

നീലമ്മ അഭിമാനപൂർവം അതു കേട്ടു. ചിലപ്പോൾ അവൾ കൂട്ടിച്ചേർക്കാറുണ്ട്:

"അത്ര വലുതൊന്നും വേണ്ട. ചുരുണ്ടുകിടക്കാനക്കൊണ്ടുള്ള എടം മതി."

കണ്ണുകുരുങ്ങി കൺപോള വീഴുന്നതുവരെ അയാൾ സ്വപ്നങ്ങൾ നെയ്തുകൊണ്ടിരിക്കും. പിന്നെ അവളെ കെട്ടിപ്പിടിച്ചു കിടന്നുറങ്ങും.

പക്ഷേ, ഒരു ദിവസം കാര്യമെല്ലാം അവതാളത്തിലായി.

നീലമ്മ ചാണ്ടപ്പിള്ളയുടെ നിലത്തിൽ നടാൻ പോയതിന്റെ പിറ്റേ ദിവസം പതിവിലും നേരത്തെ പാച്ചൻ ആലുംമൂട്ടിൽനിന്നും മടങ്ങിവന്നു. ചരിപ്പിൽ അയവെട്ടിക്കൊണ്ടു കിടന്ന കന്നുകളുടെ മുന്നിൽ തീറ്റി കുടഞ്ഞിട്ടുകൊടുത്തു. അവയെ നോക്കിക്കൊണ്ട് മാടത്തിന്റെ തൂണുംചാരിയിരുന്നു ബീഡി വലിച്ചു.

നീലമ്മ അത്താഴം വയ്ക്കുന്ന തിടുക്കത്തിലായിരുന്നു. അടുപ്പിൽ തീയൂതിക്കൊണ്ടിരുന്നപ്പോൾ പാച്ചന്റെ ഉച്ചത്തിലുള്ള വിളി കേട്ടു:

"നീലമ്മേ."

"എന്താ?"

അടുപ്പുംകടയിൽ നിന്ന് അവൾ ഓടിയിറങ്ങിച്ചെന്നു.

ഒട്ടുനേരത്തേക്ക് അയാൾ ഒന്നും മിണ്ടിയില്ല. അവളുടെ മുഖത്തു നോക്കിയതുമില്ല. കന്നുകാലികളെ നോക്കി ബീഡിയും വലിച്ചിരുന്നു.

"എന്തിനാ വിളിച്ചെ?....അടുപ്പി കൂട്ടാൻ തിളയ്ക്കുന്ന്."

അയാൾ മുഖമുയർത്താതെ ചോദിച്ചു:

"ഇന്നലെ ചെറുകരേലേക്കു നടാൻ പോയപ്പം എന്തുവാ അവിടെ ശാ, ശീ ഒണ്ടായേ?"

നീലമ്മ നിന്നു പരുങ്ങി.

പാച്ചന്റെ ശബ്ദം രൂക്ഷമായി.

"എന്താടീ, നിന്റെ നാക്കു താണുപോയോ, പൊലയാടീ."

പാച്ചന് അവളിൽനിന്ന് യാതൊന്നും അറിയേണ്ടിയിരുന്നില്ല. അവൾ യാതൊന്നും പറഞ്ഞതുമില്ല.

അയാൾ ചാടിയെഴുന്നേറ്റ് അവളുടെ മുടിക്കു കുത്തിപ്പിടിച്ചു.

"അവൻ വന്നു പറയാത്ത താമസം, നീ നെലത്തീന്നു കേറാൻ.... തേവിടിച്ചീ."

അവളുടെ തലപിടിച്ചു കക്ഷത്തിലിടുക്കി തെറി വിളിച്ചുകൊണ്ട് മുതുകത്തിടിക്കാൻ തുടങ്ങി.

"അവനാണോടീ നെനക്കു ചെലവിനുതരുന്നേ-എന്താ നീ മിണ്ടാത്തെ, കറാംപൊറന്നോളേ."

അവൾ ശ്വാസംമുട്ടി പിടഞ്ഞു. ഇടികൊണ്ട് വശംകെട്ടുവീണപ്പോൾ അയാൾ കിതയ്ക്കുന്നുണ്ടായിരുന്നു.

"നീ പൊയ്ക്കോ, പൊയ്ക്കോ അവന്റെ കൂടെ."

നിലത്തു തളർന്നുവീണു കിടക്കുമ്പോൾ എല്ലാം വട്ടം കറങ്ങുന്നതായി തോന്നി. ആ വാക്കുകൾ ചെവിയിൽ ചെന്നലച്ചു. 'പൊയ്ക്കോ അവന്റെ കൂടെ....പൊയ്ക്കോ.'

ഏറെ നേരം കഴിഞ്ഞു വെളിവു വന്നപ്പോൾ തല ഉയർത്തി നോക്കി. എണ്ണതീർന്നു കരിയും പുകയുമായി മണ്ണെണ്ണവിളക്കു മങ്ങിക്കത്തുന്നു. അടുപ്പിലെ തീ കെട്ടടങ്ങിയിരുന്നു. പാച്ചനെ എങ്ങും കണ്ടില്ല.

അയൽപക്കത്തെല്ലാം തീറ്റിയും കുടിയും കഴിഞ്ഞ് വിളക്കണച്ചുറക്കമായി.

തണുത്തുറഞ്ഞ നിശ്ശബ്ദത. തവളയുടെ കരച്ചിലും ചീവീടിന്റെ ഇരമ്പലും മാത്രം കേട്ടു. മണ്ണെണ്ണവിളക്കിലെ തീനാമ്പുകൾ കൊഞ്ഞനം കാട്ടി പേടിപ്പെടുത്തി. പാടത്തു നിന്നു കടന്നുവന്ന കാറ്റിൽ അതു താളം ചവിട്ടി.

അവിടെ അവൾ അന്യയാണെന്നും ഒന്നിനോടും ഒരു ബന്ധവുമില്ലെന്നും തോന്നി. കരിന്തിരിയെരിഞ്ഞ് വിളക്കണഞ്ഞു. ഇപ്പോൾ എങ്ങും ഇരുട്ടാണ്. ഇരുട്ടിന്റെ മാളത്തിൽ അഭയം തേടിയതുപോലെ കണ്ണടച്ചു കിടന്നു.

പാച്ചൻ മടങ്ങിവന്ന കാൽപ്പെരുമാറ്റം കേട്ടെങ്കിലും അവൾ തലയുയർത്തിയില്ല. ഒരുപക്ഷേ, വീണ്ടും ഷാപ്പിൽ പോയിട്ടുവന്നതാവാം. അവളുടെ ശരീരത്തു ചവിട്ടി മറികടന്ന് അയാൾ പായെടുത്തിട്ടു കിടന്നുറങ്ങി.

നേരം വെളുത്തപ്പോൾ തലേദിവസം നടന്നതു മുഴുവൻ മറന്നുക

ഴിഞ്ഞതുപോലെ പാച്ചൻ അന്നും കലപ്പയുമായി നിലമുഴാൻ പോയി.

പക്ഷേ, നീലമ്മയ്ക്ക് ഒന്നും മറക്കാൻ കഴിഞ്ഞില്ല. ഒരിക്കൽ മറന്നുകഴിഞ്ഞതുപോലും അവൾ ഓർക്കാൻ തുടങ്ങി. ദിവസങ്ങൾ കടന്നുപോയി. പുറമേക്ക് എല്ലാ മുമ്പിലത്തേതുപോലെയാണെന്നു തോന്നി. പക്ഷേ, ഓരോ ദിവസവും അവൾ ഏതോ ഓർമ്മകളിൽ മുഴുകിക്കഴിഞ്ഞു. പാച്ചൻ അടുത്തു നിൽക്കുമ്പോഴും, കൂടെ കിടക്കുമ്പോൾ പോലും അപരിചിതനായ ഒരു പുരുഷനോടെന്നപോലെ അവളുടെ മനസും അകന്നുമാറി.

അപ്പോഴെല്ലാം കണ്ണനെ കണ്മുന്നിൽ കണ്ടു. അവൻ തൊട്ടടുത്തുള്ളതുപോലെ തോന്നി. അടുത്തല്ല, മറ്റാരും കാണാത്ത അവളുടെയുള്ളിൽത്തന്നെ അവൻ കുടികൊണ്ടിരുന്നു.

പൂഴിമണ്ണിൽ പുതഞ്ഞുകിടന്നിരുന്ന വിത്തുപോലെ അവനോടുള്ള അനുരാഗം അവളിൽ മുളപൊട്ടി കിളിർത്തു. ഇരിക്കുമ്പോഴും നിൽക്കുമ്പോഴും പാടത്തുനിന്നു പണിയെടുക്കുമ്പോഴും അവനെക്കുറിച്ചുള്ള ഓർമകൾ അയവിറക്കി.

ചാണ്ടപ്പിള്ളയുടെ നിലങ്ങളിലെ സമരത്തെക്കുറിച്ച് പെണ്ണുങ്ങൾ പറയുന്ന കഥകൾ ചെവിയോർത്തു കേട്ടു. കണ്ണന്റെ കാര്യം പറയുമ്പോൾ അഭിമാനംകൊണ്ട് ഹൃദയം തുടിച്ചു.

അന്ന് ചെറുകരയിലേക്കു നട്ടുകൊണ്ടിരുന്നപ്പോൾ എത്ര പെണ്ണാളുകളുണ്ടായിരുന്നു. അവരോടാരോടും അവനൊന്നും മിണ്ടിയില്ല. അവളെ നോക്കിയാണു പറഞ്ഞത് അവളുടെ പേരാണു വിളിച്ചു പറഞ്ഞത്.

പിന്നെ ചിറക്കാലിൽ വച്ചു കണ്ടപ്പോൾ ചിരിച്ചുകൊണ്ട് അടുത്തുവന്നു. എന്തൊക്കെയോ ചോദിച്ചു. ഒന്നിനും മറുപടി പറയാൻ കഴിഞ്ഞില്ല. എല്ലാം മറന്നു നിൽക്കുകയായിരുന്നു. അവിടെനിന്നു വിട്ടുപോകാൻ മനസില്ലാതെ അങ്ങനെ നിന്നു.

പിരിഞ്ഞുപോരാൻ നേരം അവൻ ചോദിച്ചു:

"പോയാൽ ഇനി എന്നാണു നിന്നെയൊന്നു കാണാൻ കഴിയുന്നത്?" ഇടയ്ക്കിടെ അവൾ സ്വയം ചോദിച്ചുകൊണ്ടിരുന്നു:

"എന്നാണെനിക്കൊന്നു കാണാൻ കഴിയുന്നത്...എന്നാണ്?..."

കിടക്കപ്പായിൽ കിടന്ന് അവൾ അവനെയോർത്തു കരഞ്ഞു.

ഒരു രാത്രി ഏങ്ങലടി കേട്ട് പാച്ചൻ കണ്ണുതുറന്നു കിടന്നു. അവളുടെ കവിളിലൂടെ കണ്ണുനീരൊഴുകിക്കൊണ്ടിരുന്നു. സ്വന്തം തെറ്റിനെക്കുറിച്ചോർത്ത് പശ്ചാത്തപിക്കുകയാണെന്നു കരുതി അവൻ സന്തോഷിച്ചു.

പിറ്റേ ദിവസം രാവിലെ കന്നുകളെ അഴിച്ചിറക്കിയപ്പോൾ പാച്ചൻ പറഞ്ഞു:

"പണിയെല്ലാം തീരുമ്പോൾ ഇതുങ്ങക്കൊരു തണുപ്പു കൊടുക്കണം. എവിടുന്നേലും ഇരുനാഴി എണ്ണ കരുതിവയ്ക്കണം. അയിലത്തെ വിടേലും കോഴിമുട്ടയുണ്ടേ നാലഞ്ചു മേടിച്ചുവച്ചേര്."

കന്നുങ്ങളുടെ എല്ലുന്തിയ ഉടലും പുറവും ഒന്നു തട്ടി തൂത്തിട്ട് അയാൾ അവയെ അടിച്ചു നടത്തി നിലത്തിലേക്കു പോയി.

പാച്ചനും കന്നുകളും ദൃഷ്ടിയിൽ നിന്നു മായുന്നതുവരെ അവൾ നോക്കിനിന്നു. അന്ന് പണിക്കു പോകാതെ എന്തോ ആലോചിച്ചുകൊണ്ട് വിദൂരതയിലേക്കു നോക്കി നിന്നു. പിന്നെ തോട്ടിൽ പോയി കുളിച്ചു മുണ്ടു മാറി. തലചീകിക്കെട്ടി. കണ്ണാടിയിൽ നോക്കി കണ്ണെഴുതി, പൊട്ടുതൊട്ടു, മാടം പൂട്ടിക്കെട്ടി, പുട്ടലും കക്ഷത്തിലിടുക്കി അവിടെനിന്നിറങ്ങി നടന്നു.

പോകുന്ന പോക്കിൽ ആലുംമൂട്ടിൽനിന്ന് കുറെ അവലും രണ്ടു പടല പഴവും വാങ്ങി പുട്ടലിൽ പൊതിഞ്ഞുവച്ചു. ഒരു നല്ല വടക്കൻ പൊയിലയും.

ചോദിച്ചവരോടെല്ലാം കണ്ണമംഗലത്തേക്കു പോകുകയാണെന്നു പറഞ്ഞു. വയ്യാതിരിക്കുന്ന അമ്മയെ കാണാൻ. പക്ഷേ, നടന്നതു കരിപ്പുഴയ്ക്കാണ്. കരിപ്പുഴ ചാത്തൻതറയിലേക്ക്.

ചിറവരമ്പിലൂടെ അവൾ സ്വപ്നംകണ്ടു നടന്നു. ചിറവരമ്പിനരികിലൂടെയുള്ള തോട്ടിൽ വെള്ളം കുത്തിയൊഴുകിക്കൊണ്ടിരുന്നു. തോട്ടരുകിൽ ആൺകൈതയും പെൺകൈതയും വളർന്നെഴുന്നു പീലിവിടർത്തി നിൽക്കുന്നു.

കൈതക്കാട്ടിൽ 'ഗൂബ്, ഗൂബ്' ശബ്ദം കേട്ടു തല തിരിച്ചുനോക്കി. നല്ല ശകുനം. കൈതക്കീഴിൽ രണ്ടു ചെമ്പോത്തുകൾ. ഒരെണ്ണം കുടിച്ചു മയങ്ങിയതുപോലെ ഇടയ്ക്കിടെ ചുവന്നുകലങ്ങിയ കണ്ണുകളടച്ച് തൂങ്ങിത്തൂങ്ങി നടന്നു. പിന്നാലെ പിട തത്തിത്തത്തി അടുത്തുചെന്നു. നീണ്ട വാൽ വിടർത്തിക്കാട്ടി. പിന്നെ നാണത്തോടെ ചിറകുകൾ തൂക്കിയിട്ട്, മുതുകുവളച്ച് തലകുനിച്ചുനിന്നു. ഒടുവിൽ ഇണയുടെ മുന്നിൽനിന്ന് ലാസ്യവിലാസങ്ങളോടെ താളംചവുട്ടി ചാടി.

ചാത്തൻതറയോടടുത്തപ്പോൾ ഹൃദയം വിറപൂണ്ടു. തലതിരിച്ച് തിക്കും പക്കും നോക്കി. അവിടെ കാലെടുത്തു കുത്തിയപ്പോൾ ശരീരമാസകലം രോമാഞ്ചം പൂണ്ടു.

മുറ്റത്ത് തെങ്ങുംതണലിൽ ഒരു ജീവച്ഛവത്തെപ്പോലെ കൊച്ചാളി കുത്തിയിരുന്ന് കീറിയ പായ് പൊല്ലുന്നു. വിണ്ടുകീറിയ ഭാഗങ്ങളിൽ കൈതത്തഴകൊരുത്തു കയറ്റുന്നു.

ഓലത്തക്കയിട്ടു നീണ്ടുവലിഞ്ഞ കാതുകളോടുകൂടിയ അപ്പച്ചിയുടെ മുഖം ചുക്കിച്ചുളിഞ്ഞിരിക്കുന്നതു നോക്കി നിന്നു. ശരീരം എല്ലും കോലും തിരിഞ്ഞിരിക്കുന്നു. ഒരു കീറത്തുണിയാണു ചുറ്റിയിരിക്കുന്നത്.

അടുത്തു കണ്ടപ്പോഴാണ് കൊച്ചാളിക്ക് ആളു മനസിലായത്.

"അല്ലാ, ആരായിത്?....ഏൻ നിരുവിച്ച്....നിനക്കു സൊകമാണോടീ മോളേ? എന്നേ കൊതിക്കുന്ന് എന്റെ മോളെയൊന്നു കാണാനക്കൊണ്ട്."

"സൊകമാ അപ്പച്ചീ."

അവൾ പൊകലയെടുത്തു കൊച്ചാളിയുടെ കൈയിൽ കൊടുത്തു. കിഴവിക്കു സന്തോഷമായി. ഇരുന്നിടത്തുനിന്നെഴുന്നേറ്റ് മോണകാട്ടി ചിരിച്ചുകൊണ്ട് അവളുടെ പുറത്തും മുതുകത്തും തലോടി.

"നാത്തൂന് തീനോം തെണ്ണോമൊന്നുമില്ലേടീ കൊച്ചേ....എങ്ങോട്ടേലും എറങ്ങാനക്കൊണ്ട് തേഹം കൊണ്ടു മേല."

"അമ്മിക്കു സൊകമാ."

പറയുന്നതിനിടയിൽ കണ്ണുകൾ ഉഴറി നടന്നു. മാടത്തിനകത്തും പുറത്തും കാണാൻ കൊതിച്ചതു കണ്ടില്ല.

ക്ഷമകെട്ടു ചോദിച്ചു:

"എല്ലാരും എവിടെപ്പോയപ്പച്ചീ?"

"പെണ്ണമ്മയാന്നേ നടാനക്കൊണ്ടു പോയി."

"കണ്ണൻചേട്ടൻ?"

"അവനെങ്ങാണ്ടു തങ്കക്കാര്യവുമായി പോയതാ. ഒരിക്കലും മാടത്തിലിരിക്കത്തില്ല....എന്നാലും ഇപ്പം വരും. യാത്രക്കാലെ നിക്കാതെ, വാ നീയിങ്ങോട്ടു കേറിയിരി."

കൊച്ചാളി അവളെ മാടത്തിനകത്തേക്കു കൂട്ടിക്കൊണ്ടുപോയി. പുട്ടലിൽനിന്ന് അവലും പഴവും എടുത്ത് അവൾ അപ്പച്ചിയുടെ മുമ്പിൽ വച്ചു.

"അല്ലാ, കുശാലായിട്ടാണല്ലോ വന്നിരിക്കുന്നേ."

അപ്പച്ചിയും മകളും കൂടിയിരുന്ന് ദീനത്തിന്റെയും ദണ്ഡത്തിന്റെയും കാര്യം പറഞ്ഞു. അതിനിടയിൽ എടുത്തു നിർത്തിയതു പോലെയുണ്ട് കണ്ണൻ വന്നു നിൽക്കുന്നു. അത്ഭുതം കൂറുന്ന കണ്ണുകളോടെ അവളെ നോക്കി നിൽക്കുന്നു.

നീലമ്മ ഞെട്ടിപ്പിടഞ്ഞെഴുന്നേറ്റ് നാണംപൂണ്ട് ഒതുങ്ങിമാറി.

"അല്ലാ ആരാണിത്? പുതിയൊരുവിരുന്നുകാരി."

"അവൾ ഒളികണ്ണിട്ട് അവനെ നോക്കിച്ചിരിച്ചു."

"നീയെപ്പോൾ വന്നു?"

"കുറേ നേരമായി."

"എന്തുണ്ടു വിശേഷം?"

"ഒന്നുമില്ല."

കൊച്ചാളി കണ്ണനോടു പറഞ്ഞു:

"അവലു വേണേ ഒരുപിടി തിന്നോ. എന്റെ മോളു കൊണ്ടന്നതാ."

"അവലോ? കൊള്ളാം. കൊള്ളാം. അമ്മയിങ്ങു കൊണ്ടന്നാട്ടെ. ഞാനെന്നേ കൊതിക്കുന്നതാ."

ഒരിലക്കീറിൽ നീലമ്മതന്നെ കുറേ അവലും പാളയങ്കോടൻ പഴവും എടുത്തു കണ്ണന്റെ മുന്നിൽ കൊണ്ടുചെന്നു വച്ചു. എന്നിട്ട് പുഞ്ചിരി പൊഴിച്ചുകൊണ്ടു തെല്ലകലെ മാറിനിന്നു.

അയാൾ അവലുവാരി പിടിയോടെ വായിലിട്ടു ചവച്ചു.

അവൾ കൗതുകപൂർവം ചോദിച്ചു:

"എന്തുവാ പറഞ്ഞെ? എന്തോ കൊതിക്കുന്നെന്നാ?"

"നിന്റെ കൈയിൽനിന്ന് എന്തെങ്കിലുമൊന്ന് മേടിച്ചു തിന്നാൻ."

ഒരുപിടി അവൽ വാരി കൈയിൽപിടിച്ചുകൊണ്ട് എന്തോ ഓർത്തിട്ടെന്നപോലെ അയാൾ വീണ്ടും പറഞ്ഞു:

"ഇങ്ങനെയൊരു ഭാഗ്യം ഉണ്ടാവുമെന്നു കരുതിയതല്ല."

അവൾ ചിരിച്ചു:

"എങ്ങനത്തെ ഭാഗ്യം?"

"ഇങ്ങനത്തെ." കണ്ണൻ കണ്ണിറുക്കി പുഞ്ചിരിച്ചു.

"ഓഹോ. വലിയ ഭാഗ്യമാ."

അവൾ വീണ്ടും നിന്നു ചിരിച്ചു. പെട്ടെന്ന് ആ മുഖം മങ്ങുന്നതു കണ്ടു. അവിടെ വിഷാദത്തിന്റെ നിഴൽ പരന്നു. കുറേ ദിവസം മുമ്പു ചിറക്കാലിൽവച്ചു കണ്ടപ്പോൾ തോന്നിയതുപോലെ. ഇപ്പോൾ ആകെക്കൂടി അവൾ പരിക്ഷീണയായിരിക്കുന്നു.

"കല്യാണം കഴിഞ്ഞിട്ടു നീ നന്നായിട്ടൊന്നുമില്ലല്ലോ?"

"കല്യാണം കഴിക്കാത്തോരും മോസപ്പെട്ടിരിക്കുവാ."

"അതാരാ....? ഞാനോ....? അതുപോകട്ടെ. നീ നന്നായിക്കണ്ടാ മതി."

"നേരമങ്ങു പോയി. അടുപ്പേ വയ്ക്കാനക്കൊണ്ട് ഇത്തിരി വെള്ളം പോയികൊണ്ടരട്ടെ."

മൺകുടവുമായി കൊച്ചാളി വെളിയിലേക്കു പോയി.

കണ്ണൻ നീലമ്മയുടെ മുഖത്തേക്കുതന്നെ ദൃഷ്ടി പതിപ്പിച്ചിരുന്നു. തല കുനിച്ചു നിൽക്കുകയായിരുന്നെങ്കിലും കൂടെക്കൂടെ ഒളികണ്ണിട്ട് അവൾ അവന്റെ നേരെ നോക്കി. ആ കണ്ണുകളിൽ ആർത്തി പെരുകി. അധരങ്ങളിൽ മാദകമായ ഒരു മന്ദഹാസം വിടർന്നു. മാറിടം ഉയർന്നു താണു.

അവന്റെ കണ്ണുകൾ വികാരാവേശത്തോടെ അവളുടെ ശരീരമെമ്പാടും തഴുകി. സിരകളിലാകെ ഊക്കോടെ രക്തം പാഞ്ഞൊഴുകി. തലമണ്ടയിൽ എന്തോ കത്തിക്കാളുന്നതായി തോന്നി.

അവനെനോക്കി അവൾ ചുണ്ടുവിടർത്തി ചിരിച്ചു.

കണ്ണൻ മുന്നോട്ടാഞ്ഞ് അവളുടെ കൈ പിടിച്ചു വലിച്ചു. എഴുന്നേറ്റുനിന്ന് അവളെ തന്നിലേക്കു പിടിച്ചടുപ്പിച്ച് ചുണ്ടിൽ ഉമ്മവയ്ക്കാനാഞ്ഞു.

അവൾ മുഖം കുനിച്ചുകളഞ്ഞു.

മുഖം പിടിച്ചുയർത്തി ആ കണ്ണുകളിലേക്ക് ഉറ്റുനോക്കിക്കൊണ്ടു നിന്നു. ഏതോ വീണ്ടുവിചാരം തോന്നിയതുപോലെ പിടിവിട്ടു പിന്നോട്ടു മാറി.

എന്തും ചെയ്യാൻ തക്കവണ്ണം അവനോടു പറ്റിച്ചേർന്ന്, എന്തിനും വിധേയയായി അവൾ തലകുമ്പിട്ടു നിന്നു.

ലജ്ജാഭാരംകൊണ്ട് അവന്റെ തലയും കുനിഞ്ഞുപോയി. അനൗചിത്യം കാട്ടിയതിലുള്ള ലജ്ജ. കൈയെടുത്തു നെറ്റിത്തടം താങ്ങി. ഏതോ തീവ്രമായ വേദന അനുഭവിക്കുന്നതുപോലെ കുറെനേരം കുനിഞ്ഞിരുന്നു. ഒരു നെടുവീർപ്പോടെ ക്ഷമാപണത്തിന്റെ സ്വരത്തിൽ വിളിച്ചു:

"നീലമ്മേ."

"എന്താ."

"പോട്ടെ, സാരമില്ല."

"എന്തുവാ?"

"നിന്നെയിങ്ങനെ കണ്ടുകൊണ്ടിരിക്കുമ്പോൾ തലയ്ക്കു മത്തു പിടിക്കുന്നതുപോലെ തോന്നുന്നു."

അവന്റെ മുഖം ചുവക്കുകയും ശരീരത്തിൽ വിയർപ്പുപൊടിയുകയും ചെയ്തു. കണ്ണുകളിൽ എന്തോ വേദന ഉറഞ്ഞുകൂടി.

അവന്റെ ആ ഭാവപ്പകർച്ചയുടെ അർഥം പിടികിട്ടാതെ അവൾ പകച്ചുപോയി. അവൻ തന്നെക്കയറി കടന്നുപിടിച്ചു. മാറോടമർത്തി മുറുകെ മുറുകെ പുണരാൻ അവൾ കൊതിച്ചു. ദാഹിച്ചുദാഹിച്ചിരുന്ന ആ മുഹൂർത്തത്തിനു വേണ്ടിയാണ് രണ്ടും കൽപ്പിച്ചിറങ്ങിത്തിരിച്ചത്. പക്ഷേ, ഇപ്പോൾ പൊടുന്നനവേ അവൻ അകന്നുമാറിയപ്പോൾ അവൾ അതിശയിച്ചുപോയി.

"ഞാൻ ഭാഗ്യദോഷിയാണു നീലമ്മേ."

അതു പറയുമ്പോൾ അവന്റെ കണ്ണുകൾ നിറഞ്ഞു കവിഞ്ഞിരുന്നു.

"ആരു പറഞ്ഞു?"

"അല്ലെങ്കിൽ നിന്നെയെനിക്കു നഷ്ടപ്പെടുമായിരുന്നില്ല."

നീലമ്മ ചിരിച്ചു. ആ ചിരിയോടൊപ്പം അവളുടെ കണ്ണുകളും നിറഞ്ഞു തുളുമ്പി.

നിമിഷങ്ങൾ നിശ്ചലമായി കടന്നുപോയി.

ഒടുവിൽ നെഞ്ചു വെട്ടിപ്പിളർന്ന് ചോരവാലുന്ന സ്വന്തം ഹൃദയമെടുത്തു കാട്ടിക്കൊണ്ടെന്നപോലെ സ്പഷ്ടമായി അവൾ ചോദിച്ചു:

"ഞാൻ കണ്ണഞ്ചേട്ടനു നഷ്ടപ്പെട്ടെന്നാരു പറഞ്ഞു?"

അതിനു മറുപടിയുണ്ടായിരുന്നില്ല. അവൾ കാണാതിരിക്കാൻവേണ്ടി അവൻ മുഖംതിരിച്ചു കണ്ണീർ തുടച്ചു. മുഖത്ത് ഒരു പുഞ്ചിരി വരുത്തിക്കൊണ്ട് അവൻ ഒരു പുതിയ വിഷയം അവതരിപ്പിച്ചു:

"അന്നു ചാണ്ടപ്പിള്ളയുടെ നിലത്തിൽവച്ചു നീ ഞങ്ങടെ മാനം രക്ഷിച്ചു. ഞാൻ പറഞ്ഞപ്പോൾ അതനുസരിക്കാൻ നീയില്ലായിരുന്നെങ്കിൽ ഞങ്ങൾ പൊളിഞ്ഞുപോയേനേ."

അവൾ മൗനമായി നിന്നതേയുള്ളു. ഉന്മേഷത്തോടെ കണ്ണൻ തുടർന്നു:

"നീ നമ്മുടെ യൂണിയനിൽ ചേരണം. നിന്നെപ്പോലൊരുത്തി നമ്മുടെ യൂണിയനിലുണ്ടെങ്കിൽ നമ്മുടെ പ്രസ്ഥാനത്തിന് വലിയ നേട്ടമായിരിക്കും."

മറുപടിയൊന്നും കേൾക്കാത്തതുകൊണ്ട് അവൻ ചോദിച്ചു:

"എന്താ ഒന്നും മിണ്ടാതെ നിൽക്കുന്നത്?"

"കണ്ണൻചേട്ടൻ പറഞ്ഞാ ഞാൻ യൂണിയനിൽ ചേരാം. പക്ഷേങ്കി....?"

"എന്താണു പക്ഷേങ്കിൽ?"

"എന്നെപ്പിന്നങ്ങോട്ടയക്കരുത്."

"അതെന്താ?"

"ഇടിയും ചവിട്ടും കൊള്ളാൻ ഇനി എനിക്കു വയ്യ."

"ആരാ ഇടിക്കുകയും ചവിട്ടുകയും ചെയ്യുന്നെ? പാച്ചനോ?"

"അല്ലാണ്ടാരാ?"

അപ്പോൾ അവൾ തേങ്ങിക്കരഞ്ഞുപോയി.

"മണ്ടീ, എന്തിനാ കരയുന്നെ?"

"എന്നെ ഇനി അങ്ങോട്ടയച്ചാൽ തല്ലുകൊണ്ട് ഞാൻ ചത്തുപോകും."

കണ്ണൻ നിശ്ചേഷ്ടനായി. മുഖം ഗൗരവപൂർണമായി. ഒന്നും പറയാതെ എന്തോ ചിന്തയിൽ മുഴുകി മൂകനായിരുന്നു.

ഒരു പരീക്ഷണഘട്ടം അയാളെ അഭിമുഖീകരിക്കുകയാണ്. അതിനെ എങ്ങനെ നേരിടണമെന്നറിയാതെ കുഴങ്ങി.

അസഹ്യവും അവിരാമവുമായ ആ മൗനം കണ്ട് അവൾ ചോദിച്ചു:

"എന്താ കണ്ണഞ്ചേട്ടനു ഞാൻ കൂടെത്താമസിക്കുന്നതിഷ്ടമില്ല്യേ?"

ഹൃദയമില്ലാത്ത ഒരു കളിമൺ പ്രതിമപോലെ കണ്ണൻ മിഴിച്ചിരുന്നു.

അവളുടെ ക്ഷമകെട്ടു:

"എന്താ ഒന്നും മിണ്ടാത്തെ?"

"എനിക്കു നിന്നെ ഇഷ്ടമാണ്. മറ്റാരെക്കാളും എനിക്കു നിന്നെ ഇഷ്ടമാണ്. പക്ഷേ, നീ എന്റെ കൂടെ വന്നു താമസിച്ചാ.....?"

"താമസിച്ചാൽ....."

"ആളുകൾ എന്തു പറയും?"

"ഒന്നും പറയാനില്ല."

അവൾ തറപ്പിച്ചു ദൃഢസ്വരത്തിൽ പറഞ്ഞു.

"ആരും ഒന്നും പറയാനില്ല."

അയാൾ വീണ്ടും തലകുനിച്ചു മൂഢനെപ്പോലിരുന്നു. കുറേനേരം കഴിഞ്ഞ് മുഖമുയർത്താൻ കഴിയാതെ ഞരങ്ങുന്നതു കേട്ടു.

"അ.....ങ്ങ.....നെ.....യ.....ല്ല."

തല കുമ്പിട്ടിരുന്ന് ആലോചിക്കുകയായിരുന്നു. ഇപ്പോൾ താൻ പഴയ കണ്ണനല്ല. അതിനെക്കുറിച്ച് അവളും മനസിലാക്കേണ്ടതുണ്ട്. പക്ഷേ, ഈ സ്നേഹത്തിനു മുന്നിൽ എങ്ങനെ കണ്ണുപൊട്ടനാകാൻ കഴിയും? ആരെന്തു പറഞ്ഞാലും..... എങ്കിലും കുറേക്കൂടി ആലോചിക്കേണ്ടതുണ്ട്.

അവളോട് എന്തോ പറയാൻവേണ്ടി മുഖമുയർത്തി. അപ്പോഴാണ് അവളവിടെയില്ലെന്നു മനസിലായത്. വരട്ടെ പോകും മുമ്പ് എല്ലാം വിശദമായി പറയണം. അറിയാനും പറയാനും പലതുമുണ്ട്.

നീലമ്മ വരുന്നതും കാത്ത് അവൻ കട്ടിലിൽ ഇരിപ്പുറപ്പിച്ചു. കുറേക്കഴിഞ്ഞ് അവളെ തിരക്കി വെളിയിലോട്ടിറങ്ങി. അവിടെ നാലുപാടും നോക്കി. എങ്ങും കാണാത്തതുകൊണ്ട് കൊച്ചാളിയോടു ചോദിച്ചു.

" അമ്മേ, നീലമ്മയെവിടെ?"

"എങ്ങോട്ടു പോയി?" കൊച്ചാളി നിന്നു വാ പൊളിച്ചു.

"നിന്റടത്തുന്നവള് എങ്ങോട്ടു പോയി?"

കണ്ണൻ വരമ്പത്ത് ഇറങ്ങിച്ചെന്നു നോക്കി.

അകലെ പാടത്തിനക്കരെ വിളിച്ചാൽ വിളികേൾക്കാത്ത ദൂരത്തിൽ ചലിക്കുന്ന ഒരാൾരൂപം കണ്ടു. ചിറക്കാലിലൂടെ അത് അകന്നുപോകുന്നു.

ഇരുപത്തിയേഴ്

നീലമ്മ തിരിച്ചെത്തി; എരിഞ്ഞടങ്ങിയ പകൽപോലെ ശോകാർത്ത യായി.

വലിഞ്ഞു കയറിച്ചെന്ന് അപമാനിതയായതിൽ അവൾ സ്വയം ശപിച്ചു. സ്ത്രീത്വമാണ് വിലകെട്ടുപോയത്; അലങ്കോലപ്പെട്ടത്. വെളി യിൽ തലകാട്ടാൻ നാണം തോന്നി. എവിടെയെങ്കിലും ഒളിച്ചു പതുങ്ങി ക്കഴിയാൻ കൊതിച്ചു.

തനിക്കുവേണ്ടി കഴുത്തുനീട്ടി നിൽക്കുന്ന പാച്ചന്റെ മാടം ദൂരെവച്ചു കണ്ടപ്പോൾത്തന്നെ കണ്ണുനിറഞ്ഞു. എന്തുതന്നെയായാലും അവൾക്കു തലചായ്ക്കാനുള്ള ഇടം അവിടെയാണ്. അയഥാർഥമായതെന്തോ തിരക്കി അവിടം ഇട്ടെറിഞ്ഞു പോയതിൽ സ്വയം കുറ്റപ്പെടുത്തി.

അമ്മയുടെ മടിത്തട്ടിലേക്കു മടങ്ങുന്ന കുഞ്ഞിനെപ്പോലെയാണ് മാട ത്തിൽ ചെന്നു കയറിയത്. അതിനകത്തിരുന്നു കുറെനേരം ഏങ്ങടിച്ചു കരഞ്ഞു. മനസിലുണ്ടായ പാപചിന്തകൾ കഴുകിക്കളയാനെന്നവണ്ണം.

കുറേ കരഞ്ഞുകഴിഞ്ഞപ്പോൾ തലയ്ക്കു വെളിവു വീണു. മുറ്റ ത്തിരുന്ന കുടം കൊണ്ടുപോയി വെള്ളം കൊണ്ടുവന്നു. കാക്കവിളക്കു കൊളുത്തി വാതുക്കൽ തൂക്കി. അമ്പലത്തിത്തമ്പുരാനെ മനസിൽക്കണ്ടു തൊഴുതു. പോയി കലം കഴുകി അടുപ്പത്തുവച്ച് അത്താഴത്തിന് അരി യിട്ടു.

അപ്പോൾ വെളിയിൽ കാൽപ്പെരുമാറ്റം കേട്ടു പാച്ചന്റെ ചോദ്യം:

"ആരാടീ ഇതിനകത്ത്?"

അവൾ വാതുക്കലേക്കു ചെന്നപ്പോൾ പത്തിവിടർത്തിയ പാമ്പിനെ പ്പോലെ പാച്ചൻ ചീറിക്കൊണ്ടു ചോദിച്ചു:

"ആരു പറഞ്ഞു നിന്നെ ഇപ്പോഴിങ്ങോട്ടു കെട്ടിയെടുക്കാൻ?"

ഉത്തരമില്ല.

"എന്താ നിന്നു കണ്ണു തെളിക്കുന്നെ? ആരെത്തിരക്കിയാടീ നിന്റെ സർക്കീട്ട്?"

അവൾ ഞരങ്ങിക്കൊണ്ടു പറഞ്ഞു:

"അമ്മിക്കു വയ്യാതെ കിടക്കുവാന്നറിഞ്ഞ്...... അത്രേടം വരെ ഒന്നു പോയതാ."

കുറ്റസമ്മതത്തോടെ മുഖംകുനിച്ചു നിന്നു. അടുത്ത നിമിഷത്തിൽ ഊക്കോടെ കന്നത്തു വീഴാൻ പോകുന്ന അടിയും കാത്ത്.

പക്ഷേ, ഇത്രയുകൊണ്ടവസാനിച്ചു:

"ഒന്നു പറഞ്ഞിട്ടങ്ങു കഴുവേറ്റരുതാരുന്നോ..... എവിടെയെല്ലാം തിര

ക്കിപ്പോയി..... തോന്നിയവാസം നടന്നാ കഴുത്തു ഞാൻ രണ്ടുതുണ്ടമാക്കും തേവിടിച്ചീ."

അയാൾ തിരിഞ്ഞുനടന്ന് കന്നുങ്ങളുടെ അടുത്തുചെന്ന് തീറ്റി കുടഞ്ഞിട്ടുകൊടുത്തു. പിന്നെ ബീഡിയും തീപ്പെട്ടിയുമെടുത്ത് അരയിൽ തിരുകിക്കൊണ്ട് അവിടെനിന്നിറങ്ങിപ്പോയി.

ആ പോക്കു നീലമ്മ ദീനയായി നോക്കിനിന്നു. അവൻ അവളെ പിടിച്ചു നിർത്തി അടിച്ചിരുന്നെങ്കിൽ തൊഴിച്ചു മറിച്ചിട്ടിരുന്നെങ്കിൽ മനസിന്റെ ഭാരം കുറഞ്ഞേനേ. അതു ചെയ്യാതെ നടന്നുപോകുന്നതു കണ്ടപ്പോൾ ചങ്കിടിപ്പു തോന്നി. അവൾ മനസുരുകി പറഞ്ഞു:

"എന്നോടു പൊറുക്കണേ, എന്റെ തെറ്റുകുറ്റങ്ങൾ പൊറുക്കണേ തമ്പുരാനേ."

അന്നു ഷാപ്പിൽനിന്നു മടങ്ങിവന്നപ്പോൾ പാച്ചൻ മുഖവും വീർപ്പിച്ചിരുന്നുവെന്നേയുള്ളൂ. തട്ടിക്കേറിയില്ല, ഒന്നും ഉരിയാടാത്ത അവൾ വിളമ്പിക്കൊടുത്ത ചോറും കൂട്ടാനും വാരിത്തിന്നു. അപ്പോൾ ഒരു മെഴുകിതിരിപോലെ അവൾ ഉരുകിയുരുകി സ്വയം ഇല്ലാതാകുന്നതുപോലെ തോന്നി.

കൈകഴുകി ബീഡിയും വലിച്ചിരിക്കുമ്പോൾ പാച്ചൻ തെല്ലൊരു മനഃപ്രയാസത്തോടെ പറഞ്ഞു:

"ചെറിയ പോത്തിന്റെ ചുമലിലിത്തിരി പൊട്ടിയിട്ടുണ്ട്."

അവന്റെ വിഷാദത്തിൽ അവൾ പങ്കുചേർന്നു:

"കൂടുതൽ പൊട്ടിയിട്ടുണ്ടേ കുറേ പുകയറ കുഴച്ചുവയ്ക്കാം. ഉപ്പും കൂടി."

"തോനെയില്ല. എന്തായാലും വെളുത്തിട്ടാവട്ടെ."

പാത്രം പെറുക്കിവച്ചടച്ചിട്ട് നീലമ്മതന്നെയാണ് കന്നുങ്ങൾക്കു തീറ്റിയും വെള്ളവും കൊടുത്തത്.

പിറ്റേദിവസം രാവിലെ അടുപ്പിനുമുകളിൽ തീപ്പുക കൊള്ളുന്ന ഭാഗത്തു നിന്ന് അവൾ പുകയറ തട്ടിത്തൂത്ത് ഉപ്പുംകൂട്ടി കുഴച്ചു പാച്ചന്റെ കൈയിൽ കൊടുത്തു. അയാൾ അതു വാങ്ങി പോത്തിന്റെ പൊട്ടിപ്പൊളിഞ്ഞു ചോര പൊടിഞ്ഞുനിന്ന ചുമലിൽ പുരട്ടി.....

അങ്ങനെ എല്ലാം സാധാരണ ഗതിയിലായി. എങ്കിലും, തലേദിവസം നടത്തിയ യാത്രയെക്കുറിച്ചോർക്കുമ്പോൾ അവൾ നടുങ്ങിപ്പോകുന്നു. ഒരു തരത്തിൽ അങ്ങനെയൊരനുഭവമുണ്ടായതു നന്നായി. അതുവരെ ഒരുന്മാദിനിയെപ്പോലെ കിനാവുംകണ്ടു നടന്നു. ഒരു കൊച്ചുകുട്ടിയെപ്പോലെ അമ്പിളിയമ്മാവനുവേണ്ടി കരഞ്ഞു.

ഇപ്പോൾ ഒരൊറ്റ ദിവസംകൊണ്ട് വീണ്ടുവിചാരം കൈവന്നിരിക്കുന്നു. പാച്ചന്റെ കാലുപിടിച്ചു ചെയ്തുപോയ കുറ്റത്തിനു മാപ്പിരക്കാൻ തോന്നി. അവൾ മൂലം അവന്റെ മനസിന് ഒരു പോറൽപോലും ഏൽക്കാതിരിക്കാൻ കൊതിച്ചു. ഒറ്റയ്ക്കിരുന്നാലും തൊട്ടടുത്ത മാടത്തിലേക്കു കാൽ കുത്തിയിട്ടില്ല. അതിനു ധൈര്യം തോന്നിയില്ല.

പാച്ചൻ പണികഴിഞ്ഞു വന്നാലുടൻ അവന്റെ അടുത്തുചെന്നു വർത്തമാനം പറയും. ക്ഷീണംമാറ്റാൻ കരുപ്പട്ടിക്കാപ്പി തിളപ്പിച്ചു കൊടുക്കും. മേലും കൈയും നോവുന്നതിന് നൊച്ചിയിലയരച്ച് നെയ്വള്ളി യിടിച്ചു പിഴിഞ്ഞ് കളിയുണ്ടാക്കിക്കൊടുക്കും.

ഒരുദിവസം മീൻകാരന്റെ കുട്ടയിൽ കണ്ട വലിയ കണമ്പും മാലായും തിരിഞ്ഞു വിലപറഞ്ഞു വാങ്ങി. അതുകൊണ്ട് രണ്ടുതരം കൂട്ടാൻ വച്ചു. അത്താഴത്തിന് ഉരി അരി കൂടുതലിട്ടു. എല്ലാം ഒതുക്കിക്ക ഴിഞ്ഞു. മണ്ണെണ്ണവിളക്കു കത്തിച്ച് പാച്ചനെ കാത്തിരുന്നു. നേരമിരുട്ടി യിട്ടും വന്നില്ല. നോക്കിയിരുന്നു കണ്ണുകഴച്ചു. ഏതെങ്കിലും നിഴൽ കണ്ടാൽ കണ്ണുമിഴിച്ചു നോക്കും. എവിടെയെങ്കിലും അനക്കം കേട്ടാൽ തലപൊക്കിപ്പിടിക്കും.

ഒടുവിൽ പാച്ചൻ വന്നു. മുറ്റത്ത് ആളനക്കം കേട്ടപ്പോൾ മണ്ണെണ്ണ വിളക്കുമായി ഇറങ്ങിച്ചെന്നു. വിളക്കുയർത്തിപ്പിടിച്ചുകൊണ്ടു ചോദിച്ചു:

"എന്താ ഇത്രയും താമസിച്ചെ..... കുളിക്കാൻ വെള്ളം ചൂടാക്കട്ടെ?"

പാച്ചൻ ഒന്നു നീട്ടിമൂളി.

അവൾ പോയി വെള്ളം കോരിയിട്ടു ചൂടാക്കി. അടുപ്പിൽനിന്നു വെള്ളം വാങ്ങി മുറ്റത്തുവച്ചിട്ടു വന്നപ്പോൾ തലയ്ക്കു കൈയുംകൊടുത്ത് അയാൾ കുനിഞ്ഞിരിക്കുന്നതു കണ്ടു.

"വെള്ളം ചൂടായി. വാ വന്നു കുളിക്ക്."

കുളിക്കുമ്പോൾ അവന്റെ പുറം തേച്ചുകൊടുക്കാൻവേണ്ടി ഒരു കഷണം ചകിരിയെടുത്തു പതം വരുത്തി കൈയിൽ വച്ചു.

പാച്ചൻ സാവധാനം എഴുന്നേറ്റുനിന്ന് ഒന്നുമൂരി നിവർത്തു.

"നീലമ്മേ."

"എന്താ."

"നീങ്ങിനിൽക്ക്."

എന്താണീ ഭാവപ്പകർച്ച? അവൾ വേവലാതിയോടെ പറഞ്ഞു:

"വെള്ളം ആറിപ്പോകും."

"ഇവിടെ വാടീ. ഇങ്ങടുത്തുവാ."

അവൾ ഞെട്ടിവിറച്ച് അടുത്തുചെന്നു നിന്നു. ലഹരികൊണ്ടു ചുവന്നു തുടുത്ത കണ്ണുകൾ തുറിപ്പിച്ച് അവൻ ചോദിച്ചു:

"അമ്മേ കാണാനാന്നും പറഞ്ഞ് അന്നെവിടെ പോയിരുന്നെ?"

അവൾ നിന്നു ദഹിച്ചു.

"എന്താ നിനക്കിപ്പം മിണ്ടൂരിയാട്ടമില്ലാത്തെ?"

ഒരു യന്ത്രത്തെപ്പോലെ അവൾ മുരണ്ടു.

"ഞാൻ കണ്ണമംഗലത്തു പോയേതെന്നു പറഞ്ഞില്ല്യേ."

അവൻ കൈവലിച്ച് അവളുടെ കന്നത്തു പ്രഹരിച്ചു. തലയിലൂടെ ഒരു കൊള്ളിയാൻ പാഞ്ഞുപോയി. അടി കൊണ്ടുകൊണ്ട് അവൾ കുലു ക്കമില്ലാതെ നിന്നു. പിന്നെയും അടി. ഇടയ്ക്ക് അറിയാതെ ഒരു നില വിളി ഉയർന്നു. കൈയെടുത്ത് ചെവി പൊത്തിക്കൊണ്ട് നിലംപറ്റാതെ

നിൽക്കാൻ പാടുപെട്ടു.

"അന്നു ചെല്ലാൻ അവൻ നിന്നോട് പറഞ്ഞിരുന്നു. അല്ല്യോടീ."

വീണ്ടും രണ്ടുമൂന്നടി കൂടി കൊടുത്തു. ആ തവണ അവൾ വീണു പോയി.

"എന്താ നീ മിണ്ടാത്തെ? കള്ളിപ്പുലിയാടി. നേരുപറഞ്ഞില്ലെങ്കിൽ ഞാൻ നിന്നെക്കൊണ്ടു പറയിക്കും."

ഒന്നും മിണ്ടാത്തതുകൊണ്ട് ആഞ്ഞൊരു തൊഴിവച്ചു കൊടുത്തു. കഴുത്തിനു കുത്തിപ്പിടിച്ചു. അവൾ ശ്വാസംമുട്ടി പിടഞ്ഞു.

"എല്ലാം ഞാൻ പറയിക്കും. കള്ളിത്തേവിടിച്ചീ."

പക്ഷേ, അപ്പോഴവളെക്കൊണ്ടു യാതൊന്നും പറയിക്കാൻ ആർക്കും കഴിയുമായിരുന്നില്ല. ചോദിക്കുന്നതൊന്നും അവൾ കേട്ടില്ല. അയ്യോ എന്നു പോലും പറഞ്ഞില്ല. അതിനെത്രയോ മുമ്പ് പ്രജ്ഞയറ്റ് അബോധാവ സ്ഥയിലെത്തിയിരുന്നു. എല്ലാ വേദനകളിൽനിന്നും അപമാനത്തിൽ നിന്നും മുക്തി നേടിക്കൊടുക്കുന്ന അബോധാവസ്ഥ.

ആ ചലനമില്ലാത്ത കിടപ്പ് അയാളെ വീണ്ടും ചൊടിപ്പിച്ചു. മുടിക്കു കുത്തിപ്പിടിട്ട് തല നിലത്തടിച്ചു.

ഏതോ സംശയത്തിനടിപ്പെട്ടതുപോലെ പാച്ചൻ പെട്ടെന്നു നിശ്ച ലനായി നിന്നു. അവളുടെ നേർക്കു തുറിച്ചു നോക്കി. അനക്കമില്ലാതെ കിടക്കുന്നു. അവൾ ചത്തുപോയോ?

ഭയപ്പാടോടെ ഉറക്കെ വാവെച്ചുപോയി; കല്ലുപോലെ വാ പൊളിച്ചു നിന്നു.

കുനിഞ്ഞിരുന്നു ശരീരം പിടിച്ചു കുലുക്കി. വെള്ളം കൊണ്ടുവന്നു മുഖത്തു തളിച്ചു. വെള്ളത്തിനുവേണ്ടി അവൾ വാ പിളർന്നു. ആവൂ. ആശ്വാസമുണ്ട്. അവൾ ചത്തിട്ടില്ല.

അവൾക്കു ചാവാനുള്ള സമയമടുത്തിട്ടില്ല.

തുറന്നു പിടിച്ച വായിൽ ഒരു കവിൾ വെള്ളമൊഴിച്ചുകൊടുക്കാൻ മിനക്കെടാതെ പാച്ചൻ അവിടെനിന്നിറങ്ങി നടന്നു. പിറ്റേദിവസം ഉച്ചയാ യപ്പോഴാണു മടങ്ങി വന്നത്.

അതുവരെ ആ കന്നുകൾ ചരിപ്പിൽനിന്നു വട്ടംകറങ്ങി. വാലാട്ടി ഈച്ചയെ ഓടിച്ചു. ഇടയ്ക്കിടെ അസ്വസ്ഥതയോടെ വാലിട്ടു കുടഞ്ഞു.

അവയെ അഴിച്ചിറക്കി അയാൾ വെള്ളം കൊടുത്തു. കുറേ കച്ചി യെടുത്തു പുല്ലൂട്ടിൽ കുടഞ്ഞിട്ടു.

മാടത്തിനകത്തേക്ക് നോക്കിയതുപോലുമില്ല. അവിടെ ഒരു കോണിൽ നീലമ്മ ചുരുണ്ടുകൂടി കിടന്നു. ഇടയ്ക്കിടെ തേങ്ങുകയും മൂളുകയും ചെയ്തു. അതു കേട്ടില്ലെന്നു ഭാവിച്ചുകൊണ്ട് അയാൾ അവിടെനിന്ന് നടന്നുപോയി.

ഷാപ്പിൽചെന്നു കള്ളും കറിയും കഴിച്ചു. അവിടെനിന്നു കോയി ക്കലെ കളപ്പുരയിലേക്കു പോയി.

തീറ്റിയും കുടിയും ഷാപ്പിൽ. ഇരിപ്പും നിൽപ്പും കളപ്പുരയിൽ

അവിടെ രാവും പകലും ആളുകാണും. ശിവൻപിള്ള, ജോർജ്ജുകുട്ടി, കെ പി പണിക്കർ, വിളയിക്കട്ടെ ഗോപിക്കുട്ടൻ അങ്ങനെ പലരും. പണം വച്ചുള്ള ചീട്ടുകളിയാണ്. കുടിക്കാനും പിടിക്കാനുമുള്ള സൗകര്യമുണ്ട്.

അവിടെ പാച്ചനും ജോലികളുണ്ട്. ചന്തയിൽപോയി കോഴിയെ വാങ്ങിക്കൊണ്ടുവരണം. ഷാപ്പിൽചെന്നു പട്ടച്ചാരായം കൊണ്ടുവരണം. അതെല്ലാം ഒരുക്കിക്കൊടുക്കണം.

ഒരുദിവസം സന്ധ്യക്ക് ആലുംമുട്ടിൽനിന്നു നാലുകണ്ടത്തലേക്കുള്ള വഴിയിലൂടെ നടന്നപ്പോൾ ശങ്കരിയെക്കുറിച്ചോർത്തു. ഒരിക്കൽ അയാളുടെ ഓമനക്കുട്ടിയായിരുന്നു ശങ്കരി. ഓർക്കാൻ രസം തോന്നി. മുമ്പ് അവളുമായി കെട്ടിപ്പുളഞ്ഞ് കിടക്കുമ്പോൾ അവൾ ചോദിച്ചു.

"എനിക്കു വയ്യാതാവുമ്പോ എന്നെ അങ്ങിട്ടേച്ചു പോകുമോ?"

പാവം! അവൾക്കു വയ്യാതാവും മുമ്പുതന്നെ അവളെ മറന്നുകളഞ്ഞു. ഇപ്പോൾ ഓടിച്ചെന്നു വാരിക്കോരിയെടുത്തുമ്മവയ്ക്കാനുള്ള കൊതി തോന്നി.

ഞരമ്പുകളിലൂടെ കള്ളിന്റെ ലഹരി മുഴുവൻ തലമണ്ടയിലേക്കൂറിക്കൂടി. ശരീരത്തിനു പെരുപ്പും തയപ്പും.

നേരെ നാലുകണ്ടത്തിലേക്കു കയറിച്ചെന്നു.

"ഓമനക്കുട്ടി..... എടീ ഓമനക്കുട്ടീ."

"ആരാ അത്?"

മറുപടി പറയാൻ നാക്കു വഴങ്ങുന്നില്ല. ലഹരികൊണ്ട് കണ്ണിന്റെ പോള തൂങ്ങുന്നു.

"ഒന്നിങ്ങോട്ടു വാഴീ."

"ആരാ?"

ശങ്കരി മണ്ണെണ്ണവിളക്കു കത്തിച്ചു കുടിച്ചു ലക്കില്ലാതെ ആടിയാടി നിൽക്കുന്ന പാച്ചനെ കണ്ടതിശയിച്ചുപോയി.

"അല്ലേ ഇതാരാ!"

മണ്ണെണ്ണവിളക്കിന്റെ വെളിച്ചത്തിൽ അവളുടെ വിളർച്ച പൂണ്ട മുഖംകണ്ടു.

പാച്ചൻ ചിരിച്ചു.

"ഇപ്പം മനസിലായോ?"

കുറേനേരം മിഴിച്ചുനിന്നിട്ട് അവൾ പറഞ്ഞു:

"ആളെ മനസിലായി.... വന്ന കാര്യം മനസിലായില്ല."

"അതെന്താ, നീയെന്റെ ഷൊന്തമല്ലിയോ?"

കാലുകൾ നിലത്തുറയ്ക്കുന്നില്ല. എങ്കിലും കൈയുയർത്തി അവളെ കടന്നുപിടിക്കാനാഞ്ഞു.

"അയ്യോ എന്തുവാ ഇത്? എന്നെ പിടിക്കാതെ."

അവൾ കുതറിമാറി. അവളുടെ പിന്നാലെ അയാൾ മാടത്തിനകത്തേക്കു നൂഴ്ന്നു കയറി നിലത്തിരുന്നു.

"വാ ഇങ്ങഴുത്തുവാ."

ശങ്കരി ഒഴിഞ്ഞുമാറി നിന്നതേയുള്ളൂ.

ഒരു കോണിൽ കണ്ടങ്കോരന്റെ മൂത്തപുലയി കൊച്ചേയി ചുരുണ്ടു കൂടി കിടന്നിരുന്നു. കിഴവിക്കു ചെവി കേട്ടുകൂടാ. ചെവിത്തയില്ല. ആരൊക്കെ വരുന്നെന്നും പോകുന്നെന്നും അറിഞ്ഞുകൂടാ.

പാച്ചൻ തലയുയർത്തി പറഞ്ഞു:

"അടുത്തുവാ ഓമനക്കുട്ടി."

അകത്തുനിന്നു ശങ്കരി ചോദിച്ചു:

"ഇതെന്തുപറ്റി, ഇന്ന്?"

"എന്റോമനക്കുട്ടിയെ കാണാൻ വന്നതല്ലിയോ?"

അവൾ പരിഹാസപൂർവം ചിരിച്ചു:

"കൊള്ളാരുന്ന്."

"ങേ, എന്താ ചിരിച്ചുകളഞ്ഞെ.....? പാച്ചൻ അങ്ങനെ മറക്കുന്നോനല്ലെടീ."

"വേണ്ടാ, വേണ്ടാ."

"എന്തോ വേണ്ടാ?"

"എല്ലാമങ്ങു മറന്നച്ചാ മതി."

അത് പാച്ചൻ കേട്ടില്ലെന്നു തോന്നുന്നു. ശങ്കരി ശോകാകുലമായ ഏതോ ചിന്തകളിൽ മുഴുകി. ഒരിക്കൽ അവൻ അവളുടെ സർവസ്വവുമായിരുന്നു. പാച്ചനെന്നു കേൾക്കുമ്പോൾ ചങ്കിൽ കുളിരുകോരും. അന്നത്തെ ആ അഭിനിവേശം ഇന്നെവിടെപ്പോയി?

ഇല്ല ഓമനക്കുട്ടിയെന്ന വിളിയിൽ അവൾ മയങ്ങുകയില്ല.

എന്തോ ഓർത്തിട്ടെന്നപോലെ പാച്ചൻ ചോദിച്ചു:

"നിന്റെ...... ആ മറ്റോനുണ്ടല്ലോ. എവിടെ ഇപ്പം?"

കൊത്തേൻകുട്ടിയുടെ കാര്യമാണ്. ഉദാസീനത ഭാവിച്ചുകൊണ്ടവൾ പറഞ്ഞു:

"ആ, എനിക്കറിഞ്ഞുകൂടാ."

"ഇപ്പം വരാറില്യോ?"

"എന്തിനാ വരുന്നേ?"

കൊത്തേൻകുട്ടി എന്നും അവൾക്കൊരപമാനമായിരുന്നു. ഒടുവിൽ അവളുടെ ജീവിതത്തിൽനിന്ന് അവൻ ഒഴിഞ്ഞുപോയി. ഒഴിച്ചുവിട്ടതല്ല. സ്വയം ഒഴിഞ്ഞുപോയതാണ്.

ഒരുദിവസം സന്ധ്യക്ക് ഒരു കയറുമായി മാടത്തിൽനിന്ന് ഇറങ്ങിപ്പോയിട്ട് പിന്നെ മടങ്ങിവന്നിട്ടില്ല.

അതിനുവേണ്ടി ആരുടെയെല്ലാം മുന്നിൽ തലകുനിച്ചും മാളോരുടെ മുന്നിൽ മുഖം മറച്ചും നടക്കേണ്ടിവന്നു.

ഒരുദിവസം ഒരു കാളക്കുട്ടനെയും മോഷ്ടിച്ചോണ്ടു കടന്നതാണ്.

കോടൻതറയിൽ തിരുവഞ്ചന്റെ കാളക്കൂമ്പൻ മേയാൻ ചിറക്കാലിൽ കയറൂരി വിട്ടിരുന്നു. സന്ധ്യമയങ്ങിയ നേരത്ത്, ആളില്ലാതെ അലഞ്ഞു നടന്ന ആ കൊഴുത്തുരുണ്ട കാളക്കൂമ്പനെ കണ്ടപ്പോൾ കൊത്തേൻകു

ട്ടിക്ക് ഒരു ബുദ്ധിയുദിച്ചു..... പിറ്റേന്ന് പുന്നമൂട്ടിൽ കാളച്ചന്തയാണ്.....

ഒരു കയറെടുത്തു കൊണ്ടുവന്ന് അതിനെ പിടിച്ചുകെട്ടി എങ്ങോട്ടോ അടിച്ചുകൊണ്ടുപോയി.

ചെല്ലമ്മയും പഞ്ചമിയും കാളക്കൂമ്പനെ തിരക്കി നടന്നു. അതിനെ നീട്ടി വിളിച്ചും വാവച്ചും ചൂട്ടുവെട്ടവുമായി ചിറക്കാലു മുഴുവൻ പരതി. നിലങ്ങളിലും പുരയിടങ്ങളിലും നോക്കി. എങ്ങോട്ടുപോയോ എന്തോ? ഒരു തുമ്പുമില്ല.

പിറ്റേദിവസം പലയിടത്തും തിരക്കിത്തിരക്കി തിരുവഞ്ചൻ പുന്നമൂട്ടി ചന്തയിൽ ചെന്നു.

നൂറായിരം കാലികളുടെയും കന്നുകാലികളുടെയും ഇടയിൽ കൊത്തേൻ കുട്ടിയും തരകുകാരനും തമ്മിൽ കാളക്കൂമ്പന്റെ വിലപറഞ്ഞുകൊണ്ടു നിൽക്കുമ്പോൾ, തിരുവഞ്ചൻ കഴുത്തുനീട്ടി തിരിഞ്ഞും പിരിഞ്ഞും നോക്കിനോക്കി വരുന്നതുകണ്ടു. അന്ന് ആൾക്കൂട്ടത്തിൽ മുങ്ങിയതാണ് കൊത്തേൻകുട്ടി. പിന്നെ നിവർന്നിട്ടില്ല.

ശങ്കരി തിരക്കിപ്പോയില്ല. എവിടെയാണെന്ന് അന്വേഷിച്ചതുമില്ല. എങ്കിലും വിവരമറിഞ്ഞു.

പത്താമുദയത്തിനു പടേനിവട്ടത്തിനു പോയവരാരോ വന്നുപറഞ്ഞു. കൊത്തേൻകുട്ടി വള്ളിക്കുന്നത്തുണ്ടെന്ന്. വള്ളികുന്നത്ത് അയാളുടെ മുമ്പത്തെ പുലയിയുടെയും മക്കളുടെയും കൂടെ കഴിഞ്ഞുകൂടുന്നു.

അതു കേട്ടപ്പോൾ ചങ്കുപിടച്ചില്ല. ആശ്വാസമാണ് തോന്നിയത്.

വിവരമറിയിച്ചവരോടു ശങ്കരി പറഞ്ഞു:

"വേണ്ടിയില്ല. ഇനി ഇങ്ങോട്ടെങ്ങും വരാതിരുന്നാ മതി."

ഒരു ബീഡികത്തിച്ചു പുകവിട്ടുകൊണ്ട് ലഹരികൊണ്ടു താണ കൺപോളകളുയർത്തി പാച്ചൻ പറഞ്ഞു:

"ഞാൻ നിന്നെ വിളിക്കാനാ വന്നത്."

അവൾ അത്ഭുതത്തോടെ ചോദിച്ചു:

"എങ്ങോട്ടാ?"

"എന്റെ കൂടെ താമസിക്കാൻ."

മങ്ങിക്കത്തിക്കൊണ്ടിരിക്കുന്ന മണ്ണെണ്ണ വിളക്കിന്റെ തലപ്പത്തെ കരി തട്ടിക്കളഞ്ഞുകൊണ്ട് അവൾ ചോദിച്ചു:

"അതിപ്പം ഒരാളില്ലിയോ?"

"അവളെ ഞാനടിച്ചിറക്കിക്കളയും. എന്റോമനക്കുട്ടിയെ അവിടെ കൊണ്ടുചെന്നു താമസിപ്പിക്കും."

ശങ്കരി ചിരിച്ചു:

"ദൈവദോഷം പറയാതെ. നടന്നുപോകുമ്പം മൂക്കൻ കൊത്തും."

"എന്നെയോ? ഒരു ദൈവദോഷം എനിക്കു വരത്തില്ല."

"ആ പാവം പിടിച്ച പൊലപ്പെണ്ണിനെ ഇട്ടു കഷ്ടപ്പെടുത്തുന്നതിനു ദൈവം തമ്പുരാൻ ചോദിക്കും."

"അവളോ? അതു കള. അവടകാര്യം കള നീ വന്ന് എന്റെ കൂടെ താമസിക്കണം. എന്റോമനക്കുട്ടി വന്ന് എന്റെകൂടെ താമസിക്കണം."

"ഓമനക്കുട്ടി വരത്തില്ല. വേറെ ആരും വരാൻ സമ്മതിക്കത്തുമില്ല."

"നീയിങ്ങുവാ. അടുത്തുവന്നിരിക്ക്."

ശങ്കരി വീണ്ടു ചിരിച്ചു:

"എവിടുന്നാ ഈ നഞ്ചു കോരിക്കുടിച്ചെ? ഇങ്ങനങ്ങു തലയ്ക്കു വെളിവില്ലാതെ..... ഇനി പോ. പോയിക്കിടന്നുറങ്ങ്."

"ങേ, എന്തുവാ?"

കള്ളിന്റെ ലഹരി അയാളുടെ തലയ്ക്കു താങ്ങാൻ കഴിയുന്നതിനപ്പുറമെത്തി. കാലും കൈയും നിവർത്ത് നെടുംപാടു കിടക്കുന്നതിനിടയിൽ അയാൾ പറഞ്ഞു:

"വാ..... വന്ന് കൂടെക്കിടക്ക്."

പിന്നെ യാതൊരനക്കവുമില്ലാതെ കിടന്നു മയങ്ങി. കൂർക്കം വലിച്ചുറങ്ങി.

ശങ്കരി വിളക്കണയ്ക്കാതെ ഉറക്കമൊഴിച്ചിരുന്നു. ശവത്തിനു കാവലിരിക്കുന്നതുപോലെ അറപ്പോടും വെറുപ്പോടും.

വെളുപ്പിനു കിളിയും കാക്കയും കരഞ്ഞപ്പോൾ അവൾ പാച്ചനെ വിളിച്ചുണർത്തി.

"ദേണ്ടെ, നേരം വെളുപ്പായി. എഴുന്നേറ്റു പോന്നില്ലയോ?"

ഒരു നീണ്ട സ്വപ്നത്തിൽനിന്നെന്നവണ്ണം പാച്ചനെഴുന്നേറ്റിരുന്നു. കോട്ടുവായിട്ടു കണ്ണു ഞെരടി നാലുപാടും നോക്കി.

ശങ്കരി പോകുന്ന പോക്കിൽ പറയുന്നതു കേട്ടു.

"ഞാൻ പുഞ്ചേലോട്ടു പോവ്വ."

ഉറക്കച്ചടവു മാറിയപ്പോൾ അയാൾ എഴുന്നേറ്റു മുണ്ടുകുടഞ്ഞുടുത്തു. ബീഡിയും തീപ്പെട്ടിയുമെടുത്തുകൊണ്ട് അവിടെനിന്നിറങ്ങിപ്പോയി.

തെക്കെമൊടത്തിൽകേറാതെ കോയിക്കലെ കളപ്പുരയിൽ ഉണ്ടുറങ്ങി ദിവസം കഴിച്ചു.

വല്ലപ്പോഴും ശങ്കരിയെക്കുറിച്ചോർക്കുമ്പോൾ മനസിന് ആനന്ദം കിട്ടുന്നു. കരളിൽ മാധുര്യം കിനിഞ്ഞുനിൽക്കുന്നു. അവളെക്കാണാതെ നിക്കപ്പൊറുതിയില്ല. ജീവിതത്തിലെ എല്ലാ സുഖവും അവളിലാണ്. സുഖം അവളാണ്.

ഉച്ചയ്ക്ക് ഷാപ്പിൽനിന്നിറങ്ങിയപ്പോൾ ഒരു നവോന്മേഷം തോന്നി. ആരോടെങ്കിലും ഉറക്കെ വർത്തമാനം പറയാൻ ആവേശം. തൊള്ളതുറന്ന് ഒന്നുപാടാനുള്ള മോഹം. ശങ്കരിയെ ഓർത്തു ഹൃദയത്തിൽ പൂത്തിരി കത്തിവിടരുന്നു.

നേരെ നാലുകണ്ടത്തിലേക്കാണ് നടന്നത്.

ഈ തവണ അവളെ വിളിച്ചിറക്കിക്കൊണ്ടു വരണം. വന്നില്ലെങ്കിൽ പിടിച്ചുകെട്ടിക്കൊണ്ടു വരണം.

ആവേശംകൊണ്ടു പാച്ചൻ മതിമറന്നു തന്നത്താൻ വിളിച്ചുപറഞ്ഞു:

"അവളെ ഞാൻ കോരിയെടുത്തോണ്ടുവന്ന് കൂടെ താമസിപ്പിക്കും: എന്റെ ഓമനക്കുട്ടിയെ."

വെയിലത്തുകൂടി നടന്ന് ശങ്കരിയുടെ മാടത്തിനു മുന്നിലെത്തി. വാതിലിലൂടെ അകത്തേക്കു കയറി. അകത്താകെ ഇരുട്ട്. ഇരുളിലേക്കു നോക്കി വിളിച്ചു:

"ശങ്കരീ."

മൂളലും ഞരങ്ങലും കേട്ടു. ഓലപ്പഴുതുകളിലൂടെ കടന്നുവന്ന മങ്ങിയ വെളിച്ചത്തിൽ കൊച്ചേയി കൂനിക്കൂടി ഇരിക്കുന്നതു കണ്ടു. തൊട്ടടുത്ത് ശങ്കരിയുടെ രൂപം കണ്ടു. ചോരയിൽ മുങ്ങിക്കിടക്കുന്നു; ചോരയിൽ കിടന്നു പുളയുന്നു.

ഇരുപത്തിയെട്ട്

എഞ്ചിൻ ഡ്രൈവർ എബ്രഹാം ശങ്കരിയെ കാണാൻ വേണ്ടി പാത്തും പതുങ്ങിയും നാലുകണ്ടത്തിൽ വരാൻ തുടങ്ങിയിട്ടു നാളുകൾ കുറേയായി: ആരെങ്കിലും കണ്ടാൽ തിരുവഞ്ചനെ തിരക്കി വന്നതാണെന്നു പറയും. ഒന്നുകിൽ കൊയ്ത്തുകാരെ വിളിക്കുന്ന കാര്യം പറയാൻ. അല്ലെങ്കിൽപറിച്ചുനടീലിന്റെ കാര്യത്തിന്.

ഒരിക്കലും വെറും കൈയോടെ വരാറില്ല. ചിലപ്പോൾ കൈലിയോ ബ്ലൗസിനുള്ള തുണിയോ കാണും. മധുരപലഹാരങ്ങൾ വാങ്ങി പൊതിഞ്ഞു കൊണ്ടുവരും. ഒരു കുപ്പി വാറ്റു ചാരായവും കരുതിയിരിക്കും.

വന്നുകഴിഞ്ഞാൽ രണ്ടും മൂന്നും ദിവസം കഴിഞ്ഞേ മടങ്ങിപ്പോകൂ. ചാരായവും കായലിമീനും കൂട്ടിയാണ് ഊണ്. കായലിമീനില്ലെങ്കിൽ ഞണ്ടു കറിവച്ചത്.

ശങ്കരിയെ കണ്ടെത്തിയതിൽപ്പിന്നെ അവളുടെ ആകർഷണവലയത്തിൽ നിന്നു വിട്ടുനിൽക്കാൻ എബ്രഹാമിനൊരിക്കലും കഴിഞ്ഞിട്ടില്ല. ചങ്ങനാശ്ശേരിയിൽ അയാളുടെ ഭാര്യയും കുട്ടികളുമുണ്ട്. അവർ നല്ല നിലയിൽ കഴിയുകയും ചെയ്യുന്നു. പക്ഷേ, എബ്രഹാം അവരെ കണ്ടകാലം മറന്നു. പണിചെയ്തു കിട്ടുന്നതു മുഴുവൻ ഷാപ്പിലും പെണ്ണുങ്ങൾക്കുമായി കൊടുത്ത് അയാൾ നടന്നു സുഖിച്ചു.

ഈ ജീവിതത്തിനിടയിൽ എബ്രഹാം ഇടപെട്ടിട്ടുള്ള സ്ത്രീകൾക്കു കണക്കില്ല. പക്ഷേ, ശങ്കരിയെപ്പോലൊരുത്തി വേറെയില്ല. അസാധാരണത്വം നിറഞ്ഞ, സ്നേഹസമ്പന്നയായ ഒരുവൾ. എപ്പോഴും വികാരം പകർന്നു നൽകാൻ കഴിവുള്ള ഉന്മാദത്തിന്റെ ഉറവ. ആ സാമീപ്യത്തിൽ ഒരിക്കലും ചെടിപ്പു തോന്നിയിട്ടില്ല. അവളെ വിട്ടകന്നു പോകാൻ വയ്യ.

എബ്രഹാമിനെ സംബന്ധിച്ച് ശങ്കരിക്ക് അതിമോഹങ്ങളൊന്നുമില്ല. പണ്ട് പാച്ചനെയെന്നപോലെ ഇപ്പോൾ എബ്രഹാമിനെ സ്വന്തമാക്കിക്കളയാമെന്നു വിചാരിച്ചില്ല. അയാൾക്കു വേറെ പെമ്പിളയും മക്കളുമുണ്ട്. ഒരുദിവസം അവളെ ഇട്ടെറിഞ്ഞിട്ട് അയാൾ അവരുടെയടുത്തേയ്ക്കു പോവുകയും ചെയ്യും. പൊയ്ക്കൊള്ളട്ടെ. പക്ഷേപൊടുന്നനെ പോകരുതെന്നേയുള്ളു. അവൾ അയാളെ ഹൃദയം തുറന്നു സ്നേഹിക്കുന്നു. അയാ

ളോടു മാത്രമേ സ്നേഹമുള്ളൂ. അയാൾക്കു വേണ്ടി സർവ്വസ്വവും ഉപേക്ഷിക്കാൻ തയാറാണ്. ജീവൻപോലും.

എബ്രഹാമിന്റെ മനസിനു കുണ്ഠിതമുണ്ടാക്കുന്നതെങ്കിലും പറയാനോ പ്രവർത്തിക്കാനോ ഭയപ്പെട്ടു. മാസക്കുളി തെറ്റിയകാര്യം പോലും പറയാനോ പ്രവർത്തിക്കാനോ ഭയപ്പെട്ടു. അതറിയുമ്പോഴുള്ള മനഃസ്ഥിതി എന്തായിരിക്കുമെന്നോർത്തു ഭയപ്പെട്ടു.

ഒരുദിവസം അയാൾ കുടിച്ചു മയങ്ങിയിരിക്കുമ്പോൾ അവൾ അറച്ചറച്ചു ചോദിച്ചു:

"പിന്നെ ഒരു കാര്യം പറഞ്ഞാ എന്നോടു വെറുപ്പുതോന്നുവോ?"

എബ്രഹാം അതിശയം പൂണ്ടു.

"നിന്നോടു വെറുപ്പോ? എനിക്കോ?"

"എന്നാ പറയട്ടെ?"

"പിന്നെ കഴിഞ്ഞ മാതത്തി കുളിമൊറ വന്നില്ല."

"ഓഹോ ഇതാണോ കാര്യം."

ശങ്കരി നാണം നടിച്ചു. പക്ഷേ എബ്രഹാമിന്റെ മുഖം തെല്ലു മ്ലാനമായി. അതുവരെ ഇല്ലാതിരുന്ന ഒരു പുതിയ പ്രശ്നം പൊന്തിവന്നിരിക്കുന്നു. ഒടുവിൽ എന്തോ ആലോചിച്ചിട്ട് അയാൾ മൗനം പൂണ്ടു.

"സാരമില്ല ഇപ്പോഴായതുകൊണ്ട് ഒട്ടും സാരമില്ല."

അയാളുടെ രോമാവൃതമായ മാറിലേക്ക് ചാഞ്ഞുകൊണ്ടവൾ പറഞ്ഞു:

"എന്നാലും എനിക്കു നാണമാ."

"നാണിക്കണ്ട ഒരു നുണുക്കു പണിയേ ഉള്ളൂ. ഒരു കുപ്പി മരുന്ന് അതു പോകാൻ."

"അയ്യോ അത് വേണ്ട."

"എന്താ വേണ്ടാത്തെ?"

"എനിക്കു പേടിയാ."

"എന്നാപ്പിന്നെ പെറാം. പെറുമ്പം പേടിയങ്ങു മാറും."

നാണംകലർന്ന ചിരിയോടെ അവൾ അയാളുടെ താടി തടവി.

"എനിക്കു പെറ്റാ മതി. ഇതുപോലത്തൊരാൺകുഞ്ഞിനെ എനിക്കു പെറ്റാ മതി."

എബ്രഹാം ചിരിച്ചു:

"എന്നാ നീ പെറ്."

"പെറ്റാ..... ഞാൻ പെറുന്നതിഷ്ടമാണോ?"

എബ്രഹാം മിണ്ടിയില്ല.

അവളിപ്പോഴും സുന്ദരിയാണ്. മത്തുപിടിപ്പിക്കുന്ന സൗന്ദര്യം..... പക്ഷേ, അവൾക്കു വയറ്റിലുണ്ടെങ്കിൽ നാശമായി. ഒരു വലിയ ഭാരം തലയിലേൽക്കണം. ഒരു കൊച്ചും തള്ളയും....

"ഞാൻ ചോദിച്ചതു കേട്ടില്യോ?"

"എന്തുവാ?"

"ഞാൻ പെറുന്നതിഷ്ടമാണോന്ന്?"

"അതാ ഞാൻ മുമ്പേ പറഞ്ഞത്. മരുന്നു കഴിക്കാൻ. നമുക്കു രണ്ടു പേർക്കും നാണക്കേടില്ലാതെ കഴിയാം."

എബ്രഹാമിന്റെ വല്ലായ്മ അവൾക്കു മനസിലായി. അയാളുടെ ഇംഗിതത്തിനൊപ്പിച്ച് അവൾ സമ്മതം മൂളി.

"എന്നാ എല്ലാം നമ്മുടെ മനസുപോലെ."

എബ്രഹാം മടങ്ങിപ്പോയി. അയാൾ തിരികെ വരുന്നതുകാത്ത് ശങ്കരി ദിവസങ്ങൾ എണ്ണിക്കഴിച്ചു.

കുറേനാൾ മുണ്ടു മുറുക്കിയുടുത്ത് ആ രഹസ്യം ഒളിപ്പിക്കാൻ കഴിഞ്ഞു. ശരീരത്തിനു തോന്നിയ അരുതായ്ക വെളിപ്പെടുത്താതെ കഴിച്ചു. പക്ഷേ, ഒന്നും ഏറെനാൾ കഴിഞ്ഞില്ല.

ഒരുദിവസം വാഴച്ചുവട്ടിൽ കുത്തിയിരുന്ന് ഓക്കാനിക്കുന്നതു കണ്ടപ്പോൾ ഇടത്തറയിലെ മാല വന്ന് പുറം തടവിക്കൊടുത്തു. എന്താണു കാര്യമെന്നു ചോദിച്ചില്ല.

മാലയുടെ മുന്നിൽ തലയുയർത്താൻ ധൈര്യപ്പെടാതെ ശങ്കരി മുഖം മറച്ചു കുനിഞ്ഞിരുന്നു.

"എണീര് എണീറ്റുചെന്ന് പായ്നൂർത്തിട്ടു കെട."

ഒന്നും ചോദിക്കാതെയും പറയാതെയും മൂക്കത്തു വിരൽവച്ചു കൊണ്ട് മാല മടങ്ങിപ്പോയി.

എബ്രഹാമിനെ കാത്തിരുന്ന് ആഴ്ചകളും മാസങ്ങളും കഴിഞ്ഞു. പറഞ്ഞിരുന്നതുപോലെ അയാൾ മരുന്നുകൊണ്ടുവന്നില്ല. അങ്ങോട്ടൊന്നു കേറിയതുപോലുമില്ല.

അക്കാലത്താണ് നിനച്ചിരിക്കാതെയുള്ള പാച്ചന്റെ വരവ്. അയാളോട് ആവുന്നത്ര അകന്നുനിന്നു.

മാടത്തിൽ വന്നു ലക്കില്ലാതെ കിടന്നുറങ്ങിയപ്പോൾ ഉറക്കമിളിച്ചു കാത്തിരുന്നു. വെളുപ്പിന് അയാളെ വിളിച്ചുണർത്തിയിട്ട് ലോഹ്യം പറയാൻ നിൽക്കാതെ മാടത്തിൽനിന്നിറങ്ങി നടന്നു. എല്ലാം മനഃപൂർവമായിരുന്നു.

വരും വരാഴികകളെക്കുറിച്ചു ചിന്തിച്ചപ്പോൾ പേടിതോന്നി. പാച്ചൻ പോക്കുവരവു തുടങ്ങിയാൽ കുഴപ്പമുണ്ടാകും. രണ്ടാളും മോശക്കാരല്ല. അവിടെവച്ചു കണ്ടുമുട്ടി ഇരുവരും നേർക്കുനേരെ മൽപ്പിടുത്തം തുടങ്ങിയാൽ പിന്നെന്തു സംഭവിക്കുമെന്നു കണ്ടറിയണം.

"അതിനിട വരുത്തല്ലേ തമ്പുരാനേ."

ശങ്കരി മനസുരുകി പ്രാർഥിച്ചു.

എബ്രഹാം വന്നില്ല.

അവളുടെ മനസിലും വയറ്റിലും മുട്ടും മുഴപ്പും തുടങ്ങി. വയറ്റിൽ ഒരു പുതിയ ജീവൻ വെളിയിൽ വരാൻ തിടുക്കം കൂട്ടുന്നു.

ശങ്കരിക്ക് ആധിയായി. അവൾ കൈകൊണ്ട് വയർ അമർത്തിപ്പിടിച്ചു. ഇരുൾ മൂടിക്കിടക്കുന്ന വരുംകാലത്തേക്കു നോക്കി. ഒരെത്തും പിടിയുമില്ല.

അവളുടെ മുഖത്തെ മ്ലാനത കണ്ട് ഒരുദിവസം മാല ചോദിച്ചു:

"എന്തുവാടീ കൊച്ചേ നിനക്കൊരു വാട്ടം?"

ശങ്കരിക്കു കരയണമെന്നു തോന്നി. പക്ഷേ, ഒരുതുള്ളി കണ്ണീർ പൊടിച്ചില്ല. വേദനകൊണ്ടു ചുളിഞ്ഞ മുഖമുയർത്തിപ്പറഞ്ഞു:

"എന്റെ മനസിലങ്ങു തീയാ എന്റേട്ടത്തീ."

മാല സഹതാപം നടിച്ചു നിന്നു.

മനസിൽ തീയെരിയുന്നതു കുറ്റമല്ല. എങ്കിലും അതു നേരത്തേ കരുതേണ്ടതായിരുന്നു.

ആത്മഗതമെന്നവണ്ണം മാല പറഞ്ഞു:

"പൊട്ടനാണേലും അവനുണ്ടാരുന്നെങ്കി, പിന്നതു പറയാരുന്ന്."

ശങ്കരി അതു മൗനമായി സമ്മതിച്ചു. കുറേ കഴിഞ്ഞു മാല തുടർന്നു:

"ആരും ഇല്ലാത്തപ്പം എന്തിനാ ഓർമദോഷക്കേട് കാണിച്ചെ. ആവശ്യം കണ്ടാപ്പിന്നെ ആളുങ്ങളൊക്കെ ഇങ്ങനാ. ഒരുത്തനേം കാണി ത്തില്ല."

"ങേ." ശങ്കരി ഞെട്ടിയെന്നു തോന്നി. അവൾ മാലയുടെ നേരെ കൺതുറിച്ചു നോക്കി.

"നീ നോക്കണ്ട..... ഇനി മഷിയിട്ടു നോക്കിയാലും അവറാച്ചനെ കാണത്തില്ല."

നീറിപ്പുകയുന്ന മനസിൽ തീയാളിക്കത്തി. ആളിക്കത്തിയ തീയിൽ അവൾ വെന്തുരുകി.

"അല്ലേലും അവറാച്ചനിങ്ങോട്ടു വരാനും പറ്റുകേല."

"എന്താ ഏട്ടത്തീ?"

"വന്നാ സമുദായക്കാരു വിടുകേല. അവരറിഞ്ഞിരിക്കുവാ. അയാടെ വരത്തുപോക്ക്. ഇനി ഇവിടെങ്ങാനും കണ്ടാ അടിച്ചോടിച്ചിടുമെന്ന്. എന്താ നടക്കുന്ന പുകില്?"

ശങ്കരി മാലയെ കെട്ടിപ്പിടിച്ച് വലിയവായിലേ നിലവിളിച്ചു.

"ഞാനിനി എങ്ങനെ ജീവിക്കും എന്റേട്ടത്തീ. എവിടേലും എനി ക്കിത്തിരി വെഷം മേടിച്ചു താ. ഞാൻ ചാവട്ടെ."

"നീ കരയാതെ, കരഞ്ഞാലക്കൊണ്ടു കാര്യം തീരുവോ?"

"ഇനി എങ്ങനെ വെളിയിലിറങ്ങി നടക്കും?.... എങ്ങനിനി മാളോ രുടെ മുഞ്ഞിനോക്കും."

മാലയുടെ മനസലിഞ്ഞി. അവളുടെ കാലിൽ കെട്ടിപ്പിടിച്ച് ശങ്കരി വീണ്ടും കരഞ്ഞു:

"എന്റെ മാനം കാക്കണേ എന്റേട്ടത്തീ.... എന്റെ മാനം.... എനി ക്കൊരു വഴി പറഞ്ഞുതാ."

മാല തലപുകഞ്ഞാലോചിക്കുകയായിരുന്നു. ഒന്നും തോന്നിയില്ല.

"ഏട്ടത്തി പറയുന്നതു ഞാൻ കേൾക്കാം. എനിക്കൊരു വഴി പറ ഞ്ഞുതാ.... അല്ലേ ഞാൻ ചാവും. ചാലിച്ചാടി ചാവും.... അല്ലേ ഞാൻ ചാവും."

അവൾ തന്നത്താനിടിച്ചു കരഞ്ഞു. രണ്ടു കൈയും ചുരുട്ടി ആഞ്ഞാഞ്ഞു നെഞ്ചിലിടിച്ചു. മാല അവളുടെ കൈയിൽ കടന്നുപിടിച്ചു.

"നീയൊന്നു തഞ്ചപ്പെട്. ആ താളിമുപ്പത്തിയെ ഒന്നു കാണട്ടെ. അവ രേറ്റു കഴിഞ്ഞാ ഏറ്റതാ."

മാലയുടെ മുഖത്തേക്ക് ആശയോടെ നോക്കി.

കുറ്റിരുട്ടിൽ ഒരു മിന്നാമിനുങ്ങിന്റെ വെളിച്ചം.

അവൾ വീണ്ടും കാലുകളിൽ കെട്ടിപ്പിടിച്ചു.

"എന്റേട്ടത്തീ."

താളിമൂപ്പത്തിക്കു മാന്ത്രികമറിയാം. കൊതിക്കും പ്രാക്കിനും ഓതാനും പേടികളയാനും അറിയാം. വയസുചെന്നു കണ്ണും പിണിയും കാണാൻ വയ്യെങ്കിലും പുള്ളയൊഴിക്കാനുള്ള വിദ്യ അറിയാം. നടപടി ദൂഷ്യംകൊണ്ട് അബദ്ധം പറ്റിപ്പോകുന്ന പെണ്ണുങ്ങൾ താളിമൂപ്പത്തിയെ ശരണം പ്രാപിക്കും. മൂപ്പത്തി അവരെ രക്ഷപ്പെടുത്തുന്നു. അവരുടെ അഭി മാനം നിലനിർത്തുന്നു.

സന്ധ്യമയക്കത്തിനു മാല തന്നെ പോയി താളിമൂപ്പത്തിയെ കൂട്ടി ക്കൊണ്ടുവന്നു. പരമരഹസ്യമായി.

വന്നുകേറിയപ്പോൾത്തന്നെ മോണകാട്ടി ചിരിച്ചുകൊണ്ട് അഭിമാ നപൂർവം താളിമൂപ്പത്തി പറഞ്ഞു:

"മൂർത്തിയുടെ അനുഗ്രഹം കൊണ്ട് ഇതുവരെ കൈപ്പിഴവൊന്നും പറ്റിയിട്ടില്ല."

ശങ്കരിയുടെ വിങ്ങലും വിറയലും ബോധ്യപ്പെട്ടപ്പോൾ അവളുടെ പുറം തലോടിക്കൊണ്ട് മൂപ്പത്തി സമാധാനപ്പെടുത്തി.

"മലനടയിലേക്ക് ഒരു കോഴിയും ഒരുകുടം കള്ളും കൊടുത്തേ ക്കാമെന്ന് എന്റെ മോളു നേർന്നേരെ. എന്നാപ്പിന്നെ എന്റെ മോക്കു പേടി ക്കാനക്കൊണ്ടൊന്നുമില്ല..... ഏനിത്രെ എത്ര കണ്ടിരിക്കുന്ന്?"

കറുത്തു നാറുന്ന പഴന്തുണിക്കെട്ടുകളിൽ ഭദ്രമായി പൊതിഞ്ഞു വച്ചിരുന്ന മൂലികകളെടുത്തു താളിമൂപ്പത്തി മരുന്നുകൂട്ടി. ചേരുവകകൾ ചേർത്തു ശങ്കരിക്കു നേരെ നീട്ടിക്കൊണ്ടു പറഞ്ഞു:

"പെരുന്തുരുത്തിമലയേ മനതിവിചാരിച്ചോണ്ട് ഒരു വീപ്പിനിറക്കി ക്കോ."

ഒറൊറ്റ വീർപ്പിനു വലിച്ചുകുടിച്ചു.

"ഇട്ടുമൂടിപ്പൊതച്ച് സൊത്തമായി കെടന്നോ."

പാതിരാ കഴിഞ്ഞു. ശരീരം ചുട്ടുനീറി. ഉള്ളു കത്തിയെരിഞ്ഞു. അവൾ പായിൽ കിടന്നു പിടഞ്ഞു.

പ്രത്യേകിച്ചൊന്നും സംഭവിച്ചിട്ടില്ലാത്ത മട്ടിൽ താളിമുപ്പത്തി പഴം തുണികെട്ടുകളഴിച്ച് പൊയിലക്കാതെടുത്തു മുറുക്കിത്തുപ്പിക്കൊണ്ടിരുന്നു.

വെളുക്കാൻ കാലമായപ്പോൾ ശങ്കരി ചോരയിൽ കിടന്നു പുളഞ്ഞു. അതു കണ്ടു താളിമൂപ്പത്തിയുടെ ഹൃദയം അഭിമാനം കൊണ്ടു തുടിച്ചു.

കൈനീട്ടം വാങ്ങി മടിയിൽ ചൊരുകിക്കൊണ്ട് വെളുപ്പിനു മുപ്പത്തി മാടത്തിൽ നിന്നിറങ്ങി. പോകാൻ നേരം പ്രത്യേകം ഓർമിപ്പിച്ചു.

"ഇനി ഇപ്പഴെങ്ങും അവത്തമൊണ്ടാവല്ലെ എന്റെ മോളേ."

മൂപ്പത്തിയുടെ കൈപ്പുണ്യത്തെക്കുറിച്ചു മാലയ്ക്കുപോലും അതിശയമായി. ഉച്ചതിരിഞ്ഞപ്പോഴും ചോരയുടെ നിലയ്ക്കാത്ത പ്രവാഹമാണ്. ശങ്കരി വശംകെട്ട് തിരിഞ്ഞും പിരിഞ്ഞും കിടന്നു. കൈകാലുകൾ മരവിച്ചു. ഞരമ്പുകളിലൂടെ ജീവൻ വാർന്നുപോകുന്നു. മാലയെ നോക്കി അവൾ വിങ്ങിപ്പൊട്ടിക്കരഞ്ഞു.

"ഞാൻ ചത്തുപോകുവേ..... ഞാൻ ചത്തുപോകും."

മാല വേവലാതിപ്പെട്ടു വീണ്ടും താളിമൂപ്പത്തിയെ തിരക്കി ഓടി.

അന്നു പാച്ചൻ വന്നു കണ്ടപ്പോൾ അവൾ മരിക്കുകയാണെന്നു തോന്നി. ശരീരം വിളറി വെളുത്തിരുന്നു. ദൃഷ്ടികൾ മങ്ങി മറഞ്ഞിരുന്നു.

പാച്ചൻ ഞെട്ടിത്തിരിഞ്ഞു നടന്നു. നിമിഷങ്ങൾ കൊണ്ട് ലഹരിയുടെ മന്ദതവിട്ട് അയാളുടെ തലച്ചോറുണർന്നു. എങ്കിലും എന്തുചെയ്യണമെന്നറിഞ്ഞുകൂടാ. എങ്ങോട്ടു പോകണമെന്നു രൂപമില്ല. തലകുനിച്ചു നടന്നുപോകുമ്പോൾ ഭയപ്പെട്ടു പിറുപിറുത്തു:

"ആ..... തീർന്നു...... അവൾ തീർന്നു."

പക്ഷേ, താളിമൂപ്പത്തിയുടെ ദിവ്യമായ ഒറ്റമൂലികൾ അവളെ വീണ്ടും ജീവിപ്പിച്ചു.

പുരുഷനെ മത്തുപിടിപ്പിക്കുന്ന ആ വശ്യത ചോർന്നുപോകുകയും മുഖം വിളറുകയും, ചുണ്ടുകൾ മഞ്ഞളിക്കുകയും ചെയ്തുവെങ്കിലും പിന്നെയും ഏറെക്കാലം അവൾ ജീവിച്ചു. ആകാശം മഴക്കാറുകൊണ്ട് കറുത്തിരുളുകയും ഭൂമിയിൽ നറുനിലാവൊഴുകുകയും ചെയ്യുമ്പോഴൊക്കെ അവറാച്ചനെന്ന കാമുകനെയും ധ്യാനിച്ചു ശങ്കരി ജീവിച്ചു.

സമുദായക്കാരെ പേടിച്ചുകഴിയുന്ന പാവം അവറാച്ചൻ.

മനസുനൊന്തുള്ള ആ കാത്തിരിപ്പ് വൃഥാവിലായില്ല. ഒരു രാത്രിയിൽ ആ നിത്യകാമുകൻ വരികതന്നെ ചെയ്തു. വികാരവിവശനായി. ഒരു വലിയ പൊതികെട്ടും താങ്ങി. എബ്രഹാമിന്റെ വിളികേട്ട് വിളക്കുപോലും കത്തിക്കാതെ അവൾ ആർത്തിയോടെ ഓടിയിറങ്ങിച്ചെന്നു. അയാളുടെ മാറിൽ തലചായ്ച്ചു പരിഭവം ഭാവിച്ചു കരഞ്ഞു.

"ഞാൻ ചത്തോന്നറിയാൻ വന്നേതോ ഇപ്പം?"

"എന്റെ ശങ്കരി കരയാതെ എല്ലാം ഞാനറിഞ്ഞു."

"എന്നാലും ഇത്ര നാള് കാത്തു കാത്തിരുന്ന്.... ഇങ്ങോട്ടൊന്നു കേറിയില്ല."

"ഞാൻ വന്നിരുന്നേ വലിയ ബഹളം നടന്നേനെ. കർത്താവിന്റെ കാരുണ്യംകൊണ്ട് ഇപ്പോ സൊത്തതയായല്ലോ."

"എന്നാലും വയ്യാതെ കെടന്നപ്പം വന്നൊന്നു കാണാരുന്ന്."

അവളെ മാറോടടുക്കിക്കൊണ്ട് അയാൾ പറഞ്ഞു:

"എന്താ എന്റെ ശങ്കരി ഇങ്ങനെ പറേന്നെ. എന്റെ ജോലി നിനക്കറിഞ്ഞൂടായോ? രാത്രിയും പകലും ഒരു സമയോം കിട്ടത്തില്ല."

ശങ്കരി ചെന്നു വിളക്കു കത്തിച്ചു. തിന്നും കുടിച്ചും കഥകൾ

പറഞ്ഞും രാത്രി വളരെയിരുട്ടുന്നതുവരെയിരുന്നു. ഒടുവിൽ പാവിരിച്ചു കിടന്നു.

ഉറങ്ങും മുമ്പ് എബ്രഹാം പറഞ്ഞു:

“വെളുപ്പിനു തട്ടാരമ്പലത്തീന്നുള്ള വണ്ടിക്കു പോണം. ജോലിപ്പാടിനെടേന്നാ ഇങ്ങോട്ടോടിപ്പോന്നെ.”

അവൾ അയാളുടെ മേൽ പിടിമുറുക്കി.

“അങ്ങനിപ്പം പോണ്ടാ. ഇപ്പം പോകാനൊക്കുകേല. നാളത്തേടം കഴിഞ്ഞു പോയാ മതി.”

“നീ കിറുക്കു പറയുവാന്നോ? രാവിലെ ചെന്നില്ലെങ്കിൽ എല്ലാം കഴിഞ്ഞു. പിന്നങ്ങോട്ടു ചെല്ലുകേം വേണ്ട.”

“പോയാ ഇനി എന്നാ വരുന്നെ?”

“എന്നു വരണം?”

അയാളെ മുറുകെപ്പുണർന്നുകൊണ്ട് അവൾ പറഞ്ഞു:

“എന്നും വരണം. എന്നും.”

എബ്രഹാം ചിരിച്ചു.

അകലെ ഒരു തലക്കോഴി കൂവി. അതു കേട്ടു നാട്ടിലുള്ള പൂവൻകോഴികളെല്ലാം കൂവിത്തുടങ്ങി.

അത്രനാളും കാണാതിരുന്നതിന്റെ ആവേശം പകർന്നുകൊണ്ട് രണ്ടുപേരും കെട്ടിപ്പിടിച്ചു കിടന്നുറങ്ങി.

ഒന്നു മയങ്ങിയുണർന്നപ്പോൾ കാക്കയും കിളികളും കരയുന്നതു കേട്ടു. തന്റെ മാറിൽനിന്നു ശങ്കരിയുടെ കൈയെടുത്തു മാറ്റിയിട്ട് എബ്രഹാം തിടുക്കത്തിലെഴുന്നേറ്റു മുണ്ടു വലിച്ചുവാരിയെടുത്തു. ചെറ്റ നീക്കി നോക്കിയപ്പോൾ വെളിയിൽ ആരോ കുറെ ആളുകൾ.

അയാൾ പകച്ചുപോയി. വെളുപ്പിന് എന്താണു കാര്യം? പിടികിട്ടുന്നില്ല.

ഒരാൾ അടുത്തു വന്നു.

“വെളുക്കുന്നേനുമുമ്പേ അച്ചായനെങ്ങോട്ടാ?”

“ഞാൻ..... വെറുതെ..... എന്തിനാ നിങ്ങളെല്ലാംകൂടെ?”

ലൂക്കോസാണു മറുപടി പറഞ്ഞത്.

“എന്താന്നു പറഞ്ഞുതരാം. താൻ മാടത്തിനകത്തോട്ടു കേറ്.”

കറുമ്പൻ ഏറ്റുപിടിച്ചു.

“വെളുപ്പിനേ അങ്ങു വലിയാവെന്നാരുന്ന്. ഇടിച്ചവന്റെ കരളു വാട്ടണം.” കൈയിലിരുന്ന ബുക്കും കടലാസും ഇടതു കക്ഷത്തിലിടുക്കിപ്പിടിച്ചുകൊണ്ട്, വലതുകൈയ് ഉയർത്തി മെമ്പറുകുട്ടി അവരെ സഗൗരവം താക്കീതു ചെയ്തു:

“ആരും ബഹളം കൂട്ടരുത്.”

വെളുത്തകുഞ്ഞ് അതു വകവയ്ക്കാതെ കയറിപ്പറഞ്ഞു:

“അവന്റെ തൊഴില് ഇങ്ങിവിടേം വന്നു നടത്താവെന്നാ. പുലമാടത്തിക്കേറി പെണ്ണുങ്ങളെ പെഴപ്പിച്ചിട്ട്.....”

മെമ്പറുകുട്ടിക്കു ക്ഷമകെട്ടു:

"എന്നാ നിങ്ങളെല്ലാംകൂടെപ്പറ. ഞാനിടപെടുന്നില്ല."

"അങ്ങനല്ല മെമ്പറേ. എവനോടു നാക്കുകൊണ്ടല്ല പറേണ്ടെ. കൈകൊണ്ടാ."

"എടോ ഇതു കുട്ടനാടല്ല. മാവേലിക്കരയാ. മനസിലായോ?"

മെമ്പറുകുട്ടി ചൊടിച്ചു:

"എന്നാ നിങ്ങളങ്ങു കൈകാര്യം ചെയ്തോ. ഞാൻ പോകുവാ."

വെളുത്തകുഞ്ഞ് സമ്മതിച്ചു.

"ഇല്ല ഞങ്ങളൊന്നും മിണ്ടുന്നില്ല. മെമ്പറു പറഞ്ഞാട്ടെ."

എല്ലാവരും നിശ്ശബ്ദത പാലിച്ചു. മെമ്പറുകുട്ടി സൗമ്യഭാവത്തിൽ എബ്രഹാമിനെ നോക്കി പറഞ്ഞു:

"കേട്ടോ മിസ്റ്റർ എബ്രഹാം. ഞങ്ങൾ വന്നകാര്യം മനസിലായിക്കാണുമല്ലോ."

"എനിക്കു മനസിലായില്ല."

"നമുക്കതിന് ഒരു വ്യവസ്ഥയുണ്ടാക്കണം."

"ഏതിനാ? എന്തോന്നു വ്യവസ്ഥ?"

"അച്ചായനിങ്ങനെ രേഖയില്ലാതെ ഇവിടെ കേറിയിറങ്ങി നടന്നാ സമുദായക്കാരുംകൂടെ ഇതൊക്കെയരിയണ്ടായോ?"

എബ്രഹാമിന്റെ മുഖം വിളറിവെളുത്തു.

"മെമ്പറാണോ ഈ ആളുകളെയും കൂട്ടി എന്നെ ആക്ഷേപിക്കാൻ വന്നിരിക്കുന്നെ?"

മെമ്പറുകുട്ടി ചിരിച്ചു:

"ഇത്രനാളും മിസ്റ്റർ എബ്രഹാമിനെ ഞങ്ങൾ ആക്ഷേപിച്ചിട്ടില്ല. ഞങ്ങളുടെ സമുദായത്തെ മിസ്റ്റർ എബ്രഹാം ആക്ഷേപിക്കുകയായിരുന്നു. അതും അങ്ങു ക്ഷമിക്കുന്നു. എന്നാലും കാര്യം നടന്നാമതി."

"ഒരു കാര്യം ഉണ്ടായാ ഇങ്ങനൊക്കെയാണോ മെമ്പറേ. അതിനു ചില ചിട്ടയൊക്കെയില്ലിയോ?"

ലൂക്കോസ് വീണ്ടും ചൂടായി:

"ആങ്ഹാ. അപ്പം ഇതൊരുതരമാണെന്നാ കരുതിയെ. തന്റെ വേല മനസിലിരിക്കട്ടെ."

"നിങ്ങൾ സംസാരം ഉണ്ടാക്കണ്ടെ."

മെമ്പറുകുട്ടി എബ്രഹാമിന്റെ നേരെ തിരിഞ്ഞു:

"നിങ്ങളുടെ പ്ലാനെന്താണ്? കുഴപ്പമില്ലാതെ കാര്യം തീരുന്നോ അതോ?"

എബ്രഹാം തലകുനിച്ചു. ഒരു വിവരവുമില്ലാത്ത തെമ്മാടികൾ. എങ്ങനൊന്നു പോയിപ്പിഴയ്ക്കും?

വളരെ പ്രയാസപ്പെട്ട് ഒരു ചിരി അഭിനയിച്ചുകൊണ്ട് അയാൾ പറഞ്ഞു:

"ഞാനിപ്പം എന്തു വേണമെന്നാ മെമ്പറു പറയുന്നെ?"

"അച്ചായൻ അവളെ കെട്ടണം."

"അത്രേയുള്ളോ?"

"വേറൊന്നും വേണ്ടാ."

ഒട്ടൊന്നാലോചിച്ചിട്ട് എബ്രഹാം മെമ്പറുകുട്ടിയെ നോക്കി സ്വരമടക്കി പറഞ്ഞു:

"എന്നാ നിങ്ങളൊക്കെ പറയുന്നപോലെ."

ആളുകൾ നിശ്ശബ്ദമായി അന്തം വിട്ടുനിന്നു. അത്രവേഗം അയാൾ വഴങ്ങുമെന്ന് ആരും കരുതിയിരുന്നില്ല.

മെമ്പറുകുട്ടി ശാന്തനായി പറഞ്ഞു:

"എന്നാ നമുക്കതു പിന്നത്തേക്കാക്കണ്ട. ഇപ്പഴാറ്റുമ്പം ഞങ്ങളു സമുദായക്കാരുമുണ്ട്."

തെല്ലൊരു പരിഭവവും സ്നേഹവും കലർന്ന സ്വരത്തിൽ എബ്രഹാം പറഞ്ഞു:

"മെമ്പറുക്കെന്താ ഇത്ര വിവരമില്ലാത്തത്?"

"എന്തോന്നാ? പറ."

"ഞാനൊരു സത്യവിശ്വാസിയായ ക്രിസ്ത്യാനി, പെണ്ണുകെട്ടുമ്പംചില ചിട്ടേം ക്രമോം ഒക്കെവേണ്ടായോ? മെമ്പറെന്താ അതിനെക്കുറിച്ചാലോചിക്കാത്തെ?"

വലിയ വൈഷമ്യമില്ലാതെ പ്രശ്നപരിഹാരം കണ്ടെത്തിയതിൽ മെമ്പർകുട്ടി സന്തുഷ്ടനായി. എബ്രഹാമിനോട് വിട്ടുവീഴ്ചക്കൊരുങ്ങിക്കൊണ്ട് അയാൾ പറഞ്ഞു:

"മി. എബ്രഹാം പറഞ്ഞോളൂ. എന്തൊക്കെയാണു ചിട്ടയും ക്രമവും വേണ്ടത്?"

"അവളെ വേദത്തിച്ചേർത്തു മാമൂദീസ മുക്കണ്ടായോ? പള്ളിയും പട്ടക്കാരനും വേണ്ടായോ?"

കറമ്പൻ ഇടയ്ക്കുകയറി പറഞ്ഞു:

"അതൊക്കെയങ്ങു പള്ളീ പറഞ്ഞാമതി."

ലൂക്കോസ് ചോദിച്ചു:

"മാമൂദീസാ മുക്കിയേച്ചാണോടോ നേരത്തേ താൻ അവളെ വച്ചോണ്ടിരുന്നത്. ഇതിനിടയ്ക്കവളെത്ര പെറ്റി? അന്നു മുക്കിയപോലെ ഇപ്പഴുമങ്ങു മുക്കിയേച്ചാ മതി."

വെളുത്തകുഞ്ഞു മുന്നറിയിപ്പെന്നവണ്ണം പറഞ്ഞു:

"ഇതെല്ലാം വിദ്യയാ. തല്ലുകൊണ്ടേ അവൻ സമ്മതിക്കൂ."

ആളുകളുടെ മര്യാദകെട്ട വർത്തമാനങ്ങളെ മെമ്പറുകുട്ടി അപലപിച്ചു:

"നിങ്ങളീ വെറും വിവരമില്ലാത്ത പെലേരടെകണക്കു സംസാരിക്കാതെ. മിസ്റ്റർ എബ്രഹാം ഇനി നമ്മുടെ ബന്ധുവാണ്. നിങ്ങൾക്കെന്താ ആ മാന്യതയില്ലാത്തെ?"

എന്നിട്ട് എബ്രഹാമിനോടു തിരിഞ്ഞു:

"ഇപ്പോൾതന്നെ കാര്യം നടത്തുന്നതാ നല്ലത്. അല്ലെങ്കിൽപ്പിന്നെ വഴക്കും ബഹളവും ഉണ്ടായാൽ ഞാനുത്തരവാദിയല്ല."

എബ്രഹാം നിസ്സഹായനായി തലകുനിച്ചു. പറമ്പും പരിസരവും നിറഞ്ഞു നിൽക്കുന്ന ആളുകൾ ഓരോന്നു പറഞ്ഞു ചിരിച്ചു.

"അവനെന്താ ഒരു കുട്ടിത്തേവാങ്കിനെപ്പോലെ മോന്തയും മറച്ചിരിക്കുന്നെ?"

"കൊടുക്ക് തലയ്ക്കൊന്ന് മോന്ത പൊക്കുവോന്നറിയാമല്ലോ."

മെമ്പറു കുട്ടി എബ്രഹാമിന്റെ ചെവിയിൽ പറഞ്ഞു:

"ഞാനൊഴിഞ്ഞു. സംഗതി വശക്കേടാ. ആളു കേട്ടറിഞ്ഞു വരുവാ."

ഒരു നെടുവീർപ്പോടെ എബ്രഹാം മെമ്പറുകുട്ടിയോടു പറഞ്ഞു:

"മെമ്പറ് ശങ്കരിയോടൊന്നു ചോദീര്. ഇപ്പോത്തന്നെ വേണോന്നു ചോദിക്ക്."

"ഓ, അതുവേണ്ട. അവൾക്കിഷ്ടമായിട്ടാണല്ലോ....."

"എന്നാലും ഒന്നു ചോദിക്ക്."

മെമ്പറുകുട്ടി ശങ്കരിയെ വിളിച്ചു:

"ശങ്കരീ, നീയിങ്ങോട്ടൊന്നെറങ്ങി നില്ല്."

വശ്യമാർന്ന മുഖം കുനിച്ച്, പുത്തൻപെണ്ണിനെപ്പോലെ ലജ്ജനടിച്ചുകൊണ്ട് ശങ്കരി ഇറങ്ങിവന്നു. എബ്രഹാം ദയനീയമാംവണ്ണം മുഖമുയർത്തി അവളെ നോക്കി. മെമ്പറുകുട്ടി ശങ്കരിയോടു ചോദിച്ചു:

"മി എബ്രഹാമുമായുള്ള കല്യാണത്തിനു നിനക്കിഷ്ടമാണോ?"

എബ്രഹാം കണ്ണുയർത്തി ഇമവെട്ടാതെ അവളെ നോക്കി യാചിക്കുകയായിരുന്നു. ദൈന്യതകലർന്ന യാചന.

ശങ്കരി മറുപടി പറയാതെ ലജ്ജിച്ചു നിന്നു.

മെമ്പറുകുട്ടിക്കും ക്ഷമ കെട്ടു:

"നിനക്കെന്താ വാതുറന്നു പറഞ്ഞാൽ? ഇഷ്ടമാണെങ്കിൽ അതു പറ അല്ലെങ്കിൽ അല്ലെന്നു പറ."

പെണ്ണുകാണാൻ വന്നിരിക്കുന്ന ചെറുക്കൻകൂട്ടരുടെ മുന്നിൽ എന്നപോലെ പതുങ്ങിനിന്നുകൊണ്ട് അവൾ പറഞ്ഞൊപ്പിച്ചു.

"ഇഷ്ടവാ."

ഏറെ നേരം കൊണ്ട് എബ്രഹാം നീറിപ്പുകയുകയായിരുന്നു. എന്നാലിപ്പോൾ അയാൾ ചാമ്പലായി മാറി.

അതിനുശേഷം എല്ലാം മുറപോലെ നടന്നു. കക്ഷത്തിലിരുന്ന പത്രിക നിവർത്ത് മെമ്പറുകുട്ടി എന്തോ കുത്തിക്കുറിച്ചു. തമ്പുരാൻ പണവും കുമ്പാളക്കാണവും കൂടാതെ എബ്രഹാം ശങ്കരിയുടെ കഴുത്തിൽ മിന്നുചരടുകെട്ടി. പത്രികയിലൊപ്പുവെച്ചു. പൊതുതീരുമാനപ്രകാരം അയാൾ സമുദായത്തിലേക്കു സംഭാവന ചെയ്തു.

അങ്ങനെ അനാർഭാടമായി ഒരു കല്യാണം നടന്നു.

ചടങ്ങു തീർന്നപ്പോൾ കറമ്പൻ പറയാനുള്ളതു പറഞ്ഞു:

"കാര്യം തീർന്നു വലിഞ്ഞുകളയാമെന്നു വിചാരിക്കണ്ട. അവിടേം

കാണും യൂണിയൻകാർ. ഞങ്ങൾ വന്നു പിടിച്ചുകെട്ടിക്കൊണ്ടു പോരും."

മെമ്പറുകുട്ടി വിലക്കി:

"ഇതെന്താ കറമ്പാ ഇങ്ങനെ? കല്യാണം കഴിഞ്ഞേച്ച് പൊലയരെല്ലാം കൂടടിയിടുന്നതുപോലെ?"

"അങ്ങനല്ല മെമ്പറെ. ഇതുകൂടെ പറഞ്ഞില്ലെങ്കി......"

പിറ്റേദിവസത്തെ പത്രത്തിൽ ആ കല്യാണവാർത്ത വന്നു.

എല്ലാം കഴിഞ്ഞ് എബ്രഹാം കടന്നുകളയുമെന്നുള്ള കറമ്പന്റെ പേടി വെറുതെയായിരുന്നു. ശങ്കരിക്ക് ഒരു തുണയും കൂട്ടുമായി അയാൾ നാലുകണ്ടത്തിൽ താവളമടിച്ചു.

ഇരുപത്തിയൊൻപത്

ഒരു ദിവസം വയറുവിശന്നപ്പോൾ പാച്ചൻ കോടന്തറയിൽ പെങ്ങളുടെ മാടത്തിലേക്ക് കയറിച്ചെന്നു. ചെല്ലമ്മ കഞ്ഞിയും പുഴുക്കും വിളമ്പിക്കൊടുത്തു. അത് കഴിച്ചുകൊണ്ടിരിക്കുമ്പോൾ തിരുവഞ്ചൻ വന്നുപറഞ്ഞു:

"ഞാനളിയനെ തെരക്കി അങ്ങോട്ടു വരാനിരുന്നേത്. ഒരു കോളു വന്നിട്ടുണ്ട്."

"എന്നതാ കാര്യം?"

"അളിയന്റെ പടിക്കലൊള്ള ഒരു തെടിനിലം പാട്ടത്തിനു കൊടുക്കാൻ പോകുവാ. നോട്ടമുണ്ടോ?"

"ഏതു നിലം?"

"ആയിരത്തിലെ നാരാപിള്ളക്കൊച്ചന്റെ..... എവിടേലും പത്തു പുത്തനുണ്ടാക്കി കൊടുത്തേച്ച് അളിയനാ നിലമെടുത്തു കൃഷി ചെയ്യ്."

പാച്ചന്റെ പടിക്കൽ കൃഷിയിറക്കാതെ കിടന്ന ഒരു തെടിനിലത്തിന്റെ കാര്യമാണ്. കൃഷിയിറക്കാനുള്ള കഴിവുകേടുകൊണ്ട് ആയിരത്തിലെ നാരാപിള്ള അതു തരിശമിട്ടിരിക്കുന്നു. പാച്ചന് കൃഷിക്ക് ഏറെ സൗകര്യമാണ്.

കഞ്ഞികുടിച്ചു കൈകഴുകിക്കൊണ്ട് അയാൾ ചോദിച്ചു:

"അങ്ങേർക്കെന്തോ കൊടുക്കണമളിയാ?"

"അതൊക്കെ ചുളുവിനു പറ്റിക്കാം. അളിയനു വേണോന്നുണ്ടോ?"

എന്താണു പാച്ചനു വേണ്ടാതിരിക്കാൻ? തൊട്ടുപടിക്കൽ. വിത്തും വളവും ചുമന്നുകൊണ്ടു പോവണ്ട. വിത്തു വാരിയെറിഞ്ഞാൽ മതി. കഞ്ഞിവെള്ളം കുടിക്കാനുള്ള നെല്ലു കിട്ടും.

"എന്നാ അളിയനാലോചിച്ചോ."

"ആലോചിക്കാനൊന്നുമില്ല. പുള്ളിക്കാരനത്ര കറങ്ങി നിക്കുവാ. ആർക്കേലും പാട്ടത്തിനു കൊടുക്കുവാന്നെങ്കി പിന്നളിയനു തന്നാലെന്താ?"

എഴുതിവിറ്റു നശിച്ചുപോയ തറവാടാണ് ആയിരത്തിലേത്. ഒട്ടുമു

ക്കാലും അന്യകൈവശം പോയപ്പോൾ നാരാപിള്ള തറവാട്ടുമൂപ്പനായി. വായുവിന്റെ ദീനവും കൊക്കപ്പുഴുവിന്റെ ഉപദ്രവവുംകൊണ്ട് വിളറി വെളുത്തു കുടക്കൊളുത്തുപോലെ നടക്കുന്ന മനുഷ്യൻ. ഉള്ള മണ്ണിൽപ്പോലും അധ്വാനിക്കാൻ ശേഷിയില്ല. എല്ലാം ഒറ്റിയും പാട്ടവുമാണ്. തറവാട്ടു മഹിമയിൽ അഭിമാനമുണ്ട്. പുരാണങ്ങളിൽ ജ്ഞാനവുമുണ്ട്. സപ്താഹത്തിനോ പിറന്നാളിനോ വായനയുള്ളിടത്ത് ഭാഗവതം വായിക്കാന പോകും. നല്ല ശാപ്പാടു കഴിച്ചു മടങ്ങും. വീട്ടിൽ കൊടും പട്ടിണി തന്നെ.

എല്ലാം ആലോചിച്ചിട്ട് പാച്ചൻ മനസിൽ പറഞ്ഞു. ആയിരത്തിലേത് ഇന്നു പാട്ടമാണെങ്കിൽ നാളെ വിലയാണ്.

എങ്കിലും തിരുവഞ്ചനെ നോക്കി അയാൾ നെറ്റി ചുളിച്ചു.

“കൈയിൽ കാശിനു പരുവമൊന്നുമില്ലല്ലോ അളിയാ.”

അതു വേലയാണെന്നു തിരുവഞ്ചനറിയാം. എപ്പോൾ തപ്പിയാലും പാച്ചന്റെ മടിയിൽ പത്തോ ഇരുപതോ കാണും.

“എന്താ പരുവമില്ലാണ്ടാവാൻ? അളിയനു ചിട്ടിപറ്റി കിട്ടിയ കാശെന്ത്യേ?”

“ഓ. അത് അതിനും വേണ്ടിയൊന്നും ഇല്ലാരുന്ന്. ഉള്ളതുതന്നെ പലരേടേം കൈയിലാ.”

ഒരു ചിട്ടി പിടിച്ച വകയിൽ പാച്ചന്റെ കൈയിൽ കുറെ തുക വന്നു ചേർന്നിരുന്നു എന്നത് പരസ്യമായ കാര്യമാണ്. അതു പലർക്കുമായി പലിശയ്ക്കു കൊടുത്തിരുന്നു. ആരെങ്കിലും കൈമുട്ടിനോടിച്ചെന്നാൽ പത്തോ അൻപതോ മറിക്കാൻ പാച്ചന്റെ കൈയിൽ കാണും. നൂറ്റുക്കു പത്തുവച്ചു പലിശ നൽകണമെന്നേയുള്ളു.

ആ ഇടപാടു തുടങ്ങിയതിനുശേഷം അയാളുടെ മടിക്കുത്തു വീർത്തു പൊന്തിയിരിക്കുന്നത് ആളുകൾ അസൂയയോടെ നോക്കി.

തിരുവഞ്ചൻ ഓർമപ്പെടുത്തി:

“വേറെ പലരും നോട്ടമിട്ടിട്ടുണ്ട്. ഇക്കാലത്ത് അന്യകൈവശം പോയാലക്കൊണ്ട് പിന്നെ പാടാ.”

“എന്നാ അളിയൻ പറയുന്നതുപോലെ ഒന്നും ഒക്കുന്നില്ലേ കന്നുങ്ങളു നിപ്പൊണ്ട്. അഴിച്ചിറക്കിക്കൊടുത്തു കാശുവാങ്ങിക്കും.” അങ്ങനെ പാച്ചൻ സമ്മതിച്ചു. ഇടപാടു കാര്യമെല്ലാം തിരുവഞ്ചനെ ഏൽപ്പിച്ചു.

ഉൽക്കർഷേച്ഛയുടെ ഉന്മാദത്തോടുകൂടിയാണ് അയാൾ മാടത്തിലേക്കു നടന്നത്. തന്നെ പിടികൂടിയിരിക്കുന്ന ആലസ്യം മുഴുവൻ വിട്ടകന്നതുപോലെ തോന്നി. നീലമ്മയെക്കുറിച്ചും ശങ്കരിയെക്കുറിച്ചും ഓർത്ത് അസ്വസ്ഥമായിരുന്ന മനസ്സ് ഇപ്പോൾ സത്യം കണ്ടെത്തി. മണ്ണിന്റെ മഹത്വം ഒരിക്കലും വിശ്വസിക്കാൻ കൊള്ളാത്തതും, എന്നെങ്കിലും ഒരിക്കൽ പുഴുത്തു നാറുന്നുമായ ഒരു പെണ്ണിന്റെ മാംസപിണ്ഡത്തേക്കാൾ ആയിരമിരട്ടി മഹത്വമുള്ള മണ്ണ്.

പടിക്കലെത്തി തരിശുകിടക്കുന്ന ആ നിലത്തിലേക്ക് ആർത്തി

യോടെ നോക്കി. ആ പൊറ്റപിടിച്ച മണ്ണ് ഉഴുതുമറിക്കാൻ കൈകൾ തരിച്ചു. അതിൽ വിത്തെറിഞ്ഞ് മികച്ച വിളവു കൊയ്യാൻ കൊതിച്ചു.

പാച്ചനെക്കണ്ട് ചരിപ്പിൽ നിന്നിരുന്ന കന്നുകൾ അമറി വിളിച്ചു. കാള ക്കാലിൽ കൊമ്പിട്ടടിച്ചു. കുറേ നാളായി നോക്കുകയും കാണുകയും ചെയ്യാതെ ചടച്ച് എല്ലും തോലുമായി തന്റെ സഹയാത്രികരെ കണ്ടപ്പോൾ അയാളുടെ മനസ്സ് തളർന്നുപോയി. എഴുന്നേറ്റു നടക്കാനുള്ള കെൽപ്പി ല്ലാതെ മാടത്തിനകത്തു കുത്തിയിരുന്ന നീലമ്മയുടെ നേർക്ക് ഈർഷ്യ യോടെ നോക്കി. ഉള്ളിൽ തികട്ടിവന്ന രോഷം കടിച്ചമർത്തി.

കന്നുകളെ അഴിച്ചിറക്കി കുറേനേരം തൂക്കുകയും തടവുകയും ചെയ്തു. അതിനുശേഷം അടിച്ചുനടത്തി തോട്ടുവെളുമ്പിൽ മേയാൻ കൊണ്ടുപോയി.

പോകുന്ന പോക്കിൽ അവ വരമ്പടിയിൽനിന്ന് ഇളഞ്ഞാറിന്റെ തലപ്പു പിച്ചി. ചാലിലെ തെളിവെള്ളം വലിച്ചുകുടിച്ചു. തോട്ടുവെളുമ്പിൽ നടന്നു ചപ്പയും കുടങ്ങലും കാർന്നുതിന്നു. കന്നുങ്ങളുടെ പള്ള വീർക്കുന്നതു നോക്കിക്കൊണ്ട് പാച്ചൻ തൊട്ടരികിൽ ചലനമില്ലാതെ നിന്നു.

പാടം വെയിലിൽ മുങ്ങിക്കുളിച്ചു കിടന്നു. നോക്കെത്താത്ത വയ ലിലൂടെ നീണ്ടുനീണ്ടു കിടക്കുന്ന തോട്ടിൽ ആമ്പലും അറളയും പൂത്തു വിടർന്നുനിന്നു. ഞാറ്റിൽതലപ്പിലെ പുഴുക്കളെ വേട്ടയാടിപ്പറന്നുകൊണ്ടി രുന്ന കാക്കത്തമ്പുരാട്ടികൾ കന്നുകളുടെ ചുമലിൽ വന്നു വിശ്രമിക്കു കയും അവിടെ കാഷ്ടിച്ച ശേഷം പറന്നുപോവുകയും ചെയ്തു.

വയറുവീർത്തു കണ്ടപ്പോൾ കന്നുകളെ അടിച്ചുനടത്തി ചാലിൽ കൊണ്ടു ചെന്നിട്ടു. അവ തണുത്തവെള്ളത്തിൽ ഇറങ്ങിക്കിടന്നു പുള ഞ്ഞു. കണ്ണടച്ച് കൊമ്പും തലയും കൂടെക്കൂടെ വെള്ളത്തിൽ മുക്കിപ്പി ടിച്ചു.

വരമ്പടിയിൽനിന്ന് അയാൾ പുല്ലു പറിച്ചുകെട്ടി. ഉഴവു തീർന്നിരു ന്നെങ്കിലും അതുവരെ കന്നുകൾക്കൊരു തണുപ്പു കൊടുക്കാനൊത്തില്ല. നാഴി വേപ്പെണ്ണ വാങ്ങണം. അരിയും മഞ്ഞൾപ്പൊടിയുംകൂടി പറ്റിച്ച് വേപ്പെണ്ണയൊഴിച്ചു കുഴച്ച് കന്നുകളുടെ വാപിളർന്ന് ഉരിട്ടിയുരുട്ടി ഇട്ടു കൊടുക്കണം.

നേരം വൈകിയപ്പോൾ പറിച്ചുകിട്ടിയ പുല്ലും കന്നുകളുമായി മാട ത്തിലേക്കു നടന്നു. അവിടെ തീപ്പുക ഉയരുന്നത് അകലെവച്ചു കണ്ട പ്പോൾ ഒരു തൃപ്തി തോന്നി.

കന്നുകളെ ചരിപ്പിൽ കയറ്റിക്കെട്ടി. പുല്ലു കുടഞ്ഞിട്ടുകൊടുത്തിട്ടു തിണ്ണയിൽ വന്നിരുന്ന് ഒരു ബീഡി കത്തിച്ചു. നീലമ്മ ഒരു പാത്രത്തിൽ ചോറും കൂട്ടാനും വിളമ്പി പാച്ചന്റെ മുന്നിൽ കൊണ്ടുവച്ചിട്ട് ഒതുങ്ങി മാറിനിന്നു.

കത്തിച്ചുകഴിഞ്ഞ ബീഡി വലിച്ചു തീരുംവരെ അയാൾ നിശ്ചേഷ്ട നായിരുന്നു. ഒടുവിൽ ബീഡിക്കുറ്റി ദൂരത്തേക്കു വലിച്ചെറിഞ്ഞിട്ട് പാത്രം നീക്കി വച്ച് കുനിഞ്ഞിരുന്നു നിശ്ശബ്ദനായി ചോറുവാരിയുണ്ടു.

പിറ്റേദിവസം തിരുവഞ്ചനേയും കൂട്ടി ആയിരത്തിലെ നാരാപിള്ള തന്നെക്കാണാൻ വന്നപ്പോൾ പ്രിയമില്ലാത്ത മട്ടിൽ അയാൾ മുഖവും വീർപ്പിച്ചിരുന്നതേയുള്ളൂ. ആയിരത്തിലെ തമ്പുരാന്റെ പാടും പരാധീനവും കുറെയേറെ കേട്ടുകഴിഞ്ഞപ്പോഴാണ് ഒന്നു മൂളാനുള്ള കനിവു തോന്നിയത്. ഒടുവിൽ മടിയിലുണ്ടായിരുന്നത് എണ്ണിപ്പെറുക്കി കൊടുത്തു.

അങ്ങനെ വാക്കാൽപാട്ടത്തിനു പാച്ചൻ ഒരു തെടിനിലം വാങ്ങി.

അടുത്തദിവസം തന്നെ നിലം പൂട്ടിയൊരുക്കിയിട്ടു എഴുന്നേറ്റു നിൽക്കാനുള്ള ശേഷി ഇല്ലായിരുന്നെങ്കിലും നീലമ്മ ഒറ്റയ്ക്കു നിന്നു ഞാറുനട്ടു. ഒരു സഹായത്തിന് ആരെയും വിളിച്ചില്ല. ഒരു മിണ്ടാപ്രാണിയെപ്പോലെ അവൾ തനിച്ചുനിന്ന് പണിയെടുക്കുന്നതുകണ്ട് അയാൾ സന്തോഷിച്ചു.

കുടികിടന്ന ഒരുതുണ്ടു ഭൂമിയുടെ ഉടമയായപ്പോൾത്തന്നെ നാട്ടിൽ പാച്ചന്റെ നിലയും വിലയും ഉയർന്നു. ഇപ്പോൾ സ്വന്തമായി നിലംകൃഷിയും പലിശയ്ക്കായാലും അത്യാവശ്യത്തിനു പത്തോ ഇരുപതോ മറിക്കാൻ കഴിയുന്നവനായതുകൊണ്ട് കൃഷിക്കാർക്കെല്ലാം അയാളെ കാര്യമായി. മേലാളരോടാണ് കൂട്ടുകെട്ട്. യൂണിയൻകാരെന്നു പറഞ്ഞുനടന്ന് തമ്പുരാന്മാരോടു നിഷേധം കാട്ടുന്ന സാധാരണ പുലയരെ പാച്ചനു പുച്ഛമാണ്. അവരെ പരസ്യമായി ആക്ഷേപിക്കും. പുഴുത്ത ചീത്തവിളിക്കും.

കർഷകതൊഴിലാളികൾ അങ്ങിങ്ങു നടത്തിയ ചില സമരങ്ങളിൽ അയാൾ ഭൂവുടമകളുടെ പക്ഷം ചേർന്നു. അവർക്കുവേണ്ടി വാക്കേറ്റം നടത്തി. തൊഴിലാളികളോട് എന്തെങ്കിലും വിട്ടുവീഴ്ച കാണിച്ചുകളയാമെന്നു കരുതിയ കൃഷിക്കാർക്കെല്ലാം പാച്ചൻ മുന്നറിയിപ്പു നൽകി:

“ഇവന്മാർക്കൊരു ഗുണവും ചെയ്തുപോകരുത്. ഇന്ന് എന്തേലും നന്മചെയ്താ നാളെ ചാടിതലേക്കേറുന്ന വർഗമാ.”

ഒരുദിവസം ഉച്ചതിരിഞ്ഞ് അയാൾ ആലുംമൂട്ടിലേക്കു നടന്നുപോകുമ്പോൾ ആയിരത്തിലെ നാരാപിള്ള അങ്ങോട്ടു കൈകൊട്ടി വിളിച്ചു. അടുത്തുവന്ന് എന്തോ പറയാൻവേണ്ടി മുഖമുയർത്തി നിന്നു. പക്ഷേ, വാക്കുകൾ വെളിയിലേക്കു വന്നില്ല. മുഖം കറുത്തു കരുവാളിച്ചിരുന്നു. കണ്ണു കലങ്ങിക്കിടക്കുന്നു. നാരാപിള്ള പൊട്ടിക്കരയാൻ പോകുന്നതു കണ്ട് പാച്ചൻ ചോദിച്ചു:

“എന്താ.... എന്താ ഇങ്ങനെ വല്ലാണ്ട്?”

ആയിരത്തിലെ തമ്പുരാന്റെ കണ്ണുകൾ നിറഞ്ഞു തുളുമ്പി. അയാൾ മുഖം തിരിച്ച് മുണ്ടിന്റെ കോൺതലകൊണ്ട് കണ്ണീരൊപ്പി.

വിങ്ങിയും വിതുമ്പിയും ഒരുവിധം കാര്യം പറഞ്ഞൊപ്പിച്ചു. പള്ളിപ്പടിക്കലെ ലക്കോയും മണ്ണന്തറയിലെ കറമ്പനുംകൂടി വഴിയിൽവച്ച് അയാളെ കന്നത്തടിച്ചുവത്രെ.

അന്നുച്ചയ്ക്കാണു സംഭവം. കരിപ്പുഴ കവലയിൽ ചാക്കോച്ചന്റെ ജവുളിക്കടയിൽ മാന്യന്മാർ പത്രവാർത്തകൾ വായിച്ചു ചർച്ചനടത്തുകയായിരുന്നു. ചർച്ചകൾ രാഷ്ട്രീയത്തിലേക്കും കർഷകതൊഴിലാളി യൂണി

യന്റെ പ്രവർത്തനങ്ങളിലേക്കും കടന്നു. നാരാപിള്ളയും അഭിപ്രായങ്ങൾ പറഞ്ഞു. വാദപ്രതിവാദം ചൂടുപിടിച്ചപ്പോൾ അയാൾ യൂണിയൻ പ്രവർത്തകരെ ചീത്ത പറയാൻ തുടങ്ങി. മഠത്തിലെ രാധാകൃഷ്ണനെ തെറിവിളിച്ചു.

"തന്തയില്ലാത്ത.... മോൻ. പുലമാടത്തിക്കേറി വയറ്റിലൊണ്ടാക്കാൻ നടക്കുന്നു."

ജവുളിക്കടയിൽ കൂടിയിരുന്നവർ കൈയടിച്ചു ചിരിച്ചു. അവർ നാരാപിള്ളയ്ക്ക് ആവേശം പകർന്നു.

അടുത്ത ചായക്കടയിലിരുന്ന ലൂക്കോ കൈയോടെ അതിനുപകരം ചോദിക്കാനിറങ്ങി നടന്നപ്പോൾ കറമ്പൻ കൈയിൽ കയറിപ്പിടിച്ചു.

"ഇങ്ങുവാ. ഇങ്ങു പോരെ ഇപ്പം ബഹളത്തിനു പോണ്ടാ. അവരു കുറെ പറയട്ടെ."

"അങ്ങനല്ലെടോ കറമ്പച്ചാരേ. അങ്ങേർക്കിപ്പത്തന്നെ രണ്ടു കൊടുത്തില്ലേ അതൊരേളുതരവാ."

കറമ്പൻ വളരെ പാടുപെട്ടാണു ലൂക്കോയെ സമാധാനിപ്പിച്ചത്.

ചിരിയും പറച്ചിലും കഴിഞ്ഞ് എല്ലാവരും അങ്ങോട്ടുമിങ്ങോട്ടും പിരിഞ്ഞു. വാക്യാർഥസദസിൽ ജയിച്ച അഹങ്കാരത്തോടെ നാരാപിള്ള വീട്ടിലേക്കു പോയി. റോഡിൽ നിന്നിറങ്ങി പാടത്തിനടുത്തുള്ള ഇടവരമ്പിലൂടെ നടന്നുപോകുമ്പോൾ ലൂക്കോസും കറമ്പനും പിറകെ ചെന്നു.

"തമ്പ്രാ എവിടെ പോവ്വ!" കറമ്പൻ പിറകിൽനിന്നു ചോദിച്ചു.

നാരാപിള്ള തിരിഞ്ഞുനോക്കി പറഞ്ഞു.

"ഞാൻ..... കവലവരെ...."

"കവലേവച്ച് എന്താവാന്നാ എതാണ്ടൊക്കെ?....."

"ആരാ, ഞാനോ?"

"തമ്പ്രാതന്നെ. ഞങ്ങടെ സഖാവിനെക്കുറിച്ച്."

"ഹേയ്.... ഞാൻ വെറുതെ....."

കറമ്പൻ കൈയ് നിവർത്ത് നാരാപിള്ളയുടെ കന്നത്തൊന്നു കൊടുത്തു.

"വെറുതെയല്ലിയോ ആണുങ്ങളെക്കുറിച്ചു അതിപ്രായം പറയുന്നെ? എങ്കി ഇതൂടെ വെറുതെ കെടക്കട്ടെ."

അടികൊണ്ട കന്നം തടവിക്കൊണ്ട് നാരാപിള്ള ഇളിഭ്യനായി നിന്നു. വീണ്ടും ലൂക്കോസ് കൈയുയർത്തിയപ്പോൾ കറമ്പൻ കൈയിൽ കേറിപ്പിടിച്ചു.

"ഇനിവേണ്ടാ. ഇന്നത്തേക്കിതുമതി. ആദ്യം സുഖമില്ലാത്താളാ."

ഉലക്ക വിഴുങ്ങിയതുപോലുള്ള നാരാപിള്ളയുടെ നില കണ്ട് കറമ്പൻ പറഞ്ഞു: "എന്നാ തമ്പ്രാ ചെന്നാട്ടെ. അടിയങ്ങൾ ഇവിടംവരേ ഒള്ള്."

നാരാപിള്ള തലയും കുനിച്ചു നടന്നു.

വീട്ടിൽച്ചെന്നിട്ടും ആരോടും ഒന്നും പറഞ്ഞില്ല. പറയാൻ നാണ

ക്കേടു തോന്നി. സംഭവം മുഴുവൻ കേട്ടപ്പോൾ പാച്ചനു ചിരിയാണു വന്നത്. നാരാപിള്ളയുടെ കണ്ണു കണ്ടപ്പോൾ സഹതാപവും.

"ആരെങ്കിലും ഇതറിഞ്ഞാപ്പിന്നെ ഞാൻ ജീവിച്ചിരിക്കണോ പാച്ചാ? എനിക്കാരോഗ്യമുണ്ടോ അവർക്കു രണ്ടു തിരിച്ചുക്കൊടുക്കാൻ?"

"ശരിയാ. ഇതു വലിയ അക്രമം തന്നാ."

പാച്ചനിൽനിന്ന് എന്തോ പ്രതീക്ഷിച്ചുകൊണ്ടു നാരാപിള്ള പറഞ്ഞു:

"അവന്മാർക്കിതിനു പകരം രണ്ടു കൊടുക്കണം. എന്നാലേ എന്റെ സങ്കടം തീരൂ."

"അതുവേണ്ടതാ. അല്ലെങ്കി ഈ നാട്ടി നമുക്കു ജീവിക്കാനൊക്കത്തില്ല."

"അതിയാളു വിചാരിച്ചാലേ നടക്കൂ. അല്ലാതെ ഞാൻ നോക്കിയിട്ടാരുമില്ല."

പാച്ചൻ സഗൗരവം അതു മൂളിക്കേട്ടു.

"വന്നാട്ടെ. കൂടെവന്നാട്ടെ. കോയിക്കലെ കൊച്ചമ്പ്രാനെന്തുവാ പറയുന്നതെന്നറിയട്ടെ."

നാരാപിള്ള പാച്ചന്റെ പിറകെ പ്രത്യാശയോടെ നടന്നുപോയി.

കാര്യം മുഴുവൻ കേട്ടുകഴിഞ്ഞപ്പോൾ ശിവൻപിള്ള നാരാപിള്ളയെയാണ് കുറ്റപ്പെടുത്തിയത്.

"തനിക്കങ്ങോട്ട് ഒരേറെങ്കിലും കൊടുക്കാരുന്നില്ലേ."

"ഞാനോ? അവരും രണ്ടു മുഷ്കന്മാരോടു പിടിക്കാൻ എനിക്കാരോഗ്യമുണ്ടോ?"

ആ ദൈന്യത കണ്ടു ചിരിവന്നു. എങ്കിലും പാച്ചൻ പറഞ്ഞു:

"എന്തായാലും അതിനൊരുങ്ങാത്തതാ ബുദ്ധി. അല്ലെങ്കി അവരടിച്ചെടുത്തു കണ്ടത്തിക്കളഞ്ഞേനെ."

തലപുകഞ്ഞാലോചിച്ചിട്ടു ശിവൻപിള്ള നിർദേശിച്ചു:

"എന്നാലൊരു കാര്യം ചെയ്യ്. നേരെനിന്നു ചോദിക്കാൻ കരുത്തില്ലെങ്കി ഒളിച്ചിരുന്ന് അവന്റെ കുടലു കുത്തിക്കീറിയേച്ചു വാ. ഞാൻ നിർത്തിത്തരാം. ഒന്നും പേടിക്കണ്ട. പോയി അതു ചെയ്തേച്ചുവാ."

ഒളിച്ചിരുന്നു കുടലു കുത്തിക്കീറുന്ന കാര്യം കേട്ടപ്പോൾ നാരാപിള്ള കിടുകിട വിറച്ചു. തനിക്കുകൊണ്ട അടി സഹിച്ചോളാം. പക്ഷേ, ഒളിച്ചിരുന്ന്.....

ശിവൻപിള്ള ക്ഷമകേടോടെ പറഞ്ഞു:

"അല്ലാതിങ്ങനെ വന്നു പാഴാങ്ങം പറഞ്ഞിട്ടെന്താ? ഇതൊക്കെ അറിഞ്ഞിരുന്നോണ്ടാന്നോടാ പാച്ചാ നീ വെറുംകൈയോടിങ്ങോട്ടു പോന്നേ?"

പാച്ചൻ നിന്നു പരുങ്ങി.

"തമ്പ്രാനെ വിവരം ഒന്നറിയിച്ചേക്കാമെന്നു വച്ച്."

"അതുവേണ്ട. പകരം ചെയ്തേച്ചുവരുമ്പം അറിഞ്ഞാമതി. അപ്പഴറിയിച്ചില്ലേലും ഞാൻ തിരക്കി അറിഞ്ഞോളും."

പാച്ചൻ ആചരണയോടെ മൂളി:

"ഓ."

അയാളുടെ മുഖത്ത് ക്രൂരമായ ഒരു പുഞ്ചിരി വിടർന്നു.

മടങ്ങിപ്പോകുന്ന വഴി, സർക്കാരിൽ ശിവൻപിള്ളയ്ക്കുള്ള സ്വാധീനത്തെക്കുറിച്ചും കൂടെ നടക്കുന്നവർക്കുവേണ്ടി എന്തും ചെയ്യാനുള്ള അദ്ദേഹത്തിന്റെ മനഃസ്ഥിതിയെക്കുറച്ചും ആണ് പാച്ചനു പറയാനുണ്ടായിരുന്നത്. പക്ഷേ, നാരാപിള്ള യാതൊന്നും ഉരിയാടിയില്ല. അടികൊണ്ടു കനംതൂങ്ങിയ കന്നം അയാളറിയാതെ ഒന്നു തപ്പിനോക്കി. നല്ല വേദനയുണ്ട്. തന്റെ സങ്കടനിവർത്തിക്കു വേണ്ടി പൊലീസ് സ്റ്റേഷനിൽ ചെന്ന് ഒരു ഹർജി കൊടുക്കുന്നതിനെക്കുറിച്ചായിരുന്നു ആ സമയത്ത് അയാളുടെ ആലോചന.

കറമ്പനും ലൂക്കോസും ചേർന്ന് ആയിരത്തിലെ നാരാപിള്ളയെ കൈയേറ്റം ചെയ്ത വിവരം അറിഞ്ഞപ്പോൾ അതിന്റെ ന്യായാന്യായതകളെക്കുറിച്ചായി നാട്ടിലെ സംസാരം.

കോയിക്കലെ കളപ്പുരയിൽ പ്രമാണിമാർ കൂടിയിരുന്ന് തിന്നകയും കുടിക്കുകയും ചെയ്യുന്നതിനിടയിൽ ആ സംഭവം ചർച്ചചെയ്യപ്പെടുന്നതു പാച്ചൻ കേട്ടു.

"ഇത്രയൊക്കെ സംഭവിച്ചിട്ടും നിങ്ങൾ യാതൊന്നും പഠിക്കാത്തതിലാണെനിക്ക് അതിശയം."

കെ പി പണിക്കരാണു പറയുന്നത്:

"ഈ തൊഴിലാളികൾ നടത്തിക്കൊണ്ടിരിക്കുന്ന അക്രമങ്ങളെല്ലാം നിങ്ങളിതുവരെ കൈയുംകെട്ടി നോക്കിനിന്നു. ഈ ആക്രമണങ്ങളെ ചെറുത്തു തോൽപ്പിക്കണമെന്ന് ഇതുവരെ തോന്നിയോ? അതിനെക്കുറിച്ച് ആലോചിച്ചിട്ടുണ്ടോ? ഒരു കാര്യം ഞാൻ പറയാം. ഈ നിലയ്ക്കു മുന്നോട്ടുപോയാൽ അവന്മാരു പാടിനടന്നതുപോലെ സംഭവിക്കും."

"നമ്മളുകൊയ്യും വയലെല്ലാം നമ്മുടെതാകും പൈങ്കിളിയേ."

ശിവൻപിള്ള നിസ്സാരഭാവത്തിൽ പറഞ്ഞു:

"പണിക്കരചേട്ടനു കിറുക്കോ? ഇതുവല്ലോം നടക്കാനാണോ?"

"എന്താ നടക്കത്തില്ലെന്ന്?"

"ഓന്തുലുത്തിയാ പഴം വീഴുവോ?"

"ഓന്തിന്റെ ഉലുത്താണെന്നു കരുതി സമാധാനിച്ചിരുന്നോ."

പാത്രത്തിൽനിന്ന് കുറേക്കൂടി കുടിച്ചിട്ട് കെ പി പണിക്കർ ഉത്തേജിതനായി പറഞ്ഞു:

"ഞാൻ കാര്യമായി പറയുകയാണ്. ഓന്തിന്റെ ഉലുത്തായിട്ടിതു കരുതരുത്. ഇതൊരു കൊടുങ്കാറ്റാണ്. എല്ലാം കടപുഴക്കിയെറിയുന്ന കൊടുങ്കാറ്റ്. ഇതിന്റെ ഗൗരവം നിസ്സാരമാക്കിത്തള്ളരുത്. നിങ്ങളുടെ ഭൂമി മുഴുവൻ അവരു കൈവശപ്പെടുത്തും. നിങ്ങൾ കൈയുംകെട്ടി നോക്കിനിൽക്കും. വഴിയാധാരമാവും. ഒടുവിൽ നിങ്ങളും അവരുടെ കൂടെ ചേറ്റിലിറങ്ങി വലിയേണ്ടിവരും. ഉപജീവനത്തിന് അവരോടൊപ്പം നിന്ന് പല്ലും കടിച്ചുപിടിച്ച് പണിയെടുക്കേണ്ടിവരും. ഒരു സംശയോം വേണ്ട. വേണ്ടതു

വേണ്ടസമയത്തു ചെയ്യുന്നില്ലെങ്കിൽ ഇതൊക്കെ തന്നെയാണ് നമ്മുടെ നാട്ടിൽ നടക്കാൻ പോകുന്നത്. അവരുടെ തിയറിയെക്കുറിച്ചു പഠിച്ചിട്ടാണു ഞാൻ പറയുന്നത്. നിങ്ങൾ ചരിത്രം പഠിച്ചിട്ടില്ല. ചരിത്രം പഠിക്കണം. "

കെ പി പണിക്കർ സംസാരം നിർത്തി. ഒരു ചുരുട്ടു കത്തിച്ചു വലിച്ചു. അയാൾ പറഞ്ഞ കാര്യങ്ങളെക്കുറിച്ച് ആലോചിച്ചുകൊണ്ട് മറ്റുള്ളവർ നിശ്ശബ്ദരായിരുന്നു.

ചുരുട്ടിന്റെ പുകയിൽനിന്നുള്ള രൂക്ഷമായ ഗന്ധത്തോടൊപ്പം എന്തെന്നില്ലാത്ത ഉൽക്കണ്ഠയും ഭീതിയും അന്തരീക്ഷത്തിൽ തങ്ങിനിന്നു. ജോർജുകുട്ടി അതിന്റെ ഗൗരവത്തിൽത്തന്നെ ചോദിച്ചു.

"ഇപ്പോൾ നാം എന്തുചെയ്യണമെന്നാണു പണിക്കരുചേട്ടൻ പറയുന്നത്?"

"എന്താണു വേണ്ടതെന്നു നിങ്ങൾ ആലോചിക്കണം. നമ്മളോരോരുത്തരും ആലോചിക്കണം. എന്നിട്ടു പരിഹാരമാർഗം കണ്ടുപിടിക്കണം."

ജോർജുകുട്ടി സമ്മതിച്ചു.

"ഈ പറഞ്ഞതെല്ലാം ശരിയായ കാര്യങ്ങളാണ്. അതിനുള്ള വഴി കൂടെ പറഞ്ഞാട്ടെ."

"എനിക്കുതോന്നുന്നത്......"

ചുരുട്ട് ഒന്നു നീട്ടിവലിച്ചു പുകവിട്ടുകൊണ്ട് എന്തോ ഒരുനിമിഷം ആലോചിച്ചശേഷം പണിക്കർ തുടർന്നു:

"അവന്മാരുടെ പ്രവർത്തനങ്ങൾ കണ്ടു നമ്മളൊന്നു പഠിക്കണം. അവരുടെ യൂണിയനുണ്ടാക്കാൻ ഓരോരുത്തനും പ്രാണൻ കളഞ്ഞാണ് പ്രവർത്തിക്കുന്നത്. അതുപോലെ നമ്മളും കുറേപ്പേരു ബദ്ധപ്പെട്ടിറങ്ങിയേ പറ്റൂ. വളരെ ക്ലേശം സഹിച്ചുതന്നെ പണിയെടുക്കണം. ഒരു ഭൂവുടമസംഘം നമുക്കും രൂപീകരിക്കണം. നമ്മുടെ ഒരാളെത്തല്ലിയാൽ അവന്റെ ഒരുത്തനെയെങ്കിലും തട്ടണം. ആ സിദ്ധാന്തക്കാരനാണു ഞാൻ."

എല്ലാവരും കെ പി പണിക്കരുടെ മുഖത്തേക്ക് ഉറ്റുനോക്കിക്കൊണ്ടിരുന്നു.

".....അതുപോലെ എന്തിനും തയാറുള്ള കുറെ ആളുകളെ നമ്മളും സംഘടിപ്പിച്ചു നിർത്തണം. അവന്മാരു സമരം ചെയ്താൽ ഒരു വിട്ടുവീഴ്ചയും കാണിക്കരുത്. നിഷേധികളെ ഒറ്റയൊരുത്തനെ പണിക്കു വിളിക്കരുത്. പട്ടിണി കിടക്കുമ്പം പാഠം പഠിക്കും."

അയാൾ കുറേക്കൂടി സ്വരം താഴ്ത്തി പറഞ്ഞു:

"എന്റെ അഭിപ്രായം, വേണ്ടിവന്നാൽ, ഈ ശല്യം പെരുകുകയാണെങ്കിൽ ഇതിന്റെ തലപ്പത്തു നിൽക്കുന്നവന്മാരുടെ തലതന്നെ ആദ്യം തട്ടണം. കേസ്സുവരും. കേസുവന്നാ നമുക്കൊന്നിച്ചുനിന്ന് അതു കൈകാര്യം ചെയ്യണം..... ഞാൻ പറഞ്ഞതു മനസിലായോ? ആദ്യം നമുക്കു വേണ്ടത് നമ്മുടെ ഒരു സംഘടന. അതിനു നല്ലൊരു സന്നദ്ധസേന കൂടി വേണം. നല്ല തന്റേടവും ധൈര്യവും കൈക്കരുത്തുമുള്ള ഈ നിൽക്കുന്ന പാച്ചനെപ്പോലുള്ളവരുടെ ഒരു സംഘം....."

കെ പി പണിക്കർ പാച്ചനെ നോക്കി ചിരിച്ചു. ആ ചിരി, പാച്ചനിൽ അസാധാരണമായൊരു കരുത്തു പകർന്നു. അയാൾ പുളകിതഗാത്രനായി. അഭിമാനവിജൃംഭിതനായി.

പാച്ചൻ ഒരു നിമിഷംകൊണ്ടു വാനോളം വളർന്നു വലുതായി. എന്നാലും കെ പി പണിക്കരോടുള്ള ബഹുമാനം കൊണ്ടു തല കുനിഞ്ഞുപോയി. അദ്ദേഹത്തിന്റെ കാൽക്കൽവീണു നമസ്കരിക്കാൻ തോന്നി......

അവിടെനിന്നു മടങ്ങിപ്പോകുമ്പോൾ നെഞ്ചുവിരിച്ചു തലയുയർത്തിപ്പിടിച്ചു പാച്ചൻ ഞെളിഞ്ഞു നടന്നു. ബുദ്ധിയും കഴിവുമുള്ള, പണവും പ്രതാപവുമുള്ള ഒരാൾ അയാൾക്കു വഴിതെളിച്ചു കൊടുത്തിരുന്നു. അദ്ദേഹം തന്റെ പിന്നിലുണ്ട്.

മേലാളരുടെ കൂട്ടത്തിൽ കാമ്പും കഴമ്പുമുള്ള ഒരാൾ. അങ്ങനെയൊരാൾ പറഞ്ഞാൽ സ്വയം നെഞ്ചുവെട്ടിപ്പിളർന്നു പങ്കെടുത്തു കൊടുക്കാനും മടിയില്ല.

പക്ഷേ, അദ്ദേഹത്തിന്റെ മുന്നിൽവച്ച് അപ്പോൾത്തന്നെ തുറന്നു പറയേണ്ടതായിരുന്നു. മറ്റുള്ളവർ കേൾക്കെ ഉറക്കെ വിളിച്ചു പറയേണ്ടതായിരുന്നു.

“എന്തു വന്നാലും പാച്ചനും കൂടെ കാണും. തമ്പ്രാന്റെ കൂടെ പാച്ചൻ കാണും. മറ്റാരും ഇല്ലേലും മാനം ഇടിഞ്ഞു വീണാലും.”

കെ പി പണിക്കരിൽ പാച്ചൻ വിശ്വാസമർപ്പിച്ചു. ഉറച്ച ആത്മവിശ്വാസത്തോടുകൂടി അയാൾ ഭാവിയെക്കുറിച്ചാലോചിച്ച. നിൽക്കുന്നിടത്ത് ഉറച്ചുനിന്നുകൊണ്ട് എത്താവുന്ന ദൂരത്തിൽ കൈയെത്തിപ്പിടിക്കാൻ തീരുമാനിച്ചു. ആയിരത്തിലെ നിലം വില വാങ്ങണം. സാധ്യമാകാതെ വരില്ല. മാളോരുടെ സഹായമുണ്ടെങ്കിൽ അതു നടക്കും.... നാട്ടിൽ കണ്ടിയും കഴഞ്ചും ഉള്ളവരെല്ലാം തന്നെ സഹായിക്കാനുണ്ട്..... എന്നിട്ട് ഒരു വീടു പണിയണം ആ വീട്ടിൽ......

പക്ഷേ, അവളാണൊരു തലവേദന. എന്തെല്ലാം ഉണ്ടാക്കിയാലും പെണ്ണൊരുത്തി നന്നല്ലെങ്കിൽ....

ഈയിടെയായി അടങ്ങിയൊതുങ്ങി കഴിയുന്നു. മൂശേട്ടയില. ഒരിക്കലും മിനക്കെടുന്നില്ല. നല്ലതുപോലെ വേലയെടുക്കുന്നു. പണിക്കുപോകാത്തപ്പോൾ പാനെയ്തു പത്തു പുത്തനുണ്ടാക്കുന്നു. കണ്ണിലെണ്ണയൊഴിച്ചു കാത്തിരുന്നിട്ടും തെറ്റുകുറ്റങ്ങളൊന്നും കാണാനില്ല. ഉള്ളിലെന്തായാലും ആ മാറ്റത്തിന്റെ കാരണം കണ്ടുപിടിച്ചുകൊണ്ട് പാച്ചൻ സ്വയം പറഞ്ഞു:

“മേലു നോവുമ്പം ഏതവളും പഠിക്കും.”

തന്റെ കൈക്കരുത്തുകൊണ്ടാണ് നീലമ്മ തൽപ്പാട്ടിൽ വന്നതെന്നു പാച്ചൻ കരുതി. അല്ലായിരുന്നെങ്കിൽ അവൾ അവന്റെകൂടെ ചാടിപ്പോയേനെ. മാനക്കേടുകൊണ്ടു മാളോരുടെ മുഖത്തു നോക്കാൻ കഴിയാതായേനേ.

എങ്കിലും പെൺജാതിയല്ലെ. വിശ്വസിച്ചാൽ അപകടമാണ്. മനസിലിരിപ്പ് എങ്ങനറിയും?

ശങ്കരിയുടെ കാര്യം ഇങ്ങനെ വരുമെന്നു കരുതിയതാണോ? എന്താണ് ആ കണ്ടത്? അന്നത്തെ ആ ഞെട്ടൽ ഇപ്പോഴും മാറിയിട്ടില്ല.

അന്നു കരുതിയതുപോലെ അവൾ ചത്തില്ല. പക്ഷേ, തന്റെ ഓമനക്കുട്ടി ചത്തു കഴിഞ്ഞു. അവളെക്കുറിച്ചുണ്ടായിരുന്ന മോഹങ്ങളെല്ലാം ചത്തടിഞ്ഞു. ഇന്നവളെക്കുറിച്ചോർക്കുമ്പോൾ അറപ്പും വെറുപ്പും തോന്നുന്നു.

അങ്ങനെ, ഏതവളുണ്ട് ഈ ലോകത്തു നേരുകാരി?

ഏതെങ്കിലും ഒരുത്തിയെ ചുമന്നേ പറ്റൂ.

നീലമ്മയുടെ ഓരോ ചലനവും സൂക്ഷിച്ചുകൊണ്ടിരുന്നു. എന്തെങ്കിലും തെറ്റു കണ്ടാൽ വലിച്ചിട്ടു ചവിട്ടും. നല്ല മിണ്ടൂരിയാട്ടമില്ലെന്നു തോന്നിയാൽ അവൾ കണ്ണനെക്കുറിച്ചുള്ള വിചാരവുമായി കഴിയുകയാണെന്നു കരുതും. ഷാപ്പിൽനിന്നു വരുമ്പോൾ ആ വിചാരം പറഞ്ഞു പൊതിരെ തല്ലും.

വഴക്ക് തെക്കേമാടത്തിൽ ജീവിതത്തിന്റെ ഒരു ഭാഗമായിത്തീർന്നു. തല്ലു കൊള്ളുന്നതു നീലമ്മയുടെ നിത്യാനുഭവമായി മാറിയിരുന്നു. ഒരു പരിഭവവും കൂടാതെ, ഒരു പരാതിയുമില്ലാതെ ആ അനുഭവങ്ങളുമായി അവൾ പൊരുത്തപ്പെട്ടു കഴിഞ്ഞു. ശാരീരികദണ്ഡനകൾ വേദനിപ്പിക്കാറില്ല. തല്ലുകൊണ്ടു കരയുമ്പോൾ, ശ്വാസം മുട്ടി പിടയുമ്പോൾ ഒരുതുള്ളി കണ്ണീർ പൊടിക്കാറില്ല.

ഒരു പെണ്ണാളിന്റെ ജോലിയെടുക്കുന്ന നെടുത്തടിയായിട്ടു മാത്രമേ പാച്ചൻ അവളെ കണ്ടിരുന്നുള്ളൂ. പക്ഷേ, ഇടിച്ചുചതച്ച് അയാളത് ചതളിപ്പിച്ചു കളയുകയാണെന്നോർത്തില്ല.

പണ്ടത്തെ നീലമ്മയാണിതെന്ന് ഇപ്പോൾ കണ്ടവരാരും പറയുകയില്ല.

ഒരു ദിവസം സന്ധ്യക്കു മണ്ണന്തറയിലെ കറമ്പന്റെ മാടത്തിൽ കണ്ണൻ കമ്മിറ്റി കൂടാൻ വന്നപ്പോൾ നീലമ്മയുടെ നിലവിളി കേട്ടു. എല്ലാവരും ചെവിയോർത്തിരിക്കുമ്പോൾ തിരുമ പറഞ്ഞു:

"ആ കാലമാടൻ ഒരു പെണ്ണിനെയിട്ടു പെടുത്താനിനി പാടൊന്നുമില്ല. ഇപ്പക്കണ്ണെടുത്തൊന്നു നോക്കിയേച്ചാ മതി. തല്ലുകൊണ്ട് അതങ്ങു ചാവാറായി."

കണ്ണൻ യാതൊന്നും പറയാതെ മുഖം കുനിച്ചിരുന്നു. ആ ഒരു നിമിഷത്തിൽ അയാളുടെ തലച്ചോറിലൂടെ ഒരു കൊടുങ്കാറ്റ് ചുറ്റിയടിച്ചു.

ഓമനിച്ചു വളർത്തിയ കോഴിക്കുഞ്ഞിനെയെടുത്തു.

കുറുക്കന്റെ മുന്നിലേയ്ക്കെറിഞ്ഞുകൊടുത്തു. കുറുക്കൻ കടിച്ചു കുടയുമ്പോൾ അത് പ്രാണവേദനയോടെ നീട്ടിക്കരയുന്നു. ആ കരച്ചിൽ കേട്ടുകൊണ്ട് താൻ ഇവിടെ.....

തിരുമ തെല്ലൊരു സങ്കോചത്തോടെ പറഞ്ഞു:

"സഖാവിന്റെ പേരുംപറഞ്ഞാ അവനവളെ ഇങ്ങനെ ഹേമദണ്ഡം ചെയ്യുന്നെ."

എന്നിട്ടും കണ്ണൻ മിണ്ടിയില്ല. കല്ലുപോലെ ഒരിരുപ്പിലിരുന്നു.

എങ്കിലും ആ കല്ല് ഉരുകിത്തിളയ്ക്കുകയായിരുന്നു.

തെക്കെമാടത്തിൽനിന്ന് ഒരിക്കൽക്കൂടി ആ നിലവിളി ഉയർന്നുകേട്ടു. ഒരു പെണ്ണാപ്പിറന്നവളുടെ നിസ്സഹായമായ നിലവിളി! ആരോടും ഒന്നും പറയാതെ ഒറ്റക്കുതിപ്പിന് കണ്ണൻ പാച്ചന്റെ കടേക്കലെത്തി.

നീലമ്മയുടെ തലമുടിക്കു കുത്തിപ്പിടിച്ചുകൊണ്ട് കുനിച്ചുനിർത്തി ഇടിക്കുകയാണ്. കണ്ണൻ അലറുന്ന സ്വരത്തിൽ വിരൽചൂണ്ടി പറഞ്ഞു:

"ഇനി തൊടരുതവളെ. ഇനി നീ തൊട്ടുപോകരുത്."

പാച്ചൻ തല ഉയർത്തി നോക്കി. കണ്ണനെ കണ്ട് കൺതുറിച്ച്, പല്ലു ഞവറിക്കൊണ്ട് അയാൾ ചിറഞ്ഞുപിടിച്ചു നിന്നു.

"നീ..... നീയിവിടെ.... നിനക്കെന്താ ഇവിടെ കാര്യം?"

മുഷ്ടിചുരുട്ടി കണ്ണന്റെ നേരെ ചീറിക്കൊണ്ടുചെന്നു. കണ്ണൻ കൈവലിച്ച് പാച്ചന്റെ കന്നത്തൊന്നു കൊടുത്തിട്ടു നീലമ്മയെ വിളിച്ചു:

"ഇറങ്ങി വാടീ..... എന്റെകൂടെ ഇറങ്ങിപ്പോരെ."

പാച്ചൻ തന്റെ കത്താളിനുവേണ്ടി അങ്ങുമിങ്ങും തപ്പി.

കലിതുള്ളുന്ന മാരിയമ്മനെപ്പോലെ അഴിഞ്ഞുചിതറിയ മുടിയോടെ, കത്തുന്ന കണ്ണുകളോടെ നീലമ്മ കണ്ണന്റെ നേരെ വിരൽ ചൂണ്ടിപ്പറഞ്ഞു:

"ഇറങ്ങെന്റെ തറേന്ന്, ഇറങ്ങിപ്പോകാനാ പറഞ്ഞെ. അല്ലേ ഞാൻ.... ചോദിക്കാൻ വന്നിരിക്കുന്നോ? എന്റെ പെലേനാ എന്നെ തല്ലുന്നെ. എന്താ അതിന്?"

കണ്ണൻ സ്തംഭിച്ചു വാപൊളിച്ചുനിന്നു.

കറമ്പന്റെ തറയിൽനിന്ന് ആളുകൾ ഓടിവന്നു.

എല്ലാറ്റിനെയും തട്ടിത്തകർക്കാനുള്ള കരുത്തു സംഭരിക്കുന്നതു പോലെ നീണ്ടുനിവർന്നു മുഷ്ടിചുരുട്ടുന്ന കണ്ണനെക്കണ്ടു സംഭ്രാന്തിയോടെ നീലമ്മ വാവിട്ടു കരഞ്ഞു.

"എന്നെ കൊല്ലിക്കാൻ വന്നേതോ.... കൊല്ലിച്ചേ അടങ്ങത്തൊള്ളോ?"

അവൾ കൈചുരുട്ടി തന്നത്താനിടിച്ചു കരയുന്നതുകണ്ട് അയാൾ തലയും കുനിച്ച് ഇറങ്ങിപ്പോയി.

മുപ്പത്

ഒടുവിൽ അണിമ തന്നെയാണു ജയിച്ചത്.

മകൾ വയറ്റുകണ്ണിയാണെന്നു പറഞ്ഞറിഞ്ഞപ്പോൾ, അപ്പോഴെങ്കിലും അവളെയൊന്നു കാണാൻ പോകുന്ന കാര്യം കുഞ്ഞിത്തേവനെ ഓർമിപ്പിച്ചു. നിരങ്ങിയും മൂളിയും ഇരുന്നതല്ലാതെ അയാൾ മറുപടിയൊന്നും പറഞ്ഞില്ല.

അണിമ വാദിച്ചുനോക്കി:

"ഇത്രനാളായിട്ടു നമ്മളങ്ങോട്ടൊന്നു തിരിഞ്ഞുനോക്കീട്ടില്ല. ആളും പേരുമില്ലാത്ത കുഴിയട്ടിയാന്നല്ല്യോ മാളോരു പറേന്നെ."

എന്നിട്ടും കുഞ്ഞിത്തേവന് അനക്കമില്ല. അണിമ രണ്ടും കൽപ്പിച്ചു പറഞ്ഞു:

"നമ്മൾ വരുന്നില്ലേ വരണ്ട. ഏനൊന്നു പോയേച്ചുവരട്ടെ. പറന്നു പോന്ന കാക്കയ്ക്കും തൻകുഞ്ഞു പൊൻകുഞ്ഞാ."

വെറുതെ കൈയും വീശിയങ്ങു പോകാനും വയ്യ. കരിയില തൂത്തു കൂട്ടി ചാരം കരിച്ചും കോഴിമുട്ട വിറ്റും പത്തു പുത്തനുണ്ടാക്കിയതു കൊടുത്ത് അണിമ നെയ്യപ്പവും മുറുക്കും വാങ്ങി പുട്ടലിലാക്കി. കൈയിൽ കൊടുക്കാൻ വേണ്ടി അഞ്ചാറ് കാശെടുത്ത് അരമടിശ്ശീലയിലിട്ട് ഏണിൽ തിരുകി.

എല്ലാം ഒത്തെന്നു കണ്ടപ്പോൾ കുഞ്ഞിത്തേവനും കൂടെ കൂടി.

"എന്നാങ്കി നീ തനിച്ചു പോണ്ട. ഏനും വരുന്ന്."

അണിമ അടക്കോഴിയെ വച്ചു വിരിപ്പിച്ചു വളർത്തിക്കൊണ്ടുവന്ന രണ്ടു കോഴിക്കുഞ്ഞുങ്ങളെ പിടിച്ച് കുഞ്ഞിത്തേവന്റെ നേരെ നീട്ടി.

"ഇതിനേം കുടങ്ങു പിടിച്ചോ. കൊടുത്തേച്ചു പോന്നാ അവളു വളത്തിക്കോളും."

കോഴിക്കുഞ്ഞുങ്ങളുടെ കാലു കെട്ടി അയാൾ ഇടതുകൈയിൽ തൂക്കിപ്പിടിച്ചു. വലതുകൈയിൽ കാഞ്ഞിരത്തും കമ്പുമായി മുമ്പേ നടന്നു. പുട്ടലും താങ്ങിപ്പിടിച്ച് അണിമ പുറകെയും.

നിനച്ചിരിക്കാതെ തന്തയും തള്ളയും വന്നു കയറിയപ്പോൾ തങ്കമ്മ അന്തം വിട്ടുപോയി. കിനാവു കാണുകയാണോ എന്നു സംശയിച്ചു. ഓടിച്ചെന്ന് അമ്മയെ കെട്ടിപ്പിടിച്ചു കരഞ്ഞു. അണിമ കൗതുകപൂർവം അവളെ അടിമുടിയൊന്നു നോക്കി മൗനമായി നിന്നു. കുഞ്ഞിത്തേവന്റെ കൈയിൽനിന്ന് ആ കോഴിക്കുഞ്ഞുങ്ങളെ ഏറ്റുവാങ്ങി. അയാൾക്കിരിക്കാൻ പുട്ടലെടുത്തു തിണ്ണയിലിട്ടു.

"ഇന്നലെ വടക്കേത്തെ മുരിങ്ങേ വന്നിരുന്ന് കാക്ക വിരുന്നു വിളിച്ചപ്പഴേ ഞാനിവിടെ പറഞ്ഞ് — ആരാണ്ടു വിരുന്നുവരാൻ പോന്നെന്ന്. അപ്പോ ചോദിക്കുവാ — ആരാ അങ്ങനെ വരാനെന്ന് — കാക്കയങ്ങു നിറുത്താതെ വിളിക്കുവാരുന്ന്."

"എന്നേ നിരീക്കുന്ന് മോളെ, വരണം വരണമെന്ന്. ഇന്നാ ഒത്തെ. നിനക്കിതെത്ര മാതമാ....?"

തങ്കമ്മ നാണത്തോടെ എന്തോ പറഞ്ഞു.

കുഞ്ഞിത്തേവൻ ഇരുത്തമുറയ്ക്കാതെ നാലുപാടും കണ്ണുപായിച്ചു കൊണ്ട് മാടത്തിനു ചുറ്റും നടന്നു. അവരുടെ ആ പൊറുതി എങ്ങനെയുണ്ടെന്നു നോക്കി. കറിവയ്ക്കാൻ മീനും കുറേ പച്ചക്കറിയുമായിട്ടാണു കുഞ്ഞച്ചൻ വരുന്നത്. വിരുന്നുകാരുള്ള വിവരം കരിപ്പുഴക്കവലയിൽ വച്ചു തന്നെ കുഞ്ഞച്ചനറിഞ്ഞു. രണ്ടു പഴുക്കാപ്പാക്കും ഒരു വലിയ പൊയി

ലയും ഒരടുക്കു വെറ്റിലയും പ്രത്യേകം കരുതി.

വെറ്റിലയെടുത്തു ചുണ്ണാമ്പുതേച്ചു മടക്കി, കുഞ്ഞിത്തേവനു നീട്ടിക്കൊണ്ട് അണിമ കുഞ്ഞച്ചനെ നോക്കി പറഞ്ഞു:

"എന്നാലും നിങ്ങളു രണ്ടുപേരും നല്ല മനുഷേരാ! ഇതുവരെ അങ്ങോട്ടൊന്നു തിരിഞ്ഞുനോക്കിയില്ലല്ലോ.... എന്താ നിങ്ങളെ വല്ലോരും അടിക്കുവോ അങ്ങോട്ടു വന്നാലക്കൊണ്ട്.... ഞങ്ങളാന്നേ കുഴീലോട്ടു കാലുംനീട്ടിയിരിക്കുന്ന്. നിങ്ങക്കെന്താ വന്നാലക്കൊണ്ടു നാണമാവുവോ?"

കുഞ്ഞച്ചൻ അതു കേട്ടു ചിരിച്ചു. അയാൾ തങ്കമ്മയുടെ വയറ്റത്തു നോക്കി പറഞ്ഞു:

ഞങ്ങളു മുന്നുപേരാവുമ്പെ മൂവരുംകൂടെ അങ്ങോട്ടങ്ങു വന്നുകളയാമെന്നാ കരുതിയെ."

അണിമ കുഞ്ഞിത്തേവനെ നോക്കി കണ്ണിറുക്കി:

"കേട്ടോ, കേട്ടോ. അവരു മൂന്നുപേരാവുമ്പ.... കൊള്ളാം. അപ്പം അവളെ പേറ്റിനുപോലും അങ്ങോട്ടയക്കത്തില്ലാരുന്ന്."

തങ്കമ്മയുടെ തള്ളയെയും തന്തയെയും കാണാൻ കിഴക്കേ മാടത്തിലെ ഉണ്ണൂലിത്തള്ളയും മക്കളും അങ്ങോട്ടു വന്നു.

"അല്ലാ. ഇങ്ങനേം ഒണ്ടോ ആളുകള്.....? എന്നേലും ഒരിക്കെ വരാതിരിക്കുകേലെന്ന് ഞങ്ങക്കറിയാരുന്ന്."

"പിന്നെ വാശിപിടിച്ചിരുന്നാലക്കൊണ്ടാക്കുവോ? ഞങ്ങളു തന്നെ തോറ്റുകൊടുത്ത്."

ഉണ്ണൂലിത്തള്ള അർഥം വച്ചു പറഞ്ഞു:

"ജയിച്ചേതെന്നു പറ. എല്ലാക്കാര്യോം ഞങ്ങക്കറിയാം."

മാടത്തിനകത്തുനിന്ന് കോഴിക്കുഞ്ഞുങ്ങളുടെ കരച്ചിൽ കേട്ട ഉണ്ണൂലിത്തള്ള എത്തിനോക്കി. തങ്കമ്മ പറഞ്ഞു:

"അമ്മ കൊണ്ടന്നതാ ഉണ്ണൂലിയമ്മേ."

ഊണും കഴിഞ്ഞു നാലുംകൂട്ടിയൊന്നു മുറുക്കിയിട്ട് കുഞ്ഞിത്തേവൻ ആറ്റുമാലിക്കു നിന്ന് ഈറ വെട്ടിയെടുത്ത് കോഴിക്കുഞ്ഞുങ്ങളെ വളർത്താൻ വേണ്ടി ഒറ്റാലുണ്ടാക്കി. അതു കെട്ടിത്തീർന്നപ്പോഴേക്കു വെയിലാറി.

"എന്നാങ്കി ഞങ്ങളങ്ങോട്ടെറങ്ങട്ടെ മോളേ."

അണിമ യാത്രയ്ക്കൊരുങ്ങി. തങ്കമ്മ തടസ്സം പറഞ്ഞു:

"അല്ലേ ഇതെന്നാകൂത്താ! നല്ലപ്പം വന്നതല്ലിയോ? ഇന്നു പോകാനാരുന്നെങ്കി ഓടിപ്പിടിച്ചിങ്ങോട്ടു വന്നതെന്തിനാ?"

അണിമയ്ക്കും അന്നവിടെ തങ്ങിയാൽ കൊള്ളാമെന്നുണ്ടായിരുന്നു. പക്ഷേ, കുഞ്ഞിത്തേവന്റെ ഗതമറിയാൻ വയ്യ.

അപ്പോൾ കുഞ്ഞച്ചൻ പറഞ്ഞു:

"ഇന്നിനി നേരം വൈകി. രാവിലെയങ്ങെണീച്ചുപാം."

അന്നു രാത്രിയിൽ എല്ലാവരും അവിടെ തങ്ങി. പിറ്റേദിവസം

രാവിലെ പിരിയാൻ നേരം അണിമ ആശ്വസിപ്പിച്ചു:

"ഇപ്പം താമസിക്കുന്നടം കണ്ടല്ലോ. ഓടീം ഓടിച്ചും ഇനി എപ്പം വേണേലും വരാവല്ലോ."

എന്തോ മറന്നുപോയതു പെട്ടെന്നോർത്തപോലെ അണിമ ചോദിച്ചു:

"അതു പറയാനക്കൊണ്ട്, നിങ്ങളെന്നാ ഇനി അങ്ങോട്ടു വരുന്നെ? അതോ ഞങ്ങളു തന്നെ വേണോ ഇനീം ഇങ്ങോട്ട്?"

തങ്കമ്മ കുഞ്ഞച്ചന്റെ മുഖത്തേക്കു നോക്കിനിന്നു. അപ്പോൾ കുഞ്ഞിത്തേവൻ പറയുന്നതു കേട്ടു.

"അല്ലേലും നമ്മളിങ്ങോട്ടു വരണോല്ലോ. മാതം തെകയുന്നേനു മുമ്പു വിളിച്ചോണ്ടുപോവാനക്കൊണ്ട് അതല്ലിയോ അതിന്റെ മൊറ."

അമ്മയുടെ പുറകെ തങ്കമ്മ ഒട്ടുദൂരം നടന്നു. അവർ നടന്നുപോകുന്നത് തോട്ടരികിലെ ഒരു കൈതയിൽനിന്ന് ഒരു തുമ്പുപിച്ചി കടിച്ചുകൊണ്ട് അവൾ നോക്കിനിന്നു.....

പിറ്റേദിവസം രാവിലെ പള്ളിപ്പടിക്കലെ അച്ചാമ്മ ഓടിവന്നു തങ്കമ്മയോടു പറഞ്ഞു:

"അറിഞ്ഞോ കാര്യം? ഇന്നു വിളയിക്കാട്ടേക്കു പറിച്ചുനടീലാ. എല്ലാരേം വെളീന്നു വരുത്തീരിക്കുവാ."

"ങേ"

"ങാ. ഇവിടുത്തുകാരാരുമില്ല. എല്ലാം മേനാമ്പള്ളിക്കാരാ."

എന്താണു ചെയ്യേണ്ടതെന്നറിയാതെ തങ്കമ്മ കൺമിഴിച്ചു നിന്നു.

യൂണിയനിൽപ്പെട്ട തൊഴിലാളികളെ ആരെയും പണിക്കു വിളിക്കരുതെന്ന് കുറേ വീട്ടുകാർ നിശ്ചയിച്ചിരിക്കുകയാണ്. അതിനെച്ചൊല്ലി അവിടെയുമിവിടെയുമെല്ലാം ചില ചില്ലറ കശപിശകൾ നടന്നുകൊണ്ടിരുന്നു. പക്ഷേ, വിളയിക്കാട്ടെ കാര്യം ആരും കരുതിയതല്ല. പറിച്ചുനടീലിന്റെ വകയ്ക്ക് അവരും കുറേ ആളുകളെ കൊണ്ടുവന്നിരിക്കുന്നുവെന്നറിഞ്ഞപ്പോൾ പകച്ചുപോയി. ഒന്നാലോചിക്കാനും പറയാനും ആണുങ്ങളാരും സ്ഥലത്തൊട്ടില്ലതാനും.

"അവരെത്രപേരു കാണും ഏട്ടത്തീ?"

"ഒൻപതു പേര്. ഞാൻ ചെന്നു നോക്കിയപ്പം അവളുമാരു തകർത്തു പിടിച്ചു പണിയാ."

ഒരു പോംവഴിയും കാണാതെ അച്ചാമ്മ വിളിച്ചുപറഞ്ഞു:

"എന്തേലും ചെയ്തില്ലേ ആകെ നാണക്കേടാകുവല്ലോ. എന്റെ കർത്താവേ...."

തങ്കമ്മ പറഞ്ഞു:

"ഞാനാലോചിച്ചിട്ട് ഒരു വഴിയുണ്ട്."

"എന്നതാ? നിനക്കു തോന്നുന്നതങ്ങു പറ."

"അവളുമാരുടെ കൂടെറങ്ങി നമ്മളുടങ്ങു പണിയെടുത്താലെന്താ?"

"ഒള്ളതാ. എന്നാ അങ്ങനാട്ടെ."

തങ്കമ്മ വീണ്ടും എന്തോ ചിന്തിച്ചുകൊണ്ടു നിൽക്കുന്നതുകണ്ട്

അച്ചാമ്മ തിടുക്കം കൂട്ടി.

"എന്നാപ്പിന്നിങ്ങനെ നിന്നാലോ? ഇങ്ങോട്ടു വാ.

"നമ്മളു വേണം ഏഴെട്ടുപത്താള്. അല്ലെങ്കി....."

"അതൊക്കെ കാണും. നീയിങ്ങോട്ടൊന്നെറങ്ങിയേ."

അവരോടിപ്പോയി മറിയയോടും പെണ്ണമ്മയോടും വിവരം പറഞ്ഞു. തിരുമയെയും കറമ്പിയെയും വിളിച്ചു. കിട്ടാവുന്നവരെയെല്ലാം കൂട്ടി. ആളു കുറെ ആയപ്പോൾ എല്ലാവർക്കും ഉത്സാഹമായി. അരയിൽ അരിവാളും തിരുകി പെണ്ണാളുകൾ തിടുക്കത്തിൽ നടന്നുപോയപ്പോൾ വഴിയരികിൽനിന്നു കുഞ്ഞാല കളിയാക്കി.

"അവളുമാര് പോണ്. ഇപ്പം മേടിച്ചു കെട്ടിക്കൊണ്ടുവരും."

തിരുമ അവളെ പ്രാകി:

"അമ്പടി കരിനാക്കീ! നിങ്ങടെ നാവു പുഴുത്തുപോട്ടെ!"

"കെളവിയോടു പിടിക്കാൻ നിക്കാതെ ഇങ്ങോട്ടു വാടീ തിരുമേ."

ചോദിക്കാതെയും പറയാതെയും കുറേ പെണ്ണുങ്ങൾ വന്നു നിലത്തിറങ്ങി പറിക്കാനും നടാനും തുടങ്ങിയപ്പോൾ മേനാമ്പള്ളിക്കാരികൾ അമ്പരന്നു പോയി. അതിൽ പൊക്കംകൂടിയ ഒരുത്തി ചോദിച്ചു:

"നിങ്ങളേതാ പെണ്ണുങ്ങളെ മനസിലായില്ലല്ലോ?"

പെണ്ണമ്മ പറഞ്ഞു:

"ഞങ്ങളു വിളയിക്കാട്ടെ പൊലേരാ. നിങ്ങളോ? നിങ്ങളിപ്പം എവിടുന്നാ വരുന്നെ?

മേനാമ്പള്ളിക്കാരുടെ മുഖം മങ്ങി.

വയൽക്കരയിലെ തെങ്ങിന്റെ മണ്ടയ്ക്കിരുന്നുകൊണ്ട് ഒരു കൃഷ്ണപ്പരുന്ത് നീട്ടിക്കരഞ്ഞു. സൂര്യൻ ആകാശത്തു കത്തിയെരിഞ്ഞു.

മേനാമ്പള്ളിക്കാരി നിവർന്നുനിന്നു ചോദിച്ചു:

"നിങ്ങളാരുപറഞ്ഞിട്ടാ പെണ്ണുങ്ങളെ വന്നിരിക്കുന്നെ? ഞങ്ങക്കതൊന്നറിയണം."

"നിങ്ങളു വന്നിറങ്ങിയതു കണ്ടു വന്നതാ."

മേനാമ്പള്ളിക്കാരി ചൊടിച്ചു:

"നിങ്ങളെന്നാവേലയാ ഇക്കാണിക്കുന്നെ?"

തങ്കമ്മ തിരിച്ചു ചോദിച്ചു:

"കണ്ണിലെന്തുവാ കാണാൻ മേലെ?"

"ആരാ നിങ്ങളെ പറഞ്ഞയച്ചതെന്ന്?"

"ആരും പറഞ്ഞയച്ചില്ല. സ്വമേതക്കു വന്നതാന്നു പറഞ്ഞില്യേ."

"പിന്നെന്തുവാ ഇക്കാണിക്കുന്നെ? തോന്നിയവാസം വന്നെറങ്ങിയാ...."

"തോന്നിയവാസത്തിനു പറയാനക്കൊണ്ടു നീയിപ്പം എവിടുന്നു വന്നെടീ?"

മേനാമ്പള്ളിക്കാരിയൊന്നു തവിഞ്ഞു:

"ആരാ വൈകിട്ടു കൂലി തരാനക്കൊണ്ടെന്നു ചോദിച്ചത്."

"അതു കിട്ടുന്നെ ഞങ്ങളു മേടിച്ചോളാം. നിങ്ങക്കു കിട്ടുന്നെ നിങ്ങളും മേടിച്ചോ- ഇതു ഞങ്ങക്കു കിട്ടണ്ടുന്ന പണിയാ."

"പിന്നെ ഞങ്ങളെ ഇത്രദൂരോം വരുത്തിയതെന്തിനാ?"

"എന്തിനാന്നു വിളിച്ചവരോടു പോയി ചോദീര്."

മേനാമ്പള്ളിക്കാരി വേറൊരുത്തി ഊക്കോടെ തന്റെ വലതുകൈ വലിച്ചു കുടഞ്ഞു.

"ഹോ. ഈ കുണ്ടാണം എന്റെ കയ്യിമ്മേ കേറിയൊരു കടി."

കൈയിൽ കടിച്ചുതൂങ്ങിയ ഞണ്ടിനെ അവൾ ദൂരത്തേക്കു വലിച്ചെറിഞ്ഞു. തെങ്ങിന്റെ മണ്ടയിൽ നിന്നു പറന്നുവന്ന കൃഷ്ണപ്പരുന്ത് ആ ഞണ്ടിനെയും റാഞ്ചി മരക്കൊമ്പിലേക്കു പറന്നുപോയി.

മേനാമ്പള്ളിക്കാരി വേറൊരുത്തി സൗമ്യം ഭാവിച്ചു:

"നിങ്ങളു നേരത്തേ വന്നിറങ്ങിയാരുന്നേ ഞങ്ങളു പിന്നെ വേണ്ടായിരുന്നല്ലോ."

തങ്കമ്മ പറഞ്ഞു:

"വഴിച്ചെലവും തന്ന് നിങ്ങളെ ഇങ്ങോട്ടു കെട്ടിയെടുത്തപ്പം കരുതണവാരുന്ന്. ഞങ്ങളു പിന്നെവിടെപ്പോയി പണിയണം?"

"ഞങ്ങളെന്തിനാ അതു തെരക്കുന്നെ? ഒടേൻ വിളിച്ചിട്ടാ ഞങ്ങളു വന്നെ."

"ഒടേൻ വിളിച്ചെന്നുവച്ച് അങ്ങനങ്ങു മാ മുട്ടിക്കാൻ വരരുത്."

വരുത്തരിൽ വേറൊരുത്തിക്ക് അതിശയമാണ് തോന്നിയത്.

"എന്നാലും ആരോടും ചോദിക്കാതേം പറയാതേം നല്ല കൂത്തു തന്നെ."

"ങേ, നിങ്ങക്കറിഞ്ഞൂടായോ ഇതൊക്കെയാ ഇപ്പഴത്തെ കൂത്ത്."

മേനമ്പള്ളിക്കാരി നീട്ടിമൂളി.

"ങേ, എന്തുവാ?"

"എന്നാ ചെവികേൾക്കാൻ മേലായോ?"

വരുത്തർക്ക് ഈർഷ്യ സഹിക്കാൻ വയ്യാതായി. ഒരുവൾ ക്ഷോഭത്തോടെ പറഞ്ഞു:

"ഈ തോന്നിയവാസത്തിനു നമുക്കു കേറിപ്പാം പെണ്ണുങ്ങളെ. നോക്കാനോ കാണാനോ ആരേലും ഒണ്ടെങ്കി വരട്ടെ."

അവൾ പണി നിർത്തി കേറി.

"നിങ്ങളിങ്ങോട്ടു വരീന്. ഒടേനോടു പോയി പറയാം."

അവർ കെറീച്ചു പോയപ്പോൾ പെണ്ണമ്മ പറഞ്ഞു:

"നിങ്ങളു ചെന്ന് ഇത്രേം നേരം പണിയെടുത്തതിന്റെ കൂലി തരാൻ പറ."

"അതു നിന്റെ വേറെ വല്ലോരോടും പറ.

എന്തുവാടീ പറഞ്ഞെ."

അതുകേട്ട് അച്ചാമ്മ പറഞ്ഞു:

"വേണ്ടിയില്ല. അത്രേം കിട്ടണം. അവടെയൊരു തങ്കടം." വിളയി

ക്കട്ടെ നിലത്തിൽ മേനാമ്പള്ളിക്കാരെ കൊണ്ടുവന്ന് കരിങ്കാലിപ്പണി ചെയ്യിക്കുന്നുവെന്നും തങ്കമ്മയും കൂട്ടരുംകൂടി അങ്ങോട്ടു പോയിരിക്കുകയാണെന്നും അറിഞ്ഞ് കുഞ്ഞച്ചൻ എവിടെനിന്നോ നിലത്തിന്റെ വരമ്പത്തെത്തി.

തങ്കമ്മ സങ്കോചത്തോടെ ചോദിച്ചു:

"ആരോടും ചോദിച്ചോണ്ടല്ല ഞങ്ങക്കു തോന്നിയ പുത്തിയാ. തെറ്റാണ്ടോ?"

കുഞ്ഞച്ചൻ ധൈര്യം കൊടുത്തു.

"ഒരു തെറ്റുമില്ല. നിങ്ങളുനിന്നു പണിയെടുത്തോളിൻ."

കുറേക്കഴിഞ്ഞപ്പോൾ കണ്ടുംകേട്ടും കുറെ ആളുകൾ കൂടി. വിളയിക്കാട്ടെ ഗോപിക്കുട്ടൻ കൊച്ചുതമ്പുരാൻ. കാവൽക്കാരൻ കൊച്ചുവെളുമ്പനുമായി ചിറക്കാലിലൂടെ വാണം വിട്ടതുപോലെ പാഞ്ഞുവരുന്നതു കണ്ടു. അലറുന്ന ശബ്ദത്തിൽ അയാൾ അകലെ വച്ചു വിളിച്ചു പറഞ്ഞു:

"ഏതവളാടീ നിലത്തിലിറങ്ങി നെല്ലു ചവിട്ടിത്തേക്കുന്നത്? കേറീനെടീ എല്ലാവളും."

അയാൾ അടുത്തുവന്നു വീണ്ടും വാവയ്ക്കുന്നതു കേട്ടു തങ്കമ്മ തലയുയർത്തി പറഞ്ഞു:

"ഞങ്ങളു നെല്ലു ചവിട്ടിത്തേക്കുവല്ല പറിച്ചുനടുവാ."

"ഛീ, കേറിനെടീ...." ഗോപിക്കുട്ടൻ നിലത്തിലേക്കു ചാടിയിറങ്ങി.

"അങ്ങനിപ്പം പറിക്കണ്ട. ആരു പറഞ്ഞു നിന്നോടു പറിക്കാൻ? കേറെടീ നിലത്തീന്ന്."

കരയ്ക്കുനിന്ന കുഞ്ഞച്ചൻ താക്കീതെന്നവണ്ണം വിളിച്ചുപറഞ്ഞു:

"മാനംമര്യാദയ്ക്കു വർത്തമാനം പറ. കൈയുംനൂത്തോണ്ട് എങ്ങോട്ടാ?"

അതു കേൾക്കാത്ത മട്ടിൽ ഗോപിക്കുട്ടൻ പെണ്ണുങ്ങളുടെ നേരെ പാഞ്ഞു. കുഞ്ഞച്ചനും പുറകെ കുതിച്ചു.

"തൊട്ടുപോകരുതവരെ."

അലർച്ച കെട്ടു ഗോപിക്കുട്ടൻ തിരിഞ്ഞുനിന്നു.

"തന്നോടാ പറഞ്ഞത്. അവരുടെ ദേഹത്ത് തൊട്ടുപോവരുത്."

"ദേഹത്തു തൊട്ടാ നീ എന്തു ചെയ്യുമെടാ — എടാ ചോട്ടാ നേതാവേ?"

ഗോപിക്കുട്ടൻ നാഭിയിൽനിന്നു കഠാര വലിച്ചൂരിക്കൊണ്ട് കുഞ്ഞച്ചന്റെ നേർക്കു തിരിഞ്ഞു.

ആ പാച്ചിൽ കണ്ട് കൊച്ചു വെളുമ്പൻ അമ്പരന്നു. കുഞ്ഞച്ചൻ പകച്ചു നിന്നു. നിമിഷനേരം കൊണ്ട് സിരകളിലൂടെ രക്തം കുത്തിപ്പാഞ്ഞൊഴുകി. അടുത്ത ക്ഷണത്തിൽ ധൈര്യം വീണ്ടെടുത്തു. കഠാരി പിടിച്ച കൈയ് തട്ടിമാറ്റാനുറച്ചുകൊണ്ട് അയാൾ വെല്ലുവിളിച്ചു:

"അടുത്തുവാ നമുക്കൊരുകൈ നോക്കിക്കളയാം."

തങ്കമ്മ കലിതുള്ളിക്കൊണ്ടു പറഞ്ഞു:

"തൊട്ടാ ഞാൻ കഴുത്തറുത്തിടും.... ഇവിടെ ആങ്ഹാ."

ഗോപിക്കുട്ടൻ അറച്ചു നിന്നു.

കുഞ്ഞച്ചൻ പെണ്ണുങ്ങളെ നോക്കിപ്പറഞ്ഞു:

"നിങ്ങൾ നിന്നു നിങ്ങടെ പണി ചെയ്യിൻ. ഇതൊന്നും ശ്രദ്ധിക്കണ്ട."

വരമ്പിൽ രാധാകൃഷ്ണന്റെ ശബ്ദം കേട്ടു:

"എന്തോന്നാ മിസ്റ്റർ ഗോപിക്കുട്ടൻ? കഠാരിയും വടിവാളുമെടുക്കാൻ സമയമായോ?"

"ഓഹോ — നീയെന്നെ ഉപദേശിക്കണ്ട. എന്റെ നിലത്തിൽ നീ കാലു കുത്തിപ്പോകരുത്."

രാധാകൃഷ്ണൻ ചിരിച്ചുകൊണ്ടു നിലത്തിലേക്കിറങ്ങി.

"നിലം നിങ്ങളുടേതു തന്നെ. സമ്മതിച്ചു. പക്ഷേ, കാലുകുത്തുന്നതു തടയാമെങ്കിൽ വന്നു തടഞ്ഞോ."

തൊഴിലാളികൾ ഭയചകിതരായി നോക്കിനിന്നപ്പോൾ രാധാകൃഷ്ണൻ അവരോടു നിർദേശിച്ചു:

"ഈ വിരട്ടൊന്നും കാര്യമാക്കണ്ട. മിനക്കെടാതെ നിങ്ങളു നിന്നു പണിയെടുത്തോ."

കണ്ടും കേട്ടും വന്ന തൊഴിലാളികളും നാട്ടുകാരും ഗോപിക്കുട്ടന്റെയും കുഞ്ഞച്ചന്റെയും രാധാകൃഷ്ണന്റെയും ചുറ്റും കൂടി. എല്ലാവരുടേയും ആത്മവിശ്വാസം വർധിച്ചു. ഗോപിക്കുട്ടനെ നോക്കി ദൃഢസ്വരത്തിൽ കുഞ്ഞച്ചൻ പറഞ്ഞു:

"ഇങ്ങെടുക്ക് ആ കഠാരി. കുത്താനോങ്ങിയിട്ടു വച്ചതെന്താ?"

ഗോപിക്കുട്ടൻ അറച്ചു നിന്നപ്പോൾ കുഞ്ഞച്ചൻ തിടുക്കംകൂട്ടി:

"അതിങ്ങെടുക്ക്. തന്നില്ലെങ്കിൽ പിടിച്ചുവാങ്ങിക്കും."

രാധാകൃഷ്ണൻ പറഞ്ഞു:

"അതങ്ങു കൊടുത്തേക്ക്. കൊടുക്കുന്നതാ നല്ലത്."

കുഞ്ഞച്ചൻ ഗോപിക്കുട്ടന്റെ കൈയിൽ കടന്നുപിടിച്ചു.

"മര്യാദയ്ക്കു തരുന്നോ അതോ....."

ഗോപിക്കുട്ടൻ നിർവീര്യനായിക്കഴിഞ്ഞിരുന്നു. എതിർപ്പുകൂടാതെ കുഞ്ഞച്ചൻ കഠാര കൈക്കലാക്കി.

കൊച്ചുവെളുമ്പൻ ഗോപിക്കുട്ടനെ സമാധാനപ്പെടുത്തി:

"കൊച്ചമ്പ്രാളരു പോന്നാട്ടെ...."

രാധാകൃഷ്ണൻ ഗോപിക്കുട്ടനോടു പറഞ്ഞു:

"ഈ കാര്യത്തിലിങ്ങനെ വാശിയും വൈരാഗ്യവും ആവശ്യമില്ല. പൊതുവായ പ്രശ്നങ്ങളാണ്. നമുക്ക് കൂടിയാലോചിച്ചു പരിഹാരം കാണാൻ കഴിയാത്തതായി ഇതിൽ യാതൊന്നുമില്ല."

നിന്ദാപൂർവം രാധാകൃഷ്ണനെ നോക്കി ഒന്നു മൂളിയിട്ട് ഗോപിക്കുട്ടൻ ആളുകൾക്കിടയിലൂടെ നൂഴ്ന്നു വലിഞ്ഞുപോയി. പുറകേ കൊച്ചുവെളുമ്പനും. വയലിൽ പറിച്ചുനടീൽ മുറയ്ക്കു നടന്നു.

ഗോപിക്കുട്ടന്റെ അമ്മാവൻ നാരായണക്കുറുപ്പ് ചിറക്കാലിൽ വന്നു

നിന്നുകൊണ്ട് രാധാകൃഷ്ണനെ വിളിപ്പിച്ചു. കുറുപ്പിന്റെ അടുത്തു ചെന്ന് അയാൾ ആദരപൂർവം ഒതുങ്ങിനിന്നു.

"എന്തോന്നാ ഇവിടീ ബഹളത്തിനു കാര്യം രാധാകൃഷ്ണാ?"

രാധാകൃഷ്ണൻ എങ്ങനെ തുടങ്ങണമെന്നറിയാതെ നിന്നപ്പോൾ കുറുപ്പ് വീണ്ടും പറഞ്ഞു:

"എന്തുതന്നെയാണേലും നിങ്ങളു ബഹളം കൂട്ടേണ്ട കാര്യമില്ല. ലോഹ്യമായിട്ടു വേണം നമുക്കു പിരിയാൻ. അതാദ്യമേ പറഞ്ഞേക്കാം."

തർക്കത്തിന്റെ തുടക്കം രാധാകൃഷ്ണൻ പറഞ്ഞുകേൾപ്പിച്ചു. എല്ലാം മൂളിക്കേട്ടു നാരായണക്കുറുപ്പ് ചോദിച്ചു:

"അതിനിപ്പോഴെന്താണു വേണ്ടത്? രാധാകൃഷ്ണൻ തന്നെ നിശ്ച യിച്ചുകൊള്ളു. വേലക്കാരുമായി ഞങ്ങളുടെ വീട്ടിൽ ഇതിനുമുമ്പ് ഒര ലോഹ്യം ഉണ്ടായിട്ടില്ല. ഞങ്ങളുടെ കണ്ണടയ്ക്കുവോളം അതുണ്ടാവുക യുമില്ല."

ആ മനോഭാവത്തിന്റെ മുമ്പിൽ രാധാകൃഷ്ണൻ പരുങ്ങി. മറ്റുള്ള വർ കണ്ണുമിഴിച്ചു ബഹുമാനത്തോടെ കുറുപ്പിന്റെ മുഖത്തേക്കു നോക്കി നിന്നു.

രാധാകൃഷ്ണൻ പറഞ്ഞു:

"മുമ്പെന്നത്തെയുംപോലെ ഈ നിലങ്ങളിൽ പണിയെടുക്കാൻ ഇവർക്കുള്ള അവകാശം വകവച്ചുകൊടുത്താൽ മതി."

കുറുപ്പ് ചിരിച്ചു:

"അതിനിപ്പോൾ അവരു പണിയെടുക്കുകയല്ലേ. പണിയെടുക്കട്ടെ. എന്തോന്നാണ് ഇനി പ്രത്യേകിച്ചൊരു വകവച്ചുകൊടുക്കൽ."

"അതായത്..... ഇന്നു പണിയെടുക്കുന്നതിനുള്ള കൂലി നൽകണം. ബാക്കിയുള്ള പണിക്ക് അവരെത്തന്നെ വിളിക്കുകയും വേണം."

"ഇതാണോ കാര്യം? ആണ്ടും കാലവും നടന്നതുപോലെ ഇനി അവരു തന്നെ നടത്തിക്കോട്ടെ. എത്ര രൂപയാണു കൂലി എന്നു പറ ഞ്ഞോളൂ. ഞാൻ തന്നേക്കാം. എന്നാൽപ്പിന്നെ തീർന്നില്ലേ പ്രശ്നം?..... നിങ്ങളുടെ പുതിയ നിരക്കൊന്നും എനിക്കറിഞ്ഞുകൂടാ. എന്താണു വേണ്ട തെന്നുവച്ചാ പറഞ്ഞോളൂ."

"ഇവരിന്നു കുറെ പുലർന്നിട്ടാണു പണി തുടങ്ങിയത്. അതു കണ ക്കാക്കി കൊടുത്താൽ മതി."

"ആ ചുമതല അങ്ങേൽപ്പിച്ചിരിക്കുന്നു."

നാരായണക്കുറുപ്പ് മടിയിൽനിന്നു കുറേ നോട്ടുകൾ എണ്ണി രാധാ കൃഷ്ണന്റെ കൈയിൽ കൊടുത്തു.

"ഇതു മാറിക്കൊടുത്തിട്ട് ബാക്കിയുണ്ടെങ്കിൽ തിരിച്ചു തന്നേക്കൂ."

രാധാകൃഷ്ണൻ അത് കുഞ്ഞച്ചനെ ഏൽപിച്ചു.

തോട്ടരികിൽ പുല്ലും കോരയും മേഞ്ഞുകൊണ്ടിരുന്ന കന്നുകളുടെ പുറത്തു താവളമടിച്ചുകൊണ്ട് കാക്കത്തമ്പുരാട്ടികൾ ഇടയ്ക്കിടെ പറ ന്നുയർന്ന് ഇളം നെല്ലോലകളിൽനിന്ന് പുഴുക്കളെ വെട്ടിവിഴുങ്ങിക്കൊ

ണ്ടിരുന്നു. ശരത്കാലത്തെ നീലാകാശത്തിൽ വെള്ളിമേഘങ്ങൾ വെള്ള ക്കൊടികളുയർത്തി.

തോട്ടുവെളുമ്പിൽ കൊക്കും ഞാറയും ഇരയ്ക്കുവേണ്ടി കാവലി രുന്നു. പച്ചപ്പരപ്പിൽ അലകളിളക്കിക്കൊണ്ട് പാടത്തുകൂടി ഒരിളംകാറ്റു കട ന്നുപോയി. കുറേനേരം ഏതോ ആലോചനയിൽ മുഴുകിയിട്ടു നാരായണ ക്കുറുപ്പ് പറഞ്ഞു:

"നിങ്ങൾ തൊഴിലാളികൾക്കുവേണ്ടി വാദിക്കുന്നതിൽ എനിക്കു സന്തോഷമുണ്ട്. പക്ഷേ, കൃഷിക്കാരുടെ പ്രയാസങ്ങളെക്കുറിച്ച് ആലോ ചിക്കുന്നുണ്ടോ എന്നു സംശയമാണ്."

രാധാകൃഷ്ണൻ പുഞ്ചിരി തൂകി.

"കൃഷിക്കാരുടെ പ്രയാസങ്ങൾ അറിയാതെയല്ല. പക്ഷേ, തൊഴി ലാളികൾക്കു ജീവിക്കാൻവേണ്ടി....."

"അപ്പോൾ കൃഷിക്കാരനെന്നു പറയുന്നവൻ എന്തു വേണമെ ന്നാണ്? അവനും ജീവിക്കണമല്ലോ."

"അവരുടെ പ്രയാസങ്ങൾക്കു പരിഹാരം കാണാൻ അവരും മുന്നോട്ടു വരട്ടെ."

"മുന്നോട്ടു വന്നാൽ.....?"

"ഞങ്ങളും അവരോടൊപ്പം കാണും."

"ഒരുത്തരും കാണില്ല. എല്ലാവരും കൃഷികാരന്റെ കാര്യം വാതോ രാതെ വർണിക്കും. നാടിന്റെ നട്ടെല്ലാണെന്നു പറയും. പക്ഷേ, കാര്യം വരുമ്പോൾ അവനെ മറക്കുക മാത്രമല്ല ചവിട്ടി താഴ്ത്തുക കൂടി ചെയ്യും."

"അങ്ങനെ പറഞ്ഞാൽ അതു ശരിയാകുമെന്നു തോന്നുന്നില്ല. കൃഷി ക്കാർക്കു വേണ്ടി ഞങ്ങളുടെ പാർട്ടി ശബ്ദമുയർത്തിയിട്ടുണ്ട്. സമരങ്ങൾ നടത്തിയിട്ടുണ്ട്."

"എന്നിട്ടെന്തുണ്ടായി?...."

"ഒട്ടേറെ കാര്യങ്ങൾ നേടിയെടുക്കാൻ കഴിഞ്ഞിട്ടുണ്ട്. അതു കാണാ തിരിക്കുന്നതിൽ അർഥമൊന്നുമില്ല. ഒഴിപ്പിക്കൽ നിരോധന നിയമം വന്നു. ജലസേചന സൗകര്യങ്ങൾ നടപ്പാക്കി. വായ്പാസൗകര്യങ്ങൾ ഏർപ്പെ ടുത്തി. വളത്തിനും മറ്റും സബ്സിഡി.... ഇതൊന്നും വെറുതെ വന്നതല്ല."

"ഇതൊക്കെ പറയാമെന്നേ ഒള്ളൂ.... പക്ഷേ, ആർക്കാണിതിന്റെ തൊക്കെ നേട്ടം ഉണ്ടായിട്ടുള്ളത്?"

"അതു ശരിയായിരിക്കും. ലോണും ഗ്രാന്റുമെല്ലാം ഒരുപിടി ആളു കളുടെ പക്കലാണു ചെന്നു ചേർന്നിട്ടുള്ളതെന്നും സമ്മതിക്കാം."

"നിങ്ങളെന്തു പറഞ്ഞാലും ഇടത്തരക്കാരെല്ലാം കടം കയറി മുടി യുന്നു. അതിന്റെ കൂടെ കൂനിന്മേൽ കുരുവെന്നപോലെ എപ്പോഴും ഈ തൊഴിലാളി സമരങ്ങളും. ആകെ വലഞ്ഞു."

"വലഞ്ഞെന്നു കരുതുന്നതു ശരിയാണ്. പക്ഷേ, തൊഴിലാളിക്കു കൂലി കുറച്ചെന്നു കരുതി ഇന്നത്തെ നിലയിൽ നിന്നു കൃഷിക്കാരൻ രക്ഷ പ്പെടാൻ പോകുന്നില്ല. അതിനു വേറെ വഴി കാണണം. അതിനുവേണ്ടി

യുള്ള പരിശ്രമത്തിൽ കൃഷിക്കാരനോടൊപ്പം നിന്ന് അടിയും ഇടിയും കൊള്ളേണ്ടവനാണു തൊഴിലാളി. അവന്റെ നേരെയാണു കഠാരയും നിവർത്തി കുത്തിമലർത്താൻ ചെല്ലുന്നത്. അവനെയാണ് തല്ലിക്കൊന്നു ചാലിൽ താഴ്ത്തുന്നത്. വികാരമമർത്താൻ ഇടയ്ക്കൊന്നു നിർത്തിയിട്ട് രാധാകൃഷ്ണൻ തുടർന്നു:"

"കൃഷിക്കാരനെ കൊള്ളയടിക്കണമെന്നൊന്നും തൊഴിലാളിക്കില്ല. കൂലി കൂട്ടുന്നതിന്റെ ഫലമായി വൻകിട കൃഷിക്കാർ ആണ്ടോടാണ്ട് ഒരു തുക നൽകേണ്ടി വരും. ശരിയാണ് പക്ഷേ, അതു വഹിക്കാനുള്ള ത്രാണി അവർക്കുണ്ട്. ചെറുകിടക്കാരുടെ കാര്യമാണെങ്കിൽ എത്രയോ തുച്ഛമായ ഒരു സംഖ്യയാണ് ഈ ഇനത്തിൽ അവർ നൽകേണ്ടി വരുന്നത്. അതിൽത്തന്നെ കുറെയൊക്കെ വിട്ടുവീഴ്ചയ്ക്കും തൊഴിലാളി തയാറാണ്. അവരു തമ്മിൽ യോജിച്ചും സഹകരിച്ചും പോകാൻ കഴിയും. അതു കഴിയണമെന്നാണു ഞങ്ങളുടെ ആഗ്രഹവും."

"അങ്ങനെയാണു വേണ്ടത്. സഹകരിച്ചും യോജിച്ചും പോണം. അങ്ങനെയായിരുന്നു പണ്ട്. പക്ഷേ, പറഞ്ഞിട്ടെന്താ? പഴയതെല്ലാം തകർന്നു. പണ്ടു തമ്പ്രാനുവേണ്ടി മരിക്കാൻ പുലയൻ തയാറായിരുന്നു. അതുപോലങ്ങോട്ടും, പുലയനു വേണ്ടുന്നതെല്ലാം തറവാട്ടിൽനിന്നു നൽകും. അവനു തോന്നിയതു പോലെയാണു വകയെടുത്തു കൈകാര്യം ചെയ്യുന്നത്.... പക്ഷേ, ഇന്നെല്ലാം മാറി. ഇന്നു പുലയനോടുള്ള സ്നേഹമുള്ള കൃഷിക്കാരനില്ല. അതും പറയണമല്ലോ. അതുപോലെ കൃഷിക്കാരനോടു കൂറുള്ള പുലയനുമില്ല. പകരം വെറുപ്പും വിദ്വേഷവും."

പഴയ സാംസ്കാരിക പാരമ്പര്യങ്ങൾ തകർന്നടിയുന്നതിൽ ആ കർഷകക്കാരണവർ വേദനിക്കുന്നതുപോലെ തോന്നി.

"നേരത്തെ നിലനിന്നിരുന്ന സാമൂഹികസമ്പ്രദായങ്ങൾ മാറിമറിയുന്നതു കൊണ്ടുവരുന്ന താൽക്കാലികമായ പ്രത്യേകതകളാണിതെല്ലാം. പക്ഷേ, കൃഷിക്കാരനും കർഷകത്തൊഴിലാളിയും തമ്മിൽ ഒരു പുതിയ സ്നേഹവും കൂറും നമ്മുടെ നാട്ടിൽ കരുപ്പിടിച്ചുവരുന്നുണ്ട്."

നാരായണക്കുറുപ്പ് ആശ്വാസത്തോടെ നിശ്വസിച്ചു.

"എങ്കിൽ അത്രയും നല്ലത്. അതുകൂടി നിങ്ങളുടെ ശ്രദ്ധയിലുണ്ടാവണമെന്നു പറഞ്ഞെന്നേയുള്ളു."

പെട്ടെന്ന് ഒരു വലിയ പരേഡിനുള്ളത്രയും പൊലീസാണു ചിറക്കാലിലൂടെ പാഞ്ഞുവന്നത്. ആളുകൾ ഭയത്തോടും ഉത്ക്കണ്ഠയോടും കൂടി ഒഴിഞ്ഞുമാറി. ലോക്കൽ പൊലീസും റിസർവ് പാർട്ടിയും ഉണ്ടായിരുന്നു. അവർ ചിറക്കാലിൽനിന്നിറങ്ങി. നിലത്തിന്റെ വരമ്പിലെത്തി. തൊഴിലാളികൾ സംഭീതരായി നോക്കിനിന്നു.

ഒരു പുതിയ ഇൻസ്പെക്ടറാണ്. വലതു കൈയ് ട്രൗസറിന്റെ പോക്കറ്റിൽ കിടന്ന പിസ്റ്റളിൽ മുറുക്കിക്കൊണ്ട് അയാൾ ആജ്ഞാസ്വരത്തിൽ വിളിച്ചുപറഞ്ഞു:

"എല്ലാവരും നിലത്തിൽനിന്നു കേറിപ്പോവിൻ ഉം കേറിപ്പൊക്കോ."

ഗോപിക്കുട്ടൻ കുഞ്ഞച്ചനെ ചൂണ്ടിപ്പറഞ്ഞു:

“അതാ അവനാണ് എന്നെ കഠാരകാണിച്ചു കുത്താൻ വന്നത്.”

ഇൻസ്പെക്ടർ ഗൗരവത്തോടെ കുഞ്ഞച്ചനെ തുറിച്ചുനോക്കി:

“ഇങ്ങടുത്തു വാടാ.”

എന്താണു ചെയ്യേണ്ടതെന്നറിയാതെ കുഞ്ഞച്ചൻ നിന്നു പരുങ്ങി. രാധാകൃഷ്ണൻ ഇടയിൽക്കയറി പറഞ്ഞു:

“നേരെ മറിച്ചാണു സാർ നടന്നത്. അപ്പറയുന്ന ആളാണു കഠാര കാണിച്ചു കുത്താൻ ചെന്നത്.”

ഇൻസ്പെക്ടർ കോപം അഭിനയിച്ചു:

“അവനെ അവിടെ പിടിച്ചു മാറ്റിനിർത്തൂ.”

രണ്ടു പൊലീസുകാർ മുന്നോട്ടു ചെന്നു കുഞ്ഞച്ചന്റെ കൈയിൽ ബലമായി കടന്നുപിടിച്ചു.

ഭാവഭേദം കൂടാതെ അവൻ അവർക്കു വഴങ്ങുന്നതായി കണ്ടു. അവന്റെ മടിയിൽനിന്ന് കഠാര വലിച്ചെടുത്ത് പൊലീസുകാർ യജമാനനെ കാണിച്ചു.

ഇൻസ്പെക്ടർ കുഞ്ഞച്ചന്റെ നേരെ രൂക്ഷമായി തുറിച്ചുനോക്കി.

“എടാ റാസ്ക്കൽ.”

രാധാകൃഷ്ണൻ വീണ്ടും കയറിപ്പറഞ്ഞു:

“അതുകൊണ്ട് കുത്താൻ വന്നപ്പോൾ ഞങ്ങൾ പിടിച്ചുവാങ്ങിയതാണ്.”

“ഞാൻ നിങ്ങളോടു പറഞ്ഞില്ലെ മിസ്റ്റർ? ക്ഷണിക്കുമ്പോൾ വന്നാൽ മതി.”

നാരായണക്കുറുപ്പ് തിക്കിത്തിരക്കി വന്ന് ഇൻസ്പെക്ടറെ അറിയിച്ചു:

“സർ. ഇവിടെ ഒരു കുഴപ്പവുമില്ല. എല്ലാം ഞാൻ പറഞ്ഞൊതുക്കാം.”

ഇൻസ്പെക്ടർ ഗോപിക്കുട്ടന്റെ മുഖത്തേയ്ക്കു നോക്കി. കുറുപ്പു ഗോപിക്കുട്ടനെ നോക്കി പറഞ്ഞു:

“കുട്ടാ. ഇവിടെ കാര്യമെല്ലാം അവസാനിച്ചതാണ്. ഇനി ഇതു വലുതാക്കണ്ട.”

ഗോപിക്കുട്ടൻ വെറുപ്പുകലർന്ന ഭാവത്തിൽ അമ്മാവന്റെ നേരെ നോക്കി.

“ആരു പറഞ്ഞു അവസാനിപ്പിക്കാൻ?”

“ഞാനാണു പറഞ്ഞത്. ഞാനെല്ലാം പറഞ്ഞൊതുക്കിയിട്ടുണ്ട്. ആർക്കും ഒരു തർക്കവുമില്ല.”

“എന്നാൽ അങ്ങനെ ഒതുങ്ങുന്നില്ല.”

“നീ കാര്യങ്ങൾ കൂടുതൽ വഷളാക്കുകയാണ്.”

“അമ്മാവൻ അതിനു ബദ്ധപ്പെടേണ്ടാ. അതിന്റെ ഫലം ഞാൻ സഹിച്ചോളാം.”

നാരായണക്കുറുപ്പിന്റെ മുഖം വിളറിവെളുത്തു. അദ്ദേഹം തല താഴ്ത്തി ഇളിഭ്യനായി നിന്നു. ഇൻസ്പെക്ടർ വീണ്ടും സ്ത്രീതൊഴിലാളികളെ ശാസിച്ചു.

"പറഞ്ഞതുകേട്ടല്ലേ. നിലത്തിൽനിന്നു കേറിപ്പോവാൻ ഉടൻ കേറിക്കോ എല്ലാ അവളും."

അപ്പോൾ കുഞ്ഞച്ചൻ ആവേശത്തോടെ വിളിച്ചു:

"തൊഴിൽ സമരങ്ങളിൽ പൊലീസിടപെടരുത്."

രാധാകൃഷ്ണനും മറ്റുള്ളവരും ചേർന്ന് അതേറ്റുവിളിച്ചു.

ഇൻസ്പെക്ടർ കൂടുതൽ കുപിതനായി കലികൊണ്ടു പറഞ്ഞു:

"സ്റ്റോപ്പിറ്റ്, റാസ്ക്കൽസ്, നിർത്തിനെടാ."

അയാൾ കോപംകൊണ്ടു ജ്വലിച്ചു.

ആരും നിർത്തിയില്ല. ഇൻസ്പെക്ടർ കൈ നിവർത്തി മുന്നോട്ടു ചെന്ന് കുഞ്ഞച്ചന്റെ കന്നത്തടിച്ചു.

"എന്താടാ? പറഞ്ഞാൽ അനുസരിക്കില്ലേ? ബ്ലഡി....."

എന്നിട്ടും കുഞ്ഞച്ചൻ അനുസരിച്ചില്ല. കൂടുതൽ ഉച്ചത്തിൽ കൂടുതൽ വീറോടെ അയാൾ വിളിച്ചുകൊടുത്തു. മറ്റുള്ളവർ രോഷാകുലരായി ഇൻസ്പെക്ടറുടെ നേർക്കു നിന്ന് മുഷ്ടിചുരുട്ടി ഏറ്റുവിളിച്ചു.

രാധാകൃഷ്ണൻ മുന്നോട്ടു നീങ്ങി. പ്രതിഷേധ പ്രകടനത്തിന്റെ മുൻകൈയ് ഏറ്റെടുത്തു.

"പൊലീസിന്റെ കാട്ടാളത്തം അവസാനിപ്പിക്കുക."

ഇൻസ്പെക്ടർ വിസിലൂതി. പൊലീസ് പാർട്ടി തോക്കുകൾ നീട്ടിപ്പിടിച്ചു. കുഞ്ഞച്ചനെയും രാധാകൃഷ്ണനെയും മുദ്രാവാക്യം ഏറ്റുവിളിച്ച മറ്റു പുരുഷന്മാരെയും ലോക്കൽ പൊലീസ് അറസ്റ്റുചെയ്തു. വരമ്പിലൂടെ നടത്തിക്കൊണ്ടു പോകുമ്പോൾ ഒരു പൊലീസുകാരൻ കുഞ്ഞച്ചന്റെ പുറത്ത് ആഞ്ഞടിച്ചു.

പുഞ്ചവരമ്പിൽ മേഞ്ഞുകൊണ്ടിരുന്ന ഒരു പശുക്കുട്ടി 'മ്മാ' എന്നു നീട്ടിവിളിച്ചു.

തങ്കമ്മ ഉന്മാദിയെപ്പോലെ ഒച്ചവച്ചുകൊണ്ട് അവരുടെ പുറകെ പാഞ്ഞു ചെന്നു. അച്ചാമ്മ ഓടിച്ചെന്ന് അവളെ ബലമായി പിടിച്ചുനിർത്തി. അങ്ങോട്ടുമിങ്ങോട്ടും പിടിവലി നടന്നു.

"വിട്. എന്നെ വിട്. ഞാനും പോവ്വാ. എന്നെ വിടാൻ."

"നീയൊന്നടങ്ങ് എന്റെ തങ്കമ്മേ."

അച്ചാമ്മയ്ക്ക് അവളെ പിടിച്ചുനിർത്താൻ കഴിഞ്ഞില്ല. പിടിവിട്ടു കുതറി മുന്നോട്ടോടി. കറമ്പിയും തിരുമയും കൂടിച്ചെന്ന് ഓടിച്ചിട്ടുപിടിച്ചു. പിടിവിട്ടു വരമ്പിൽനിന്നു നിലത്തിലേക്കു മറിഞ്ഞുവീണു.

വെള്ളത്തിൽനിന്നു പിടിച്ചെഴുന്നേൽപ്പിച്ചപ്പോൾ അപസ്മാരം ബാധിച്ചവളെപ്പോലെ അവൾ തന്നത്താനിടിച്ചു കരഞ്ഞു.

മുപ്പത്തിയൊന്ന്

ജയിലിൽ ചെന്ന് കുഞ്ഞച്ചനെയും മറ്റു സഖാക്കളെയും കണ്ടിട്ട് കണ്ണനും മത്തായിയും ആറ്റുംമണ്ണേ വന്നു തങ്കമ്മയെ സമാധാനപ്പെടുത്തി. കണ്ണൻ ആശ്വാസവചനം പറഞ്ഞു:

"നീ വിഷമിക്കേണ്ട യാതൊരു കാര്യവുമില്ല. അവരെല്ലാം സുഖമായിരിക്കുന്നു."

പക്ഷേ, അവൾക്കു കണ്ണീരടക്കാൻ കഴിഞ്ഞില്ല. മുഖം കുനിച്ചു തേങ്ങിക്കരഞ്ഞു. സ്വന്തം അവിവേകം വരുത്തിക്കൂട്ടിയ വിനയാണ് എല്ലാം എന്നോർത്തു സങ്കടപ്പെട്ടു. മത്തായി അവളെ കളിയാക്കി:

"ഇതു നാണക്കേടായല്ലോ. ഒരു തൊഴിലാളിപ്പെണ്ണ് ഇങ്ങനെ നായെപ്പോലെ നിന്നു മോങ്ങിയാൽ."

കണ്ണൻ പറഞ്ഞു:

"അവരെ ജാമ്യത്തിലിറക്കാൻ ഇടപാടു ചെയ്തിട്ടാ ഞങ്ങൾ വന്നത്. നീ ഒറ്റയ്ക്കിവിടെ കുത്തിയിരിക്കാതെ മണറ്റയിലേക്കു വാ. അവിടെനിന്നാണ് നമ്മുടെ പ്രകടനം തുടങ്ങുന്നത്. നമ്മുടെ ആളുകളെല്ലാം അവിടെയുണ്ട്."

സമരരംഗത്തു കേന്ദ്രീകരിക്കാൻ വേണ്ടി പാടത്തിന്റെ കരയിൽ തകിടി പിടിച്ചുകിടന്ന മണറ്റയിലായിരുന്നു തൊഴിലാളികൾ താവളമടിച്ചിരുന്നത്.

തിരിച്ചുപോകാൻനേരം മത്തായി തങ്കമ്മയെ ഓർമപ്പെടുത്തി.

"വേഗം വരണം. ഇന്നു നീവേണം കൊടിയും പിടിച്ചു മുമ്പേ നടക്കാൻ."

അവരുടെ സംസാരം കേട്ടപ്പോൾ ഒട്ടു സമാധാനം കിട്ടി. എങ്കിലും, പൊലീസുകാർ കുഞ്ഞച്ചനെ പിടിച്ചുകൊണ്ടു പോകുന്നതും, വഴിനീളെ തല്ലുന്നതും കണ്ണിൽനിന്നു മായുന്നില്ല. മനസിനും ശരീരത്തിനും അരുതാഴിക. മേലും കൈയും വേദനയെടുക്കുന്നു. ശരീരം തളർന്നുപോകുന്നു.

വളരെ പാടുപെട്ടാണ് മണറ്റയിലേക്കു നടന്നത്. അങ്ങെത്തിയപ്പോഴേക്കും കിതച്ചുപോയി. അവിടെ എത്തിച്ചേർന്ന ജനങ്ങളെ കണ്ടപ്പോൾ ഒരു പുതിയ പൂതി. അതിൽ എല്ലാം മറന്നു. എല്ലാവരും വന്നു സ്നേഹത്തോടും വാത്സല്യത്തോടും പെരുമാറി.

പ്രകടനത്തിന് ആളുകൾ നിരന്നപ്പോൾ ഒരു വലിയ കൊടി കൊണ്ടുചെന്ന് മത്തായി അവളുടെ കൈയിൽ കൊടുത്തു.

"മുമ്പിലോട്ടു ചെന്നുനില്ല്. എല്ലാവരും കാണട്ടെ."

അവൾക്കു പിന്നിൽ പതിനായിരങ്ങൾ അണിനിരന്നു. അരിവാളും ചെങ്കൊടിയുമായി ചുരുട്ടിപ്പിടിച്ച മുഷ്ടികളും, നാവിൽനിന്ന് വീറുകയറിയ മുദ്രാവാക്യങ്ങളുമായി.

നാടായനാട്ടിലെ പെരുവഴികളിലൂടെയെല്ലാം ജാഥ ചുറ്റിക്കറങ്ങി. അവളുടെ മുഖം വെയിലേറ്റു തുടുത്തു. കവിളിലൂടെ വിയർപ്പുതുള്ളികൾ ഒലിച്ചിറങ്ങി. മുഖത്തു പാറിവീണ കുറുനിരകൾ ഇടതുകൈകൊണ്ട് വക

ന്നുമാറ്റി. ഇടയ്ക്കിടെ തലയുയർത്തി ആ കൊടിയിലേക്കു നോക്കി. ചുളി ഞ്ഞുവീഴാതെ പാറിപ്പറക്കാൻ വേണ്ടി അതുയർത്തിപ്പിടിച്ചു.

അപ്പോൾ ദൂരമറിഞ്ഞില്ല. തളർച്ചയറിഞ്ഞില്ല. ശക്തിയുടെ ഒരു മഹാ പ്രവാഹത്തിൽ മുങ്ങി ആവേശത്തോടെ നടന്നുപോയി. പ്രകടനവും പൊതുയോഗവും കഴിഞ്ഞപ്പോൾ മത്തായി അവളെ വിളിച്ചു പറഞ്ഞു:

"ക്യാമ്പിലെ ഭക്ഷണച്ചുമതല നിനക്കും മറിയക്കുമാണ്. എന്താണു വേണ്ടതെന്നു വച്ചാൽ നോക്കിക്കണ്ടു ചെയ്യണം."

അന്നു മണററയിൽ കെട്ടിയ ഷെഡ്ഡിൽ, പെട്രോമാക്സിന്റെ വെളി ച്ചത്തിൽ ജോലി ചെയ്തു. വെള്ളം കോരി. അരയ്ക്കുകയും വയ്ക്കു കയും ചെയ്തു. ഇല കീറുകയും പ്ലാവില കുത്തുകയും, കഞ്ഞി കുടി ക്കാൻ വേണ്ടി ഇല വയ്ക്കാനുള്ള തട കോട്ടുകയും ചെയ്തു. ഇടയ്ക്കു തളർച്ച തോന്നി. ഒന്നു കിടന്നു. കണ്ണടച്ചെങ്കിലും ഉറക്കം വന്നില്ല. പിറ്റേ ദിവസം നേരം വെളുത്തപ്പോൾ നല്ല തലവേദന. ആരെയും അറിയിച്ചില്ല.

ഉച്ചയായപ്പോൾ മറിയ ചോദിച്ചു:

"എന്താ ഇന്നു നിനക്കൊരു വല്ലാതെ?"

"ഒരു തലവേതന ഏട്ടത്തീ."

"ങ് കണ്ണും മുഞ്ഞീം കടുത്തിട്ടൊണ്ട്. അവിടെങ്ങാനും പോയി സൊത്തമായി ഒന്നുകെട. മരുന്നുവല്ലോം മേടിപ്പിക്കണോ?"

"ഓ. അതൊന്നും വേണ്ട. സാരമില്ല."

കുറേക്കൂടി കഴിഞ്ഞപ്പോൾ പനിക്കുന്നതുപോലെ തോന്നി. തല വേദന കൂടി. അസുഖത്തിന്റെ കാര്യം ആരോടും പറയാൻ പോയില്ല. ക്യാമ്പിലെ ബഹളത്തിൽനിന്നെല്ലാം ഒഴിഞ്ഞുമാറി നിന്നു.

കുളിരുതോന്നി. കിടുങ്ങൽ അനുഭവപ്പെട്ടു. ഒരുത്തരോടും പറയാതെ ക്യാമ്പിൽനിന്നിറങ്ങി ആറ്റുമണ്ണേ മാടത്തിലേക്കു പോയി.

ഉണ്ണൂലിത്തള്ളയെക്കൊണ്ടു കുറേ മുളകുവെള്ളം തിളപ്പിച്ചു ചൂടോടെ കുടിച്ചപ്പോൾ ഒട്ടാശ്വാസം തോന്നി.

വീണ്ടും കുളിരു തോന്നി. മുറ്റത്തിറങ്ങിയിരുന്ന് വെയിൽ കാഞ്ഞു.

ചെവി കൊട്ടിയടച്ചു. എങ്കിലും, തൊട്ടടുത്ത് ആറ്റുതീരത്തെ മരച്ചി ല്ലയിലിരുന്നു ചിലയ്ക്കുന്ന മാടത്തയുടെയും മൈനയുടെയും ശബ്ദം മുഴങ്ങിക്കേട്ടു. അവിടെ വിടർന്നു നിൽക്കുന്ന മുരിക്കിൻപൂവുകൾ കണ്ടു. ചുവന്നു ചോരനിറമുള്ള വലിയ പൂക്കൾ. അതിന്റെ ചുവപ്പ് ചുറ്റിനും വ്യാപി ക്കുന്നതായി തോന്നി.....

അപ്പോൾ ഒരു ചെറുപ്പക്കാരൻ കടന്നുവരുന്നതു കണ്ടു. ആദ്യം ആൾ മനസിലായില്ല. അടുത്തുവന്നപ്പോൾ പിടികിട്ടി. വെട്ടിയാറ്റുകാരൻ കുട്ടപ്പൻ. അയാൾ തീരെ ചടച്ച് മെലിഞ്ഞിരിക്കുന്നതു കണ്ട് അവൾ അതി ശയിച്ചുപോയി.

കുട്ടപ്പന്റെ തലമുടി ചെവിക്കുമീതെ വളർന്നിറങ്ങിക്കിടക്കുന്നു. മുടി വെട്ടിച്ചിട്ടു നാളേറെയായി. മുഖത്തങ്ങിങ്ങായി മാത്രമുള്ള ഏതാനും രോമ ങ്ങൾ വളർന്നെഴുന്നു നിൽക്കുന്നു.

അവളെഴുന്നേറ്റു ലോഹ്യം ചോദിച്ചു:

"അല്ലേ ഇതാരാ കുട്ടപ്പഞ്ചേട്ടനോ? എനിക്കാദ്യം ആളു മനസിലായില്ലല്ലോ."

വിഷാദമൂറുന്ന ഒരു പുഞ്ചിരിയോടെ കുട്ടപ്പൻ പറഞ്ഞു:

"എങ്ങനെ മനസിലാവാനാ? കണ്ടിട്ട് കാലം കൊറേ ആയില്ല്യോ?"

അയാൾ പോക്കറ്റിൽനിന്നു ബീഡിയും തീപ്പെട്ടിയും എടുത്തു കത്തിച്ചു. വർത്തമാനം പറഞ്ഞപ്പോൾ അയാളുടെ ഒരു പല്ല് ഊനിൽനിന്നു കുറേ നീണ്ടിറങ്ങിയിട്ടുണ്ടെന്നു തോന്നി. കണ്ണുതാണ്, കവിളൊട്ടി, എല്ലുന്തിയ ആ രൂപം കണ്ടപ്പോൾ അവൾക്കു സഹതാപം തോന്നി.

"കുട്ടപ്പൻചേട്ടനെന്താ ഇത്രേം ക്ഷീണിച്ചിരിക്കുന്നെ?"

"കൊള്ളാം. ഇപ്പം പിന്നേം ഞാൻ നന്നായിരിക്കുവാ."

അതു പറയുമ്പോൾ അയാളുടെ മുഖത്ത കഠിനമായ വിഷാദഭാവം തളം കെട്ടി നിന്നിരുന്നു. വീണ്ടും തീപ്പെട്ടിയുരച്ച് കെട്ടുപോയ ബീഡിക്കുറ്റി കത്തിച്ചുകൊണ്ട് അയാൾ പറഞ്ഞു:

"എന്റെ കാര്യം പോട്ടെ. നീ സുഖമായിരിക്കുന്നതു മാത്രം കണ്ടാ മതി."

തങ്കമ്മയുടെ മുഖം കുനിഞ്ഞു. അയാൾ എന്തെങ്കിലും അർഥംവച്ചു സംസാരിക്കുകയാണോ? പറയാൻ പലതും കാണും. അതു കേൾക്കാനുള്ള ശക്തി ഇല്ലെന്നുതോന്നി. അടുത്തതായി എന്താണു ചോദിക്കുകയെന്നോർത്തു അസ്വസ്ഥയായി.

കുറേനേരം എന്തോ ഓർത്തുകൊണ്ടു നിന്നിട്ട് കുട്ടപ്പൻ തങ്കമ്മയുടെ മുഖത്തേക്കു സൂക്ഷിച്ചുനോക്കി:

"നിനക്കെന്താ ഏതാണ്ടു വയ്യാത്തപോലെ?"

"പനിയാ."

"എന്നിട്ട് പനിക്കൊന്നും ചെയ്തില്ല്യോ?"

"ഓ, സാരമില്ല. തനിയെ അങ്ങു മാറും..... കുട്ടപ്പഞ്ചേട്ടൻ ഇപ്പം എവിടന്നു വരുന്ന്?"

"ഞാനങ്ങു വെട്ടിയാറ്റുന്നു വരുവാ. ഇവിടേതാണ്ടൊക്കെ വിശേഷം നടന്നെന്നു കേട്ടു. എന്തൊക്കെയാന്നറിയാവല്ലോന്നു കരുതി."

"എല്ലാം വിശേഷവാ. ഞങ്ങൾക്കെല്ലാംകൊണ്ടും കഷ്ടകാലവാ."

"ഓ. ഇതൊക്കെയെന്തുവാ കഷ്ടകാലം? യൂണിയനും സമരവും ഉള്ളിടത്ത് ഇങ്ങനൊക്കെയാ. കുഞ്ഞച്ചച്ചാര് ജയിലീന്നെറങ്ങിയോ?"

"ഇല്ല."

"എന്നിറങ്ങും?"

"അറിയാൻമേലാ. യൂണിയൻകാരു ശ്രമിക്കുന്നൊണ്ട്."

"ഇപ്പം എല്ലാടത്തും ഇങ്ങനൊക്കെ തർക്കോം വഴക്കും ഒക്കെയാ. പിന്നെ അവരൊക്കെ നേതാക്കന്മാരല്ല്യോ? അവരുടെ പേരിൽ അറസ്റ്റും കേസുമൊക്കെ വരും. എന്നുവച്ച് അവസാനം എല്ലാം ശരിയാവും."

കുട്ടപ്പന്റെ സംസാരം അവളെ അത്ഭുതപ്പെടുത്തി. തന്റെ ദുരിത

ങ്ങൾ കണ്ട് സന്തോഷിക്കാൻവേണ്ടിയായിരിക്കണം ഇപ്പോൾ അയാൾ വന്നതെന്നാണ് ആദ്യം തോന്നിയത്. സമരത്തിനിറങ്ങി പുറപ്പെട്ട അവളുടെ കുഞ്ഞച്ചനെ നിന്ദിച്ചു പറയാനും. പക്ഷേ, പറഞ്ഞുവന്നപ്പോഴങ്ങനല്ല. യൂണിയൻകാരോടു നിന്ദയില്ല. അതുകൊണ്ട് അവൾ തുറന്നുതന്നെ പറഞ്ഞു:

"ഞാൻ പറയാറൊണ്ടു കുട്ടപ്പൻചേട്ടാ. എടുത്തുചാട്ടം പാടില്ല. എല്ലാരേം പോലെ മതി. നമ്മളുമെന്ന് അതു പറഞ്ഞാ അതിയാൻ കേക്കത്തില്ല. യൂണിയനെന്നുവച്ചാ ജീവൻ കളയും."

പറഞ്ഞുകഴിഞ്ഞപ്പോൾ തോന്നി — താനല്ലേ എടുത്തു ചാട്ടം കാണിച്ചത്? ആരോടും ചോദിക്കാതെ പെണ്ണുങ്ങളെയുംകൂട്ടി പറിച്ചുനടാൻ പോയത്? അതുകൊണ്ടല്ലേ ഈ ഏടാകൂടങ്ങളെല്ലാമുണ്ടായത്? എന്നിട്ടിപ്പോൾ....."

"അതങ്ങനാ നമ്മളുപദേശിച്ചാലൊന്നും യൂണിയൻകാരു കേക്കത്തില്ല. അവരുടെ മനസിലിരിപ്പ് എന്തുവാന്ന് ആർക്കും പിടികിട്ടത്തില്ല."

കുട്ടപ്പനതു പറയുമ്പോൾ അവൾ അഭിമാനപൂർവം സമ്മതിച്ചു.

കുറേ കഴിഞ്ഞു തങ്കമ്മ ചോദിച്ചു:

"വെട്ടിയാറ്റൊക്കെ എന്തോ ഒണ്ടു വിശേഷം?"

"ഓ, എന്നാ വിശേഷം? നമ്മളിങ്ങനെ ഒറ്റത്തടിയായിട്ടു കഴിയുന്നു.... ആരോരുമില്ലാതെ."

അത് ഒരു കുറ്റപ്പെടുത്തലാണോ? എങ്കിലും, അവൾ ചിരിച്ചുകൊണ്ടു പറഞ്ഞു:

"എന്താ ആരോരുമില്ലാണ്ടാകാൻ? കുട്ടപ്പഞ്ചേട്ടനുവേണ്ടടേഒരുത്തികാണും. എന്നാ പോയിക്കണ്ടു വിളിച്ചോണ്ടു വിളിച്ചോണ്ടു പോരാത്തെ?"

"ഓ, ആരാ? അങ്ങനാരുമില്ല. ഇനി ഈ ജന്മമില്ല."

ആറ്ററികിൽ നിൽക്കുന്ന മുരുക്കിലെ ചോരപ്പൂക്കളിലേക്കു നോക്കി കുട്ടപ്പൻ മിണ്ടാതെ നിന്നു. എവിടെനിന്നു നോക്കിയാലും കാണാവുന്നത്ര വലിയ ചുവപ്പ്.

എന്തോ ഓർത്തിട്ടെന്നപോലെ അയാൾ പറഞ്ഞു:

"ഞാൻ പറയുന്നതുകൊണ്ടു മറ്റൊന്നും തോന്നരുത്. കേസും വഴക്കുമൊക്കെയല്യോ? എന്തെങ്കിലും ഒണ്ടേ അറിയിച്ചാ മതി. നിനക്കുവേണ്ട കാര്യത്തിനെല്ലാം ഞാനെന്നും കാണും."

ആ സംസാരം അവളെ വികാരതരളിതയാക്കി. പാവം ഇപ്പോഴും ആ സ്നേഹത്തിനൊരു കുറവുമില്ല.

അസ്തമിക്കാൻ പോകുന്ന സൂര്യനെ നോക്കി രണ്ടാളും മൗനമായി നിന്നു.

"മാനത്തുകൂടി കാക്കക്കൂട്ടം കൂടുതിരക്കി പറന്നുപോയി."

കുട്ടപ്പൻ അവിടെ ആദ്യം വരികയാണ്. അയാൾക്കിത്ര വെള്ളം തിളപ്പിച്ചുകൊടുക്കാൻ അവിടെ യാതൊന്നുമില്ലെന്നോർത്ത് അവൾ നാണിച്ചു . അന്നു കഞ്ഞിവയ്ക്കാൻ ഒരു പിടി അരിപോലുമില്ല....

കിഴക്കേവീട്ടിലെ ഉണ്ണൂലിത്തള്ള അങ്ങോട്ടു കയറിവന്നു.

"ആരാ മോളേ ഈ നിൽക്കുന്നെ?"

"ഇതു ഞങ്ങളെ മച്ചമ്പിയാ അമ്മെ – കുട്ടപ്പഞ്ചേട്ടൻ. അമ്മാവന്റെ മോൻ."

"ആങ്ഹാ, എന്താ പിന്നങ്ങു നിൽക്കുന്നെ? ആ പുട്ടലെടുത്തങ്ങോട്ടിട്ടു കൊടുക്ക്. അവിടിരിക്കട്ടെ."

"ഓ. വേണ്ട. നേരം ഇരുട്ടുന്നേനുമുമ്പു ഞാനെറങ്ങുവാ."

"ഇയ്യാളിവിടിരി. ഒന്നു കാണട്ടെ. സന്ധ്യയായാലെക്കൊണ്ടെന്തുവാ? പേടിയാവുമോ.... നിന്റെ പനിയെങ്ങനിരിക്കുന്നു മോളെ?"

"കൊറവൊണ്ട്."

അപ്പോൾ ശരീരത്തിനു പൊള്ളുന്ന ചൂടുണ്ടായിരുന്നു. ഉണ്ണൂലിത്തള്ള കുട്ടപ്പനോടു ചോദിച്ചു:

"പിന്നെന്താ ഇങ്ങോട്ടൊക്കെ വന്നെ?"

"ഇവിടുത്തെ വിശേഷങ്ങളൊക്കെ ഒന്നറിയാവല്ലോന്നു കരുതി."

"അതൊന്നും പറയാനില്ലേ എന്റെ മക്കളേ! ഇവിടെല്ലാം വിശേഷങ്ങളല്ല്യോ? പൊലേരിപ്പം വേലചെയ്തു പെഴയ്ക്കാൻ തമ്പ്രാക്കള് തമ്മതിക്കേല. വല്ലാത്ത കാലം."

കുട്ടപ്പൻ അതേക്കുറിച്ച് അഭിപ്രായമൊന്നും പറഞ്ഞില്ല. ഉണ്ണൂലിത്തള്ള ദീർഘദർശനം ചെയ്തു.

"ഇങ്ങനായാലക്കൊണ്ട് ഇവിടെന്തേലും ഒന്നു പുഴുങ്ങിക്കുത്തും. പിന്നേ ഈ തമ്പ്രാക്കന്മാരടങ്ങത്തൊള്ള്."

നേരം അന്തിമയങ്ങുന്നതുകണ്ടു. കുട്ടപ്പൻ തങ്കമ്മയോടു യാത്ര ചോദിച്ചു:

"എന്നാ ഇരുട്ടുന്നേനുമുമ്പു ഞാൻ ചെല്ലട്ടെ. ചൊനക്കര വല്ലോം അറിയിക്കാനൊണ്ടോ? ഞാൻ പോയി പറഞ്ഞേക്കാം."

"ഓ. വേണ്ട. എന്തിനാ അവരെക്കൂടി വെഷമിപ്പിക്കുന്നെ?"

ഉണ്ണൂലിത്തള്ള ഒത്തു പറഞ്ഞു:

"ഞങ്ങളൊക്കെ ഈ അയലത്തൊണ്ടേ അവക്കൊരു വെഷമോം വരുത്തുകേല. അതോർത്തു നിങ്ങളാരും വിചാരപ്പെടണ്ടാ."

ഏണിൽ തിരുകിവച്ചിരുന്ന ഒരു പൊതിയെടുത്തു കുട്ടപ്പൻ തങ്കമ്മയുടെ നേർക്കു നീട്ടി:

"ഇന്നാ ഇതു കൈയീവച്ചോ ആവശ്യം വരുമ്പം ചെലവാക്കാം."

അവളതു വാങ്ങാൻ വിസമ്മതിച്ചു:

"വേണ്ട കുട്ടപ്പഞ്ചേട്ടാ. ഇപ്പോവേണ്ട. ആവശ്യത്തിനൊക്കെ എന്റെ കൈയിലൊണ്ട്."

കുട്ടപ്പന്റെ മുഖം ഇരുണ്ടു.

"ഇതു മേടിച്ചെന്നുംചൊല്ലി പഞ്ഞമൊന്നുമില്ല."

"പഞ്ഞംകൊണ്ടല്ല. ഇപ്പം ബുദ്ധിമുട്ടൊന്നും ഇല്ലാഞ്ഞിട്ടാ. അതു കുട്ടപ്പഞ്ചേട്ടന്റെ കൈയിലിരിക്കട്ടെ."

വീണ്ടും അയാളത് ഏണിൽ തിരുകി.

"എന്നാ ഞാൻ പോട്ടെ — പോട്ടെ അമ്മേ?"

"എന്നാ ഇരുട്ടുന്നേനുമുമ്പ് മോൻ ചെല്ല്."

അന്തിമയക്കത്തിൽ മാഞ്ഞുകൊണ്ടിരുന്ന നേരിയ വെളിച്ചംപോലെ, ആശാഭംഗത്തിന്റെ ഒരു നിഴൽപോലെ അവൻ നടന്നുപോയി. എന്തോ ഒരു രഹസ്യം കണ്ടുപിടിച്ച സംതൃപ്തിയോടെ ഉണ്ണൂലിത്തള്ള തങ്കമ്മ യോടു പറഞ്ഞു:

"നീയതു വാങ്ങിക്കാത്തതിൽ അവനു മനോതെണ്ണമൊണ്ട്. അവന്റെ മുഞ്ഞി കണ്ടാലതറിയാം."

"തെണ്ണം കാണും. കാണാതിരിക്കത്തില്ല."

"അത്ര മനതോടല്ല എറങ്ങിപ്പോയെ."

"അതങ്ങനാ. എന്നാലും ഞാനതി കുറ്റക്കാരിയല്ലല്ലോ."

"ഏനതു മനതിലായി. അതു നിന്റെ ആവശ്യമാ."

കുട്ടപ്പൻ നേരെ മണറ്റയിലേക്കാണു പോയത്. അവിടെ എല്ലാം ഒന്നു കണ്ടു പൊയ്ക്കളയാമെന്നു കരുതി. വെറുതെ ഒരു കൗതുകം.

ക്യാമ്പിലെത്തിയപ്പോൾ നല്ല കശതന്നെ. ചിലർ അടയ്ക്കാമരം മുറിച്ചു തല്ലിക്കീറുന്നു. അതുകൊണ്ട് പാര കൂർപ്പിക്കുന്നു.

ഒരറ്റത്ത് മെറ്റൽക്കഷണങ്ങൾ വാരിക്കൂട്ടിയിരിക്കുന്നു. മറ്റു ചിലർ തിരക്കിട്ട ചർച്ചകളിലാണ്. ഗ്രൂപ്പുഗ്രൂപ്പായി ചർച്ചകൾ നടക്കുന്നു. വേറെ ചിലർ ചിരട്ടയിൽ മഷികലക്കി പോസ്റ്ററുകളെഴുതുകയാണ്. അവിടെ വച്ചാണു കുഞ്ഞച്ചന്റെ കാര്യമറിഞ്ഞത്. അയാളുടെ ജാമ്യാപേക്ഷ തള്ളി ക്കളഞ്ഞു. റിമാന്റു ചെയ്ത് സബ്ജയിലിൽ പാർപ്പിച്ചിരിക്കുകയാണ്. അതുകേട്ടപ്പോൾ തങ്കമ്മയുടെ കാര്യം ആലോചിച്ചു ദുഃഖം തോന്നി. പാവം. അവളൊറ്റയ്ക്ക് എന്തോ ചെയ്യും?

അന്നു പിന്നെ വെട്ടിയാറ്റേക്കു മടങ്ങിപ്പോയില്ല. എല്ലാം കണ്ടുംകേട്ടും കുറേ നേരം ഉറക്കമിളച്ചു നടന്നു. ഒരോലക്കീറെടുത്തിട്ട് ഉറങ്ങാൻ കിടന്നു. വെളുപ്പാൻ കാലത്താണ് ഒന്നു മയങ്ങിയത്. പക്ഷേ, നേരം വെളുക്കും മുമ്പ് മത്തായി വന്നു വിളിച്ചുണർത്തി:

"എണീര്. ഒറങ്ങിയതു മതി. എണീറ്റ് തയാറായിക്കോ."

കുട്ടപ്പൻ ഞെട്ടിപ്പിടഞ്ഞെഴുന്നേറ്റു. എന്തിനു തയാറാകുന്ന കാര്യ മാണോ? ഒരു പിടിയുമില്ല. എന്താണവിടെ നടക്കാൻ പോകുന്നതെ ന്നോർത്ത് വേവലാതിയോടെ ചുറ്റും മിഴിച്ചുനോക്കി. മണറ്റ മുഴുവൻ ആളു കളെക്കൊണ്ടു നിറഞ്ഞിരിക്കുന്നു. കൊടിക്കടലാസുകളൊട്ടിട്ട് കൂപ്പനക്കോ ലുകളുമായി ആളുകൾ നിരന്നു കഴിഞ്ഞിരുന്നു. ആരോ ഒരാൾ ഒരെണ്ണ മെടുത്ത് കുട്ടപ്പന്റെ കൈയിലും കൊടുത്തു. വേണ്ടെന്നു പറയാൻ വയ്യ. അയാളതു വാങ്ങി പിടിച്ചെങ്കിലും ഉള്ളുകിടന്നു വിറച്ചു. മത്തായിയുടെ മുന്നിലിരുന്ന പനവട്ടിയിൽ നിന്ന് അരിയുണ്ടയ്ക്കാ വലിപ്പമുള്ള പൊതി കളെടുത്ത് ചിലർ മടിയിൽ വയ്ക്കുന്നതു കണ്ടു. എന്തിനുള്ളതാണെന്ന റിഞ്ഞുകൂടാ. അതുകൂടി പിടിക്കാൻ ആരും അടുത്തേക്കു വരാത്തതു ഭാഗ്യം.

പ്രഭാതം പൊട്ടിവിരിഞ്ഞതേയുള്ളു. കുട്ടപ്പൻ വിരണ്ടു വിയർത്തു നിൽക്കുമ്പോൾ വയലിന്റെ കിഴക്കേക്കരനിന്ന് ഒരുപോലെയുള്ള ബനിയനും തലേക്കെട്ടും ധരിച്ച ഒരുപറ്റം ആളുകൾ വരിയായി നടന്നുവരുന്നു. കൂടെ കുറേ പെണ്ണാളുമുണ്ട്.

അപ്പോൾ ഇങ്ങു മണറ്റയിൽ തൊഴിലാളികൾ മുദ്രാവാക്യം വിളി തുടങ്ങി. അവരും ജാഥയായി വയലിലേയ്ക്കിറങ്ങി. കണ്ണനും മത്തായിയും മുമ്പേ നടന്നു. അവരുടെ പിന്നിൽ ആർത്തിരമ്പുന്ന ജനസമുദ്രം. ആ കൂട്ടത്തിൽനിന്നു വലിയാനായിരുന്നു കുട്ടപ്പന്റെ പ്ലാൻ. ഭയംകൊണ്ട് അയാളുടെ ഹൃദയം പിടച്ചുകൊണ്ടിരുന്നു. വയറ്റിൽ എന്തോ കത്തിയെരിഞ്ഞു. പക്ഷേ, എങ്ങോട്ടു പോകും? ഷെഡ്ഡിലെ മൈക്കിലൂടെ ആരോ വിളിച്ചുപറയുന്നു:

"ഒരുത്തരും തിരിഞ്ഞുനിൽക്കരുത്. മുഴുവനാളുകളും പാടത്തേക്ക്."

കുട്ടപ്പൻ ഭയത്തിൽ അലിഞ്ഞലിഞ്ഞില്ലാതായി. കടലിൽ ചെന്നപെട്ട ഒരു തുള്ളി വെള്ളത്തെപ്പോലെ അയാൾക്ക് അസ്തിത്വം ഇല്ലാതായി.

അവർ നിലത്തിൽ നാട്ടിയിരുന്ന കൊടിയുടെ ചുറ്റും കൂടിനിന്നു. മുദ്രാവാക്യങ്ങൾ മുഴക്കിക്കൊണ്ടിരിക്കുമ്പോൾ പൊലീസ് പാർട്ടി പാഞ്ഞു വന്നു.

തലേക്കെട്ടും ബനിയനും ധരിച്ച സന്നദ്ധസേന ഒരു കടന്നാക്രമണത്തിനെന്നപോലെ അടുത്തടുത്തു വരികയാണ്. പത്തലും പാരക്കോലുമായി; കത്താളും മുച്ചാൺവടികളുമായി.

മുൻപന്തിയിൽ കെ പി പണിക്കരുണ്ട്. പിന്നിൽ പാച്ചനും തിരുവഞ്ചനും ശിവൻപിള്ളയും ഗോപിക്കുട്ടനും കാട്ടുകിട്ടനും പടിമമ്മൂഞ്ഞും. ആയിരത്തിലെ നാരാപിള്ളയും എഞ്ചിൻഡ്രൈവർ എബ്രഹാമും ഉണ്ട്. കോയിക്കലെ കാര്യസ്ഥൻ ശങ്കുനായരും, വിളയിക്കാട്ടെ കാവൽക്കാരൻ കൊച്ചുവെളുമ്പനുമുണ്ട്.

പൊലീസ് വിസിലടിച്ചു. ഇൻസ്പെക്ടർ ഉറക്കെ വിളിച്ചുപറഞ്ഞു:

"പണിചെയ്യാൻ വന്നവർ മാത്രം ഇവിടെ നിന്നാൽ മതി. മറ്റുള്ളവർ കേറിപ്പോകണം....."

ആ തക്കത്തിനു കുട്ടപ്പൻ കൂപ്പനക്കോലു താഴെയിട്ട് ഒഴിഞ്ഞുമാറി അകലെ ചെന്നുനിന്നു.

അപ്പോൾ കണ്ണൻ ഉറക്കെ വിളിച്ചുകൊടുക്കുകയായിരുന്നു:

"തൊഴിൽ സമരങ്ങളിൽ പൊലീസ് ഇടപെടരുത്."

ആ വയലും പരിസരവുമാകെ തിങ്ങിനിറഞ്ഞ ജനങ്ങൾ അതേറ്റു വിളിച്ചു.

എന്തിനും തയാറായി വന്നിരിക്കുന്ന ആയിരക്കണക്കിനാളുകൾ.

അവരെ എങ്ങനെ നേരിടണമെന്നറിയാതെ ഇൻസ്പെക്ടർ ആശയക്കുഴപ്പത്തിന്റെ ചുഴിയിൽ ചെന്നുവീണു. അയാൾ കൈയ് ഉയർത്തി ആളുകൾ ശാന്തരാകാൻ ആജ്ഞാപിച്ചു. കണ്ണന്റെ അടുത്തേക്കു ചെന്ന് എന്തോ പറയാനൊരുങ്ങി. കണ്ണൻ വിളിനിർത്തി. സർവത്ര നിശ്ശബ്ദത!

ഇൻസ്പെക്ടർ പറഞ്ഞു:

“പണിചെയ്യാൻ വന്നവർ മാത്രം ഇവിടെ നിന്നാൽ മതി. മറ്റുള്ളവർക്കു പോകാം.”

അടുത്തുനിന്ന മറിയ കേറിപ്പറഞ്ഞു:

“ഞങ്ങളു പണിചെയ്യാനാ വന്നിരിക്കുന്നെ. പക്ഷേങ്കി, ഈ തമ്പ്രാക്കന്മാരെല്ലാം കൂടെന്തിനാ വന്നിരിക്കുന്നെ?”

“നീ പണിക്കുവന്നോ അതോ സമരിക്കാൻ വന്നോ?”

ത്രേസ്യയാണു മറുപടി പറഞ്ഞത്:

“പണിയെടുക്കാൻതന്നെ. അതു സമ്മതിക്കുകേലെ സമരിക്കുകേം ചെയ്യും.”

കണ്ണൻ കൈയ് ഉയർത്തി എല്ലാവരോടും നിശ്ശബ്ദരായിരിക്കാൻ ആവശ്യപ്പെട്ടു. എന്നിട്ട് ഇൻസ്പെക്ടറെ ബോധ്യപ്പെടുത്തി:

“ഞങ്ങൾ പണിയെടുക്കാൻതന്നെ വന്നത്.”

“നിങ്ങളെ ആരെങ്കിലും പണിക്കു വിളിച്ചോ?”

“ഞങ്ങളെ വിളിക്കതെ വേറെയാളുകളെ കൊണ്ടുവന്നതുകൊണ്ടാണല്ലോ ഒരു സമരം വേണ്ടിവന്നത്.”

“ആരും വിളിച്ചിട്ടില്ലെങ്കിൽ ഇപ്പോൾ നിലത്തിൽനിന്നു കേറണം.”

“കേറാൻ പറ്റില്ല. ഇവിടെ തൊഴിൽ സ്ഥിരതയ്ക്കുവേണ്ടി ഞങ്ങളൊരു സമരം നടത്തുകയാണ്. അങ്ങനെ വെറുതെയങ്ങു കേറ്റിവിടാനൊക്കത്തില്ല.”

“എങ്കിൽ എനിക്കു ബലം പ്രയോഗിക്കേണ്ടിവരും.”

“അതു ഞങ്ങൾക്കു നേരത്തേ അറിയാം. അതിനെ എങ്ങനെ നേരിടണമെന്നുമറിയാം.”

“അക്രമത്തിനു മുതിർന്നാൽ ഒരുത്തനേം ഞാൻ വെറുതെ വിടുകയില്ല. ചുട്ടുകളയും.”

“അതുതന്നെ നടക്കട്ടെ. അക്രമത്തിനു മുതിരുന്നത് ഞങ്ങളായിരിക്കുകയില്ല. അക്രമത്തിനു വന്നിരിക്കുന്നത് ആരാണെന്നു അധികാരമുള്ളവർ ആദ്യം മനസിലാക്കണം.”

“ഓഹേ, നിങ്ങളെന്നെ പഠിപ്പിക്കുകയാണോ?”

“ആരെയും പഠിപ്പിക്കാനുള്ള കരാറില്ലെങ്കിലും ഞങ്ങളുടെ കാര്യം പറയാനറിയാം.”

കണ്ണൻ കുറേക്കൂടി ശബ്ദമുയർത്തി പറഞ്ഞു:

“ഈ സമരത്തിൽ ജന്മിയുടെ പക്ഷംപിടിച്ച് ലാത്തിയും തോക്കുമുപയോഗിച്ച് ഞങ്ങളെ തോൽപ്പിക്കാനാണു ഭാവമെങ്കിൽ അതുകൊണ്ടു തോൽക്കുകയില്ലെന്നു ഞങ്ങൾ ബോധ്യപ്പെടുത്തിക്കൊള്ളാം.”

“ഇങ്ങനെ സംഘംചേർന്ന് അക്രമം കാണിക്കാൻ വരുന്നതാണോ ഹേ തൊഴിൽസമരം?”

“അക്രമത്തിന്റെ പ്രശ്നമില്ലിവിടെ. തൊഴിലാളി സമരംചെയ്ത് നേടിയ ചില കരാറുകളുണ്ട്. ഗവൺമെന്റുകൂടി അംഗീകരിച്ച ചില കരാ

റുകൾ. അതു നടപ്പാക്കാൻവേണ്ടിയുള്ള സമരംതന്നെയാണിത്."

ഇൻസ്പെക്ടർ കെ പി പണിക്കരുടെ നേരെ തിരിഞ്ഞു.

"എന്തോന്നാ മിസ്റ്റർ പണിക്കർ, ഇവർ പറയുന്ന കരാറുകൾ?"

"യാതൊന്നുമില്ല സാർ? വെറുതെ കുഴപ്പമുണ്ടാക്കാൻ പറയുന്നതാണ്."

"അതിനെക്കുറിച്ച് അവർക്കറിയുകയില്ലായിരിക്കാം."

കണ്ണൻ ഐ ആർ സി തീരുമാനങ്ങളെക്കുറിച്ചും മിനിമം വേജസ് നോട്ടിഫിക്കേഷനിലെ വ്യവസ്ഥകളെക്കുറിച്ചും സംസാരിച്ചു.

"ഞങ്ങളെ കൂട്ടംകൂട്ടമായി വെടിവച്ചു വീഴ്ത്തിയാലും ശരി, പാടത്തിന്റെ കരയ്ക്കുള്ള തൊഴിലാളികൾക്കു വേണം ആ പാടത്തെ ജോലി നൽകേണ്ടതെന്ന അവകാശവാദത്തിൽ നിന്നു വിട്ടുമാറുന്ന പേശ്നമില്ല."

ഇൻസ്പെക്ടർ എന്തോ ആലോചിച്ചുകൊണ്ടു നിന്നു.

"പക്ഷേ, ഇവിടെ സമാധാനലംഘനം ഉണ്ടാവാതെ നോക്കേണ്ടത് എന്റെ കടമയാണ്."

"അവകാശലംഘനം ഉണ്ടാവാതെ നോക്കേണ്ടത് ഞങ്ങളുടെ ആവശ്യവുമാണ്."

"നോ. നോ അവകാശലംഘനമൊന്നും എനിക്കറിയണ്ട."

"പക്ഷേ, ഞങ്ങളറിയണമല്ലോ. ഞങ്ങളുടെ വയറ്റിപ്പാടല്ലേ."

"എന്തായാലും ഇവിടെ ബഹളമുണ്ടാവാൻ പാടില്ല."

"ബഹളമുണ്ടാക്കാൻ ഞങ്ങൾക്കാഗ്രഹവുമില്ല."

"എന്നാൽ, നിങ്ങളുടെ തൊഴിലാളികളോടു പിരിഞ്ഞുപോകാൻ പറയൂ."

"അങ്ങനെയങ്ങു പിരിഞ്ഞുപോയാൽ ഞങ്ങൾ പാടുപെടുന്നതിനർഥമൊന്നുമില്ല. മറ്റവരിറങ്ങി പണിയെടുത്തിട്ടു പോകും."

ഇൻസ്പെക്ടർ വീണ്ടും പണിക്കരുടെ നേരെ തിരിഞ്ഞു:

"എന്തോ മിസ്റ്റർ പണിക്കർ, എന്താ നിങ്ങളുടെ ഉദ്ദേശ്യം?"

"ഞങ്ങളുടെ നിലത്തിൽ പണിയെടുക്കാനുള്ള അവകാശം ഞങ്ങൾക്കുണ്ടോ എന്നറിയണം. ഉണ്ടെങ്കിൽ ബന്ധപ്പെട്ട അധികാരിയെന്ന നിലയിൽ അതിനുള്ള സംരക്ഷണം നൽകണം."

"നോ. നോ. അതിനെക്കുറിച്ചൊക്കെ പിന്നെ തീരുമാനിക്കാം. ഇപ്പോൾ സമാധാനലംഘനമുണ്ടാകാതെ ഇരുകൂട്ടരും പിരിഞ്ഞുപോകണം." പിന്നെ വാശിപ്പിടിക്കുന്നതിൽ അർഥമില്ലെന്നു കെ പി പണിക്കർക്കും തോന്നി.

"അങ്ങയുടെ നിർദേശമെന്തായാലും അതനുസരിക്കാൻ ഞങ്ങൾ തയാറാണ്."

എന്നാൽ, എന്റെ നിർദേശമാണ്. ഇപ്പോൾ ഇരുകൂട്ടരും പിരിഞ്ഞുപോകണം."

ആരാണു മുമ്പെ പിരിയേണ്ടതെന്ന കാര്യത്തിൽ തർക്കമായി.

ലൂക്കോസ് വിളിച്ചുപറയുന്നതു കേട്ടു:

"ആദ്യം വന്നവർ ആദ്യം പോകണം."

ആ തത്വത്തിൽ കണ്ണനും മത്തായിയും മുറുകെപ്പിടിച്ചു.

"ഞങ്ങൾ പൊയ്ക്കഴിഞ്ഞാൽ അവരിറങ്ങി പണി ചെയ്യുകയാണെങ്കിൽ ഇവിടെ കലാപമുണ്ടാകും. ഒരു തീരുമാനമുണ്ടാകാതെ ഞങ്ങളെന്തായാലും പണിയെടുക്കാൻ പോകുന്നില്ല. അതുവരെ അവരെക്കൊണ്ട് പണിയെടുപ്പിക്കരുതെന്നേ ഞങ്ങൾക്കുള്ളൂ."

തൊഴിലാളികൾ ആ തീരുമാനത്തിൽ ഉറച്ചുനിൽക്കുകയാണെന്നു കണ്ടപ്പോൾ ഇൻസ്പെക്ടർ, കെ പി പണിക്കരെ ഉപദേശിച്ചു:

"നിങ്ങൾതന്നെ ആദ്യം പിരിഞ്ഞുപോകൂ. നിങ്ങളെ നിർത്തിയിട്ട് അവർ പൊയ്ക്കഴിഞ്ഞാൽ നിങ്ങൾ നിലത്തിലിറങ്ങി പണി ചെയ്തുകളയുമെന്ന് ഭയമുള്ളതുകൊണ്ട് നിങ്ങൾതന്നെ ആദ്യം പോകണം.

"ഓഹോ, ഞങ്ങൾതന്നെ ആദ്യം പിരിഞ്ഞുപോയേക്കാം."

ഇളിഭ്യത മറയ്ക്കാൻവേണ്ടി കെ പി പണിക്കർ തന്റെ സ്വർണപ്പല്ലുകൾ കാട്ടി ചിരിച്ചു. അയാൾ കൈയുയർത്തി ജനക്കൂട്ടത്തോടു പറഞ്ഞു:

"പക്ഷേ, സഹോദരങ്ങളേ, നിങ്ങൾ ദയവായി ഞങ്ങളെ കൂവിവിളിക്കരുത്."

അതുകേൾക്കാത്ത താമസം കൂക്കിവിളിയും അട്ടഹാസവും മുഴങ്ങി.

പോകുന്നപോക്കിൽ സന്നദ്ധസേനയും മുദ്രാവാക്യം വിളിച്ചു.

"തോറ്റേ തോറ്റേ തൊഴിലാളി തോറ്റേ."

പാച്ചനും തിരുവഞ്ചനും എബ്രഹാമും നാരാപിള്ളയും അതേറ്റു വിളിച്ചു.

"പാളേക്കഞ്ഞികുടിപ്പിക്കും.

തമ്പ്രാനെന്നു വിളിപ്പിക്കും....."

ഇരമ്പിവരുന്ന കടലുപോലെയുള്ള ആ ജനസമുദ്രത്തിന്റെ ആരവത്തിൽ ആ ശബ്ദം മുങ്ങിപ്പോയി.

"ഇങ്ക്വിലാബ് - സിന്ദാബാദ്!"

ശബ്ദകോലാഹലത്തിൽ കുട്ടപ്പൻ അന്തംവിട്ടുപോയി. എല്ലാവരും വീണ്ടും മണറ്റയിലേക്കു മടങ്ങുകയായി. ആ തക്കത്തിന് അയാൾ തിരിഞ്ഞു നടന്നുകളഞ്ഞു. വഴിതിരിഞ്ഞ് ആറ്റുംമണ്ണേൽ തങ്കമ്മയുടെ അടുത്തേക്കു പോയി.

മുപ്പത്തിരണ്ട്

കുട്ടപ്പൻ മാടത്തിന്റെ മുന്നിൽ ചെന്നുനിന്നു മൂന്നുനാലു വിളിച്ചു. ആളനക്കമില്ല. അകത്തു കടന്നു നോക്കിയപ്പോൾ തങ്കമ്മ മൂടിപ്പുതച്ചു കിടക്കുന്നു. ആ വിളിയൊന്നും കേൾക്കാത്ത മട്ടിൽ ചുരുണ്ടുകൂടി കിടക്കുന്നു.

അടുത്തുചെന്നു വീണ്ടും വിളിച്ചു. കണ്ണു തുറന്നില്ല. മുഖം വാടി കരുവാളിച്ചിരിക്കുന്നു. കുലുക്കിയുണർത്താൻ നോക്കി. ശരീരം തീപോലെ പൊള്ളുന്നു.

പ്രജ്ഞയറ്റു ചത്തതുപോലെയുള്ള അവളുടെ കിടപ്പുകണ്ട് കുട്ടപ്പൻ കരഞ്ഞുപോയി. ഉണങ്ങിവരണ്ട ആ ചുണ്ടുകളിലേക്കുറ്റു നോക്കി. കൈയെടുത്തു നെറ്റിയും മുഖവും തഴുകി.

മുറ്റത്തിരുന്ന മൺകുടത്തിൽ കൈയിട്ട് കുറേ വെള്ളം കോരി മുഖത്തു തളിച്ചു. ചരിഞ്ഞുകിടന്ന മുഖം പിടിച്ചു നേരേ വച്ചു. വാടിപ്പോയ ഒരാമ്പൽപൂവുപോലെ അതു തളർന്നു. പിന്നെയും വശംതിരിഞ്ഞു വീണു.

അയാൾ പൊട്ടിക്കരഞ്ഞുകൊണ്ട് ചുട്ടുപൊള്ളുന്ന നെറ്റിത്തടത്തിൽ വീണ്ടും കൈവച്ചുനോക്കി. ആ മുഖത്തേക്കു നോക്കി കണ്ണീരുമൊലിപ്പിച്ച് അവളുടെ അരികിലിരുന്നു....

ഒടുവിൽ അവൾ കണ്ണുതുറന്നു. നിർജീവമായി തുറിച്ചുനോക്കി.

അജ്ഞാതവും വിദൂരവുമായ ഏതോ ലോകത്തുനിന്ന് എങ്ങോ എത്തിച്ചേർന്നതുപോലെ. തിളച്ചുമറിയുന്ന ചൂടിന്റെ തിരകൾക്കിടയിൽനിന്ന് നീർക്കുഴിയിട്ടു പൊങ്ങിയതുപോലെ! എവിടെനിന്നാണു വന്നത്? എവിടേക്കാണ് പോകുന്നത്? ഒരു പിടിയുമില്ല. എല്ലാം അപരിചിതമായി തോന്നി.

മുഖം കുനിച്ചു വിങ്ങിക്കരയുന്ന മനുഷ്യനെ കണ്ടു.... വീണ്ടും കണ്ണുകൾ അടഞ്ഞുപോകുന്നു. എല്ലാം വിസ്മൃതിയിൽ മുങ്ങിപ്പോകുന്നു.

തണുത്ത കൈത്തലംകൊണ്ട് ആരോ നെറ്റിത്തടത്തിൽ തഴുകുന്നതറിയാം. ക്രമേണ എല്ലാം ഓർമവരുന്നു. ഉള്ളിന്റെ ഉള്ളിൽ ചോദിച്ചു. വന്നോ....? അതിയാൻ ജയിലിൽനിന്നു വന്നോ? കണ്ണുതുറന്നു നോക്കി. ആരാണിത്?

കുട്ടപ്പൻചേട്ടനോ? എപ്പോൾവന്നു? കുട്ടപ്പൻചേട്ടൻ കുത്തിയിരുന്ന് ഏങ്ങലടിച്ചു കരയുന്നതെന്തിന്?

ചോദിക്കാൻ നാവു പൊങ്ങുന്നില്ല. ദാഹം, വല്ലാത്ത ദാഹം. വെള്ളത്തിനു വേണ്ടി താനേതന്നെ ചുണ്ടുകൾ വിടർന്നു.

വീണ്ടും നോക്കിയപ്പോൾ കുട്ടപ്പൻചേട്ടനില്ല. കണ്ണുഴിഞ്ഞു നാലുപാടുംനോക്കി. ആരുമില്ല.

കുട്ടപ്പൻചേട്ടൻ അവിടെയിരിക്കുന്നതു കണ്ടതാണ്.

ദാഹിക്കുന്നു. വല്ലാത്ത ദാഹം.

"എന്താ മോളേ?"

ശബ്ദംകേട്ടു കണ്ണുതുറന്നു. കുട്ടപ്പൻചേട്ടന്റെ കൂടെ ഉണ്ണൂലിയമ്മ.... കുട്ടപ്പൻചേട്ടൻ തന്നെ താങ്ങിയിരുത്തി. ചൂടുവെള്ളം ചുണ്ടോടു ചേർത്തു പിടിപ്പിച്ചുതന്നു. അതു മുഴുവൻ വലിച്ചു കുടിച്ചു. എന്നിട്ടും ദാഹം തീർന്നില്ല.

നെറ്റിയിൽ കൈവച്ചു നോക്കിയിട്ട് ഉണ്ണൂലിത്തള്ള പറഞ്ഞു:

"നെറ്റിയങ്ങ് തിളയ്ക്കുന്നു."

കുറേനേരം ഉണ്ണൂലിത്തള്ളയുടെ മുഖത്തേക്കു നോക്കിക്കിടന്നിട്ട് ചോദിച്ചു:

"അതിയാൻ ജയിലീന്നെറങ്ങിയോ അമ്മീ?"

"എറങ്ങും. ഒടനെ എറങ്ങും. എറങ്ങാണ്ടിരിക്കാനക്കൊണ്ടെന്താ? അതുമിതും വിചാരിക്കാണ്ട് തഞ്ചത്തെ കെട."

വെറുതെ കിടന്നു. പക്ഷേ, ഓർക്കാതിരിക്കാൻ കഴിയുന്നില്ല. എല്ലാം ഓർമയിൽ വന്നു നിരക്കുന്നു. ഇനിയും വന്നിട്ടില്ല. ഇപ്പോഴും ജയിലിൽ തന്നെയാണ്.

വിയർക്കുന്നതായി തോന്നി. ചൂടു വിട്ടുമാറുന്നു. ശരീരമാകെ നിമിഷനേരം കൊണ്ടു കുളിച്ചതുപോലെയായി.

ഒരു പഴന്തുണിയെടുത്തു വിയർപ്പു തുടച്ചുകളഞ്ഞിട്ടു ഉണ്ണൂലിത്തള്ള പറഞ്ഞു:

"പനി മാറാനാ മോളെ ഈ വിശർപ്പ്."

പരിക്ഷീണയായി മുകളിലേക്കു നോക്കി കിടക്കുമ്പോൾ, മേച്ചിൽ പാളികൾക്കിടയിലൂടെ മഴവില്ലിന്റെ നിറപ്പകിട്ടിയന്ന പ്രകാശനാളങ്ങൾ കടന്നുവരുന്നതു കണ്ടു. എന്തോ ഓർത്തിട്ടെന്നതുപോലെ ചോദിച്ചു:

"നമ്മുടെ സമരമൊക്കെ തീർന്നോ?"

"നടക്കുവാ ബഹളം."

ബാക്കികൂടി കേൾക്കാൻ കൗതുകപൂർവം മുഖംതിരിച്ചു കിടന്നു.

"വലിയ പുകിലാ മോളേ. ഇപ്പം നമ്മളാ ജയിച്ചുനിക്കുന്നെ."

"എന്തൊക്കെയാ പുകില്! എങ്ങനെയാ?"

"പൊലീസും പട്ടാളോം എല്ലാം വന്നുപോലോ. അതെല്ലാം കണ്ടേച്ചാ കുട്ടപ്പൻ വന്നെ."

കുട്ടപ്പനെ കാണാൻവേണ്ടി പിടലി തിരിച്ചു നാലുപാടും നോക്കി. പക്ഷേ, കുട്ടപ്പൻ പൊയ്ക്കഴിഞ്ഞിരുന്നു. ഉണ്ണൂലിത്തള്ളയെ കാവലിരുത്തിയിട്ട് അയാൾ വൈദ്യശാലയിലേക്കു പോയിരുന്നു.

ഉണ്ണൂലിത്തള്ള വീണ്ടും മുളകുവെള്ളം തിളപ്പിച്ചു കൊടുത്തു. അതു കഴിച്ചുകൊണ്ടു തളർന്നുകിടന്നു മയങ്ങി. കുറേക്കഴിഞ്ഞു മരുന്നും ഗുളികകളുമായി കുട്ടപ്പൻ വന്നു. മുറതെറ്റാതെ അയാൾ തന്നെ മരുന്നു പകർന്നു നൽകി. അടുത്തിരുന്നു ശുശ്രൂഷിച്ചു. രണ്ടുമൂന്നു ദിവസംകൊണ്ട് ദീനം വിട്ടുമാറി. അതിനുശേഷം കുട്ടപ്പൻ വെട്ടിയാറ്റേക്കു മടങ്ങിപ്പോയി.

ഇതിനിടയിൽ പലരും വന്നു വിശേഷങ്ങൾ തിരക്കി. കണ്ണൻ, മത്തായി, മറ്റൊരു യൂണിയൻ പ്രവർത്തകനായ രാജൻ — അങ്ങനെ പലരും.

"രാജൻ പറയാറുണ്ടായിരുന്നു:"

"ഇന്നല്ലെങ്കിൽ നാളെ ഞങ്ങൾ കുഞ്ഞച്ചനെ വെളിയിൽ കൊണ്ടുവരും. അയാളുടെ കാര്യം യൂണിയന്റെ പൊതുവായ കാര്യമാണ്. അയാൾ യൂണിയന്റെ പൊതുവായ കാര്യമാണ്. നേട്ടമാണ്. കുഞ്ഞച്ചനെയോർത്ത് ദുഃഖിക്കാതിരിക്കൂ."

ആ സംസാരം അവളിൽ ആശ്വാസം പകർന്നു. പഠിപ്പും വിവരവുമുള്ള ആളാണു പറയുന്നത്. യൂണിയന്റെ യോഗങ്ങളിൽ പ്രസംഗിച്ചു നിൽക്കുമ്പോൾ എന്തെല്ലാം കാര്യങ്ങളാണു പറയുന്നത്? പറഞ്ഞു തുടങ്ങിയാൽ പിന്നെ മാലപ്പടക്കം പൊട്ടുന്നതുപോലെയാണ്....

മറ്റുള്ളവർ അടുത്തുള്ളപ്പോൾ അവൾക്കു യാതൊരു പേടിയും തോന്നിയില്ല. അഭിമാനമേ തോന്നിയുള്ളു. പക്ഷേ, എല്ലാവരും അവരവരുടെ വഴിക്കു പോവുകയും, താൻ ഏകാകിയാവുകയും ചെയ്യുന്ന നിമിഷങ്ങളിൽ വീണ്ടും മനസ്സ് അസ്വസ്ഥമാകാൻ തുടങ്ങും.

പക്ഷേ, അവളെ ആശ്വസിപ്പിക്കാനും ജയിലിലെ വിവരങ്ങളറിയിക്കാനും വേണ്ടി രാജൻ കൂടെക്കൂടെ വന്നുകൊണ്ടിരുന്നു. വരുമ്പോഴെല്ലാം ജാമ്യത്തിനുവേണ്ടി തങ്ങൾ നടത്തുന്ന പരിശ്രമങ്ങളെക്കുറിച്ചു പറഞ്ഞുകൊണ്ടിരുന്നു.

ആ സന്ദർഭത്തിൽ കൂടുതൽ തന്റേടവും ധീരതയും കാണിക്കാൻ അയാൾ അവളെ ഉപദേശിച്ചു.

ആദരവോടെ എല്ലാം മൂളിക്കേട്ടു. നന്ദിയും സ്നേഹവും നിറഞ്ഞ ഹൃദയത്തോടെ ആ ചെറുപ്പക്കാരനെ നോക്കി മൂകയായിരുന്നു.

അയൽക്കാരെല്ലാം കൂടുതൽ വാത്സല്യത്തോടെ പെരുമാറി. മാടത്തിലെ ചെലവിനുവേണ്ടി ആരെങ്കിലും എന്തെങ്കിലും കൊടുത്തയ്ക്കുമായിരുന്നു.

കുട്ടപ്പൻവന്ന് ഒരു ദിവസം അവളോടു പറഞ്ഞു:

“തങ്കമ്മയോടു ഞാനൊരു കാര്യം ചോദിക്കട്ടെ? ഈ ബഹളമൊക്കെ ഒന്നു തീരുന്നതുവരെ നിനക്കു അപ്പച്ചീടെ കൂടെച്ചെന്നു താമസിച്ചൂടായോ? ഇവിടെന്തിനാ ഇങ്ങനെ ഒറ്റയ്ക്കു കഴിയുന്നെ.....”

അവളുടെ മുഖം ഇരുണ്ടു ഏതോ ആലോചനയിൽ മുഴുകിയിരുന്നു. ആ കണ്ണുകൾ നിറഞ്ഞു തുളുമ്പുന്നതു കുട്ടപ്പൻ കണ്ടു.

“എന്തിനാ കരയുന്നെ? അതല്യോ നല്ലതെന്നു ഞാൻ ചോദിച്ചേത്.”

“അതിയാൻ ജയിലീക്കെടക്കുമ്പം ഞാനിവിടം പൂട്ടിക്കൊണ്ടു പോകുന്നതെങ്ങനാ കുട്ടപ്പൻചേട്ടാ.”

“അയാളു ജയിലീന്നു വരുമ്പം ഇങ്ങു പോരണം. അല്ലാതിങ്ങനെ ഒരു സഹായത്തിന് ആരോരുമില്ലാതെ....”

“ഇവിടുള്ളോരെല്ലാം എനിക്കു സഹായികളാ. തമ്പുരാന്റെ സഹായം കൊണ്ട് ഒന്നിനും ഒരു കുറവുമില്ല.”

അതിനുശേഷം കുട്ടപ്പൻ ഒന്നും പറഞ്ഞില്ല.

അന്നു സന്ധ്യക്കു വീണ്ടും രാജൻ സഖാവു വന്നു. അയാൾ ജയിലിൽ പോയതും കുഞ്ഞച്ചനെ കണ്ടതുമെല്ലാം വിവരിച്ചു. അവൾ കൺപീലികൾ വിടർത്തി ആകാംഷയോടെ അയാളുടെ മുഖത്തേക്കു നോക്കിക്കൊണ്ടു നിന്നു.

തിണ്ണയിൽ കത്തിനിന്ന മണ്ണെണ്ണ വിളക്കിൽനിന്ന് ബീഡി കത്തിച്ചുകൊണ്ട്, ഒരു പുട്ടൽ നീക്കിയിട്ടിരുന്ന് രാജൻ വർത്തമാനം തുടർന്നു:

"ഞാനതുവഴി നമ്മുടെ വക്കീലിനെയും കണ്ടിട്ടു വരുവാ. വാദം കേട്ടാലുടനെ ജാമ്യം അനുവദിക്കും."

അവൾക്കു സമാധാനമായി. അതിനു നന്ദി പറയേണ്ടതെങ്ങനെയാണെന്നറിഞ്ഞുകൂടാ. പറയാൻ വേറൊന്നുമില്ലാതായപ്പോൾ വെറുതെ ബീഡി വലിച്ചു പുകവിട്ടുകൊണ്ട് രാജൻ തങ്കമ്മയുടെ മുഖത്തേക്കു നോക്കിക്കൊണ്ടിരുന്നു. അയാൾ പറഞ്ഞു:

"ഒന്നു കുടിക്കാൻ വേണം തങ്കമ്മേ വല്ലാത്ത ദാഹം."

അവൾ നിന്നു പരുങ്ങി. സങ്കോചത്തോടെ പറഞ്ഞു:

"പച്ചവെള്ളം മതിയോ?..... അല്ലെങ്കിൽ ഉണ്ണൂലിയമ്മയുടെ തറയിൽ പോയി....."

ദാഹാർത്തമായ കണ്ണുകൾകൊണ്ട് അയാൾ അവളുടെ മുഖവും മാറും ഉഴിഞ്ഞു.

"പച്ചവെള്ളം മതി. നിന്റെ കൈകൊണ്ടു തന്നാൽ പച്ചവെള്ളവും എനിക്കമൃതുപോലെയാ."

ആ മുഖത്തുനിന്നു ചാരായത്തിന്റെ ഗന്ധം വമിക്കുന്നുവോ? വെള്ളം കൊണ്ടുവന്നു കൊടുത്തപ്പോൾ അവളുടെ കണ്ണുകളിലേക്ക് അയാൾ അർഥവത്തായി തുറിച്ചുനോക്കി. അവൾ മുഖംകുനിച്ച് അകന്നു മാറിനിന്നു.

ആ തണുത്തവെള്ളം മുഴുവൻ അകത്താക്കിയിട്ട് രാജൻ പറഞ്ഞു:

"വല്ലാത്ത ക്ഷീണം. ഇന്നിനി ഇവിടെത്തന്നെ ചുരുണ്ടുകളയാം. ഒരു പായെനിക്കു താ."

എന്താണു മറുപടി പറയേണ്ടതെന്നറിയാതെ തങ്കമ്മ അമ്പരന്നു. അയാൾ കുടിച്ചിട്ടുണ്ടെന്നുറപ്പായി. വാടയടിക്കുന്നു. ആ കണ്ണുകൾ ചുവന്നു കലങ്ങിക്കിടക്കുന്നു. പക്ഷേ, ഇതാരു വിശ്വസിക്കും. ഇങ്ങനത്തെ യൂണിയൻ പ്രവർത്തകരുണ്ടെന്ന്? ഇയാളാണോ മീറ്റിംങ്ങിൽ കേറിനിന്ന് വാതോരാതെ ആദർശം പ്രസംഗിക്കുന്നത്?

അവൾ ധൈര്യമവലംബിച്ചു പറഞ്ഞു:

"ഇവിടെ കെടക്കാൻ സ്ഥലമില്ല. സഖാവു വീട്ടിപ്പോയി കെട."

ഒരു പച്ചച്ചിരിയോടെ രാജൻ പറഞ്ഞു:

"ഞാൻ നിന്റെകൂടെ കിടന്നോളാം..... പേടിക്കണ്ട. ഇതിലത്ര ശരിയും തെറ്റുമൊന്നും നോക്കാനില്ല, തങ്കമ്മേ. നമ്മളൊക്കെ മനുഷ്യരല്ല്യോ? ആരെങ്കിലും അറിയുന്നെങ്കിലാ തെറ്റ്.... ഞാനെന്നേ കൊതിക്കുന്നതാ, എന്റെ പൊന്നു തങ്കമ്മയല്ല്യോ. ഒരുത്തരും അറിയത്തില്ല."

അവൾ സർവാംഗം വിറപൂണ്ടു. ഒച്ചയുയർത്തി പറഞ്ഞു:

"ആ വിചാരമങ്ങു മനസിവച്ചേരെ. അതിനു വേറെ വല്ലോടോം തെരക്ക്. കൊതിച്ചതാ. നിനക്കുവേണ്ടി ചത്തുകളയാൻപോലും എനിക്കു മനസ്സാ.... എന്റെ തങ്കമല്ല്യോ? ഇങ്ങടുത്തുവാ."

എഴുന്നേറ്റുചെന്ന് അയാളവളെ കേറി അടങ്കം പിടിച്ചു. വെടിയേറ്റ കാട്ടുപന്നിയെപ്പോലെ അവൾ കൈവലിച്ചു രാജന്റെ ചെള്ളയ്ക്കടിക്കു

കയും കൈയ്ക്കു കടിക്കുകയും ചെയ്തു. എട്ടുപാടും ഉച്ചത്തിൽ വിളിച്ചുപറഞ്ഞു:

"ഇറങ്ങെടാ ഈ മാടത്തീന്ന്. ഇനി ഇവിടെ നിന്നാ നിന്റെ കഴുത്തു ഞാനിവിടറുത്തിടും. ഇറങ്ങിപ്പോടാ പട്ടീ."

മൂലയിലിരുന്ന തുണിക്കോട്ടയിൽനിന്ന് അവൾ അരിവാളു തപ്പിയെടുത്തു. ഭ്രാന്തിയെപ്പോലെ ഉറക്കെ വിളിച്ചുകൂവി.

"ഉണ്ണൂലിയമ്മോ. ഇങ്ങോട്ടൊന്നോടിവായോ ഉണ്ണൂലിയമ്മോ."

രാജൻ അവിടെനിന്നിറങ്ങി ഓടി. ഉണ്ണൂലിത്തള്ളയും മക്കളും കൂടി വിളക്കും വെട്ടവുമായി വന്നു.

"എന്താ മോളെ? എന്തിനാ വിളിച്ചെ?"

തങ്കമ്മ കിതച്ചുകൊണ്ടു പറഞ്ഞു:

"ഞാനങ്ങു പേടിച്ചുപോയി."

"എന്താ കാര്യം?"

"ഒരു പട്ടിവന്നു മാടത്തിക്കേറി."

"ആഹാ, ഇതിനാണോ?"

"ഒരു പേപ്പട്ടിയാരുന്ന്."

"എന്നിട്ട്?"

"അങ്ങോടിപ്പോയി."

"പേപ്പട്ടിയിറങ്ങിത്തൊടങ്ങി. എല്ലാവരും കരുതിക്കോണം...."

കുഞ്ഞൂട്ടി ഒരു വടിയുമെടുത്തു ചൂട്ടു മിന്നിച്ച് അവിടെല്ലാം പട്ടിയെ തിരക്കി നടന്നു. തങ്കമ്മയ്ക്കു തോന്നിയ പേടിയും ഞെട്ടലും വിട്ടകന്നില്ല.

അന്ന് ഉണ്ണൂലിത്തള്ളയുടെ മാടത്തിൽ കഴിഞ്ഞു.

കുട്ടപ്പന്റെ ഉപദേശം ഓർമവന്നു. അവിടെ ഒറ്റയ്ക്കങ്ങനെ കഴിഞ്ഞുകൂടുന്നതു പാടാണ്. തന്റെമേൽ പറന്നുവീണ് റാഞ്ചിക്കൊണ്ടു പോകാൻ കഴുകൻ കാത്തിരിക്കുന്നു. കൊത്തിക്കീറി ചോരകുടിക്കാൻ നടക്കുന്ന കഴുകൻ.....

എങ്ങനെ മറ്റുള്ളവരോടു പറയും? പറഞ്ഞാലത്തെ ഭൂകമ്പമെന്തായിരിക്കും? യൂണിയൻകാരെക്കുറിച്ചു മാലോകരെന്തു പറയും? അസ്വസ്ഥതയിൽപ്പെട്ടു പിടഞ്ഞു. ആരോടും ഒന്നും പറയാൻ വയ്യ.... എന്നും അയൽക്കാർ കണ്ടെന്നുവരില്ല.

കുഞ്ഞച്ചൻ എന്നത്തേക്കു ജയിലിൽനിന്നിറങ്ങുമെന്ന് അറിഞ്ഞുകൂടാ. അയാൾ വരുന്നതും കാത്ത് എത്രനാളിങ്ങനെ ഒറ്റയ്ക്കു കഴിയും? സഖാക്കളെന്നു പറഞ്ഞു നടക്കുന്നവരെപ്പോലും വിശ്വസിക്കാൻ വയ്യ. പിന്നെ മറ്റാരെയാണ് ആശ്രയിക്കുന്നത്?

പലതും ചിന്തിച്ചുകൊണ്ട് ആ രാത്രിയിൽ ഉറക്കമിളച്ചു കഴിഞ്ഞു.

പിറ്റേദിവസം രാവിലെ ഉണ്ണൂലിത്തള്ളയെ വിളിച്ചു പറഞ്ഞു:

"അതിയാൻ വരുന്നതുവരെ ഞാൻ ചുനക്കരെപ്പോയി നിക്കാം അമ്മീ."

"അതിനിപ്പോ എന്താ ഒണ്ടായേ?"

"ഒന്നും ഒണ്ടായിട്ടല്ല. ഇവിടാന്നേ ചെലവിനും ഒന്നുമില്ല."

അവൾ പോകുന്നതിൽ അയൽക്കാർക്കെല്ലാം കുണ്ഠിതം തോന്നി. പക്ഷേ, പോകേണ്ടെന്ന് ഉറപ്പിച്ചു പറയാൻ ആർക്കും ധൈര്യം വന്നില്ല.

പോകാനൊരുങ്ങിയപ്പോൾ ഒറ്റാലിൽ കിടന്ന് കോഴിക്കുഞ്ഞുങ്ങൾ കീ, കീ കരഞ്ഞു. അതിനെ പിടിച്ച് ഒറ്റാലുമായി ഉണ്ണൂലിത്തള്ളയെ ഏൽപ്പിച്ചു.

"ഞാൻ വരുന്നതുവരെ ഇതുങ്ങളെയൊന്നു നോക്കിക്കോണെ അമ്മേ."

ഒറ്റാലും കോഴിയും ഉണ്ണൂലിത്തള്ള ഏറ്റുവാങ്ങി.

അകസാമാനങ്ങൾ പെറുക്കിയൊതുക്കി വച്ചു. വാതിൽച്ചെറ്റ അടച്ചു കെട്ടി. അയൽക്കാരോടെല്ലാം യാത്ര ചോദിച്ചുകൊണ്ട് മനസില്ലാമന സോടെ അവളിറങ്ങിപ്പോയി.

അങ്ങു ചുനക്കര, താൻ പെറ്റുവീണ കുടിലിൽ ചെന്നു കേറിയ പ്പോൾ അതിനേക്കാൾ തൊന്തരവായി.

കുഞ്ഞിത്തേവൻ കുറ്റപ്പെടുത്തി:

"ഏനെന്നേ കരുതിയതാ. തോന്നിവാസം എറങ്ങി അവന്റെ പൊറ കേപോയപ്പം."

അതുകേട്ട് അവൾ ജീവശ്ശവം കണക്കെ നിന്നു. തിരിച്ചു പോയാലോ?

അവളുടെ വയറ്റിൽ മുട്ടും മുഴപ്പും തോന്നി. വയറ്റിൽക്കിടന്ന് കുഞ്ഞ ച്ചന്റെ കുഞ്ഞ് ആഞ്ഞു തൊഴിക്കുന്നത് അനുഭവപ്പെട്ടു. കണ്ണും തലയും കറങ്ങി അവൾ നിലത്തിരുന്നു.

മകളുടെ കഷ്ടപ്പാടുകൾ അണിമയ്ക്കു കുണ്ഠിതം തോന്നി. കുഞ്ഞിത്തേവന്റെ സംസാരം അവൾക്കു പിടിച്ചില്ല. കുറേ ആയപ്പോൾ സഹികെട്ടു:

"ഇതിയാനെന്നാ എപ്പളുമിങ്ങനെ പിച്ചുംപേയും പറയണെ? നല്ല തൊന്നും നാക്കേ വരത്തില്യോ?"

കുഞ്ഞിത്തേവൻ ചൊടിച്ചു:

"എന്നാങ്കി നീയൂടെറങ്ങിച്ചെല്ലടീ.... അവടെ കൈയിപ്പിടിച്ചോണ്ട് നീയും കൂടവനെ തെരക്കിച്ചെല്ല്."

മനോവ്യഥയുടെയും ഗർഭധാരണത്തിന്റെയും ആലസ്യത്തിന്റെയും പിടിയിൽ പെട്ട് ഒരു മിണ്ടാപ്രാണിയെപ്പോലെ ദിവസങ്ങൾ ഉന്തിത്തള്ളി.

കണ്ണമംഗലത്തെ വിവരങ്ങളൊന്നും അറിഞ്ഞില്ല. കുഞ്ഞച്ചൻ ജയി ലിൽ നിന്നിറങ്ങിയോ? സമരം അവസാനിച്ചോ? ഒന്നും അറിഞ്ഞുകൂടാ. ജയിലിൽ നിന്നിറങ്ങിയിരുന്നെങ്കിൽ അവളെ കാണാൻ വരുമായിരുന്നു.

അങ്ങോട്ടുപോയി തിരക്കണമെന്നു തോന്നി. വയറുംവലിച്ചെടുത്തു നടക്കാൻ മേല. എങ്കിലും ഒരു ദിവസം തന്നത്താൻ തിരക്കിപ്പോയി.

ഉണ്ണൂലിത്തള്ള തറയിൽ ചെന്ന് വിവരങ്ങളറിഞ്ഞപ്പോൾ നിരാശയും ദുഃഖവും തോന്നി. കുഞ്ഞച്ചന്റെ നേരെ രോഷവും.

ഉണ്ണൂലിത്തള്ള ഇച്ഛാഭംഗത്തോടെ പറഞ്ഞു:

"അവൻ ജയിലീന്നുവന്ന് ഇത്രേം ദെവസമായിട്ടും, ഇങ്ങോട്ടു പോലും തിരിഞ്ഞുനോക്കിയില്ലെടീ മോളെ."

കുഞ്ഞച്ചൻ ഏവൂരിൽ തന്റെ തന്തയുടെ തറയിലാണു താമസം.

"മോക്കറിഞ്ഞുകൂടാ. ചാലിത്തറയിലെ കണ്ടങ്കാളി ആരാന്നാ? ആളു ഭയങ്കരനല്യോ? മോനെ വരച്ചവരേ നിർത്തിയിരിക്കുവാ. പണ്ടത്തെപ്പോലങ്ങനെ എറങ്ങി നടക്കാനൊന്നും കണ്ടങ്കാളി സമ്മതിക്കുകേല."

കുഞ്ഞച്ചൻ ജയിൽവിട്ടു പുറത്തുവന്നപ്പോൾ, ജയിൽ ഗേറ്റിൽ നിൽക്കുന്ന കണ്ടങ്കാളിയെ കണ്ടു. ചുക്കിച്ചുളിഞ്ഞ തൊലിയും മങ്ങിയ കണ്ണുകളുമുള്ള ആജാനുബാഹുവായ കണ്ടാങ്കാളിയെ അച്ഛന്റെയും മകന്റെയും കണ്ണുകൾ തമ്മിലിടഞ്ഞു. നരച്ച കുറ്റിരോമങ്ങളെഴുന്ന കിഴവന്റെ കവിളിലൂടെ ധാരധാരയായ കണ്ണീരൊഴുകി. കുഞ്ഞച്ചൻ മുഖം കുനിച്ച് ഏതോ അപരാധബോധത്തോടെയെന്നവണ്ണം മൗനമായി നിന്നു.

കണ്ടൻകാളി ഗദ്ഗദത്തോടെ പറഞ്ഞു:

"നിനക്കു തൃപ്തിയായല്ലോ. ഇനി വാ. തറേലോട്ടു പാം. നിന്നെ കാണാഞ്ഞ് ഒരു കെളവി അവിടെ ചാകാൻ കെടക്കുവാ....."

മറ്റുള്ളവർ അനുമതി നൽകി. കണ്ടൻകാളിയും കുഞ്ഞച്ചനും നേരെ ഏവൂരേക്കു പോയി.

ചാത്തന മകന്റെ മുന്നിൽ ചെന്നുനിന്ന് നിർവികാരതയോടെ ആ മുഖത്തേക്കു സൂക്ഷിച്ചുനോക്കി. അടുത്ത നിമിഷത്തിൽ കിഴവി വിതുമ്പിക്കരയാൻ തുടങ്ങി. കുഞ്ഞച്ചൻ ചെന്ന് അമ്മയെ താങ്ങിപ്പിടിച്ചു കണ്ണീരു തുടച്ചു. അമ്മ വാത്സല്യപൂർവം മകന്റെ മുതുകും പുറവും തലോടി.

ആ രംഗം കണ്ട് കുഞ്ഞച്ചന്റെ മൂത്ത പെങ്ങൾ കറുത്ത കണ്ണീർ തുടച്ചു.

ഏതോ അതിശയം കാണാനെന്ന മട്ടിൽ അയൽക്കാരെല്ലാം ചാലിത്തറയിൽ തടിച്ചുകൂടി. ഏതോ അത്ഭുതവസ്തുവെന്നപോലെ അവർ അവനെ സൂക്ഷിച്ചുനോക്കി. അവന്റെ നേരെ വാത്സല്യം ചൊരിഞ്ഞു....

കണ്ടൻകാളി ഹരിപ്പാട്ടു പോയി ഒരു തിരുമ്മുകാരനെ കൊണ്ടുവന്നു. അയാളുടെ ചാർത്തനുസരിച്ച് മുക്കുട്ടു കാച്ചാനുള്ള ഒരുക്കം നടത്തി.....

അതിനുശേഷം ആറ്റുംമണ്ണേലേക്കു കുഞ്ഞച്ചൻ വന്നിട്ടില്ല.

വാടിത്തളർന്നുനിന്ന തങ്കമ്മയെ ആശ്വസിപ്പിച്ചുകൊണ്ട് ഉണ്ണൂലിത്തള്ള പറഞ്ഞു:

"എന്തായാലും മോളിങ്ങു വന്നെന്നറിയുമ്പം അവനിങ്ങെത്തും. ഏവുരോട്ടു ഞാനൊരാളെ പറഞ്ഞയക്കാം.... വയറും ചൊമന്നോണ്ടു നിക്കാതെ നീയിവിടെങ്ങാനും കേറിയിരി."

കിഴവി കുഞ്ഞൂട്ടിയെ പറഞ്ഞ് ചാലിത്തറയിലേക്കയച്ചു.

കുറേനേരം വർത്തമാനം പറഞ്ഞിരുന്നിട്ട് തങ്കമ്മ പറഞ്ഞു:

"ഞാനങ്ങോട്ടൊന്നു ചെല്ലട്ടമ്മീ. തൂക്കാതേം വാരാതേം എല്ലാടവും വൃത്തികെട്ടു കെടക്കുവാ."

"എന്നാ ചെന്നു തൂക്കുകേം വാരുകേം ചെയ്യ്. നിന്റെ കോഴിക്കുഞ്ഞുങ്ങളിപ്പം കാക്കേം കിളീം മാറി. അതിനേം കൂടെ പിടിച്ചോണ്ടുപോ."

"അവിടെ നിക്കട്ടെ. പിന്നെ പിടിച്ചോണ്ടുപാം."

തങ്കമ്മ ചെന്ന് മാടത്തിന്റെ ചെറ്റയഴിച്ച് അകം മുഴുവൻ അടിച്ചുവാരി കുരിച്ചിലു കുത്തിക്കിടന്ന മുറ്റമടിച്ചു വൃത്തിയാക്കി. ചട്ടിയും കലവും തേച്ചുമിഴക്കി വെയിലത്ത് ഉണങ്ങാൻ വച്ചു. കുടം കൊണ്ടുപോയി കുളത്തിൽനിന്ന് വെള്ളം കോരിവച്ചു.

ആ ജോലികളിൽ മുഴുകിയിരിക്കുമ്പോൾ മനസിൽ കരുതി: ഇങ്ങുവരട്ടെ. വരുമ്പോൾ രണ്ടു വർത്തമാനം പറയണം. ജയിലീന്നിറങ്ങി ഇത്രനാളായിട്ട് ഒന്നു വന്നുകാണാത്തതിനും, വിവരം അറിയിക്കാത്തതിനും സമാധാനം പറയിപ്പിക്കണം. ഒന്നുമില്ലേ, ഒരു കുഞ്ഞിനെ വയറ്റിലിട്ടോണ്ടു നടക്കുന്നല്ലോ. അതിന്റെയൊരു സ്നേഹംപോലും വിചാരിച്ചില്ലല്ലോ. അടുത്തുകിട്ടുമ്പം നല്ല രണ്ടു വാക്കു പറയണം. കെറീക്കുന്നെങ്കി അങ്ങോട്ടു കെറീക്കട്ടെ.

പണികളൊതുക്കിയിട്ടു വീണ്ടും ഉണ്ണൂലിത്തള്ളയുടെ മാടത്തിലേക്കു പോയി. അപ്പോൾ കുഞ്ഞൂട്ടി ഏവൂർ നിന്നു മടങ്ങിവന്നു പറഞ്ഞു:

"അയാക്കു കുറേ ദിവസത്തേക്ക് ഇങ്ങോട്ടു വരാൻ പറ്റത്തില്ലെന്ന്. ഇവരങ്ങു ചുനക്കരയ്ക്കു പൊയ്ക്കൊള്ളാൻ പറഞ്ഞ്."

"തങ്കമ്മയ്ക്കു തല ചുറ്റുന്നതുപോലെ തോന്നി. ആ കുടിലും മരങ്ങളുമെല്ലാം വട്ടം കറങ്ങുന്നു. കുടിലുകളുടെ ഓരം ചേർന്നൊഴുകുന്ന പുഴയും ചുവന്ന പൂക്കൾ വിടർന്ന മുരിക്കും അവളെ വലംവയ്ക്കുന്നു."

കൈകാലുകൾ തളർന്ന് നിലത്തു കുത്തിയിരുന്നു.

ഈ കേൾക്കുന്നതു നേരാണോ? അതോ കിനാവാണോ?

യാതൊരാശ്രയവുമില്ലാതെ പെരുവഴിയിൽ ഉപേക്ഷിക്കപ്പെട്ടവളെപ്പോലെ അവൾ ഉണ്ണൂലിത്തള്ളയെ നോക്കി വാവിട്ടു കരഞ്ഞു:

"എന്നെയിട്ടിങ്ങനെ വിഷമിപ്പിക്കാൻ ഞാനെന്തോ തെറ്റുചെയ്തമ്മീ?"

ആ നിലവിളി കണ്ട് ഉണ്ണൂലിത്തള്ളയുടെ കരളലിഞ്ഞു. അവർ അവളെ സമാധാനപ്പെടുത്താൻ നോക്കി.

"നീയൊന്നു തഞ്ചപ്പെടു മോളെ. എന്തുവാണതിന്റെ കാര്യം എന്നൊന്നറിയട്ടെ."

തേങ്ങലടക്കാൻ കഴിയാതെ തങ്കമ്മ പറഞ്ഞു:

"ഞാനെന്തെങ്കിലും തെറ്റുചെയ്തോ അമ്മേ, എന്നെയിട്ടിങ്ങനെ തീതീറ്റാൻ?"

"നീ തെറ്റുകാരിയാണെന്നാരു പറയും?"

എത്രയാലോചിച്ചിട്ടും ഉണ്ണൂലിത്തള്ളയ്ക്കൊരു പിടിയും കിട്ടിയില്ല.

"ഇങ്ങനെ വരാനക്കൊണ്ടെന്താ കാര്യം? അവനാണെ നീയെന്നു പറയുന്നെടത്തു ജീവനാരുന്ന്."

"അതാ ഞാനും പറയുന്നത്. ഇങ്ങനെവരാൻ ഒരു കണക്കുമില്ല.

മുമ്പ്, എന്നെക്കണ്ടിട്ടില്ലേ ഒറക്കമില്ല."

ഏതോ പോംവഴി കണ്ടെത്തിയതുപോലെ ഉണ്ണൂലിത്തള്ള പറഞ്ഞു:

"എന്റെ മോളൊരു കാര്യം ചെയ്യ്. അമ്പലത്തിത്തമ്പുരാന്റെ കാരുണ്യംകൊണ്ട് അവനെയിവിടെ തൂക്കിയെടുത്തോണ്ടു വരാൻ പ്രാപ്തിയുള്ള ആണുങ്ങളൊണ്ട്. അവരോടു അവനെന്തോന്നു ഞായം പറയുമെന്നറിയാമല്ലോ. മോളു പോയി ആ പള്ളിപ്പടിക്കലെ മത്തായിയോടു പറ."

അവൾ കുറേനേരം മൗനമായിരുന്നു. ഒടുവിൽ മത്തായിയെ കാണാൻ വേണ്ടി കരിപ്പുഴയ്ക്കു പോയി.

കാര്യം കേട്ടപ്പോൾ മത്തായി ചിരിച്ചുപോയി. ഇതാണോ സംഗതി എന്ന മട്ടിൽ. പക്ഷേ മറിയക്കു കലിയടക്കാൻ കഴിഞ്ഞില്ല. അവൾ ആൺജാതിയെ അടച്ചുപിടിച്ചു പ്രാകാനും ആക്ഷേപിക്കാനും തുടങ്ങി.

"ഈ വർഗമേ ഇങ്ങനാണോ എന്റെ കർത്താവേ? സ്ഥായിയെന്നു പറേണതില്ല. എവനൊക്കെ അനുപവിക്കും. ഇങ്ങനൊള്ളോന്മാരു പെണ്ണു കെട്ടാൻ നടക്കണതെന്തിനാ? പാവപ്പെട്ട പെൺപിള്ളാരെ വലയ്ക്കാതെ അവന്മാരുടെ തോന്നിവാസം അങ്ങു നടക്കാമല്ലോ.... ഇതു കണ്ടില്യോ ഒരാളു നിന്നു ചിരിക്കണത്."

മത്തായി വീണ്ടും ചിരിച്ചുകൊണ്ടു പറഞ്ഞു:

"നീയൊന്നടങ്ങടീ എന്റെ കെട്ടിയോരെ. ഇവിടെ കിടന്നു കയറു പൊട്ടിക്കാൻ എന്തോന്നാ ഇവിടുണ്ടായെ?"

"ഇതുകേട്ട് എങ്ങനാ അടങ്ങുന്നെ? അവന്റെയൊരു യൂണിയൻ! ഇതു കേട്ടു നിങ്ങൾക്കു ചിരിക്കാൻ തോന്നുന്നല്ലോ എന്റെ മാതാവേ?"

"പിന്നെ ഞാനെന്നാ വേണം? കരയണോ?"

"കരയണ്ടാ. അങ്ങോട്ടു ചെന്നവനെയിങ്ങോട്ടു പിടിച്ചോണ്ടുവന്നാട്ടെ. പിടിച്ച പിടിയാലിങ്ങു കൊണ്ടുവാ. ഇവിടെ മുന്നിവച്ച് എനിക്കു രണ്ടു വർത്തമാനം ചോദിക്കണം. അതാ വേണ്ടെ."

മത്തായി അതു വകവച്ചു.

"ഞാൻ പോയൊന്നു കാണട്ടെ. കാണുന്നെ ഇങ്ങു പിടിച്ചോണ്ടു പോരാം."

മത്തായി പോയിക്കഴിഞ്ഞപ്പോൾ തങ്കമ്മ ഒരു നെടുവീർപ്പിട്ടു.

മറിയ പെട്ടെന്നു ചാപ്പാടൊരുക്കി. കഞ്ഞിവച്ച് ചേമ്പുപുഴുങ്ങിയതും ഊപ്പകറിയുമായി തങ്കമ്മയ്ക്കു കൊടുത്തു. അതു കഴിക്കുന്നതിനിടയിൽ അവൾ സമരത്തെക്കുറിച്ചും, ഒത്തുതീർപ്പു വ്യവസ്ഥകളെക്കുറിച്ചുമെല്ലാം ചോദിച്ചറിഞ്ഞു.

നേരം കുറേ ഇരുട്ടിയപ്പോഴാണു മത്തായി മടങ്ങിവന്നത്. തങ്കമ്മയും മറിയയും അതുവരെ കണ്ണിലെണ്ണയൊഴിച്ചു കാത്തിരിക്കുകയായിരുന്നു. മത്തായിയുടെ കൂടെ കുഞ്ഞച്ചനുണ്ടോയെന്ന് ആകാംഷയോടെ നോക്കി. നിരാശതയോടെ മത്തായിയുടെ മുഖത്തു നോക്കിനിന്നു.

മറിയ ഉൽക്കണ്ഠയോടെ ചോദിച്ചു:

"എന്തായിപോയിട്ട്? ആളിനെ കണ്ടോ?"

"കണ്ടില്ല. അവനെങ്ങാണ്ടു പോയിരിക്കുവാ."

"മത്തായിയുടെ ശബ്ദത്തിൽ ഒരു പതർച്ച."

"പിന്നെന്താ ഇങ്ങു പോന്നെ?"

"ഇന്നങ്ങനെ കണ്ടാലും പറ്റത്തില്ല. എന്നുവച്ചു കുഴപ്പമൊന്നുമില്ല. നമുക്കവനെ നേരെ കൊണ്ടുവരാം."

"അപ്പോ ഏതാണ്ടു കൊഴപ്പമുണ്ടല്ലോ?"

"ങാ. ഇത്തിരി കൊഴപ്പമൊണ്ട്. ഇതിന്റേടേ ഒരു കൊതീം നൊണേം കെടന്നടിക്കുന്നൊണ്ട്. വീട്ടുകാരീന്നറിഞ്ഞതാ."

"എന്തോന്നാ കൊതീം നൊണേം? അറിഞ്ഞതു പറ."

"ഓ. അതൊന്നും സാരമില്ല."

തങ്കമ്മ വിതുമ്പിക്കൊണ്ടു ചോദിച്ചു:

"എന്നെയിങ്ങനിട്ടേച്ചു പോകത്തക്ക കുറ്റം ഞാനെന്തോ ചെയ്തച്ചായാ?"

"അതെന്തെങ്കിലുമാവട്ടെ. നമുക്കു കാര്യം രമ്യപ്പെടുത്താവെന്നു പറഞ്ഞില്ല്യോ?"

അറിഞ്ഞ വിവരം മുഴുവൻ തങ്കമ്മയോടു പറയുന്നതു ശരിയല്ല. അതുകൊണ്ട് മത്തായി പറഞ്ഞില്ല."

കുഞ്ഞച്ചൻ ജയിലിൽനിന്നു വന്ന ദിവസംതന്നെ കുളിയും ഊണും കഴിഞ്ഞ് ആറ്റുംമണ്ണേലേക്കു പോകാൻവേണ്ടി ഒരുങ്ങിയതാണ്. അപ്പോൾ ചാത്തന പറഞ്ഞു:

"നീ ആരെക്കാണാനക്കൊണ്ടാ അങ്ങോട്ട്? അവിടാരിരിക്കുന്ന് നിനക്ക്?"

"എന്താ? തങ്കമ്മയെവിടെ?"

"അവളെവിടാന്നു ഞങ്ങക്കറിയാമ്മേലാ."

"പിന്നെ?"

"അവടതന്തേടെ തറേ കാണുവാരിക്കും."

കുഞ്ഞച്ചൻ മിഴിച്ചുനിൽക്കുന്നതു കണ്ടു ചാത്തന പറഞ്ഞു:

"അവളിപ്പം അവടെ മച്ചമ്പിയുടെ കൂടാന്നാ എല്ലാരും പറേന്നെ. നീയില്ലാത്തപ്പം അയാളുവന്ന് അവളെ വിളിച്ചോണ്ടുപോയി താമസിപ്പിച്ചിരിക്കുവാ പോലെ."

ഇടിവെട്ടേറ്റതുപോലെ കുഞ്ഞച്ചൻ ഞെട്ടിത്തെറിച്ചു. താഴെ കാൽകീഴിൽ നിന്നു ഭൂമി പിളർന്നുമാറുന്നു. ഏതോ അഗാധഗർത്തത്തിലേക്കു വീഴുന്നു. ശൂന്യതയിലേക്കൊഴുകി നീങ്ങുന്നു.

ചാത്തന വീണ്ടും പുലമ്പിക്കൊണ്ടിരുന്നു:

"അതിനെന്തുവാ ഇത്രേം തങ്കടപ്പെടാനക്കൊണ്ട്? നിന്റെയൊരു പങ്കിക്കൊടം. അവളിത്തരക്കാരിയാണെന്നറിഞ്ഞുകൂടാരുന്നോ? ഒരിക്ക നീ ചെന്നു വിളിച്ചപ്പം അവളു നിന്റെ കൂടെപ്പോന്ന്. അവൻ വന്നു വിളിച്ചപ്പം അവന്റെ കൂടെപ്പോയി."

കറുത്ത, തള്ളയെ കുറ്റപ്പെടുത്തി.

“അമ്മയെന്തിനാ ഇങ്ങനാവശ്യമില്ലാത്തതൊക്കെ പറേന്നെ?”

“എന്തുവാടീ? ഏൻ പറഞ്ഞതു നേരാന്നോന്ന് തെരക്ക്. അവനില്ലാത്തപ്പം ആരൊക്കെയാരുന്നവിടെ ചിറ്റമെന്ന് തെരക്കിനോക്ക്. ദൂരെയെങ്ങും പോയി ചോയിക്കണ്ടാ. അവന്റെകൂടെ നടക്കുന്ന ആ രാജൻ കൊച്ചമ്പ്രാനോടൊന്നു ചോയിച്ചുനോക്ക്.”

“പിന്നേ! കുറേ നേരും കള്ളോം തെളിക്കുന്നാള്.”

കറുത്ത തങ്കമ്മയുടെ ഭാഗത്തായിരുന്നു. അവൾ ആങ്ങളയെ ഉപദേശിച്ചു:

“എന്തുവാ ഇതിന്റെ നേരെന്നു തെരക്ക്. അല്ലാതാരേലും പറേന്ന കേട്ടോണ്ട് അവത്തമൊന്നും കാണിക്കല്ല്.”

ആ സംസാരം കുഞ്ഞച്ചന്റെ ചെവിയിൽ കേറിയില്ല. ഒരു കിറുക്കനെപ്പോലെ അവൻ അവിടെനിന്നു നടന്നുപോയി.

കറുത്തയിൽ നിന്നാണു മത്തായി വിവരങ്ങളറിഞ്ഞത്. ഈ നുണ കേട്ട് അയാളും വാപൊളിച്ചിരുന്നു. കുറെനേരംകൂടി കുഞ്ഞച്ചനെ കാത്ത് ചാലിത്തറയിലിരുന്നു. അപ്പോൾ പല സംശയങ്ങളായിരുന്നു. താൻ തനിച്ചു സംസാരിക്കുന്നതുകൊണ്ട് പ്രയോജനമുണ്ടാകുമോ? എന്തെങ്കിലും മറുത്തു പറഞ്ഞാൽ.... അതുകൊണ്ട് അയാൾ തിരികെപ്പോന്നു.

തങ്കമ്മയെ സമാധാനിപ്പിക്കാൻ വേണ്ടി മത്തായി പറഞ്ഞു:

“കണ്ണൻ സഖാവു പറഞ്ഞാൽ അവനൊഴിയാനൊക്കത്തില്ല. സ്വൽപ്പദിവസമൊന്നു കഴിയട്ടെ. പള്ളിപ്പാട്ടെ ഈ സമരമൊന്നു കഴിയട്ടെ. അതുവരെ അയാൾക്കിടം കിട്ടത്തില്ല. അതുവരെ നീ ചുനക്കര പോയി നില്ല്. ഞാൻ വിവരം അറിയിക്കുമ്പം വരണം. യാതൊന്നും വിഷമിക്കാനില്ല. ധൈര്യത്തെ പൊയ്ക്കോ. അവനല്ല, അവന്റെ ചെകുത്താനാണേലും നമുക്കു നിലയ്ക്കു നിർത്താം.”

പിറ്റേദിവസം രാവിലെ എഴുന്നേറ്റ് ചുനക്കരയ്ക്കു പോകുന്നവഴി വഴിയരികിലെ ഒരരയാലിന്റെ ചുവട്ടിൽ കരിമ്പായൽ പിടിച്ചു കിടന്ന കരിങ്കല്ലിനെ നോക്കി തൊഴുതുകൊണ്ട് അവൾ പ്രാർഥിച്ചു:

“എന്റെ തമ്പുരാനേ! ഈ പള്ളപ്പാട്ടെ സമരം ഒന്നു വെക്കം തീർക്കണേ. എന്റെ കുഞ്ഞിന്റച്ഛനു നേരുപുത്തി തോന്നിക്കണേ!”

മുപ്പത്തിമൂന്ന്

ആയിരത്തിലെ നാരാപിള്ളയുടെ ത്യാഗം വൃഥാവിലായി. അതിനെ വിലമതിക്കാൻ ആരോരും ഇല്ലാതെ പോയി.

എല്ലാം എന്തിനുവേണ്ടിയായിരുന്നു?

നാടു തലകീഴു മറിയുന്നതു കണ്ടപ്പോൾ, നീതിധർമങ്ങൾ തകർന്നടിയുന്നതു കണ്ടപ്പോൾ, ആ ഭാഗവതവായനക്കാരനു ധർമരോഷം തോന്നി.

നാട്ടിലെ പുലയരെല്ലാം നിഷേധികളായി മാറി. അവർ നടന്നു മുഠാളത്തം കാണിക്കാൻ തുടങ്ങി. ആരെയും വകവച്ചില്ല. മേലുകീഴു നോട്ട

മില്ല. ആരൂഢത്തിൽ പിറന്നവർക്ക് അതു സഹിക്കുകയില്ല. അതിനെതിരെ നാരാപിള്ള ശബ്ദമുയർത്തി. പ്രയോഗിച്ച വാക്കുകൾ കടന്നുപോയിരിക്കാം. പക്ഷേ പറയാതിരിക്കുന്നതെങ്ങനെ?

ഒടുവിൽ പുലക്കുഴിയന്മാർ തടഞ്ഞുനിർത്തി കന്നത്തടിച്ചു. തന്നെക്കൊണ്ട് അതിനു പകരം ചോദിക്കാൻ ശേഷിയില്ല. ശരീരത്തിനാവതില്ല. എങ്ങനെ ഉണ്ടാവാനാണ്? കത്തലടക്കണമെങ്കിൽ എവിടെങ്കിലും വായനയ്ക്കു പോകണം. പോരാത്തതിനു വായുവിന്റെ ദീനവും.....

എന്നിട്ട് എന്താണെന്നു തിരക്കാൻ ആളുണ്ടായോ? കൊള്ളാവുന്നവരെന്നു കരുതിയിരുന്നവരോടെല്ലാം അദ്ദേഹം പറഞ്ഞു. ആരും സഹായിച്ചില്ല. ഒരന്യായം എഴുതിക്കൊടുക്കാൻ സാക്ഷിവയ്ക്കാൻ പോലും ആളില്ല.

എങ്കിലും ആ അവസരം പാഴാക്കിയില്ല. ആവുന്നിടത്തോളം മുതലെടുത്തു. പിന്നെ പലിശയും.... തനിക്കുവേണ്ടിയല്ലല്ലോ അടികൊണ്ടത്. ഒരന്യായമെഴുതി കോടതിയിൽ കൊടുത്തിട്ട് മാന്യന്മാരെ കണ്ടു വിവരം പറഞ്ഞു. സാമ്പത്തിക സഹായം ആവശ്യപ്പെട്ടു. ചോദിക്കുന്നത് ആർക്കും ഇഷ്ടമല്ലെന്നറിയാം. എങ്കിലും ഒരവകാശവാദത്തിന്റെ മട്ടിൽ തന്നെ പണം ചോദിച്ചു. ചിലരെല്ലാം സഹായിച്ചു. നക്കാപ്പിച്ചയായിരിക്കാം. താൻ പറയുന്ന പരവേശം കേട്ട് മനംമടുത്തു നൽകുന്നതായിരിക്കാം. ആവട്ടെ, ഒരു വിലയുമില്ലാത്ത തന്റെ രക്തസാക്ഷിത്വത്തിന് ഒരു ബീഡി പ്രതിഫലം കിട്ടിയാൽ അത്രയുമായി.

ഒരു വലത്ത് പിരിവു കഴിഞ്ഞപ്പോഴേക്കും ആദ്യത്തെ അവധിക്കു തന്നെ അന്യായം തള്ളി. ഇപ്പോൾ ആരോടെങ്കിലും അപ്പീലിനെക്കുറിച്ചു പറയാൻ മുതിർന്നാൽ ഒന്നും കേൾക്കാത്തമട്ടിൽ അവർ നടന്നുകളുയാണു പതിവ്.

വല്ലാത്ത വറുതിതന്നെ. അന്നന്നത്തേടം കഴിയാൻ മാർഗമില്ല. കൈമുട്ടു വരുമ്പോൾ ഓടിച്ചെല്ലാനുള്ളതു പാച്ചന്റെ അടുത്താണ്. അയാൾ മുഖം വീർപ്പിച്ചു കാണിക്കേണ്ട കാര്യമില്ല. എന്തെങ്കിലും വാങ്ങിച്ചാൽ കണക്കു പറയുമ്പോൾ അന്തസ്സായി അതങ്ങു പാട്ടത്തുകയിൽ തട്ടിക്കഴിക്കും.

എങ്കിലും ഒരു ദിവസം പാച്ചൻ മുഖം കറുപ്പിച്ചു പറഞ്ഞു:

"എന്നുമെന്നും ഇങ്ങനെ പണം പെറുക്കാൻ എന്റെ കൈയിലില്ല നാരാപിള്ളക്കൊച്ചെ. ഇപ്പം കണക്കുപറയുവാണെ, പാട്ടത്തുകേം അതിനപ്പുറോം ഞാൻ തന്നുകഴിഞ്ഞു."

പാച്ചൻ വെറുപ്പോടെ മുഖം തിരിച്ചിരുന്നുകളഞ്ഞു. നാരാപിള്ള യാതൊന്നും പറഞ്ഞില്ല. മിണ്ടുരിയാട്ടമില്ലാതെ ഏറെനേരം ഒരേ നിലനിന്നു. പിന്നെ തെങ്ങിൻതണൽപറ്റി മണിക്കൂറുകളോളം കുനിഞ്ഞിരുന്നു. അങ്ങനെ മിണ്ടാപ്പൂതത്തെപ്പോലെ ഒരേ ഇരിപ്പിരിക്കാൻ ആർക്കും കഴിയുകയില്ല.

പാച്ചൻ വീട്ടുജോലികൾ ചെയ്യുകയായിരുന്നു. കന്നുകളെ അഴിച്ചു

കെട്ടുകയും ചാണകം വാരിക്കൂട്ടുകയും ചെയ്യുന്നതിനിടയിൽ നീലമ്മ ചെന്നു പറഞ്ഞു:

"എന്തിനാ അദ്യത്തിനെ ഇങ്ങനിരുത്തിയിരിക്കുന്നെ? എന്തെങ്കിലും പറഞ്ഞയച്ചൂടായോ?"

ആ ഇരുപ്പുകണ്ട് പാച്ചനുപോലും ക്ഷമകേടു തോന്നി. ഇറങ്ങിപ്പോയിക്കൂടെ എന്നു പറയാൻപോലും തോന്നി. പാച്ചൻ ചാണകംവാരി വെയിലത്തു വിതറിക്കൊണ്ടിരിക്കുമ്പോൾ മഞ്ഞളിച്ച കൈമുട്ടുകൾ ചൊറിഞ്ഞുകൊണ്ട് നാരാപിള്ള സങ്കോചം കലർന്ന ചിരിയോടെ പാച്ചന്റെയടുത്തു ചെന്നുനിന്നു. ആരും കേൾക്കാതെ അടക്കം പറയുന്നതുപോലെ പറഞ്ഞു:

"ഇയ്യാടെ കൈയിലൊണ്ടേ ഒരു രൂപയെങ്കിലും താ. ഇന്നത്തേക്കു വേറൊരു പരുവോമില്ല."

മുടിഞ്ഞുപോകാനെന്ന മട്ടിൽ പാച്ചൻ സമ്മതിച്ചു.

"വൈകിട്ടെങ്ങാനുമാട്ടെ. ആരോടെങ്കിലും മേടിച്ചുതരാം."

പണമില്ലാഞ്ഞിട്ടല്ല. അത്ര വെറുപ്പാണു തോന്നിയത്.

കൈമുട്ടുകൾ ചൊറിഞ്ഞുകൊണ്ട് നാരാപിള്ള അകന്നകന്നു പോയപ്പോൾ പാച്ചൻ തന്നത്താൻ പറഞ്ഞു:

"നല്ല കുടുമ്മത്തു നായും ജനിക്കുമെന്നു പറഞ്ഞിട്ടേയുള്ളു."

കൈയിരിപ്പുള്ള തുകയെക്കുറിച്ചു പാച്ചൻ കണക്കാക്കി. അതിൽനിന്നു വേറൊന്നിനും ഒരു പൈപോലും എടുക്കാറില്ല.

മാളോരുടെ സഹായം കൊണ്ട് ഒരു കൂരയുണ്ടാക്കാനുള്ള ബദ്ധപ്പാടിലാണ് പാച്ചൻ. കോയിക്കലെ പുരയിടത്തിൽനിന്ന് ആവശ്യമുള്ള തെങ്ങുവെട്ടി മുറിപ്പിച്ചോളാൻ ശിവൻപിള്ള തമ്പ്രാൻ സമ്മതിച്ചു. അതു വെട്ടിയറുപ്പിച്ച് ആശാരിപ്പണിയും കഴിച്ചു. ഇനി ഒരു നല്ല നേരംനോക്കി ഉത്തരം കൂട്ടണം. ഉത്തരം കൂട്ടുന്ന കാര്യം കോയിക്കലറിയിക്കണം. പണിക്കരുതമ്പ്രാനെയും അറിയിക്കണം. അദ്ദേഹമാണ് ഓട്ടുകമ്പനിയിൽനിന്നും ഓടു വാങ്ങിത്തരാമെന്നേറ്റിരിക്കുന്നത്.

കട്ടക്കച്ചവടക്കാരൻ കുറേ രൂപ മുമ്പേ ചോദിച്ചിരിക്കുകയാണ്. അതു കൊടുത്താൽ സഹായവിലയ്ക്കു കട്ട കിട്ടും. അത്രയുമായാൽ പിന്നെ ബാക്കിയൊന്നും കാണുകയില്ല.

അതിനിടയിലാണു പാട്ടം പിരിക്കാൻ വന്നിരിക്കുന്നത്. നാശംപിടിച്ചവനെ കണികണ്ടാൽ അന്ന് എഴുന്നേറ്റം പിടിക്കില്ല.

മേലാളരുമായുള്ള കൂട്ടുകെട്ടുകൊണ്ട് ചില്ലറ പ്രയോജനങ്ങളല്ല പാച്ചനുള്ളത്. ഇക്കണ്ട ഐശ്വര്യങ്ങളൊക്കെ അവരെക്കൊണ്ടുണ്ടായതാണ്. നെല്ലായാലും തേങ്ങയായാലും എല്ലാം തോന്നുന്നതുപോലെയാണെടുക്കുന്നത്. ഒന്നിനും ഒരു കൈക്കണക്കു പറഞ്ഞിട്ടില്ല.

അങ്ങോട്ടും അതുപോലെതന്നെയാണേ. തമ്പ്രാൻ വിളിച്ചുപറയുന്ന ഏതുകാര്യത്തിലാണ് ഒഴിഞ്ഞു നിന്നിട്ടുള്ളത്? എല്ലാ ചീത്ത നടപടികൾക്കും ഇടം ഒരുക്കികൊടുത്തിട്ടുണ്ട്. എല്ലാറ്റിനും ഒത്തുനിന്നിട്ടുണ്ട്. വെളിയിലറി

ഞ്ഞാൽ ഭൂകമ്പം ഉണ്ടാകുന്ന കാര്യങ്ങൾ. പെണ്ണുപിടുത്തം മുതൽ കൊല പാതകം വരെ.....

അതിന്റെ സ്നേഹമാ ഇങ്ങോട്ടു കാണിക്കുന്നത്. ഇനിയും അങ്ങനെ തന്നെ. തന്റെ കഴുത്തു പോകുന്നതുവരെ.

അന്നു വൈകിട്ട് ആലുംമൂട്ടിൽവച്ച് വീണ്ടും നാരാപിള്ള കണ്ടു. ആദ്യം കാണാത്ത മട്ടിൽ നടന്നു. നാരാപിള്ള പുറകെ ചെന്നു. കണ്ണിൽ കണ്ടവരോടെല്ലാം പാച്ചൻ തിരിഞ്ഞുനിന്നു വർത്തമാനം പറഞ്ഞു നേരം കളഞ്ഞു. എന്നിട്ടും നാരാപിള്ളയോടുരിയാടിയില്ല. ഒടുവിൽ ആ പാവ ത്താൻ മുന്നിൽ ചെന്നു നിന്നപ്പോൾ അലിവു തോന്നി. ചൊടുക്കിനു ചുരു ട്ടിവച്ചിരുന്ന ഒരു മൂഷിഞ്ഞ നോട്ടെടുത്തു നീട്ടി. അതു വാങ്ങുമ്പോൾ നാരാപിള്ള പറഞ്ഞു:

“ഒരു കാര്യംകൂടെ പറയാനൊണ്ട്. ആ നെലം ഞാൻ തീറുകൊടു ക്കാൻ പോകുവാ പാച്ചാ. ആ അടികൊണ്ടേപ്പിന്നെ എനിക്കു തീരെ സുഖ മില്ല. മെഡിക്കൽ കോളേജിലൊന്നു പോകണമെന്നാ. ഇയ്യാക്കു വേണേ എഴുതിമേടിച്ചോണ്ടതിന്റെ കാശിങ്ങു താ.”

പാച്ചന്റെ ഹൃദയത്തിൽ ഒരു കൊള്ളിമീൻ കത്തിയെരിഞ്ഞു. അതിന്റെ കണ്ണഞ്ചിക്കുന്ന വെളിച്ചത്തിൽ അയാൾ വാപൊളിച്ചു നിന്നു.

എങ്കിലും തീരെ പ്രിയമില്ലാത്തതുപോലെ അയാൾ പറഞ്ഞു:

“കിട്ടിയാ കൊള്ളാരുന്ന്. പക്ഷേങ്കി എന്റെ കൈയിലിപ്പൊ ഒരു പരു വോമില്ല.”

“അതൊക്കെ ഇയാളു വിചാരിച്ചാ സാധിക്കും.”

“എങ്ങനെ സാധിക്കാനാ? ഇനി ആ കൊട്ടിലൊന്നു തട്ടിക്കൂട്ടണം. അതിനു പരുവമില്ലാതെ വിഷമിക്കുമ്പോഴാണോ വസ്തുവെഴുതിക്കുന്നെ? ഞാൻ തന്ന തൊകേം പലിശേം തന്നേച്ച് ആരുക്കു വേണേലും കൊടു ത്താട്ടെ.”

നാരാപിള്ളയുടെ മുഖം മങ്ങി. കെട്ടിമേയാത്ത കൂനൻ പുരയുടെയും അതിന്റെ ഇരുണ്ട കോണിൽ താലികെട്ടാത്ത, വിരൂപയായി തൈക്കിള വിയായിത്തീർന്ന പെങ്ങളുടെയും ചിത്രം അയാൾ കൺമുന്നിൽ കണ്ടു. വായുകേറി വിലങ്ങുമ്പോൾ പൂമുഖത്തെ തൂണും ചാരിയിരുന്നു ഏമ്പക്കം വിടുന്ന തന്നെയും.

ഒടുവിൽ നാരാപിള്ള കെഞ്ചി:

“ഇയ്യാളാവുമ്പം തുക ഒന്നിച്ചു വേണോന്നും ഇല്ല. ഞാനാധാരമെ ഴുതിത്തന്നേക്കാം. ആവശ്യത്തിനു സാധിച്ചു തന്നോണ്ടാ മതി.”

എന്നിട്ടും പാച്ചനു വേണ്ട.

“എന്തായാലും രൂപയ്ക്കു രൂപ വേണ്ടായോ?”

“അതൊക്കെ നടക്കും. പാച്ചൻ നാക്കെടുത്തൊന്നു വളച്ചാ മതിയെ. എത്ര രൂപ വേണേലും ഇപ്പോ ഇയ്യാളു വിചാരിച്ചാ കഴിയും.”

ആ പ്രശംസ അംഗീകരിച്ചു. നേരാണ്. കോയിക്കലെ തമ്പ്രാനോടാ പണിക്കരു തമ്പ്രാനോടോ ചോദിച്ചാൽ ഒഴിയുകയില്ല.

"ആട്ടെ. ആശുപത്രിയിൽ പോകാൻ തന്നെയാണോ? അതോ?"

നാരാപിള്ള ആണയിട്ടു പറഞ്ഞു:

"ഭഗവാനാണെ സത്യം. കള്ളം പറയണോ? മെഡിക്കൽ കോളേജിൽ പോയി ഒന്നു പരിശോധിപ്പിച്ച്....."

"എന്നാ ചെന്നാട്ടെ നമുക്ക് എന്തെങ്കിലും വഴിയുണ്ടാക്കാം."

നാരാപിള്ള ഇളകിയാടി നടന്നുപോയി. ഒരു നാരൻകൊഞ്ച് കീഴ്മേൽ നിന്ന് നൃത്തം ചെയ്യുന്നതുപോലെ തുള്ളിച്ചാടിപ്പോയി.

ചിന്താമൂകനായിട്ടാണു പാച്ചൻ ഷാപ്പിലേക്കു കേറിയത്. പതിവിലേറെ കുടിച്ചിട്ടും ഇളക്കം തോന്നിയില്ല. മറ്റുള്ളവരുടെ മസാറുപറച്ചിലിൽ പങ്കു ചേർന്നില്ല. നിശ്ശബ്ദനായി തിരികെപ്പോന്നു. അപ്പോഴെല്ലാം ആലോചനയായിരുന്നു. മനസിൽ പടംവരയ്ക്കുകയായിരുന്നു. ഓടിട്ടു വെള്ള തേച്ച വീട്. സ്വന്തമായി നിലംകൃഷി..... മുറ്റത്തു കെട്ടിക്കിടക്കുന്ന കറ്റ.....

ഭാഗ്യം വരുമ്പോൾ കൂട്ടത്തോടെ.

പക്ഷേ, പണമെവിടെ? എല്ലാറ്റിനുംകൂടി പണമെവിടെ?

പണം ഉണ്ടാവും. ഉണ്ടാക്കണം. മാളോരുടെ പെട്ടിയിൽ കാണും പണം.

ആകാശത്തു മഴക്കോളുരുണ്ടു കൂടിയിരുന്നു. ദിക്കുകൾ കറുത്തിരുണ്ടു. അപ്പോൾ മനസിൽ മയിലാട്ടം നടക്കുകയായിരുന്നു.

ഹൃദയത്തിൽ തിങ്ങിവിങ്ങിയ ആഹ്ലാദം അമർത്താനാവാതെ സ്വയം മറന്നു നീട്ടിപ്പാടി.

"കാറും കറുപ്പും ഇരുളും മഴമൂടി-
അമ്മാഴയ്ക്കുണ്ടായൊരു കന്നേറ്റിപ്പെണ്മാരം!"

പാട്ടുംപാടി ചെന്നപ്പോൾ നീലമ്മ അതിശയിച്ചു. പതിവില്ലാതെ അവളെ കെട്ടിപ്പിടിച്ചൊരുമ്മ!

തല മന്ദിച്ചിരിക്കുകയായിരുന്നു. അവളോടു യാതൊന്നും പറഞ്ഞില്ല. പെണ്ണിന്റെ ചെവിയിൽ പെടുന്ന കാര്യം പിന്നെ രഹസ്യമല്ലല്ലോ.....

പറയേണ്ടവരോടു പറയണം. തിക്കും പക്കവും പാർത്ത് ശിവൻപിള്ള തമ്പ്രാനോടും പണിക്കരു തമ്പ്രാനോടും പറയണം. അല്ലാതാരോടു പറയാൻ?

ഏതാനും ദിവസം കൊണ്ട് പാച്ചന്റെ പ്രകൃതമാകെ മാറിപ്പോയി. മാടത്തിൽ വഴക്കില്ല. ഉറക്കെ ഒരു വർത്തമാനം പോലുമില്ല. കുടിപോലും കുറച്ചിരിക്കുകയാണ്.

തൂമ്പായുമെടുത്തുകൊണ്ട് നിലത്തിലും തറയിലുമായി ചിക്കിയും ചികഞ്ഞും നിൽക്കും. കന്നുകളുടെ കാര്യം നോക്കും. പണം കടംപറ്റിയിട്ടുള്ളവരെ കണ്ടു മുതലും പലിശയും തിരികെ ചോദിക്കും.

ഒരു ദിവസം വൈകിട്ട് നീലമ്മയെ വിളിച്ചു പറഞ്ഞു:

"കമ്പോളത്തിലൊന്നു പോണം. നീ വരുന്നോ?"

നീലമ്മയ്ക്ക് അത്ഭുതം തോന്നി. ആ ശബ്ദത്തിൽ സ്നേഹത്തിന്റെ മാധുര്യം കലർന്നിരുന്നത് അവൾ ശ്രദ്ധിച്ചു. എങ്കിലും അറച്ചറച്ചാണ് പറഞ്ഞത്:

"ഞാൻ വരണേ വരാം."

"എന്നാ ഒരുങ്ങിക്കോ. ആ വട്ടിയും പുട്ടലുംകൂടെടുത്തോ."

നീലമ്മ കുളിച്ചൊരുങ്ങി. കൈലിയും ജമ്പറും മാറി. നിറംമങ്ങിയ കൈലി കണ്ടിട്ടു പാച്ചൻ പറഞ്ഞു:

"ഇന്നു വേണമെങ്കി കമ്പോളത്തീന്നൊരു കൈലി മേടിച്ചോ."

തെല്ലൊരാശങ്കയോടെ അവൾ പറഞ്ഞു:

എന്നാ അതിന്റെ കൂടെ ഒരു ജമ്പറിനു തുണീംകൂടെ.

"മ് നോക്കട്ടെ."

വട്ടിയും പുട്ടലും തലയിൽ വച്ചുകൊണ്ട് പാച്ചന്റെ പിന്നാലെ നടക്കുമ്പോൾ അത് ഒരു പുതിയ ജീവിതത്തിന്റെ തുടക്കമാണെന്നു തോന്നി. ഇതങ്ങു നീണ്ടു നിന്നാമതി.

അയാൾ അവളെയിട്ടു തല്ലിയ ദിവസം കണ്ണൻ തടസംപിടിക്കാൻ വന്നപ്പോൾ അവൾ മനഃപൂർവമാണ് അവനെ ആട്ടി പുറത്താക്കിയത്. അന്ന് അതേ ചെയ്യാൻ പറ്റൂ. തന്റെ പുലയനു തന്നെക്കുറിച്ചുള്ള സംശയം മാറ്റാൻ അതുകൊണ്ടേ ഒക്കൂ. ഒരുപക്ഷേ, അതൊരു കടുകൈ ആയിപ്പോയിരിക്കാം. ഇപ്പോഴും കണ്ണനിങ്ങോട്ടു സ്നേഹം ഉണ്ടായിരിക്കാം. എന്നാലും ഇനിയുള്ള കാലം അതൊന്നും ഓർത്തിട്ടു കാര്യമില്ല. ഇനി അവൾക്ക് അവളുടെ പുലയനുണ്ട്. അയാളുടെ മുന്നിൽ അവൾ തന്റെ ചങ്കെടുത്തു കാണിച്ചു. അയാൾ അതു കാണുകയും ചെയ്തു. അതുകൊണ്ട് ഫലമുണ്ടായി. അതിനുശേഷം പാച്ചൻ അവളെ തല്ലിയിട്ടില്ലെന്ന കാര്യം ഓർത്തു.

ഈ സ്വഭാവം ഇനി മാററുതേ തമ്പുരാനേ എന്നു ഹൃദയം നൊന്തു പ്രാർഥിച്ചു. ഇല്ല. ഇനി പാച്ചനിഷ്ടമില്ലാത്തതൊന്നും അവൾ ചെയ്യുകയില്ല. അവിഹിതമായതൊന്നും ചിന്തിക്കുകപോലും ചെയ്യുകയില്ല.....

ഒന്നോർത്താൽ അന്നാച്ചെയ്തതു കുറേ കടന്ന കൈയായിപ്പോയി. ഒരു ഭ്രാന്തിയെപ്പോലെ വീണ്ടുവിചാരമില്ലാതല്ലേ കണ്ണന്റെ തറയിലേക്കു ചെന്നത്. അയാൾ തന്നെ സ്വീകരിച്ചോളുമെന്നു കരുതി. പക്ഷേ, കൈമലർത്തി. അപമാനിതനായി, ലജ്ജിതനായി അവിടെനിന്നു തിരികെ പോരേണ്ടിവന്നു. ഏതെങ്കിലും പൊലേനതു സഹിക്കുമോ? അതിന്റെ ഫലം അനുഭവിക്കുകയും ചെയ്തു. അനുഭവിക്കേണ്ടതുതന്നെ. തമ്പുരാനേ, അന്നുചെയ്ത കുറ്റം മാപ്പാക്കണേ. ഇനിയില്ല. തന്റെ പുലയനെ വിട്ട് ഇനി യാതൊന്നും ചിന്തിക്കുകപോലുമില്ല. ഇനി ആ മുമ്പേ നടക്കുന്ന ആളാണു തന്റെ സർവസ്വവും.

മുന്നിൽ നടന്നുപോകുന്ന പാച്ചനെ ദീപ്തങ്ങളായ കണ്ണുകളുയർത്തി അവൾ അടിമുടി നോക്കി. തന്റെ വിരിവേറിയ തോളെല്ലുകളും ദൃഢമായ പേശികളെഴുന്ന കൈകളും അന്നാദ്യമായി അഭിമാനത്തോടെ നോക്കിക്കണ്ടു. അതിയാൻ ചില്ലറക്കാരനല്ല. എന്തിനും പോന്നവനാണ്. അവന്റെകൂടെ നടന്നു പോകുമ്പോൾ ഒരു പുതിയ ശക്തിയും സുരക്ഷിതത്വബോധവും അനുഭവപ്പെട്ടു.

പാച്ചൻ മൗനമായി നടക്കുകയായിരുന്നു. അവനൊന്നും മിണ്ടി കേൾക്കാൻ കൊതിതോന്നി.

ചിറക്കാലിൽനിന്നു റോഡിലേക്കിറങ്ങിയപ്പോൾ അവൾ ചോദിച്ചു:

"എന്താ ഒന്നും ഉരിയാടാത്തെ?"

എന്തോ ചിന്തയിൽ മുഴുകി നടക്കുകയായിരുന്നതുകൊണ്ട് അവൾ ചോദിച്ചതൊന്നും കേട്ടില്ല.

"ങേ."

ഒരു നവവധുവിനെപ്പോലെ നാണംകലർന്ന സ്വരത്തിൽ അവൾ ചോദിച്ചു:

"എന്താ ഒന്നും പറയാതെ നടക്കുന്നതെന്ന്? എന്തെങ്കിലും വർത്ത മാനം പറഞ്ഞോണ്ടു നട."

പാച്ചൻ തിരിഞ്ഞുനോക്കി ചിരിച്ചു:

"നമ്മുടെ വീടൊന്നു ശരിയാക്കുന്ന കാര്യമാ ഞാനാലോചിക്കുന്നെ. പണിയാന്നെ ഒന്നുമൊന്നുമാവാതെ കെടക്കുന്ന്."

തങ്ങളുടെ വീടിനെക്കുറിച്ചാണ് ആലോചനയെന്നോർത്ത് അവൾക്ക ഭിമാനം തോന്നി. എന്നിട്ട് തെല്ലൊരു ലാഘവത്തോടെ അവൾ പറഞ്ഞു:

"അതാലോചിച്ചു വിഷമിക്കാനെന്തുവാ? എല്ലാം ഒത്തുവരുമ്പം അതും അങ്ങു നടക്കും."

"വേറേം കാര്യമൊണ്ട്. നാരാപിള്ളക്കൊച്ചൻ ആ നിലം കൊടുക്കാൻ പോകുവാ. നമുക്കു കിട്ടീരുന്നെങ്കിൽ സൗകര്യമാരുന്ന്."

നീലമ്മ ഒന്നും മിണ്ടിയില്ല. അവളുടെ ചിന്താമണ്ഡലത്തിനപ്പുറ ത്തുള്ള ഒരു കാര്യം.

അവൾ അത്ഭുതപ്പെട്ടു.

അപ്പോൾ എന്തെല്ലാമാണ് ഇതിയാൻ ഉദ്ദേശിച്ചിരിക്കുന്നത്? ആൾ ചില്ലറക്കാരനല്ലല്ലോ.

കിഴക്കു തുലാക്കോളുകൊണ്ടു. മാനം കറുത്തിരുണ്ടു. ഇടയ്ക്കിടെ കോളും. കുടുക്കവും അകാരണമായ ഒരു ഭയം അനുഭവപ്പെട്ടു. അവൾ പാച്ചനോടു പറ്റിച്ചേർന്നു നടന്നു.

കമ്പോളത്തിലെത്തിയപ്പോൾ ആദ്യം കയറിയത് ജൗളിക്കടയിലാണ്. നല്ല കൈലിത്തരങ്ങൾ പെറുക്കിയിടാൻ പാച്ചൻ കടക്കാരനോടു പറഞ്ഞു. നീലമ്മ കൈലി തെരഞ്ഞുകൊണ്ടു നിൽക്കുമ്പോൾ പാച്ചന്റെ കണ്ണുകൾ സാരിത്തരങ്ങളടുക്കിവച്ചിരിക്കുന്ന കണ്ണാടിയലമാരയിൽ പതിഞ്ഞു.

"ആ സാരിക്കൊന്നിന് എന്തു വിലവരും മുതലാളീ?" പാച്ചൻ ചോദിച്ചു.

നീലമ്മ പാച്ചന്റെ ചെവിയിൽ പിറുപിറുത്തു.

"എന്തിനാ അതിന്റെ വില തെരക്കുന്നെ?"

"നീയൊരു സാരിയുടുത്തു കാണാൻ എനിക്കൊരു കൊതി."

"മ്. പിന്നെ? ഇനി ഇപ്പഴാ – ഏനു സാരിമേണ്ട."

"കാശു ലാഭപ്പെടുത്താമെന്നുവച്ചു പറയേണ്ട....."

"ഇപ്പം മേണ്ട. കാശ് ഒരുപാടാവും. നമുക്കു കാശിന് വേറെ ആവശ്യമൊണ്ട്."

പാച്ചൻ മുതലാളിയോടു തിരിഞ്ഞു ചോദിച്ചു:

"എന്താവും വില?"

നീലമ്മയുടെ മുറുക്കിച്ചുവപ്പിച്ച ചുണ്ടുകളിലേക്കും കണ്ണാടിയലമാരിയിലെ നിറപ്പകിട്ടാർന്ന സാരിത്തരങ്ങളിലേക്കും മാറിമാറി നോക്കിക്കൊണ്ടു കച്ചവടക്കാരൻ പറഞ്ഞു:

"പല വിലയുടേതുണ്ട്."

കച്ചവടക്കാരൻ സാരിത്തരങ്ങൾ വാരിയിട്ടു. പാച്ചൻ അവയുടെ വർണ്ണഭംഗി ദനാക്കി. വില തിരക്കിക്കൊണ്ടു നിന്നു.

ഒടുവിൽ അവന്റെ കൈകളിൽ നുള്ളിക്കൊണ്ട് അവൾ പറഞ്ഞു:

"ഇപ്പം വേണ്ടാന്നു പറഞ്ഞാ കേക്കത്തില്ല. കാശിനു ചെലവുള്ള സമയമാ വരുന്നെ."

വില കേട്ടപ്പോൾ പാച്ചനും തോന്നി. തൽക്കാലം വേണ്ട. ഇനി ഒരിക്കലാവട്ടെ.

കൈലിയോടൊപ്പം ഒരു ജമ്പറിനുള്ള തുണികൂടി വാങ്ങി.

നീലമ്മ പാച്ചന്റെ ചെവിയിൽ പറഞ്ഞു:

"നമുക്കൊന്നും വേണ്ടായോ?"

എനിക്കിപ്പം ഒന്നും വേണ്ടാ.

"പിന്നെ എനിക്കു മാത്രം?"

ഒടുവിൽ നീലമ്മയുടെ നിർബന്ധത്തിനു വഴങ്ങി തലയിൽക്കെട്ടാൻ ഒരു ടവ്വൽ വാങ്ങി.

രണ്ടാളും കൂടി കമ്പോളത്തിലെല്ലാം ഒന്നു ചുറ്റിക്കറങ്ങി. നീലമ്മ പാച്ചന്റെ പിന്നാലെ തുള്ളിച്ചാടി നടന്നു. അത്യാവശ്യത്തിനുള്ള ഉപ്പും മുളകും പുളിയും വാങ്ങിക്കൊണ്ട് അവർ മടങ്ങി.

നേരം ഇരുട്ടിക്കഴിഞ്ഞിരുന്നു. പാച്ചന്റെ പിന്നാലെ നടന്നുപോകുമ്പോൾ നീലമ്മ അഭിപ്രായപ്പെട്ടു:

"എന്നാലും ഇത്രേം വിലകൂടിയതു വേണ്ടായിരുന്നു."

"മണ്ടീ. പണം ചെലവാക്കാനൊള്ളതാ."

"നമുക്കു പെര പണിയേം നിലം മേടിക്കുകേം വേണ്ടായോ?"

"രണ്ടും വേണം. നിലോം മേടിക്കണം. പെരേം പണിയണം."

കോയിക്കലെ കളപ്പുരയിലേക്കുള്ള വഴിതിരിഞ്ഞു നടന്നുകൊണ്ട് പാച്ചൻ പറഞ്ഞു:

"അതിലെ പോയാ ഒരുപറ നെല്ലു മേടിച്ചോണ്ടു പാം. തമ്പ്രാൻ ചെല്ലാൻ പറഞ്ഞിട്ടൊണ്ട്."

എന്തോ ആലോചിച്ചിട്ടെന്നപോലെ അയാൾ കൂട്ടിച്ചേർത്തു:

"അതു മാത്രമല്ല. കുറേ രൂപായ്ക്കു സഹായിക്കാൻ പറയണം. പറഞ്ഞാൽ ഒഴിയത്തില്ല....."

കളപ്പുരയ്ക്കടുത്തെത്തിയപ്പോൾ പാച്ചൻ അടക്കംപറഞ്ഞു:

"ഇവിടെ നില്ല്. ഞാൻ നോക്കിയേച്ചു വരട്ടെ."

ഇരുട്ടുവാക്കിനു മാറി അയാൾ കാത്തുനിന്നു.

ആകാശത്തു വിദൂരമായ കോണുകളിൽ കൊള്ളിയാൻ മിന്നുകയും ഇടിമുഴക്കം കേൾക്കുകയും ചെയ്തു. തുള്ളിതുള്ളിയായി മഴ ചാറാൻ തുടങ്ങി.

പാച്ചൻ തിരിച്ചുവന്നു പറഞ്ഞു:

"അങ്ങോട്ടു ചെല്ല്. വാരി പുട്ടലിലിട്ടോണ്ടു പോരെ."

പുട്ടലുമായി അകത്തോട്ടു കയറിയപ്പോൾ മങ്ങിക്കത്തുന്ന റാന്തലിന്റെ തിരിതെളിച്ച് സ്വർണപ്പല്ലുകൾ കാട്ടിച്ചിരിച്ചുകൊണ്ട് ഒരാൾ പറഞ്ഞു:

"ഇങ്ങോട്ടു കേറിപ്പോരെ. വേറെയാരുമില്ല."

അവൾ ഞെട്ടിവിറച്ചു നിൽക്കുന്നതിനിടയിൽ കെ പി പണിക്കർ കളപ്പുരയുടെ വാതിലുകളടച്ചു.

അകത്ത് പിടിവലി നടക്കുന്നതിന്റെ തട്ടലും മുട്ടലും പാച്ചൻ ചെവിയോർത്തു കേട്ടു. ഞരങ്ങലും മൂളലും ശ്വാസംമുട്ടി പിടയുന്ന ശബ്ദം.

അത് അയാളെ അസ്വസ്ഥനാക്കി.

പാച്ചൻ തലകുനിച്ചു തെക്കുവടക്കു നടന്നു. അയാളുടെ മുഖത്തു വന്നുവീണ മഴത്തുള്ളികൾ വിയർപ്പുമായി കലർന്ന് മാറിലേക്കൊഴുകിയിറങ്ങി.

കുറേക്കഴിഞ്ഞ് കളപ്പുരയുടെ വാതിൽതുറന്ന് കെ പി പണിക്കർ തന്റെ മുണ്ടു വലിച്ചുവാരി ചുറ്റിയിട്ട് വീണ്ടും റാന്തലിന്റെ തിരി നീട്ടി.

അതിന്റെ പ്രകാശത്തിൽ അവളുടെ ഉടുതുണിയില്ലാതെയുള്ള ആ കിടപ്പു നോക്കിനിന്നു.

എങ്ങുന്നോ കൈലി തപ്പിയെടുത്ത് അവൾ നാണം മറച്ചപ്പോൾ അയാൾ പറഞ്ഞു:

"ഇനി എഴുന്നേറ്റു പൊയ്ക്കോ."

അവൾ കൈലിയെടുത്തു ചുറ്റി. വലിച്ചുകീറിയ ബ്ലൗസ് കൂട്ടിപ്പിടിച്ച് വേച്ചു വേച്ചു പുറത്തേക്കു പോയി.

വെളിയിൽ പാച്ചൻ കാത്തുനിന്നിരുന്നു.

"എന്താ പുട്ടലെടുക്കാൻ മറന്നുപോയോ?"

അവൾ ആവുന്നത്ര ശക്തിയോടെ കൈനിവർത്ത് പാച്ചന്റെ ചെള്ളയ്ക്കൊരടി! വീണ്ടും അടിച്ചു.

"നീയാണോടാ പട്ടീ, പൊലേൻ? നാണോം മാനോം ഇല്ലാത്ത പട്ടി...."

കരുത്തനായ പാച്ചൻ മരപ്പാവയെപ്പോലെ നിന്ന് അടി കൊണ്ടു.

മഴ പെയ്യാൻ തുടങ്ങി. ഇടിവെട്ടി പെയ്യുന്ന പെരുമഴ.

കണ്ണഞ്ചിക്കുന്ന ഒരു കൊള്ളിയാൻ മിന്നി. മിന്നൽവെളിച്ചത്തിൽ പെരുമഴയത്ത് ആ പെണ്ണാളിന്റെ രൂപം ഓടിയകലുന്നതു പാച്ചൻ കണ്ടു.

മുപ്പത്തിനാല്

കൂരിരുട്ട് ഇടയ്ക്കിടെ കൊള്ളിയാൻ മിന്നുന്നു. ഇടിവെട്ടിപ്പെയ്യുന്ന മഴയത്തു നനഞ്ഞൊലിച്ചുകൊണ്ട് തപ്പിയും തടഞ്ഞും മറ്റത്തുനിന്നു കണ്ണമംഗലത്തേക്കുള്ള വഴിയിലൂടെ നീലമ്മ ഓടിപ്പോയി. തവളകൾ കൂട്ടത്തോടെ നിലവിളിച്ചു. മാനം കരഞ്ഞുകരഞ്ഞു കണ്ണീരൊഴുക്കി. ദിക്കുകൾ കുളുന്നു വിറച്ചുനിന്നു.

ഒരിടത്തും ആളനക്കമില്ല. വിളക്കും വെട്ടവുമില്ല. ചിറക്കാലിലൂടെ തോട്ടുവെളുമ്പിലൂടെ വലിയ മാടത്തിന്റെ മുന്നിലെത്തി. കുര്യാലയ്ക്കരികിൽ മഴ നനഞ്ഞുകൊണ്ടു കുറെനേരം നിശ്ചലനായി നിന്നു. അറുവലയമ്മാച്ചൻ കുടിയിരിക്കുന്ന കുര്യാല. ചത്തുപോയ അപ്പനപ്പൂപ്പന്മാർ അവിടെ തലയ്ക്കും മുകളിൽ നിൽക്കുന്നു. അവരിതൊന്നും അറിയാതിരിക്കുകയാണോ? അറിഞ്ഞിരുന്നിട്ടും ഒന്നും അനങ്ങാത്തതെന്തേ?

ഒരു കൊള്ളിയാൻകൂടി മിന്നി.

അവളെ പെറ്റുവളർത്തിയ ചെറ്റക്കുടിൽ കൂനിപ്പിടിച്ച് നിശ്ചലമായി നിൽക്കുന്നു. ഒരു കിടുങ്ങലോടെ നെടുവീർപ്പിട്ട. മാടത്തിന്റെ വാതിൽച്ചെറ്റ മാറ്റി അകത്തു കടന്നിട്ട് അമ്മയെ വിളിച്ചു:

"അമ്മീ, അമ്മീ."

കുഞ്ഞില വിളി കേട്ടില്ല. കുറേനാളായി കിളവിക്കു ചികടും പരണ്ടയുമില്ല. ഉറക്കെ വിളിക്കേണ്ടി വന്നു.

ഏതോ അനക്കം കേട്ട് കിടന്ന കിടപ്പിൽ കുഞ്ഞില ചോദിച്ചു:

"ആരാ.... ആരാ അത്?"

"ഞാനാമ്മച്ചീ. വെളക്കു കത്തിക്ക്."

ശബ്ദം കേട്ടപ്പോൾ കുഞ്ഞിലയ്ക്കു ആളു മനസിലായി. തപ്പിത്തടഞ്ഞെഴുന്നേറ്റു. തീയൂതിക്കത്തിക്കാൻ നേരം കുറേ വേണ്ടിവന്നു.

മണ്ണെണ്ണവിളക്കുയർത്തിപ്പിടിച്ചുകൊണ്ടു ചോദിച്ചു:

"എന്നാ മോളേ ഈ നേരമല്ലാ നേരത്ത് നനഞ്ഞൊലിച്ചോണ്ട്."

എന്താണു പറയേണ്ടതെന്നു ആലോചിക്കുകയായിരുന്നു.

"എന്നാ വിചേഴം നല്ലതുമൊണ്ടോ?"

"ഒന്നുമില്ലമ്മീ. ഇങ്ങട്ടു വരണമെന്നു വിചാരിച്ച് തറേന്നെറങ്ങിയപ്പം മഴയായി."

"പിന്നെയിതുവരെ...."

"മഴ തോരുമെന്നു വിചാരിച്ചു കേറിയിരുന്ന്."

എന്തോ പന്തികേടുണ്ടെന്നു കുഞ്ഞിലയ്ക്കു തോന്നി.

നീലമ്മ പഴമുണ്ടു ചുറ്റിക്കൊണ്ട് നനഞ്ഞുകുതിർന്ന ഉടുതുണി പിഴിഞ്ഞു ചെറ്റയിൽ വിരിച്ചു. കുഞ്ഞില നെരുപ്പോടിൽ തീ കൂട്ടി. തള്ളയും മകളും തീ കാഞ്ഞുകൊണ്ടിരുന്നു.

നീലമ്മയുടെ മുഖത്തേക്കു തുറിച്ചു നോക്കിക്കൊണ്ട് കുഞ്ഞില ചോദിച്ചു:

"എന്താ മോളേ? നിനക്കെന്തു പറ്റി? നേരു പറ. അവൻ നിന്നെ വല്ലോം ചെയ്തോ?"

"ഒന്നും പറ്റിയില്ലമ്മീ."

നീലമ്മ ചിരിക്കാൻ ശ്രമിച്ചെങ്കിലും പെട്ടെന്നു പൊട്ടിക്കരഞ്ഞു പോയി.

കുഞ്ഞില വിഷമിച്ചു:

"നീ കരയാതെ. ഒണ്ടായ കാര്യം പറ."

"എനിക്കവിടെ താമസിക്കാൻ വയ്യമ്മീ. ഇനി അവിടെ കഴിഞ്ഞാ എന്റെ ശവംപോലും കാണത്തില്ല. വേദന തിന്ന് — ഞാൻ...."

ഗദ്ഗദം കൊണ്ട് മുഴുമിപ്പിക്കാൻ കഴിഞ്ഞില്ല.

മകളനുഭവിക്കുന്ന ദുരിതം കുഞ്ഞിലയ്ക്കറിയാം. നെരുപ്പോട്ടിൽ കുമിഞ്ഞുനീറുന്ന തീക്കനലിലേക്കു നോക്കിക്കൊണ്ട് കുഞ്ഞില നിസ്സഹായതയോടെ പറഞ്ഞു:

"എല്ലാം തലേവിതിയാ. അല്ലെങ്കി നിനക്കിങ്ങനെ വരാനക്കൊണ്ടു കണക്കില്ല."

അവൾ മുഖം കുനിച്ച് ഏങ്ങലടിച്ചു കരഞ്ഞു. തള്ള സമാധാനപ്പെടുത്താൻ പറഞ്ഞു:

"നീ കരയാതെ. കരഞ്ഞാലക്കൊണ്ടു തലേവിതി മാറുവോ. വരും വണ്ണം അങ്ങു കഴിയണം. തഞ്ചം വേണ്ടായോ പെണ്ണുങ്ങക്ക്."

അങ്ങനങ്ങു പറഞ്ഞുതീർക്കാൻ കഴിഞ്ഞെങ്കിലും കുഞ്ഞിലയുടെ കണ്ണുകളും നിറഞ്ഞുകവിഞ്ഞു.

ആ കുടിലിൽനിന്നു വെളിയിലേക്കിറങ്ങാതെ ആരോടും ഒന്നും മിണ്ടാതെ അവൾ ഏകാകിനിയായി കഴിഞ്ഞു. ആരോരുമറിയാതെ വേദന മുഴുവൻ കടിച്ചിറക്കിക്കൊണ്ട് ദിവസങ്ങൾ ഉന്തിത്തള്ളി.

ജീവിതമാകെ കുത്തഴിഞ്ഞുപോയി. എല്ലാവിധത്തിലും അതു കളങ്കപങ്കിലമായി. യാതൊന്നും ആശിക്കാനില്ല. ഇനി എങ്ങനെയെങ്കിലും ഒടുങ്ങിയാൽ മതി. അച്ഛൻ മരിക്കുമ്പോൾ തുടങ്ങിയതാണീ ദുരിതം. ഇനി ചാവുന്നതുവരെ ഇതിനൊരറുതിയില്ല. എന്തിനു ജീവിക്കുന്നു. നരകിക്കാൻ മാത്രം....

എങ്ങനെയെങ്കിലും ചാവണം. തന്നത്താൻ ചാവണം. അതിനുള്ള വഴികളെക്കുറിച്ചായിരുന്നു ആലോചന. എങ്ങനെ വേണം? ചാലിൽച്ചാടി മുങ്ങി മരിച്ചാലോ? അല്ലെങ്കിൽ കെട്ടിത്തൂങ്ങിച്ചത്താലോ?

പെട്ടെന്നു കുഞ്ഞിലയെക്കുറിച്ചോർമ വന്നു. പാവം അമ്മി. കണ്ണും പിണിയും കാണാൻ വയ്യ. കുഴിയിലേക്ക് കാലും നീട്ടിയിരിക്കുന്നു. താൻ ചത്താൽ ആരുണ്ടൊരു തുണയ്ക്ക്?

താൻ തൂങ്ങിച്ചത്തു നിൽക്കുന്നതു കാണുമ്പോൾ, വെള്ളത്തിൽ ചത്തു പൊങ്ങിക്കിടക്കുന്നതു കാണുമ്പോൾ അവരെങ്ങനെ സഹിക്കും?

അപ്പോൾ കുഞ്ഞില മാറത്തടിച്ചു അലമുറകൂട്ടുന്ന കാഴ്ച കൺമുന്നിൽ കണ്ടു. ഒന്നും വയ്യ. ജീവിക്കാൻ വയ്യ. ചാവാനും വയ്യ. ദുരന്തങ്ങ

ളെക്കുറിച്ചായിരുന്നു ചിന്തകൾ. ചിന്തകൾ കുറ്റാക്കുറ്റിരുട്ടിൽ വഴിമുട്ടി നിന്നു.....

വിട്ടുമാറാത്ത ചുമ തുടങ്ങി. ചുമയ്ക്കുമ്പോൾ നെഞ്ചുവേദന, നെഞ്ചു പറിഞ്ഞുപോകുന്നതുപോലെ. ഒരുദിവസം തലവേദനയും കുളിരും തോന്നി. കുളുന്നുവിറച്ചു മൂടിപ്പുതച്ചു കിടക്കുമ്പോൾ മനം നൊന്തു പ്രാർഥിച്ചു.

"ഇതോടെ അങ്ങൊതുങ്ങണേ. ഈ ജീവനൊടുക്കണേ എന്റെ ദൈവമേ."

അവൾ പായിൽ കിടന്നു വിറയ്ക്കുന്നതു കണ്ട് കുഞ്ഞില കാട്ടുതുളസിയിട്ടു കഷായം വച്ചുകൊടുത്തു.

ഒരു മരുന്നും കഴിക്കുന്നില്ലെന്നു കരുതിയതാണ്. പക്ഷേ, കണ്ണീരൊലിപ്പിച്ചും മൂക്കുപിഴിഞ്ഞും പ്രാവേറി നടക്കുന്ന കുഞ്ഞില കഷായച്ചട്ടി നീട്ടിയപ്പോൾ മറുത്തു പറയാൻ തോന്നിയില്ല. തന്നത്താനറിയാതെ അതു വാങ്ങിക്കുടിച്ചു.

നേരം തെറ്റാതെ കുഞ്ഞില കൊടുത്ത മരുന്നു മുഴുവൻ കുടിച്ചു.

ഒരുദിവസം മുറ്റത്തു വെയിൽ കാഞ്ഞുകൊണ്ടിരിക്കുമ്പോൾ മത്തായിയും കാളിക്കുട്ടിയും അതിലേ കേറിവന്നു. അവരെക്കണ്ട് ഉരുണ്ടുപിരണ്ടെഴുന്നേറ്റ് ഒതുങ്ങി മാറി നിന്നു.

"അല്ലാ, ഇതാരാണ്? ഇയാളെന്നാടോ വന്നത്? മത്തായി ലോഹ്യം ചോദിച്ചു?"

"കുറേ ദിവസമായി."

അവളുടെ വിളറി വീർത്ത മുഖം കണ്ട് മത്തായി തിരക്കി:

"എന്താ ഏതാണ്ടു വയ്യാത്ത പോലെ?"

ഒന്നു പുഞ്ചിരിക്കാൻ ശ്രമിച്ചുകൊണ്ടു പറഞ്ഞു:

"ഒന്നുമില്ല പനിയായിട്ടിരിക്കുവാ."

"എന്നു തുടങ്ങി?"

"ഏഴെട്ടായി."

"ഇപ്പോഴത്തെ പനിയൊരു വല്ലാത്തതാ."

കാളിക്കുട്ടി മുന്നറിയിപ്പു നൽകി:

"പിടിച്ചു കഴിഞ്ഞാ മനുഷേരെ വശം കെടുത്തിക്കളയും."

"മരുന്നെന്തോ കഴിക്കുന്ന്?"

"കഷായം കുടിച്ചോണ്ടിരിക്കുവാ."

മത്തായി തിരക്കി:

"പിന്നെ വേറെ എന്തൊക്കെയാ വിശേഷം?"

"ഒന്നുമില്ല."

കുറേനേരം മൗനമായി നിന്നിട്ട് മത്തായി പറഞ്ഞു:

"നമ്മുടെ യൂണിയൻ കാര്യവുമായി ഞങ്ങളിവിടൊക്കെ ഒന്നു കറങ്ങുവാ. പോന്ന പോക്കിൽ ഇതിലെ കേറിയെന്നേയോള്ള്."

യൂണിയനെക്കുറിച്ചു കേൾക്കാനുള്ള കൊതിയോടെ അവൾ പറഞ്ഞു:

"നമ്മടാളുകൾ തന്നെ പലതും പല തട്ടേലാ. പിന്നെങ്ങനാ യൂണിയനു ശക്തിയൊണ്ടാവുന്നെ?"

"അതുശരിയാ." മത്തായി സമ്മതിച്ചു.

"എന്നാലും ഇപ്പോൾ നമ്മടാളുകൾക്ക് ഒരു ചൂടും ചുണയുമൊക്കെ വന്നിട്ടൊണ്ട്."

കാളിക്കുട്ടി ചിരിച്ചുകൊണ്ടു പറഞ്ഞു:

"അതിന് ഇവരോടെന്തിനാ ഇതൊക്കെപ്പറേന്നെ? എവടെ പെലേനാ യൂണിയൻകാരെ തല്ലാൻ നടക്കുന്നെ."

നീലമ്മ ചൊടിച്ചു:

"ഒരാളങ്ങനെ നടന്നെന്നും ചൊല്ലി ബാക്കിയൊള്ളോരെന്നാ പെഴച്ച്?"

നിവർന്നു നിൽക്കാനാവാതെ മുറ്റത്തു നിന്ന് ചീലാന്തിയിൽ പിടിച്ചു ചാരിനിന്നു.

"പാച്ചനറിഞ്ഞാ നിന്നെയടിച്ചു കൊല്ലും."

വിഷാദം കലർന്ന മട്ടിൽ അവൾ ചിരിച്ചു.

നീരൊഴുക്കുതോടിനു തെക്കുവശത്തുള്ള വെളിംപുരയിടത്തിൽ ഇടിവെട്ടി മണ്ടപോയി നിന്ന കൊന്നത്തെങ്ങിലേക്കു നോക്കിക്കൊണ്ട് അവൾ ദൃഢസ്വരത്തിൽ പറഞ്ഞു:

"ഓ ആ ഭയമൊന്നുമില്ല. ഇനി ഈ ജമ്മത്ത്. അതിയാനെന്റെ ദേഹത്തു തൊടത്തില്ല."

മത്തായിയും കാളിക്കുട്ടിയും അവളെ തുറിച്ചുനോക്കി. എന്താണിപ്പറയുന്നതിന്റെ പൊരുൾ?

"എന്താ? അങ്ങനെ പറയാനെന്തൊണ്ടായി?"

"നിങ്ങൾ തമ്മിൽ പിണക്കമാണോ?"

"ഇണക്കോമില്ല പെണക്കോമില്ല. അതിയാന്റെ കൂടൊള്ള ജീവിതം വേണ്ട."

മത്തായിക്കു വിശ്വസിക്കാൻ കഴിഞ്ഞില്ല.

"നീയിതു കാര്യമായി പറയുന്നതാണോ?"

"ഈ കാര്യത്തിന് ഇനി ഇളക്കമില്ല."

കാളിക്കുട്ടിക്കും അതിശയമായിരുന്നു.

"അല്ലേ. കാര്യം ഇങ്ങനൊക്കെയാണെന്ന് ഇപ്പോഴാണല്ലോ അറിയുന്നത്. ഇങ്ങനെ തോന്നാനക്കൊണ്ട് എന്താ ഒണ്ടായെ?"

അവൾ മറുപടിയൊന്നും പറഞ്ഞില്ല.

മത്തായി ഒരു നെടുവീർപ്പിട്ടു:

"ഇപ്പോഴെങ്കിലും അങ്ങനെ തോന്നിയിട്ടുണ്ടേ നിനക്കു രക്ഷ; എന്റനിയത്തിക്ക്."

മത്തായിയുടെ കണ്ണുനിറഞ്ഞു.

നീലമ്മ മുഖംകുനിച്ചു കരഞ്ഞു.

കുറേനേരം അവളെ നോക്കിനിന്നിട്ട് മത്തായി സമാധാനിപ്പിച്ചു:

"എന്തായാലും വന്നതെല്ലാം വന്നു. അതെല്ലാം ഓർത്തു സങ്കടപ്പെ ടാതെ ധൈര്യമായിരിക്ക്. മനസ്സു പുണ്ണാക്കി വെറുതെ ദീനം പിടിച്ചു വയ്ക്കണ്ടാ. ഇതൊന്നും കാര്യമാക്കാനില്ല..... സ്വസ്ഥമായിരിക്ക്. ഞങ്ങളീ തെക്കേവഴിക്കൊക്കെ ഒന്നു കറങ്ങിയേച്ചു വരട്ടെ."

കാളിക്കുട്ടിയും മത്തായിയും നടന്നുപോകുന്നത് ചീലാന്തിയിൽ ചാരിനോക്കിനിന്നു. അവർ ഒട്ടകലെ എത്തിയപ്പോൾ എന്തോ ഓർത്തി ട്ടെന്നപോലെ പുറകേ ചെന്നു.

"മത്തായിച്ചൻ അവിടൊന്നു നിന്നാട്ടെ."

രണ്ടാളും തിരിഞ്ഞുനിന്നു. അവൾ അടുത്തെത്തിയപ്പോൾ മത്തായി ചോദിച്ചു:

"എന്താ? എന്താ സംഗതി?"

"എന്തോ പറയാനാഞ്ഞിട്ടു പതറി നിൽക്കുന്നതു കണ്ടു. എന്തുവാ കാര്യം?"

ഒടുവിൽ അറച്ചറച്ചു ചോദിച്ചു:

"നിങ്ങളെന്നേംകൂടെ നമ്മുടെ യൂണിയനിൽ ചേർക്കുവോ?"

കണ്ണുകൾ നിറഞ്ഞു തുളുമ്പുന്നത് കാളിക്കുട്ടിയും മത്തായിയും കാണാതിരിക്കാൻവേണ്ടി മുഖം തിരിച്ചുകളഞ്ഞു.

മത്തായി ചിരിച്ചു.

"എന്താ സംശയം? നിന്നെപ്പോലുള്ളവരെയാ യൂണിയനാവശ്യം."

കാളിക്കുട്ടി കുലുങ്ങിച്ചിരിച്ചു:

"ഇതു നല്ല കൂത്ത്! യൂണിയനിച്ചേർക്കുവോന്ന്!...."

"അതു ചോദിക്കാനെന്തുവാ?.... ഇതാ ഇപ്പത്തന്നെ....."

കക്ഷത്തിലിടുക്കിവച്ചിരുന്ന ഒരു പഴയ മാസികയിൽനിന്ന് കാളി ക്കുട്ടി ഒരു രസീതു ബുക്കെടുത്ത് കുത്തിക്കുറിക്കാൻ തുടങ്ങി.

"വീട്ടുപേരെന്തുവാ? വലിയ മാടത്തിലോ? വലിയ മാടത്തി തറേലോ?"

"വലിയ മാടത്തിലെന്നാ."

ആവശ്യമുള്ള അക്ഷരങ്ങൾ കൂട്ടിച്ചേർത്ത് ആ രസീതെഴുതി മുഴു മിപ്പിക്കാൻ അയാൾ പാടുകുറേ പെട്ടു. വേണ്ടത്ര വിവരങ്ങൾ കുത്തിക്കു റിച്ചിട്ട് രസീതു വലിച്ചുകീറി അവളുടെ നേർക്കു നീട്ടി.

"ഒരമ്പതു പൈസ ഇങ്ങേടുത്തോണ്ടു വാ. പ്രവേശനപ്പീസ്."

നീലമ്മ നിന്നു പരുങ്ങി.

അതു മനസിലായിട്ടെന്നവണ്ണം മത്തായി പറഞ്ഞു:

"പിന്നെ, സൗകര്യം പോലെ തന്നേച്ചാ മതി."

തിരിഞ്ഞു നടക്കുന്നതിനിടയിൽ അയാൾ വീണ്ടും ഓർമപ്പെടുത്തി:

"ഈ പനിക്കു മരുന്നു കഴിക്കാണ്ടിരിക്കല്ലേ. അല്ലേ വീഴ്ചയായി പ്പോകും."

നീലമ്മ ആ രസീതു തിരിച്ചും മറിച്ചും നോക്കി. വെള്ളക്കടലാസിൽ ചുവന്ന മഷിയിലുള്ള അച്ചടി. കാളിക്കുട്ടിയുടെ കാക്കക്കാലു പോലത്തെ

എഴുത്ത്. രസീതിന്റെ മുകളിൽ ഒത്തനടുക്ക് അരിവാളിന്റെയും ചുറ്റികയുടെയും അടയാളം. അതിൽനിന്നു കണ്ണെടുക്കാതെ നിർന്നിമേഷയായി അങ്ങനെ നോക്കിനിന്നു. അതിനുശേഷം രസീതു കൊണ്ടുചെന്ന് തഴവട്ടിയിൽവച്ച് ഭദ്രമായടച്ചുവച്ചു.

നേരം അസ്തമിക്കാൻ തുടങ്ങിയിരുന്നു. തെക്കേ വെളിംപുരയിടത്തിൽ മണ്ടപോയിനിന്ന തെങ്ങിന്റെ മുകളിൽ നിറപ്പകിട്ടാർന്ന ചിറകുകൾ വിടർത്തി രണ്ടു പനങ്കാക്കകൾ പറന്നുവന്നിരിക്കുന്നതു കണ്ടു. ഒരെണ്ണം തെങ്ങിന്റെ പോട്ടിലേക്കു നൂഴ്ന്നിറങ്ങി. മറ്റൊന്നുള്ളതും തെങ്ങിനുമുകളിൽ തെല്ലുനേരം ചിറകടിച്ചു പറന്നിട്ട് പോട്ടിലുള്ള കൂട്ടിലേക്കു കയറുന്നതു കണ്ടു.

മണ്ടപോയി നിൽക്കുന്ന തെങ്ങിൽ എങ്ങുനിന്നോ വന്ന പനങ്കാക്കകൾ കൂടു കൂട്ടിയിരിക്കുന്നു. അവൾ മതിമറന്ന് മൂകയായി നോക്കിനിന്നു.

അകത്തുചെന്ന് തഴവട്ടിയിൽനിന്ന് ഒരിക്കൽക്കൂടി ആ രസീതെടുത്തു നോക്കി. അതിലെ അരിവാളിന്റെയും ചുറ്റികയുടെയും അടയാളം വീണ്ടും സൂക്ഷിച്ചുനോക്കി.

ഒരു പുതിയ ഉന്മേഷം കൈവന്നതുപോലെ.

മത്തായിയുടെ ശബ്ദം കാതുകളിൽ മുഴങ്ങി.

"നിന്നെപ്പോലുള്ളവരെയാണു യൂണിയനാവശ്യം."

സർവസ്വവും നശിച്ചുകഴിഞ്ഞെന്നു കരുതിയതാണ്. യൂണിയനിൽ അംഗമായതോടെ ഏതോ ഒന്ന്, നന്മ കലർന്ന എന്തോ ഒന്ന് ഇനിയും ശേഷിച്ചിട്ടുണ്ടെന്ന് വിശ്വാസം വന്നു. എങ്ങനെ മരിക്കണമെന്ന ചിന്ത ഇപ്പോൾ അലട്ടുന്നില്ല. മരണത്തെ മറന്നുപോയി.

മനസ്സ് മറ്റെന്തിനോവേണ്ടി കൊതിച്ചു ദാഹിച്ചു.

പ്രവർത്തിക്കാൻ വളരെയുണ്ടെന്നും അതിനുവേണ്ടി ഇനിയും ജീവിച്ചിരിക്കണമെന്നും തോന്നി. ആ ചിന്ത ഒരു പുതിയ ആത്മവിശ്വാസം പകർന്നു..... കർഷകതൊഴിലാളി മേഖലകളിൽ ഒരു പൊതുപണിമുടക്കും ഹർത്താലും നടത്തുന്നതിനുള്ള ശക്തിയായ പ്രവർത്തനം നടന്നിരുന്ന കാലമായിരുന്നു.

കണ്ണമംഗലത്തെ തൊഴിൽത്തർക്കങ്ങളുടെ വിവരങ്ങൾ മറ്റു സ്ഥലങ്ങളിൽ കേട്ടറിഞ്ഞതോടെ എല്ലായിടത്തും അസ്വസ്ഥത പടർന്നുപിടിച്ചു. നിലം ഉടമകൾക്കിടയിൽ യൂണിയനെതിരായ അപവാദപ്രചാരണങ്ങൾ നടന്നു.

തൊഴിലാളികൾ നിലം ഉടമകളെ കൈയേറ്റം ചെയ്യുന്നു. അവർക്കു തോന്നുന്നതാണു കൂലിയുടെ കണക്ക്. യൂണിയന്റെ കാർഡില്ലാത്തവരെ നിലത്തിറക്കുകയില്ലത്രെ. തൊഴിലാളികൾ വിളിക്കാതെയും പറയാതെയും തന്നിഷ്ടം പോലെ പാടത്തിറങ്ങി പണിയെടുക്കുന്നു. ആരെങ്കിലും കൊടി താഴ്ത്തിക്കാണിക്കുമ്പോൾ കേറിപ്പോകണം. ആവശ്യപ്പെടുന്ന കൂലി കൊടുത്തില്ലെങ്കിൽ സമരവും കൈയേറ്റവും..... ഈ പ്രചാരണങ്ങളെ നേരിടാൻ ശക്തമായ പ്രവർത്തനങ്ങൾ നടത്തേണ്ടിയിരുന്നു.

അതോടൊപ്പം തൊഴിലാളികൾക്കു പുതിയ ഉന്മേഷവും ഉണർവും കൈവന്നു. പുതിയ പുതിയ മേഖലകളിൽ – അങ്ങു മേനാമ്പള്ളിയിൽപ്പോലും യൂണിയന്റെ സ്വാധീനം പടർന്നുപിടിച്ചു.

പാർട്ടിപ്രവർത്തകർ പുതിയപുതിയ പ്രദേശങ്ങളിൽ തൊഴിലാളി യൂണിയനുകൾ കെട്ടിപ്പടുത്തു. അതോടെ പുതിയപുതിയ സമരരംഗങ്ങളും നിലവിൽ വന്നു. നാനാതരത്തിലുള്ള പ്രശ്നങ്ങൾ. ഓരോ നിലം ഉടമയുടെ നിലത്തിലും ഓരോ വിധമാണ്. ചിലയിടത്ത് കൂലിയെക്കുറിച്ചു തർക്കം. മറ്റു ചിലേടത്തു ജോലി നിഷേധിക്കൽ. അങ്ങനെ ഓരോവിധം എവിടെയും കെട്ടുപിണഞ്ഞ് സങ്കീർണമായ പ്രശ്നങ്ങൾ.

കാലത്തിന്റെ മാറ്റം മനസിലാക്കിയ കൃഷിക്കാർ സഹാനുഭൂതിയോടെ തൊഴിലാളികളുടെ അവകാശവാദം മനസിലാക്കി. വിട്ടുവീഴ്ചകൾക്കു തയാറായി. പക്ഷേ, മിക്കയിടങ്ങളിലും തർക്കവും വാക്കേറ്റവും നടന്നു. ചിലയിടങ്ങളിൽ കൈയേറ്റങ്ങളുണ്ടായി. കെ പി പണിക്കരുടെ കുറുവടിപ്പട തൊഴിലാളികളുടെ മേൽ ആക്രമണങ്ങൾ അഴിച്ചുവിട്ടു. തരം കിട്ടിയപ്പോൾ തിരിച്ചടിച്ചു.

അങ്ങനെയുള്ള സംഭവങ്ങൾ ദിനംപ്രതി അങ്ങോളമിങ്ങോളം വളർന്നു വന്നു. അവിടെയെല്ലാം ഓടിയെത്താൻ യൂണിയൻ നേതാക്കൾ നന്നേ പാടുപെട്ടു.

ഈ സാഹചര്യത്തിലാണ് യൂണിയൻ പൊതുപണിമുടക്കിനു തീരുമാനിച്ചത് – കുറുവടിപ്പടയുടെ അഴിഞ്ഞാട്ടത്തെ പ്രതിഷേധിക്കാൻ; സ്വന്തം വർഗത്തിന്റെ ശക്തി ബോധ്യപ്പെടുത്താൻ.

പ്രവർത്തകർ ചെറുസംഘങ്ങളായി തൊഴിലാളികേന്ദ്രങ്ങളിൽ സഞ്ചരിച്ച് പണിമുടക്കിനെക്കുറിച്ചു പ്രചാരണം നടത്തി. വീടുവീടാന്തരം കയറി യൂണിയന്റെ പരിപാടികളെക്കുറിച്ചു വിശദീകരിച്ചു. ആവുന്നത്ര ആളുകളെ യൂണിയനിൽ അംഗങ്ങളായി ചേർത്തു.

ഒരു ദിവസം മറിയയും കറമ്പിയും പെണ്ണമ്മയുംകൂടി നീലമ്മയുടെ തറയിൽ വന്നു. അപ്പോഴും അവളുടെ ദീനം വിട്ടുമാറിയിരുന്നില്ല. എങ്കിലും പണിമുടക്കത്തെക്കുറിച്ചും പ്രകടനത്തെക്കുറിച്ചുമെല്ലാം കേട്ടപ്പോൾ അവരോടൊപ്പം ഇറങ്ങി നടക്കാൻ ഉത്സാഹം തോന്നി.

"നിങ്ങടെകൂടെ ഞാനും വരാം."

"നിനക്കു വയ്യാണ്ടിരിക്കുവല്ല്യോ? ആവതില്ലാണ്ടിറങ്ങി നടന്നാലോ?"

"അതു സാരമില്ല."

നീലമ്മകൂടി വരുന്നെന്നു കേട്ടപ്പോൾ പെണ്ണമ്മയ്ക്കു സന്തോഷമായി.

"എന്നാ എറങ്ങ്. നീലമ്മച്ചേച്ചിയും കൂടൊണ്ടെങ്കിൽ ഒരു സുമാറൊണ്ട്."

നീലമ്മകൂടി ഇറങ്ങിത്തിരിച്ചപ്പോൾ മറ്റുള്ളവരുടെ ഉത്സാഹം വർധിച്ചു. ചെല്ലുന്നിടത്തെല്ലാം സന്തോഷപൂർവമുള്ള സ്വീകരണങ്ങളാണ്.

അവൾ പെണ്ണുങ്ങളോടു വീട്ടുകാര്യങ്ങൾ തിരക്കി. അവരുടെ സുഖദുഃഖങ്ങൾ അന്വേഷിച്ചു. കുഞ്ഞുങ്ങളെയെടുത്തു താലോലിച്ചു.

അവൾ സംഘടനയെക്കുറിച്ചും സമരത്തെക്കുറിച്ചും പറയുന്നത് അവർ ചെവിയോർത്തു കേട്ടു. കാര്യങ്ങൾ തലകുലുക്കി സമ്മതിച്ചു. എല്ലാവരും യൂണിയനിൽ ചേരാമെന്നേറ്റു. ഉതകിയ സംഭാവന കൈയിൽ വച്ചുകൊടുത്തു.

പിറ്റേദിവസം വൈകിട്ട് മുല്ലയ്ക്കലമ്പലത്തിൽ കർഷകതൊഴിലാളികളുടെ വാർഡുയോഗം കൂടിയപ്പോൾ നീലമ്മയും സംബന്ധിച്ചു.

മറിയയും പെണ്ണമ്മയും കറമ്പിയും അഭിമാനത്തോടെ സംസാരിച്ചു. അന്ന് ഏറ്റവും കൂടുതൽ അംഗങ്ങളെ ചേർത്തത്, ഏറ്റവും കൂടുതൽ സംഭാവന പിരിച്ചത് അവരുടെ സ്ക്വാഡാണ്.

മറിയ നീലമ്മയുടെ സാമർഥ്യത്തെ വാഴ്ത്തി. പെണ്ണുങ്ങളെ പറഞ്ഞു വശീകരിച്ച് യൂണിയനിൽ ചേർക്കാൻ അവൾക്കുള്ള കഴിവിനെ പുകഴ്ത്തി.

മറ്റുള്ളവരുടെ സ്നേഹവാത്സല്യങ്ങൾക്കു മുമ്പിൽ അവൾ നിശ്ശബ്ദയായിരുന്നു. പിന്നിൽ ഒതുങ്ങിമാറി തലകുനിച്ചിരുന്നു.

ഹൃദയത്തിൽ അവാച്യമായ ഒരാനന്ദം അലതല്ലി. ഒരിക്കലും അനുഭവപ്പെടാത്ത നിസ്സീമമായ ഒരു ചാരിതാർഥ്യം അനുഭവപ്പെട്ടു. ആ അനുഭവങ്ങൾ ഒരു പുതിയ ശക്തി ചൊരിഞ്ഞു. ഒരു പുതിയ ചൈതന്യം പകർന്നു. ചർച്ചകൾ നടന്നുകൊണ്ടിരിക്കുന്നതിനിടയിൽ രാധാകൃഷ്ണനും കണ്ണനും അതുവഴി വന്നു. അന്ന് അതുപോലെയുള്ള അനേകം യോഗങ്ങൾ അങ്ങുമിങ്ങും നടക്കുന്നുണ്ട്. ചിലയിടങ്ങളിൽ സംബന്ധിച്ചിട്ടാണ് അവരുടെ വരവ്.

നേതാക്കന്മാരെ കണ്ടപ്പോൾ സദസിൽ ഉത്സാഹപ്രഹർഷം ഉയർന്നു. അവരുടെ സംസാരം കേൾക്കാൻ ആളുകൾ ആകാംഷയോടെ കാത്തിരുന്നു.

ആദ്യം രാധാകൃഷ്ണൻ സംസാരിച്ചു തുടങ്ങി. അതിനിടയിൽ കണ്ണൻ സദസാകെയൊന്നു കണ്ണോടിച്ചു. ധാരാളം പ്രവർത്തകർപങ്കെടുത്തിരിക്കുന്നു. മനസിലായില്ല. ആങ്ങളയുടെ മുഖത്തു നോക്കിയിട്ട് പെണ്ണമ്മ നീലമ്മയുടെ ചെവിയിൽ എന്തോ അടക്കം പറഞ്ഞു. ആ മുഖത്തു നേരിയ ഒരു പുഞ്ചിരി വിടർന്നു.

കൂടെക്കൂടെ മുഖമുയർത്തി അവൾ കണ്ണനെ നോക്കി. ഒരു നിമിഷം ആ കണ്ണുകൾ തമ്മിലിടഞ്ഞു. വീണ്ടും ആ ചിരി വിടർന്നു. ആൾ മനസിലായപ്പോൾ കണ്ണൻ ഒന്നു നടുങ്ങിയെന്നു തോന്നി. അവൾ താടിക്കു കൈയും താങ്ങി മുഖം കുനിച്ചിരുന്നു. പെട്ടെന്നു മുഖം തിരിച്ച് അയാൾ വിദൂരതയിലേക്കു നോക്കി. അകലെ നീലാകാശം. അമ്പലത്തിന്റെ പിന്നിൽ, ആകാശത്തേക്കു തലപൊന്തിച്ചു നിന്ന മുളംചില്ലകൾ പോക്കുവെയിൽതട്ടി തിളങ്ങി. അതിനുമപ്പുറം അണയാൻ പോകുന്ന പകലിന്റെ വിഷാദാത്മകമായ പുഞ്ചിരി. അവളുടെ ചിരിപോലെ..... അയാളുടെ മനസിൽ വേദന ഊറിക്കൂടി നിന്നു. ആ കോലംകെട്ട രൂപം കണ്ടു കണ്ണു നിറഞ്ഞു.....

ഒരിക്കൽ അഴകുവിരിഞ്ഞൊഴുകിയിരുന്ന തന്റെ നീലമ്മയെവിടെ? താൻ താലികെട്ടി നിർത്തിയിരുന്ന തന്റെ മുറപ്പെണ്ണെവിടെ? കണ്ണു താണ്, കവിളൊട്ടി പാറിപ്പറക്കുന്ന തലമുടിയുമായി ഒരു പ്രേതം പോലെ.

അതവളാണോ....? കാലത്തിന്റെ ഉരുൾച്ചാടുകൾക്കിടയിൽപ്പെട്ട് ചതഞ്ഞരയുന്ന ജീവിതങ്ങൾ! പാതകളിൽ ചെമ്മണ്ണുമായി അരഞ്ഞുചേർന്ന് മാഞ്ഞുപോകുന്ന ജീവികൾ.

വയലുകളിലും ചിറക്കാലുകളിലും ഒതുങ്ങിക്കൂടി അവിടെത്തന്നെ ചത്തൊടുങ്ങുന്നു. ഈ ജീവിതങ്ങൾക്ക് എന്തെങ്കിലും വിലയുണ്ടോ? എന്തെങ്കിലും അർഥമുണ്ടോ? നിരർഥകമായ ഒരൊഴുക്ക് എവിടേക്ക്....? പൊങ്ങിയും താണും നികന്നും നീർക്കുഴിയിട്ടുള്ള ഒരൊഴുക്ക് എവിടേക്ക്.....?

രാധാകൃഷ്ണൻ സംസാരിച്ചു കഴിഞ്ഞപ്പോൾ മത്തായി വിളിച്ചു പറഞ്ഞു: "അടുത്തതായി സഖാവു കണ്ണൻ നിങ്ങളോടു രണ്ടു വാക്കു സംസാരിക്കും."

എല്ലാവരും കഴുത്തുനീട്ടി കേൾക്കാനിരുന്നു. അവിടെ നടന്നതൊന്നും കണ്ണനറിഞ്ഞില്ല. അയാൾ മതിമറന്നിരിക്കുന്നതു കണ്ട് മത്തായി കുലുക്കി വിളിച്ചു.

ഞെട്ടിയുണർന്നു കൺമിഴിച്ചു നോക്കി. നാവുയർത്താൻ കഴിഞ്ഞില്ല. എന്തെങ്കിലും സംസാരിക്കാനുള്ള കരുത്തില്ല.....

ഒഴികഴിവുകൾ പറഞ്ഞു പിന്മാറി. കാര്യങ്ങളെല്ലാം വിശദീകരിച്ചു കഴിഞ്ഞ സ്ഥിതിക്ക് ഇനി സംസാരിച്ചു സമയം കളയേണ്ട കാര്യമില്ല. മാത്രമല്ല, ആവുന്നത്ര സ്ഥലങ്ങളിൽ അന്നെത്തിച്ചേരണമെന്നുമുണ്ട്......

അങ്ങനെ അവിടെനിന്നു രക്ഷപ്പെട്ടു.

രാധാകൃഷ്ണനെയും കൂട്ടിക്കൊണ്ട് എങ്ങോട്ടോ നടന്നുപോയി.

പോകുന്ന പോക്കിൽ അവളെയൊന്നു നോക്കുകപോലും ചെയ്തില്ല......

അധ്യക്ഷനായിരുന്ന മത്തായി പ്രധാനപ്പെട്ട ചില കാര്യങ്ങളിലേക്കു സദസ്യരുടെ ശ്രദ്ധ ക്ഷണിച്ചു. വാളണ്ടിയർ സംഘടനയുടെ രൂപീകരണം. ആണാളുകളിൽ നിന്നെത്ര? പെണ്ണാളുകളിൽ നിന്നെത്ര....?

സ്ത്രീകളുടെ ഇടയിൽ എന്തോ ബഹളം കണ്ട് അധ്യക്ഷൻ സംസാരം നിർത്തി.

നീലമ്മ ബോധംകെട്ടു കിടക്കുന്നു. കറമ്പി രണ്ടാംമുണ്ടെടുത്തു മുഖത്തു വീശുന്നു. ആളുകൾ സംഭ്രാന്തരായി ചുറ്റിനും കൂടി. പെണ്ണമ്മ അവളെ താങ്ങിയിരുത്തി. വാടിക്കരിഞ്ഞ ആമ്പൽത്തണ്ടുപോലെ അവൾ പെണ്ണമ്മയുടെ മാറിലേക്കു തളർന്നുവീണു. മറിയ ഓടിപ്പോയി വെള്ളം കൊണ്ടുവന്ന് മുഖത്തു തളിച്ചു. ചലനമറ്റ് ഒരേ കിടപ്പുതന്നെ.

"എന്താ? എന്തുപറ്റി?" മത്തായി വേവലാതിയോടെ തിരക്കി.

"ശരീരം വല്ലാണ്ടുവന്നതാ." മറിയ പറഞ്ഞു.

"എന്നേ വയ്യാണ്ടിരിക്കുവാ. അതിന്റെകൂടെ രണ്ടുദിവസംകൊണ്ടുള്ള നടത്തവും."

മറിയ അവളെ മടിയിൽ കിടത്തി മത്തായിയുടെ തോർത്തുവാങ്ങി വീശിക്കൊണ്ടിരുന്നു.

മുപ്പത്തിയഞ്ച്

ആ കഥ കൊച്ചുകുട്ടനാണു കുഞ്ഞച്ചനോടു പറഞ്ഞത്. പാച്ചൻ കോയിക്കലെ കളപ്പുരയിലേക്കു നീലമ്മയെ കൂട്ടിക്കൊണ്ടുച്ചെന്ന് അപമാനിക്കാൻ കൊടുത്തകഥ.

ഒരു കളിമൺ പ്രതിമപോലെ അയാൾ തരിച്ചിരുന്നു. തല മരവിച്ചു പോയി. ശക്തിമുഴുവൻ ഞരമ്പുകളിലൂടെ വാർന്നുപോയി.

തീർത്താൽ തീരാത്ത അപമാനം — ഒരു വർഗത്തിനു മുഴുവൻ. ചുവന്നു കലങ്ങിയ കണ്ണുകളോടെ വികാരഭരിതനായി കൊച്ചുകുട്ടൻ ചോദിച്ചു:

"ഇതൊക്കെ കണ്ടുകൊണ്ട് എന്തിനാണു നമ്മളിങ്ങനെ മീശക്കൊമ്പന്മാരായി നടക്കുന്നത്? നമ്മടാളുകൾ തന്നാണ് അമ്മപെങ്ങന്മാരുടെ മാനം വിറ്റു തിന്നുന്ന തെണ്ടികൾ!"

കുഞ്ഞച്ചൻ മുഖം ഉയർത്തിയില്ല. അവനും അതുതന്നെ സ്വയം ചോദിച്ചു. എന്തിനാണിങ്ങനെ നടക്കുന്നത്..... എന്തിനാണ്..... സ്വന്തം വർഗത്തിന്റെ മനം കാക്കാൻ കഴിയുന്നില്ലെങ്കിൽ....?

കറമ്പനും ശങ്കരൻകുട്ടിയും കടന്നുവന്നു. വന്നപാടെ കറമ്പൻ ചോദിച്ചു:

"അറിഞ്ഞോ നടക്കുന്ന വിശേഷം?"

കുഞ്ഞച്ചൻ തലകുലുക്കുക മാത്രം ചെയ്തു.

"എങ്ങനിനി നാട്ടിലിറങ്ങി നടക്കും? എങ്ങനെ മാളോരുടെ മുഞ്ഞിക്കി നോക്കും?"

നിസ്സഹായനെന്നവണ്ണം കുഞ്ഞച്ചൻ ചോദിച്ചു:

"എല്ലാരും അറിഞ്ഞോ കറമ്പൻചേട്ടാ? നാടുമുഴുക്കെ നാറിയോ?"

"അങ്ങനങ്ങറിഞ്ഞിട്ടില്ല. എന്നാലും പുച്ചം പുച്ചം എല്ലാരും അറിയാണ്ടിരിക്കുവോ? കുഞ്ഞച്ചൻ മിണ്ടാതിരിക്കുന്നതു കണ്ട് കറമ്പൻ തിരക്കി:

"എന്താ പിന്നിങ്ങനെ അനങ്ങാണ്ടിരിക്കുന്നെ? ഇത് ഒരു കെട്ടും കെഴുവും ഇല്ലാണ്ടങ്ങു പോയാ മതിയോ?"

"പക്ഷേ, നമ്മളായിട്ട് ഒച്ചപ്പാടുണ്ടാക്കുന്നതു നാണക്കേടല്യോ?"

"പിന്നെന്തോ വേണോന്നാ?"

കുഞ്ഞച്ചൻ നെറ്റി ചുളിച്ചു.

"അതാലോചിക്കണം."

"ആലോചിക്കാനൊന്നുമില്ല."

കൊച്ചുകുട്ടൻ സ്വരമുയർത്തി പറഞ്ഞു:

"ആ തെണ്ടി നായെ അടിച്ചു തളർത്തിയിടണം. എല്ലാർക്കും

ഇങ്ങനെ നാണക്കേടു വരുത്തിയതിന്. ഇനി വേറൊരുത്തൻ ഇങ്ങനെ ചെയ്യരുത്."

ശങ്കരൻകുട്ടി ആലോചനയോടുകൂടി പറഞ്ഞു:

"അതു പോരാ. അവന്റെ തമ്പ്രാക്കന്മാരെയും ഒരു പാഠം പഠിപ്പിക്കണം. അല്ലെങ്കിൽ ഇനിയും അവന്മാരിതാവർത്തിക്കും. പാച്ചനെക്കൊണ്ടല്ലെങ്കിൽ വേറൊരു നായയെക്കൊണ്ട്."

കറമ്പനിഷ്ടമായി.

"അങ്ങനാണേ വാ. നമുക്കുപോയി കണ്ണൻസഖാവിനെയും മത്തായിച്ചനെയും കൂടി കാണാം."

"അതുവേണ്ട." ഒരു ഞെട്ടലോടെ കുഞ്ഞച്ചൻ പറഞ്ഞു:

"അതെന്താ?"

മറുപടിയൊന്നും പറയാതെ വിദൂരതയിലേക്കു നോക്കിക്കൊണ്ട് കുഞ്ഞച്ചൻ നിശ്ശബ്ദനായി നിന്നു. ആ വാർത്തയറിയുമ്പോൾ കണ്ണന്റെ മുഖം വാടിത്തളരുന്നതു കൺമുന്നിൽ കണ്ടു. കണ്ണുകൾ നിറയുന്നതും ചുണ്ടുകൾ കോടുന്നതും കണ്ടു.

"പാടില്ല. ആരും ഇതറിയരുത്. ആ ഒരാൾ ഒരിക്കലും അറിയരുത്."

"കണ്ണൻ ആകാംഷയോടെ ചോദിച്ചു:"

"പിന്നെങ്ങനാ?"

"മറ്റാരും അറിയണ്ടാ കറമ്പൻചേട്ടാ. ഇതു നടത്താൻ നമ്മൾ മതി."

"എന്നാ അതുമതി. കാര്യം നടക്കണം."

അങ്ങനെ തീരുമാനിച്ചുറപ്പിച്ചു. അന്നുമുതൽ പാച്ചനെ തരത്തിനു കിട്ടാൻ വേണ്ടി നാലാളും കാത്തു നടന്നു. പരമരഹസ്യമായി.

ആരും ഒന്നും പറഞ്ഞില്ലെങ്കിലും കുറേ നാളായി പാച്ചൻ നല്ല മുൻകരുതലോടെയാണു നടക്കുന്നത്. നീലമ്മ ഓടിപ്പോയതുമുതൽ എവിടെപ്പോയാലും അയാളുടെ അരയിൽ ഒരു കൊളുത്തുകത്താൾ തൂക്കിയിട്ടിരിക്കും. ആരെങ്കിലും കൂട്ടിനു കാണും. എബ്രഹാമോ തിരുവഞ്ചനോ കാട്ടുകിട്ടനോ ആരെങ്കിലും. കള്ളും കുടിച്ചു കാണുന്നവരെയെല്ലാം തെറിയുംവിളിച്ചു മദിച്ചു നടക്കുന്ന പാച്ചനെ കണ്ട് ആളുകൾ ഒഴിഞ്ഞുമാറി നടന്നു. ഭ്രാന്തിളകിയ ആനയെന്നപോലെ ഭയപ്പെട്ടു.....

കർഷകതൊഴിലാളി മേഖലയിലെ പണിമുടക്കിന്റെയും ഹർത്താലിന്റെയും ദിവസം അടുത്തുവന്നു. പ്രവർത്തകരെല്ലാം ജോലിത്തിരക്കിലാണ്. എങ്ങും കൊണ്ടുപിടിച്ച പ്രചാരണ പ്രവർത്തനങ്ങൾ നടന്നു. ഇതിനിടയിൽ കുഞ്ഞച്ചനും കൂട്ടുകാരും പാച്ചനെ തിരക്കി ഒറ്റതിരിഞ്ഞു നടന്നു.

പക്ഷേ പാച്ചന്റെ ഭാഗ്യം. അവർ തമ്മിൽ ഒരിക്കൽപ്പോലും നേർക്കുനേരെ കണ്ടില്ല. ഏറ്റുമുട്ടാൻ ഇടവന്നില്ല.

ആ നാലുപേരല്ലാതെ മറ്റാരും യാതൊന്നും അറിഞ്ഞില്ല. ആരും ഒന്നും പറഞ്ഞുമില്ല. പക്ഷേ, തലയ്ക്കു ചുറ്റും നാവുള്ള, ആയിരം കണ്ണുകളുള്ള നാട്ടുകാർ എന്തൊക്കെയോ മനസിലാക്കി. ഊഹാപോഹങ്ങളുടെ ചുരുളുകൾ പുകപടലം പോലെ നാട്ടിലെങ്ങും പരന്നു. യൂണിയൻകാർ

പാച്ചനെ നോട്ടമിട്ടിരിക്കുകയാണത്രെ. അവിടെ എന്തെങ്കിലുമൊന്നു നടക്കും. നടക്കട്ടെ. അക്രമികളെയും ആഭാസന്മാരെയും മര്യാദ പഠിപ്പിക്കാൻ ആരെങ്കിലും ഒന്നു വേണമല്ലോ?

ആ കടമ യൂണിയൻ പ്രവർത്തകർ നിറവേറ്റുമെന്ന് ആളുകൾ ആശിച്ചു. അതു കാണാൻവേണ്ടി കഴുത്തും നീട്ടി കാത്തിരുന്നു.

ഹർത്താലിന്റെ തലേദിവസം രാത്രി. പള്ളിപ്പടിക്കലെ മത്തായിയുടെ തറയിൽ പ്രവർത്തനയോഗം നടക്കുകയാണ്. മുറ്റം നിറയെ ആളുകൾ നിരന്നിരിക്കുന്നു. സ്ഥിതിഗതികളെക്കുറിച്ചുള്ള റിപ്പോർട്ടിംങ് കഴിഞ്ഞു. പരിപാടികൾക്ക് അന്തിമരൂപം നൽകി. പ്രവർത്തകർ പൊതുവായി ശ്രദ്ധിക്കേണ്ട കാര്യങ്ങളെക്കുറിച്ച് കണ്ണൻ വിശദീകരിക്കുകയായിരുന്നു.

“നമ്മൾ ഊട്ടിവളർത്തിക്കൊണ്ടുവന്ന പ്രസ്ഥാനത്തിന്റെ അജയ്യമായ ശക്തിപ്രകടനമാണു നാളെ നടക്കാൻ പോകുന്നത്. നമ്മുടെ വളർച്ചയിലെ ഒരു നാഴികക്കല്ല്. ആർക്കും സംശയം വേണ്ട. ഹർത്താലും പണിമുടക്കവും ഗംഭീരവിജയമായിരിക്കുമെന്ന കാര്യത്തിൽ ഒരുത്തർക്കും സംശയം വേണ്ട. ഈ നാട്ടിൽ ആർക്കും അവഗണിക്കാൻ കഴിയാത്ത ഒരു ശക്തിയായി നമ്മുടെ പ്രസ്ഥാനം വളർന്നു കഴിഞ്ഞിരിക്കുന്നു. രാജ്യത്തിന്റെ ഭാവിയെ കരുപ്പിടിപ്പിക്കുന്ന നിർണായകമായ ശക്തി. കനത്ത ഉത്തരവാദിത്വങ്ങളും ഭാരിച്ച കടമകളുമാണ് അതിന്റെ മുന്നിലുള്ളതെന്ന യാഥാർഥ്യം നമ്മൾ വിസ്മരിക്കരുത്. സംഘടനയുടെ ഓരോ പ്രവർത്തകനും ആ ബോധം ഉൾക്കൊള്ളേണ്ടതായുണ്ട്. ഇന്നു കൈവന്നിട്ടുള്ള സ്വാധീന ശക്തിയിൽ ഊന്നിനിന്നുകൊണ്ട് ഇനിയും കയറ്റം വളരെ കയറാനുണ്ടെന്ന കാര്യം മറക്കരുത്. ഈ അവസരം ഉപയോഗിച്ച് ശത്രുക്കളുടെ സ്വാധീനത്തിൽ പെട്ടിട്ടുള്ള തൊഴിലാളി വിഭാഗങ്ങളുടെയും കൃഷിക്കാരുടെയും വിശ്വാസമാർജിക്കുകയും വിപുലമായ ബഹുജനൈക്യം കെട്ടിപ്പടുക്കുകയും ചെയ്തു കൊണ്ടു മുന്നോട്ടു പോകണം. ഒറ്റയ്ക്കുള്ള സാഹസിക പ്രവർത്തനങ്ങൾക്കും പ്രതികാര നടപടികൾക്കും ഒരുത്തരും ഒരുങ്ങരുത്. എത്രമാത്രം ആത്മാർഥതയോടുകൂടി നടത്തുന്നതാണെങ്കിലും അതു നമ്മുടെ പ്രസ്ഥാനത്തെ തളർത്തുകയേ ഉള്ളൂ. ആർക്കെങ്കിലും അതിനുദ്ദേശമുണ്ടെങ്കിൽ ആ പരിശ്രമങ്ങളിൽനിന്നു പിന്തിരിയണമെന്ന് യൂണിയന്റെ പേരിൽ ഞാൻ ആവശ്യപ്പെടുന്നു.”

കണ്ണൻ സംസാരിച്ചു തീർന്നപ്പോൾ കുഞ്ഞച്ചൻ എഴുന്നേറ്റു ചോദിച്ചു:

“ഈ പറയുന്നതിന്റെ അർഥം ആരെന്തു ചെയ്താലും അങ്ങു സഹിച്ചോളണമെന്നാണോ?”

അവന്റെ സംസാരത്തിൽ ഒരാക്രമണസ്വഭാവം കലർന്നിരുന്നു.

കണ്ണൻ ചിരിച്ചുകൊണ്ടു മറുപടി പറഞ്ഞു:

“എന്തുമങ്ങു സഹിക്കണമെന്നാരും പറയുകയില്ല.”

“പിന്നെന്താണീ പറഞ്ഞത്? ഞങ്ങൾക്കു മനസിലാവുന്നില്ല.” ശങ്കരൻകുട്ടിയും കൊച്ചുകുട്ടനും ഒപ്പം ചാടിയെണീറ്റു ചോദ്യങ്ങൾ

തുടങ്ങി:

"എന്താണീ വിപുലമായ ബഹുജനൈക്യം?"

"ഇതാരെ ഉന്നംവച്ചാണു പറയുന്നത്?"

രാധാകൃഷ്ണൻ പാടുപെട്ടു യോഗം നിയന്ത്രിച്ചു. കൊച്ചുകുട്ടൻ പറയാൻ തുടങ്ങി.

"വർഗശത്രുക്കളെ ഒരു പാഠം പഠിപ്പിക്കുന്നതിനുള്ള ഈ അവസരം പാഴാക്കുകയാണെങ്കിൽ, അവരുടെ കടന്നാക്രമണങ്ങളെ കൈയുംനീട്ടി നോക്കി നിൽക്കുകയാണെങ്കിൽ, അത് തൊഴിലാളിവർഗത്തോടു ചെയ്യുന്ന കടുത്ത വഞ്ചനയായിരിക്കും."

ശങ്കരൻകുട്ടി ഇരുന്നുകൊണ്ടുതന്നെ ഉറക്കെ വിളിച്ചുപറഞ്ഞു:

"വിപ്ലവത്തിൽ വെള്ളം കോരിയൊഴിക്കുന്ന വേലയാണിത്. തൊഴിലാളിവർഗത്തിന്റെ വിപ്ലവാവേശത്തെ ഊതിക്കെടുത്തുന്ന വേല."

കറമ്പനും വിട്ടില്ല.

"കൊലേക്കുത്തികളെ പിന്നെന്തോ വേണോന്നാ? പിടിച്ചുമ്മ കൊടുക്കണോ? എന്നാപ്പിന്നെന്തിനാ ഈ സംഘം സഭയുമെല്ലാം? വേറെ വല്ല പാടും നോക്കരുതോ?"

പലരും ആവേശത്തോടെ പലതും വിളിച്ചുപറഞ്ഞു. ഒന്നും തിരിച്ചറിയാൻ കഴിഞ്ഞില്ല. ഒട്ടൊരു ശാന്തത വന്നപ്പോൾ കുഞ്ഞച്ചൻ പറയുന്നതു കേട്ടു:

"ആർക്കും പൊറുക്കാൻ കഴിയാത്ത മൃഗീയതകൾ നടത്തിയിട്ടു നാട്ടിൽ നടന്നു പുളച്ചഹങ്കരിക്കുന്ന വഞ്ചകന്മാരോടു ക്ഷമിക്കണമെന്നും, അവരോടു കൂട്ടുകൂടണമെന്നും മാത്രം ഞങ്ങളോടു പറയരുത്. അവരോടു പകരം ചോദിക്കരുതെന്നു പറഞ്ഞാൽ അതു കേൾക്കാൻ ഞങ്ങൾക്കു സാധ്യമല്ല."

കറമ്പൻ ഏറ്റുപിടിച്ചു.

"അതിനു ഞങ്ങൾക്കു യൂണിയന്റെ സഹായമൊന്നും വേണ്ട. അതു ഞങ്ങളായിട്ടു തന്നങ്ങു ചോദിച്ചോളാം."

രാധാകൃഷ്ണൻ ഇടപെട്ടു:

"നമ്മൾ ആ വഴിക്കു ചിന്തിക്കുന്നതു ശരിയല്ല. ആ തരത്തിലുള്ള പ്രവർത്തനംകൊണ്ട് നമുക്ക് പൊതുജനങ്ങളുടെ പിന്തുണ നഷ്ടപ്പെടുകയായിരിക്കും ഫലം."

കുഞ്ഞച്ചൻ മറുപടി കൊടുത്തു:

"പൊതുജനങ്ങളുടെ പിന്തുണയെന്നു പറഞ്ഞ് കണ്ണും കാതും പൂട്ടി നടക്കണോ? എന്താണീ നാട്ടിൽ നടക്കുന്നതെന്നു കണ്ണുതുറന്നു കാണണം. ഓരോരുത്തനും എന്താണു നടത്തിക്കൊണ്ടിരിക്കുന്നതെന്നു തെരക്കണം....."

കൊച്ചുകുട്ടൻ ചാടിയെഴുന്നേറ്റ് ഉന്മാദം പിടിപ്പെട്ടവനെപ്പോലെ ശരീരമിളക്കി, കൈയുയർത്തി സദസ്യരെ അഭിസംബോധനചെയ്തു:

"സഖാക്കളെ, ഇപ്പോൾ മനസിലായില്ലേ? ഈ നേതാക്കന്മാർമൂലം

നമ്മുടെ വർഗം വഞ്ചിക്കപ്പെട്ടിരിക്കുന്നു. എത്രനാൾ ഇവരോടു യോജിച്ചു പോവാൻ കഴിയുമെന്നു നിങ്ങളാലോചിക്കണം. തൊഴിലാളിവർഗത്തിന്റെ വിപ്ലവാവേശത്തെ തണുപ്പിക്കാനല്ലാതെ മറ്റൊന്നും ഇവരെക്കൊണ്ടു നടപ്പില്ല. അധികാരം പിടിച്ചുപറ്റുന്നതിനുള്ള പ്രവർത്തനങ്ങൾ സംഘടിപ്പിക്കുന്നതിനു പകരം, അൽപ്പം പതവും തീർപ്പും കൂട്ടിവാങ്ങിച്ചു തരാമെന്നു പറഞ്ഞ് ഇവർ നമ്മെ വ്യാമോഹിപ്പിക്കുയാണ്. പക്ഷേ, നാഴി നെല്ലിനും പത്തു പൈസയ്ക്കും വേണ്ടി ഒരു പുതിയ ലോകമാണ് നമുക്കു നഷ്ടപ്പെടുന്നതെന്നു യാഥാർഥ്യം...."

ശങ്കരൻകുട്ടി കൈയടിക്കുകയും 'ഹീയർ' വിളിക്കുകയും ചെയ്തു.

മത്തായി ക്രോധാവേശനായി വിളിച്ചുപറഞ്ഞു:

"യൂണിയനെ പൊളിക്കാൻവേണ്ടി ഇവർ കരുതിക്കൂട്ടി വന്നിരിക്കുകയാണ്. ഇവർക്ക് വേറെന്തോ ഉദ്ദേശ്യമുണ്ട്."

"ഓ, അങ്ങനൊള്ള ഉദ്ദേശമൊന്നുമില്ല സഖാവേ."

കുഞ്ഞച്ചൻ പരിഹാസസ്വരത്തിൽ പറഞ്ഞു:

"കാലേക്കുത്തികളുടെയും കൂട്ടിക്കൊടുപ്പുകാരുടെയും മുന്നിൽ നല്ലപിള്ള ചമയണമെന്ന ഉദ്ദേശം ഞങ്ങൾക്കില്ല. അതു നിങ്ങളായിക്കോ. പക്ഷേ, അതിനു ഞങ്ങളെ കിട്ടത്തില്ല."

കണ്ണൻ കാര്യമറിയാതെ ചോദിച്ചു:

"കുഞ്ഞച്ചനെന്താണീപ്പറയുന്നത്? എനിക്കു മനസിലാകുന്നില്ല."

"നിങ്ങൾക്കു മനസിലാവില്ല. ഇനി മനസിലാക്കാതിരിക്കുന്നതാണു നല്ലത്."

കണ്ണൻ ചിരിച്ചു:

"എന്താണു ഞാൻ മനസിലാക്കിക്കൂടാത്തത്?"

"കഴിഞ്ഞുപോയി. അതിനുള്ള കാലം കഴിഞ്ഞുപോയി."

കുറേക്കൂടി സ്വരമുയർത്തി കുഞ്ഞച്ചൻ പറഞ്ഞു:

"പക്ഷേ, നിങ്ങൾ സമാധാനം പറയേണ്ടിവരും. സ്വന്തം വർഗത്തിന് അപമാനം വരുത്തിവച്ചതിന്, അതിന് കൂട്ടുനിന്നതിന്, സ്വന്തം മനസാക്ഷിയോടെങ്കിലും നിങ്ങൾ സമാധാനം പറയേണ്ടിവരും."

മത്തായി ചാടിയെഴുന്നേറ്റു കുഞ്ഞച്ചന്റെ നേരെ വിരൽ ചൂണ്ടി:

"നിങ്ങൾ ആരോടാണ് മര്യാദക്കേടു പറയുന്നത്? ഇതൊരു യോഗമാണ്. ഇവിടെ മാനംമര്യാദയ്ക്കു വർത്തമാനം പറയണം."

ശങ്കരൻകുട്ടി എഴുന്നേറ്റു ചോദിച്ചു:

"എന്തു പറഞ്ഞു മര്യാദകേട്?"

കൊച്ചുകുട്ടന്റെ പരിഹാസം:

"മത്തായിച്ചൻ ഞങ്ങളെ പേടിപ്പിക്കുവാന്നോ?"

ആ ചെറുപ്പക്കാരുടെ പെരുമാറ്റം കാളിക്കുട്ടിക്കും പിടിച്ചില്ല.

"എന്നതായിത്? മീൻചന്തയിലെ കണക്ക്?"

സദസ്സു നിയന്ത്രിക്കാൻ രാധാകൃഷ്ണൻ പറഞ്ഞുനോക്കി:

"ദയവായി നിശ്ശബ്ദരായിരിക്കുക. നമ്മൾ വിഷയത്തിൽനിന്നു വ്യതി

ചലിച്ചു പോവുകയാണ്. നാളത്തെ പരിപാടികളെക്കുറിച്ചാണു ചർച്ച ചെയ്യാനുള്ളത്. അതുമായി ബന്ധമില്ലാത്തതെന്തൊക്കെയോ ഇവിടെ പറഞ്ഞുകേട്ടു. ആ കാര്യങ്ങൾ പിന്നൊരിക്കൽ ചർച്ചചെയ്യാം....."

മത്തായി അടക്കാൻ കഴിയാതെ വിളിച്ചുപറഞ്ഞു:

"എന്തുവന്നാലും സംഘടനയെ തകർക്കാൻ സമ്മതിക്കുകയില്ല. ആരായാലും."

കുഞ്ഞച്ചൻ പുച്ഛം കലർന്ന സ്വരത്തിൽ പറയുന്നതു കേട്ടു:

"ഓ – കുറേ കേമന്മാരുടെ സംഘടന."

മത്തായി ചൂടായി.

"നിങ്ങളാ വാക്കു പിൻവലിക്കണം."

മറുപടിയില്ല. മത്തായി തുടർന്നു:

"നിങ്ങളെപ്പോലാരും കേമന്മാരാല്ലായിരിക്കും. പക്ഷേ, ഞങ്ങൾക്കു സംഘടന വലുതാണ്. നിങ്ങൾക്കതു നിസ്സാരമാണെങ്കിൽ നിങ്ങൾ അതിൽനിന്നു വിട്ടു നിൽക്കണം. അല്ലെങ്കിൽ സംഘടനയെ അപമാനിച്ചതിന് മാപ്പു പറയണം."

കുഞ്ഞച്ചൻ എഴുന്നേറ്റുനിന്നു.

"ശരി. നിങ്ങളുടെ നിർദേശം ഞാൻ സ്വീകരിക്കുന്നു. ഞാൻ യോഗം വിട്ടു പോകുന്നു."

അയാൾ അവിടെനിന്നിറങ്ങി നടന്നു.

ആ ഇറങ്ങിപ്പോക്കു കണ്ട് എല്ലാവരും സ്തബ്ധരായി.

നിമിഷനേരത്തേക്ക് സദസിൽ ഒരു നിശ്ശബ്ദത തങ്ങിനിന്നു. കുഞ്ഞച്ചൻ പോയ വഴി നോക്കി കണ്ണൻ പതറുന്ന സ്വരത്തിൽ വിളിച്ചുപറഞ്ഞു:

"ഇങ്ങോട്ടു വരണം. താൻ അങ്ങനെയങ്ങു പോയാലോ? ഇങ്ങോട്ടു വാ.... വന്ന്...."

ആ സംസാരം അവന്റെ കാതുകളിൽ എത്തിയോ എന്തോ? എന്തായാലും അവൻ തിരിഞ്ഞുനിന്നില്ല. ശങ്കരൻകുട്ടിയും കൊച്ചുകുട്ടനും ഒപ്പം എഴുന്നേറ്റു.

"ഈ വർഗവഞ്ചനയ്ക്കു ഞങ്ങളും കൂട്ടില്ല."

അവരും ഇറങ്ങിപ്പോയി. കറമ്പൻ നിശ്ശബ്ദനായി തലയും കുനിച്ച് ഇരുന്നതേയുള്ളൂ.

ആളുകളുടെ മുഖത്തു നിരാശതയുടെയും വിഷാദത്തിന്റെയും നിഴൽ പരന്നു. ഒടുവിൽ യാന്ത്രികമായെന്നവണ്ണം അധ്യക്ഷൻ യോഗ നടപടികളിലേക്കു കടന്നു. പിറ്റേദിവസം വൈകിട്ടു നടത്തേണ്ട പ്രകടനത്തെക്കുറിച്ചും റാലിയെക്കുറിച്ചും കണ്ണൻ വിശദമാക്കി.

അയാൾ സംസാരിച്ചുകൊണ്ടു നിൽക്കുമ്പോൾ ദേഹത്തുനിന്ന് വിയർപ്പു തുള്ളികൾ ഇറ്റുവീണു. അമ്പുകളേറ്റു നിണമൊലിക്കുന്ന ശരീരവുമായി പിന്തിരിയാതെ നിൽക്കുന്ന ഒരു പടയാളിയെപ്പോലെ അയാൾ ക്ഷീണിതനായി കാണപ്പെട്ടു. ചർച്ചകൾ സമാപിച്ചുകൊണ്ടു പറഞ്ഞു:

"പതവും തീർപ്പും കൂട്ടിക്കൊടുപ്പിക്കാമെന്നു പറഞ്ഞ് യൂണിയൻ

തൊഴിലാളികളെ വ്യാമോഹിപ്പിക്കുകയാണെന്നും, തൊഴിലാളിവർഗ ത്തിന്റെ വിപ്ലവബോധത്തിൽ വെള്ളം കോരിയൊഴിക്കുകയാണെന്നു മെല്ലാം ചില ചെറു വിപ്ലവബോധത്തിൽ വെള്ളം കോരിയൊഴിക്കുകയാ ണെന്നുമെല്ലാം ചില ചെറുപ്പക്കാർ പറഞ്ഞുകേട്ടു. നാഴി നെല്ലിനും പത്തു പൈസയ്ക്കുംവേണ്ടി തൊഴിലാളിവർഗം അവരുടെ പുതിയ ലോകം നഷ്ട പ്പെടുത്തുകയാണെന്നുപോലും പറയുകയുണ്ടായി. അവർ വിദ്യാഭ്യാസ മുള്ളവരാണ്. നമ്മളേക്കാൾ കൂടുതൽ വായിക്കുകയും പഠിക്കുകയും ചെയ്തിട്ടുണ്ട്. പക്ഷേ, നമുക്കുള്ള മറുപടി കേൾക്കാൻ നിൽക്കാതെ അവ രിറങ്ങിപ്പോയതിൽ ഖേദമുണ്ട്. അവരെക്കൂടി പങ്കെടുപ്പിച്ചു കൊണ്ട് ഇനി ഒരിക്കൽ നമുക്കതിനെക്കുറിച്ചു ചർച്ചചെയ്യാം. അതിനെപ്പറ്റി ഒരു കാര്യം മാത്രം ഇവിടെ കൂടിയിരിക്കുന്ന സഖാക്കൾ മനസിലാക്കിയാൽ മതി. നാഴി നെല്ലിനും പത്തു പൈസയ്ക്കും വേണ്ടിയുള്ള സമരം, പതത്തിനും തീർപ്പിനും വേണ്ടിയുള്ള സമരം, ജന്മിത്തം അവസാനിപ്പിക്കാനുള്ള സമ രമായി, മിച്ചഭൂമി പിടിച്ചെടുക്കാനുള്ള സമരമായി വളരാൻ പോവുക യാണ്."

സദസ്യർ കൈയടിച്ചു. യോഗം പിരിഞ്ഞു. ആത്മവിശ്വാസം കലർന്ന ആ പ്രഖ്യാപനത്തിൽ നിന്ന് ആവേശം പകർന്നുകൊണ്ട് പ്രവർത്തകർ പിരിഞ്ഞു.

എന്തോ അപരാധബോധം കൊണ്ടെന്നപോലെ മത്തായി തലകു മ്പിട്ടിരിക്കുകയായിരുന്നു. രാധാകൃഷ്ണൻ മത്തായിയെ കുലുക്കിവിളിച്ചു ചോദിച്ചു:

"മത്തായിച്ചാ, കുഞ്ഞച്ചൻ ഇത്രയും ചൂടാവാൻ ഇന്നെന്തുണ്ടായി?"

"എനിക്കറിയാമ്മേലാ സഖാവേ." അയാൾ നെടുവീർപ്പിട്ടു.

"അല്ലേലും കുറച്ചുനാൾകൊണ്ട് അവനൊരു കുഴപ്പക്കാരനായിട്ടാ."

"അതൊന്നുമല്ല കാര്യം."

"പിന്നെന്നതാ?"

"ഞാൻ പറയാം. ആ നീലമ്മയുടെ കാര്യം കൊണ്ടാ."

"എന്താണ്? അവൾക്കെന്തു പറ്റി?"

കറമ്പൻ കഥ പറഞ്ഞു. കേട്ടിരുന്നവർ വാപൊളിച്ചു.

കണ്ണന്റെ തലച്ചോറിലെന്തോ കത്തിക്കാളി. കരൾ കീറിമുറിഞ്ഞ് രക്തം വാർന്നൊഴുകി. ജീവശ്ശക്തിയാകെ ചോർന്നുകഴിഞ്ഞ് ചേതനയറ്റ് ഒരു ജീവശ്ശവത്തെപ്പോലെ കുത്തിയിരുന്നു..... കണ്ണനിപ്പോൾ ആരുമല്ല..... വെറും ഒരു തടി.... ആരോടും ഒന്നും പറഞ്ഞില്ല.

വേച്ചുവേച്ച് തന്നത്താൻ നടന്നുപോയി. കരയണമെന്നു തോന്നി. കരയാൻ കഴിഞ്ഞില്ല. തറയിൽ ചെന്നു പായിലേക്കു വീഴുകയായിരുന്നു. കിടന്നിട്ട് ഉറക്കം വന്നില്ല. നേരാണോ? ആ കേട്ടതു നേരാണോ?

പായിൽ കിടന്ന് ഞെളിഞ്ഞുപിരിഞ്ഞു. കഴിഞ്ഞുപോയ പലതും മനസിൽ തിക്കിത്തിരക്കി വന്നു. മുളയ്ക്കലമ്പലത്തിൽ വച്ചു കൂടിയ യോഗത്തിന്റെ ദിവസം നീലമ്മ പുതയും പുതച്ചിരുന്നതോർത്തു.

പണ്ടത്തെ നീലമ്മയാണെന്നു തോന്നിയില്ല. ആ കാഴ്ചകണ്ട് ഹൃദയം വിങ്ങിപ്പൊട്ടിയത് മറ്റാരും അറിഞ്ഞില്ല.

ഒരിക്കൽ അവൾ പാച്ചന്റെ മുന്നിൽവച്ച് തന്നെ ആട്ടി പുറത്താക്കി. അതിൽ വെറുപ്പോ വൈരാഗ്യമോ തോന്നിയില്ല. ബഹുമാനമല്ലാതെ. അതിനുശേഷം അവൾ പാച്ചനുമായി പിണങ്ങിയെന്ന് മത്തായി പറഞ്ഞിരുന്നു. അപ്പോൾ കാണാൻ കൊതിച്ചു. അല്ലെങ്കിൽ ആ ജീവിതം അനാഥമാകുമെന്നു ഭയപ്പെട്ടു.

പക്ഷേ, പിണക്കം മാറിയില്ല. അടുത്തകാലത്ത് യൂണിയൻ പ്രവർത്തനങ്ങളിൽ അവൾ താൽപ്പര്യം പ്രകടിപ്പിക്കുന്നെന്നറിഞ്ഞപ്പോൾ സന്തോഷം തോന്നി. അങ്ങനെ ഒരു പുതിയ ജീവിതം ആരംഭിക്കട്ടെ. ഈ ലോകത്ത് അവൾ തനിച്ചല്ലെന്നു ബോധ്യപ്പെടട്ടെ. അപ്പോൾ തോന്നിയ ആനന്ദം ആരേയും അറിയിച്ചിട്ടില്ല. ഹൃദയത്തിന്റെ ഉള്ളറയിൽ അത് നിഗൂഢമായി സൂക്ഷിച്ചു.

പാച്ചനുമായുള്ള ബന്ധം അവൾ എന്നന്നേക്കുമായി വേർപെടുത്തിയിരിക്കുകയാണെന്നു ബോധ്യപ്പെട്ടപ്പോൾ സന്തോഷിച്ചോ? മത്തായിച്ചൻ അതു തറപ്പിച്ചു പറഞ്ഞപ്പോൾ ഹൃദയത്തിൽ എന്തിന്റെയോ മുളപൊട്ടി. പട്ടുകിടന്നിരുന്ന ഒരു നാമ്പു വീണ്ടും പൊട്ടികിളിർക്കുന്നതായി തോന്നി. ഏകാന്തതകളിൽ അവളെക്കുറിച്ചോർക്കാൻ തുടങ്ങി. ഓർമകളിൽ മുഴുകി ആനന്ദിക്കാൻ തുടങ്ങി.

അവളെ ഒന്നുടുത്തുകാണാൻ കൊതിച്ചു. ഒരുദിവസം അങ്ങോട്ടു പോയി കാണണമെന്നും തനിച്ചിരുന്നു സംസാരിക്കണമെന്നും ഉറച്ചിരുന്നു. തനിച്ചാവുമ്പോൾ എന്തെല്ലാം പറയാൻ കാണും! എന്തെല്ലാം.... കഴിഞ്ഞതൊക്കെ എന്താണെങ്കിൽ തന്നെയും പരസ്പരം സ്നേഹിക്കുന്നുണ്ടെന്ന സത്യം ഇരുകൂട്ടർക്കും അറിയാം. മരണത്തിനുപോലും അകറ്റാൻ കഴിയാത്ത സ്നേഹം.

പക്ഷേ, ഇന്നെന്താണു കേട്ടത്? കറമ്പൻചേട്ടൻ കാര്യം പറഞ്ഞപ്പോൾ തലച്ചോറാകെ ഉരുകിത്തിളച്ചു.

അവൾ നശിച്ചു. അവളെ നശിപ്പിച്ചു. അവളുടെ സർവവും നശിപ്പിച്ചു. ആരാണ്? പാച്ചനോ? അന്നൊരിക്കൽ അവനിൽനിന്നു രക്ഷപ്പെട്ടോടി വന്നപ്പോൾ അവളെ മടക്കിയയച്ചതാരാണ്? കുറുക്കന്റെ മുന്നിലേക്ക് ആ കോഴിക്കുഞ്ഞിനെ എറിഞ്ഞുകൊടുത്തതാരാണ്?......

"നീയാണ്. അതു നീയാണ്."

ഞാനാണ് – എന്റെ ഓമനേ. മാപ്പുതരൂ. നിന്നെ കശക്കിയെറിഞ്ഞു കൊടുത്തത് ഞാനാണ്.

അതു കേട്ടുകൊണ്ട് അവൾ അരികിൽ വന്നുനിൽക്കുന്നതായി തോന്നി. മന്ദഹാസം വിടർന്ന മുഖം അടുത്തുകണ്ടു. സ്നേഹാർദ്രമായ കണ്ണുകൾ വിടർത്തി അവനെ നോക്കുന്നതു കണ്ടു. ആവൂ. നീ മരിച്ചില്ലല്ലോ. എന്റെ ഭാഗ്യം എനിക്കുവേണ്ടി – മരിക്കാതിരിക്കൂ. ഞാൻ നിന്നെ വീണ്ടെടുക്കും. വാടിക്കരിഞ്ഞു ചേറിലടിഞ്ഞ കരിംകൂവളപ്പൂവിനെ ഞാൻ

പൊക്കിയെടുക്കും. നിന്റെ പരുക്കളിൽ ഞാൻ ഉമ്മവയ്ക്കും. നിന്റെ കണ്ണുകളിലെ വേദന ഞാൻ ഊറ്റിക്കുടിക്കും.

ചേറിൽനിന്നു നിന്നെ വീണ്ടെടുക്കാൻ ഞാൻ വരും. ഒരു പുതിയ പ്രത്യാശയോടെ ഇരുട്ടിലേക്കു തുറിച്ചുനോക്കി. ഇരുട്ടിൽ ശ്വാസംമുട്ടിപ്പിടയുമ്പോൾ അകലെ ഉദിച്ചുയരുന്ന ഉഷസിന്റെ വെള്ളിവെളിച്ചം കണ്ടു.

നേരംവെളുത്തു വണ്ണാത്തിപ്പുള്ളുകളുടെ സംഗീതം ഉയർന്നു. പ്രേമാർദ്രമായ രാഗാലാപം കേട്ടു.

അഴകേറിയ ഒരുപ്രഭാതം.....

ഹർത്താലിനെക്കുറിച്ചോർത്തു ഞെട്ടിപ്പിടഞ്ഞെഴുന്നേറ്റു. കണ്ണും മുഖവും കഴുകി പാടത്തേക്കു നടന്നു. പാടങ്ങളിൽ പുലർകാലത്തെ ഇളംകാറ്റിൽ ചെങ്കൊടികൾ പാറിപ്പറക്കുന്നു.

ആളുകൾ കൂട്ടംകൂടി നിന്ന് പണിമുടക്കിനെക്കുറിച്ചും ഹർത്താലിനെക്കുറിച്ചും സംസാരിക്കുന്നു.

കണ്ണൻ അടുത്തു ചെന്നപ്പോൾ യൂണയിൻ പ്രവർത്തകരും തൊഴിലാളികളും ചുറ്റിനും കൂടി. അവർക്കുവേണ്ട നിർദേശങ്ങൾ നൽകിയിട്ട് കൂട്ടുകാരുമായി അടുത്തുള്ള പാടങ്ങളിലേക്കു പോയി. പണിമുടക്ക് എല്ലായിടത്തും വമ്പിച്ച വിജയം. എല്ലാവർക്കും ആഹ്ലാദം ഒടുങ്ങാത്ത ആവേശം.

ആ ആഹ്ലാദത്തിമിർപ്പിൽ പങ്കുചേർന്നുകൊണ്ട് കണ്ണൻ സ്വന്തം സഖാക്കളോടു പറഞ്ഞു:

"നമ്മുടെ പ്രസ്ഥാനം വളർന്നുകഴിഞ്ഞു. ഇനി ഒരു ശക്തിക്കും പിഴുതെറിയാൻ കഴിയാത്തവണ്ണം വളർന്നു പന്തലിച്ചു കഴിഞ്ഞു."

ആ കൂട്ടത്തിൽ കാണേണ്ടിയിരുന്ന ഒരു മുഖം മാത്രം കണ്ടില്ല — കുഞ്ഞച്ചന്റെ. ആ ആവേശത്തള്ളിച്ചയിൽ അവന്റെ അഭാവം ഹൃദയത്തെ നൊമ്പരപ്പെടുത്തി. പെട്ടെന്നു നീലമ്മയെക്കുറിച്ചോർത്തു. ഉള്ളുകൊണ്ടു കുഞ്ഞച്ചനു നന്ദി പറഞ്ഞു. തന്നിൽ ഉറങ്ങിക്കിടന്ന പ്രിയങ്കരമായ എന്തോ ഒന്നിനെ തട്ടിയുണർത്തിയതിലുള്ള നന്ദി.

അവനോടുള്ള സ്നേഹവും വാത്സല്യവും കരളിൽ തുള്ളിത്തുളുമ്പി. അവൻ വളർന്നുവരേണ്ടവനാണ്. അവനിൽ ശക്തിയുണ്ട്. ആത്മാർഥതയുണ്ട്.

പക്ഷേ, അടുത്ത കുറേദിവസങ്ങളിലായി അവൻ ബോധപൂർവം തന്നിൽ നിന്നു വിട്ടകന്നു നിൽക്കുകയാണെന്ന വിവരം ഓർമയിൽ വന്നു. ചുനക്കരെ ചെന്നു തങ്കമ്മയെ വിളിച്ചുകൊണ്ടു വരണമെന്നും അവരൊന്നിച്ചു താമസിക്കണമെന്നും ആവശ്യപ്പെട്ടപ്പോൾ ഒഴിയാൻ നോക്കി. ആ നിലപാടു സ്വീകരിക്കാനുള്ള കാരണങ്ങളെക്കുറിച്ചു പറഞ്ഞ് ഉത്തരം മുട്ടിക്കാനായിരുന്നു ശ്രമം. അതിനെക്കുറിച്ചു പിന്നെ വിശദമായി ചർച്ചചെയ്യാമെന്നു പറഞ്ഞ് ഒഴിവെടുത്തു. അതിനുശേഷം ഒരിക്കലും പിടിതന്നിട്ടില്ല. വിട്ടാൽ പറ്റില്ല. കാര്യങ്ങൾ ബോധ്യപ്പെടുത്തി നേരെ കൊണ്ടുവരണം. യൂണിയന്റെ ചുമതല പേറാൻ കഴിവുള്ളവനായി വളർത്തിയെടുക്കണം.

ഇന്നുപോയി വിളിക്കണം. ചരിത്രപ്രധാനമായ ഇന്നത്തെ ഈ സംഭവത്തിനു സാക്ഷ്യം വഹിക്കാനുള്ള അവസരം നഷ്ടപ്പെടാതിരിക്കട്ടെ. മറ്റുള്ള സഖാക്കളുടെ അഭിമാനത്തിൽ അവനും പങ്കുചേരട്ടെ. കണ്ണൻ കൂട്ടുകാരോടു പറഞ്ഞു:

"വൈകുന്നേരത്തെ പ്രകടനത്തിനു വേണ്ട ഏർപ്പാടു ചെയ്തോളൂ. ഞാൻ കുഞ്ഞച്ചനെയൊന്നു തിരക്കിയിട്ടു വരട്ടെ. അവനെ അങ്ങനെയങ്ങു വിട്ടാൽ പറ്റില്ലല്ലോ."

മത്തായി ഓർമപ്പെടുത്തി:

"ഒന്നു പറഞ്ഞു തണുപ്പിച്ചേക്കണം. എന്നോടു കുറേ ചൂടായി പോയിരിക്കുവാ."

കണ്ണൻ ഏവൂരേക്കുള്ള വഴിയേ നടന്ന് കണ്ടൻകാളിയുടെ തറയിൽ ചെന്നു. അപ്പോൾ കുഞ്ഞച്ചൻ അവിടെ ഉണ്ടായിരുന്നില്ല. രാവിലെ എങ്ങോട്ടോ ഇറങ്ങിപ്പോയതാണ്. എവിടെയാണോ എന്തോ?

കണ്ണനെ കണ്ടപ്പോൾ കണ്ടൻകാളി മകനെക്കുറിച്ചു പരാതി പറയാൻ തുടങ്ങി.

"അവനിങ്ങനങ്ങു നടന്നാലക്കൊണ്ടു മതിയോടാ മോനേ? നേരം വെളുത്താ മാടത്തി വേണ്ട ഒരു കാര്യോം നോക്കാണ്ടിങ്ങനങ്ങു നടന്നാ വല്ലോം വയറ്റിലിടണ്ടായോ?"

കണ്ണൻ ചിരിച്ചു:

"അമ്മാവനുള്ള കാലത്തോളം അതിനൊരു കുഴപ്പവുമില്ലെന്നവനറിയാം."

"അതുനേരാണെന്നുവച്ചോ. എന്റെ കണ്ണടയുവോളം ഒരു മുട്ടുവരുത്തില്ലെന്നു നിരീച്ചാലും അതിനുശേഷം അവനെങ്ങനെ കഴിയുമെടാ മോനേ?"

"അതു ശരിയാ." കണ്ണൻ സമ്മതിച്ചു.

"അതും പോരാത്തേന് —"

കണ്ടൻകാളി കണ്ണന്റെ അടുത്തേക്കു നീങ്ങിനിന്ന് മുഖത്തേക്കുറ്റു നോക്കിക്കൊണ്ട് പറഞ്ഞുതുടങ്ങി:

"എങ്ങാണ്ടൊള്ള ഒരു കുഴിയട്ടീനെക്കണ്ട് ഭ്രമിച്ച് അവിടെ പുറകേ പോയി. അവനെന്റെ മുഖത്തു കരിവാരിത്തേയ്ക്കുവല്ലാരുന്നോ? എന്നിട്ടെന്തായി? ഇനി എങ്ങടെ കാലശേഷം ഒരു തുണയ്ക്ക അവനാരേലുമുണ്ടോ? "

ആ നിസ്സാഹായതാപ്രകടനത്തിൽ ചാത്തനയും പങ്കുചേർന്നു.

"എന്നാലും ഇങ്ങനൊണ്ടോ ഒരു പൈതലാന്മാരെവിടേലും?"

"അവനു തുണയ്ക്കാളില്ലെന്നാരു പറഞ്ഞു. പിന്നെ ഞങ്ങളൊക്കെ എന്തിനാ ഇങ്ങനെ നടക്കുന്നെ?"

ചാത്തന ഉള്ളുകാട്ടി! പറഞ്ഞു:

"എടാ കുഞ്ഞേ, നിനക്കു മനതിലായില്ല. അതല്ലിപ്പറഞ്ഞെ. ഇങ്ങനങ്ങു നടന്നാ അവനൊരു പെണ്ണു വേണ്ടായോ?"

"അവനൊന്നു വീടാക്കുടിയാ കഴിയുന്നതു കണ്ടേച്ചു വേണ്ടായോ

വയതുകാലത്ത് എന്റേം ഈ കെളവന്റേം കണ്ണടയ്ക്കാനക്കൊണ്ട്?"

ആ സംസാരം കേട്ടു കറുത്ത ഒളിഞ്ഞുനിന്നു ചിരിക്കുന്നതു കണ്ണൻ കണ്ടു.

കണ്ണനും ചിരിച്ചു.

"അതാണോ കാര്യം? അതിനു നമുക്കുടനെ പോംവഴിയുണ്ടാക്കാം. അമ്മാമീം അമ്മാമനും ഒന്നു ക്ഷമിക്ക്. ഞാനവനെയൊന്നു കാണട്ടെ."

കണ്ടങ്കാളിക്കും ചാത്തനയ്ക്കും കണ്ണനെ ഇഷ്ടമായി. നല്ലൊരു പൈതലാൻ എന്തു സ്നേഹം! കണ്ണൻ യാത്രപറയാൻ ഭാവിച്ചപ്പോൾ രണ്ടാളും അതിനു സമ്മതിച്ചില്ല. അത്രയും നേരം ഇരുന്നിട്ട് ഒന്നും വായിലിടാതെ പോവാനക്കൊണ്ടോ?

പെട്ടെന്നു കഞ്ഞിയും പുഴുക്കും വെന്തു. ചാത്തന പാത്രം നിറയെ വിളമ്പിക്കൊടുത്തു. തീറ്റിയും കുടിയുമെല്ലാം കഴിഞ്ഞ് തിരികെ പോരാൻനേരം കണ്ണൻ ഓർമപ്പെടുത്തി.

"കുഞ്ഞച്ചൻ വരുമ്പോൾ ഞാൻ തിരക്കി വന്നിരുന്നെന്നു പറഞ്ഞാട്ടെ."

"പറയാം പറയാം. അവനിപ്പം വരും. നിന്റടുത്തോട്ടു പറഞ്ഞയക്കാം. അവനെയൊന്നു പറഞ്ഞു നേരയാക്കാനക്കൊണ്ടു വേറൊരു പൂതരുമില്ല."

"അതു ഞാനേറ്റമ്മാവാ. അവനെ നമുക്കു നേർവഴിക്കു കൊണ്ടുവരാം. ഇന്നു നമ്മുടെ പ്രകടനവും യോഗവുമൊക്കെയാ. അതിന്റെ കുറേ ബദ്ധപ്പാടുകളുണ്ട്. ഞാൻ ചെല്ലട്ടെ."

"ചെല്ല്, ചെല്ല്. ഏനു വയതായി. അല്ലേ ഏനും കെളവീംകൂടെ നിങ്ങടെ കൂടെറങ്ങി വരുവാരുന്ന്."

"എന്തായാലും ഇപ്പം ബദ്ധപ്പെടേണ്ട."

കണ്ണൻ യാത്ര ചോദിച്ചു നടന്നു.

മനോരാജ്യം കണ്ടുകണ്ട് ചിറക്കാലിലൂടെയും ഇടവരമ്പിലൂടെയും നടന്നു. സൂര്യൻ കത്തിയെരിഞ്ഞു. പച്ചയണിഞ്ഞ പാടത്തുകൂടി അലകളിളക്കിക്കൊണ്ട് കാറ്റു കടന്നുപോയി. വയൽവക്കത്തുള്ള കാട്ടുപൊന്തകളിൽ പറത്തോലിന്റെ വെണ്മകലർന്ന തളിരിലകൾക്കിടയിൽ ചുവന്ന പൂക്കൾ തലപൊന്തിച്ചു നിന്നു. ചില്ലകൾക്കിടയിലിരുന്ന് ഉക്കൻ ഇണയെ കൊത്തിവിളിച്ചു. കുറങ്ങണത്തികൾ തത്തിത്തി നടന്ന് ഇരയെ കൊത്തിവിഴുങ്ങി.

കുഞ്ഞച്ചനെക്കുറിച്ച് കണ്ണനു സഹതാപം തോന്നി. മടയൻ! ആരോ പറഞ്ഞ അപവാദങ്ങൾ വിശ്വസിച്ച് ആ മിടുമിടുക്കിയെ ഉപേക്ഷിക്കാൻ തയാറായ അവനെന്തൊരവിവേകിയാണ്?

അവിവേകി അവൻ മാത്രമോ? അപ്പോൾ താനോ?

നീലമ്മയോടു വിവേകപൂർവം പെരുമാറാൻ കഴിഞ്ഞിരുന്നോ?

പാടത്തിന്റെ നടുക്കുള്ള റോഡിലൂടെ നടക്കുമ്പോൾ സ്വയം ആശ്വാസം പൂണ്ടു. വന്നുപോയ തെറ്റുകൾ തിരുത്തും. തിരുത്താൻ തീരുമാനിച്ചു കഴിഞ്ഞു. ഒട്ടും അമാന്തിക്കാതെ.....

ഇന്നത്തെ പ്രകടനവും യോഗവും കഴിഞ്ഞാൽ നേരെ നീലമ്മയുടെ അടുത്തേക്കു പോകും. അവളുടെ കണ്ണീർ തുടയ്ക്കും. കഴിഞ്ഞതെല്ലാം മറന്നേക്കാൻ പറയും. അതു കേൾക്കുമ്പോൾ അവൾ ചിരിക്കുമോ, കരയുമോ?

അവളെ വാരിക്കോരിയെടുത്ത്, വേദന തളംകെട്ടി നിൽക്കുന്ന ആ കണ്ണുകളിൽ ഉമ്മവയ്ക്കും. തെരുതെരെ ഉമ്മവച്ച് അവളെ പുളകം കൊണ്ടു മൂടും....

"ഏയ് നേതാവേ."

പതിവില്ലാത്ത ഒരു വിളികേട്ട് തിരിഞ്ഞുനോക്കി. തിരുവഞ്ചനാണ്. കൈയിൽ തിളങ്ങുന്ന പേനാക്കത്തി.

"നേതാവെങ്ങോട്ടാന്നാ?"

"എന്തുവേണമെന്നറിഞ്ഞിട്ട്?"

പരിഹാസം കലർന്ന സ്വരത്തിൽ തിരുവഞ്ചൻ പറഞ്ഞു:

"ആഹാ, വലിയ ഗൗരവത്തിലാണോ. നേതാവ് തമ്പ്രാക്കന്മാരെയെല്ലാം മര്യാദ....."

പുറകിൽ കണ്ണന്റെ കഴുത്തിന് ഒരു വെട്ടേറ്റു. ഞെട്ടിത്തിരിഞ്ഞ് പിന്നത്തെ വെട്ടു തടുത്തു. വലത്തെ കൈപ്പത്തിയറ്റു നിലത്തുവീണു:

കലുങ്കിന്റെ കീഴിൽ ഒളിച്ചിരുന്ന പാച്ചൻ കൊളുത്തുകത്താളുമായി ഇറങ്ങിവന്ന് പുറകിൽനിന്ന് വെട്ടുകയായിരുന്നു. കണ്ണു തുറിപ്പിച്ച്, നാക്കു കടിച്ച്, മഞ്ഞളിച്ച രക്ഷസിനെപ്പോലെ അവൻ ആഞ്ഞാഞ്ഞുവെട്ടി. കഴുത്തിലും നെഞ്ചത്തും വെട്ടേറ്റു കണ്ണൻ കമഴ്ന്നടിച്ചു വീണു.

ഒന്നും സംഭവിക്കാത്ത മട്ടിൽ ചോരപുരണ്ട കത്താളുമായി പാച്ചൻ സാവധാനം നടന്നു. തിരുവഞ്ചൻ എങ്ങോട്ടോ ഓടിക്കളഞ്ഞു.

ദൂരെ ആ സംഭവം കണ്ടുനിന്നവർ ഉച്ചത്തിൽ വിളിച്ചുകൂവി. പാച്ചൻ പോയിക്കഴിഞ്ഞപ്പോൾ കണ്ണനെ വെട്ടിയിട്ടേക്കുന്നിടത്ത് അവർ ഓടിച്ചെന്നു.

കണ്ണൻ നിലത്തുകിടന്നു പിടയുന്നതു കണ്ടു. ചോരയുടെ നിലയ്ക്കാത്ത ഒഴുക്ക്. ഒട്ടകലെ ഒരു കൈപ്പത്തി കിടന്നു തുടിക്കുന്നു.

ഇടതുകൈകൊണ്ട് കണ്ണൻ നിലത്ത് അള്ളിപ്പിടിച്ചു. കൈയിൽ ഒരു പിടി മണ്ണുവാരാൻ ശ്രമിക്കുമ്പോലെ. വലംതിരിഞ്ഞു കിടന്ന മുഖത്തെ ചുണ്ടുകളിൽനിന്ന് ഇടയ്ക്കിടെ ഒരു മൂളൽ കേട്ടു. അന്തരീക്ഷത്തിൽ നിന്നു പ്രാണവായു വലിച്ചെടുക്കാൻവേണ്ടി കൂടെക്കൂടെ ചുണ്ടുകൾ വിടർന്നുവരുന്നു.

എവിടെനിന്നോ കുഞ്ഞച്ചൻ ഓടിയെത്തി. ആരുടെയോ രണ്ടാം മുണ്ടു വാങ്ങി, കണ്ണന്റെ ശരീരത്തിലെ മുറിവുകൾ ചുറ്റിക്കെട്ടി. രക്തപാച്ചിൽ തടഞ്ഞുനിർത്താൻ നോക്കി. കെട്ടിയിരുന്ന മുണ്ടു നനഞ്ഞ് ചോര വെളിയിൽ ചാടി. വീണ്ടും മുണ്ടിട്ടു മുറുക്കിക്കെട്ടി.

കുഞ്ഞച്ചന്റെ നേരെ മിഴിച്ചുനോക്കി. എന്തോ പറയാൻവേണ്ടി ചുണ്ടുകൾ വിടരുന്നുവെന്നു തോന്നി.

തളർന്ന സ്വരത്തിലുള്ള ആ മൂളൽ മാത്രം വെളിയിൽ കേട്ടു.

ആളുകൾ ഒരു ടാക്സി തടഞ്ഞുനിർത്തി. കുഞ്ഞച്ചനും കൂട്ടുകാരും കണ്ണനേയുംകൊണ്ട് ആശുപത്രിയിലേക്കു പാഞ്ഞു.

കുഞ്ഞച്ചന്റെ മടിയിൽ കണ്ണൻ ശ്വാസംമുട്ടിപ്പിടഞ്ഞു. ജീവിതവും മരണവും തമ്മിൽ ഉഗ്രമായ പോരാട്ടം നടന്നു. കുഞ്ഞച്ചൻ നോക്കിയിരിക്കെ തന്നെ ആ മുഖം വിളറി വെളുത്തു.

ഒരു കവിൾ വെള്ളത്തിനുവേണ്ടിയെന്നോണം ആർത്തിയോടെ ചുണ്ടു വിടർത്തി. വൃഥാ രണ്ടുമൂന്നുതവണ.

കുഞ്ഞച്ചന്റെ നേരെ വീണ്ടും കണ്ണു തുറിച്ചുനോക്കി. ആ കണ്ണുകളിലെ പ്രകാശം മങ്ങുന്നതു കുഞ്ഞച്ചൻ കണ്ടു. അവൻ പൊട്ടിക്കരഞ്ഞു.

മുപ്പത്തിയാറ്

മുകളിൽ നട്ടുച്ചവെയിലിൽ ആകാശം നിന്നു വിറച്ചു. പാടം തളർന്നു മാണ്ടുകിടന്നു. പക്ഷികൾ മരച്ചില്ലകളിലിരുന്നു കരഞ്ഞു.

പാടത്ത് ആരോ ചുവന്ന കൊടി കറക്കിക്കാണിച്ചു. വിവരമറിയിക്കാൻ ആളുകൾ ഓടിക്കോടി. കേട്ടവർ ഞെട്ടിത്തെറിച്ചു. ചിലർ വാപൊളിച്ചു സ്തംഭിച്ചു നിന്നു. പെണ്ണുങ്ങൾ വാവിട്ടു കരഞ്ഞു. അമ്മമാർ പാഴാങ്കം പറഞ്ഞു നിലവിളിച്ചു.

തീർന്നു! അവരുടെ ശക്തിയും കരുത്തും പോയി. അവരുടെ ഉടലും തലയും പോയി. എല്ലാം നശിച്ചു. അവർക്കെല്ലാം നഷ്ടപ്പെട്ടു.

കണ്ണൻ പോയതോടെ എല്ലാം തീർന്നു — സമരവും സംഘടനയുമെല്ലാം! –

ആ മുഖം ഇനി എന്നൊന്നു കാണും? ചിരിച്ചുകൊണ്ടുള്ള ആ വർത്തമാനം ഇനിയെന്നു കേൾക്കാൻ കഴിയും?

ഇല്ല. അവൻ പോയി. അവരെ വിട്ടുപിരിഞ്ഞ് അവൻ എങ്ങോ പോയി. അവരെ തനിച്ചാക്കിയിട്ട് എന്നെന്നേക്കുമായി പൊയ്ക്കളഞ്ഞു.

എങ്ങനെ സഹിക്കും?

അവസാനമായി ഒരുനോക്കൊന്നു കാണാൻവേണ്ടി തൊഴിലാളികൾ കവലയിലേക്കോടി. വേവലാതി പിടിച്ചോടി. അങ്ങെത്തിയപ്പോഴേക്കും കാറു വന്ന് കണ്ണനേയും കൊണ്ട് പൊയ്ക്കഴിഞ്ഞു! സ്ത്രീകൾ തന്നത്താനിടിച്ചു കരഞ്ഞു. ആണുങ്ങൾപോലും കണ്ണീർ തുടച്ചു.

എന്തു ചെയ്യണം? എങ്ങോട്ടു പോകണം? ഒന്നു പറഞ്ഞുകൊടുക്കാൻ ആരുമില്ല. അവനെ ഒറ്റുകൊടുത്തു കൊന്നു. ഒറ്റുകാരോടു പകരം വീട്ടണം. അവരെ വകവരുത്തണം. അലറിക്കൊണ്ട് ആരൊക്കെയോ എന്തോ വിളിച്ചുപറഞ്ഞു. കരഞ്ഞു കലങ്ങിയ കണ്ണുകളോടെ, കണ്ണീരു വാർന്ന കവിളുകളോടെ ആയിരങ്ങൾ ഏറ്റുവിളിച്ചു.

തൊള്ളതുറന്ന് വാ വച്ചുകൊണ്ട് അവർ മുന്നോട്ടുനീങ്ങി. കൊയ്ത്തരിവാളുകൾ ഉയർത്തിപ്പിടിച്ചുകൊണ്ട്, ചുരുട്ടിയ മുഷ്ടികൾ ആകാശ

ത്തേക്കെറിഞ്ഞുകൊണ്ട് മുന്നോട്ടു പാഞ്ഞുപോയി. ശത്രുവിനെ പിന്തുടരുന്നതുപോലെ അമർഷത്തോടെ. തൊട്ടു മുന്നിൽ കൈയെത്തുന്ന ദൂരത്തിൽ ശത്രുവിനെ കണ്ടു കിട്ടിയാലെന്നപോലെ തിടുക്കത്തോടെ.

കണ്ണുകളിൽ പ്രതികാരം കത്തിക്കാളി. വെയിലേറ്റു ശരീരം ചുവന്നു തുടുത്തു. നെറ്റിയിൽ വിയർപ്പു തുള്ളികൾ ഇറ്റുവീണു. കവിളിൽ കണ്ണീരുമായി കലർന്ന് മാറിലേക്കൊലിച്ചിറങ്ങി.

പാടം കടന്നു റോഡിലെത്തിയപ്പോൾ കന്നിക്കൈയ്ക്കു കിട്ടിയതു മീൻ കുട്ടക്കാരനെ. സൈക്കിളിൽ മീനും കുട്ടയും വച്ചുകെട്ടി എതിരേ ചവിട്ടിവരുന്നു. പാഞ്ഞുവരുന്ന ജനക്കൂട്ടത്തെ കണ്ട് ചാടിയിറങ്ങി. സൈക്കിളുരുട്ടി റോഡുവക്കിലേക്കൊഴിഞ്ഞു മാറി. പുരുഷാരത്തിന് ഒഴിഞ്ഞുപോകാൻ വേണ്ടി വഴിയൊഴിഞ്ഞു കാത്തുനിന്നു.

മുന്നിൽ നിന്നിരുന്ന ഏതോ ഒരാൾ മീൻകാരന്റെ പിടലിക്കു പിടിച്ചു.

ഒറ്റുകാരിൽ അവനും പെടുമോ?

“ഞാനൊന്നുമറിഞ്ഞതല്ലേ..... അങ്ങൂന്നേ, എന്നെ.....”

അടി പിടലിക്കു ചെന്നു വീണു. മീൻകാരൻ സൈക്കിൾ ലോഡുമായി മറിഞ്ഞുവീണു. അവിടെനിന്നെഴുന്നേറ്റു പുഞ്ചയിൽ ചാടി ഓടി.

എന്തിനാണ് ആ പാവത്തെ അടിച്ചത്? ആരും ചിന്തിച്ചില്ല. ചിന്തിക്കാൻ ഇടമില്ല. തല്ലുകൊണ്ട് ചാവാതെ ഓടിപ്പോയതു നന്ന്.

ജനത്തിനു മദമിളകിയിരുന്നു. വഴിയിൽ കാണുന്നതിനെയെല്ലാം മസ്തകം കൊണ്ടിടിച്ചുവീഴ്ത്തുന്നു. കൊമ്പുകൾകൊണ്ടു കുത്തിക്കീറുന്നു.

അല്ലെങ്കിൽ എന്തിനു രാജനെ പിടിച്ചു തല്ലി? ഒതുങ്ങി കഴിയുകയാണെങ്കിലും ഇപ്പോഴും അയാൾ യൂണിയൻ കമ്മിറ്റിയിലുണ്ട്. ആ ആത്മവിശ്വാസത്തോടെയാണ് റോഡിന്റെ നടുക്കു കയറി നിന്നത്. കടന്നു ചെന്ന ജനക്കൂട്ടം അയാളെയും കൈവച്ചു. അടി തടുത്തുകൊണ്ടു വിളിച്ചുപറഞ്ഞു:

“ഞാൻ.... ഇതു ഞാനാണ്.”

“നിനക്കുമിരിക്കട്ടൊന്ന്.”

“ഇതാ, ഇതുകൂടി.”

ആരോ പുറകിൽനിന്നു വിളിച്ചുപറഞ്ഞു:

“ഒന്നും ചെയ്യല്ലേ. നമ്മുടെ സഖാവാ.”

പിന്നെ ആരും ഒന്നും ചെയ്തില്ല. എല്ലാം ചവിട്ടിത്തകർത്തുകൊണ്ട് പുരുഷാരം മുന്നോട്ടുപോയി.

ആളുകൾ പേടിച്ച് റോഡരുകിൽ നിന്ന് അകന്നുമാറി നിന്നു. എങ്ങോട്ടാണു പാഞ്ഞുചെല്ലുകയെന്നാർക്കറിയാം.

ആരെയും ഒഴിഞ്ഞില്ല. പാർട്ടി ലോക്കൽകമ്മിറ്റി സെക്രട്ടറിയുടെ ജ്യേഷ്ഠൻ എതിരേ വന്നു. നിർഭയനായിരുന്നു. പാർട്ടി സെക്രട്ടറിയുടെ ജ്യേഷ്ഠനാണല്ലോ. അയാളുടെ നേരെയും കൈയോങ്ങിക്കൊണ്ടു ചെന്നു. താൻ സെക്രട്ടറിയുടെ ജ്യേഷ്ഠനാണെന്നു കൈക്കൂപ്പിക്കൊണ്ടു പറഞ്ഞു. ആരു കേൾക്കാൻ? അയാൾക്കും കൊണ്ടു ഒന്നുരണ്ട്.

ആരോ മുന്നിലേക്കു തള്ളിക്കയറി വന്ന് അടിച്ചവനെ പിടിച്ചുമാറ്റി.

"തൊട്ടുപോകരുത്. നമ്മുടെ സഖാവിന്റെ ചേട്ടനാ."

പിന്നെ ആരും തൊട്ടില്ല.

ഇരമ്പി വരുന്ന കടലിന്റെ ആരവം കരിപ്പുഴ കവലയിൽ കേട്ടു. ആപത്തു മണത്തറിഞ്ഞ കച്ചവടക്കാർ കടകൾക്കു നിരയിട്ടു. ചിലർ ഒഴിഞ്ഞുമാറി കാഴ്ചകാണാൻ കാത്തുനിന്നു.

തെല്ലുനേരം കൊണ്ട് കവല മുഴുവൻ വിജനമായി.

ജനം പാഞ്ഞെത്തി. അടച്ചുപൂട്ടിയ കടകൾ കണ്ടപ്പോൾ രോഷം ആളിക്കത്തി. കരിങ്കൽ ചില്ലുകൾ ചീറിപ്പാഞ്ഞു. കടകളുടെ ഓടും നിരയും പൊട്ടി. വന്നവരേയും നിന്നവരേയും എറിഞ്ഞു. ഏറുകൊണ്ട് ആളുകൾ ഓട്ടം പിടിച്ചു. പകുതിയടച്ച കടകളിലേക്കു പാഞ്ഞുകയറി. കണ്ണിൽ കണ്ടതെല്ലാം തച്ചുടച്ചു. സാധനങ്ങൾ വലിച്ചുവാരി വെളിയിലിട്ടു. കുപ്പികളും ഭരണികളും പൊട്ടിച്ചിതറി.

പെണ്ണുങ്ങൾ അനുഗ്രഹം കയറിയാലെന്നപോലെ തുള്ളിവിറച്ചു. കലിപൂണ്ടു വായിൽ തോന്നിയതു വിളിച്ചുപറഞ്ഞു. കൈയിൽ കിട്ടിയതെല്ലാം നശിപ്പിച്ചു. കാട്ടാനക്കൂട്ടത്തെപ്പോലെ കരിപ്പുഴക്കവലയാകെ ചവിട്ടിത്തിമിർത്തിട്ട് അവർ തെക്കോട്ടു തിരിച്ചു.

ആരും നേതൃത്വം നൽകിയതല്ല. കൂടിയാലോചിച്ചു നിശ്ചയിച്ചതുമല്ല. അതിനൊന്നും ആരും ഉണ്ടായിരുന്നില്ല. ചെന്നെത്തിയത് കെ പി പണിക്കരുടെ ബംഗ്ലാവിന്റെ മുന്നിലാണ്. പണിക്കരുടെ ഭാര്യയും കുട്ടികളും വെളിയിൽ വന്നു നോക്കി. ആളുകൾ വിളിച്ചു ചോദിച്ചു:

"നിന്റെ മറ്റവനകത്തൊണ്ടോടീ? ഒണ്ടേലിങ്ങോട്ടെറങ്ങി വരാൻ പറ."

സ്ത്രീ, കുട്ടികളോടുകൂടി പുരമുറിക്കുള്ളിൽ ഓടിയൊളിച്ചു. കതകടച്ചു സാക്ഷയിട്ടു.

ജനം വീരവാദം മുഴക്കി. കരിങ്കൽച്ചില്ലുകൾ പെറുക്കി വീടിന്റെ നേരെ ഏറു തുടങ്ങി. തുരുതുരാ കല്ലേറ്. ഏറുകൊണ്ടു കണ്ണാടിച്ചില്ലുകൾ ചിതറിത്തെറിച്ചു മേൽക്കൂരയിൽനിന്ന് ഓടുകൾ പൊട്ടിവീണു.

തെക്കുവശത്തു നിന്ന തുറുവിനു തീവച്ചു. അതു പടന്നുപിടിച്ചു. കത്തിക്കാളുന്നതു നോക്കി അട്ടഹസിച്ചു. തൊഴുത്തിൽ നിന്ന കന്നുകാലിയെ കയറൂരിവിട്ടു. പൂച്ചെടികൾ അരിഞ്ഞുവീഴ്ത്തി. ആവുന്നത്ര നാശനഷ്ടങ്ങളെല്ലാം വരുത്തിക്കൂട്ടി.

കെ പി പണിക്കരെ വീണ്ടും വീണ്ടും പോരിനു വിളിച്ചു. അയാളുടെ ഭാര്യയെ തെറി പറഞ്ഞു. എല്ലാറ്റിനേയും വകവരുത്തുമെന്നു താക്കീതും ചെയ്തു.

ആരെയും വെളിയിലെങ്ങും കണ്ടില്ല.

വേണമെങ്കിൽ ബംഗ്ലാവിനകത്തു കയറി അവരെ പിടിച്ചിറക്കി തല്ലാമായിരുന്നു. ആർക്കും അതു തോന്നിയില്ല. വെളിയിൽ നിന്നു വീരവാദം മുഴക്കി. ആരെയും കാണാഞ്ഞപ്പോൾ കൂട്ടത്തോടെ തെക്കോട്ടു നീങ്ങി. നേരെ പാച്ചന്റെ തറയിലേക്ക്. ചെന്ന പാടെ മാടത്തിനു തീ കൊളുത്തി.

വാഴയുടെയും തൈത്തെങ്ങിന്റെയും മണ്ട വെട്ടി. ചീനിക്കമ്പുകൾ വലിച്ചൊടിച്ചു.

ഒരുവിഭാഗം കൂട്ടംപിരിഞ്ഞ് എബ്രഹാമിനെ തിരക്കി ശങ്കരിയുടെ തറയിൽ ചെന്നു. അവറാച്ചനുണ്ടായിരുന്നില്ല. ആ വരവിന്റെ ലക്ഷ്യം മനസിലാക്കിക്കൊണ്ട് ശങ്കരി കടന്നുകളഞ്ഞു. അവർ മടത്തിന്റെ മേച്ചിലും ചെറ്റയും വലിച്ചുപൊളിച്ചു. മേച്ചിലോലയും ചെറ്റക്കീറുകളുടെ വാരിക്കൂട്ടി തീവച്ചു.

ശങ്കരിയുടെ മാടം കത്തിയെരിയുന്നതു നോക്കിക്കൊണ്ടു നിന്നിപ്പോൾ, പാച്ചന്റെ തറയിൽ ഉറക്കെ മുദ്രാവാക്യം വിളികേട്ടു. അവിടെ നിന്നും മുദ്രാവാക്യം കേട്ടിടത്തേക്കോടി. പിന്നെ കൂട്ടംകൂടി റോഡിലേക്കിറങ്ങി.

അവറാച്ചനെ കണ്ടില്ലെങ്കിലെന്താണ്? അയാളുടെ കൂടി നടപ്പുകാരൻ യോഹന്നാൻ എതിരേ ലോറി ഓടിച്ചു വരുന്നു.

ലോറി ആളുകൾ തടഞ്ഞുനിർത്തി. ഡ്രൈവറുടെ സീറ്റിലേക്കു ചാടിക്കയറി. ലോറിയുടെ ടോപ്പിൽ ആഞ്ഞടിച്ചു. തെറിവിളി മുഴങ്ങി.

“അവന്റെയൊരു വരവു കണ്ടില്ല്യോ? ജാഥയുടെ എടയിലേക്ക്.”

“ലോറി കയറ്റി ഇനിയും അവൻ കൊല്ലാൻ നോക്കുവാ.”

യോഹന്നാനെ വലിച്ചിറക്കി തല്ലു തുടങ്ങി. ഓരോരുത്തരും കണക്കു തീർത്തു കൊടുത്തു. അയാൾ അടികൊണ്ടു ബോധംകെട്ടു നിലത്തു വീണു.

എങ്ങുനിന്നോ കാളിക്കുട്ടി ഓടിവന്നു വിളിച്ചു പറഞ്ഞു:

“മതി അയാളെ ഇനി ഒന്നും ചെയ്യരുത്.”

കാളിക്കുട്ടി ആളുകളെ പിടിച്ചുമാറ്റി. യോഹന്നാൻ ചലനമറ്റു നിലത്തു കിടക്കുന്നു. കാളിക്കുട്ടി തുറിച്ചുനോക്കി. സംശയം തോന്നി. യോഹന്നാൻ ചത്തുപോയോ? ആരോ വിളിച്ചു പറയുന്നതു കേട്ടു.

“റോഡിന്റെ നടുക്കുന്നു വലിച്ച് അവനെ ഒരരികിലേക്ക് മാറ്റിയിട്ടേക്ക്.”

നാലഞ്ചാളുകൾ ചേർന്ന് യോഹന്നാനെ ഓടയിലേക്കു വലിച്ചിട്ടു. കാളിക്കുട്ടി കൈകളുയർത്തി വിളിച്ചു പറഞ്ഞു:

“എല്ലാവരും അച്ചടക്കം പാലിക്കണം.”

ആളുകൾ ആ ശബ്ദം ശ്രദ്ധിച്ചു. അലറിപ്പാഞ്ഞ്, മൈലുകളോളം നടന്ന്, തോന്നിവാസങ്ങൾ കാണിച്ചു തളർന്ന് വശംകെട്ട ജനങ്ങൾ കാളിക്കുട്ടിയെ ശ്രദ്ധിച്ചു. അയാളുടെ ശബ്ദം ശ്രദ്ധിച്ചു.

ഒരു നേതൃത്വത്തിന്റെ വിവേകം നിറഞ്ഞതും ആജ്ഞാശക്തി കലർന്നതുമായ ശബ്ദം ആളുകൾ അനുസരിച്ചു.

കാളിക്കുട്ടി മുദ്രാവാക്യം വിളിച്ചുകൊടുത്തു. മറ്റുള്ളവർ ഏറ്റുവിളിച്ചുകൊണ്ട് മുന്നോട്ടു നീങ്ങി.

ആ ജനക്കൂട്ടം ഇപ്പോൾ ഒരു ജാഥയായി വളർന്നു. ആ ജാഥയ്ക്ക് ഒരു ലക്ഷ്യം കൈവന്നു. മറ്റാരും നയിക്കാനില്ല. കാളിക്കുട്ടി മുന്നിൽ നിന്നു ജാഥ നയിച്ചു.

എങ്ങോട്ടെന്നില്ലാതെ ഏറെ ദൂരം നടന്നു. നടന്നു നടന്നു കുഴഞ്ഞു. ഇനി എന്തു ചെയ്യണമെന്ന് അയാൾക്കു പിടിയില്ല.

ഒന്നു തീർച്ചയാണ്. ഈ കാട്ടിക്കൂട്ടിയതൊന്നും നല്ലതിനല്ല. ഇതൊന്നും ഇങ്ങനല്ലേ വേണ്ടത്..... ഇനിയെന്താണു ചെയ്യേണ്ടത്? ആരോടാലോചിക്കാനാണ്?

നടന്നും വെയിലുകൊണ്ടും, നിർത്താതെ ഒച്ചവച്ചും ആളുകൾ വശംകെട്ടു. കാളിക്കുട്ടി തളർന്നു. ഇടയ്ക്കുവച്ച് ഒന്നു തിരിഞ്ഞുനോക്കി. ഇപ്പോൾ ആദ്യത്തെയത്ര ആളുകളില്ല. ലക്ഷ്യമില്ലാത്ത അവിരാമമായ ആ നടത്തയ്ക്കിടയിൽ ആളുകൾ ഓരോന്നായി പൊഴിഞ്ഞുപോയി. കാളിക്കുട്ടിയുടെ തലപുകഞ്ഞു. ഇത് എവിടെക്കൊണ്ടുചെന്ന് ഒന്നവസാനിപ്പിക്കും?

ജാഥ മുട്ടം കവലയിലെത്തിയപ്പോൾ നന്നേ ശോഷിച്ചിരുന്നു. വെയിലിന്റെ ചൂടു മങ്ങി. സൂര്യൻ പോലും തളർന്നുകഴിഞ്ഞു. അയാൾ പിന്തിരിഞ്ഞു തെല്ലുനേരം നിശ്ശബ്ദനായി നിന്നിട്ട് കൈയുയർത്തി ജനക്കൂട്ടത്തെ അഭിസംബോധന ചെയ്തു. “ഇന്ന് ഇത്രയും മതി. ഇവിടെവച്ച് പിരിയാം.”

കാളിക്കുട്ടിയുടെ തീരുമാനത്തെ ആരും ചോദ്യം ചെയ്തില്ല. പക്ഷേ, മിക്കപേരും അസംതൃപ്തരായിരുന്നു. അന്നുതന്നെ പകരം വീട്ടാമെന്നു കരുതി അവർ അത്രദൂരം നടന്നു. ഒടുവിൽ ഒന്നും ആകാതെ പിരിഞ്ഞു പോകേണ്ടി വന്നു.

ചിലർ മുഖത്തോടുമുഖം തുറിച്ചുനോക്കി. ആരും ഒന്നും പറഞ്ഞില്ല. നിശ്ശബ്ദരായി നിന്നിട്ട് അസംതൃപ്തമായ ഹൃദയത്തോടും, വാടിത്തളർന്ന മുഖത്തോടും പിരിഞ്ഞുപോയി.

ഇപ്പോൾ കാളിക്കുട്ടിയുടെ ശ്വാസം നേരെ വീണു. തലയിൽനിന്ന് എടുക്കാനാവാത്ത ഒരു ചുമടിറക്കി വച്ചതുപോലെ. എനി എന്താണെന്നു വച്ചാൽ മറ്റുള്ളവരോട് ആലോചിച്ചു ചെയ്യാം.

അയാൾ ഒറ്റയ്ക്കു മുട്ടത്തുനിന്നു മടങ്ങി. കറമ്പനെയും മത്തായിയെയും തിരക്കി നടന്നു. ആരും സ്ഥലത്തില്ല. എല്ലാവരും കണ്ണന്റെ വിവരമറിഞ്ഞ് ആശുപത്രിയിലേക്കു പോയിരിക്കുകയാണ്.

കാളിക്കുട്ടിക്കും പോകണമെന്നുണ്ട്. തീരെ നടക്കാൻ വയ്യ. വല്ലാതെ വിശന്നു തളർന്നിരിക്കുന്നു. കൈയിൽ ഒരു പൈസയുമില്ല. കുടലുകൂടി ദഹിക്കുന്ന വിശപ്പ്. എന്തെങ്കിലുമൊന്നു വായിലിട്ടു കത്തലടക്കാൻ വേണ്ടി മാടത്തിലേക്കു പോയി. അപ്പോൾ അവിടവും അടച്ചുകെട്ടിയിരിക്കുന്നു. ആരുമില്ല. കറമ്പിയും പോയതാവണം. ആദ്യം രോഷമാണു തോന്നിയത്. പിന്നെ സ്വയം സമാധാനപ്പെട്ടു. അവളുമാത്രം അടങ്ങിയിരിക്കുന്നതെങ്ങനെ? ഒരിടത്തും ആളനക്കമില്ല. ജനസഞ്ചാരമില്ല. പ്രകൃതി മരിച്ചു നിൽക്കുന്നു. ഗോപാലൻനായരുടെ ചായക്കടപോലും അടച്ചുപൂട്ടി. അല്ലെങ്കിൽ അവിടെ നിന്ന് അമ്പതുപൈസ വാങ്ങി ചൊടുക്കിനു തിരുകിക്കൊണ്ട് റോഡിലേക്കു പോകാമായിരുന്നു.

ഇനി കുറുക്കുവഴിയേ നടന്നുപോകാനേ പറ്റൂ.

നേരം എരിഞ്ഞടങ്ങുകയാണ്. തെങ്ങിൻതലപ്പുകൾക്കപ്പുറത്ത് ആകാശം നിറയെ ചോര. സൂര്യൻ ചോരയിൽ നിന്നു മുങ്ങിത്തുടിക്കുന്നു.

കാളിക്കുട്ടി വലിഞ്ഞുനടന്നു. പോകുന്നപോക്കിൽ കുഞ്ഞിലയുടെ മാടത്തിൽനിന്ന് ഉച്ചത്തിലുള്ള നിലവിളി കേട്ടു.

കണ്ണന്റെ കാര്യമോർത്ത് പെണ്ണുങ്ങൾ അലമുറ കൂട്ടുകയാവും. നീലമ്മയ്ക്കു സഹിക്കുകയില്ല. എങ്ങനെ സഹിക്കും? അവനെ പൊറുതി അവൾ എന്തൊക്കെ അനുഭവിച്ചു? എന്നിട്ടും കാത്തിരുന്നു. ഇനി ആരെ കാത്തിരിക്കാനാണ്? പാവം പെണ്ണ്.

അവളുടെ മുറ്റത്ത് ആൾക്കൂട്ടം കണ്ടു. പെണ്ണുങ്ങൾ മൂക്കത്തു വിരൽവച്ച് നിശ്ശബ്ദരായി നിൽക്കുന്നു.

അകത്ത് വലിയ വായിലേ നിലവിളി. നിലവിളിച്ചാലെന്താ ഫലം? വരേണ്ടതൊക്കെ വന്നനുഭവിച്ചു. ഇനി ധൈര്യമായിരിക്കണം. അവളോടു ധൈര്യമായിരിക്കാൻ പറയണം. ആശ്വാസം പറയാൻവേണ്ടി കാളിക്കുട്ടി അങ്ങോട്ടു കയറി.

"ഇങ്ങനെ ബഹളംവച്ചാലെന്താ പെണ്ണുങ്ങളേ. ഒരു ധൈര്യമൊക്കെ വേണ്ടായോ?"

ആരും ഒന്നും മിണ്ടിയില്ല. എല്ലാവരും മൗനമായി നിന്നു. മാടത്തിനകത്തെ അലമുറ കേട്ട് അകത്തേക്കു നൂഴ്ന്നുകയറിച്ചെന്നപ്പോൾ, നിലത്ത് ഒരു ശരീരം നീണ്ടുനിവർന്നു നിശ്ചലമായി കിടക്കുന്നു — നീലമ്മ ഇടയ്ക്കിടെ അവളുടെ വായിൽനിന്ന് രക്തം പതഞ്ഞു വെളിയിലേക്കൊഴുകി. തലയ്ക്കൽ, പായിലും പഴംതുണിയിലും ചോര തളംകെട്ടി നിൽക്കുന്നു.

കാളിക്കുട്ടി ഞെട്ടിപ്പോയി. ഒരു പഴന്തുണിയെടുത്ത് സാവധാനം അവളുടെ മുഖത്തുനിന്ന് ചോര തുടച്ചുകളഞ്ഞു.

വായിൽനിന്നു വിമ്മിട്ടപ്പെട്ട് കൂർക്കംവലിക്കുന്ന സ്വരത്തിൽ ഏതോ ശബ്ദം വെളിയിലേക്കു വന്നു. വീണ്ടും കട്ടകട്ടയായി കൊഴുത്ത രക്തം കാളിക്കുട്ടി അതും തുടച്ചുമാറ്റി.

അയാളുടെ നേരെ അവൾ കണ്ണുമിഴിക്കുന്നതു കണ്ടു. ഇടയ്ക്ക് ശരീരം ഒന്നു പിടച്ചു. അപ്പോഴും തുറിച്ചുള്ള നോട്ടം. ഇമവെട്ടാതെ, ദൃഷ്ടി ചലിക്കാതെ....

വേദന തളംകെട്ടി നിൽക്കുന്ന കണ്ണുകളിലേക്കു കാളിക്കുട്ടി കുനിഞ്ഞു നോക്കി. വാടിക്കരിഞ്ഞ നെയ്യാമ്പൽ പോലെ ചലനമറ്റു കിടക്കുന്ന മുഖം. കണ്ണുകളുടെ തിളക്കം കെട്ടു. കൈ തടവി, ചുള്ളിക്കമ്പു പോലെ. മൂക്കിനുനേരെ കൈവച്ചു ശ്വാസമില്ല.

നിവർന്നുനിന്ന് ഒരു നെടുവീർപ്പിട്ട്, തന്റെ തലേക്കെട്ടഴിച്ച് അവളുടെ മുഖം മൂടി. കൈലിയുടെ കോൺതലയുയർത്തി കണ്ണീരൊപ്പിക്കൊണ്ട് മാടത്തിനു വെളിയിലേക്കിറങ്ങി.

മുപ്പത്തിയേഴ്

ചോരയൊലിക്കുന്ന കത്താളുമായി പാച്ചൻ എങ്ങോട്ടെന്നില്ലാതെ നടന്നു. ഒട്ടുദൂരം ചെന്നപ്പോൾ വല്ലാത്ത ഒരു സംഭ്രമം പിടികൂടി. നടന്നു പോകുമ്പോൾ ഭയംകൊണ്ട് കിതയ്ക്കുന്നുണ്ടായിരുന്നു.

വഴിക്കിരുപുറവും പറമ്പുകളിൽനിന്ന് ആളുകൾ അവനെത്തന്നെ തുറിച്ചുനോക്കുന്നതായി തോന്നി. അവരുടെ കണ്ണിൽ പെടാതിരിക്കാൻ പാത്തും പതുങ്ങിയും നടന്നു. കൈയിലിരിക്കുന്ന കത്താളിലേക്കു നോക്കി. അതിൽ പറ്റിപ്പിടിച്ചിരിക്കുന്ന ചോരകണ്ടു ഞെട്ടി. വഴിയരികിൽ കണ്ട പൊട്ടക്കുളത്തിലേക്കു കത്താൾ വലിച്ചെറിഞ്ഞു.

ആൾസഞ്ചാരമില്ലാത്ത ഇടവഴികളിലൂടെ ഇടവും വലവും നോക്കാതെ നടന്നുപോയി. പോകുമ്പോൾ ആലോചനയായിരുന്നു. സംഭവം എല്ലാവരും അറിഞ്ഞുകാണും. ആരെങ്കിലും പൊലീസിൽ അറിയിച്ചുകാണും. പൊലീസുകാർ പുറകേ തിരക്കി വരുന്നുണ്ടാവും.

ഭയംകൊണ്ട് അയാൾ വിളറുകയും വിറയ്ക്കുകയും ചെയ്തു. അകലെയെങ്ങാനും ആളുകളുടെ നിഴൽ കണ്ടാലുടൻ പതുങ്ങി നിൽക്കും. എന്തെങ്കിലും ശബ്ദം കേട്ടാൽ ഞെട്ടിത്തെറിക്കും.

ഇടവഴി നീരൊഴുക്കുതോട്ടിൽ ചെന്നെത്തി. വെള്ളം വറ്റിക്കിടന്ന തോട്ടരുകിലൂടെ, ഇരുവശത്തും വളർന്നെഴുന്നുനിന്ന കാട്ടുപൊന്തകളുടെ മറവിലൂടെ പാത്തും പതുങ്ങിയും നടന്നു.

ഭയം ശരീരത്തെ തളർത്തി. ഒരടിവയ്ക്കാൻ വയ്യെന്നായി.

വർഷകാലത്ത് കുത്തിയൊഴുകി വെള്ളമണൽ തെളിഞ്ഞ ഒരു മുടുക്കിലെ പച്ചിലപ്പടർപ്പുകൾക്കു താഴെ ചൊരിമണലിൽ ചടഞ്ഞിരുന്നു. ശരീരത്തിലെ ശക്തി മുഴുവൻ ചോർന്നുപോയിരിക്കുന്നു. മണ്ണിൽ തലചായ്ച്ചു ചുരുണ്ടുകിടന്നു. കണ്ണുകൾ അടഞ്ഞുപോകുന്നു. അങ്ങനെ കിടന്നു മയക്കം പിടിച്ചു.

മയങ്ങുകയായിരുന്നില്ല. ആരോ ചെമ്പിലിട്ടു വറുക്കുകയാണ്. ഒടുവിൽ ഉറക്കം അനുഗ്രഹത്തിനെത്തി. എല്ലാം മറന്ന് വിസ്മൃതി പൂണ്ടുറങ്ങി. ഞെട്ടിയുണർന്നപ്പോൾ കൊലപാതകത്തെക്കുറിച്ചോർത്തു. അറ്റുവീണ കൈപ്പത്തി. ചോരയിൽ തുടിക്കുന്ന ശരീരം.....

മുഖം മുഴുവൻ പച്ചെറുമ്പു പൊതിഞ്ഞിരിക്കുന്നു. ചോരയുടെ ഗന്ധം പിടിച്ച് പച്ചെറുമ്പുകൾ ശരീരമാകെ അരിച്ചു നടക്കുന്നു. കൈയെടുത്ത് എറുമ്പിനെ തൂത്തുകളയാൻ ഭയം. കണ്ണുതുറക്കാൻ ഭയം. കണ്ണുകൾ ഇറുക്കിയടച്ച് ശ്വാസംപിടിച്ചു കിടന്നു.

തലയ്ക്കുമുകളിൽ, മരച്ചില്ലകളിൽ കാലൻകോഴിയുടെ ശബ്ദം കേട്ടു പേടിച്ചു. കുറേനേരം ചെവിയോർത്തു കിടന്നു. എറുമ്പ് കടി തുടങ്ങിയപ്പോൾ കൈയെടുത്ത് മുഖം തുടച്ചു. ധൈര്യം വീണ്ടെടുത്തു കണ്ണു തുറന്നു. അന്തിമയങ്ങിരിക്കുന്നു. മരച്ചില്ലകൾക്കു താഴെ ഇരുട്ടു പതിയിരിക്കാൻ തുടങ്ങിയിരിക്കുന്നു. എഴുന്നേറ്റിരുന്നു മുഖവും ശരീരവും തൂത്തു തുടച്ചു. കടിച്ചുതൂങ്ങിയ എറുമ്പുകളെ നുള്ളിയെടുത്തു കളഞ്ഞു.

എല്ലായിടത്തും ഇരുൾ പരക്കുന്നതുവരെ മുട്ടിനിടയിൽ മുഖം കുനിച്ചു കൂനിക്കൂടിയിരുന്നു. കൂരിരുട്ടിൽ ഒന്നും തിരിച്ചറിയാൻ കഴിയാതായപ്പോൾ അവിടെനിന്നെഴുന്നേറ്റ് പുരയിടങ്ങളിൽ കയറി പാത്തും പതുങ്ങിയും നടന്നു.

കോയിക്കലെത്തിയാൽ രക്ഷപ്പെട്ടു. കൊച്ചമ്പ്രാൻ ഒളിപ്പിച്ചോളും. എത്രനാൾ വേണമെങ്കിലും അവിടെത്തന്നെ പാത്തിരിക്കാം. ആരും തിരക്കിവരില്ല. പിന്നെ വേണ്ടതെല്ലാം കൊച്ചമ്പ്രാനും പണിക്കരുതമ്പ്രാനും കൂടെ നോക്കിക്കോളും. ഒരുപക്ഷേ, പണിക്കരുതമ്പ്രാനും അവിടെ കാണും. തന്നെ കാണാൻ കാത്തിരിക്കുകയാവും.

വയലിനു മീതെ മിന്നാമിനുങ്ങുകൾ മിന്നിപ്പറക്കുന്നു. വയൽക്കരെയുള്ള മരക്കൊമ്പുകളിലിരുന്ന് മഴപ്പുള്ളുകൾ കരയുന്നു. വയലിനക്കരെ കോയിക്കലെ പടിപ്പുരയ്ക്കടുത്ത് വളർന്നെഴുന്നു നിൽക്കുന്ന നാട്ടുമാവിന്റെ നിഴൽ കണ്ടു. അടുത്തു പോയി. നടത്തത്തിനു വേഗത കൂട്ടി.

എങ്ങനെയെങ്കിലും അങ്ങെത്തണം. അവിടെയാണ് അഭയം. അവിടെച്ചെന്നു വയറു നിറയെ വല്ലതും കഴിച്ച് നെടുംപാടു കിടന്നുറങ്ങണം. ദാഹം പെരുത്ത ദാഹം. ഒരു കുളത്തിലെ വെള്ളം മുഴുവൻ കുടിച്ചുവറ്റിക്കാനുള്ള ദാഹം. കളപ്പുരയുടെ മുന്നിലൂടെ പടിപ്പുര കടന്ന് മുറ്റത്തെത്തി. വിളക്കും വെട്ടവുമില്ല. പോർട്ടിക്കോയുടെ ജനാലയ്ക്കരികിൽ ചെന്നുനിന്ന് അടക്കിപ്പിടിച്ച സ്വരത്തിൽ വിളിച്ചു:

"കൊച്ചമ്പ്രാ...... കൊച്ചമ്പ്രാ....."

കോയിക്കലെ പട്ടി അയാളുടെ നേരെ കുരച്ചു ചാടിച്ചെന്നു പേടിച്ചു വിറച്ച് പട്ടിയെ വിലക്കി.

"പോ പട്ടീ! പോ പട്ടീ!"

പട്ടി ആളിനെ തിരിച്ചറിഞ്ഞു. എന്നിട്ടും മുറുമുറുത്തുകൊണ്ട് വിട്ടുമാറാതെ നിന്നു.

"കൊച്ചമ്പ്രാ — കൊച്ചമ്പ്രാ."

അകത്തുനിന്നു ഞെട്ടിത്തെറിച്ചുകൊണ്ടൊരു ചോദ്യം:

"ആരാണത്?"

അകത്തു ലൈറ്റുവീണു. ഇരുട്ടിനെ കീറിപ്പിളർന്നുകൊണ്ട് ജനാലയിലൂടെ വെളിച്ചം വന്ന് പാച്ചന്റെ മുഖത്തടിച്ചു. ഇരുളിലേക്കൊഴിഞ്ഞു നിന്നുകൊണ്ടു പാച്ചൻ മന്ത്രിച്ചു:

"അടിയനാ കൊച്ചമ്പ്രാ – പാച്ചൻ."

അകത്തുനിന്ന് ഏങ്ങൽ:

"ങേ...."

"പാച്ചനാ. കതകൊന്നു തുറന്നാട്ടെ."

"നീയിപ്പോൾ ഇങ്ങോട്ട്?"

പാച്ചൻ അവകാശവാദത്തോടെ പറഞ്ഞു:

"അവനെ തട്ടി കൊച്ചമ്പ്രാ. അടിയനവനെ തട്ടിയേച്ചു വരുവാ. ഇനി കതകൊന്നു തുറന്നാട്ടെ."

കുറേ നേരത്തേക്കു മറുപടിയില്ല.

പാച്ചൻ അകത്തേക്കെത്തിനോക്കി.

"വെളിയിലോട്ടൊന്നിറങ്ങിയാട്ടെ കൊച്ചമ്പ്രാ."

ശിവൻപിള്ള ഇറങ്ങിയില്ല.

"നീയെന്തിനാ ഇങ്ങോട്ടു വന്നുകേറിയേ?"

പാച്ചൻ ഞെട്ടി. കതകു തുറക്കുന്നില്ല. താഴെ ഭൂമി പിളർന്നുപോകുന്നു.

അകത്തു കുശുകുശുപ്പു കേട്ടു. ജനാലയിൽ കെ പി പണിക്കരുടെ മുഖം കണ്ടു അദ്ദേഹവും കൈവിടുകയാണ്.

"എങ്ങോട്ടെങ്കിലും പോയി രക്ഷപ്പെട്ടോ. ഉടനെ സ്ഥലംവിട്ടോ."

പാച്ചൻ ജനലഴികളിൽ തൂങ്ങി തലയടിച്ചു കരഞ്ഞു:

"അടിയനെ രക്ഷിക്കണേ പൊന്നുതമ്പ്രാക്കന്മാരേ. വേറെ എങ്ങോട്ടു പോകാനക്കൊണ്ടാ."

"നിന്നു മോങ്ങാതെ എങ്ങോട്ടെങ്കിലും പോടാ. പൊലീസ് നിന്നെ തൂക്കിയെടുക്കേണ്ടെങ്കിൽ."

ജനൽപ്പാളിയിൽ വീണ്ടും തലയിട്ടടിച്ചു.

"ഏൻ വിചാരിച്ചാ എവിടെപ്പോയൊളിക്കാനക്കൊണ്ടാ."

ശിവൻപിള്ളയ്ക്കു കലശലായ ദേഷ്യം തോന്നി:

"ഇങ്ങോട്ടേ നിന്നെ കെട്ടിയെടുക്കാവൊള്ളോ.... അതാ ദൂരെ ലൈറ്റടി കാണുന്നു. ഇങ്ങോട്ടാ. പൊയ്ക്കോ. വേഗം ഓടിപ്പൊയ്ക്കോ."

അകത്തെ മുറിയിലും ലൈറ്റണഞ്ഞു. നിശ്ശബ്ദത കൂരിരുട്ട്.

അകലെ ലൈറ്റടി കണ്ടു. പാച്ചൻ പ്രാണഭയത്തോടെ അവിടെ നിന്നും ഇറങ്ങി ഓടി. പറമ്പും വയലും കടന്നോടി.

നായ്ക്കൾ അയാളെക്കണ്ടു മോങ്ങി. അവ മുന്നറിയിപ്പു നൽകി.

"അതാ പോകുന്നു.... അതാ....."

നത്തുകൾ ചിലച്ചു. അവ വിളിച്ചുപറഞ്ഞു:

"ഇതാ ഇവിടെ ഇവിടെ."

എങ്ങോട്ടെന്നില്ലാതെ ഓടി. വിയർത്തുകുളിച്ചു. തളർന്നു കുഴഞ്ഞു. ദാഹം കൊണ്ടു പൊരിഞ്ഞു. തോട്ടിലിറങ്ങി കൈക്കുമ്പിളിൽ വെള്ളം കോരക്കുടിച്ചു. വേച്ചുവേച്ചു നടന്നു. മണ്ണടിശ്ശേരി ക്ഷേത്രത്തിനടുത്തെത്തി. ക്ഷേത്രക്കുളത്തിന്റെ മണൽത്തിട്ടയിൽ തളർന്നു കിടന്നു.

ഭയംകൊണ്ടും നിസ്സഹായതാബോധംകൊണ്ടും വിറങ്ങലിച്ചുപോയി. ഒരഭയസ്ഥാനമില്ല. ചെന്നുകേറാനിടമില്ല. നൂഴ്ന്നു കിടക്കാൻ ഒരു മാളമില്ല. എല്ലാവരും കൈവിട്ടു. ഈ ലോകത്തു തനിക്കു തുണയായി ഒരഭയസ്ഥാനമില്ല.

അവിടെ കിടന്നു വാവിട്ടു കരഞ്ഞു. എന്താണു ചെയ്യേണ്ടത്? ഒരു രൂപവുമില്ല. ഒന്നും ആലോചിക്കാനുള്ള കെൽപ്പില്ല. കണ്ണുകൾ താനേ അടഞ്ഞു പോകുന്നു. ശരീരം തണുത്തു വിറങ്ങലിച്ചു. അവിടെനിന്നെഴുന്നേറ്റ് കളത്തട്ടിൽ കയറി ചുരുണ്ടുകൂടി കിടന്നു.

ഭയം ഒരു പെരുമ്പാമ്പിനെപ്പോലെ അയാളെ വിഴുങ്ങി. പാമ്പിന്റെ പള്ളയിൽ കണ്ണടച്ചുകിടന്നു മയങ്ങി.

നീണ്ട ഉറക്കത്തിനുശേഷം ഞെട്ടിയുണർന്നു. കിഴക്ക് ഉദിച്ചുയർന്ന പെരുമീൻ അയാളെ തുറിച്ചുനോക്കിക്കൊണ്ടു നിൽക്കുന്നു. അമ്പലത്തിനടുത്തുള്ള കുറ്റിക്കാട്ടിൽ ചേക്കേറിയിരുന്ന പക്ഷികൾ അയാളെക്കണ്ടു ചിറകിട്ടടിച്ചു ബഹളം കൂട്ടി. അകലെ നിൽക്കുന്ന മരങ്ങളുടെ നിഴലുകൾ അയാൾക്കു ചുറ്റും പാറാവു നിൽക്കുന്നു.

നേരം വെളുക്കുകയാണ്. എവിടെപ്പോയൊളിക്കും? എവിടെ.....?

എഴുന്നേറ്റു നടക്കാൻ ശരീരത്തിനാവതില്ല.

കാത്തുനിൽക്കാതെ വെളിച്ചം തെളിച്ചുകൊണ്ടു പ്രഭാതം കടന്നു വരുന്നു.

അമ്പലത്തിന്റെ മുന്നിൽ ഇരുൾമൂടിക്കിടന്ന സർപ്പക്കാവിലേക്കു നടന്നു നീങ്ങി. ഞെരിഞ്ഞമരുന്ന കരിയിലയുടെ ശബ്ദം കേട്ടു ഞെട്ടി. പടർന്നുകയറിയ കുരിയിൽ വള്ളികൾക്കിടയിലൂടെ ഞാറയുടെയും വെട്ടിയുടെയും ചുവട്ടിലേയ്ക്കു നൂഴ്ന്നു കയറി. അവിടെ നിലത്തു കുത്തിയിരുന്നു. കണ്ണും തലയും കറങ്ങി. ചുരുണ്ടുകൂടി കിടന്നു. ആ കിടപ്പിൽ കിടന്നു മരിക്കാൻ തോന്നി. ആരുടെയും കണ്ണിൽ പെടാതെ, ആരോരുമറിയാതെ....

കാട്ടിനുള്ളിലും സ്വൈരതയില്ല. ആരുടേയോ കാൽപ്പെരുമാറ്റം കേട്ടു. മേഞ്ഞു നടന്ന ആടിന്റെ കരച്ചിൽ. ചെവിയോർത്തു കിടന്നു. മനുഷ്യരുടെ സംസാരം. സംസാരം കേട്ടു തലയുയർത്തി നോക്കി. കാട്ടിൽ ചുള്ളിയൊടിക്കാൻ വന്ന പെൺകുട്ടി അവിടൊരാളു കിടക്കുന്നതുകണ്ട് ഭയപ്പെട്ടോടി. ആളുകൾ ഓടിക്കൂടിയപ്പോൾ പാച്ചൻ കാട്ടിൽനിന്ന് ഇറങ്ങിച്ചെന്നു.

നൂറുചോദ്യങ്ങൾ — ആരാണ്? എവിടെപ്പോകുന്നു? എന്തിനിവിടെ വന്നു?

ആളുകൾ അടുത്തുള്ള ചായക്കടയുടെ മുന്നിലേക്കു അവനെ കൂട്ടിക്കൊണ്ടുപോയി. അമ്പരപ്പു വെളിവാകാതിരിക്കാൻ പാച്ചൻ ചിരിച്ചു. ചോദ്യങ്ങൾക്കു പതറാതെ മറുപടി പറഞ്ഞു:

“ഒളിച്ചതല്ല. എന്തിനാണൊളിക്കുന്നത്? കാഞ്ഞിപ്പുഴനിന്നു വരികയാണ്. വള്ളിച്ചൂരൽ ഉണ്ടോയെന്നു നോക്കാൻ കാട്ടിനകത്തു കയറി. കട്ടിൽ വരിയാനുള്ള ചൂരലിനുവേണ്ടി.....”

അങ്ങനെ കള്ളംപറഞ്ഞു രക്ഷപ്പെട്ടുനിന്നു.

അറിഞ്ഞും കേട്ടും ആളുകൾ അടുത്തുകൂടി. കാട്ടിൽനിന്നു പിടികൂടിയ ഒരപൂർവജീവിയെ എന്നപോലെ അയാളെ തുറിച്ചുനോക്കി. ഒരാൾ ചോദിച്ചു:

“എടോ താൻ കണ്ണമംഗലത്തുക്കാരനല്ലേ? തന്നെ അവിടെവച്ചു കണ്ടിട്ടുണ്ടല്ലോ?”

പാച്ചൻ വിളറിവെളുത്തു വിളറിയ ചിരി ചിരിച്ചു.

"അടിയൻ വല്ല പണിക്കും വന്നപ്പം കണ്ടതായിരിക്കും."

താനുടുത്തിരുന്ന കൈലിയിലേക്ക് മറ്റൊരാൾ ഉറ്റുനോക്കുന്നതു കണ്ടു. അപ്പോഴാണ് അതിൽ ചോരവീണുണങ്ങിയ പാടുകൾ ശ്രദ്ധയിൽപ്പെട്ടത്. പാച്ചൻ വീണ്ടും ഞെട്ടി. നിമിഷങ്ങൾകൊണ്ട് ധൈര്യം വീണ്ടെടുത്തു. ആളുകളെ നോക്കി വീണ്ടും പച്ചചിരി ചിരിച്ചു.

ചോദ്യങ്ങൾക്കു മറുപടി പറയാൻ നിൽക്കാതെ അയാൾ തിരിഞ്ഞു നടന്നു.

"അവിടെ നില്ല്. ഒന്നൂടെ ചോദിക്കട്ടെ."

അതുകേൾക്കാത്ത മട്ടിൽ പാച്ചൻ നടന്നുകളഞ്ഞു. വാണം വിട്ടതുപോലെ മുന്നോട്ടു കുതിച്ചു ചാടിയോടിപ്പോയി.

ആളുകൾ പിന്നാലെ പാഞ്ഞുകൊണ്ടു വിളിച്ചുപറഞ്ഞു:

"അതാ വരുന്നേയ്. അവനെ പിടിച്ചോ. അവനെ പിടിച്ചോണേ...."

സർവശക്തിയും എടുത്തു പാച്ചൻ ആഞ്ഞുവലിച്ചോടി. അണപ്പും തയപ്പും വകവയ്ക്കാതെ ഓടി. ഓടിയോടിത്തളർന്നു. ശ്വാസംമുട്ടുന്നു. നെഞ്ചു പൊട്ടിപ്പോകുന്നു.

പുറകിൽ തൊട്ടു തൊട്ടില്ലെന്ന മട്ടിൽ ആളുകൾ പിന്തുടരുന്നു. രക്ഷയില്ല. ഇനി രക്ഷപ്പെടാൻ പറ്റില്ല. തിരിഞ്ഞുനിന്നു. ശരീരം തളർന്നു നിലത്തുവീണു. നായെപ്പോലെ അണച്ചു.

ആളുകൾ ചുറ്റിലും വളഞ്ഞു. അവന്റെ കൈയും കാലും പിടിച്ചു കെട്ടി. പാച്ചൻ തലകുനിച്ച് നിശ്ശബ്ദനായിരുന്നു. ഒരു തമാശയെന്ന മട്ടിൽ വന്നവരും നിന്നവരും ഒന്നും രണ്ടും വീതം കൊടുത്തു. അപ്പോഴും അവൻ മുഖം ഉയർത്തിയില്ല: നിലവിളിച്ചതുമില്ല.

മുപ്പത്തിയെട്ട്

കരിപ്പുഴ നടന്ന ബഹളത്തിന്റെ ദിവസം രാത്രിയിൽ പൊലീസ് വാനുകൾ നാടാകെ ഇരമ്പിപ്പാഞ്ഞു. ചിറക്കാലുകളിലും വരമ്പുകളിലും പൊലീസുകാരുടെ ബൂട്ട്സിന്റെ താളമൊപ്പിച്ചുള്ള ശബ്ദം മുഴങ്ങി. മാടങ്ങളിൽ പട്ടിക്കുരയും നിലവിളിയും ഉയർന്നുകേട്ടു. പലരേയും വിളിച്ചിറക്കിക്കൊണ്ടു പോയി തല്ലി. ജയിലടച്ചു.

നേരം വെളുത്തപ്പോഴേക്കും കർഷകതൊഴിലാളി കേന്ദ്രങ്ങൾ വിജനമായി മാറി. കെട്ടും ഭാണ്ഡവും മുറുക്കി. രായ്ക്കുരാമാനം കുഞ്ഞുകുട്ടി പരാധീനം സഹിതം തൊഴിലാളികൾ നാടുവിട്ടു പോയി.

പിറ്റേദിവസം മൈക്കിലൂടെ എന്തൊക്കെയോ വിളിച്ചുപറഞ്ഞുകൊണ്ട് പൊലീസ് വണ്ടികൾ റോഡിലൂടെ അലറിപ്പാഞ്ഞു. ആളുകൾ കൂട്ടംകൂടുന്നതു വിലക്കിയിരിക്കുന്നു. വടിയും വെട്ടുകത്തിയും ഉൾപ്പെടെയുള്ള മാരകായുധങ്ങൾ കൊണ്ടുനടക്കുന്നതു നിരോധിച്ചിരിക്കുന്നു.

നാടിന്റെ നാനാഭാഗങ്ങളിലും സി ആർ പിക്കാർ താവളമടിച്ചു. നിലം ഉടമകൾക്കും പ്രമാണിമാർക്കും സംരക്ഷണം നൽകുന്നതിനുവേണ്ടി അവരുടെ വീടുകൾക്കു സമീപം സി ആർ പി ക്യാമ്പുകൾ സ്ഥാപിച്ചു.

തോളിൽ തോക്കുമേന്തി ബാച്ചുബാച്ചായി സി ആർ പി റോഡിലൂടെ കവാത്തു ചെയ്യുമ്പോൾ ആളുകൾ വീടുകൾക്കുള്ളിലൊളിച്ചു. കറുത്ത തൊലിയുള്ളവരെയെല്ലാം വേട്ടയാടാൻ തുടങ്ങി. യൂണിയൻ പ്രവർത്തകരെ പരസ്യമായി എതിർക്കുകയും ഭൂവുടമകളുടെ പക്ഷം ചേരുകയും ചെയ്തിരുന്ന തൊഴിലാളികളെപ്പോലും പൊലീസ് വെറുതെ വിട്ടില്ല.

സംഘടനാ പ്രവർത്തകർ മിക്കപേരെയും അറസ്റ്റുചെയ്ത് അകത്താക്കി. മത്തായിയും രാധാകൃഷ്ണനും ലൂക്കോസുമെല്ലാം ജയിലിലായിരുന്നു. ശേഷിച്ച കുറെപ്പേർ എവിടെയോ ഒളിച്ചു. കുഞ്ഞച്ചനും കുറേ ദിവസം ഒളിച്ചുനടന്നു. പക്ഷേ, അയാളുടെ പേരിൽ കേസൊന്നും ഉണ്ടായിരുന്നില്ല. കണ്ണന്റെ ശവശരീരം പോസ്റ്റുമോർട്ടം ചെയ്യാൻവേണ്ടി ആശുപത്രിയും പൊലീസ് സ്റ്റേഷനുമായി ബന്ധപ്പെട്ടു നടന്നതുകൊണ്ട് കുറ്റങ്ങളൊന്നും ആരോപിക്കാൻ കഴിഞ്ഞില്ല.

പക്ഷേ, കുഞ്ഞച്ചൻ ആകെ തളർന്നുകഴിഞ്ഞിരുന്നു. സംഭവവികാസങ്ങൾ തീരെ പ്രതീക്ഷിച്ചിരുന്നതല്ല. എന്തെങ്കിലും സംശയം ഉണ്ടായിരുന്നെങ്കിൽ കണ്ണനെ വിട്ടു നടക്കുമായിരുന്നില്ല. ഇങ്ങനെ സംഭവിക്കുമായിരുന്നില്ല.....

അന്നത്തെ യോഗത്തിൽനിന്ന് എല്ലാം ഇട്ടെറിഞ്ഞ് ഇറങ്ങിപ്പോന്നു. കണ്ണൻ പുറകെ വിളിച്ചിട്ടും നിൽക്കാതെ. കണ്ണനെ വേദനിപ്പിച്ചിട്ടുണ്ടാകുമെന്നു കുഞ്ഞച്ചനു തോന്നി. അതുകൊണ്ടാണ് പിറ്റേന്നു തിരക്കിച്ചെന്നത്. ഏറെ നേരം അച്ഛനോടു സംസാരിച്ചു കൊണ്ടിരുന്നു. എല്ലാം തന്നെക്കുറിച്ചായിരുന്നുവെന്നറിഞ്ഞു. താൻ വീട്ടിലെത്തിയപ്പോഴേക്കും അവിടെനിന്നു പോയി. ആ പോക്കിൽ അതു സംഭവിച്ചു. തിരക്കിച്ചെന്നപ്പോൾ വെട്ടേറ്റു പിടയുന്നതാണു കണ്ടത്.....

കുറ്റബോധം കൊണ്ടും പൊലീസിന്റെ നരവേട്ടകൊണ്ടും കുഞ്ഞച്ചൻ ഇതികർത്തവ്യതാമൂഢനായി കഴിയുമ്പോൾ പാർട്ടിയുടെയും യൂണിയന്റെയും ജില്ലാ നേതാക്കന്മാർ അയാളെ തിരക്കിപ്പിടിച്ച് ബന്ധം വച്ചു. അവരൊന്നിച്ചു. നാട്ടിൽ പരസ്യമായി പര്യടനം നടത്തി. കൃഷിക്കാരെയും തൊഴിലാളികളെയും കണ്ടു സംസാരിച്ചു. പൊലീസിന്റെ കിരാതവാഴ്ചക്കെതിരായി പ്രസ്താവനകൾ പുറപ്പെടുവിച്ചു.

ഒരു വർഗത്തെ ആകെ അടിച്ചമർത്തുന്നതിനും നശിപ്പിക്കുന്നതിനും വേണ്ടി അവിടെ നടക്കുന്ന ബോധപൂർവമായ പരിശ്രമത്തിലേക്കു ജനങ്ങളുടെ ശ്രദ്ധ ആകർഷിച്ചു. രാജ്യത്തങ്ങോളമിങ്ങോളമുള്ള സംഘടിത തൊഴിലാളി പ്രസ്ഥാനം തങ്ങളുടെ പ്രതിഷേധമുയർത്തി.

നിരോധന മേഖലയ്ക്കു വെളിയിൽ വമ്പിച്ച പ്രകടനങ്ങളും യോഗങ്ങളും നടന്നു. തലമുതിർന്ന നേതാക്കന്മാർ അവയെ നയിക്കാനെത്തി. നിർവീര്യരും നിസ്സഹായരുമെന്നു കരുതപ്പെട്ടിരുന്ന ജനവിഭാഗങ്ങൾക്കു വേണ്ടി രാജ്യത്തെ വിപ്ലവശക്തികൾ അണിനിരക്കുന്ന ആവേശകരമായ കാഴ്ച നാട്ടുകാർ കണ്ടു.

ഒരു കൊടുങ്കാറ്റു പോലെ ആ പ്രസ്ഥാനം ആഞ്ഞുവീശി.

ഭൂവുടമകളും പൊലീസും തങ്ങളുടെ കാൽ പിന്നോക്കം വച്ചു. കേസിൽ കുടുങ്ങിയവരെ ജയിലിനു വെളിയിൽ കൊണ്ടുവരാൻ ഡിഫൻസ് കമ്മിറ്റികൾ പ്രവർത്തിച്ചു തുടങ്ങി. മർദനമേറ്റവരെ ചികിത്സിക്കാൻ വേണ്ടി റിലീഫ് ക്യാമ്പുകൾ തുറന്നു.

ഈ പ്രവർത്തനങ്ങളെയാകെ കോർത്തിണക്കുന്ന കണ്ണിയെന്ന നിലയിൽ കുഞ്ഞച്ചൻ രാപ്പകൽ മുഷിഞ്ഞു പണിയെടുത്തു. അതിനുവേണ്ടി അയാൾ സ്വയം അർപ്പിക്കപ്പെടുകയായിരുന്നു.

ദിവസംപ്രതി തന്റെ നാട്ടുകാരിൽ പലരേയും പൊലീസ് വാനിൽ കയറ്റിക്കൊണ്ടുവരുന്നത് സബ്ബ്ജയിലിന്റെ ഒരൊഴിഞ്ഞ ലോക്കപ്പു മുറിയിൽ കിടന്നു പാച്ചൻ കാണുന്നുണ്ടായിരുന്നു. നാട്ടിൽ എന്തൊക്കെയോ നടക്കുന്നു. ഒന്നും വ്യക്തമായി അറിയാൻ കഴിഞ്ഞില്ല.

ആ ജയിലിൽപ്പുള്ളികളെ കാണാൻ വെളിയിൽനിന്ന് ആൾ വരുന്നതും പോകുന്നതും പാച്ചൻ ആർത്തിയോടെ നോക്കിനിൽക്കും. തന്നെ തിരക്കി ഇതുവരെ ആരും വന്നിട്ടില്ല. ജീവിച്ചിരിക്കുന്നോ എന്നുപോലും ആരും തിരക്കിയിട്ടില്ല.

മറ്റുള്ളവർ വിട്ടുപോകുമ്പോഴും അയാൾ ആ മുറിയിൽ തന്നെ കിടന്നു. അതിൽനിന്ന് എന്ന് ഒന്നിറങ്ങാൻ കഴിയുമെന്നറിയാതെ. ഒരു പക്ഷേ തന്റെ അവസാനം കൊലമരമായിരിക്കും. തൂക്കുമരത്തിലേക്കു കൊണ്ടുപോകുന്നതും അതിൽ കിടന്നു ശ്വാസംമുട്ടി പിടയുന്നതും കൺമുന്നിൽ കണ്ടു. എങ്ങനെയെങ്കിലും രക്ഷപ്പെടാൻ കൊതിച്ചു. മരണത്തിലുള്ള ഭയവും ജീവിക്കാനുള്ള ആർത്തിയും അയാളെ ശക്തമായി പിടികൂടി.

ഉറക്കത്തിൽ കൊലമരം സ്വപ്നംകണ്ടു നിലവിളിച്ചു. കണ്ടതു സ്വപ്നമായിരുന്നെങ്കിലും സാക്ഷാൽ കൊലമരം ഒട്ടു ദൂരത്തിൽ, തന്നെ കാത്തുനിൽക്കുന്നുവെന്ന യാഥാർഥ്യം ഓർത്ത് അസ്വസ്ഥനായി.

കോയിക്കലെ കൊച്ചമ്പ്രാനയോ പണിക്കരു തമ്പ്രാനെയോ ഒന്നു കാണാൻ കൊതിച്ചു. ആരെയും അങ്ങോട്ടു കണ്ടില്ല. ഒരു വക്കീലിനെ ഏർപ്പെടുത്താൻ വേണ്ടി ഒരിക്കൽ രണ്ടുപേർക്കും ഒരെഴുത്തെഴുതി അയപ്പിക്കുകകൂടി ചെയ്തു. എന്നിട്ടും ഒന്നു തിരിഞ്ഞുനോക്കുകകൂടി ചെയ്തില്ല.

പാച്ചൻ പരിക്ഷീണനായി ലോക്കപ്പിന്റെ മൂലയിൽ തളർന്നു കിടക്കുമ്പോൾ തിരുവഞ്ചൻ ഇരുമ്പഴികൾ പിടിച്ചുനിന്നുകൊണ്ട് അവിടെ കാണുന്ന വാർഡന്മാരോടു സങ്കടം പറഞ്ഞു:

“അടിയൻ ഒന്നും അറിഞ്ഞോനല്ല തമ്പ്രാ. അടിയൻ നിരപരാധിയാ.”

വാർഡന്മാർ അയാളെ കളിയാക്കിപ്പറയും:

“ആരു പറഞ്ഞെടാ നീ അപരാധിയാണെന്ന്? അപരാധിയാണെങ്കിൽ ഇവിടെ വിളിച്ചു ചോറു തരുവോ?”

“അടിയന് ഒരു പോലെയീം നാലഞ്ചു പിള്ളേരുമുണ്ടേ. അടിയനെ

ഇറക്കി വിട്ടില്ലെ അവരധോഗതിയായിപ്പോകും."

"ഇനി ഇപ്പോ ചെന്നാ, നിന്റെ പൊലയി അവിടെ കാണുമോടാ? അവളു വേറെ വല്ലവന്റേം കൂടെ പോയിക്കാണും."

"എന്നെ വിട്ടയക്കണേ തമ്പ്രാ. ദൈവം തമ്പുരാൻ സഹായിക്കും. ഏനൊരു കുറ്റോം ചെയ്തോനല്ല."

ഈ പറച്ചിലുകളൊന്നും കൊണ്ട് യാതൊരു പ്രയോജനവുമില്ലെന്നു പാച്ചനറിയാം. നിരപരാധിത്വം തെളിയിക്കേണ്ടതു ജയിൽവാർഡന്മാരുടെ മുന്നിലല്ല. അതു കോടതിയിലാണ്. അതിനു പകരം ഇവിടെ കിടന്ന് ഈ പരവേശം പറയുന്നതു കേട്ടു പാച്ചനു നാണം തോന്നി.

ഒരുദിവസം ഉച്ചയ്ക്കു ജയിൽപ്പുള്ളികൾക്ക് ആഹാരം വിളമ്പി ക്കൊണ്ടു നിന്ന വിളമ്പുകാരെ നോക്കി തിരുവഞ്ചൻ തന്റെ നിരപരാ ധിത്വം തെളിയിക്കാൻ ശ്രമിച്ചു:

"അടിയൻ മനസ്സാവാചാ അറിഞ്ഞതല്ലേമാനേ."

പാച്ചന് അടക്കാൻ കഴിയാത്ത കലി തോന്നി.

"ഇയ്യാക്കിതൊന്നു നിർത്തിക്കൂടായോ? കാണുന്നവരോടെല്ലാം ഇങ്ങനെ കിടന്നു പാഴാംഗം പറയാൻ?"

തിരുവഞ്ചൻ കരുതി: അവനോ പെട്ടു. താനെങ്കിലും രക്ഷപ്പെട്ടു പോകുന്നതിലുള്ള കണ്ണുകടിയാണ്.

"എന്താ? നിനക്കെന്തോ നഷ്ടം വന്ന്?"

"നാണോം മാനോം ഇല്ലാതെ – വെറും എരപ്പാളികളെപ്പോലെ."

"നീയിപ്പം എന്നെ എരപ്പയാക്കി. അല്ലേടാ? എന്നെ ചതിച്ചു കുഴീ ചാടിച്ചിട്ട്."

പാച്ചനു മറിച്ചാണു പറയാനുള്ളത്.

"നീയെന്നെ പറഞ്ഞു ചതിച്ചേച്ച് ഇപ്പഴെന്തോ പറയുന്ന്?"

തിരുവഞ്ചൻ ക്രുദ്ധനായി പാച്ചനെ നോക്കി. ഉരുട്ടിപ്പിടിച്ച ഉരുള ഉയർത്തിക്കൊണ്ടയാൾ പറഞ്ഞു:

"നീയൊരുത്തനെല്ലാം വരുത്തിവച്ചിട്ട് ഇപ്പൊ തിരിച്ചായോ?"

"ആരെടാ നായേ? ഞാനോ?"

"അതേടാ. നീയാ അതു ചെയ്തത്. അതാരു കേക്കേം ഞാൻ പറയും. ഏമാന്മാരോടെല്ലാം പറയും. കോട്ടിലും പറയും."

പാച്ചൻ പൈശാചികമായി ചിരിച്ചു.

"അങ്ങനെ പറഞ്ഞു നിനക്കു രക്ഷപ്പെടാമെന്നു കരുതണ്ടാ. എന്നെ ക്കൊണ്ടു പറഞ്ഞു ചെയ്യിച്ചേച്ചു കാലുമാറാമെന്നു കരുതണ്ടാ."

തിരുവഞ്ചൻ കോപംകൊണ്ടു വിറച്ചു. പല്ലു ഞവറി. ഉരുട്ടിപ്പിടിച്ചി രുന്ന ചോറെടുത്തു പാച്ചന്റെ മുഖത്ത് ആഞ്ഞൊറേറു വച്ചുകൊടുത്തു. തിരുവഞ്ചനെ അടിക്കാൻ പാച്ചൻ ചാടിയെഴുന്നേറ്റു. മറ്റു ജയിൽ പുള്ളി കൾ അയാളെ കയറി പിടിച്ചു. വാർഡന്മാർ വന്ന് രണ്ടുപേർക്കും ഈ രണ്ടു കൊടുത്തിട്ടു ലോക്കപ്പിലിട്ടു പൂട്ടി.

അന്നു രാത്രിയിൽ ആ സെല്ലിൽനിന്ന് തിരുവഞ്ചന്റെ ദീനരോദനം

ഉയർന്നു കേട്ടു. വാർഡന്മാർ ഓടിച്ചെന്നപ്പോൾ പാച്ചൻ തിരുവഞ്ചന്റെ തല പിടിച്ചു കക്ഷത്തിലിടുക്കിക്കൊണ്ട് മുതുകിലിടിക്കുന്നു. വാർഡന്മാരുടെ ശാസനയും ഭീഷണിയും കേട്ടിട്ടും തിരുവഞ്ചൻ ഇടികൊണ്ടു വശം കെട്ടു വീണതിനു ശേഷമാണ് പാച്ചൻ വിട്ടുമാറിയത്.

ഇരയെ കടിച്ചുകുടഞ്ഞു കൊന്നിട്ട ശേഷം ഒരു നായനുഭവിക്കുന്ന ക്രൂരമായ സംതൃപ്തിയോടെ പാച്ചൻ ഭിത്തിചാരി ഇരുന്നു. ലോക്കപ്പിന്റെ നടയ്ക്കു കിടന്നു തിരുവഞ്ചൻ ദീർഘശ്വാസം വലിച്ചു.

പിറ്റേദിവസം പാച്ചനെ ഒറ്റയ്ക്കൊരു സെല്ലിലിട്ടു പൂട്ടി. അവിടെ ഏകനായി കിടക്കുമ്പോൾ ഒരു സ്വസ്ഥതയുമില്ലാതെ അയാൾ എരിപിരിക്കൊണ്ടു തന്നത്താൻ തലയ്ക്കിടിച്ചു. ചുണ്ടു കടിച്ചുമുറിച്ചു. പല്ലു ഞവറി. ഭിത്തിയിൽ തലയിട്ടിടിച്ചു. തലച്ചോറിലൂടെ പുഴുക്കൾ നുരയ്ക്കുന്നതു പോലെ തോന്നി.

കമഴ്ന്നു കിടന്നുറങ്ങാൻ നോക്കി. കൂടെക്കൂടെ ആലോചനകളിൽ മുഴുകി. കഴിഞ്ഞതെല്ലാം ഓർത്തു. തീറ്റയും വെള്ളവും കിട്ടാതെ തന്നെ കാണാൻ വേണ്ടി തലപൊക്കിപ്പിടിച്ചു നിൽക്കുന്ന കന്നുങ്ങളെ ഓർത്തു. കോയിക്കലെ കൊച്ചമ്പ്രാനെയും പണിക്കരു തമ്പ്രാനെയും ഓർത്തു. കാളിക്കുട്ടിയെയും ആയിരത്തിലെ നാരാപിള്ളക്കൊച്ചനെയും ഓർത്തു. നീലമ്മയെയും ശങ്കരിയെയും ഓർത്തു. ആ സ്നേഹമുള്ള അവറാച്ചന്റെ കാര്യം ഓർത്തു. അതിയാനിപ്പോൾ എവിടെയാണോ എന്തോ?

ഒരുദിവസം ജയിലിൽനിന്ന് അവറാച്ചന് ഒരെഴുത്തു വിട്ടു. തന്റെ കേസു നടത്തിക്കണം. തനിക്കുള്ളതെല്ലാം വിറ്റ് അതിനുവേണ്ടി ചെലവാക്കണം.

മറുപടിക്കത്തു കാത്തിരുന്നു. ഒരു ദിവസം കത്തു വന്നു. എബ്രഹാമിനയച്ച അതേ കത്തു മടങ്ങിവന്നിരിക്കുന്നു.

കാര്യം പിടികിട്ടാതെ പാച്ചൻ വാപൊളിച്ചു നിന്നു. മാടം തീയിട്ടതിനുശേഷം ചാണ്ടപ്പിള്ളയുടെ തറയിലായിരുന്നു എബ്രഹാമും ശങ്കരിയും താമസം. നിലം ഉടമകളുടെ ആളെന്ന നിലയിൽ പൊലീസുകാർക്ക് എബ്രഹാമിനെ മതിപ്പാണ്. അവർ എല്ലാറ്റിനും അയാളുടെ സഹായം തേടി. കേസന്വേഷണത്തിന്, പ്രതികളെ തിരിച്ചറിയുന്നതിന്, ക്യാമ്പിലെ ഭക്ഷണക്കാര്യങ്ങൾക്ക് — അങ്ങനെ എല്ലാറ്റിനും.

വരുത്തനാണെങ്കിലും ഇപ്പോൾ നാട്ടിൽ എബ്രഹാമിന്റെ വിലയും നിലയും ഉയർന്നു. ആളുകൾ ഭയത്തോടും ബഹുമാനത്തോടുംകൂടിയാണ് അയാളെ കണ്ടത്.

ഒരുദിവസം സന്ധ്യക്ക് മൂന്നു സി ആർ പിക്കാർ ചേർന്ന് ചാണ്ടപ്പിള്ളയുടെ കളത്തിൽ ചെന്ന് എബ്രഹാമിനെ വിളിച്ചു. തടിച്ച് ദീർഘകായനായ ഒരാളും വേറെ രണ്ടുപേരും. എബ്രഹാം അവരെ സൽക്കരിച്ചിരുത്തി.

തടിയൻ എബ്രഹാമിനോടു സ്വകാര്യം പറഞ്ഞു:

"അച്ചായാ, ഞങ്ങൾക്കു കാര്യമായൊന്നു മിനുങ്ങണം. ഒരിടത്തുനിന്നു സ്വൽപ്പം കഴിച്ചിട്ടൊന്നുമായില്ല. ഇവിടെവിടെങ്കിലുംനിന്നും

സ്വല്പം മരുന്നു മേടിക്കണം."

എബ്രഹാം ചിരിച്ചു.

"അതിനെന്താ? ഇതിനടുത്തു തന്നെ കിട്ടും."

തടിയൻ പറഞ്ഞു:

"എന്നാ അച്ചായനൊന്നു പോയിട്ടു വാ. ഞങ്ങളങ്ങോട്ടു വരണ്ട."

അയാൾ പോക്കറ്റിൽനിന്നു നോട്ടെടുത്തു നീട്ടി. അതു വാങ്ങി മടിയിൽ തിരുകി. ഒരു കുപ്പിയുമെടുത്തുകൊണ്ട് എബ്രഹാം പോയി.

തടിയൻ കൂട്ടുകാരനോടു ചോദിച്ചു:

"തനിക്കു കുളിരുന്നോടോ നായരേ? എനിക്കാണെങ്കിൽ തണുത്തു വിറയ്ക്കുന്നു."

"ഈ സമയത്ത് എന്തോ പറയാൻ? വീട്ടിച്ചെന്നു പെമ്പ്രന്നോരുമായി കെട്ടിപ്പിടിച്ചു കിടക്കണ്ട ഈ സമയത്ത് — നായിന്റെ മോന്മാർ സമ്മതിക്കണ്ടെ?"

മൂന്നാമത്തെയാൾ ഇരുന്നിടത്തുനിന്ന് എഴുന്നേറ്റ് മുറിയുടെ വാതുക്കൽചെന്ന് അകത്തേക്കു നോക്കി വിളിച്ചുപറഞ്ഞു:

"ശങ്കരിയേ, ഞങ്ങളെ ഈ തണുപ്പത്ത് ഇവിടിങ്ങനെ തനിച്ചിരുത്തിയിട്ട്, നീയങ്ങകത്തൊളിച്ചിരുന്നാലോ മോളെ? ഇങ്ങോട്ടു വാ.

തടിയൻ തിടുക്കപ്പെട്ടെഴുന്നേറ്റ് വാതുക്കലേക്കു നടന്നുകൊണ്ടു പറഞ്ഞു:

"ഓ, ഒ, അവളെന്തോ വേണോടാ? എല്ലാം ഉരിഞ്ഞുകളഞ്ഞേച്ച് ഇയ്യാടെ മുമ്പി വന്നു ഡാൻസ് ചെയ്യണോ? പിള്ളാച്ചന്റെ ഒരു ശൃംഗാരം പറച്ചില്? ഇയ്യാക്കു വയ്യാങ്കി ഇങ്ങോട്ടു മാറ്. ഈ തണുപ്പത്ത് ഞാനകത്തോട്ടൊന്നു കേറട്ടെ."

പിള്ളാച്ചനെ തള്ളിമാറ്റി തടിയൻ അകത്തേക്കു കയറിപ്പോയി. പിള്ളാച്ചൻ ഇളിഭ്യനായി നായരോടൊപ്പം വന്നിരുന്നു.

അകത്ത് തട്ടലും മുട്ടലും കേട്ടു. ശങ്കരിയുടെ ദീനതകലർന്ന ശബ്ദം:

"എനിക്കു വയ്യാണ്ടിരിക്കുവാണേ ഏമാനേ."

"നിന്നെത്തിരക്കി ഞങ്ങളിവിടംവരെ വന്ന സ്ഥിതിക്ക് നിനക്കൊരു കരുണ വേണ്ടേടീ പട്ടിച്ചീ."

നായരും പിള്ളാച്ചനും അകത്തെ ബഹളം കേട്ട് ഊറിച്ചിരിച്ചുകൊണ്ട് ബീഡി കത്തിച്ചുവലിച്ചു.

കുറേക്കഴിഞ്ഞപ്പോൾ പിള്ളാച്ചൻ ക്ഷമകെട്ടു പറഞ്ഞു:

"താനെന്തോ എടുക്കുവാടോ. രണ്ടു പാവപ്പെട്ട ജീവപ്രാണികൾ ഇപ്രത്തിരിപ്പുണ്ടെന്നോർക്കണേ."

നായർ ഇരിക്കപ്പൊറുതിയില്ലാതെ എഴുന്നേറ്റ് അങ്ങോട്ടുമിങ്ങോട്ടും നടക്കുകയും വാതിൽപ്പഴുതിലൂടെ അകത്തേക്ക് എത്തിനോക്കുകയും ചെയ്തു. തടിയൻ മുറിവിട്ടിറങ്ങി. പിള്ളാച്ചൻ അകത്തുകയറി.

തടിയൻ ബീഡിക്കും തീപ്പെട്ടിക്കും വേണ്ടി കൈനീട്ടിയപ്പോൾ നായർ തിരക്കി:

"എന്താ? ചരക്കെങ്ങനിരിക്കുന്നു?"

"ഉം. മെരുക്കാൻ പാടാ. ഏറ്റും ചവിട്ടും."

"അത്രയ്ക്കു മേടാന്നോ?"

"ഓ. എന്നിട്ടും ഒരിതില്ല – ഏത്?"

"ഉപയോഗത്തിനു കൊള്ളാമോ?"

"ഉം. ബോറാ. എന്നാലും നോക്ക്."

അവസാനം പിള്ളേച്ചനിറങ്ങി. നായർ അകത്തു കയറി.

ചാരായക്കുപ്പിയുമായി എബ്രഹാം വന്നു.

സംതൃപ്തി കലർന്ന ചിരിയോടെ എബ്രഹാം പറഞ്ഞു:

"രസികൻ സാധനമാ. സ്പെഷ്യലായിട്ടുണ്ടാക്കിയതാ."

കുപ്പി തിണ്ണയിൽവച്ചിട്ട് പാത്രമെടുക്കാൻവേണ്ടി വാതുക്കലേക്കു നടന്നപ്പോൾ തടിയൻ വിലക്കി:

"താനിപ്പോ അകത്തേക്കു പോവണ്ട. വാ ഇവിടെ വന്നിരിക്ക്."

"എന്താ? എന്താ കാര്യം?"

തടിയന്റെ സ്വരം രൂക്ഷമായി:

"ഇവിടെ വന്നിരിക്കാനല്ല്യോടാ പറഞ്ഞത്?"

എബ്രഹാം നിന്നു വാപൊളിച്ചു. പിള്ളേച്ചൻ സൗമ്യതയോടെ പറഞ്ഞു:

"താൻ പോയി ഒരുപാക്കറ്റു സിഗററ്റുകൂടെ വാങ്ങിക്കൊണ്ടുവാ."

അയാൾ ചില്ലറയ്ക്കുവേണ്ടി പോക്കറ്റു തപ്പി.

"ഇനി ഇപ്പോ അവനെങ്ങും പോവണ്ട-വാടോ. ഇവിടെ വന്നിരിക്ക്."

എന്നിട്ടു സ്വകാര്യമായി പറഞ്ഞു:

"അകത്ത് ഞങ്ങടെയൊരാളുണ്ട്. അതാ അങ്ങോട്ടു പോകണ്ടാന്നു പറഞ്ഞത്."

നിന്ന നിലയിൽനിന്ന് എബ്രഹാം ഇളകിയില്ല.

ഒരു വിഡ്ഢിച്ചിരി ചിരിച്ചുകൊണ്ട് നായർ അകത്തുനിന്നിറങ്ങി വന്നു.

പിള്ളേച്ചൻ എബ്രഹാമിനോടു പറഞ്ഞു:

"ഇനി പൊയ്ക്കോ. പോയി പാത്രമെടുത്തുകൊണ്ടുവാ."

ഒരു നായെപ്പോലെ എബ്രഹാം അനുസരിച്ചു.

തടിയൻ ഗ്ലാസെടുത്തു ചാരായമൊഴിച്ച് എബ്രഹാമിനു നീട്ടി. അയാൾ വൈമനസ്യം കാട്ടി. തടിയൻ പറഞ്ഞു:

"എന്താടോ നിന്നു മിഴിക്കുന്നെ? മേടിച്ചു കുടിയെടോ. അല്ലേ നിന്നെക്കൊണ്ടു കുടിപ്പിച്ചിട്ടേ ഞങ്ങൾ പോകൂ."

പിള്ളാച്ചനിഷ്ടപ്പെട്ടു.

"അയാളു കുടിക്കും-മേടിച്ചു കുടിയെടോ."

"ഇതു മുഴുവനും അവനെക്കൊണ്ടു കുടിപ്പിക്കണം. അവന്റെയൊരു ഭാവം."

എല്ലാം കഴിഞ്ഞ് പൊലീസുകാർ മൂവരും അവിടെനിന്നെറങ്ങി ആടിയാടി നടന്നുപോയി.

ലഹരികയറി എബ്രഹാമിന്റെ തല വട്ടംകറങ്ങി. നിലത്തുനിന്നെഴുന്നേറ്റപ്പോൾ കാലുതെറ്റി വീഴാൻ ഭാവിച്ചു. ഭിത്തിയിൽ പിടിച്ച് അകത്തേക്കു ചെന്നു. മങ്ങിക്കത്തിക്കൊണ്ടിരുന്ന മണ്ണെണ്ണവിളക്കിന്റെ നാളം ഇരട്ടയായി തോന്നി. നിലത്തുകിടന്ന ശങ്കരി കണ്ണുതുറക്കുന്നതു കണ്ടു. എബ്രഹാമിനെ നോക്കിയിട്ട് അവൾ മുഖംതിരിച്ചു. ഏങ്ങലടിച്ചു കരഞ്ഞു.

എബ്രഹാം അവളുടെയരികിൽ കുത്തിയിരുന്നു.

"എനിക്കുവയ്യായേ, എന്റമ്മോ. എനിക്കു ശ്വാസം മുട്ടുന്നു."

തല മത്തടച്ചിരുന്നെങ്കിലും ആ നിലവിളി എബ്രഹാമിന്റെ കരളലിയിച്ചു. അയാൾ അവളുടെ നെറ്റിയിൽ തലോടി. തിരിഞ്ഞുമറിഞ്ഞു കിടന്നുകൊണ്ട് ശങ്കരി കരഞ്ഞു.

"എനിക്കുശ്വാസം മുട്ടുന്നു. എന്നെയൊന്ന് വീശ്."

ഒരു തുണിയെടുത്ത് എബ്രഹാം അവളെ വീശിക്കൊണ്ടിരുന്നു. ഒടുവിൽ നിവർന്നിരിക്കാൻ കഴിയാതെ ലക്കുകെട്ടു നിലത്തു വീണു.....

നേരം വെളുത്തപ്പോൾ അവൾ സർവാംഗം വേദനകൊണ്ടു പുളഞ്ഞു. വേദന തളംകെട്ടി നിന്ന കണ്ണുകൾ ചുഴറ്റി എബ്രഹാമിനെ നോക്കി. അയാളെ അടുക്കൽ വിളിച്ചിരുത്തി സംഭ്രമത്തോടെ പറഞ്ഞു:

"നമുക്ക് ഇവിടുന്നെവിടേലും പോണം. ഈ കാലമാടന്മാരുടെയടുത്തു നിന്ന് എവിടേലും പോണം."

എബ്രഹാം മരപ്പാവയെപ്പോലിരിക്കുന്നതു കണ്ട് അവൾ ചോദിച്ചു:

"എന്താ ഒന്നും മിണ്ടാത്തെ? ഞാൻ പറഞ്ഞതു കേട്ടോ. നമുക്കെവിടേലും പോണം. അവന്മാരിനിയും വന്നാ ഞാൻ ചത്തുപോവും."

"നമുക്കു പോവാം."

കുറേനേരത്തേക്ക് അവിടെ നിശ്ശബ്ദത തങ്ങിനിന്നു. ശങ്കരി വീണ്ടും ചോദിച്ചു:

"എങ്ങോട്ടാ പോന്നെ?"

"എങ്ങോട്ടേലും പോവാം."

"രാമങ്കരിക്കു പോയാമതി. അവിടാന്നെ നമുക്കെങ്ങാനേം വേല ചെയ്തു കഴിയാം."

"അങ്ങോട്ടുതന്നെ പാം."

"എന്നാ എപ്പഴാ നമ്മളു പോന്നെ?"

"നിനക്കു നടക്കാറാകട്ടെ."

ഉച്ചതിരിഞ്ഞപ്പോൾ ശങ്കരി കുളിരുകൊണ്ടു വിറച്ചുതുടങ്ങി. സർവാംഗം വേദനകൊണ്ട് ഉരുണ്ടുമറിയാൻ തുടങ്ങി. പനികൊണ്ടു ശരീരം ചുട്ടുപൊള്ളി.

അടുത്തിരുന്ന എബ്രഹാമിനെ നോക്കി അവൾ കരഞ്ഞു:

"എനിക്കുവയ്യ. ഞാൻ ചത്തുപോകും..... ചത്തുപോകും....."

എബ്രഹാം നിശ്ശബ്ദനായിരുന്നു.

"എവിടേലുംപോയി എനിക്കിത്തിരി മരുന്നു മേടിച്ചുതാ. വെക്കം ചാവാനൊള്ള മരുന്ന്."

ആ പരവശത കണ്ട് എബ്രഹാമിന്റെ കണ്ണുകളും നിറഞ്ഞു. ഒരു കുപ്പിയുമെടുത്തുകൊണ്ട് അയാൾ റോഡിലേക്കിറങ്ങി നടന്നു.

കരിപ്പുഴ കവലയിലെത്തിയപ്പോൾ ഒരു ടാക്സിക്കാർ വന്നുകിടക്കുന്നതു കണ്ടു. അടുത്തുള്ള സ്റ്റേഷനറിക്കടക്കാരൻ തന്റെ നേരെ വിരൽ ചൂണ്ടി എന്തോ പറഞ്ഞു. കടയുടെ മുമ്പിൽ നിൽക്കുന്നയാൾ എബ്രഹാമിനെ തുറിച്ചു നോക്കുന്നതു കണ്ടു. എബ്രഹാം ഞെട്ടി. ചങ്ങനാശ്ശേരിക്കാരൻ ജോർജുകുട്ടി. എബ്രഹാം നിന്നു പരുങ്ങി. ജോർജുകുട്ടി അടുത്തുവന്നപ്പോൾ ചിരി അഭിനയിച്ചുകൊണ്ടു പറഞ്ഞു:

"അല്ലാ, ഇതാരാ? ജോർജുകുട്ടിയോ? താൻ എവിടുന്നു വരുന്നു?"

ജോർജുകുട്ടി ചിരിച്ചു:

"താനെങ്ങനെ ഇവിടെത്തി?"

"ഒരുവിധം എന്നു പറഞ്ഞാ മതിയല്ലോ."

"ങ്ആ. എനിക്കു കായംകുളം വരെയൊന്നു പോകണം. പോകുന്ന പോക്കിൽ ഇവിടെയൊന്നിറങ്ങേണ്ട കാര്യമുണ്ടായിരുന്നു."

അയാൾ എബ്രഹാമിനെ അടിമുടി നോക്കിയിട്ട് അതിശയത്തോടെ പറഞ്ഞു:

"എന്നാലും അവറാച്ചൻ ആളെന്തു മാറിപ്പോയി? ഞാൻ കണ്ടിട്ടാളറിഞ്ഞില്ല."

"ഞാൻ കുറേനാളായി സുഖമില്ലാതെ കിടക്കുകയായിരുന്നു ജോർജുകുട്ടി."

"വന്നെ, ഒരു വിവരം ചോദിക്കട്ടെ."

കാറിനടുത്തേക്കു നടക്കുമ്പോൾ ജോർജുകുട്ടിതിരക്കി:

"ഇവിടെ വലിയ ബഹളമാണെന്നു കേട്ടല്ലോ?"

"വലിയ കുഴപ്പമാരുന്ന്. ഇപ്പോൾ ഒതുക്കമുണ്ട്."

ടെർളിൻ ഷർട്ടും സ്വർണച്ചെയിനും ധരിച്ച കണ്ണാടി വച്ച ഒരു മധ്യവയസ്കൻ കാറിൽനിന്നിറങ്ങുന്നതു കണ്ട് എബ്രഹാം വീണ്ടും ഞെട്ടി. അയാൾ എബ്രഹാമിനെ നോക്കി ഗൗരവത്തോടെ ചോദിച്ചു:

"എന്താ ഞങ്ങളെയൊക്കെ അറിയുമോടാ അവറാച്ചാ."

"എബ്രഹാം തലകുനിച്ചു മൂകനായി നിന്നു."

മറ്റുള്ളവരും കാറിൽനിന്നിറങ്ങി. എല്ലാം എബ്രഹാമിന്റെ ബന്ധുക്കൾ.

അയാളുടെ ജ്യേഷ്ഠസഹോദരൻ പരിഹാസ സ്വരത്തിൽ പറഞ്ഞു:

"നിന്റെ മകൾക്ക് പലയിടത്തുനിന്നും ആളുകൾ വരുന്നു. അവരെല്ലാം നിന്നെ തിരക്കുന്നു. നീയാ കാറിലോട്ടൊന്നു കേറ്..... ഇല്ലേ നിന്നെ പിടിച്ചു കെട്ടിക്കൊണ്ടു പോകാൻ കയറുമായിട്ടാ ഞങ്ങൾ വന്നിരിക്കുന്നത്." ഒരെതിർപ്പും പറയാതെ എബ്രഹാം കാറിൽ കയറി.

ഒരു നീണ്ട ഹോൺവിളിയോടുകൂടി ആ കാറ് എന്നേക്കുമായി കരിപ്പുഴ കവലയിൽ നിന്നോടിപ്പോയി.

മുപ്പത്തിയൊൻപത്

പോയതിന്റെ പിറ്റേദിവസം തന്നെ തങ്കമ്മ മടങ്ങിവരുന്നതു കണ്ട് അണിമ അന്ധാളിച്ചു. മകളുടെ വാടിക്കരിഞ്ഞ മുഖം കണ്ട് വേവലാതിയോടെ ചോദിച്ചു: "എന്താ മോളെ? അവനെ ഇതുവരെ ജയിലീന്നു വിട്ടില്ലിയോ?"

അണിമയുടെ മുഖത്തു നോക്കാതെ അവൾ പതുക്കെ പറഞ്ഞു:

"വിട്ട്."

"പിന്നെന്താ നീയിങ്ങു പോന്നെ? വിശേഷം വല്ലോം....."

"ഒന്നുമില്ല."

അണിമയ്ക്കു മനസിലായില്ല.

"ഒന്നുമില്ലേപ്പിന്നൊടനെയെന്താ നീയിങ്ങു പോന്നെ?"

മറുപടി പറഞ്ഞില്ല. കണ്ണുകൾ നിറഞ്ഞു കവിളിലൂടെ താഴോട്ടൊഴുകി.

അണിമ ഉൽക്കണ്ഠയോടെ ചോദിച്ചു:

"എന്തുവാ ഒണ്ടായതെന്നു പറ. നിങ്ങൾ തമ്മി വഴക്കു കൂടിയോ? നിന്നെ വല്ല ദേഹദണ്ഡോം ചെയ്തോ?"

"അതിന് അതിയാനെ കണ്ടിട്ടു വേണ്ടായോ?"

"അവൻ പിന്നെവിടെപ്പോയി?"

"അങ്ങേച്ചന്റെകൂടാ-ഏവൂർ. മാടത്തിലോട്ടു വന്നിട്ടില്ല."

തെല്ലുനേരം നിശ്ശബ്ദയായി നിന്നിട്ട് അണിമ സമാധാനിപ്പിച്ചു.

"ആങ്ഹാ, ഇത്രയുള്ളോ കാര്യം? ഇതിനാണോ നീ...."

തങ്കമ്മ അണിമയുടെ നേരെനോക്കി വെറുപ്പോടെ പറഞ്ഞു:

"എന്താ, ഇത്രേംകൊണ്ടു പോരായിരിക്കും?"

"അവൻ വരുത്തില്ലേ വരണ്ടാ. അതിനു നീയിങ്ങനെ കരഞ്ഞും പിഴിഞ്ഞും കഴിഞ്ഞാലക്കൊണ്ട്......"

തങ്കമ്മ തേങ്ങി:

"എനിക്കിപ്പം ആരുമില്ലാതായി."

"ഇല്ലായെങ്കി ഇല്ലത്തോരെപ്പോലങ്ങു കഴിയണം കുഴിയട്ടികള്. എന്തോ വരുമെന്നറിയട്ടെ."

"എല്ലാരുക്കും അങ്ങനെ പറയാം. അല്ലേലും എനിക്കൊരു കാര്യം വന്നാ ഒരുത്തരും ഒന്നും തിരിഞ്ഞുനോക്കത്തില്ല."

"അതാരുടെ തെറ്റുകൊണ്ടോ? എന്താ ആരും തിരിഞ്ഞുനോക്കാനില്ലാണ്ടായേ?"

"ഞാനെന്നാ തെറ്റു ചെയ്ത്?"

"എന്തുവാന്നറിഞ്ഞുകൂടായോ? കണ്ടോന്റെകൂടെ തോന്ന്യാസം എറങ്ങിപ്പോയേച്ച്....."

അവൾ മുഖമുയർത്തി അണിമയെ രൂക്ഷമായൊന്നു നോക്കി.

"നിങ്ങളെല്ലാംകൂടെന്നെ ഈ വിധമാക്കി. എന്നിട്ടിപ്പോ ഞാൻ

കണ്ടോന്റെ കൂടെറങ്ങിപ്പോയെന്നും പറഞ്ഞ്....."

"നിന്നെ ഏതുവിധമാക്കിയെന്നാ?"

"അന്നെന്തിനാ നിങ്ങളു പൊന്നും പണവും കൊടുക്കാമെന്നു പറഞ്ഞെ? കൊടുക്കാം കൊടുക്കാമെന്നു പറഞ്ഞ് ആളുകളെയിട്ട് പൊറകെ നടത്തിയെ?"

"കൊടുക്കാമെന്നു പറഞ്ഞേനക്കൊണ്ടു നെനക്കെന്നാ ദോഷം വന്ന്?"

"അന്നു പറഞ്ഞോണമൊക്കെ ചെയ്തിരുന്നേ എനിക്കിങ്ങനെ വരത്തില്ലാരുന്ന്."

"എന്നാലും വരാനൊള്ളതു വഴീത്തങ്ങത്തില്ല മോളേ? എല്ലാം നമ്മുടെ തലേവിധിയാ."

അവൾ കുനിഞ്ഞിരുന്നു കണ്ണീരു തുടയ്ക്കുന്നതു കണ്ടുകൊണ്ട് അണിമ കുടം കൊണ്ടുപോയി വെള്ളം കൊണ്ടുവന്ന് അടുപ്പത്തു വച്ചു തീയെരിക്കുന്നതിനിടയിൽ മകളെ വിളിച്ചിരുത്തി വിവരമെല്ലാം ചോദിച്ചറിഞ്ഞു.

അടുപ്പിൽ അരി തിളയ്ക്കുന്നതിനു മുമ്പേ ഒരുകെട്ടു പുല്ലുമായി കുഞ്ഞിത്തേവനും വന്നെത്തി. മാടത്തിന്റെ കോണിൽ മുഖം കുനിച്ചിരിക്കുന്ന തങ്കമ്മയെ കണ്ടു ചോദിച്ചു:

"എന്താ പെണ്ണേ നീയിങ്ങു പോന്നെ?"

അണിമയാണു വിശേഷങ്ങൾ പറഞ്ഞത്. എല്ലാം കേട്ടുകഴിഞ്ഞപ്പോൾ കുഞ്ഞിത്തേവന്റെ മുഖം മങ്ങി. കഞ്ഞികുടിക്കാനിരുന്നിട്ട് ഇറങ്ങിയില്ല. കുടിച്ചേന്നു വരുത്തി എഴുന്നേറ്റുപോയി.

ഇപ്പോൾ തലയും കുനിച്ചിട്ട് കുഞ്ഞിത്തേവൻ ആലോചനകളാണ്.

ഈ തവണ അയാൾ മകളെ ശകാരിച്ചില്ല. കുത്തുവാക്കു പറഞ്ഞില്ല. അവളുടെ മുഖത്തു നോക്കാനുള്ള ധൈര്യംപോലും വന്നില്ല. ഇപ്പോഴത്തെ കളിയിൽ താൻതന്നെയാണു തോൽക്കാൻ പോകുന്നതെന്നു തോന്നി.

ഒരുദിവസം അണിമ അയാളുടെ ചെവിയിൽ പറഞ്ഞു:

"പെണ്ണിന്റെ പേറടുത്ത്. അവളുടെ കാര്യത്തിന് ഒരു കരുതൽ വേണം."

അയാൾ കാര്യമായി മൂളിക്കേട്ടു.

അണിമ പറഞ്ഞതിൻ പ്രകാരമെല്ലാം കുഞ്ഞിത്തേവൻ ചെയ്തു. വൈദ്യശാലയിൽനിന്ന് എണ്ണയും മുക്കൂട്ടും ഏൽപ്പിച്ചു. അണിമ വീതിയേറിയ രണ്ടു കമുകിൻപാള കരുതിവച്ചു. കുഞ്ഞിനെ കിടത്താനും കുളിപ്പിക്കാനും. പഴന്തുണികളെടുത്തു കഴുകിയുണക്കി ചുരുട്ടിക്കെട്ടി സൂക്ഷിച്ചു.

ഒരുദിവസം വെളുപ്പിന് അണിമ കുഞ്ഞിത്തേവനെ വിളിച്ചുണർത്തി എന്തോ കുശുകുശുത്തു. അയാൾ കണ്ണും ഞെവിടി മാടത്തിൽനിന്നിറങ്ങിപ്പോയി. വയറ്റാട്ടിയുമായി തിരിച്ചുവന്നു. മുറുക്കാൻ വായിലിട്ടു തുപ്പി

ക്കൊണ്ട് കുഞ്ഞിത്തേവൻ മുറ്റത്തു ചെവിയോർത്തു കാത്തിരുന്നു. കുഞ്ഞിന്റെ കരച്ചിൽ കേട്ടപ്പോഴാണു ശ്വാസം നേരേ വിട്ടത്.

അന്നൊരു ദിവസം വൈകിട്ട് വെട്ടിയാറ്റുകാരൻ കുട്ടപ്പൻ വന്നു. അണിമയോടു ലോഹ്യം പറഞ്ഞു:

"കുഞ്ഞിനെ ഞാനൊന്നു കാണട്ടപ്പച്ചീ. ഇങ്ങോട്ടൊന്നെടുത്തോണ്ടു വന്നേ."

അണിമ കുഞ്ഞിനെ കൊണ്ടുവന്നു. കുട്ടപ്പന്റെ കൈയിൽ കൊടുത്തു. അയാൾ അതിനെ വാങ്ങി താലോലിക്കുമ്പോൾ കിഴവി പറഞ്ഞു:

"സൂക്ഷിച്ചില്ലേ അവൻ പറ്റിക്കുവേ."

പറഞ്ഞതുപോലെതന്നെ പറ്റി. കുഞ്ഞ് കുട്ടപ്പന്റെ മേലാകെ മൂത്രമൊഴിച്ചു നനച്ചു.

"ആ, പറ്റിച്ചല്ലോ."

അണിമ അതുപറഞ്ഞു ചിരിക്കുന്നത് തങ്കമ്മ അകത്തുനിന്നു കേട്ടു. അവളുടെ ചുണ്ടിലും ചിരിയൂറി.

കുഞ്ഞിനെ തിരികെ കൊടുത്തിട്ടു കുട്ടപ്പൻ ചോദിച്ചു:

"കുഞ്ഞച്ചച്ചാര് പേറ്റിനെന്തൊക്കെ കൊണ്ടുവന്നപ്പച്ചീ?"

അണിമയുടെ മുഖം വിളറി.

"ഓ, അവൾ കൊണ്ടുവരുന്ന്. ഒന്നും കൊണ്ടുവരണ്ടാരുന്ന്. മാളോരു വഴിക്ക് ഇത്രേടം വരെ ഒന്നു കേറാൻ തോന്നിയില്ലല്ലോ അവന്."

"ആങ്ഹാ. ഇതുവരെ ഒന്നു വന്നതുമില്ലിയോ?"

കുട്ടപ്പനതിശയമായിരുന്നു.

"അവൻ മനുഷ്യനാന്നോടാ കുഞ്ഞേ? നീയൊന്നു പറ. അവളെന്തേലും കുറ്റം ചെയ്തിട്ടാന്നോ?"

കുട്ടപ്പനൊന്നും പറഞ്ഞില്ല. കുഞ്ഞച്ചന്റെ ഹൃദയശൂന്യതയിൽ തോന്നിയ ഈർഷ്യ വെളിവാക്കാൻ മടിച്ചു.....

മറ്റത്തു നടന്ന ബഹളത്തെക്കുറിച്ചു പറയാനാണ് പിന്നത്തെ തവണ അയാൾ വെട്ടിയാറ്റുനിന്നു വന്നത്.

കണ്ണനെ വെട്ടിക്കൊന്നെന്നു കേട്ടപ്പോൾ തങ്കമ്മ ഞെട്ടിപ്പോയി.

"എന്റപ്പച്ചീ. അങ്ങോട്ടൊന്നൊമയ്ക്കാൻ പോലും പറ്റത്തില്ല. എവിടെ തിരിഞ്ഞാലും പൊലീസാ. കണ്ണിക്കാണുന്നോരെയെല്ലാം ഓടിച്ചിട്ട് തല്ലുവാ. ഞാൻ പറഞ്ഞില്യോ? കൈലി ഉടുത്തോരെ അടി, മീശവെച്ചോരെ അടി, കറത്തോരുക്ക് പ്രത്യേകം അടി—ഇതൊക്കെയാ ഇപ്പം അവിടുത്തെ നടപടി. എല്ലാവരേം പിടിച്ചോണ്ടുപോയി ജയിലിലിട്ടിരിക്കുവാ."

തങ്കമ്മയ്ക്ക് ആധിയായി. അവളുടെ കുഞ്ഞച്ചന് എന്തുപറ്റി? വേവലാതി പൂണ്ട മുഖത്തു നോക്കി കുട്ടപ്പൻ ചിരിച്ചുകൊണ്ടു പറഞ്ഞു:

"നീ വിഷമിക്കണ്ട. കുഞ്ഞച്ചനൊരപത്തോം പറ്റിയില്ല. അതിയാൻ രക്ഷപ്പെട്ടുനിക്കുവാ."

ആശ്വാസമായി. എങ്കിലും കണ്ണന്റെ കാര്യമോർത്തപ്പോൾ കണ്ണു

കൾ നിറഞ്ഞു. മറ്റുള്ളവർക്കുവേണ്ടി നടന്നു കഷ്ടപ്പെട്ടു. ഒടുവിൽ സ്വന്തം ആൾക്കാർ തന്നെ വെട്ടിക്കൊന്നു. എന്ത് സ്നേഹമുള്ള മനുഷ്യനായിരുന്നു!

എന്തോ ഓർത്തുകൊണ്ടിരുന്നിട്ട് അവൾ തന്നത്താൻ പറഞ്ഞു:

“പാവം ആ നീലമ്മച്ചേട്ടത്തി എങ്ങനെ സഹിക്കും? അവരുടെ കാര്യമാ കഷ്ടം.”

“അതറിഞ്ഞില്യേ? ആ ദിവസംതന്നെ അവരും ചത്ത്. ചോര തുപ്പിച്ചത്ത്.”

തങ്കമ്മ തരിച്ചിരുന്നുപോയി. നല്ലവരായ ആ മനുഷ്യരെക്കുറിച്ചോർത്ത് കണ്ണിൽ വെള്ളം നിറഞ്ഞു. കണ്ണനും നീലമ്മയും മരിച്ചു. മറ്റുള്ളവർക്കെന്തു പറ്റിയോ എന്തോ? മത്തായിച്ചൻ, മറിയാമ്മ, അച്ചാമ്മ.... മഠത്തിലെ സഖാവ്.....

അവരോടൊപ്പം കഴിഞ്ഞുകൂടിയ ആ കാലം വീണ്ടും വരുമോ? ഇനിയെന്നെങ്കിലും കുഞ്ഞച്ചൻ വന്നു അവളെ വിളിച്ചുകൊണ്ടു പോകുമോ?

ഞങ്ങൾ തമ്മിലുള്ള പിണക്കം തീർക്കാൻ കണ്ണൻചേട്ടനെക്കൊണ്ട് പറയിക്കാമെന്നായിരുന്നു അന്നു മത്തായിച്ചൻ പറഞ്ഞത്. പറഞ്ഞുകാണുമോ? പറയാൻ നേരംകിട്ടിക്കാണുമോ? പറഞ്ഞിരുന്നെങ്കിൽ വരാതിരിക്കില്ലായിരുന്നു.....

എങ്കിലും ഓരോ ദിവസവും അവൾ കുഞ്ഞച്ചനെ കാത്തുകഴിഞ്ഞു. പുഞ്ചയുടെ ഓരത്തിറങ്ങിപൂത്തുനിന്ന ആറ്റുവഞ്ചികളുടെയും നീറ്റിലഞ്ഞികളുടെയും വിടവിലൂടെ വിദൂരതയിലേക്കു നോക്കിനിന്നു. പുഞ്ചയ്ക്കപ്പുറത്ത് കുമ്പിളിമലയുടെ ഉച്ചിയിൽ ചന്ദ്രനുദിച്ചു പ്രകാശിക്കുമ്പോൾ, പുകമഞ്ഞിന്റെ ഏത്താപ്പു ചുറ്റി പാടം മയങ്ങിക്കിടക്കുമ്പോൾ, അവന്റെ വിളി കേൾക്കാൻ അവൾ ചെവിയോർത്തു കിടന്നു.

എല്ലാം വെറുതെയായിരുന്നു. കഴിഞ്ഞതെല്ലാം ഒരു സ്വപ്നം മാത്രം. ഇപ്പോൾ യാഥാർഥ്യമായുള്ളത് വെള്ളം കയറിക്കിടക്കുന്ന പുഞ്ചയും വെയിൽ കാഞ്ഞുകിടക്കുന്ന കുമ്പിളി മലയും മാത്രം.

അവിടെനിന്നു വേല കഴിഞ്ഞു മടങ്ങി മാടത്തിന്റെ മുറ്റത്തു വന്നു നിന്നു വർത്തമാനം പറയുന്ന കുട്ടപ്പൻചേട്ടനും വയോവൃദ്ധനായ അച്ഛനും മാത്രം.

കുട്ടപ്പൻ വെട്ടിയാറ്റുനിന്നു വന്നാൽ മടങ്ങിപ്പോകാൻ കിഴവൻസമ്മതിക്കില്ല. വയസുകാലത്ത് തമ്പ്രാന്റെ വീട്ടിലെ പണിക്ക് സഹായത്തിനൊരാളുവേണം. അതിനുപറ്റിയ വേറൊരാൾപ്പേരില്ല.

കുട്ടപ്പൻ ഒരുദിവസം പണികഴിഞ്ഞു വരുമ്പോൾ തള്ളയും മകളും തമ്മിൽ എന്തോ പറഞ്ഞ് കലമ്പൽ കൂട്ടുന്നതാണു കണ്ടത്.

“എന്തുവാപ്പച്ചീ കാര്യം?”

“എന്തുവാന്നു നീ അവളോടു ചോദിക്ക്.”

കുട്ടപ്പൻ ചോദിച്ചില്ല. അണിമ തന്നെ കാര്യം പറഞ്ഞു:

“അന്നു പറഞ്ഞിരുന്നോണമെല്ലാം കൊടുത്തിരുന്നേ അവക്കിങ്ങനെ

വരുത്തില്ലാരുന്നെന്ന്. നീയൊന്നു പറ. ഇത്തരക്കാരാന്നറിയാതെ, വല്ല പൊന്നോ പണവോ ഒണ്ടാക്കിക്കൊടുത്തിരുന്നേ ഇന്നെന്താ ചെയ്യുവാരുന്ന്? അന്നങ്ങനെ ചെയ്യാതിരുന്നതല്ലിയോ പുത്തി?"

തങ്കമ്മ ഈർഷ്യയോടെ പറഞ്ഞു:

"പുത്തി കൂടിപ്പോയിട്ടാ ഇങ്ങനെല്ലാം വന്നെ."

"പിന്നേം പറയുന്നതു കേട്ടില്ലിയോ? ആരാ വരുത്തിയേ? അന്നവന്റെ കൂടെറങ്ങിപ്പോവാനക്കൊണ്ട് വല്ലോരും പറഞ്ഞോ?"

"അതെന്റെ മനസാരുന്ന്. എന്തിനാ അതിങ്ങനെ കൂടെക്കൂടെ പറേന്നെ?"

"എന്താടീ ഇപ്പം പറഞ്ഞാലക്കൊണ്ട്? നീയെന്റെ മൂക്കുചെത്തിക്കള യുവോ?"

കുട്ടപ്പൻ ഇടപെട്ടു:

"കഴിഞ്ഞതൊക്കെ പോട്ടപ്പച്ചീ. അതു പറഞ്ഞവളെ ദണ്ഡപ്പെടു ത്താതെ."

"അല്ലെടാ മോനേ. പറയുന്നതാന്നോ കുറ്റം? അവളങ്ങനെ പോയപ്പം കൊള്ളാം. അവനെ തന്തിച്ചുപിടിച്ച് എങ്ങനേലും ജീവിക്കാൻ നോക്ക ണവാരുന്ന്."

"അതിനിപ്പഴെന്തുവാ കുഴപ്പം പറ്റിയതപ്പച്ചീ? അയാളിട്ടേച്ചു പോയാലും തന്തയ്ക്കും തള്ളയ്ക്കും അവളന്യയല്ലല്ലോ."

"അതാടാ കുഞ്ഞേ ഞാനും പറേന്നെ. പത്തു പെറ്റാലും നമുക്കു കളയൊനൊക്കുവോ? അവനിനി വരത്തില്ലേ വേണ്ട. അവളത്ര പ്രായമാ യിപ്പോയതും മറ്റുമില്ലല്ലോ....."

അതു നേരാണോയെന്നറിയാനെന്നവണ്ണം കുട്ടപ്പൻ അവളുടെ മുഖ ത്തേക്കു നോക്കി. അപ്പോൾ അതുവരെയില്ലാത്ത ഒരു നാണം തോന്നി. മുഖം താനേ കുനിഞ്ഞുപോയി. മനസിൽപ്പറഞ്ഞു. ഇപ്പോഴും ഒരു സുന്ദരി തന്നെയാണേ.....അതുമുതൽ വീണ്ടും അവളെക്കുറിച്ചോർത്തുകൊണ്ടി രിക്കുന്നതിൽ ഒരാനന്ദം. അവളുടെ മുമ്പിൽ ചെന്നുപെടുമ്പോൾ ഒരു പരി ഭ്രമം. മുഖത്തു നോക്കാൻ സങ്കോചം. എങ്കിലും മറ്റാരും കാണാതെ അവളെ കണ്ടുകൊണ്ടിരിക്കാൻ ദാഹം....

അയാൾ കൂടെക്കൂടെ വെട്ടിയാറ്റുനിന്നു വന്നു. കുഞ്ഞിത്തേവൻ പറ യുന്നിടത്തെല്ലാം വേലക്കു പോയി.

ഒരു ദിവസം വൈകിട്ടു വേല കഴിഞ്ഞു ചെല്ലുമ്പോൾ തങ്കമ്മ മുറ ത്തിലിട്ടു ചീനി അരിയുന്നു.

ഉറങ്ങിക്കിടന്ന കുഞ്ഞുണർന്നു കരഞ്ഞു. അയാൾ കുഞ്ഞിനെ ചെന്നെടുത്തു വാവാറ്റി. അവനെ താലോലിച്ചു കരച്ചിലടക്കി.

എന്തോ ഓർത്തുകൊണ്ടു നിന്നിട്ടു ചോദിച്ചു:

"അപ്പച്ചി എവിടെപ്പോയി?"

"കമ്പോളത്തിൽ."

അതിനുശേഷം എന്തോ പറയാൻവേണ്ടി പലതവണ നാവുയർത്തി.

ഒടുവിൽ പതിഞ്ഞ സ്വരത്തിൽ വിളിച്ചു:

"തങ്കമ്മേ."

"എന്താ ചേട്ടാ?"

"ഏറെനാളായി ഒരു കാര്യം പറയണമെന്നു വിചാരിക്കുന്നു."

"എന്തുവാ?"

അരിവാളും ചീനിയും മുറത്തിലിട്ട് അവൾ അവന്റെ നേർക്കു പുരികമുയർത്തി നോക്കിയിരുന്നു.

"തങ്കമ്മയ്ക്കെന്നോടെന്തെങ്കിലും കെറുവുണ്ടോ?"

അതുകേട്ട് അവൾ ചിരിച്ചു:

"എന്താ അങ്ങനെ ചോദിച്ചെ? ഞാനെന്തിനാ കുട്ടപ്പൻചേട്ടനോടു കെറീക്കുന്നെ?"

"അതുകൊണ്ടല്ല. ഞാനൊരു കാര്യം ചോദിച്ചേത്."

"എനിക്കൊരു കെറുവുമില്ല."

കുട്ടപ്പന്റെ മുഖത്ത് ആഹ്ലാദത്തിന്റെ പ്രകാശം പരന്നു. ആശ്വാസ ത്തോടെ ഒരു നെടുവീർപ്പിട്ടു. തങ്കമ്മ ചോദിച്ചു:

"എന്തുവാ ഇപ്പം ചോദിക്കാൻ കാര്യം?"

"ഒന്നുമില്ല. എനിക്കിത്രയും അറിഞ്ഞാ മതി."

"ഇതുവരെയെന്തുവാ കരുതിയിരുന്നേ. കെറുവാന്നാണോ?"

"അതല്ല. നിനക്കിഷ്ടമാണെങ്കിലേ ഞാനിവിടെ വരത്തൊള്ളൂ. അത റിയാൻ ചോദിച്ചേത്."

അപ്പോഴേക്കും ഗദ്ഗദം കൊണ്ടു തുടരാൻ കഴിഞ്ഞില്ല. സന്തോഷം കൊണ്ടു കണ്ണു നിറഞ്ഞു. അവരുടെ കണ്ണുകൾ തമ്മിലിടഞ്ഞപ്പോൾ അയാൾ മുഖം തിരിച്ചു കളഞ്ഞു.

കരൾ നിറയെ സ്വപ്നങ്ങളുമായി എങ്ങോട്ടെന്നില്ലാതെ കുട്ടപ്പൻ നടന്നുപോയി. ഒരിക്കൽ നഷ്ടപ്പെട്ട സ്വർഗം കൈവന്നാലത്തെ ആഹ്ലാദ ത്തോടെ.

കുട്ടപ്പൻ എല്ലുമുറിയെ പണി ചെയ്തു. പറയുന്ന വേലയെല്ലാം ചെയ്തു കൂലി വാങ്ങുന്നത് കുഞ്ഞിത്തേവൻ. ഒന്നിനും കണക്കു പറ ഞ്ഞില്ല. ആരു വാങ്ങിയാലെന്ത്? എല്ലാം ഒരിടത്തു ചെല്ലാനുള്ളതല്ലേ? വൈകിട്ടു വേല കഴിഞ്ഞു വരുമ്പോൾ കുട്ടപ്പന്റെ കൈയിൽ ഒരു പൊതി ഉണ്ടായിരിക്കും. ഒന്നുകിൽ ബിസ്കറ്റ് അല്ലെങ്കിൽ പഴം കുഞ്ഞിനു കൊടു ക്കാൻ.

ഒരു നാൾ തങ്കമ്മ ചാലിൽ കുളിച്ചിട്ടു വന്നപ്പോൾ അണിമ ഒരു പുതിയ ജമ്പറും കൈലിയുമെടുത്ത് അവൾക്കു കൊടുത്തു. അത് തിരിച്ചും മറിച്ചും നോക്കിയിട്ടു ചോദിച്ചു:

"ഇതെവിടുന്നാ അമ്മേ?"

"എന്താ? നിനക്കു പോതിച്ചോന്നു നോക്ക്?"

അണിമയുടെ മുഖത്ത് ഒരു ചിരി വിടർന്നിരുന്നത് തങ്കമ്മ ശ്രദ്ധിച്ചു. ജമ്പറും കൈലിയും നിവർത്തിപ്പിടിച്ചുകൊണ്ട് അവൾ വിചാരാധീനയായി

നിന്നു. പിന്നെ അതു മടക്കി കടലാസിൽ പൊതിഞ്ഞ് അകത്തു കൊണ്ടു ചെന്നു വച്ചു.

പഴയ മുണ്ടും ജമ്പറും മാത്രം ഇട്ടിരിക്കുന്നതു കണ്ട് അണിമ ചോദിച്ചു:

"എന്താ നീയതെടുത്തിടാഞ്ഞെ?"

"ഓ, അതിട്ടു മുഷിച്ചു കളയുന്നതെന്തിനാ?"

അന്നു രാത്രിയിൽ അണിമ കുഞ്ഞിത്തേവന്റെ ചെവിയിൽ പറഞ്ഞു:

"അവനിങ്ങനെ വന്നും പോയീം നിന്നാലക്കൊണ്ടു മതിയോ? പത്തു മാളോരറിഞ്ഞ് ഒരു കെട്ടും കെഴുവും ഉണ്ടാക്കണ്ടായോ?"

"ഏനും അതു നിരുവിച്ചിരിക്കയാ. മാസം പുറന്നു നടത്തണം."

വർത്തമാനം പറഞ്ഞിരിക്കുന്ന കൂട്ടത്തിൽ ഒരു ദിവസം കുട്ടപ്പൻ പറഞ്ഞു:

"ചാരുമ്മൂട്ടി ഒരു പുതിയ സിനിമ വന്നിരിക്കുന്നമ്മാവീ. ഒരു പാടാളുകളു കാണാമ്പോന്ന്."

"എന്നാപ്പിന്നെ ഇയാള് ഞങ്ങളെക്കൂടൊന്നു കൊണ്ടുപോയി കാണീര്. ഇങ്ങനെ വെറുംവാ പറയാതെ."

അയാൾ തങ്കമ്മയെ നോക്കി ചോദിച്ചു:

"എന്താ തങ്കമ്മേ? സിനിമ കാണാൻ പോണോ?"

അവൾ ചിരിച്ചുകൊണ്ടു പറഞ്ഞു:

"ആർക്കാ പിന്നെ സിനിമ കാണാൻ കൊതിയില്ലാത്തെ?"

"എന്നാപ്പിന്നതു പറയണ്ടയോ? നമുക്കെല്ലാരുക്കുംകൂടെ ഞായറാഴ്ച പാം. കേട്ടോ അപ്പച്ചീ. ഒരു കാര്യം ചായ കുടിക്കാനുള്ള പൈസ ഒണ്ടാക്കിക്കോണം. എല്ലാരേം കൊണ്ടുപോയി കാണിക്കുന്നേന് ഒറോട്ടീം ചായേം മേടിച്ചു തരണം."

അണിമ പരിഭവപ്പെട്ടു:

"ഓഹോ – എന്നാപ്പിന്നെ ഇയ്യാടെ കൂടെ ഞങ്ങക്കു വരവൊള്ളോ? കൊണ്ടുപോയി കാപ്പീം മേടിച്ചുതന്ന് സിനിമായും കാണിക്കാമെങ്കി മാത്രം ഇയ്യാളു കൊണ്ടുപോയാ മതി."

നേരിൽ അങ്ങനെതന്നെ ചെയ്യാനാണു കുട്ടപ്പന് തീരുമാനിച്ചിരിക്കുന്നതും.

പിറ്റേന്നു വൈകിട്ടു കമ്പോളത്തിൽ പോയി വന്നപ്പോൾ അപ്പച്ചിയോടും മുറപ്പെണ്ണിനോടും പറയുന്നതിനു കുട്ടപ്പൻ ചൂടേറിയ മറ്റൊരു വർത്തമാനം ഉണ്ടായിരുന്നു.

"അപ്പച്ചിയറിഞ്ഞോ? കണ്ണമംഗലത്തു വീണ്ടും കുഴപ്പം തുടങ്ങി."

"ഇപ്പം എന്തിനേക്കൊണ്ടാ?"

"കൊയ്ത്തു സംബന്ധിച്ചാ. ഇപ്പോ കൊടുക്കുന്ന പതോം തീർപ്പും പോരെന്നാ യൂണിയൻകാരു പറേന്നെ!"

തങ്കമ്മ ചെവിയോർത്തുനിന്നു കേട്ടു. താൻ കേട്ടറിഞ്ഞ വസ്തുതകൾ പൊടിപ്പും തൊങ്ങലും വച്ച് കുട്ടപ്പൻ വിവരിച്ചു:

"ഇത്തവണ അമ്മാണിയിമ്മാണിയൊന്നുംകൊണ്ടു തീരത്തില്ലപ്പച്ചീ. ഇരുകൂട്ടരും നല്ലതിൻവണ്ണം ആളുശേഖരം നടത്തിയിട്ടുണ്ട്. നമ്മടിവിടുന്നുമെല്ലാം ആളുകളു പോയിട്ടുണ്ട്. എന്തെങ്കിലുമൊക്കെയൊന്നു നടക്കും."

"ആരാ നിന്നോടിതൊക്കെ പറഞ്ഞെ?"

"ഞാൻ പറഞ്ഞില്ലിയോ? ഇവിടുത്തെ യൂണിയൻകാരും സംഘം ചേർന്നു പൊയ്ക്കൊണ്ടിരിക്കുവാ. അവരെന്നേം വിളിച്ച്. പതത്തെക്കുറിച്ചു തീരുമാനം ഉണ്ടാവാതെ കൊയ്ത്തു നടത്താൻ തൊഴിലാളികള് സമ്മതിക്കുകേല പോലോ. അവർക്കു പകരം വേറെയാളെ ഇറക്കി കൊയ്ത്തു നടത്താനാ മേലാളരുടെ ഒരുക്കം. എല്ലാം കൂടെ എന്തായി വരും, ഏതായി വരുമെന്നു കണ്ടറിയണം."

അണിമ സ്വയം ആശ്വാസം പൂണ്ടു:

"തമ്പുരാനേ! ഇവിടെങ്ങും കുഴപ്പമില്ലാണ്ടിരുന്നാ മതി. പതോം തീർപ്പുമില്ലേലും മനസ്സമാധാനത്തോടെ കഴിഞ്ഞാലക്കൊണ്ടു മതി."

അപ്പോൾ കുട്ടപ്പൻ വികൃതമായി ചിരിച്ചു:

"ഇവിടേം ആയിപ്പോയപ്പച്ചീ. എല്ലാവരും യൂണിയനിൽ ചേർന്ന് ആലോചന നടത്തിയേച്ചിരിക്കുവാ. ഇപ്പഴത്തെ പതവും തീർപ്പും പോരാന്നാ തീരുമാനം."

അണിമ അന്തംവിട്ടു കേട്ടിരുന്നു. അപ്പോൾ കുഴപ്പം ഇങ്ങോട്ടും പടരുകയാണ്. ഇങ്ങനെ പോയാ ഇതെവിടെച്ചെന്നവസാനിക്കും?

നേരം ഇരുട്ടുന്നതുവരെ അവർ വർത്തമാനം പറഞ്ഞിരുന്നു. തങ്കമ്മയെ കാണാൻവേണ്ടി അയാൾ വിളക്കുവെട്ടത്തേക്കു കൂടെക്കൂടെ കഴുത്തുനീട്ടി നോക്കി. ചരിപ്പിൽ പായ് വിരിച്ചു കിടന്നിട്ടും ഉറക്കം വന്നില്ല.

പാലു പോലെ പരന്നൊഴുകുന്ന നിലാവ്; പുഞ്ചയിൽനിന്നു തണുത്ത കാറ്റു വീശി-വയണപ്പൂവിന്റെ മണവും കൊണ്ടുവന്ന കാറ്റ്.

തങ്കമ്മയെക്കുറിച്ചോർത്തുകൊണ്ടു കിടന്നു. ആരുമറിയാതെ ചെന്നു വിളിച്ചുണർത്താൻ തോന്നി. അപ്പോൾ ഞരമ്പുകൾ തരിച്ചു. തലയ്ക്കു മത്തു പിടിച്ചു.

ചരിപ്പിൽനിന്നെഴുന്നേറ്റു നടന്നു. അവളെ വിളിച്ചുണർത്തി കൂടെ കയറി കിടക്കാൻ വേണ്ടി നടന്നു. ഇടയ്ക്കു തർക്കിച്ചു നിന്നു. അവൾ പേടിച്ചു വിളിച്ചു കൂവിയാലോ? നേരത്തെ മുന്നറിയിപ്പു കൊടുക്കേണ്ടതായിരുന്നു. അപ്പോൾ അകത്തു വർത്തമാനം കേട്ടു. അണിമയുടെ ചോദ്യം?

"നീയെന്താ കിടന്നുറങ്ങാത്തെ? എന്തിനാ ഇങ്ങനെ എഴുന്നേറ്റിരിക്കുന്നെ?"

"ഒന്നുമില്ലമ്മീ. ഒറക്കം വരാത്തതുകൊണ്ട് എഴുന്നേറ്റിരുന്നേത്."

"നേരം ഒരുപാടിരുട്ടി. ഇനി കണ്ണടച്ചു കെടന്നൊറങ്ങ്."

കുട്ടപ്പൻ വെളിയിൽ കിടന്ന് കൊതുകിനെ അടിക്കുകയും കൂടെക്കൂടെ ചുമയ്ക്കുകയും ചെയ്തു; താനും ഉറങ്ങിയിട്ടില്ലെന്ന് അവളെ അറിയിക്കാൻ. അയാൾ തന്നത്താൻ ചിരിച്ചു. അകത്തും പുറത്തും അവർ

രണ്ടാളും അങ്ങനെ ഉറക്കമിളച്ചു കഴിയേണ്ട കാര്യമുണ്ടോ?

ഒരുപക്ഷേ, അവളിറങ്ങി വരുമെന്നാശിച്ചു. ആരോരുമറിയാതെ വന്ന് നിശ്ശബ്ദമായി തന്നെ കുലുക്കിയുണർത്തുന്നതു കാത്തു കിടന്നു.

മധുരമായ ആ പ്രതീക്ഷയിൽ മുഴുകി കൂർക്കം വലിച്ചുറങ്ങി.

നേരം വെളുത്തപ്പോൾ കുഞ്ഞിത്തേവനും കുട്ടപ്പനും മാടംവിട്ടിറങ്ങി.

തങ്കമ്മ ഉടുത്തൊരുങ്ങുന്നതു കണ്ട് അണിമ ചോദിച്ചു:

"എന്താടീ, ഒരുങ്ങിക്കെട്ടിയെങ്ങാണ്ടു പോകാൻ പോകുന്നോണം?"

"ഞാനൊരിടം വരെയൊന്നു പോവ്വാ."

"എവിടാ?"

"കണ്ണമംഗലത്ത്."

"അവിടെ നെനക്കെന്തുവാ?"

"ഒരാളെ കാണാൻ."

"പഞ്ചപാപീ. ഇപ്പഴവിടീ ബഹളമൊക്കെ നടക്കുമ്പോഴോ?"

"അതുകൊണ്ടാ പോകുന്നെ. ബഹളത്തിന്റിടയ്ക്ക് എന്റെ കൊച്ചിന്റെ തന്തയ്ക്കെന്തെങ്കിലും പറ്റിയോന്നറിയാനാ."

അവളുടെ തൊണ്ടയിടറി. ശബ്ദം പതറി.

അണിമ എന്തോ പറയാൻ ഭാവിച്ചിട്ടും, അതൊന്നും കേൾക്കാൻ നിൽക്കാതെ കുഞ്ഞിനെയുമെടുത്ത് എളിയിൽ വച്ചുകൊണ്ട് തങ്കമ്മ അവിടെനിന്നിറങ്ങി. തിരിഞ്ഞുനോക്കാതെ നടന്നുപോയി.....

വൈകുന്നേരം പണി കഴിഞ്ഞ് തളർന്ന ശരീരവും സ്വപ്നം കാണുന്ന കണ്ണുകളുമായി കുട്ടപ്പൻ വന്നു.

"തങ്കമ്മയെന്ത്യേ അപ്പച്ചീ? എന്റെ മേലും കൈയും നോവുന്ന്. ഇത്തിരി വെള്ളം ചൂടാക്കി ദേഹമൊക്കെയൊന്നു മുക്കിപ്പിടിക്കട്ടെ."

അണിമ സങ്കോചത്തോടെ അറച്ചറച്ചാണു വിവരം പറഞ്ഞത്. അതു കേട്ടപ്പോൾ ഒരു കളിമൺപ്രതിമ പോലെ കുട്ടപ്പൻ വാപൊളിച്ചു നിന്നു.

ഇതൊരിക്കൽ പറ്റുന്ന അബദ്ധമല്ല!

നാൽപ്പത്

കണ്ണമംഗലത്തെ ബഹളത്തെക്കുറിച്ചു കുട്ടപ്പൻ കേട്ടതെല്ലാം നേരായിരുന്നു. അവിടെ കൊയ്ത്തുകാലം അടുത്തതോടെ വീണ്ടും അസ്വസ്ഥതകൾ തലപൊക്കി.

പക്ഷേ, ഇത്തവണ ഭൂവുടമകൾ വലിയ വാശിയിലാണ്. കാലം അവർക്കനുകൂലവും. യൂണിയന്റെ നെടുംതൂണായിരുന്ന ഒരുവനെയാണു വെട്ടിക്കൊന്നത്. മറ്റുള്ളവർ പൊലീസ് കേസിൽ കുടുങ്ങുകയും ചെയ്തു. പൊലീസിന്റെ തല്ലു കിട്ടാത്തവർ ചുരുക്കമായിരുന്നു. പ്രമാണിമാരോടു കളിച്ചാലത്തെ അനുഭവം.

ഒരു പ്രവർത്തകനായിരുന്ന രാജൻ, യൂണിയനിൽനിന്നു രാജിവച്ച് കൃഷിക്കാരുടെ പക്ഷം ചേർന്നു. യൂണിയൻകാരുടെ കൂടെ നടന്ന് അവരുടെ ഉള്ളുകള്ളികൾ മനസിലാക്കിയിട്ട് മടങ്ങിവന്നിരിക്കുന്ന ഒരാൾ.

ആ മാറ്റത്തെക്കുറിച്ചും വളരെയേറെ കൊണ്ടാടി. യൂണിയൻ തകർന്നു തുടങ്ങി. തൊഴിലാളികൾ കാട്ടിക്കൂട്ടുന്ന തെമ്മാടിത്തരങ്ങൾ കൊണ്ട് യൂണിയനോടനുഭാവമുണ്ടായിരുന്ന കൃഷിക്കാർ പോലും പൊറുതി മുട്ടിയിരിക്കുന്നു.

തൊഴിലാളികളെ എങ്ങനെ പരാജയപ്പെടുത്തണമെന്നും രാജനു നിശ്ചയമുണ്ട്. സമരക്കാരുടെ ഊടും പാവും മനസ്സിലാക്കിയവനാണയാൾ. രാജൻ പറഞ്ഞ തന്ത്രങ്ങൾ എല്ലാവരും തലകുലുക്കി സമ്മതിച്ചു. ഒരു വീരപുരുഷനെയെന്നപോലെ അയാളെ എതിരേറ്റുകൊണ്ടു നടന്നു.

പാടത്തു നെല്ലുവിളഞ്ഞു പഴുത്തു. അന്തരീക്ഷത്തിൽ പുന്നെല്ലിന്റെ മണം പാറി. വയൽക്കരയുള്ള തെങ്ങോലകളിൽ ആറ്റക്കുരുവികൾ കൂടുകൾ തൂക്കി. കൂടുകൾ കാറ്റിലാടി. പച്ചപ്പേരകൾ പാടത്തുനിന്നു കതിരു മുറിച്ചുകൊണ്ട് ആർത്തലച്ചു പറന്നുപോയി. കാട്ടുപൊന്തകളിൽ കോവലും പറത്തോലും പൂത്തുനിന്നു. വെള്ളിലകൾക്കിടയിൽ ചുവന്ന പൂക്കൾ വിടർന്നു.

കൊയ്ത്തിനുള്ള ഒരുക്കങ്ങൾ തുടങ്ങി. ആളും അവസ്ഥയും നോക്കി ഓരോ വീട്ടുകാരും സന്നദ്ധസേനയെ ശേഖരിച്ചു. മൊത്തത്തിൽ വേണ്ട കൊയ്ത്തരിവാളുകൾ ഉണ്ടാക്കാൻ കൊല്ലന്മാരെ ഏൽപ്പിച്ചു. സംഘട്ടനം ഉണ്ടായാൽ എതിരിടാൻ വേണ്ട ആയുധശേഖരണം നടത്തി. കത്താളും വടിവളും, ഇടിക്കട്ട, കഠാര.....

വാശിയും രോഷവും നിലനിർത്താൻവേണ്ടി നുരച്ചുപൊന്തുന്ന കുപ്പികളും.

കൊയ്ത്തു തടസപ്പെടുത്താൻ വരുന്നവനെ ഇത്തവണ വകവരുത്തുക തന്നെ ചെയ്യും. വേണ്ടിവന്നാൽ കൊല്ലാനും ചാവാനും തയ്യാർ.

കൃഷിക്കാർ ഒന്നിച്ചു നിന്നാൽ തൊഴിലാളികൾ അടിപണിയാതെ നിവൃത്തിയുണ്ടോ? സ്വന്തം കരുത്തുകൊണ്ടേ അവരെ കീഴ്പ്പെടുത്താൻ പറ്റൂ. പൊലീസിനെ ആശ്രയിക്കുന്നത് ഏറ്റവും ഒടുവിൽ.

വാരിക്കുന്തങ്ങളുണ്ടാക്കാൻ, മഹാദേവക്ഷേത്രത്തിന്റെ കന്നേലെ മൂലയിൽ ആകാശംമുട്ടെ നിൽക്കുന്ന കൂറ്റൻ കരിമ്പന വെട്ടിയിടാൻ നിശ്ചയിച്ചു.

പ്രമാണിമാർ അമ്പലമുറ്റത്തു കൂടി.

തച്ചൻ പനച്ചുവട്ടിൽ മഴുവയ്ക്കുംമുമ്പ് മൂത്താശ്ശാരി മുഴക്കോലും കക്ഷത്തിലിടുക്കി ശിവൻപിള്ളയുടെ മുന്നിൽച്ചെന്ന് വായ്ക്കു കൈയും പൊത്തി നിന്നു.

"ഒരു സങ്കടം ഒണർത്തിക്കാനുണ്ടേ."

"എന്താണെടോ?"

"ഇത് സ്ഥാനത്തു നിക്കുന്ന പനയാണോ തനിയെ വീഴുകയല്ലാതെ മഴുകൊണ്ടു മുറിച്ചിടാൻ വിധിയില്ലേ."

ശിവൻപിള്ളയുടെ നെഞ്ചിൽ ഒരു പിടപ്പുതോന്നി. രാജൻ അടുത്തു ചെന്നു.

"തന്നെ ആരാണെടോ ഇപ്പഴിങ്ങോട്ടു കെട്ടിയെടുത്ത?"

"കൊച്ചങ്ങൂന്നു വിളിച്ചിട്ടു വന്നതാണേ."

"എന്നാ പാടുനോക്കി അവിടെങ്ങാനും നിന്നോ. വയസ്സു തൊണ്ണൂറായിട്ടും ശാസ്ത്രവുംകൊണ്ടു നടക്കുന്നു. തന്റെ വേദോം ശാസ്ത്രോമൊന്നും ഇവിടെ കേക്കണ്ട."

"ശാസ്ത്രം പറയുന്നതും ആശാരിയുടെ ജോലിയാണേ."

"തന്റെ ശാസ്ത്രം കേക്കണ്ടാന്ന്."

"എന്നാ ഇല്ലേ."

പതുക്കെപ്പറഞ്ഞിട്ട് മൂത്താശ്ശാരി വായ്ക്കു കൈയുംപൊത്തി മാറി നിന്നു.

രാജൻ തച്ചനെ വിളിച്ചു പറഞ്ഞു:

"നിനക്കാവുമെങ്കിൽ പന മുറിച്ചിടെടാ."

തച്ചപ്പണിക്കർ മഴുവെടുത്തു പനയുടെ ചുവട്ടിൽ മുട്ടിച്ചു മൂന്നു തവണ വന്ദിച്ചു. അതിനുശേഷം വെട്ടു തുടങ്ങി. മഴുവിന്റെ ശബ്ദം ഉയർന്നുപൊങ്ങി. അതു ഭക്തജനങ്ങളുടെ നെഞ്ചുകലക്കി. ഭയം തോന്നി. ഓരോ വെട്ടും മഹാദേവന്റെ തലയ്ക്കേൽക്കുന്നതുപോലെ.

മടവച്ചു കഴിഞ്ഞപ്പോൾ പന നിന്നു വിറച്ചു. ഗ്രാമവാസികളെയാകെ ശപിച്ചുകൊണ്ട് ഒരു വലിയ അലർച്ചയോടെ പന നെടുംപാടു വീണു. തലമുറകളായി കരുത്തുമുറ്റി നിന്ന പാവനമായ വിശ്വാസങ്ങൾ അവിടെ കടപുഴകി വീണു.

തച്ചന്മാർ അതു വെട്ടിയെറിച്ച് തുണ്ടുകളാക്കി. ആശാരിമാർ തല്ലിക്കീറി വാരിക്കുന്തങ്ങളും കുറുവടികളുമുണ്ടാക്കി.

ശിവൻപിള്ളയ്ക്ക് ഒരു വെളിപാടു തോന്നി.

"നമ്മൾ ഒരു വലിയ കാര്യത്തിനൊരുങ്ങുവല്ലിയോ. ആശാരിയെക്കൊണ്ടൊരു തേങ്ങ മുറിച്ച് ഇതിന്റെ ഫലമൊന്നു നോക്കിക്കണം."

യുക്തിവാദിയാണെങ്കിലും ഫലമറിയാൻ കെ പി പണിക്കർക്കും ആകാംഷയുണ്ട്. പക്ഷേ, അന്ധവിശ്വാസത്തിനു രാജൻ കൂട്ടില്ല. അങ്ങനെ ഒന്നുരണ്ടഭിപ്രായങ്ങളായി. തമ്മിൽ തർക്കമായി. ജനം ശിവൻപിള്ളയുടെ കൂടെ കൂടി.

"അമ്പലത്തിലെ പനയല്യോ? ദോഷം മാറാൻ അതുകൊണ്ടുണ്ടാക്കിയ ആയുധങ്ങളെല്ലാം ഒന്നു പൂജിക്കുകയും വേണം.... മൂത്തപണിക്കാ, ഒരു തേങ്ങ മുറിച്ച് ഇതിന്റെ ഫലമൊന്നു പറഞ്ഞാട്ടെ."

മൂത്താശ്ശാരി സംശയത്തോടും ഭയപ്പാടോടും രാജന്റെ മുഖത്തു നോക്കി നിന്നു. ശിവൻപിള്ള ചോദിച്ചു:

"എന്താ തനിക്കു മൗനം?"

"ഫലം നോക്കണോന്നുണ്ടോന്നാ?"

"വേണം. വേണം. നമ്മളിത്രയുമൊക്കെ ചെയ്യുമ്പം ആർക്കാ ഇതിൽ ജയമെന്ന് ഒന്നുനോക്കണം."

പണിതീർന്നു കൊണ്ടുവന്ന അരിവാളും പന കൂർപ്പിച്ചുണ്ടാക്കിയ

വാരിക്കുന്തങ്ങളും കുറുവടികളും അമ്പലമുറ്റത്തു കൂട്ടിയിട്ടു. അതിന്റെ പിന്നിൽ നിലവിളക്കു കത്തിച്ചു സൂചനിലയിട്ടു. ഇലയിൽ മലരും പൂവും പഴവും ശർക്കരയും കരിക്കും ഒരുക്കി. ചന്ദനത്തിരി കത്തിച്ച് വാഴത്തണ്ടിൽ കുത്തിനിർത്തി.

ഉൽക്കണ്ഠാകുലവും ഭക്തിനിർഭരവുമായ ആ അന്തരീക്ഷത്തിൽ അശ്വനീദേവതകളെയും അഷ്ടദിക്പാലകന്മാരെയും സാക്ഷാൽ വിശ്വകർമാവിനെയും മനസിൽ ധ്യാനിച്ചുകൊണ്ട് ഉമ്മിണിപ്പണിക്കൻ പൂജ തുടങ്ങി. പൂവും ചന്ദനവും ഭസ്മവുമെടുത്ത് തർപ്പണം നടത്തി. നെല്ലും പൂവും നാളികേരവും കൂട്ടിപ്പിടിച്ച് ഉളിയെടുത്ത് നാളികേരം വട്ടമുടച്ചു. തേങ്ങാമുറികൾ രണ്ടും മലർത്തി വച്ചു. ദീപം കത്തിച്ചുഴിഞ്ഞു.

തേങ്ങാ ഉടയ്ക്കുന്നതിനിടയിൽ ആശാരിയുടെ കൈവിരൽ അൽപ്പം മുറിഞ്ഞു. തേങ്ങാമുറികൾ കഴന്നുപോയിരുന്നു. ചോര പൊടിയുന്ന വിരലിലേക്കും കഴന്നുപോയ തേങ്ങാമുറിയിലേക്കും നോക്കി ആശാരി മൗനമായിരിക്കുന്നതു കണ്ട് ശിവൻപിള്ള തിരക്കി.

“എന്താ മൂത്തപണിക്കനാലോചിച്ചുകൊണ്ടിരിക്കുന്നെ?”

“ഒന്നുമില്ലേ.”

“എന്നാപ്പിന്നെ ഫലം പറ.”

ആശാരി തെറ്റിപ്പൂവിന്റെ ഒരു ദളം ഇറുത്തെടുത്ത് കുറെ ഉണക്കലരിയും കൈയിൽ പിടിച്ച് ധ്യാനനിരതനായിരുന്നു. പിന്നെ അരിയും പൂവും തേങ്ങാമുറിയിലെ വെള്ളത്തിലേക്കിട്ടു. ചുറ്റിനും നിന്നവർ വെള്ളത്തിൽ ഒഴുകി നടക്കുന്ന പൂവിനെ നോക്കി മൗനമായി നിന്നു. അതു പതുക്കെപ്പതുക്കെ മീനം രാശിയിൽ ചെന്നടുത്തു.

മൂത്താശ്ശാരി രാശിചക്രം കണക്കുകൂട്ടിക്കൊണ്ടിരുന്നു.

ഒടുവിൽ ശിവൻപിള്ള ക്ഷമകെട്ടു ചോദിച്ചു:

“എങ്ങനിരിക്കുന്നു മൂത്തപണിക്കാ? കണക്കുകൊണ്ടെന്താ കാണുന്നത്?”

“എല്ലാം മംഗളമായിത്തീരുമെന്നാണേ.”

ആർക്കും തൃപ്തിയായില്ല.

“എന്നു പറഞ്ഞാൽ പോരാ. ഇതിൽ ആർക്കാ വിജയമെന്നു തീർത്തറിയണം.”

ഉമ്മിണിപ്പണിക്കൻ എന്തൊക്കെയോ ഓർക്കുകയായിരുന്നു. ഒടുവിൽ തിട്ടം വന്നപ്പോൾ തീർത്തു പറഞ്ഞു:

രാശിനില കൊണ്ടു കാണുന്നത് ഈ ആയുധങ്ങൾ എടുത്തു ശീലിച്ചവർക്ക് ജയമാണെന്നാണെ. എന്നാൽ, മാളോരുടെ ഭാഗത്തും അമംഗളമൊന്നും കാണുന്നില്ല.

ആളുകളുടെ മുഖം വിളറി. പരസ്പരം നോക്കി മിഴിച്ചുനിന്നു. മൗനം ഭഞ്ജിച്ചുകൊണ്ട് രാജൻ ചോദിച്ചു:

“എടോ മൂത്തപണിക്കാ, കൂപ്പനക്കോലു കൂർപ്പിക്കുന്നതിന് ഫലം നോക്കാൻ ഏതു ശാസ്ത്രത്തിൽ പറഞ്ഞിരിക്കുന്നെടോ?”

"കൊച്ചങ്ങുന്നിന്റെ ചോദ്യം ശരിയാണേ. കൂപ്പനക്കോലിന്റെ കാര്യത്തിൽ ശാസ്ത്രത്തിൽ വിധിയൊന്നുമില്ല."

കേട്ടുനിന്നവർ ചിരിച്ചുപോയി.

"എന്നാ ഇനി ഇവിടുന്നൊഴിഞ്ഞുനില്ല്. ആളുകളെ മെനക്കെടുത്താതെ."

ഉമ്മിണിപ്പണിക്കൻ തലചൊറിഞ്ഞുകൊണ്ട് ശിവൻപിള്ളയുടെ മുന്നിൽ എന്തിനോ കാത്തുനിന്നു.

"ഇന്നാ ഇതിരിക്കട്ടെ."

ശിവൻപിള്ള നീട്ടിയ ദക്ഷിണയുമായി അയാൾ പിൻവാങ്ങി.

അടുത്ത ദിവസം കൊയ്ത്താണ്.

നിലമുടമകൾ അതിരാവിലെ കോയിക്കലെ കളപ്പുരയിൽ കൂടി. കൂടെ അവരുടെ സന്നദ്ധസേനയും. എല്ലാവരും യൂണിഫോറങ്ങളണിഞ്ഞിരിക്കുന്നു. ഒരേ തരത്തിലെ കൈലിയും ബനിയനും തലേക്കെട്ടും. ഓരോരുത്തരുടെയും കൈയിൽ അരിവാളും വാരിക്കുന്തങ്ങളും. ആകെക്കൂടി ആവേശകരമായ അന്തരീക്ഷം.

ആ പടയിളക്കം കണ്ടു രാജൻ ഉത്തേജിതനായി. അയാൾ കൊയ്ത്തിനു പോകാൻ തിടുക്കം കൂട്ടി.

ശിവൻപിള്ള അഭിപ്രായപ്പെട്ടു:

"പൊലീസുംകൂടി വന്നിട്ടു പോരായോ?"

"പൊലീസിനെ കാക്കുന്നതു ദൗർബല്യമാണ്. നമ്മുടെ നിലങ്ങൾ നമ്മളിറക്കിയ കൃഷി. അതു കൊയ്തെടുക്കാൻ പൊലീസില്ലാതെ കഴിയില്ലെന്നു വരുന്നത് അപമാനമാണ്."

"എന്തായാലും ഏർപ്പാടു ചെയ്തിട്ടുള്ള സ്ഥിതിക്ക് പൊലീസുകൂടി അങ്ങോട്ടു വന്നോട്ടെ."

"പൊലീസിനു വേണമെങ്കിൽ വരും. അതവരുടെ കാര്യം. ഇവിടെ കൂടിയിരിക്കുന്നവർ പതറാതെ നിന്നാൽ നമ്മൾ ജയിച്ചു. ഭയപ്പാടുള്ളവർ വരണ്ട. ബാക്കിയുള്ളവർ മാത്രം മതി."

ആർക്കാണു ഭയം? ആരും പിന്മാറിയില്ല. രാജൻ മുമ്പേ നടന്നു. മറ്റുള്ളവർ വരിവരിയായി പുറകെ. ചിലരുടെ കാല് നിലത്തുറച്ചില്ല. അവർ ആടിയായി നടന്നു.

അമ്പലത്തിനു മുന്നിൽ ചെന്നപ്പോൾ എല്ലാവരും ദൈവാനുഗ്രഹത്തിനു വേണ്ടി കൈകൂപ്പി.

ക്ഷേത്രപരിസരത്തും പാടത്തിന്റെ കരയിലുമായി ആയിരക്കണക്കിനാളുകൾ കൂടിയിട്ടുണ്ട്, എന്താണു സംഭവിക്കുന്നതെന്നറിയാൻ. കൊയ്ത്തുനടക്കുമോ? സംഘടനത്തിൽ ആരു ജയിക്കും?

പാടത്തിനുമീതെ സൂര്യൻ കത്തിയെരിഞ്ഞു. കതിർക്കുലകൾ തലകുനിച്ചു കാത്തുനിന്നു.

രാജൻ മുദ്രാവാക്യങ്ങൾ വിളിച്ചുകൊടുത്തു.

"ജയ്, ജയ് കർഷകസംഘം."

വയൽക്കരെ എത്തുംമുമ്പ് മറ്റൊരു ജാഥയുടെ ആരവം. അകലെ നിന്ന് ആയിരക്കണക്കിനാളുകൾ അരിവാളും ചെങ്കൊടിയുമായി മുന്നോട്ടു നീങ്ങുന്നു.

ഇരമ്പിവരുന്ന ചെങ്കടൽ പോലെ.

ഉച്ചത്തിൽ അലറിക്കൊണ്ട് സന്നദ്ധസേന മുന്നോട്ടടുത്തു.

ആയുധസജ്ജരായ രണ്ടു ജനവിഭാഗങ്ങൾ തമ്മിൽ ഏറ്റുമുട്ടാൻ പോകുന്നു. പാടത്തിന്റെ കരയിലെത്തിയപ്പോൾ രാജൻ ആവേശഭരിതനായി തങ്ങളുടെ ആൾക്കാരെ അഭിസംബോധന ചെയ്തു.

"ഇതു നമ്മുടെ മണ്ണാണ്. നമ്മളിറക്കിയ കൃഷിയാണ്. ഇതു കൊയ്തെടുക്കാനുള്ള അവകാശം നമുക്ക് ജന്മസിദ്ധമാണ്. ഈ അവകാശം പരിരക്ഷിക്കാൻ അരയും തലയും മുറുക്കി പാടത്തിറങ്ങുക. നമ്മളെ ആരും ഒന്നും ചെയ്യാൻ പോകുന്നില്ല.... ധീരതയോടെ, അടിപതറാതെ...."

അലച്ചലച്ചടുത്തെത്തുന്ന ആരവത്തിൽ അയാളുടെ ശബ്ദം മുങ്ങിപ്പോയി.

അണപൊട്ടിയൊഴുകി വരുന്ന മലവെള്ളം പോലെ അവർ പാഞ്ഞുവരുന്നു.

സന്നദ്ധസേന ഒരോരുത്തരായി പിൻവാങ്ങി. രാജൻ ഉന്മാദഭരിതനായി അലറി:

"ആരും പിന്മാറരുത്. എന്തിനും തയാറായി....."

ആ ആഹ്വാനം ആരും ചെവിക്കൊണ്ടില്ല. രോക്ഷാകുലമായ ശബ്ദനിർഘോഷത്തിൽ ഒന്നും തിരിച്ചറിയാൻ വയ്യ.

ഭ്രാന്തന്റെ ജൽപനം പോലെ എന്തൊക്കെയോ വിളിച്ചുപറഞ്ഞു. ആരും കേൾക്കാനില്ലാതെ ഏകാകിയായപ്പോൾ അയാളും പിൻവാങ്ങി. മറ്റുള്ളവരോടൊപ്പം ചെന്നുനിന്നു. പക്ഷേ, ആരും വെറുതേ നിന്നില്ല. കർഷകസംഘത്തിനു ജയ് വിളിച്ചുകൊണ്ടിരുന്നു.

ജാഥയിൽ ഉയർന്നുകേട്ട മുദ്രാവാക്യങ്ങൾ വയലിനക്കരെ മാറ്റൊലിക്കൊണ്ടു. പരിസരമാകെ ഞെട്ടിവിറച്ചു. ആറ്റക്കുരുവികളും പച്ചപ്പേരകളും സംഭ്രാന്തിയോടെ പറന്നുപോയി. ആർക്കും തോൽക്കാൻ വയ്യ. തോറ്റു മടങ്ങിയാൽ എങ്ങനെ മാനം കാക്കും?

ഏറ്റുമുട്ടിയാൽ ആളുകൾ ചത്തുവീഴും. പാടത്തുകൂടി ചോരപ്പുഴ ഒഴുകും..... ഭാഗ്യത്തിന് പൊലീസ് വാനുകളെത്തി. ഒന്നിനു പുറകെ ഒന്നായി മൂന്നു വാനുകൾ ക്ഷേത്രത്തിനടുത്തുള്ള റോഡിലൂടെ വയൽക്കരയിലേക്കു പാഞ്ഞുവന്നു. നീട്ടിപ്പിടിച്ച തോക്കുകളുമായി പൊലീസ് സേന ഒച്ചവച്ച് വാനിൽ നിന്നിറങ്ങി. ഇരുകൂട്ടർക്കുമിടയിൽ നിലയുറപ്പിച്ചു.

പൊലീസിനെ കണ്ട മാത്രയിൽ, കുടിച്ചു ലക്കുകെട്ടു നിന്ന കാട്ടുകിട്ടൻ വിളിച്ചുകൂവി:

"കണ്ടോടാ കണ്ടോടാ കുറുവടിപ്പടയെ കണ്ടോടാ."

രാജനും പ്രമാണിമാരും അവകാശവാദങ്ങളുമായി പൊലീസുദ്യോ

ഗസ്ഥരെ സമീപിച്ചു. വിളവു കൊയ്തെടുക്കാനുള്ള സംരക്ഷണം നൽകാനാവശ്യപ്പെട്ടു.

ജാഥയുടെ മുന്നണിയിൽ നിന്ന കുഞ്ഞച്ചൻ വിളിച്ചുപറയുന്നതു കേട്ടു:

“പൊലീസ് സഹായത്തോടെ കൊയ്ത്തിനിറങ്ങിയാൽ, പൊലീസണികൾ ഭേദിച്ചുകൊണ്ട് ഞങ്ങൾ നിലത്തിറങ്ങി ഗുണ്ടകളെ നേരിടും. കരിങ്കാലികളെ അടിച്ചു ചാടിക്കും.....”

പൊലീസ് മൈക്കിലൂടെ ആജ്ഞാപിച്ചു:

“ആരും നിലത്തിലിറങ്ങരുത്. ഇരുകൂട്ടരും പിരിഞ്ഞു പൊയ്ക്കൊള്ളണം.”

പൊലീസ് ഉദ്യോഗസ്ഥന്മാർ ഇരുഭാഗക്കാരോടും കൂടിയാലോചിച്ചു. പല തവണ തർക്കങ്ങളും വാദപ്രതിവാദങ്ങളും നടന്നു. ഒടുവിൽ പിരിഞ്ഞുപോകാൻ തന്നെ നിശ്ചയിച്ചു.

പൊലീസ് ബ്യൂഗിൾ മുഴക്കി. ഒരേസമയം ഇരുകൂട്ടരും പിന്മാറി.

അങ്ങനെ കറുത്തിരുണ്ടു പെയ്യാൻവന്ന മഴക്കാറ് തൽക്കാലത്തേക്കൊഴിഞ്ഞു പോയി.

ജാഥ മണറ്റയിൽ ചെന്ന് കൂട്ടംകൂടി. സമരസമിതി നിർദേശിച്ചതനുസരിച്ച് അവർ സംഘങ്ങളായി തിരിഞ്ഞ് പിരിവിനും പ്രചാരണ പ്രവർത്തനങ്ങൾക്കും വേണ്ടി പോയി. കുറേപ്പേർ, വിളവു കാത്ത് അവിടെത്തന്നെ കഴിഞ്ഞു.

നാടിന്റെ വിവിധ ഭാഗങ്ങളിൽനിന്ന് നൂറുകണക്കിനാളുകൾ ജാഥയായി ക്യാമ്പിൽ വന്ന് അനുഭാവപ്രകടനങ്ങൾ നടത്തി. ഒരു ജാഥയും വെറും കൈയോടെ വന്നില്ല. അരിയോ ചീനിയോ ചക്കയോ കുലയോ ചുമന്നുകൊണ്ടു വന്നു. ഒന്നിനും ഒരു ക്ഷാമവുമില്ല. ആർക്കും ചാഞ്ചാട്ടമില്ല. ഉത്സവം കാണാനെത്തുന്നതുപോലെ ലാഘവത്തോടെയായി ക്യാമ്പിലേക്കുള്ള വരവും പോക്കും. ഒന്നിച്ചുകൂടിയപ്പോഴത്തെ ആത്മവിശ്വാസത്തിന്റെ ലഹരിയിൽ അവർ പാടിയും പറഞ്ഞും ബഹളംകൂട്ടിയും കഴിഞ്ഞു.

തങ്കമ്മ കുട്ടിയുമായി ക്യാമ്പിലെത്തിയപ്പോൾ മറിയയും പെണ്ണമ്മയും കൂടി ഉച്ചനേരത്തെ ശാപ്പാടിന് കുറേ ചക്ക കൊത്തിയരിഞ്ഞുകൊണ്ടിരിക്കുകയായിരുന്നു. അവളെ കണ്ടപ്പോൾ അവർ ആനന്ദംകൊണ്ടു വാപൊളിച്ചു. അവളുടെ അടുത്തേകു ഓടിയെഴുന്നേറ്റു ചെന്ന് പെണ്ണാളുകൾ അവൾക്കു ചുറ്റും കൂടി. അടിമുടി സൂക്ഷിച്ചു നോക്കി. കുഞ്ഞിനെ വാങ്ങി ഓമനിച്ചു. ആശ്വാസവചനങ്ങൾ പറഞ്ഞു:

തങ്കമ്മ തിക്കും ലക്കും നോക്കുന്നതു കണ്ട് മറിയ കളിയാക്കി:

“നീയൊന്നു തഞ്ചപ്പെട്. ആളിപ്പം ഇവിടെ വരും.”

അവൾ നാണിച്ചുപോയി. ഇടയ്ക്കിടെ മനോരാജ്യം കണ്ടുകൊണ്ട് മറ്റുള്ളവരോടൊപ്പം കൂട്ടാനരിയാനും അടുപ്പിൽ തീയെരിക്കാനും തുടങ്ങി.

ഉച്ചകഴിഞ്ഞ് ക്യാമ്പിലുള്ളവർക്കു കഞ്ഞിയും പുഴുക്കും വിളമ്പിയ

പ്പോൾ കണ്ണുകൾ നാലുപാടും പരതി നടന്നു. ഒടുവിൽ ക്ഷമകെട്ടു മറിയയോടു ചോദിച്ചു:

"ഇതുവരെ കണ്ടില്ലല്ലോ മറിയച്ചേട്ടത്തീ?"

"അവരു കൂടിയാലോചനയ്ക്കു പോയേക്കുവാ. അതുംകഴിഞ്ഞിപ്പഴിങ്ങു വരും."

വെയിലാറിയതോടെ നാനാ ദിക്കുകളിൽനിന്നും ആളുകൾ ക്യാമ്പിലേക്കു പ്രവഹിച്ചു. വൈകുന്നേരത്തെ പ്രകടനത്തിനുള്ള ഒരുക്കങ്ങൾ തുടങ്ങി. അവർക്കുവേണ്ട കൊടികളും കൊടിക്കമ്പുകളും ഒക്കെ ഓരോരുത്തരും തെരഞ്ഞെടുത്തു. ചിലർ തങ്ങളുടെ കൊയ്ത്തരിവാളിൽ മിനുക്കുകടലാസൊട്ടിച്ച് മേനി വരുത്തി — ജാഥയിൽ ഉയർത്തിപ്പിടിക്കുമ്പോൾ തിളങ്ങിക്കാണാൻ വേണ്ടി.

കൂടിയാലോചനയ്ക്ക് പോയിരുന്ന നേതാക്കന്മാർ മടങ്ങിയെത്തി. രാധാകൃഷ്ണൻ, കുഞ്ഞച്ചൻ, മത്തായി, ജില്ലയിൽനിന്നെത്തിയ മറ്റുചിലർ. ചുറ്റിനും കൂടിയ ആളുകളോട് രാധാകൃഷ്ണൻ പറഞ്ഞു:

"നമ്മുടെ സമരം ജയിച്ചു. ആവശ്യങ്ങൾ അംഗീകരിച്ച് ഇരുകൂട്ടരും കരാറിൽ ഒപ്പുവച്ചു കഴിഞ്ഞു."

തെല്ലുനേരത്തേക്ക് ഒരു നിശ്ശബ്ദത തങ്ങിനിന്നു. ആവേശം സഹിക്കാനാവാതെ ലൂക്കോസ് ഇങ്കിലാബ് — സിന്ദാബാദ് വിളിച്ചു. ചിലർ അതുകേട്ടു ചിരിച്ചു. മുന്നറിവില്ലാതെ മുദ്രാവാക്യം വിളിച്ചതിന് കറമ്പനും കാളിക്കുട്ടിയും ലൂക്കോസിനെ കളിയാക്കി. മത്തായി ഉറക്കെ നിർദേശിച്ചു:

"എല്ലാവരും വൈകുന്നേരത്തെ പ്രകടനത്തിനു തയാറായിക്കോ."

മറിയ ചെന്ന് മത്തായിയെ തോണ്ടിവിളിച്ച് ദൂരെ മാറ്റിനിർത്തി ചെവിയിൽ എന്തോ കുശുകുശുത്തു.

അയാളുടെ മുഖം പെട്ടെന്നു പ്രസന്നമായി. ചുണ്ടുകളിൽ ചിരിയൂറി. അവരൊന്നിച്ച് തങ്കമ്മയുടെ അടുത്തേക്കു ചെന്നു.

അവൾ കുഞ്ഞിനെ മാറോടണച്ചുകൊണ്ട് അകന്നുമാറി. കുഞ്ഞച്ചനെ നോക്കി നിൽക്കുകയായിരുന്നു. മത്തായി ചെന്നു ചോദിച്ചു:

"അല്ലാ, ആരായിത്? എപ്പവന്നു?"

അവൾ വിനീതയായി പറഞ്ഞു:

"ഉച്ചയ്ക്ക്."

"പിന്നെ സുഖമാണോ?"

ഒന്നും മിണ്ടിയില്ല.

മത്തായി കൈനീട്ടി കുഞ്ഞിനെ വാങ്ങി.

"എടാ മോനെ, നിന്നെയൊന്നു കാണാൻ ഞാനങ്ങോട്ടു വരാനിരുന്നേത്....... നിൻ്റച്ഛനെ കാണുമ്പോൾ നീയവൻ്റെ മുഖത്ത് നല്ലതൊന്നു കൊടുക്കണം..... ഇതു കണ്ടോടീ മറിയേ? നീയിങ്ങോട്ടു നോക്കിയേ. കൊച്ചു കള്ളൻ. അച്ഛൻ്റെ കാര്യം പറഞ്ഞപ്പം ചിരിക്കുന്നു."

അയാൾ തങ്കമ്മയോട് തിരിഞ്ഞു പറഞ്ഞു:

"ശരി — നീയിങ്ങോട്ടു വന്നേ."

അവളേയും കൂട്ടി കുഞ്ഞച്ചന്റെ അടുക്കൽ ചെന്നു. അയാളെ ചൂണ്ടി കുഞ്ഞിനോടു പറഞ്ഞു:

"ഈ നിൽക്കുന്നതാരാണെന്നറിയാവോടാ മോനേ? ദേ അങ്ങോട്ടൊന്നു നോക്കിയേ."

കുഞ്ഞച്ചൻ സ്തബ്ധനായി നിന്നു.

കുട്ടി അയാളുടെ നേരെ നോക്കി മോണകാട്ടി ചിരിക്കുകയും കൈകാലുകൾ തുള്ളിക്കുകയും ചെയ്തു. എന്തോ മുൻപരിചയം ഉള്ളതുപോലെ. കുഞ്ഞച്ചൻ കൈനീട്ടി കുഞ്ഞിനെ വാങ്ങി. തലയിൽ ഉമ്മ വച്ചു. തെരുതെരെ ചുംബിച്ചു.

മുഖംകുനിച്ചു കാലിന്റെ തള്ളവിരൽ കൊണ്ട് നിലത്തു ചിത്രംവരച്ചു നിന്ന തങ്കമ്മയെ ചൂണ്ടി മത്തായി കുഞ്ഞച്ചനോടു ചോദിച്ചു:

"എടോ, ഈ നിൽക്കുന്ന പെണ്ണിനെ താനറിയുമോ? നിങ്ങളു തമ്മിൽ വല്ല പരിചയോമൊണ്ടോ?"

തങ്കമ്മ പതുക്കെ മുഖമുയർത്തി നോക്കി. അവരുടെ കണ്ണുകൾ തമ്മിലിടഞ്ഞു. ഏതാനും നിമിഷം മൂകരായി നോക്കിനിന്നു.

അവളുടെ കണ്ണുകൾ ഈറനണിഞ്ഞു. കൂമ്പിയ ആമ്പൽപ്പൂപോലെ മുഖം താനേ കുനിഞ്ഞു.

കുഞ്ഞച്ചൻ കുഞ്ഞുമായി അവളുടെ അടുത്തേക്കു നീങ്ങിനിന്ന് മുഖം പിടിച്ചുയർത്തി.

"നീയെപ്പവന്ന്?"

"ഉച്ചയ്ക്ക്."

മത്തായി കളിയാക്കി.

"നിനക്കു നാണമെന്നു പറയുന്നതു ലേശവുമില്ലേടോ? അവളെ ആ ബഹളത്തിൽനിന്ന് വിളിച്ച് അങ്ങോട്ടു മാറ്റിനിർത്തി സംസാരിക്ക്. എന്തായാലും നിനക്കു കാണണമെന്നു തോന്നാത്ത നിന്റെ കൊച്ചിനെ കാണിക്കാൻ വന്നതല്ലിയോ അവള്?"

അതിനോടൊപ്പം ഒരു താക്കീതും.

"ജാഥ തുടങ്ങുന്നതിനു മുമ്പ് എല്ലാവരും സംസാരിച്ചു തീർത്തു കൊള്ളണം."

രണ്ടാളും നാണിച്ചു ചിരിച്ചു. ആൾത്തിരക്കൊഴിഞ്ഞ ഒരു കോണിലേക്ക് അവർ മാറിനിന്നും. ആരും അധികമൊന്നും സംസാരിച്ചില്ല. അവളുടെ കവിളുകളിൽ കണ്ണീർച്ചാലുകൾ തെളിഞ്ഞു. ഒടുവിൽ വികാരം അമർത്താനാവാതെ പൊട്ടിക്കരഞ്ഞു. കുഞ്ഞച്ചൻ വിവഷണ്ണനായി.

"മണ്ടീ, നീയെന്തിനാ കരേന്നെ?"

മറിയ ചിരിതൂകിക്കൊണ്ടു തിടുക്കത്തിൽ നടന്നുവന്നു:

"സഖാവിന്റെ പങ്ക് കഞ്ഞിയവിടിരിപ്പൊണ്ട്. നീയൊന്നു വെളമ്പിക്കൊടുത്തേക്ക്."

ഷെഡിൽച്ചെന്നു കഞ്ഞിയും കൂട്ടാനും വിളമ്പി അയാളുടെ മുന്നിൽ വച്ചു. കുഞ്ഞച്ചൻ കുറേ വറ്റൂറ്റി കുഞ്ഞിന്റെ വായിൽ വച്ചു കൊടുത്തു.

അവൻ അതു നൊട്ടിനുണയുന്നതു രണ്ടുപേരും നിറഞ്ഞ കണ്ണുകളോടെ നോക്കിയിരുന്നു.

ജാഥ പുറപ്പെടാനുള്ള സമയമായി. രണ്ടുപേരും തിടുക്കത്തിൽ എഴുന്നേറ്റു ചെന്ന് വരിയിൽ സ്ഥലം പിടിച്ചു. കുഞ്ഞിനേയും ഒക്കത്തുവച്ച് കുഞ്ഞച്ചന്റെ തൊട്ടടുത്തുകൂടിയാണവൾ നടന്നത്. അവൻ വിളിച്ചുകൊടുത്ത മുദ്രാവാക്യങ്ങൾ അവൾ ഏറ്റുവിളിച്ചു. അയാളുടെ വിയർപ്പിൽ കുതിർന്ന ശരീരത്ത് മുട്ടിയുരുമ്മിക്കൊണ്ട് അഭിമാനപൂർവം പതുക്കെപ്പതുക്കെ നടന്നു. ഉടുപ്പ് വിയർപ്പണിഞ്ഞു ദേഹത്തൊട്ടിക്കിടക്കുന്നു. കൈകളുയർത്തി മുദ്രാവാക്യം മുഴക്കുമ്പോൾ ആ ബലിഷ്ഠമായ തോളിലേയും മുതുകിലേയും മാംസപേശികൾ ഉരുണ്ടു കയറുന്നു.....

ക്ഷേത്രമൈതാനത്തുള്ള തകിടിയിലായിരുന്നു പൊതുയോഗം. സമരത്തെക്കുറിച്ചും സംഘടനയെക്കുറിച്ചുമെല്ലാം നേതാക്കന്മാർ വീറോടെ പ്രസംഗിക്കുന്നു. പക്ഷേ, കുഞ്ഞച്ചനും തങ്കമ്മയ്ക്കും അതു മനസിരുത്തി കേൾക്കാൻ കഴിഞ്ഞില്ല. അവർ രണ്ടാളും അപൂർവമായ ഏതോ ഒരു വികാരവിശേഷത്തിൽ മുഴുകി കഴിയുകയായിരുന്നു.

യോഗം പിരിഞ്ഞപ്പോൾ മത്തായി കുഞ്ഞച്ചനെ വിളിച്ചു:

“നിങ്ങടെകൂടെ ഞങ്ങളും വരുന്ന്. എന്താടീ മറിയേ, നമുക്കൂടെ അത്രടംവരെയൊന്നു ചെന്നിട്ടുപോരാം.”

മറിയ കളിയാക്കി:

“പിന്നെ പുത്തൻപെണ്ണിനേം ചെറുക്കനേം തനിച്ചയക്കാനോ?”

“ഞങ്ങളെ അങ്ങനെ പറഞ്ഞു നാണിപ്പിക്കേണ്ട മറിയച്ചേട്ടത്തീ. ഞങ്ങളിപ്പം പുത്തൻപെണ്ണും പുത്തൻചെറുക്കനും പോലാ. അല്ലിയോടീ തങ്കമ്മേ?”

“തന്നെടോ. നീയങ്ങു സമ്മതിച്ചേരടീ മറിയേ. ഈ തോന്നലു മാറാതിരുന്നാ മതി.”

അവരെല്ലാംകൂടി ചാലിത്തറയിലേക്കു പോയി.

അവിടെ ചെന്നപ്പോൾ എല്ലാവരും വിളക്കണച്ചുറക്കമായിരുന്നു.

മത്തായി വിളിച്ചുചോദിച്ചു:

“അമ്മാവോ; കണ്ടൻകാളിയമ്മാവനുറക്കമായോ?”

“ആരാ അത്?”

“ഞാനാ അമ്മാവാ — മത്തായി, പിന്നെ വേറെയും മൂന്നാലു പേരൊണ്ട്.”

മറിയ കൂട്ടിച്ചേർത്തു:

“പെണ്ണും കൂടിയും വന്നിരിക്കുന്നെ അമ്മാവാ.”

കണ്ടൻകാളി അത്ഭുതപ്പെട്ടു വിളിച്ചു ചോദിച്ചു:

“ങ്.... ആരു വന്നിരിക്കുന്നു?”

ചാത്തന തട്ടിപ്പിടഞ്ഞെഴുന്നേറ്റ് മണ്ണെണ്ണവിളക്കു കത്തിച്ചു. ആളുകളെ തിരിച്ചറിയാൻവേണ്ടി കണ്ടൻകാളി വിളക്കുയർത്തി അവരുടെ മുഖത്തോടടുപ്പിച്ചു പിടിച്ചു.

“മത്തായി ആണോടോ? വേറെയാരാ? മനസിലായില്ലല്ലോ.”

"അമ്മാവനെന്നേ പറയുന്നതല്ലേ മരുമകളേം കുഞ്ഞിനേം ഒന്നു കാണണമെന്ന്. ഇതാ കൊണ്ടുവന്നിരിക്കുന്നു. കണ്ണുനിറയെ കണ്ടോണ്ടാട്ടെ."

വൃദ്ധൻ കൈയിലിരുന്ന വിളക്ക് തങ്കമ്മയുടെ മുഖത്തിനുനേരെ കുറേക്കൂടി അടുപ്പിച്ചു പിടിച്ചു.

"ങാ — ങാ— നീങ്ങി നില്ലുമോളേ. ഇങ്ങോട്ടടുത്തു നിൽക്ക്. നിന്നെ നല്ലോണമൊന്നു കാണട്ടെ."

ചാത്തന തങ്കമ്മയുടെ തോളിൽ ഉണ്ടായിരുന്ന കുഞ്ഞിനെ വാങ്ങി ഉമ്മവച്ചു. കുറുത്ത ചിരിതൂകിക്കൊണ്ട് ഇറങ്ങിവന്ന് തങ്കമ്മയുടെ കൈയ്ക്കു പിടിച്ച് അകത്തേക്കു കൂട്ടിക്കൊണ്ടുപോയി.

കണ്ടൻകാളി ചാത്തനയുടെ അടുത്തുചെന്ന് കുഞ്ഞിന്റെ തലയിൽ തലോടി.

"എടാ മോനേ..... എന്റെ കുഞ്ഞുമോനുറങ്ങുവാന്നോടീ?"

തങ്കമ്മയാണു പറഞ്ഞത്:

"അവനുറങ്ങിപ്പോയച്ഛാ."

"ങാ. ഒറങ്ങിക്കോട്ടെ — ഒറങ്ങിക്കോട്ടെ. എടിയേ, ഉറീവല്ലോ ഒണ്ടേ എവരുക്കു വെളമ്പിക്കൊട്. മത്തായീം അവിടിരിയടോ. ഒള്ളതെല്ലാരൂടെ കഴിക്ക്."

മറിയ പറഞ്ഞു:

"വേണ്ടായെ. ഞങ്ങളുപോയി കഴിച്ചോളാം. അവരുക്കു കൊടുത്താട്ടെ."

"അങ്ങനെ പോകാനക്കൊണ്ടൊക്കുകേല. കലത്തിലില്ലേ പുട്ടലിലരി കാണും. ചോറുവിളമ്പി കഴിച്ചോണ്ടു പോയാമതി."

"ഞങ്ങളു പോട്ടമ്മാവാ."

"എന്തുവാടോ ഇത്ര വെപ്രാളം പിടിക്കാനക്കൊണ്ട്?"

"നാളെ കേസ്സാ. വെളുപ്പിനെഴുന്നേറ്റ പോവാനൊള്ളതാ."

"എന്നാ ഇന്നിവിടെങ്ങാനും ചുരുണ്ടുകെട. വെളുപ്പിനെ ഇവിടുന്നെഴുന്നേറ്റു പാം."

മത്തായിക്ക് ഒടുവിൽ വഴങ്ങേണ്ടിവന്നു.

"കേസ്സി നമുക്കു ദോഷം വല്ലോം വരുവോടോ?"

"എങ്ങനറിയാനാ? കോടതീം കച്ചേരീം എല്ലാം അവരടെയല്ലിയോ?"

"ഒന്നും വരുത്തില്ലെടോ. നമ്മുടെ ദൈവദോഷക്കേടു വരാനകൊണ്ടു നെറികേടു വല്ലോം കാണിച്ചിട്ടൊണ്ടോ?"

കിഴവൻ കൊയ്ത്തുസമരത്തെക്കുറിച്ചും ചോദിച്ചു:

"തമ്പ്രാക്കള് എന്തോ പറയുന്നെടോ? വല്ല തീരുമാനോം ഒണ്ടായോ?"

"ഇതുവരെ നമ്മളു നേടിനിക്കുവാ. പക്ഷേങ്കി."

"എന്തോന്നാ പക്ഷേങ്കി?"

"എങ്ങനേലും നമ്മളെ കുരുക്കണമെന്നാ — നമ്മളു രഹസ്യമായറിഞ്ഞതാ. ഇയ്യാണ്ടിലാരും കന്നിക്കൊളപ്പാല വെതയ്ക്കുകേല പോലും."

"അവരു പിന്നെന്താ ചെയ്യാൻ പോകുവാ? നെലത്തീക്കൂടെ കപ്പലോടിക്കുവോ?"

"ഇയ്യാണ്ടി നെലമെല്ലാം തരിശിടാനാ അവരടാലോചന."

കണ്ടൻകാളി തെല്ലുനേരം മിഴിച്ചിരുന്നു.

"ആങ്ഹാ, അപ്പോ.... നമ്മളും വലയുമല്ലോടോ മത്തായി.... അതു നമ്മളെ വലയ്ക്കാനക്കൊണ്ടാണല്ലോ."

"അങ്ങനെ വന്നാ നമ്മളും അരക്കൈ നോക്കും."

"വേണം വേണം അങ്ങനെതന്നെ വേണം. ഇത്രേമായ സ്ഥിതിക്ക് അങ്ങനങ്ങു വെറുതെ വിടാനക്കൊണ്ട് പാടില്ല. ഇനി ഇമ്മിക്കും വിട്ടുകൊടുക്കരുത്."

വെളിയിൽ കാര്യവിചാരം നടന്നുകൊണ്ടിരിക്കുമ്പോൾ അകത്ത് പരിപാലനത്തിനിടയിൽ നാത്തൂനും നാത്തൂനും തമ്മിലും, ചാത്തനയും മറിയയും തമ്മിലും വാതോരാതെ വിശേഷങ്ങൾ പറയുകയായിരുന്നു.

നാൽപ്പത്തിയൊന്ന്

എല്ലാം മാറിമറിഞ്ഞു.

നൂറ്റാണ്ടുകളായി പുലത്തറകളിലും മാടങ്ങളിലും അടുഞ്ഞുകൂടിയിരുന്ന അമ്പരപ്പിന്റെയും പേടിയുടെയും കടുത്ത പുകപടലം മാഞ്ഞു. പാടങ്ങളിലും ചിറക്കാലുകളിലും ആത്മവിശ്വാസത്തിന്റെ പ്രസന്നമായ അന്തരീക്ഷം തെളിഞ്ഞു. നാട്ടിൻപുറം പുതുജീവിതത്തിന്റെ ചൈതന്യം പകർന്നു.

ഈ മാറ്റങ്ങളുടെ ഉറവ തങ്ങളുടെ പ്രസ്ഥാനമാണെന്ന് കർഷകതൊഴിലാളികൾ അഭിമാനത്തോടെ ഓർത്തു. പ്രസ്ഥാനത്തിന്റെ മുൻപന്തിയിൽനിന്നു പ്രവർത്തിച്ചവരെ അവർ സ്നേഹിക്കുകയും ബഹുമാനിക്കുകയും ചെയ്തു. ദൈനംദിന കാര്യങ്ങൾക്കുപോലും യൂണിയൻ പ്രവർത്തകരുടെ ഉപദേശങ്ങൾ തേടി. അവരുടെ എല്ലാം എല്ലാം യൂണിയനായിരുന്നു.

സെഷൻസ് കോടതിയിൽ കണ്ണമംഗലം കേസിന്റെ വിസ്താരം നടന്നു വന്നു. എല്ലാവരും കേസുനടത്തിപ്പിന്റെ തിരക്കിലാണ്. അതിന്റെ ബദ്ധപ്പാടിൽപ്പെട്ടു നടക്കുകയായിരുന്നതുകൊണ്ട് മകനെ ഒന്നടുത്തു കാണാൻ കണ്ടൻ കാളിക്കു കഴിഞ്ഞില്ല.

ഇപ്പോൾ അവനു സമൂഹത്തിൽ വന്നിരിക്കുന്ന പദവിയെക്കുറിച്ച് കിഴവൻ ബോധവാനാണ്. അതിൽ അഭിമാനമുണ്ട്. മറ്റു മക്കളെക്കാളെല്ലാം കാര്യം കുഞ്ഞച്ചനോടാണ്. പക്ഷേ, അവന്റെ ജീവിത്തിനൊരടിയുറപ്പുണ്ടായിട്ടില്ലെന്ന വസ്തുത കിഴവനെ അസ്വസ്ഥനാക്കി. പറഞ്ഞിട്ടു കാര്യമില്ല. സ്വന്തം കാര്യം ശ്രദ്ധിക്കാൻ അവനു സമയമില്ല.

ഒരു ദിവസം കണ്ടൻകാളി ആറ്റുംമണ്ണേലേക്കു ചെന്നു. കുഞ്ഞച്ചനും തങ്കമ്മയും താമസിച്ചിരുന്ന കുടിൽ മുടിഞ്ഞു പൊളിഞ്ഞു കിടക്കുന്നതു

കണ്ടപ്പോൾ വ്യാകുലത തോന്നി. കുറേനേരം മൗനമായി നോക്കിനിന്നു. മനസിൽ ചില പദ്ധതികൾ രൂപപ്പെടുത്തിക്കൊണ്ടാണ് തിരിച്ചുപോയത്.

മത്തായിയെ കണ്ടപ്പോൾ ആ കൊട്ടിലൊന്നു പുതുക്കിക്കെട്ടുന്ന കാര്യം ഓർമിപ്പിച്ചു. ലൂക്കോസും മത്തായിയും കുഞ്ഞച്ചനും കറമ്പനുമെല്ലാം കൂടി ആറ്റുംമണ്ണേൽ ചെന്ന് അതിന്റെ അറ്റകുറ്റപ്പണികൾ നടത്തി. സഹായത്തിനു കണ്ടൻകാളിയും ചെന്നു. തൂണുപൊടിഞ്ഞു. നിലം പൊത്തിയിരുന്ന വടക്കേക്കോടി ഒരു ആഞ്ഞലിത്തൂണിട്ടു പൊക്കി നിർത്തി. കൊട്ടിൽ പൊളിച്ചുവച്ചുമേഞ്ഞു. ചെറ്റ പൊളിഞ്ഞ ഭാഗങ്ങളിൽ കുഞ്ഞോലവച്ചു മുറുക്കിക്കെട്ടി. ചാത്തന കച്ചിയും തണ്ണുങ്ങും കരിച്ച് ചാണകവും ചെളിയുമായി കുഴച്ച് നിലം മെഴുകി വെടിപ്പാക്കി. അങ്ങനെ ഒരു ദിവസം അവിടെ പൊറുതിയായി. കുഞ്ഞച്ചനും തങ്കമ്മയും അവരുടെ കുഞ്ഞുമോനും. ഇത്തവണ പോരാതെ വന്ന സാധനങ്ങളെല്ലാം കണ്ടൻകാളിയുടെ തറയിൽനിന്നു കൊണ്ടുവന്നു. ചാത്തന അരമടിശ്ശീലയിൽനിന്നു ചില്ലറ കൊടുത്തയച്ച് രണ്ടു പുത്തൻകലം വാങ്ങിപ്പിച്ചു. കുടിലിനു ചുറ്റും കാടുപിടിച്ചു കിടന്ന കളയും പുല്ലും കണ്ടൻകാളിതന്നെ വെട്ടിത്തെളിച്ചു. അങ്ങിങ്ങിടം നോക്കി രണ്ടുമൂന്നു തൈത്തെങ്ങുകൾ കുഴിച്ചുവച്ചു. വാഴക്കന്നും വെട്ടുചേമ്പും നട്ടു.

നിരവധി ദിവസങ്ങൾക്കുശേഷം അവിടെ വീണ്ടും തീപ്പുക ഉയർന്നു. അങ്ങനെ ആ പുലമാടം വീണ്ടും പച്ചപിടിക്കാൻ തുടങ്ങി.

ഉണ്ണൂലിത്തള്ളയ്ക്കും കൂട്ടർക്കും ഇപ്പോൾ സന്തോഷമായി. ആറ്റുംമണ്ണേൽ നിന്നിറങ്ങിപ്പോയ ഐശ്വര്യം ഇപ്പോൾ മടങ്ങിവന്നു.

കണ്ടൻകാളിയും ചാത്തനയും വന്ന് കുറേ ദിവസം പുത്തൻപൊറുതിക്കാരോടൊപ്പം താമസമാക്കി.

ഇപ്പോൾ ഇവിടെ ആളും പേരുമൊഴിഞ്ഞ സമയം കുറവാണ്. ചർച്ചയും കൂടിയാലോചനയും ആറ്റുംമണ്ണേലാണ്.

ഒരുദിവസം രാവിലെ കുഞ്ഞച്ചൻ കണ്ടൻകാളിയോടു യാത്രചോദിച്ചു പുറപ്പെട്ടു. അന്നു കണ്ണമംഗലം കേസിന്റെ വിധിയാണ്.

കേസുവിളിച്ചപ്പോൾ പ്രതികൾ കൂട്ടിൽക്കയറി നിരന്നുനിന്നു. കോടതിക്കു വെളിയിൽ വമ്പിച്ച ആൾക്കൂട്ടം. വിധി അറിയാൻവേണ്ടി എല്ലാവരും ചെവി വട്ടം പിടിച്ചു.

കുഞ്ഞച്ചൻ ഞെട്ടിപ്പോയി. ഒന്നാംപ്രതി മത്തായിക്ക് ജീവപര്യന്തം! മറ്റുള്ളവർക്ക് ഒന്നും രണ്ടും കൊല്ലംവീതം കഠിനതടവ്.

വിധി പറഞ്ഞപ്പോഴും പ്രതികൾ നിർവികാരരായി നിന്നതേയുള്ളൂ. ഇടയ്ക്ക്, മത്തായി കുഞ്ഞച്ചനെ നോക്കി ഒന്നു ചിരിക്കാൻ ശ്രമിക്കുന്നതു കണ്ടു.

പ്രതികളെ കൊണ്ടുപോകാൻ പൊലീസ് വാൻ വന്നു. ലൂക്കോസ് മാത്രം മൂകനായിരുന്നു. പ്രതികളായ കറമ്പനും കാളിക്കുട്ടിയും രാധാകൃഷ്ണനും മത്തായിയും മറ്റെല്ലാവരും യാതൊന്നും സംഭവിച്ചിട്ടില്ലാത്ത മട്ടിൽ കോടതി മുറ്റത്തു നിലയുറപ്പിച്ചു. രാധാകൃഷ്ണൻ കുഞ്ഞച്ചനോട്

സംഘടനാരംഗത്ത് അവശ്യം ശ്രദ്ധിക്കേണ്ട ചില കാര്യങ്ങളെക്കുറിച്ച് നിർദേശങ്ങൾ നൽകി.

മത്തായി ഓർമപ്പെടുത്തി:

"നമ്മുടെ വാർഷികം കെങ്കേമമാക്കണം കേട്ടോ. കണ്ണനുവേണ്ടി ഒരു രക്തസാക്ഷി മണ്ഡപവും......"

"അതൊക്കെ നമുക്കു ചെയ്യാം."

ഒടുവിൽ സമയമായി. ഓരോരുത്തരായി വാനിലേക്കു കയറി.

പെട്ടെന്ന് എന്തോ ഓർത്തിട്ടെന്നപോലെ മത്തായി കുഞ്ഞച്ചനെ വിളിച്ചു പറഞ്ഞു:

"മറിയയോടു പറഞ്ഞേരെ ഞാൻ വരുന്നതുവരെ പിള്ളാരെയും കൊണ്ട് മാന്നാത്ത് കൊച്ചപ്പന്റെ തറയിൽ ചെന്നു നിന്നോളാൻ."

ഒരു നിമിഷം എന്തോ ആലോചിച്ചുകൊണ്ടു നിന്നിട്ട് കൂട്ടിച്ചേർത്തു:

"പിള്ളാരെ നേരെ ചൊവ്വേ നോക്കിക്കോളാൻ പറയണെ. പൊടിയന് എന്നെ കണ്ടില്ലേ....."

ഗദ്ഗദംകൊണ്ടു വാക്കുകൾ തടഞ്ഞു.

ധീരനായ ആ തൊഴിലാളിയുടെ കണ്ണുകൾ നിറഞ്ഞു. ദുർബലത വെളിവാകാതിരിക്കുന്നതിനു ചിരിക്കാൻ ശ്രമിച്ചു.

കുഞ്ഞച്ചൻ പറഞ്ഞു:

"സഖാവ് ധൈര്യമായിരിക്ക്. മറിയച്ചേട്ടത്തിയുടെയും കുട്ടികളുടെയും കാര്യം നോക്കാൻ യൂണിയൻ കാണും. നിങ്ങളെ ഇറക്കിക്കൊണ്ട് വരാൻ നോക്കട്ടെ. ഞങ്ങളാരും വെറുതെ ഇരിക്കില്ല."

മുഷ്ടി ചുരുട്ടി അഭിവാദ്യം ചെയ്തുകൊണ്ട് മത്തായി വാനിലേക്കു കയറി. ഇരയ്ക്കുകയും മൂളുകയും ചെയ്തുകൊണ്ട് പൊലീസ് വാൻ ഓടിയകന്നു.

എല്ലാവരും പൊയ്ക്കഴിഞ്ഞു. താനൊഴികെ മറ്റെല്ലാവരും.....

കുഞ്ഞച്ചനെ അസഹ്യമായ ഒരേകാന്തതാബോധം ചൂഴ്ന്നുനിന്നു. പൊലീസ് വാൻ കണ്ണിൽനിന്നു മറഞ്ഞതോടെ ഹൃദയം ശൂന്യമായി.

ചെയ്തുതീർക്കേണ്ട ജോലികളെക്കുറിച്ചു ചിന്തിച്ചപ്പോൾ നടുക്കം തോന്നി. കേസ്സു നടത്താൻ ഇനി ആരുമില്ല. യൂണിയന്റെ വാർഷികമാണ് വരുന്നത്. അതിനു മുമ്പ് വാർഡുയോഗങ്ങൾ വിളിച്ചുകൂട്ടണം. പ്രചാരണ പ്രവർത്തനങ്ങൾ സംഘടിപ്പിക്കണം. വാളണ്ടിയർമാരെ തെരഞ്ഞെടുക്കണം......

എല്ലാംകൂടി എങ്ങനെ ചുമക്കും? താനൊറ്റയ്ക്ക്! ഒരെത്തും പിടിയുമില്ല. ആലോചിക്കുമ്പോൾ തല മന്ദിക്കുന്നു. വല്ലാത്ത ഭാരം.

തറയിലേക്കു മടങ്ങുമ്പോൾ സ്വയം സമാധാനപ്പെട്ടു. എല്ലാം വരും പോലെ.

എങ്കിലും പാടുപെട്ടു കെട്ടിപ്പടുത്തുകൊണ്ടുവന്ന പ്രസ്ഥാനം തന്റെ പ്രാപ്തിക്കുറവുമൂലം ശിഥിലമാവുകയോ എന്നോർത്തു ദുഃഖം തോന്നി.

അന്നുതന്നെ ജില്ലാകമ്മിറ്റിയിൽനിന്ന് സഖാക്കൾ സ്ഥലത്തെത്തി.

അപ്പോൾ ഒരാശ്വാസം. താൻ ഒറ്റയ്ക്കല്ലല്ലോ!

എല്ലാവരും കൂടി അപ്പോൾത്തന്നെ ശിക്ഷിക്കപ്പെട്ടിട്ടുള്ളവരുടെ വീടുകളിൽ പോയി.

അവരെ കണ്ടപ്പോൾ കാതരമായ മിഴികളോടെ മറിയ പകച്ചുനിന്നു. ഒടുവിൽ അവളുടെ കവിളുകളിലൂടെ കുടുകുടാ കണ്ണീരൊഴുകി.

ജില്ലയിൽനിന്നു വന്ന ഒരു സഖാവ്, ഉറപ്പുപറഞ്ഞു:

"സമാധാനപ്പെട്. ഞങ്ങൾ വെറുതെയിരിക്കില്ല. സഖാവിനെ ജയിലിനു പുറത്തു കൊണ്ടുവരുന്നതുവരെ അതിനുവേണ്ടി പരിശ്രമിക്കും."

പൊടിയനെ പിടിച്ചടുപ്പിച്ച് അവന്റെ തലയിൽ തഴുകിക്കൊണ്ട് മറിയ ആശയോടെ ആ സഖാക്കളുടെ നേരെ മിഴിയുയർത്തി നിന്നു.

കടുംകാപ്പി തിളപ്പിച്ചു കുടിച്ചുകൊണ്ടാണ് അവർ അവിടെനിന്ന് മടങ്ങിയത്.

യൂണിയൻ പ്രവർത്തനങ്ങൾ കുഞ്ഞച്ചനെ സഹായിക്കാൻ വേണ്ടി കുറേദിവസം അവർ കണ്ണമംഗലത്തുതന്നെ ചെലവഴിച്ചു.

വാർഷികസമ്മേളനത്തിന്റെ തീയതി അടുത്തതോടെ നാടിന്റെ മട്ടു മാറി. കർഷകതൊഴിലാളി കേന്ദ്രങ്ങളിൽ കവലതോറും ചെങ്കൊടികൾ പാറിപ്പറന്നു. ആർച്ചുകൾ ഉയർന്നു നാലുംകൂടുന്ന മുക്കുകളിലും ചന്തകളിലുമെല്ലാം പ്രചാരണയോഗങ്ങൾ നടന്നു. കുറേ ദിവസങ്ങളായി തൊഴിലാളികളുടെ ശ്രദ്ധ മുഴുവൻ വാർഷികത്തെക്കുറിച്ചാണ്.

സമ്മേളനപ്പന്തലിനു മുന്നിൽ രക്തസാക്ഷി മണ്ഡപം പടുത്തുയർത്തി. സമ്മേളന ദിവസം പ്രതിനിധികൾ വരിവരിയായി ചെന്ന് രക്തപുഷ്പങ്ങൾ അർപ്പിച്ചു.

മാലപ്പടക്കങ്ങൾ പൊട്ടി. കതിനാവെടികൾ മുഴങ്ങി. യോഗാരംഭത്തിൽത്തന്നെ പന്തൽ നിറഞ്ഞുകവിഞ്ഞു.

രക്തസാക്ഷി പ്രമേയത്തിൽ മൈലനെയും കണ്ണനെയും അനുസ്മരിച്ചു.

അടിച്ചമർത്തപ്പെട്ടു കിടന്ന ഒരു ജനവിഭാഗത്തെയാകെ പ്രസ്ഥാനത്തിന്റെ പിന്നിൽ അണിനിരത്തുകയും, യൂണിയന്റെ നേതൃത്വത്തിൽ ഗണനീയങ്ങളായ നേട്ടങ്ങൾ നേടിയെടുക്കുകയും, നാട്ടിലെ ഏറ്റവും മികച്ച സ്വാധീനശക്തിയായി അതിനെ വളർത്തിക്കൊണ്ടുവരികയും ചെയ്യുന്നതിനിടയിൽ വർഗവഞ്ചകരുടെ ചതിയിൽപ്പെട്ട് രക്തസാക്ഷിയായ സഖാവ് കണ്ണനെക്കുറിച്ച് പ്രതിനിധികൾ ആദരപൂർവം സംസാരിച്ചു. ധീരനായ ആ സഖാവിന്റെ കാലടികൾ പിന്തുടരുമെന്ന് പ്രതിജ്ഞ ചെയ്തു.

റിപ്പോർട്ടിങ്ങും ചർച്ചയും നടന്നു. പ്രതിനിധികളുടെ അഭിപ്രായങ്ങൾ കുഞ്ഞച്ചൻ ശ്രദ്ധയോടെ കേട്ടു. അവരുടെ തന്റേടത്തിലും ആത്മാർഥതയിലും അഭിമാനം തോന്നി. പലർക്കും ശരിയായ ഒരു വീക്ഷണഗതി ഇല്ല. ചിലർ മനസിലിരുപ്പു പ്രകാശിപ്പിക്കാൻ പ്രാപ്തരല്ല. എങ്കിലും ഓരോരുത്തരും യൂണിയന് മുതൽക്കൂട്ടാണ്.

ശങ്കരൻകുട്ടി വാചാലനായി പ്രസംഗിച്ചുകൊണ്ട് റിപ്പോർട്ടിനെ

വിമർശിച്ചു. പൊതുവായ പ്രവർത്തനപരിപാടികളോടാണ് അയാൾക്ക് വിയോജിപ്പ്.

"യൂണിയൻ നടത്തിക്കൊണ്ടിരുന്ന ഈ സാമ്പത്തിക മാത്ര സമരങ്ങൾ ആരെയും എങ്ങും കൊണ്ടുചെന്നെത്തിക്കുകയില്ല. ഒരു വിപ്ലവ ശക്തിയെന്ന നിലയിൽ കർഷകതൊഴിലാളികളെ വളർത്തിയെടുക്കാൻ വേണ്ടി, ചൂഷകവർഗത്തിൽനിന്ന് രാഷ്ട്രീയാധികാരം പിടിച്ചുവാങ്ങാൻ അവരെ പ്രാപ്തരാക്കുന്നതിനു വേണ്ടി യൂണിയന് എന്തു പരിപാടിയാണുള്ളത്?"

കൊച്ചുകുട്ടനും മറ്റു ചില ചെറുപ്പക്കാരും അതിനെ പിന്താങ്ങി സംസാരിച്ചു. ആ ചർച്ച കുഞ്ഞച്ചന് രസകരമായി തോന്നി.

ജില്ലാ സെക്രട്ടറിയുടെ മറുപടി പ്രസംഗത്തിൽ അതിനെക്കുറിച്ച് സൂചിപ്പിക്കുകയുണ്ടായി.

"സാമ്പത്തിക മാത്ര സമരങ്ങളെന്നു പറഞ്ഞ് ഈ സമരങ്ങളുടെ പ്രാധാന്യം കുറച്ചു കാണാൻ ആരെങ്കിലും ശ്രമിച്ചാൽ അത് ചരിത്രത്തോടു കാട്ടുന്ന അനീതിയായിരിക്കും...... പതത്തിനും തീർപ്പിനും വേണ്ടിയുള്ള ഈ സമരങ്ങൾ ഒരു പ്രത്യേക ഘട്ടത്തിൽ സ്വാഭാവികമായും മിച്ചഭൂമി പിടിച്ചെടുക്കുന്നതിനുള്ള മഹത്തായ സമരമായി വളരും. അത് നമ്മുടെ രാജ്യത്തെ സാമൂഹിക വ്യവസ്ഥയെ ആകെ കീഴ്മേൽ മറിക്കുകയും വിപ്ലവശക്തികളിലേക്ക് അധികാരം പകരുന്നതിനുള്ള കളമൊരുക്കുകയും ചെയ്യും..... അതുവരെ നമ്മൾ കൈവരിച്ച നേട്ടങ്ങൾ അതേപടി നിലനിർത്താൻ വർഗശത്രുക്കൾ അനുവദിക്കുമെന്ന് ആരും കരുതേണ്ട. തരംകിട്ടുമ്പോൾ നമുക്കെതിരെ അവർ തിരിച്ചടിക്കും. യഥാർഥത്തിലുള്ള രാഷ്ട്രീയാധികാരം പിടിച്ചുവാങ്ങുന്നതുവരെ ആപത്തൊഴിയുകയില്ല."

കുഞ്ഞച്ചൻ മനസിരുത്തി കേട്ടു. ആ സംസാരത്തിന്റെ അന്തഃസത്ത മുഴുവൻ ഉൾക്കൊള്ളാൻ ശ്രമിച്ചു. അതിൽനിന്ന് ഒരു കാര്യമെങ്കിലും, ഒരു വാക്കെങ്കിലും വിട്ടുപോകാതിരിക്കാൻ ശ്രമിച്ചു.

എല്ലാം കേട്ടുകഴിഞ്ഞപ്പോൾ തലയ്ക്ക് ഒരു വെളിവു വീണതുപോലെ. ചെയ്തുതീർക്കേണ്ട കാര്യങ്ങളെക്കുറിച്ച് ഒരേകദേശ രൂപം കൈവന്നു. അതുവരെ സംശയങ്ങളായിരുന്നു. ഒന്നിലും ഒരു വ്യക്തതയില്ലായിരുന്നു. പക്ഷേ, ഇപ്പോൾ ഏതാണ്ടൊരു പിടികിട്ടിയതുപോലെ തോന്നി. മനസിന്റെ ഭാരം നീങ്ങി.

ഉച്ചതിരിഞ്ഞപ്പോഴേക്കും സമ്മേളനസ്ഥലത്തിന്റെ പരിസരമാകെ തൊഴിലാളികളെക്കൊണ്ടു നിറഞ്ഞു. വൈകുന്നേരത്തെ പ്രകടനത്തിൽ പങ്കുകൊള്ളാനുള്ള ഉത്സാഹത്തള്ളിച്ചയിൽ ആളുകൾ വന്നു നിറഞ്ഞു. ആണും പെണ്ണും കുട്ടികളും വൃദ്ധരുമെല്ലാം അവരുടെ ആഹ്ലാദഭരിതമായ ഇരമ്പലിനിടയിലാണ് യൂണിയൻ ഭാരവാഹികളുടെ തെരഞ്ഞെടുപ്പു നടന്നത്.

സെക്രട്ടറി സ്ഥാനത്തേക്കുള്ള നാമനിർദേശം വന്നപ്പോൾ സദ

സിന്റെ നാനാഭാഗങ്ങളിൽനിന്നും ഒരേ സ്വരത്തിൽ പ്രാതിനിധികൾ വിളിച്ചു പറഞ്ഞു:

"സഖാവ് കുഞ്ഞച്ചൻ."

"അതെ സഖാവ് കുഞ്ഞച്ചൻ."

വീണ്ടും വീണ്ടും ഒരേ പേരുതന്നെ.

സദസിൽ നീണ്ടുനിവർന്ന കൈയടി. അയാൾ വികാരാധീനനായി തലകുനിച്ചിരുന്നു. ആ സ്ഥാനം വഹിക്കാൻ താൻ പ്രാപ്തനല്ലെന്നു പറണമെന്നു തോന്നി. പക്ഷേ, പകരം ആരുടെ പേരു നിർദേശിക്കാൻ?

സദസ്സ് മുഴുവൻ കൈയടിച്ചംഗീകരിച്ചശേഷം ഇനി മറ്റെന്തു പറയാൻ? താനറിയാതെതന്നെ അയാൾ മറ്റൊരാളായി മാറിക്കഴിഞ്ഞിരുന്നു. ജനസഹസ്രങ്ങളുടെ ഉജ്വലമായ പ്രകടനം നടന്നു. അതിനുശേഷം ഗംഭീരമായ പൊതു സമ്മേളനം. പ്രകടനത്തിനും സമ്മേളനത്തിനും പങ്കെടുക്കുമ്പോൾത്തന്നെ മനസിൽ മാറ്റം അനുഭവപ്പെട്ടു. അതിനെക്കുറിച്ചോർത്തു സ്വയം അതിശയം പൂണ്ടു.

സമ്മേളനം കഴിഞ്ഞു തങ്കമ്മയെ ഉണ്ണൂലിത്തള്ളയോടൊപ്പം അറ്റുംമണ്ണേലേക്കു കൂട്ടിയയച്ചു. കുറേക്കൂടി കഴിഞ്ഞിട്ടാണ് കുഞ്ഞച്ചൻ മടങ്ങിച്ചെന്നത്.

അവളുറങ്ങാതെ വിളക്കുംവച്ചു കാത്തിരിക്കുകയായിരുന്നു.

കുഞ്ഞച്ചന് അത്താഴം വിളമ്പിക്കൊടുത്തു. അതു വാരിത്തിന്നുന്നതുനോക്കി അവളടുത്തു കാത്തിരുന്നു. അയാളിൽ പതിവില്ലാത്ത ഒരു മൗനം കണ്ട് അവൾ അതിശയത്തോടെ ചോദിച്ചു:

"എന്തുവാ ഇങ്ങനെ ആലോചിച്ചുകൊണ്ടിരിക്കുന്നേ?"

ഞെട്ടിയുണർന്നപോലെ അയാൾ പറഞ്ഞു:

"ഓ, ഒന്നുമില്ല."

പക്ഷേ, മനസിലൂടെ പലവിധത്തിലുള്ള ചിന്തകൾ അരിച്ചു നടന്നു.

ഭാരിച്ച ഒരു ചുമടാണ് തലയിലേറ്റിയിരിക്കുന്നത്. മറ്റുള്ളവർ സ്നേഹപൂർവം വിശ്വസിച്ചേൽപ്പിച്ചു. ഇനിയത് നിലത്തിറക്കാൻ വയ്യ. ഒരിക്കൽ കരളുറപ്പും ചങ്കൂറ്റവുമുള്ള ഒരാൾ കൊണ്ടുനടന്ന സ്ഥാനമാണ്. ജീവാവസാനം വരെ അയാൾ ആ കൊടി കൈവിട്ടില്ല. എന്തെല്ലാം പരീക്ഷണങ്ങളെ അതിജീവിച്ചു. ഒടുവിൽ ജീവനുതുല്യം സ്നേഹിച്ചിരുന്ന തന്റെ പ്രിയപ്പെട്ടവളോടുള്ള കടമപോലും നിർവഹിക്കാൻ കഴിയാതെ എന്നേക്കുമായി പോയി.

പക്ഷേ, സാരമില്ലായിരുന്നു. ആ മത്തായിയും മഠത്തിലെ സഖാവും കറമ്പനും കാളിക്കുട്ടിയും ലൂക്കോസുമെല്ലാം ഉണ്ടായിരുന്നെങ്കിൽ ഒന്നും സാരമില്ലായിരുന്നു.

പാവം ആ മറിയാച്ചേട്ടത്തി കണ്ണീരും കൈയുമായി കഴിയുന്നു. മത്തായിച്ചൻ ഇനി എന്നുവരുമോ എന്തോ? അവരോടുള്ള കടമകളുടെ മുന്നിൽ മറ്റുള്ളതെല്ലാം നിസ്സാരമാണ്.

സ്വന്തം കുട്ടിയോടും ഭാര്യയോടും പോലും ഒരന്യഥാബോധമാണു തോന്നുന്നത്.

പക്ഷേ, എങ്ങനെ അവളെ ബോധ്യപ്പെടുത്തും. അവൾക്കതു മനസിലാകുമോ?

ചോറു വിരവുന്നതിനിടയിൽ അയാൾ മുഖമുയർത്തി ഒരു നേരിയ പുഞ്ചിരിയോടെ പറഞ്ഞു:

"അവളെല്ലാംകൂടി എന്നെ യൂണിയന്റെ സെക്രട്ടറിയാക്കി."

അത്രയും പറഞ്ഞിട്ട് മുഖംകുനിച്ചിരുന്നു ചോറുവാരിയുണ്ടു.

അതൊരു വലിയ കാര്യമാണെന്നുമാത്രം തങ്കമ്മയ്ക്കറിയാം. പക്ഷേ, അതിനിത്രമേൽ ആലോചിക്കേണ്ടതുണ്ടോ? ആ ലക്ഷണം കണ്ടിട്ട് മറ്റൊന്നും ചോദിക്കാൻ തോന്നുന്നതുമില്ല.

അയാൾ ഊണു നിർത്തി കൈകഴുകി. വാസ്തവത്തിൽ ഊണു കഴിച്ചെന്നു വരുത്തിത്തീർക്കുകയേ ചെയ്തുള്ളൂ.

തങ്കമ്മയ്ക്കതു മനസിലായി. മനസിനെ അലട്ടുന്നതായി എന്തൊക്കെയോ ഉണ്ട്. ആ ലക്ഷണം കണ്ടിട്ട് കുറേക്കൂടി വാരിത്തിന്നണമെന്നു പറയാൻ തോന്നിയില്ല. വിഷാദഭാരത്തോടെ പാത്രവുമെടുത്തുപോയി.

പിന്നെ അവർ തമ്മിൽ ഒന്നും സംസാരിച്ചില്ല.

അവൾ കിടക്കപ്പായ് നിവർത്തിയിട്ട് കാത്തിരുന്നപ്പോൾ കുഞ്ഞച്ചൻ മുറ്റത്ത് അങ്ങോട്ടുമിങ്ങോട്ടും നടക്കുകയായിരുന്നു. കുഞ്ഞിനു മുലകൊടുത്തുകൊണ്ടു അവൾ വിളക്കിനുമുന്നിൽ കുത്തിയിരുന്നു. ഒടുവിൽ കുഞ്ഞിനെമാറോടടുക്കിപ്പിടിച്ച് നിലത്തുകിടന്നു.

അവളുറക്കംപിടിക്കുംമുമ്പ് അയാൾ നിശ്ശബ്ദനായി അകത്തുവന്നു കിടന്നുവെന്നു മനസിലായി. അപ്പോഴും ഒന്നും ചോദിച്ചില്ല. ഒരുപക്ഷേ, തനിക്കു പിടികിട്ടാത്ത വല്ലതുമായിരിക്കും. തങ്ങളുടെ മാടവുമായി ബന്ധമില്ലാത്ത ഏതോ കാര്യം?

അങ്ങനെ അയാൾ അവളിൽനിന്നും ആ കൊച്ചു കുടുംബത്തിൽ നിന്നും അകന്നുപോവുകയാണോ?

വെളുപ്പാൻകാലം വരെ ഉറങ്ങാതെ കിടന്നു. മനസിലൂടെ പലതരം ചിന്തകൾ പാഞ്ഞുപോയി. അങ്ങനെ കിടക്കുമ്പോൾ തലക്കോഴി കൂവുന്നതു കേട്ടു. അതിനുശേഷമാണ് മയക്കം പിടിച്ചത്.

അകാരണമായ ഒരു ഭയപ്പാടോടെ വീണ്ടും ഞെട്ടിയുണർന്നു. അയാൾ അവിടെത്തന്നെയുണ്ടോയെന്നു സംശയം തോന്നി. വെറുതെ ഒരു സംശയം. ഞെട്ടിപ്പിടഞ്ഞെഴുന്നേറ്റ്, അയാൾ കിടന്നിടത്തു ചെന്നു തപ്പിനോക്കി. ആളവിടെത്തന്നെയുണ്ടെന്നറിഞ്ഞപ്പോൾ സമാധാനമായി. തെല്ലുനാണവും തോന്നി. ഒടുവിൽ എന്തോ ഓർത്തിരുന്ന് ഒരു നെടുവീർപ്പിട്ടു. അങ്ങനെ നേരം കുറേ കഴിഞ്ഞു.

അയാൾ സ്വസ്ഥമായി ഉറങ്ങുകയാണ്. ആ ഉറക്കത്തിൽ നിന്ന് ഉണർത്താൻ തോന്നിയില്ല. കുറേ ദിവസമായി ഉറക്കമില്ലാതെയുള്ള പണിയായിരുന്നു. ഇന്നെങ്കിലും സുഖമായി കിടന്നുറങ്ങട്ടെ.

എങ്കിലും, ആ മുഖമൊന്നു കാണാൻ കൊതിതോന്നി. തീപ്പെട്ടി തപ്പിയെടുത്തു വിളക്കുകത്തിച്ചു. വിളക്ക് മുഖത്തോടു ചേർത്തുപിടിച്ചു. ശാന്തമായുറങ്ങുന്ന ആ മുഖത്തേക്കുറ്റുനോക്കിക്കൊണ്ട് ഏറെനേരം അങ്ങനെയിരുന്നു. ഒരിക്കൽ കൈവിട്ടുപോയെന്നു കരുതിയിരുന്ന തന്റെ സർവസ്വവും ഇപ്പോൾ കൈക്കുമ്പിളിൽ ഒതുങ്ങി നിൽക്കുന്നു.

പതുക്കെ മുഖം കുനിച്ച് അയാളുടെ ചുണ്ടുകളിൽ ഒരുമ്മവച്ചു. കുഞ്ഞച്ചൻ ഞെട്ടിയുണർന്ന് കൺമിഴിച്ചു. ചുംബനംകൊണ്ട് വികാരസാന്ദ്രമായ ആ മുഖം കണ്ട് അയാൾ പുഞ്ചിരിതൂകി. അവളെ മാറിലേക്കു വലിച്ചടുപ്പിച്ചുകൊണ്ടു ചോദിച്ചു:

"എന്താ, എന്താ നീയിതുവരെ ഉറങ്ങാഞ്ഞെ?"

അവൾ മുഖംതിരിച്ചുകൊണ്ടു പറഞ്ഞു:

"ഒന്നുമില്ല."

"പിന്നെ വിളക്കു കത്തിച്ചുവച്ചിരിക്കുന്നത്?"

"ഉറക്കത്തിൽ എനിക്കു പേടിതോന്നി."

കുഞ്ഞച്ചൻ ചിരിച്ചു:

"എന്തിനാ പേടിച്ചത്?"

"എവിടെയോ പോയിരിക്കയാണെന്നു പേടിതോന്നി. ഇങ്ങു വന്നില്ലെന്നു തോന്നി."

"നിന്റെ തോന്നലു കൊള്ളാമല്ലോ."

അയാൾ കിടക്കപ്പായിൽ എഴുന്നേറ്റിരുന്ന് ഒരു ബീഡി കത്തിച്ചു വലിച്ചു.

"എന്താ നിനക്കങ്ങനെ തോന്നാൻ?"

"എന്തോ എനിക്കങ്ങനെ തോന്നി. ഞാനങ്ങു പേടിച്ചുപോയി."

കുഞ്ഞച്ചൻ ബീഡിവലിച്ചു പുകവിട്ടുകൊണ്ടിരുന്നു. കുറേനേരം കഴിഞ്ഞു തങ്കമ്മ വീണ്ടും ചോദിച്ചു:

"എന്താ ഇന്നലെ മുതലൊരു വല്ലാതെ. എന്തോന്നാ ഒരാലോചന?"

അയാൾ മറുപടിയൊന്നും പറഞ്ഞില്ല. അവർക്കിടയിൽ കനത്ത നിശ്ശബ്ദത തങ്ങിനിന്നു. ആ താടിപിടിച്ചുയർത്തിക്കൊണ്ട് അവൾ പിന്നെയും ചോദിച്ചു.....

"മ്..... എന്താ ഒന്നും മിണ്ടാത്തെ?"

ഇത്തവണ ഉത്തരം പറഞ്ഞു:

"നിന്നെയോർത്തുള്ള വെഷമമേയുള്ളൂ" അവൾ പകച്ചുപോയി.

"എന്തോന്നാ എന്നെക്കുറിച്ചോർത്തു വെഷമിക്കാൻ? ഞാൻ വല്ല തെറ്റും ചെയ്തോ?"

"അതൊന്നുമല്ല."

"പിന്നെന്തിനാ എന്നെപ്പൊറുതി വെഷമിക്കുന്നെ?"

അയാൾ ഒരു നെടുവീർപ്പു വിട്ടിട്ട് പിന്നെയും മുഖം കുനിച്ചു മിണ്ടാതിരുന്നു.

അവൾ വേവലാതിയോടെ വീണ്ടും തിരക്കി:

"എന്തോ എന്നോടു പറയരുതാത്ത എന്തെങ്കിലുമാണോ?"

"അതൊന്നുമല്ല. നിന്നോടു പറയാതിരിക്കാനും പറ്റില്ല. നീയറിഞ്ഞിരിക്കേണ്ട കാര്യമാണ്."

അയാൾ ഒരു ബീഡികൂടി കത്തിച്ചു വലിച്ചു.

"നീയാലോചിച്ചിരുന്നു കേൾക്കണം. എനിക്കു വീട്ടുകാര്യങ്ങൾ നോക്കിക്കഴിയാൻ പറ്റില്ല. അതിനു സമയം കിട്ടില്ല. നിനക്കതു മനസിലാകുമോയെന്നറിഞ്ഞുകൂടാ. അത്രയ്ക്കു ഭാരിച്ച ചുമതലകളാണ് ഞാനേറ്റു പിടിച്ചിരിക്കുന്നത്."

പെട്ടെന്നു പൊട്ടിവിടർന്ന പൗർണമിചന്ദ്രനെപ്പോലെ അവളുടെ മുഖത്തു ചിരിയുടെ പ്രകാശം പരന്നു.

"ഇതാണോ കാര്യം? ഞാനങ്ങു വെഷമിച്ചുപോയല്ലോ."

കുഞ്ഞച്ചൻ അവളെ സൂക്ഷിച്ചുനോക്കി.

"എന്താ ഈ കാര്യത്തിൽ നിനക്കു വെഷമം തോന്നുന്നില്ലിയോ?"

അവൾ കുലുങ്ങിച്ചിരിച്ചു.

"എനിക്കിതു നേരത്തേ അറിയാം."

"എന്തോന്ന്?"

"ഇനി കുടിയിലെ കാര്യം നോക്കാൻ നമ്മളെക്കിട്ടത്തില്ലെന്ന്."

"നേരോ? ഇതു നിനക്കെങ്ങനെ മനസിലായി?"

"എങ്ങനോ? എനിക്കെന്നേ അറിയാം."

രണ്ടുപേരും ചിരിതൂകിക്കൊണ്ടു മിണ്ടാതിരുന്നു. അവളെ സമാശ്വസിപ്പിക്കാനെന്നവണ്ണം അയാൾ പറഞ്ഞു:

"എനിക്കിനി വേറൊന്നിനും സമയം കിട്ടത്തില്ല. അല്ലാതെ നിന്നോടുള്ള സ്നേഹക്കുറവുകൊണ്ടല്ല?"

"അതും അറിയാം. എന്നാ ഞാൻ പറയട്ടെ. ഇനി കുടിയിലെകാര്യം വിചാരിച്ച് നമ്മളു വെഷമിക്കണ്ട."

അവന്റെ തിളങ്ങുന്ന കണ്ണുകളിലേക്കു നോക്കി തെല്ലുവിറയാർന്ന സ്വരത്തിൽ അവൾ വീണ്ടും പറഞ്ഞു:

"കുടിയിലെ കാര്യമെല്ലാം ഞാൻ നോക്കിക്കൊള്ളാം. എന്നോടു കെറീക്കാതിരുന്നാമതി."

അയാൾ അവളെ വാരിക്കോരി മുറുകെ മുറുകെപ്പുണർന്നു.

"മണ്ടീ, നിന്നെപ്പോലൊരുത്തിയോടു കെറീക്കാനൊക്കുമോ?"

അവളുടെ ചുണ്ടുകൾ ദാഹാർത്തങ്ങളായി. അവൾ വികാരംപൂണ്ടു പുളഞ്ഞു. ഉടലാകെ കോരിത്തരിച്ചു.

അപ്പോഴേക്കും കിഴക്കു പ്രഭാതം പൊട്ടിവിടർന്നു. കാക്ക കരഞ്ഞു. മണ്ണാത്തിപ്പുള്ളുകൾ ചിലയ്ക്കുന്നതു കേട്ടു.

പാടത്തിന്റെ കിഴക്കേക്കരയിൽ ഒരു കൂറ്റൻ ചെങ്കൊടിയുമായി യുഗപ്രഭാതം കാത്തുനിൽക്കുന്നു!

നാൽപ്പത്തിരണ്ട്

ഇരണ്ടയും നീർക്കാടയും നാടുവിട്ടുപോയി. ഞാറയും കൊക്കും വേതാളം ചാലിന്റെ കരയിൽ പറ്റിക്കൂടി.

വെയിലേറ്റും വെട്ടിത്തിളങ്ങിയ ചാലിനു മീതെ, മേഘങ്ങളൊഴിഞ്ഞ നീലാകാശത്ത് കൃഷ്ണപ്പരുന്തുകൾ വട്ടമിട്ടു പറന്നു. പാലടിച്ചുനിന്ന ഓച്ചപ്പാടങ്ങളിൽ നിന്ന് പച്ചപ്പേരകൾ കതിരു മുറിച്ചുകൊണ്ട് മരച്ചില്ലകളിൽ ചെന്നിരുന്ന് കലപില കൂട്ടി. വയൽക്കരെയുള്ള മാഞ്ചുവട്ടിൽ കൂടിയ കുട്ടികൾ, കുട്ടിയും കുറിഞ്ഞിയും കളിച്ചു. കുഴികുത്തി അണ്ടികളിച്ചു.

ആരിയൻപാടം നീണ്ടുനിവർന്നു കിടന്നു. നഗ്നമായ മാറുകാട്ടി മീനവെയിൽ കാഞ്ഞുകിടന്നു. ഉഴുതുമറിഞ്ഞു പുളയാനും മുളപൊട്ടുന്ന നെന്മണികൾ ഉള്ളിലൊതുക്കി പുളകമണിയാനും ആർത്തിപെരുത്തു കിടന്നു.

പുഞ്ചയിൽ കുളപ്പാല വിതയ്ക്കാൻ കാലമായി.

മറുതാച്ചി നടയിലെ അശ്വതിയും ഭഗവതി ക്ഷേത്രത്തിലെ ഭരണിയും കഴിഞ്ഞ് കന്നും കലപ്പയുമായി ഉഴവുകാർ കാത്തിരുന്നു.

നിലംപൂട്ടുന്ന കാര്യം പറയാൻ വാര്യത്തും കോയിക്കലും ചെന്നു. അവിടെ നിന്നുള്ള മറുപടി കേട്ട് വാ പൊളിച്ചു!

“വേണ്ട. ഇത്തവണ ആരും ഉഴണ്ട, പാടം, തരിശു കിടന്നോട്ടെ.”

ഉഴവുകാർ തലകുമ്പിട്ടു നിന്നു. താഴെ, മണ്ണിലെഴുതിയിരിക്കുന്ന തങ്ങളുടെ തലവിധി അറിയാനെന്നവണ്ണം കീഴോട്ടു നോക്കി നടന്നു.

ജീവിതമാർഗം മുട്ടി.

ഇനി എങ്ങനെ വയറുപിഴയ്ക്കും? എവിടെപ്പോയി പണിയെടുക്കും?

എങ്ങനെ കന്നുകളെ പോറ്റും?

അയൽക്കാരെ വിവരമറിയിച്ചു. കണ്ടുമുട്ടിയവർ തമ്മിൽ കഥ പറഞ്ഞു.

പോംവഴി കാണാതെ മുഖത്തോടുമുഖം നോക്കിയിരുന്നു.

പാടത്തുകൂടി എരിവെയിൽ തിളച്ചുമറിഞ്ഞൊഴുകി. ചുട്ടുപൊള്ളുന്ന വേനലിൽ നിലമുണങ്ങി. ചെളി വെടിച്ചുകീറി.

ഒരിറ്റു വെള്ളത്തിനുവേണ്ടി വെണ്മേഘങ്ങളെ നോക്കി വേഴാമ്പലുകൾ നിലവിളി കൂട്ടി.

കന്നുകളെ കയറൂരി മേയാൻ വിട്ടിട്ട് ഉഴവുകാർ കാഞ്ഞിരക്കമ്പുമായി, ആലോചനകളിൽ മുഴുകി തോട്ടുവെളുമ്പിൽ കുത്തിയിരുന്നു.

തരിശുകിടക്കുന്ന മദാലസയായ ആരിയൻ പാടത്തേക്കു പുലക്കിടാത്തന്മാർ കൈത്തരിപ്പോടെ നോക്കിനിന്നു.

സർപ്പക്കാട്ടിലെ വന്മരത്തിന്റെ ഉച്ചിയിൽ വന്നിരുന്ന് ഋതുസന്ധിയെ വിളിച്ചറിയിച്ചുകൊണ്ട് ഉത്തരായനക്കിളി ഉച്ചത്തിൽ വിളിച്ചുകൂവി.

“കോട്ടേലപ്പൂപ്പോ, ചക്കയ്ക്കുപ്പുണ്ടോ?”

നിലമുടമകളുടെ നെറികെട്ട പകപോക്കലിനെതിരെ യൂണിയൻ ശബ്ദമുയർത്തി.

ചുവപ്പും കറുപ്പും നോട്ടീസുകൾ! പ്രസ്താവനകളും എതിർ പ്രസ്താവനകളും വാർഡുതോറും പ്രചാരണ യോഗങ്ങൾ.

തരിശിടലിനെക്കുറിച്ചുള്ള വാർത്തകൾ പത്രങ്ങളുടെ മുൻപേജിൽ അച്ചടിച്ചുവന്നു. തരിശിടലായി നാട്ടിലെ സംസാരവിഷയം.

എന്തെല്ലാമായിട്ടും വൻകിടക്കാരാരും വഴങ്ങിയിട്ടില്ല. ബഹുജനാഭിപ്രായത്തിനെതിരെ അവർ മുഖംതിരിച്ചു നിന്നു. നാട്ടിൽ പടർന്നുപിടിച്ച അങ്കലാപ്പു കണ്ടു രസിച്ചു.

“രാജ്യദ്രോഹംപോലും അതുപറയാൻ ആർക്കാണവകാശം? പഠിക്കട്ടെ, പട്ടിണികിടന്ന് നട്ടം കറങ്ങട്ടെ.”

തരിശിടൽ ഭീഷണിക്കെതിരായി യൂണിയന്റെ കാൽനട ജാഥകൾ നടന്നുകൊണ്ടിരിക്കുമ്പോഴാണ് കുഞ്ഞച്ചനു സംസ്ഥാന സമ്മേളനത്തിനുള്ള ക്ഷണം കിട്ടിയത്.

എന്തൊരാശ്വാസമായിരുന്നു! നടുക്കടലിൽ കിടന്ന് ഒറ്റയ്ക്കു തുഴയുമ്പോൾ പെട്ടെന്നു കര കണ്ടെത്തിയാലെന്നപോലെ. സമ്മേളനത്തിൽവച്ചു തങ്ങൾ നേരിടുന്ന വൈഷമ്യങ്ങൾ മറ്റു സഖാക്കളെ അറിയിക്കാം. അവരുമായി ചർച്ച ചെയ്യാം. ശരിയായ വഴി കണ്ടെത്താം.....

സഹപ്രവർത്തകരെ വിളിച്ചു വിവരം അറിയിച്ചു. സമ്മേളനത്തിൽ ഉന്നയിക്കേണ്ട പ്രശ്നങ്ങൾ ചർച്ചചെയ്തു.

ഉത്സാഹപൂർവം യാത്രയ്ക്കുള്ള ഒരുക്കം തുടങ്ങി. നീണ്ട യാത്രയെക്കുറിച്ചും ദിവസങ്ങളോളം നീണ്ടു നിൽക്കുന്ന അവിടുത്തെ താമസത്തെക്കുറിച്ചും ചിന്തിച്ചപ്പോൾ ഒന്നമ്പരന്നു. ഒരു കരുതലുമില്ല. ഉടുപ്പും മുണ്ടുമില്ല. ഒന്നൊപ്പിച്ചാൽത്തന്നെ അതു കൊണ്ടുപോകാൻ ഒരു ബാഗില്ല.....

തങ്കമ്മയോടു സമ്മേളനത്തിനു പോകുന്ന കാര്യം പറഞ്ഞതിന്റെ പിറ്റേദിവസം രാവിലെ മുട്ടയിടുന്ന രണ്ടു പിടക്കോഴികളെയും പിടിച്ചുകൊണ്ട് അവൾ കരിപ്പുഴക്കവലയിൽ പോയി. അവയെ വിറ്റുകിട്ടിയ പണവുമായി മടങ്ങി. പോരാത്തത് ഉണ്ണൂലിത്തള്ളയുടെ തറയിൽച്ചെന്നു കടം വാങ്ങി.

വൈകിട്ട് ഒരു പൊതിയെടുത്ത് കുഞ്ഞച്ചന്റെ നേർക്കു നീട്ടി.

“ദാ, ഇതുകൊണ്ട് ഒരു ഉടുപ്പും മുണ്ടും മേടിക്കാൻ തെകയുമോന്ന് നോക്ക്.”

അയാൾ അത്ഭുതത്തോടെ ചോദിച്ചു:

“എവിടുന്നാ നിനക്കീ സമ്പാദ്യം?”

“അതെന്തിനാ അറിയുന്നേ? നമുക്കു കാര്യംകണ്ടാ പോരായോ?”

രാത്രിയിൽ ഒരു പുതിയ ഷർട്ടും മുണ്ടും വാങ്ങി പൊതിഞ്ഞുകൊണ്ടാണയാൾ വന്നത്.

അവൾ പൊതിയഴിച്ചു നിവർത്തി. തുണിയുടെ തരവും ഭംഗിയും നോക്കി.

"ഈയുടുപ്പൊന്നിട്ടേ, ഞാനൊന്നു കാണട്ടെ."

"എന്താ, ഞാനുടുപ്പിട്ട് നീ കണ്ടിട്ടില്ലിയോ?"

അവൾ പ്രസന്നതയോടെ പറഞ്ഞു:

"എന്നാലും ഞാനൊന്നു കാണട്ടെ. കോടിയുടുപ്പിടുമ്പം എങ്ങനിരിക്കുന്നെന്നറിയാവല്ലൊ."

"ഒരുപക്ഷേ, കണ്ടാ കൊള്ളത്തില്ലേലോ?"

അവൾ ചിരിച്ചു:

"എന്റെ പേടി അതല്ല. സൗന്ദര്യം കൂടിപ്പോയാ, പോന്ന വഴിക്ക് നല്ല കിടാത്തിമാരും കണ്ണുവച്ചാലോ?"

"പിന്നെ ആനാവശ്യം പറഞ്ഞാലൊണ്ടല്ലോ...."

അയാൾ അവളുടെ ചെവിക്കു പിടിച്ചു. അവൾ നാക്കുകടിച്ച് കണ്ണിറുക്കിയടച്ച് ചിരിച്ചുകൊണ്ടു നിന്നു.

"ഇനിമേലാ വേണ്ടാതനം പറയുവോ?"

"ഇല്ല"

"എന്നാ ഇപ്പോഴത്തേക്കു വിട്ടിരിക്കുന്നു."

പ്രേമപൂർവം കടാക്ഷിച്ചുകൊണ്ട് അവൾ പറഞ്ഞു:

"ഞാൻ വെറുതെ കളിപറഞ്ഞതല്ല്യോ?"

"സംസ്ഥാന സമ്മേളനത്തിനു പോവുമ്പോഴാ നിനക്കു കളിപറയാൻ കണ്ട നേരം!"

"എന്നാ പോട്ടെ, മേലാ പറയത്തില്ല. പോരായോ?"

"ശരി ഇങ്ങോട്ടുനോക്ക്. ഞാനുടുപ്പിട്ടിട്ട് കൊള്ളാവോന്നു നോക്ക്."

അയാൾ ഷർട്ടു ധരിച്ച്, കോളർ പിടിച്ച് നേരെവച്ച് നീണ്ടുനിവർന്നു നിന്നു. ഗൗരവപുരുഷനായി നിന്നു.

"നോക്ക്, എങ്ങനെയുണ്ട്!"

അവൾ കൺകുളിർക്കെ നോക്കിനിന്നു. ഉടുപ്പിന്റെ മുൻവശം പിടിച്ചു കീഴോട്ടു വലിച്ചുകൊണ്ടു പറഞ്ഞു:

"ഇപ്പോൾ..... കൊള്ളാം."

പെട്ടെന്ന് എന്തോ തമാശ പറയാൻ ഭാവിച്ചിട്ട് ചിരിച്ചുകൊണ്ട് അവൾ മുഖം തിരിച്ചുകളഞ്ഞു.

"എന്തുവാ, നീയേതാണ്ടു പറയാൻ വന്നേ?"

"ഊം ഹും. ഒന്നുമില്ല."

"അതല്ല, ഏതാണ്ടൊണ്ട്. എന്തുവാന്നു പറ."

അവൾ വർഷങ്ങളോളം പിന്നിലേക്കു തിരിഞ്ഞുകൊണ്ടു പറഞ്ഞു:

"പണ്ടത്തെ കാര്യവേ....! അന്ന് അയ്യായിരത്തിന്റെ ചിറക്കാലി വച്ച്...."

"ങ്.....? അതൊക്കെ അന്നല്ലായിരുന്നോ?"

പിറ്റേന്ന്, ഉടുപ്പും മുണ്ടും വച്ചുകൊണ്ട് പോകാൻ ആരോടോ ഒരു

ബാഗ് ഇരന്നുവാങ്ങി. സോപ്പും ചീപ്പും ഈർക്കിലും ഉമിക്കിരിയുമെല്ലാം അവളതിൽ പൊതിഞ്ഞുവച്ചു.

ഒരുക്കങ്ങളെല്ലാം പൂർത്തിയായി.

യാത്രയുടെ ദിവസം അവൾ ആളിനെ വിളിച്ചുണർത്തി. കുളിക്കാൻ ചൂടാക്കിയിട്ടിരുന്ന വെള്ളം വാങ്ങിവച്ചു. കുളികഴിഞ്ഞു വന്നപ്പോഴേക്കും കട്ടൻകാപ്പി തിളപ്പിച്ചു. അതു പാത്രത്തിലേക്കൊഴിച്ചാറിച്ചു കൊടുത്തു.

അയാൾ ഉടുപ്പും മുണ്ടും ധരിക്കുന്നതും തലമുടി ചീകുന്നതുമെല്ലാം അവൾ കൗതുകത്തോടെ നോക്കിനിന്നു. യാത്ര പുറപ്പെടാൻ നേരം ഉറങ്ങിക്കിടന്ന മകനെ എടുത്തുകൊണ്ടുവന്ന് യാത്രാമംഗളം നേർന്നു.

"മോനേ, ദേ അച്ഛനൊരുമ്മ കൊടുക്ക്."

കുഞ്ഞച്ചൻ കുട്ടിയുടെ കവിളിലും അവളുടെ ചുണ്ടിലും ഓരോ ഉമ്മ വച്ചിട്ടു യാത്രയായി.

വഴിയരികിലെ കൈതപ്പൊന്തയിലിരുന്ന് ചെമ്പോത്തു ചിലച്ചു.

കുഞ്ഞിനെ മാറോടടുക്കിപ്പിടിച്ചുകൊണ്ട് അവൾ മനസിൽക്കരുതി.

"നല്ല ശകുനം."

കിഴക്ക് പുലരിത്തുടിപ്പു പരന്നിരിക്കുന്നു. അയാളുടെ രൂപം പുഞ്ചവരമ്പിലൂടെ അകന്നകന്നു പോകുന്നതു കണ്ടു.

അയാൾ ഉദയത്തിനു നേരെ നടന്നടുക്കുന്നു.

നേരം പുലർന്നപ്പോൾ അരിവാളുമെടുത്തുകൊണ്ട് തങ്കമ്മ തോട്ടുവെളുമ്പിലേക്കു പോയി. അവിടെ വളർന്നുനിന്ന പൂക്കൈതയുടെ തഴ അറുത്തെടുത്തു. അതു കെട്ടിച്ചുമന്നു കൊണ്ടുവന്ന് മുള്ളു പോന്തി. രണ്ടുമൂന്നു ദിവസംകൊണ്ട് തഴ മുഴുവൻ പോന്തി ഉണക്കാനിട്ടു.

ഉണക്കിക്കഴിഞ്ഞാലുടൻ ഒരു പായ് നെയ്യണം. നല്ല വിലകിട്ടുന്ന ഒരു വലിയ ചിക്കുപായ്. പായ് നെയ്തു തീർന്നാൽ അതു വിറ്റ് ഉണ്ണൂലിത്തള്ളയുടെ കടം തീർക്കണം. ബാക്കിക്കൊണ്ട് മുട്ടയിടുന്ന രണ്ടു കോഴികളെ വാങ്ങണം.

മുട്ട വിറ്റുകിട്ടുന്ന കാശ് വേറൊന്നിനുമെടുക്കാതെ പാട്ടയിലിട്ടു വയ്ക്കാം. അതെടുത്ത് ഇപ്പോൾ കൊണ്ടുപോയതരം ഒരു സഞ്ചി വാങ്ങണം. അതിയാന് എവിടെങ്കിലും യൂണിയൻകാര്യത്തിന് പോകുമ്പം ഉടുപ്പും മുണ്ടും വച്ചുകൊണ്ടു പോകാനൊരു സഞ്ചി.....

തിരിച്ചെത്തുമെന്നു പറഞ്ഞ ദിവസം രാത്രി ഉറക്കം വന്നില്ല. മുറ്റത്ത് ആളനക്കം കേൾക്കുന്നുണ്ടോയെന്ന് ചെവിയോർത്തു കിടന്നു. ഒടുവിൽ കാൽപ്പെരുമാറ്റം അടുത്തടുത്തു വരുന്നതു മനസിലായി. എഴുന്നേറ്റു വിളക്കു കത്തിച്ചു. മുന്നിൽ പുഞ്ചിരിയും പൊഴിച്ചു നിൽക്കുന്നു, കുഞ്ഞച്ചൻ.

അത്താഴം വിളമ്പിക്കൊടുത്തിട്ട് അവളടുത്തിരുന്നു വിശേഷം തിരക്കി.

ആ സമ്മേളനം ഒരു വലിയ അനുഭവമായിരുന്നത്രേ. അവിടെ പാസ്സാക്കിയ തീരുമാനങ്ങൾ ദൂരവ്യാപകങ്ങളായ ഫലങ്ങൾ ഉളവാക്കും. അവ

രാജ്യത്തു ചരിത്രം സൃഷ്ടിക്കും.

അവൾക്കൊന്നും മനസിലായില്ല. തീരുമാനങ്ങളെന്തൊക്കെയെന്ന് ചോദിച്ചുമില്ല. ഒരുപക്ഷേ, പറഞ്ഞാലും മനസിലാകുന്നില്ലെങ്കിലോ?

യാത്രയെക്കുറിച്ചും സമ്മേളനത്തെക്കുറിച്ചും പറഞ്ഞതെല്ലാം മൂളി ക്കേട്ടു.

അടുത്ത ദിവസം വൈകിട്ട് യൂണിയൻ പ്രവർത്തകർ തറയിൽ കൂടി. തങ്കമ്മ അതിശയം പൂണ്ടു പതിവിലേറെ ആളുണ്ട്. മുമ്പത്തെപ്പോലെ ആരും കളി തമാശ പറയുന്നില്ല. എല്ലാവരും വന്നു കാര്യഗൗരവത്തോടെ അങ്ങിങ്ങ് ഇരിപ്പുറപ്പിച്ചു.

കുഞ്ഞച്ചൻ ഏതോ കടലാസുകളെടുത്ത് തിരിച്ചും മറിച്ചും നോക്കു കയും അത് അടുക്കിപ്പെറുക്കി വയ്ക്കുകയും ചെയ്യുന്നതു കണ്ടു.

യോഗം തുടങ്ങി. നിശ്ശബ്ദമായ സദസ്സ്. കുഞ്ഞച്ചൻ എഴുന്നേറ്റു നിന്ന് പതിഞ്ഞ സ്വരത്തിൽ പറഞ്ഞു:

"......നമ്മുടെ രാജ്യത്തെ വർഗബന്ധങ്ങളിൽ വിപ്ലവകരമായ മാറ്റം വരുത്തുന്ന ചില തീരുമാനങ്ങളാണ് സംസ്ഥാനസമ്മേളനം കൈക്കൊ ണ്ടിട്ടുള്ളത്."

സദസിനെ നോക്കി തെല്ലുനേരം മൗനമായി നിന്നു. ആളുകൾ മുഖ മുയർത്തി. അവർ വീർപ്പടക്കിയിരിക്കുന്നതിനിടയിൽ ആ തീരുമാനം പ്രഖ്യാപിച്ചു.

"നീണ്ടകാലത്തെ കാത്തിരിപ്പിനുശേഷം ഭൂരഹിതരായ കൃഷി ക്കാരും കർഷകതൊഴിലാളികളുമായ നമ്മൾ, വൻകിട കൃഷിക്കാരുടെ ഭൂമി പിടിച്ചെടുക്കാൻ പോവുകയാണ്...."

നിമിഷനേരത്തേക്കു വീണ്ടും നിശ്ശബ്ദത.

ആളുകൾ ആകാംഷയോടെ കഴുത്തു നീട്ടിയിരുന്നു.

കുഞ്ഞച്ചന്റെ മുഖം തുടുക്കുന്നതും കണ്ണുകൾ ചുവക്കുന്നതും കണ്ട് തങ്കമ്മ അമ്പരന്നു. എന്തൊരു ഭാവപ്പകർച്ച? ഇതെന്തിനുള്ള പുറ പ്പാടാണ്?

അയാൾ ആവേശഭരിതനായി തുടർന്നു:

"നിറവേറ്റാത്ത വാഗ്ദാനങ്ങൾ കൊണ്ട് അധികാരികൾ വർഷങ്ങ ളോളം നമ്മെ വഞ്ചിച്ചു. ജന്മിയുടെയും അവരുടെ കോടതികളുടെയും മുന്നിൽ ഭൂമിക്കു വേണ്ടി യാചിക്കുകയും ദയയ്ക്കുവേണ്ടി കെഞ്ചുകയും ചെയ്യുന്നത് പ്രയോജനശൂന്യമാണെന്നു തെളിഞ്ഞുകഴിഞ്ഞു. ഇപ്പോൾ സമയമായി. നാം സംഘടിതമായി ഭൂമി കൈവശപ്പെടുത്തും. അതിൽ കൃഷിയിറക്കുകയും വിളവെടുക്കുകയും ചെയ്യും."

നീണ്ടുനിന്ന കൈയടി.

സംസ്ഥാന സമ്മേളനം കൈക്കൊണ്ട തീരുമാനങ്ങളുടെ ഒരു രൂപ രേഖ സഖാക്കളുടെ മുന്നിൽ കുഞ്ഞച്ചൻ അവതരിപ്പിച്ചു. ആ സമ്മേളന ത്തിന്റെ ചരിത്രപ്രധാനമായ സന്ദേശം ചെവിക്കൊള്ളാൻ അവരെ ആഹ്വാനം ചെയ്തു.

രാജ്യമാകെ തിളച്ചുമറിയാൻ പോവുകയാണ്. യുഗങ്ങൾക്കുശേഷം മണ്ണിൽ പണിയെടുക്കുന്ന മനുഷ്യൻ, മണ്ണിന്റെ ഉടമാവകാശം നേടിയെടുക്കാൻ പോവുകയാണ്.

"പക്ഷേ, ഒരു കാര്യം."

കുഞ്ഞച്ചൻ സ്വരം താഴ്ത്തി പറഞ്ഞു:

"വർഗശത്രുക്കൾ കൈയുംകെട്ടി ഇതു നോക്കിയിരിക്കില്ല. ഇതോടെ വർഗസമരം രൂക്ഷമാകും. അത് രാഷ്ട്രീയാധികാരത്തിനുള്ള സമരമായി വളരും.... അതിനു നാം നൽകേണ്ട വില നമ്മുടെ ചോരയും ജീവനുമാണ്. അതിൽ കുറഞ്ഞ യാതൊന്നുകൊണ്ടും ഈ സമരം ജയിക്കാനാവില്ല."

വീണ്ടും നീണ്ടുനിന്ന കൈയടി.

തുടർന്നുള്ള ദിവസങ്ങളിൽ തിരക്കേറിയ പണിയായിരുന്നു. തറയിൽ കുത്തിയിരിക്കാൻ തങ്കമ്മയ്ക്കു നേരമില്ല. അവൾ നാടാകെ ഓടിനടന്നു. വാർഡുയോഗങ്ങൾ കൂടാൻ. സ്ത്രീവാളണ്ടിയർമാരെ റിക്രൂട്ടു ചെയ്യാൻ....

ഒടുവിൽ വിഷുസംക്രമം വന്നെത്തി.

ഉത്തരായനത്തിനു തിരിച്ച സൂര്യൻ ഉണർന്നെഴുന്നേറ്റ്, പുഞ്ചയിലെ വിഷുക്കണി കണ്ട് ചിരിതൂകി. ആരിയമ്പാടത്തു വരിവരിയായി ചെങ്കൊടികൾ. ജഗദ്ബന്ധു, ചെങ്കതിരുയർത്തി രക്തപതാകയെ അഭിവാദനം ചെയ്തു.

യുഗസംക്രമത്തെ ആശീർവദിച്ചു.

കവലകളിലും വഴിയരികിലും ചെങ്കൊടികളുയർന്നു പാറി. മുളങ്കുഴലുകളിലും മരക്കൊമ്പുകളിലും കൊടികൾ പാറിപ്പറന്നു.

എങ്ങും ചുവപ്പ്! ചോരച്ചുവപ്പ്!!

ആർപ്പുവിളികളോടും വായ്ക്കുരവയോടും വാദ്യമേളങ്ങളോടുംകൂടി പുഞ്ചയിലേക്കു ജനപ്രവാഹം ആരംഭിച്ചു.

ചുമലിൽ നുകംവച്ചു കെട്ടിയ കന്നിനെ തെളിച്ചുകൊണ്ട് ഉഴവുകാർ മുന്നിൽ. നുകത്തിന്റെ രണ്ടറ്റത്തും കൊടികൾ. കന്നിന്റെ തലയാട്ടത്തോടൊപ്പം ആടിയുലയുന്ന കൊടികൾ.

ജാഥകളെല്ലാം പുഞ്ചയുടെ തീരത്ത്. ആർപ്പുവിളികളുടെയും വായ്ക്കുരവകളുടെയും ശബ്ദനിർഘോഷങ്ങൾക്കിടയിൽ അമിച്ചുനിർത്തിയിരുന്ന കന്നുകളെ പുഞ്ചയിലേക്കു തിരിച്ചു.

വരണ്ടുവിണ്ട മണ്ണിളക്കി മറിച്ചുകൊണ്ട് പുഞ്ച ഉഴുതുമറിക്കാൻ തുടങ്ങി.

കൊഴുവിൽനിന്ന് ഇളകിവീണ മണ്ണ് ഉച്ചവെയിൽ നുകർന്ന്, മദഗന്ധം ചൊരിഞ്ഞു നിർവൃതി പൂണ്ടുകിടന്നു.

നിലയ്ക്കാത്ത മുദ്രാവാക്യങ്ങളും വാദ്യമേളങ്ങളും.

ഉഴുതുമറിച്ച മണ്ണിൽ വിത തുടങ്ങി. ആർപ്പുവിളി പൊങ്ങി. വായ്ക്കുരവ മുഴങ്ങി. നൂറുകണക്കിനാളുകൾ ഒന്നിച്ചുനിന്നു പണിയെടുത്തു. ഉഴുതുമറിക്കലും വിത്തുവിതയ്ക്കലും. ദാഹമറിഞ്ഞില്ല. ക്ഷീണമറിഞ്ഞില്ല.

"ആരും നിലത്തിൽനിന്നു കേറിയില്ല. കത്തലടക്കാനും ദാഹം തീർക്കാനും പുഴുക്കും കഞ്ഞിയും നിലത്തിൽത്തന്നെ വിളമ്പിക്കൊടുത്തു."

നേരം വൈകി. ഒടുവിൽ സൂര്യൻപോലും വാടിത്തളർന്നു.

ഇനിയും വിത തീർന്നില്ല.

അപ്പോൾ പുഞ്ചയുടെ കിഴക്കേ തീരത്ത് പൊലീസ് വാനിന്റെ ഇരമ്പൽ. തോക്കു തോളിലേന്തി പാഞ്ഞുവരുന്ന പൊലീസ്.

മൈക്കിലൂടെ ആജ്ഞകൾ.... ഉത്തരവുകൾ.....

അലച്ചലച്ചുയരുന്ന മുദ്രാവാക്യങ്ങൾ.

ആർപ്പുവിളിയും വായ്ക്കുരവയും.

അതിനേക്കാളുച്ചത്തിൽ വെടി മുഴങ്ങി.

"ഠോ....ഠോ.....ഠോ....."

ഉഴവും വിതയും ധൃതിയിലായി.

തങ്കമ്മ ചാക്കിൽനിന്നു വിത്തുവാരി കുഞ്ഞച്ചന്റെ കൈയിലിരുന്ന കുട്ടയിലേക്കിട്ടുകൊടുത്തു. അയാൾ ഉഴവുചാൽ നോക്കി വിത്തു വാരിയെറിഞ്ഞു.

കുട്ടയൊഴിഞ്ഞപ്പോൾ കുഞ്ഞച്ചൻ തിടുക്കം കൂട്ടി:

"വിത്തുകൊണ്ടാ.... വേഗം."

അക്ഷമയോടെ അയാൾ തിരിഞ്ഞുനോക്കി.

തങ്കമ്മ വിത്തും കുട്ടയുമായി രക്തത്തിൽ കുളിച്ചു കിടക്കുന്നു.

ഓടിച്ചെന്ന് അവളെ താങ്ങിയെടുത്ത് മടിയിലിരുത്തി. അവൾ അയാളെ നോക്കി കണ്ണുമിഴിച്ചു.

എന്തിനോവേണ്ടി വീണ്ടും വീണ്ടും ചുണ്ടുവിടർത്തി.

വലതുകൈ എത്തിച്ച് ചോരയിൽ കുതിർന്ന ഒരുപിടി വിത്തുവാരി.

വരണ്ടുപൊള്ളുന്ന ചുണ്ടുകളിൽ കുഞ്ഞച്ചൻ ഒരുമ്മവച്ചു.

കരുവാളിച്ച ആ മുഖം ഒരു വശത്തേക്കു തളർന്നുവീണു.

അവളെ തോളിലിട്ടുകൊണ്ട് ചോര തളംകെട്ടിനിന്ന വിത്തുവാരി അയാൾ ഉഴവുചാലിൽ വീശിയെറിഞ്ഞു.

* * *

നേരം എരിഞ്ഞടങ്ങി.

കണ്ടൻകാളിയും കൊച്ചുമക്കളും കൂടി ഓച്ചപ്പാടത്തു വിളഞ്ഞുകിടന്ന നിലത്തിലേക്കിറങ്ങി. ഒരു വലിയ കറ്റ കൊയ്തുകെട്ടി തലയിലേറ്റി. വിറയാർന്ന സ്വരത്തിൽ കണ്ടൻകാളി വിളിച്ചുപറഞ്ഞു:

"പൊലിയോ, പൊലി പൊലീ!"

"കൊച്ചുമക്കൾ അതേറ്റുവിളിച്ചു.

"പൊലിയോ, പൊലി പൊലീ!"

അവർ പൊലിവിളി മുഴക്കിക്കൊണ്ട് പാടത്തിന്റെ കന്നേലെ മൂലയിൽ പച്ചപിടിച്ചുനിന്ന കാടിനരികിലേക്കു ചെന്നു.

അവിടെ കത്തിച്ചുവച്ച വിളക്കിനു മുന്നിൽ ചാത്തന കാട്ടൂട്ടിനു

വേണ്ട വച്ചൊരുക്കു നടത്തി. തുണിക്കൊട്ടയിൽനിന്ന് അടയും വറയും കരിക്കുമെടുത്ത് സൂചനിലയിൽ നിരത്തി. കണ്ടൻകാളി പൊലിക്കറ്റ കൊണ്ടുവന്നു വിളക്കിനു മുന്നിൽവച്ചു. രണ്ടു പന്തമെടുത്ത് എണ്ണയിൽ മുക്കി കത്തിച്ചു. കാടിനുനേരെ മൂന്നുവട്ടം ഉഴിഞ്ഞു. വറയും തെള്ളിപ്പൊടിയും വാരി പന്തങ്ങളുടെ തീനാമ്പുകൾക്കു മീതെ ഉഴിഞ്ഞെറിഞ്ഞു. തീ നാളങ്ങൾ അന്തരീക്ഷമാകെ കത്തിക്കാളി.

ചാത്തന വായ്ക്കുരവയിട്ടു.

കുട്ടികൾ ഉച്ചത്തിൽ വിളിച്ചു:

"പൊലിയോ, പൊലി പൊലീ!"

അങ്ങു കിഴക്ക് ആരിയൻപാടത്ത് വീണ്ടും വെടിപൊട്ടുന്ന ശബ്ദം കേട്ടു. അതിനേക്കാളുച്ചത്തിൽ പൊലിവിളി മുഴങ്ങി:

"പൊലിയോ, പൊലി പൊലീ!"

*　　　*　　　*

www.ingramcontent.com/pod-product-compliance
Lightning Source LLC
LaVergne TN
LVHW060331051026
849517LV00004B/1270
9789394753198